இரவாடிய திருமேனி

இரவாடிய திருமேனி

வேல்முருகன் இளங்கோ

எதிர்
வெளியீடு

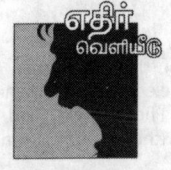

இரவாடிய திருமேனி
வேல்முருகன் இளங்கோ

முதல் பதிப்பு: ஜனவரி 2025

எதிர் வெளியீடு,
96, நியூ ஸ்கீம் ரோடு, பொள்ளாச்சி - 642 002
தொலைபேசி: 04259 - 226012, 99425 11302

விலை: ரூ. 699

Iravatiya Tirumeni
Velmurugan Elango

Copyright © Velmurugan Elango
First Edition: January 2025

Published by
Ethir Veliyeedu, 96, New Scheme Road, Pollachi - 2
Email: ethirveliyedu@gmail.com
www.ethirveliyeedu.com

ISBN: 978-81-19576-87-6
Cover Design: Santhosh Narayanan
Printed at Jothy Enterprises, Chennai.

All rights reserved. No part of this book may be reprinted or reproduced or utilised in any form or by any electronic, mechanical or other means, now known or hereafter invented, including Photocopying and recording, or in any information storage or retrieval system, without permission in writing from the Publisher.

நாஞ்சில் நாடனுக்கு

நன்றி

சாம்ராஜ்

கே.என். செந்தில்

கோமளா

அருணா சிற்றரசு

தீபு ஹரி

ப. திலீபன்

வே. அக்ஷயா

சுடரை அணைப்பது எது?
காற்றா?
....
காற்றில் மறைந்துள்ள இருளின் விருப்பமா?
                    - காந்தர்வன், சருக்கம்-3, பாடல்-67.

சபையேற்றம்

வெறுப்பதிப்பகம்

இரவாடிய திருமேனி ஒரு காவியம் அல்ல. அது புழுதிப் பொட்டலில், சாத்து வண்டிகளை எதிர்நோக்கிக் காத்திருந்த நடுநிசிப் பொழுதுகளில், நேரத்தின் கனத்தைத் தளர்த்தும் பொருட்டுச் சற்றே பித்தேறிய, அடங்கா குணம் கொண்ட கள்வன் ஒருவன் தன் இருண்ட கபாலத்தில் வடித்துப் பார்த்த அபத்தக் கதை. அல்லது பாதாள அறையில் ஆயுளுக்கும் சிறைவைக்கப்பட்ட கைதியொருவன் தன் தனிமையையும், அச்சத்தையும் போக்கிக்கொள்வதற்காக கொட்டித்தீர்த்த உளறல். இரவாடிய திருமேனி என்ற சொல்லாடலைச் சரித்திரம் செமிக்க முடியாமல் கரை ஒதுக்கியிருக்கவேண்டும். காவியமென்ன, அது ஒரு கதைப் பாடல் கூட இல்லை. அதில் யாப்போ, சொற்சுவையோ இல்லை. இவ்வாறே இரவாடிய திருமேனியைத் தென்கூடல் கவிராயர்கள் மறுத்தனர். சிலர் ஐயத்துடன், இல்லை அது திருவரங்கச் சபையில் காவியமாக அரங்கேற்றப்பட்டதற்கான வாய்மொழித் தகவல்கள் உள்ளன, அதன் ஏடுகள் கிடைக்கவில்லையென்றாலும் அக்காவியம் உதிரிகளாய் மக்கள் கதைகளில் இன்றும் உலாவிக்கொண்டிருக்கிறது, பல குடிமரபு கதைகளில் புகுந்து வஞ்சகமான பிசாசைப் போல் குழப்பத்தை உண்டாக்கி, தன்னைத் தகவமைத்துக்கொள்கிறது என்று வாதிட்டனர். காந்தர்வன் அக்காவியத்தை திருவரங்கச் சபையில் அரங்கேற்றும் முன்னரே எதிர்பட்ட மனிதர்கள் எல்லோரிடத்திலும் அதைப் பாடிக் காட்டினான் என்று கூறினோரும் உண்டு. திருவரங்கச் சபை ஒன்றும் அத்தனை காவியக் கடாட்சம் நிறைந்தது அல்ல, அதைத் தான் எள்ளளவும் வியக்கவில்லை என்று

உணர்த்துவதற்காகவோ, அல்லது எல்லோர்க்குமான மழை போல் போகிற வழியெங்கும் தன் காவியம் தூவப்பட வேண்டும் என்பதற்காகவோ அவன் அவ்வாறு நடந்துகொண்டிருக்க வேண்டும் என்றனர்.

அக்காவியத்தை அரங்கேற்றத் துணிந்த காந்தர்வன் என்பவன் யார்? அவன் குறித்த கதைகள் அவனது காவியத்தை விடவும் புதிர் நிறைந்தவை. அவன் பற்றிய கதைகளில் பிரசித்திபெற்றது, காந்தர்வன் எப்படி கவிபாடும் நாவன்மையைப் பெற்றான் என்பதுதான். கவிராயர்கள் கூற்றின்படி அவன் கள்வர் மரபில் வந்தவன். ஒருமுறை காவியப் பெருந்தகை வடவேற்காடு பெருங்கிழார் மார்கழி உற்சவமாய்ப் பன்னிருநாள்கள் தொடர்ந்து கவிபாடி, அசரன் அளித்த பொன் பொருட்களுடன் ஊர் திரும்பினார். (அந்த இரவு எப்போதும் போல் இல்லாமல் வெகுநீண்ட இரவாக இருந்ததாகப் பிற்காலத்தில் அவர் தனது நெடும்புராணப் பதிகங்களில் குறிப்பிட்டுள்ளார்.) நடுநிசியில் அவரது வண்டியைக் காந்தர்வன் வழிமறித்தான். பெருங்கிழார் அவனை நோக்கிச் சிரித்தபடி, "தாராளமாக எடுத்துச் செல்லும். இவை அத்தனையும் என் நாவினால் விளைந்தவை, என் நா நினைத்தால் உன் பரம்பரையே களவாடப் போதுமான பொன் பொருட்களை இரு திங்களில் விளைவிக்கும். அத்தனையும் எடுத்துச் செல், நான் எங்கும் முறையிடப் போவதில்லை. ஆனால் ஒரு நிபந்தனை, அதற்கு முன் என் நா உமிழ்ந்த மண்ணைத் தொட்டு வணங்குவீராக" என்றார். அதில் சீண்டப்பட்ட காந்தர்வன் பொன்னையும், பொருளையும் தீண்டாமல் பெருங்கிழாரின் நாவை மட்டும் அறுத்துச் சென்று, அதனைத் தீயில் வாட்டி விழுங்கிவிட்டான் என்றும் அதனாலேயே அவன் கவிபாடும் நாவன்மையை பெற்றான் எனவும் சிலர் நம்பினர். அதை மறுத்தோர், அவன் பெருங்கிழாரின் நாவை அறுக்கவில்லை, அவன், அவர் பாடிய கவியில் மயங்கி, அவரைக் களவெடுக்காமல் விடுவிக்க தலைப்பட்டான், அதில் இரங்கிய பெருங்கிழாரே அவன் பெருங்காவியம் ஒன்றை இயற்றுவதற்கான ஆசியை அவனுக்கு வழங்கினார் என்று கூறினர். இதற்கு அப்பாலும் அவன் குறித்த ஐயப்பாடுகள் பல உண்டு. அவன் தன்னைச் சுற்றி ஓர் அவிழ்க்க முடியாத முடிச்சைப் போட்டுக்கொண்டு, காலவெளியில் மறைந்துவாழ்கிறான் என்று சிலர் விளிக்கின்றனர். அவன் இயற்றிய இரவாடிய திருமேனிக்கு முடிவென்பது உண்டா?

இப்போதும் ஒருவேளை, நாடெங்கிலும் திரிந்து, அவன் அதன் செய்யுள்களைப் பரப்பிச் செல்லமாட்டான் என என்ன நிச்சயம்? ஒரு விஷக் காற்றைப் போல், இல்லாளின் கற்புநிலை மீது ஆடவர் கொள்ளும் ஐயம் போல் அக்காவியம் ஓர் அழியாத நிலையை ஏற்கெனவே எட்டியிருந்தால்? தலைக்கு மேல் எப்போதும் நகர்ந்துகொண்டிருக்கும் மேகத் திட்டுகள் எவர் கவனத்தையும் கோருவதில்லை. அதுபோல் காணா நிலையிலும் இரவாடிய திருமேனியை அவர்களால் மறுக்க இயலாது.

அவனே அவனது காவியத்திற்குள் ஒரு கூத்தனாக வருவது ஏன் என்ற வினா இன்னும் குழப்பமான இடங்களுக்கு இட்டுச்சென்றது. உண்மையில் காந்தர்வன் என்பவன் ஊர் ஊராகத் திரிந்து வீதிகளில் கதை நிகழ்த்தும் ஒரு கூத்தன் மட்டும்தான், அவன் காவியம் இயற்றிய கவி அல்ல. அவனது கூத்துப்பாடலில் ஒரு காவிய அரங்கேற்றம் பற்றி எள்ளலாகச் சில நிகழ்ச்சிகள் வந்திருக்க வேண்டும். அதிலிருந்த இரவாடிய திருமேனி எனும் சொற்பதம் தன்னைச் சுற்றிலும் பொய்யாக ஒரு காவியத்தோற்றத்தை எழுப்பிக்கொண்டது என திருவரங்க தீட்சிதர்கள் வாதிட்டனர். தீட்சிதர்கள் அந்நிகழ்வை மறுப்பதற்குப் பின்னால் அவர்களது இழுக்கு மறைக்கப்படுகின்றது என்பது மேற்கு மலைக் குரவர்களின் எதிர்வாதம். ஏனெனில் கம்பன் இராமாவதாரம் அரங்கேற்றிய அதே திருவரங்கக் காவியச் சபையில் சில நூற்றாண்டுகளுக்குப் பின்னர் கள்வர் குலத்திலிருந்து வந்த நீசனான காந்தர்வன் தன் இரவாடிய திருமேனியை அரங்கேற்றினான் என்பதை அவர்களால் ஏற்றுக்கொள்ள முடியாது என்றனர். மேற்குமலைக் குரவர்களின் கதைப் பாடல் ஒன்றில் காந்தர்வன் காவியம் அரங்கேற்றச் சென்ற நிகழ்வு பின்வரும்படி விவரிக்கப்பட்டுள்ளது.

அவன் காவியம் அரங்கேற்றச் சென்ற பகற்பொழுது கண்களைக் குருடாக்கும்படி வெளிறிக்கிடந்தது. பகல் காணாத கள்வனாகிய காந்தர்வன், எண்ணெய்த் திரண்டெழுகும் கற்சிலை போல் அரசவைக்குள் நுழைந்தான். அவனது கருமை சித்தம் குழப்புவதாய் இருந்தது. அவனைத் தடுக்கும் நெஞ்சுரம் எவரிடத்திலும் இல்லை. பட்டப்பகலில் பேய் ஒன்று நுழைந்துவிட்டதாகப் பெரும் ஆரவாரம். அரசவைக்குள் நுழைந்த பின் அவன் உடலில் சிறுவனுக்குரிய நளினம் வெளிப்பட்டது.

தான் வளர்த்த பன்றியைத் தொலைத்துவிட்டேன் என அரசவையில் முறையிட வந்த ஒரு மூடனின் தோற்றத்தில் அவன் அரசர் முன்பாகப் போய் நின்றான். புத்தி பிசகியவனாக இருக்கக்கூடும் என்ற எண்ணம் அரசரை பொறுமைகாக்க வைத்தது. அவன் தன் ஏடுகளை வெளியே எடுத்துத் தான் ஒரு காவியம் அரங்கேற்ற வந்திருப்பதாகக் கூறியபோது, அரசர் உட்பட சபை மொத்தமும் அடக்க இயலாமல் சிரித்துவிட்டது. ஆனால் அவன் அவற்றையெல்லாம் பொருட்படுத்தாமலேயே நின்றான். அதன் பின் நிகழ்ந்ததுதான் எவரும் எதிர்பாராதது. சிந்தனை புரண்டதாலோ அல்லது இனம்புரியாத நினைவு இச்சையாலோ அரசர் "ம்ம் அரங்கேறட்டும்" எனக் கரம் உயர்த்தினார். சில கணங்களுக்குப் பிறகே அவன் தன்னிடம் இறைஞ்சி கோரிக்கை வைக்கவில்லை, மாறாக "நான் ஒரு காவியம் அரங்கேற்ற வந்திருக்கிறேன்" என அறிவித்திருப்பது அவரது நனவில் எட்டியது. அதனோடு அவனது காவியத்திற்கு அனுமதி அளித்தது தான் இல்லை, வேறு ஏதோ கூறவந்து திடீரெனத் தன் உடல்மொழியும், நாவின் அசைவும் மாறியது அவருக்குப் புதிராக இருந்தது. இவன் ஒரு மந்திர ஜாலக்காரன், அல்லது தனக்கு வேண்டியதை நிகழ்த்திக்கொள்வதற்கான அனைத்துப் பயிற்சிகளையும் எடுத்தவன். தனது தோற்றத்தால் எதிரில் இருப்போரைக் குழப்பி அவர்களை வேறொன்றைப் பேச வைக்கும் வித்தையை இவன் கற்றிருக்க வேண்டும். இவனது ஒவ்வொரு சொல்லும், சிறு உடல்மொழியும் இவனது கட்டுப்பாட்டை மீறி வெளிப்படவில்லை. அரசர் தான் உதிர்த்த ஒற்றைப் பிழைச்சொல் அவனிடமிருந்து ஆயிரமாயிரம் சொற்கள் வெளிவருவதற்கு வாய்ப்பளித்துவிட்டதை எண்ணி அதிர்ந்தார். அவை எம்மாதிரியான சொற்கள்? இவன் இயற்றப் போகும் காவியம் இங்கு என்ன நிகழ்த்தப்போகிறது? அரசர் உட்பட எல்லோருக்கும் இரவாடிய திருமேனி மீது ஓர் ஆவல் உண்டானது அப்படித்தான்.

அரசர் விதித்த நாளில் காவியச் சபை கூட்டப்பட்டது. சபையின் மையத்தில் நின்ற காந்தர்வன் தன் கவனத்தை எங்கோ தொலைவில் படபடத்த பட்சிகளின் சிறகோசையிலிருந்தும், கொடுமணலில் ஊறிமிதக்கும் வெயில்பரப்பிலிருந்தும், நிழலும் உறங்கும் வளைத்தடிகளிலிருந்தும் மீட்டுக் கொண்டு வந்தான். சபைக்குள் தாராளமாய் உள்நுழைந்த பகலொளியில் அவன் உடல் கூசினான். எங்கேனும் பிடி இருள் வாய்க்குமா என அவனது

விழிகள் அலைபாய்ந்தன. ஏடுகளை ஒவ்வொன்றாக எடுத்துத் தர அரசவை ஏவலனை தன்னருகில் நிறுத்திக்கொண்டான். தன் காவியம் நீங்கா புகழ்பெறும் என அவன் எண்ணவில்லை. கீழ் வானின் மேகத் திரளுக்கு அப்பால் அரிதாய் வெளிப்படும் மலைத் தொடரைப் போல் அது மறைந்தும், துலங்கியும் காணாமல் போய்விடும் என்பதை அவன் அறிந்தே இருந்தான். சரித்திரத்தில் நிலைக்கும் காவியங்கள் அசட்டுத்தனமான பெருமைக்கும், விலக்கமுடியாத அலட்சியத்திற்கும் தலைப்படும். ஆனால், இருளில் தொலைந்து, மண்மூடிய காவியங்கள் புவியைப் படைத்தபின் மறைந்துபோன தெய்வத்தைப் போல் மனிதர்கள் பாழ்படுத்த முடியாத ஒரு நிலையை அடையும் என்று அவன் நம்பினான். கடவாய் வரை அடர்ந்த தன் மீசையை முறுக்கியபடி, ஏவலனிடம் முதல் சருக்கத்தின் ஏடுகளைக் கோரினான். அவனது கண்கள் தீண்டடப்படாத வளர் இளம் முலைகளை ஏறிடுபவை போல் உயிர் பெற்றன. அவனது நா யாதொரு இறை வாழ்த்தினையும் துதிக்கவில்லை. அவனது கரங்கள் எவரையும் வணங்கவில்லை. அவ்வாறாகக் காந்தர்வன் எனும் கள்வன் இரவாடிய திருமேனியைப் பாடத்தொடங்கினான்.

“எத்தனை நாள்கள் இத்தருணத்தை நோக்கி மனம் குழம்பியிருக்கிறேன்?! அரை உறக்கத்தில் திடுக்கிட்டு எழுந்து, என் சுயத்திற்கு என்னாகும், என் உயிர் எங்கே போகும் என என் இளமை நிறைந்த கண்கள் எத்தனையோ முறை திசையெங்கும் வெறித்திருக்கின்றன. உடலெங்கும் நான் பெற்ற தழும்புகளுக்கும், அவை சுமக்கும் நினைவுகளுக்கும் என்ன நேரும்? இதோ, அனைத்தையும் ஒற்றை முடிச்சவிழ்ப்பில் அறிவதற்கான தருணம். சிறிது நேரத்தில் என் கபாலத்தை அரச யானை மண்ணோடு மண்ணாக அழுத்தி நொறுக்கப்போகின்றது. என் மண்டைக்குள் என்ன இருந்தது என்பதைப் பார்ப்பதற்கான அவகாசம் கூட எனக்கு இருக்குமா தெரியவில்லை. மரணம்? எத்தனை பாரமான வினா? எனினும் அதற்கான விடை எனக்கு இத்தனைக் கொடிய முறையில் அளிக்கப்பட வேண்டுமா? அரவங்கள் இடைவிடாது அலையும் வெப்பல் நிலங்களில் காலம் அறியாது படுத்துறங்கியிருக்கிறேன். எத்தனையோ செட்டி மதில்கள் எனக்காக நஞ்சேற்றிய பனை மட்டைகளை பதித்து வைத்திருந்தன. ஒருமுறை மரணம் உற்றாரின் வளரி உருவை எடுத்து, என் குடலில் பாய்ந்தது. என் பிறப்பிலிருந்து உஷ்ணம் தீராத என் குடல் முதன்முறையாகக் குளிர்வதை என் உள்ளங்கையால் உணர்ந்தேன். ஆனால் அப்போதும் மரணம் அதன் முயற்சியில் தோற்றுவிட்டதை நான் அறிந்துகொள்ள மூன்று நாள்கள் ஆகின. அந்த மூன்று நாள்களில் நான் பெற்ற சாந்த நிலைக்கு அளவில்லை. எவனோ ஒரு நகர் வைத்தியன் என்னை அந்த நிம்மதியான நிலையிலிருந்து எழுப்பிவிட்டுப் போயிருந்தான். மீண்டும் வாழ்க்கை, மீண்டும் வயிறு நிறைக்கும் போராட்டம், வினாக்கள், மதில்கள், களவு ஓட்டங்கள்... அதிலெல்லாம் மரணம் என்னை ஒரு ஒவ்வாத பண்டமாகவே வீசியெறிந்திருக்கிறது. இப்போது மட்டும் ஏன்? திடீரென அது என்மேல் விருப்பம்கொண்டது எப்படியென்று விளங்கவில்லை. எத்தனைப் பரந்த உலகு, எத்தனை அலட்சியமான விதி. ஏன்,

என் விதியை ஆயிரங்கால் மண்டபம் எழுதிற்று? எந்தை போதித்ததை மீறி, தனிக் கள்வனாக மாறியபோதே என் அழிவு தொடங்கியிருக்க வேண்டும். அந்த இரவில் ஆயிரங்கால் மண்டபத்தில் நிகழ்ந்தது அழிவின் வெளிப்பாடு மட்டுமே. இதோ, எல்லாம் முடியப்போகிறது. நான் என்ற நிலையின் இறுதிக் கணங்களா இவை? ஆனால் ஏன் என்னால் அதை நம்ப இயலவில்லை? கத்தி பாய்ந்த தடம்போல் ஏன் அதில் ஒரு மெல்லிய ஐயம் இழையோடுகிறது?"

சாம்பன், சிறைக் கொட்டடியின் குறுகலான, வெளிச்சமற்ற பாதை வழியே இழுத்துவரப்பட்டான். அவனது ஆகிருதி ஒரு கனத்த எருதை ஒத்திருந்தது. அவன் மேனியெங்கும் தென்னை ஓலையின் நிழலினைப் போல் நீள் வாக்கிலான தழும்புகள் தென்பட்டன. அவற்றிற்கிடையே கொட்டடியில் பூரான்கள் இட்ட தடிப்புகள். அவனது மூச்சொலி வதம்புரிய முடியாத கனத்த மிருகத்தினுடையதாக இருந்தது. அவனைச் சூழ்ந்த காவலர்களுக்கும் அவனது உடல் தினவு மீது பொறாமை உண்டானது. அத்தனைப் பெரிய உடல் அர்ப்பமாய் மண்ணில் வீழப்போகிறது என்பதை அவர்களாலும் முழுமனதோடு ஏற்க முடியவில்லை. ஒரு கள்வனின் தலைக்குப் பத்து கள்வர்களைக் காவலர்களாக ஒப்படைக்கிறேன் என்கிற முறையில் அவனை தண்டனையிலிருந்து மீட்பதற்கான நீதிக் கெடு அன்றைய புலரி வரை எவராலும் சீண்டப்படவில்லை. தன்னை மீட்க எவரும் வரமாட்டார்கள் என்பதை அவன் அறிவான். அது அவன் ஊர், நிலமற்ற நாடோடிக் கள்வன் என்பதால் மட்டுமல்ல, அவனது உபாத்தியார் சுருளியிடமிருந்து அவன் தன்னைத் துண்டித்துக்கொண்டதிலேயே அவன் கள்ளக்குடியில் வேண்டாதவன் ஆகிவிட்டான். அவனது தந்தையின் உயிர்க் குருதியை எறும்புகள் மேய்ந்து முடித்துப் பல ஆண்டுகள் கடந்துவிட்டன. அன்னை, அவனை வெளித்தள்ளிய மறுபொழுதே மாண்டுபோய்விட்டாள். உதிர வாடையை அறிந்த அளவிற்கு முலைப்பாலின் வாடை அறியாதவன் அவன். இப்போது மட்டுமின்றி, எப்பிறவியிலும் தன்னை மீட்க எவரும் வரப்போவதில்லை என்பது அவனுக்கு உறுதியாகத் தெரிந்தது.

சாம்பன், தன் முடிவை நோக்கி ஒவ்வொரு அடியாக எடுத்து வைத்தான். அவனது அடர்ந்த மீசைக்குள் அவலமான

புன்னகை ஒன்று வழிந்தபடியே இருந்தது. அவனது செவிகளில் உபாத்தியார் சுருளியின் யோசனை ஒலிக்கத் தொடங்கிற்று. "கேள், சாவு நம்மை நெருங்கிவிட்டால் நாம் உடனடியாக நம்மை நிகழ்காலத்திலிருந்தும், எதிர்காலக் கேள்விகளிலிருந்தும் விடுவித்தாக வேண்டும். நம்மைச் சூழ்ந்தோருக்கு இனி நாம் என்பது வெறும் கடந்தகாலம் மட்டுமே என்பதை அறிந்து, நாமும் ஆர்ப்பாட்டமின்றி நமது கடந்தகால நினைவுகளுக்குள் ஒடுங்கிக்கொள்ள வேண்டும். மரணம் நம் தொண்டையை இறுக்கும்போதும் நாம் அதைக் கூர்ந்து நோக்கக்கூடாது. சாவுக்கு மாற்றாக எந்தக் காட்சியையும் நாம் அப்போது காண முயலலாம். அது அர்த்தம் நிரம்பியதாக இருக்கவேண்டும் என்றில்லை. எங்கோ நீர் வற்றிய குளத்தில், எருமைக் காலடியில் நசுங்கிக் கிடக்கும் நத்தை ஓட்டினைக் கூட நாம் நம் கருத்தில் பொதித்துக்கொள்ளலாம். உன் சாவு நல்ல சாவென்றால் உன் மனம் நீயே மறந்த, உன்னைத் திளைப்பில் ஊட்டும் ஓர் உன்னதத்தை இறுதி உணர்வாக அளித்து உனக்கு விடைகொடுக்கும்."

கண்கூசும் சூரிய ஒளியில் சுருளியின் சொற்கள் மறைந்தன. வெளிவாயிலுக்கு வந்திருந்த சாம்பன் அவர் கூறியபடியே நிகழ்காலத்திலிருந்து தன் எண்ணங்களை வீசி எறிந்தபடி நடந்தான். நீளும் கணங்களை அவன் துரிதமாகக் கடத்த முயன்றான். மரணத் தூதுவன் சட்டென்று தன் முன்னால் வர வேண்டும். யானை வடிவில் ஒரு பாறை இந்த வாழ்க்கையிலிருந்து என்னை விடுவிக்கப்போகிறது. என் சிரசை நோக்கி ஓங்கி உயரும் அதன் பாதத்தை எப்படித் தன் கருத்திலிருந்து மறைப்பது அல்லது அதை வேறொன்றாகக் கருதுவது? அக்கணத்தில் உயிர் அடையும் கொந்தளிப்பை, அதன் நீங்க விழையா பிடிவாதத்தை எதைக்கொண்டு ஆற்றுவிப்பது? யானையின் பாதம் புவியின் மீது விழும் ஒரு விண்கல்! என் சித்தம் நொறுங்குகிறது என்பதற்குப் பதில் இவ்வுலகம் மொத்தமும் நொறுங்குகிறது என்று கருதலாம். ஆம், அப்படித்தான் கருதவேண்டும். எனக்கு அப்பால் இவ்வுலகம் நீடிக்கும் என்பதே சாவின் மிகப்பெரும் துயர்.

சாம்பன், தண்டனை பீடத்தருகே காக்க வைக்கப்பட்டான். உத்தரவு வாங்கச்சென்ற தலைமைக் காவலன் வெகுநேரம் ஆகியும் திரும்பவில்லை. நன்றாக விடிந்துவிட்டதைக் கண்ட

சாம்பன் பொறுமையை இழந்திருந்தான். மரணம் அதன் ஆற்றலை இழந்து அயர்ச்சியில் உறங்கும் நாயைப் போல் தன்னிடமிருந்து சற்றுத் தொலைவில் போய்ப் படுத்திருப்பதாக அவனுக்குப் பட்டது. தண்டனையை மற்றொரு நாளுக்குத் தள்ளி வைத்தால் அது இன்னும் துன்பம் நிறைந்ததாக ஆகிவிடும். ஒத்திவைப்பு என்பது ஒவ்வொரு நாளும் என் சிரசை யானைப் பாதத்தின் கீழ் பலமுறை பொருத்துவதற்கு ஈடானது. இதற்குமேல் என்னால் இருண்ட கொட்டடிக்குள் கிடந்து என் மரண ஒத்திகையை நிகழ்த்த இயலாது. இதோ இங்கு வீசும் காற்று எனக்கு ஆறுதலைத் தருகிறது. இந்தக் கன்னி வெயில் என் மாண்ட உடலுக்கு இதமூட்டும். இப்போதே இங்கு காலன் வந்தாக வேண்டும்.

இப்போது வெயில் நன்றாக ஏறியிருந்தது. சற்றுத் தொலைவில் பாகன் நனைந்த புற்கட்டுகளைப் பரவலாக உலர்த்திக்கொண்டிருந்தான். அதிகாலை பெய்த மழை அவற்றில் நசநசப்புடன் மீதமிருந்தது. சாம்பன் பார்வையைக் குறுக்கித் தன் எதிரில் அசையுறும் அந்த உருவத்தைக் கண்டான். ஓர் ஒற்றைக் காகம் அவனது பார்வையில் குறுக்கிட்டது. அதன் விழிகளில் மலினமான ஓர் எள்ளல். நான்கு மூலைகளையும் சுற்றிப்பார்த்தபடி கரைந்துவிட்டு அது மீண்டும் சாம்பனைக் கூர்ந்து நோக்கியது. பிறகு அவனையே பார்த்து உறைந்துபோய்விட்டதைப் போல் அதனிடம் சிறு அசைவும் இல்லை. வெயில் வீசியெறிந்த பிடிநிழல் போல் அது மட்டும் அவ்விடத்தில் பொருந்தாமல் அமர்ந்திருந்தது. சாம்பன் அதைக்கண்டு மனம் பிசகினான். ஒற்றைக் காகத்தைக் காணும்போதெல்லாம் அவன் முழுவதுமாய் மறந்திருந்த ஏதேனும் ஒரு கடந்தகால ஞாபகத்தினால் தூண்டப்படுவான். இப்போது அவனது தந்தையின் நினைவுகள் அவனை மிக நெருக்கமாக ஆட்கொண்டிருந்தன. என்றோ அவருடன் இரவுக்கூத்து பார்த்துவிட்டுத் திரும்புகையில் ஸ்பரிசித்த நதிக்கரையின் குளிர்ந்த காற்றையும், நீர் மணத்தையும் அவன் உடல் மீண்டும் ஒருகணம் உணர்ந்து சிலிர்த்தது. கள்ளர்குடியே பொறாமைகொள்ளும் தந்தையின் வலுவேறிய தோள்களை நினைத்துப் பார்த்தான். பிற்காலத்தில் தன்னுடைய தோள்கள் அவருடையதைக்காட்டிலும் ஓங்கிவிட்டது என்பது அவனுக்கு இப்போதும் நம்ப முடியாததாகவே இருந்தது. அவருடன் ஒண்டிக்கு ஒண்டி நின்றுபார்த்து வலு அறியாமல்

போய்விட்டதன் நெடுங்கால ஏக்கம் இப்போது அவனை மீண்டும் வருத்தியது. எல்லாம் முடியப்போகின்றன. அவருக்காக மட்டும் அவனுள் சுரந்த நேசத்துளிகள், அவன் புரிந்த களவுக் கொலைகள், அவனது இன்னல்கள், தழும்புகள், விடை அறிய முடியாத வினாக்கள். எல்லாமும்... சட்டென விழும் அடைமழையால், நொடிகளில் கலைந்து, வெறும் புழுதித் தடங்களை மட்டும் விடுத்துக் காணாமல்போகும் தெருக்கூத்து போல் எல்லாமும் யானையின் மிதித் தடத்தில் கலைந்து, மீட்க முடியாத வெளியில் தொலையப்போகின்றன. அவன் கண்ணீரைத் துடைத்துக்கொண்டான். வெகுநாள் கழித்து விழும் கண்ணீர் என்பதை அதன் விநோதப் பிசுபிசுப்பிலிருந்து அவன் உணர்ந்தான். தந்தை இறந்தவரே ஆயினும் தனக்கு நேர்ந்துள்ள விதி அவருக்கு எத்தனைத் துன்பம் அளிக்கும். அவர் எனக்கு நேரப்போவதைக் காண்பாரா?

காத்திருப்பு நீண்டது. சுருண்டு விழுந்து அப்படியே இறக்க தனக்கோர் வழி இல்லையே என மனம் நொந்தான். யானை இன்னமும் கொட்டிலுக்குள்ளயே நின்றது. தலைமைக் காவலன் குழப்பமான முகத்துடன் திரும்பி வந்தான். அரச மெய்க்காவலனான மாறவர்மன் அவனுக்கு வழங்கிய உத்தரவு வேறொன்றாக இருந்தது. கீழே அமர்ந்திருந்த காவலர்கள் முணுமுணுத்தபடி எழுந்துநின்றனர். சாம்பனின் பிணைச் சங்கிலி மற்றொரு திசை நோக்கி இழுக்கப்பட்டது. சாம்பன் எரிக்கும் சூரியனை ஒரு கணம் கண்கொட்டாமல் பார்த்தான். பிறகு ஓர் இனம்புரியாத சலிப்புடன் தன் பாதங்களை வெறித்தபடி நடந்தான்.

***

பெருங்கோவில் கோபுரங்கள் விடியலில் பெய்த மென்மழையில் கழுவப்பட்டிருந்தன. கோபுரத்தில் வடிக்கப்பட்டிருந்த சிலைகளிலிருந்து இன்னமும் நீர் சொட்டியது. ஈரம் பூத்த உடலுடன் நடனநிலையில் நின்றிருந்த சிலைகளில் கூடுதல் வசீகரம். அவற்றை உலர்த்தவேண்டி காற்று வந்து மோதுகையில் சிலைமுகங்களில் மர்ம உறுப்புகள் களிப்புறுவதன் வெளிப்பாடு. கோவிலைச் சுற்றிய மாட வீதிகள் நீர்க்காடாய்க் கிடந்தன. கிளைகளை விசிறி மழைநீரை உதறிய வீதியோர மரங்களில் நீராடி முடித்து, படித்துறையில் ஏறும் பெண்டிரின் சுறுசுறுப்பு. வீதிகளில் மனித நடமாட்டம் குறைவாகவே இருந்தது.

வண்டியில் பூட்டப்பட்ட மாடுகள் சேற்றுநீரில் சலம்ப் சலம்ப் என அடி வைத்தன. பூசணம் ஏறிய நீண்ட மதில் சுவர்கள் கருமையும், அழுக்கும் மிகுந்து காணப்பட்டன. சுதை உதிர்ந்த கோட்டைகளுக்கு அப்பால் ஒரு வெண்ணிறப் புஷ்பமாய் ஞான மண்டபம் பளிச்சிட்டது.

ஆயிரங்கால் மண்டபத்தினுள் ஒரு யாளி முகத்திற்கருகே நின்றிருந்த மாறவர்மத் தேவனுக்கு மட்டும் ஏனோ அன்றைய பொழுது குளிர்ச்சியாய் விடிந்திருக்கவில்லை. முகத்தில் துன்பத்தின் ரேகைகள் அப்பட்டமாய் வெளிப்பட்டன. மூன்று நாள்களாய்ச் சுரத்தில் துவண்டு கிடக்கும் மகள், அதிகாலையில் பணி முடித்து வீட்டுக்குத் திரும்பும் தருவாயில் அரசர் இட்ட திடீர் உத்தரவு. சோர்வடைந்த கரத்தை உடைவாள் மீது வருடிக்கொண்டான். அவன் வழங்கிய கட்டளைக்கு இணங்க உத்திராபதி பண்டிதர் அவசரமாக அங்கு அழைக்கப்பட்டிருந்தார். நாவிதர்களில் அவருக்கு மட்டுமே ஆயிரங்கால் மண்டபத்திற்குள் கால்வைக்க அனுமதி இருந்தது. உத்திராபதி பண்டிதர் வயதில் மூப்பர். அரசவை வைத்தியரே தனக்குப் புலப்படாத நாடிகளில், புதுப் பிணிகளில் உத்திராபதி பண்டிதரின் பெயரையே உச்சரிப்பார். புலரியிலே வந்த உத்தரவில் ஒரு கடுமை பொதிந்திருப்பதை உணர்ந்த உத்திராபதி பண்டிதருக்கு நிலைகொள்ளவில்லை. இரண்டு கரங்களையும் கட்டிக்கொண்டு மேல் உடலை முன்பக்கமாக வளைத்தபடி உள்ளே வந்தவர், மாறவர்மன் முன்பாக ஓடிச் சென்று பணிந்தார். மாறவர்மன் அவரைப் பொசுக்கிவிடுவதைப் போல் பார்த்தான்.

பண்டிதர் அப்பார்வையை விழுங்கிவிட்டுக் குரலெடுத்தார்.

"வணங்குகிறேன் தேவரே."

மாறவர்மன் நீண்ட பெருமூச்சுக்குப் பின் "உமக்குக் கழுத்தில் தலை இருக்க வேண்டாமா? உமக்கு அரசு வழங்கும் மரியாதையை உணர்ந்திருந்தால் இதை செய்திருப்பீரா, ஏன் அதை மறைத்தீர்?" என்றான்.

"என்ன நேர்ந்தது? எனக்கு விளங்கவில்லை தேவரே." பண்டிதரின் உடல் நடுங்கத் தொடங்கியிருந்தது.

“தீக்கடம்பை!” மாறவர்மன் சற்றே சினம் குறைந்தவனாய், நிதானமாக அதை உச்சரித்தான்.

பண்டிதர் பெரும் அலறலை எழுப்பியவாறு கரங்களைக் கூப்பினார்.

“தேவரே... அந்த மலர் வெறும் செய்தியாக மட்டுமே எங்களிடம் உண்டு. பரம்பரைகளாய் ஒரு கொடுந்தெய்வம் போல் எங்களை அது துரத்துகிறது. அதைத் தேடியலைந்து வாழ்வை வீணடிப்பதே எங்களுக்கு விதிக்கப்பட்டது. இதுவரையிலும் அம்மலரை எங்கள் முன்னோர்கள் எவருமே கண்டதில்லை. நானும் அதன் குறிப்பை மட்டும் வைத்துக்கொண்டு தென்நாட்டின் அத்தனை இடங்களிலும் தேடி அலைந்துவிட்டேன். நான்கு ஆண்டுகள் இருக்கும்... அதையெல்லாம் நான் என் சிந்தையில் கொண்டுவந்தேன். நான் அதைத் தேடச் சென்று, அதிலேயே வெகுகாலத்தைத் தொலைத்து மீண்டும் வீடு திரும்புகையில் என் மகள் ருதுவாகியிருந்தாள். என் இல்லாள் நான் உடன் இருந்திருந்தால் ஆற்றியிருக்கக்கூடிய ஒரு பிணியில் மாண்டுபோயிருந்தாள். அப்பொழுதே நான் அம்மலரை விட்டொழித்துவிட்டேன்.”

“வைத்தியரே. நிலைமை கைமீறிச் சென்றுவிட்டது. அரசர் உம்மைச் சிரச்சேதம் செய்யும்படி உத்தரவிட்டிருக்கிறார். உம்மிடம் நான் இப்போது கேட்கப்போகும் கேள்விகளுக்கு மட்டும் நீர் பதிலளித்தால் போதும்.”

“என்ன சொல்கிறீர்கள். தேவரே... தேவரே...” பண்டிதர் அதிர்ந்து குரல் விக்கினார்.

“அம்மலரைக் கொண்டவன் தென்கூடலை நிரந்தரமாய் ஆள்வான் என்பது உண்மையா?”

“ஆம். அப்படித்தான் என் முன்னோர்கள் உரைத்திருக்கின்றனர்.”

“ஏன் அம்மலர் பற்றி அரசுக்குக் கூறவில்லை? உமக்குச் சதிகளில் தலைபடும் உத்தேசம் இருந்ததா?”

“தேவரே. என் வைத்திய முறை மீது ஆணையாக அப்படியான எண்ணங்கள் என்னிடம் இல்லை. நான் பொய்யுரைத்தால் என் குடி கெட்டழியும். அம்மலர் கிடைத்திருந்தால் நிச்சயம் அரசுக்குத் தெரிவித்திருப்பேன். கிடைக்காமலேயே அம்மலர்

பற்றிக் கூறுவது அவசியம் அல்ல என்று கருதிவிட்டேன். என்னை மன்னியுங்கள்."

"உமது குடி இரகசியம் இப்போது எத்தனை தூரத்திற்கு வந்துவிட்டது என்பதைக் கண்டீரா? சரி இறுதியாக ஒரு கேள்வி. அந்த மலர் வெறும் புரட்டு. உங்கள் முன்னவர்களின் கூற்றில் உண்மையில்லை என்ற எண்ணத்திற்கு இப்போது வந்துள்ளீர்களா?" அக்கேள்விக்கு அவர் ஆம், புரட்டுதான் எனக் கூறிவிட வேண்டும் என மாறவர்மன் எதிர்பார்த்தான். அது மட்டுமே அவரது தலையைக் காக்கும் என்பதை அவன் அறிந்திருந்தான்.

பண்டிதர் அமைதியாக நின்றார்.

"பதில் கூறும்."

"தேவரே. இந்த மேனியும், அதற்குள் இருக்கும் புத்தியும் என் முன்னோர்கள் வடிவித்தது. நான் இங்கு நிற்பது மெய் என்றால், என் முன்னோர்களின் ஒவ்வொரு சொல்லும் என் உதிரத்தைப் போல் மெய்யானதே. அதை நான் என் சாவிலும் மறுப்பதற்கில்லை. என் வழியில் இன்னும் எத்தனைப் பேர் அம்மலரைத் தேடிச் சென்று வாழ்வைப் பறிகொடுத்தாலும் சரி, என் முன்னோர்களின் சொல் மீது எனக்குத் துளி ஐயம் எழப்போவதில்லை. தீக்கடம்பை எங்கோ மலர்ந்திருக்கிறது. நம் பிறப்பிற்கும், மரணத்திற்கும் அப்பால் அது அசைகிறது. காடுகள் பதுக்கி வைக்கும் ஓர் இரகசிய நறுமணமாய்..."

"இன்னும் ஆறு திங்கள்களில் உமது சிரம் தண்டனைக் கொட்டிலுக்கு வந்தடையும். உம்மால் அம்மலரை அதற்குள் கொண்டுவந்து அரசரிடத்தில் ஒப்படைக்க முடிந்தால், அரசர் உமக்கு இரக்கம் காட்டக் கூடும். மேலும் நீர் அம்மலரைத் தேடிச்செல்ல விரும்பினால் அரசு அதற்கு வேண்டிய ஏற்பாடுகளைச் செய்து கொடுக்கும். நான் காரியதாரியிடம் கூறுகிறேன். என்ன முடிவு செய்யப்போகிறீர்?"

பண்டிதர் என்ன பதில் அளிப்பதென்று தெரியாமல் விழித்தார். அப்போது மாறவர்மனைக் காண அரசவை ஜோதிடர் வந்திருந்தார். அவரிடம் செல்வதற்கு முன் அவன் தன்னை நோக்கி, "இதைவிட்டால் உமக்கு வேறு வழி இல்லை. விளங்குகிறதா?" என எரிச்சலுடன் சொன்னதில் அவனது

அகம்பாவத்தையும் மீறி சிறு கரிசனம் வெளிக்கசிவதைப் பண்டிதர் கண்டுகொண்டார். தமக்கு வேறு வழியில்லை. தொலைதூர இடிமுழக்கம் போல் அவரது மரணம் எங்கிருந்தோ அவரைச் சீண்ட முனைவதை அவர் உள்ளுணர்ந்தார்.

மாறவர்மன் ஜோதிடரை நெருங்கினான்.

"மறவரே, மகளுக்குப் பிணி என்று கேள்வியுற்றேன். தற்போது எப்படி இருக்கிறது. எனக்குத் தங்களை இப்படிப் பார்க்கச் சங்கடமாய் இருக்கிறது."

"இன்னும் ஒன்றும் அறியமுடியல்லை ஐயரே. குடி வைத்தியருக்கு நான்கு நாள்களாய் உறக்கமில்லை. நம்பிக்கை இருக்கிறது. தேறி விடுவாள். அரசர் தகவல் அனுப்பியிருந்தாரா, அந்த விஷேச மலர் பற்றி?"

தலையசைத்த ஜோதிடர் அம்மலர் குறித்த ஆருடத்தைச் சொன்னார்.

"அது மேற்கு மலைக்காட்டில் இருக்கவேண்டும். ஓரிடத்தில் நிலைத்து நிற்கவில்லை. இளந்தாரி நாகத்தைப் போல் நகர்ந்துகொண்டே இருக்கிறது. ஆனால் இது காடேற உகந்த காலம் அல்லவே? காடு பொல்லாத இச்சையுடன் இருக்கும். காணிகளே நுழைவதற்கு அஞ்சுவர். உங்களை ஒத்த ஒரு தினவெய்திய ஆண்மகனைப் பலியாக வழங்கினால்தான் அது நம் எண்ணத்திற்கு இணங்கும். காடு மனம் வைக்காத வரை அம்மலரை நெருங்கவே இயலாது."

மாறவர்மன் அவரிடம் வனப்பிரவேசத்திற்கு உண்டான சடங்குகளை அறிந்துகொண்ட பின் அவரை அனுப்பிவைத்தான். அப்போது திடீரென மகள் கண்ணாம்மாவின் குரல் எங்கிருந்தோ ஒலிப்பது போல் பிரமை ஏற்பட்டு மண்டபத்தின் நான்கு மூலையிலும் பார்த்தான். அவன் மனம் பதைபதைப்பில் அதிர்ந்தது. இனி தாமதிக்கக் கூடாது என புறப்பட ஆயத்தமானான்.

மீண்டும் பண்டிதரிடம் வந்து "இன்றிலிருந்து ஆறு திங்கள் கெடு. அந்த மலர் இங்கு வந்தாக வேண்டும். இல்லையென்றால் விதித்தபடி உமது தலை கொய்யப்படும்" எனக் கூறிவிட்டு அங்கிருந்து அகன்றான்.

மண்டபத்தில் நிலவிய தீராத மௌனம் அவன் சட்டென்று இருளோடு இருளாக மறைந்துபோய்விட்டதைப் போன்ற தோற்றத்தைத் தந்தது. பண்டிதர் மிரட்சியுடன் தூண் ஒன்றைப் பார்த்துக்கொண்டிருந்தார். அன்றைய விடியலை எண்ணியபோது வசவுச் சொல் ஒன்று அவருள் தோன்றி உதிர்ந்தது. மண்டபத் தூண்கள் தனது மனதை எட்டிப்பார்க்கின்றனவோ என ஐயம் கொண்டார். பிறகு தளர்வுற்ற தோற்றத்தில் மண்டபத்திலிருந்து வெளியேறி, வைகை ஆற்றங்கரை நோக்கி நடந்தார்.

வரும் வழியில் அரசமரத்தடியில் அமர்ந்து நகர்க் காவலர்களுக்குச் சிகை திருத்தம் செய்துகொண்டிருந்த தனது சிஷ்யரும், சம்பந்தியுமான பெரியசாமியைக் கண்டதும் அவர் மனம் சற்று ஆறுதல் அடைந்தது. மருமகன் பரிதி இன்னும் சவரப் பணிக்கு வந்துசேர்ந்திருக்கவில்லை என்பதை அரசமரத்தை நெருங்கும்போதே அவர் அறிந்துகொண்டார். பண்டிதரின் தளர்ச்சியைப் பார்த்து பெரியசாமிக்குக் குழப்பம். பண்டிதர் அவரருகில் சென்று தகவலைக் கூற முயன்றார். ஆனால் சிப்பாய்கள் முன்பு அரசர் விதித்த பணியைப் பற்றிக் கூறினால் விபரீதமாக ஏதேனும் நேர்ந்துவிடும் எனத் தயங்கியவாறே நின்றார். அப்போது, பழுத்த தீயில் தொய்த்துக்கொண்டதைப் போன்ற செந்நிற இறகுகளை உடைய விநோதப் பறவையொன்று தலையை இடதுபக்கமாகச் சாய்த்து மரத்தின் அடியில் சருகுகள் மீது சுருள் சுருளாகக் குவிந்துகிடந்த கணக்கில் அடங்கா மனிதர்களின் தலைமயிரையும், உத்திராபதி பண்டிதரையும் ஒருங்கே பார்த்துக்கொண்டிருந்தது.

***

பெருங்கோவிலிலிருந்து புறப்படுகையில் மாறவர்மனை ஒரு விஷயம் நெருடியது. தன் மகளின் நிலை பற்றி உத்திராபதி பண்டிதரிடம் கூறியிருக்கலாம் என்று நினைத்தான். அவர் மறக்குடி வைத்தியர்களை விடவும் திறன் வாய்ந்தவர். அரச வைத்தியரே அறிந்திடாத சுவஸ்த இரகசியங்களை அவர் அறிவார். அதற்குச் சில ஆண்டுகளுக்கு முன் நிகழ்ந்த ஒரு சம்பவம் பெரும் சான்று. அரச காரியமாய்த் தென்கூடலுக்கு வருகை தந்த காரைக்குடி பெருஞ்சாத்தனுக்கு வரும் வழியிலேயே சுகவீனம் ஏற்பட்டிருந்தது. அவனது கால் புண்ணில் கடுமையான வீக்கம். ஆறாத நெடுங்கால புண் விஷமாக மாறியிருந்தது. அதிலிருந்து சீழ் வடித்து ஆற்ற முயன்ற அரச வைத்தியர் பெருஞ்சாத்தனுக்கு

மயக்கப்பொடியைக் கொடுத்தார். ஆனால், எதிர்பாராத விதமாய் மயக்கம் அடைந்த மறுகணமே பெருஞ்சாத்தனின் நாடி வீழத்தொடங்கிவிட்டது. காரைக்குடியான் மாண்டால்? தென்கூடல் மீண்டும் ஒருமறை தீக்கிறையாகும். அரசர் உட்பட எல்லோரும் பதறி நின்றனர். எத்தனை முயன்றும் வைத்தியருக்குச் சாத்தனின் நிலை புடிபடவில்லை. இறுதியாக உத்திராபதி பண்டிதர் அழைக்கப்பட்டார். அங்கு வந்த பண்டிதர் அரச வைத்தியரைப் பார்த்து "வைத்தியரே? நீர் அறிந்ததில்லையா? செட்டிக்கு மயக்க வைத்தியம் பெரும்கேடு. செட்டிக்குருதி வேறு குருதி. செட்டி மயங்கினான் எனில் அவனது உயிரைக் கொண்டுசெல்ல ஏதேதோ அவனை நெருங்கும்" என்றார். பிறகு தீயில் காய்ச்சிய இரும்பை ஒரு நுண்ணிய கபால நாடியில் அழுத்திப் பெருஞ்சாத்தனை அவர் மீட்டார். அப்படியான வைத்திய தந்திரிக்குத் தன் மகளைக் காப்பது கடினமா? இப்போதும் ஒன்றும் குறைந்துவிடவில்லை, அவரை மறித்து உடன் தன் இல்லத்திற்கு வரும்படி உத்தரவிடலாம். ஆனால் இன்ன சங்கதி என்று எப்படி அவரிடம் கூறுவது? தன் தந்தை வயதுடையவர் என்றும் பாராமல் அவருக்குச் சாவுத் தீர்ப்பு உச்சரித்த நாவாலேயே, அவரிடம் உபகாரம் கேட்பது முறையா? சற்று முன்னர் அவருக்கு உத்தரவிட்டதை மறந்து, அவரிடம் உபகாரம் கோரத் தன்னிடம் ஒரு கூச்சமற்ற முகமும், குரலும் உண்டா என மாறவர்மன் வினவிக்கொண்டான். "அரசர் ஏன் இந்த மலர் விவகாரத்தை என்னிடம் ஒப்படைத்தார்? அவர் தன் புதல்வனை விடவும் என்னை அதிகம் நம்புகிறார் என்பதாலா? இந்த மலர் விவகாரம் என்னிடம் வந்திருக்கவில்லையென்றால், உத்திராபதி பண்டிதர் இப்போது என் மகளின் அருகில் அமர்ந்திருப்பார். விதி நடத்தும் கூத்தில் அந்த மலரின் பங்கு என்ன? காலத்தை உடந்தையாய் வைத்து ஏதோ ஒன்று எல்லாவற்றிலும் தலை நுழைக்கிறது. ஏதோ ஒன்று கொஞ்சமும் குறைவின்றி எல்லோரது வாழ்விலும் ஒரே நேரத்தில் விளையாடுகிறது."

***

"பட்டப்பகலில் அரசர் கூட இவ்வளவு நிம்மதியாக உறங்க மாட்டார்."

சாம்பன் அக்குரல் கேட்டு மூடிய விழிகளை அசைத்தான். தலைமைக் காவலனின் உருவம் மங்கலாகத் தெரிந்தது. ஒரு

கணம் தான் எங்கிருக்கிறோம் என்றே அவனுக்கு விளங்கவில்லை. ஆழ்ந்து உறங்கிவிட்டால் பிணங்கள் நாறும் இடுகாடும், வாகை மர நிழலும் ஒன்றுதான். மீண்டும் விழிப்புக்குத் திரும்பும்போதே அனைத்தும் அதற்கான சாரத்தைப் பெறுகின்றன. முதலில் ஏன் ஒருவன் உறக்கத்திலிருந்து விழிக்க வேண்டும்? அவன் விழித்து நடமாடி, காரியங்கள் புரியவேண்டும் என்று எவரோ விதித்த கட்டளை எப்போது தூர வீசப்படும்? சாம்பன் மீண்டும் கண்களை ஆழ்ந்து மூடப்பார்த்தான். வெயில் உள்ளே நுழைந்ததில் முதுகின் வியர்வை கல்தரைக்கிடையே ஒரு பசையைப்போல் ஆகியிருந்தது. முந்தைய இரவு முழுமைக்கும் உறங்காமல் இருந்ததன் சோர்வினாலோ அல்லது இறுதி கணத்தில் சிரம் தப்பியதாலோ அவனுக்கு அந்த மதிய உறக்கம் அத்தனை இன்பம் நிறைந்ததாக இருந்தது. சுரம் விட்ட மறுபொழுது போல் உடலில் அயர்ச்சியும், களிப்பும் நீங்காது முயங்கிக்கொண்டிருந்தன. வாயிலிலிருந்து வந்த குரலுடன் இணைந்து தற்போது ஏன் கல் இடுக்கிலிருந்து பூரான்கள் ஏதும் வெளிவரவில்லை என்ற அசட்டுத்தனமான மனக்கேள்வியும் அவனது உறக்கத்தைத் தொந்தரவு செய்தது. மரணத்தை எதிர்நோக்கியிருந்த முந்தைய இரவு முழுவதும் உறங்காமல் அமர்ந்து அவன் நூற்றுக்கணக்கான பூரான் குஞ்சுகளை நசுக்கியிருந்தான். கல் இடுக்குகளில் இருந்து அவை பரபரப்புடன் எங்கே ஓடுகின்றன என்ற கேள்வியுடன் ஒவ்வொன்றையும் அவன் கட்டை விரலால் அழுத்திக் கொன்றான். தனது கடைசி வைகறைப் பொழுதில் கூட உலகின் மீது தனக்குப் பரிவுணர்வு ஏதும் எழவில்லை என்பதை அவன் அவ்வாறு உறுதிசெய்துகொண்டான்.

“டேய்... கத்துவது கேட்கவில்லையா? எழு. தலை தப்பிவிட்டது என எகத்தாளம் கொள்ளாதே. பாம்பு கடித்து மாண்டுவிட்டாய் என உன் கணக்கை இப்போதே முடித்துவிடுவேன்.”

சாம்பன் ஒவ்வாமையுடன் எழுந்து அமர்ந்தான்.

“நன்றாகக் கேட்டுக்கொள். மேன்மைக்குரிய அரசரின் மெய்க்காவல் படைத் தலைவர் உன்னை ஓர் அரச பயணத்தில் அமர்த்தியிருக்கிறார். நாவிதர்களோடு தொலைதூரப் பயணம். காவலர்கள் உன்னை இப்போது அழைத்துச் செல்வார்கள். அவர்களோடு செல்லும் வழியில் தப்ப முயன்றாய் எனில் உன்

தொண்டைக்குள் நச்சுப் பாம்பை உயிருடன் நுழைப்போம். மறவாதே.”

விலக முற்பட்ட தலைமைக் காவலன் ஒருகணம் எதையோ யோசித்து நின்றான்.

சாம்பனைப் பார்த்து “டேய், நீ பறையனா?” என்றான்.

“இல்லை” சாம்பனின் குரலில் எரிச்சல் வெளிப்பட்டது.

தலைமைக் காவலன் அகன்ற பின் சாம்பன் மீண்டும் அமர்ந்த நிலையிலேயே கண்களை இறுக்கி மூடிக்கொண்டான். காவலன் கேட்ட கேள்வி அவனுக்குச் சினமூட்டியிருந்தது. எத்தனையோ முறை குடியல்லாத வெளியாட்கள் பலர் அக்கேள்வியை அவனிடம் கேட்டிருக்கின்றனர். சாம்பன் தன்னுடைய குல தெய்வம், அதனால்தான் தனக்கும் அந்தப் பெயர் என அவர்களிடத்தில் கூறும்போதெல்லாம் அவன் உள்ளூற சங்கடத்தையே உணர்வான். அவனது தந்தை மீது அவன் இப்போதும் ஆத்திரம் கொள்கிறான் எனில் அது அவனுக்கு அவர் சூட்டிய பெயரினால் மட்டுமே. சாம்பன் தன் இருண்ட மனவெளியில் நினைவுகளின் விளிம்புகளைப் பற்றி இறங்கினான். அவனுக்கு ஏன் சாம்பன் எனப் பெயர் வந்தது என்பதற்கு அவனது தந்தை ஒரு குடிவழிக் கதையைக் கூறுவார். தென்கூடலின் முதல் கள்வர் போரில் நிலம் அடைந்து, களவைக் கைவிட்ட கள்வர்கள் உழவுக்கு மாடுகள் இல்லாமல் தவித்தனராம். இடையர்களும் அவர்களுக்கு உதவ முன்வரவில்லை. இறுதியாக வேறு வழியின்றி இடையர்களிடமிருந்து உழவு மாடுகளைக் களவாடித் தருமாறு கள்வர்கள் பறையர்களை ஏவினர். அக்களவில் சாம்பன் என்ற பறையன் தன் படையைக் கொண்டு நூற்றுக்கணக்கான மாடுகளைக் கொண்டுவந்து சேர்த்தான். ஆனால் அந்தக் களவு தனக்கு முடிவை எழுதும் என்று அவன் அறிந்திருக்கவில்லை. களவின்போது விஷம் தடவப்பட்ட மாட்டுக் கொம்பினால் கிழிக்கப்பட்டவன் கள்வர்கள் முன்னாலேயே புன்னகை மாறாமல் மாண்டு போனான். அவனது ஈகையில் அழுத தென்கூடல் கள்வர்கள் அவனைத் தங்களது குடிமரபின் நடுகல்லாக்கி அன்றிலிருந்து வணங்கத் தொடங்கினர்.

“சரி அப்பா, சாம்பன் என்றால் என்ன அர்த்தம்?”

"பறையர்களுக்குச் சாம்பன் என்றால் எவரும், எங்கும் உதிரம் வடிக்கக்கூடாது எனப் போதித்த சாமியார் ஒருவனின் பெயர். ஆனால் நமக்கோ, இன்னொருவருக்காய் உதிரம் சிந்தி மாண்டு போனவனின் நினைவு."

"இருக்கட்டும். நான் எவருக்காகவும் எந்த ஈகையும் புரியமாட்டேன். எனக்கு ஏன் அந்தப் பெயர்?" சாம்பன் நிறைவுகொள்ளாமல் கேட்டான்.

அதற்கு அவர் பதிலளிக்கவில்லை. மண்ணில் பார்வையை ஊன்றியவாறு மெலிதாகச் சிரித்தார்.

***

கருக்கல் காற்று குடிசைக்குள் புலரி அறிவிப்பைக் கொண்டு வரும்வரை வியர்வைச் சுனையில் மூழ்கி, சதை வனப்பில் தவழ்ந்த இரு உடல்களிலும் இப்போது அடுத்த இரவை நோக்கிய ஏக்கம். உறிஞ்சித் தீர்த்த பின்னும் இனிப்பைப் பதுக்கியிருக்கும் தேன்கூட்டைப் போல் கோதையின் உடல் இன்ப மிதப்பில் மினுமினுத்தது. நாணமுற்ற கன்னங்களில் கீரைத்தண்டினுடைய நிறம். மகிழ்ச்சியில் விம்மிய தன் மார்பின் மீது பார்வையைப் பதிந்தபடி பரிதிக்குக் கஞ்சிக் கலயத்தை எடுத்துவைத்தாள். பிறகு மண் குடிசைக்குள் சமையலுக்காக எழுப்பப்பட்டிருந்த சுவரின் பக்கம் ஓடி மறைந்துகொண்டாள். வலுவான தீண்டல்களால் உடல் சுரம் கண்டுவிடும் போல் தெரிந்தது. முதற் கூடலின் காயங்கள் விரைந்து ஆறவேண்டும் என எவர்தான் விரும்புவார்?

"மிருகப்பயல்." உதடிடுக்கில் சொல்லிக்கொண்டாள்.

பரிதி முந்தைய இரவின் கதகதப்பை மீண்டும் உடலில் மீட்டிப்பார்த்து ஒவ்வொரு மிடறாகக் கஞ்சியை அருந்தினான். விடியும்வரை கோதை அவனுடலுக்கு இடம் மாற்றியிருந்த வெப்பத்தையெல்லாம் அவன் வையையில் மூழ்கி தாழ்த்தியிருந்தான். நீர் முத்துகள் சில அவன் முதுகில் இன்னும் கூட உலராமல் இருந்தன.

"கோதை... தண்ணீர்."

"இதோ"

கோதை மேல் கச்சையை நன்கு இறுக்கிக்கொண்டு மண் குவளையை எடுத்து வந்தாள்.

"அப்பா எப்போது போனார்?"

"அவர் முன்பே போய்விட்டார். நீங்கள் விழிப்பதற்கு முன்பே."

பரிதி எழுந்தபடி "நேரமாகிவிட்டது. சாயங்காலம் சாவடிக்கு அருகில் ராமாயணக் கூத்து போடுகிறார்களாம்" என்றான்.

"நாம்..." கோதை இழுத்தாள்.

"போகலாம். உனக்கு ஆசைதானே. கூத்து என்றால்."

"ம்ம்ம்..."

"இன்னும் கொஞ்சம் நேரம் கழித்துப் பின்னால் நீரில் ஊறும் கருக்கு மட்டையை எடுத்து வெயிலில் உலத்திப் போடு."

"ம்ம்ம்"

"ஏன் சுணக்கம்... உடலுக்கு ஏதும்?"

"இல்லை இல்லை...."

கோதையிடம் மீண்டும் வெட்கமும் நடுக்கமும்.

பரிதி விடைபெற்றுச் சென்றதும் கோதை கஞ்சி அருந்தக் கூட நினைவின்றிக் குடிசைக்குள் வெயில் திட்டுகள் கட்டம் கட்டமாக நகர்ந்து வருவதைப் பார்த்தபடி அமர்ந்திருந்தாள்.

அவளது பெண்மை ஊற்றெடுக்கும் மர்மப் பள்ளம் ஆவாரம் பூவிதழ் காற்றில் அசைவதைப் போல் திடீரென ஒரு கணம் துடித்து அடங்கிற்று. பதறி விழித்தாள். தன்னுடைய கேசம் கழுத்தில் உராய்வதில் கூட அவளுக்கு ஓர் அலாதி புத்துணர்வு. கரங்களைத் தளர்த்தி, இந்தக் கணத்திலேயே காலம் உறைத்துவிடாதா என மனம் ஏங்கி, தீயென மூச்சை விடுத்து, எருதென மோதி முயங்கிய அத்தருணத்தில் தனது ஒற்றை உடல் ஈருடலாகத் திருகிப் பிளந்துவிடுவதைப் போலல்லவா இருந்தது. மீண்டும் எப்போது என அம்மிருகப் பசி உயிரின் முடிச்சுகளில் அதிர்கிறதே. அவன் கனமற்றவனாய் ஆகிப்போனானே. இல்லை, இனி அவன் இல்லை. அவர் பிறந்ததிலிருந்து ஒருவர் முகத்தை ஒருவர் பார்த்துதான் வளர்ந்தோம். சில்லு

விளையாடும்போது என்னை அடித்திருக்கிறான். அன்று மாலைதான் நான்ருதுவெய்தினேன். நானும் அப்போது ஆத்திரம் பொறுக்காமல் பதிலுக்கு அவனைக் கடித்து வைத்ததின் தடத்தை இத்தனை ஆண்டுகளுக்குப் பிறகு நேற்று நிலவொளியில் கண்டேனே. அவன் இப்போது... இல்லை அவர். என் கணவர். அவரது இருப்பிலேயே அளவில்லாத இன்பமும், ஆதரவின் வெதுவெதுப்பும் எழுகின்றனவே.

"அம்மாடி..." வாசலிலிருந்து உத்திராபதி பண்டிதரின் குரல் வந்தது. கோதை தலைமுடியை அள்ளிக் கட்டிக்கொண்டு வெளியே வந்தாள்.

"வாங்கப்பா... இன்று பணி ஏதும் இல்லையா?"

"அதை என்னவென்று சொல்வது."

அரசர் தனக்கு விதித்திருக்கும் பணி பற்றிய கவலைதோய்ந்த குரலில் கூறி முடித்தார்.

"ஐயோ... அப்பா... இதென்ன கொடுமை. அப்படியென்ன மலர் அது? உங்களுக்கு எப்படி இவ்வாறு ஒரு கெடுவை அவர்கள் விதிக்கலாம்?"

"ஷ்ஷ். அமைதியம்மா. காதுகள் இங்கு காற்றில் திரிகின்றன. நம் வீட்டுக்கு வா. நான் வரும்வழியில் பெரியசாமியையும், மாப்பிள்ளையையும் பார்த்துத் தகவலைச் சொல்லிவிட்டேன். அவர்களும் பின்னாலேயே வருகிறார்கள். நீ வா."

பரிதியும், பெரியசாமியும் வந்துசேரும் வரை அப்பனுக்கு நேர்ந்துள்ள தீவினையை நினைத்துக் கோதை விசும்பிக் கொண்டிருந்தாள். பெரியசாமி குடிசைக்குள் நுழையும்போது சற்று தெம்பாக உணர்ந்தாள். மாமாவிடம் ஏதேனும் யோசனை இருக்கும். இப்பொழுது இவ்வாறு விடியுமென்று யார்தான் நினைத்தது? இயல்பான காலை ஒளியில் ஏதோ நிகழ்ந்து கணப்பொழுதில் எல்லாமும் இருண்டுவிட்டது.

கோதையின் துவண்ட முகத்தைப் பார்த்துக்கொண்டிருந்த பரிதியிடமும் ஆற்றாமை தொற்றிக்கொண்டது. உத்திராபதி பண்டிதர் தன் மனச் சலனத்தினைக் காட்டிக்கொள்ளாமல் குடிசையின் மையத்தில் ஒரு குழியைத் தோண்டினார். குழிக்குள்ளிருந்து ஒரு சுவடி வெளிவந்தது. சுவடியை எடுத்து

ஒவ்வொரு ஏடாகத் துடைத்தார். அவர் தேடிய வரிகள் கண்களில் பட்டன.

“ஆனைக் காதன்.
சிரம் விரித்து சர்பமென மிளிரும்.
வனம் கடக்கும் பெருந்தீயின் வேகம்.
தீக்கடம்பையாம் அதன் பெயர்.
பற்றுபவன் நிலைப்பான்.
காலம் உளவரை
தென்கூடற் பதியாய்”

ஜோதிடர் கணித்ததுபோலவே அம்மலர் வடமேற்கில் நகர்ந்துசென்று, அங்கிருக்கும் காட்டில் மறைந்திருக்கலாம் எனப் பண்டிதரிடம் சில வருடங்களாவே ஒரு மன அரிப்பு இருந்தது. அதைத் தேடி ஏற்கெனவே தென்மேற்கிலும், சிறுமலையிலும் பல காலத்தை வீணடித்தாகிவிட்டது. நகரில் இருந்த கடம்ப வனத்தின் சிறு மிச்சமும், இப்போது கேளிக்கைச் சாவடிகளாகவும், குதிரை நிலைகளாகவும், படைப்பற்று தங்கிக்கொள்ளும் இடங்களாகவும் மாறிவிட்டன. இறுதியாக, நம்பிக்கையற்ற இந்தத் தேடுதல் பயணம், தான் இறப்பதைச் சற்று தாமதப்படுத்த மட்டுமே உதவும் என்று நினைத்தார்.

“மாமா. நீங்கள் இங்கிருந்து கோதையைப் பார்த்துக் கொள்ளுங்கள். நானும் அப்பாவும் போகிறோம்.”

பரிதி தனது தந்தையிடம் ஆலோசிக்காமல் சட்டென்று சொற்களை விட்டான். அதைக் கேட்டு கோதை ஒருகணம் திடுக்கிட்டாள். மறுபுறம் தந்தையால் இனி எப்படித் தனியாக அலைய முடியும், பரிதி கூறுவதும் சரிதான் என்றும் அவளுக்குத் தோன்றிற்று.

பண்டிதர் குறுக்கிட்டு “இல்லையப்பா. வேண்டாத வேலை. அதுவும் மணமான புதிதில். எனக்கென்ன இனி? பழுத்து வெம்பிவிட்டேன். விழ வேண்டிய வயதுதானே” என்றார்.

உத்திராபதி பண்டிதர் சொற்களால் அதை மறுத்தாலும் உள்ளூற பெரியசாமியும், பரிதியும் அப்பணியை ஏற்றுக்கொண்டால் தேவலையே என்று நினைத்தார்.

“நீங்கள் இருங்கள். பரிதி சொல்வதுதான் சரி. கோதை உங்களோடு இருக்கட்டும். நாங்கள் போகிறோம். எனக்கு அம்மலர்

கிடைக்கும் என்று துளியும் நம்பிக்கை இல்லை. இருந்தாலும் செல்கிறோம். முதலில் நீங்கள் இதை ஏற்றுக்கொண்டதே தவறு."

பண்டிதர் சிரித்தபடி "மறுத்திருந்தால். இன்றைக்கே தண்டனை கிடைத்திருக்கும்" என்றார்.

பெரியசாமி குரல் உயர்த்தினார். "அப்படி ஒரு மலர் இல்லவே இல்லையென்று முடிவாய்க் கூறுவதற்கு என்ன? ஏன் அதை இன்னும் நம்பிக்கொண்டிருக்கிறீர்கள்...."

"அப்படிச் சொல்லாதே. அது இல்லையென்று மறுத்தால் நமது மூத்தவர்களையே நாம் இகழ்வது போலாகிவிடும். நம்மால் அதை அடைய முடியவில்லை. அவ்வளவுதான்."

"சரி அதற்காக. இவர்களுக்காக அதைத் தேடிச்செல்ல வேண்டுமா? இவர்கள் மிகவும் நல்லவர்கள் என்பதுபோல் உங்கள் விசுவாசத்தைக் காட்டப் போனீர்களா? நீங்கள்..." வேகமாய்க் குரலெடுத்த பெரியசாமி வெளியில் ஏதோ அரவத்தை உணர்ந்து குரலைத் தாழ்த்தினார்.

"அமைதியாக இருப்பா... யாரோ வருகிறார்கள்."

"உள்ளே எவரும் இருக்கிறீர்களா? வெளியே வாரும்."

காவலர்கள் இருவர் வாசலில் நின்று குரல் எழுப்பினர்.

அவர்களுக்கு நடுவே சாம்பன் நின்றிருந்தான். வளையங்கள் மாட்டப்பட்ட அவனது கால்கள் இரண்டும் சங்கிலியால் பிணைக்கப்பட்டிருந்தன. வெளியே வந்த பண்டிதரிடம் காவலன் தாங்களும் மலர் தேடும் பயணத்தில் உடன் வரப்போவதாகக் கூறினான். பண்டிதருக்கு ஒன்றும் விளங்கவில்லை. உள்ளே வந்து அமர்ந்துகொள்ளும்படி அவர்களை அழைத்தார். சாம்பன் சற்றே தயங்கியபடி குடிசைக்குள் அடிவைத்தான். உள்ளே இருந்த மற்ற மூவரும் அவனது தோற்றத்தைக் கண்டு வெருண்டனர். அசௌகரியமும், பாதுகாப்பின்மையும் அவர்களது பார்வையில் தவழ்ந்தன. கோதை, சாம்பனைக் கண்டு அஞ்சினாள். கள்ளர்கள் பற்றி அதுவரை அவள் கேள்விப்பட்டிருந்ததோடு சரி. நாவிதர் தெருவிற்குள் ஒன்றும் கிடைக்காது என அவர்கள் எவரும் அங்கே களவுபுரிய வந்தது இல்லை. சில நாள்களுக்கு முன் வையையில் கரை ஒதுங்கிய முதலையை நினைவூட்டும்படியான நீண்டு,

அகண்ட அவனது உடலமைப்பையும், பனைப் புடுக்கைப் போன்ற தடிமனான அவனது மீசையையும் கண்டு அவள் உமிழ்நீரை மிடறிக்கொண்டாள். அவனது விழிகளை நோக்கவே அவளிடம் தைரியமில்லை. சாம்பன் அவர்கள் எவரையும் கண்டுகொள்ளாது குடிசைக்கு வெளியே வெறித்தான். அவனது பார்வை தந்திரமாக எதையோ யோசித்துக்கொண்டிருப்பதை உணர்த்தியது. இவனை உடன் அழைத்துக்கொண்டு செல்வதா? இவனால் என்ன பயன் இருக்கப்போகிறது என பெரியசாமி கடுகடுத்தார்.

பிறகு அந்தப் பயணம் குறித்த பேச்சு அவர்களிடம் எழுந்தது. காடு தங்குதலில் என்னென்ன கடைபிடிக்கவேண்டும் எனப் பண்டிதர் தன் அறிவுரைகளைக் கூறினார். பெரியசாமியும், பரிதியும் விடியற்காலையில் பயணத்திற்கு ஆயத்தமாகி வருவதாகக் கூறிவிட்டு அவர்களது குடிசைக்குத் திரும்பினர். கோதையும் அவர்களோடு கிளம்பிவிட்டாள். காவலர்கள் சத்திரத்தில் தங்கிக்கொண்டு புறப்படும்போது இணைந்துகொள்வதாகக் கூறிவிட்டுச் சாம்பனையும் உடன் அழைத்தபடி வெளியேறினர்.

உத்திராபதி பண்டிதர் பயணத்திற்குத் தேவையான வேங்கரிசி மாவு, அவல், அரிவாள், கைப்பாரை, கத்தி, தீப எண்ணெய், அவசரத்திற்கு எரியூட்டுவதற்கான வெடி கற்கள் போன்றவற்றைக் கட்டி வைத்துவிட்டு திருநீறு மந்திரித்துத் தரும் குப்புசாமியிடம் சென்று இரண்டு வாழை மட்டைப் பொட்டலங்களில் திருநீறு மடித்து வாங்கி வந்தார்.

குடிசைக்குத் திரும்பியதும் பெரியசாமி அம்பட்டன் சாவடியில் போய்ப் படுத்துக்கொண்டார். வனப்பிரவேசம் குறித்த யோசனைகள் அவரை உறங்கவிடாமல் செய்தன. குடிசைக்குள் பரிதியும் கோதையும் ஒருவரை ஒருவர் பிண்ணிக்கொண்டு ஆற்றாமையில் போராடினர். விடைபெறுதலின் தவிப்பில் அவசரமானதொரு புணர்ச்சி. உடன் முடிந்துபோனது. பரிதி முலையருந்திய குழந்தையைப் போல் களங்கமின்றி அயர்ந்தான். கோதையின் ஈர உடலில் சாமக் காற்று உரசித் தவழ்ந்தது. கூடல் நிகழும்போது குடிசையின் கீற்றிடுக்கு வழியாக அவர்களைக் கவனித்துக்கொண்டிருந்த வெள்ளியை அவள் ஏக்கத்துடன் தேடினாள். இப்போது அது அவ்விடத்திலிருந்து நகர்ந்திருந்தது. அந்த ஓலைத் துவாரம் இப்போது பகுத்தறிய

முடியாத, துக்கத்தைக் கிளரச்செய்கிற சூனிய இருளால் நிரப்பப்பட்டிருந்தது.

***

மாறவர்மனை அவனது மாமா இருங்கோட்டையார் வீட்டிலிருந்து சற்று தொலைவாக அழைத்து வந்திருந்தார். வீட்டுத்திண்ணையில் மெல்ல மெல்ல நாடி மரித்து, வீழ்ந்துகொண்டிருந்த அவனது சின்னஞ்சிறு புதல்வியைச் சுய நினைவுக்குக் கொண்டுவர இடைவிடாத போராட்டம் நிகழ்ந்துகொண்டிருந்தது. இருவரும் சற்றுத் தொலைவாக நடந்து வந்ததில் அவ்வளவு நேரமாய்ச் செவிகளில் ஒலித்த கூச்சலும், விசும்பலும் மறைந்திருந்தன. மாறவர்மன் அனிச்சையாக மேலே பார்த்து கண்களைச் சுருக்கினான். மேகங்களற்ற பரந்த வானில் ஆத்திர ஒளியொன்று சுழன்றது. தாங்கமுடியாத உளக்கொந்தளிப்பில் இருந்த அவனது மனம் ஏனோ சுட்டெரிக்கும் வெயிலில் நடப்பதை விரும்பிற்று. ஒருவருக்கு ஒருவர் என்ன சொல்வது என அறியாமலேயே இருவரும் ஆலமரத்தடியை அடைந்திருந்தனர். கிளைகளின் நிழல் முன்னும் பின்னுமாய் அசைந்ததைக் கண்டதும் மாறவர்மனுக்குக் கண்ணம்மா தூளியில் ஆடிய நாள்கள் நினைப்பில் எட்டின. மகளே நீ என்ன ஆகப்போகிறாய்? நாம் மீண்டும் நமது வழமைக்கு மீள என்ன வழி? எப்போது கண் திறப்பாய்? மனதிற்குள் குமுறியபடி அவன் தொலைவில் தெரிந்த தன் வீட்டை வெறித்தான். இவ்வுலகிலிருந்தும், விளங்கிக்கொள்ள முடியாத அதன் அன்றாட நிகழ்வுகளிலிருந்தும் தன்னை விடுவித்துக்கொண்டது போல் அவனது வீடு மட்டும் அங்கு தனிமையில் நின்றது.

"மாப்பிள்ளை திடமாக இருங்கள். நம் கையில் ஒன்றுமில்லை. இனி புழுங்கரிசி முளைத்த கதைதான்" இருங்கோட்டையார் எங்கோ பார்த்தபடி குரலெடுத்தார்.

அவர் கூறியதன் பொருள் விளங்க மாறவர்மனுக்குச் சற்று நேரம் எடுத்தது. அவனுக்கு இருங்கோட்டையார் குரலில் வெளிப்பட்ட தெளிவு உறுத்தலாகவும், அதே நேரத்தில் ஆச்சரியமாகவும் இருந்தது. அது காலம் காலமாக வாழ்க்கை இப்படித்தான் நடந்துகொள்கிறது என்பதை உணர்த்தும்படியான தெளிவு. இருங்கோட்டையார் அவரது முப்பதாவது வயதிலும் இதே தெளிவுடன் இருந்திருப்பார் என அவனுக்குத் தோன்றியது.

“எனக்கு ஏன் அது வாய்க்கவில்லை? என் மறத்தனத்தின் எல்லை இவ்வளவுதானா? இதோ, என் எதிரில் விரிந்திருக்கும் இருண்ட படுகுழியைக் கண்டு ஒவ்வொரு கணமும் அதிர்ந்து ஒடுங்குகிறேன்.” வாழ்வில் முதல்முறையாக மாறவர்மன் தன்னை ஒரு குறை பிறப்பாக உணர்ந்தான். “வெயிலின் உக்கிரத்தைப் பொறுக்கமுடியாமல், குளம்பு தேய்ந்து, அரற்றியபடி ஓடும் போர்க்குதிரை. அவ்வளவுதான் நான். ஆனால்... இந்தப் பொழுது நேற்றைய பொழுதிலிருந்து மாறிவிடவில்லையே. என் கண்ணம்மா மீண்டுவிடுவாள். மீண்டும் வீதியில் ஓடி உடலெங்கும் புழுதியை இழுப்பிக்கொண்டு என்னிடம் வருவாள். கிழவி போல் என் குதிரைக்குப் புத்திமதிகள் கூறுவாள்.”

“மாப்பிள்ளை... மாப்பிள்ளை... நம் கண்ணம்மா!”

இருங்கோட்டையார் உலுக்கியதில் மீண்டவன் வீட்டின் திசையிலிருந்து ஒலித்த அந்தப் பேரழுகையைக் கேட்டான். அது ஒற்றைக் குரல் அல்ல. அந்த ஓசையில் எவர் எவரது குரல்கள் உள்ளன என்பதை அவனால் பிரித்தறிய இயலவில்லை. எண்ணற்ற குரல்கள் ஒன்றிணைந்து பெரும் ஒப்பாரியாய் வீதியின் மௌனத்தைக் கிழித்தெறிவதைக் கண்டான். அந்த ஓசையின் அர்த்தம் புரிந்ததும் அவன் உடலின் ஒட்டுமொத்த அணுக்களும் நடுங்கின. அவனது கால்கள் முன்செல்ல அஞ்சி நின்றன. இருங்கோட்டையார் அவனைத் தன்னுடன் இறுக்கி அணைத்தபடி இழுத்து வந்தார். சடலமாகிவிட்ட தன் மகளைக் காணுவதற்காக இவ்வுடல் நகர்கிறதா? வீட்டை நோக்கிய அந்த ஒத்தையடித் தடம் அவனுக்கு நரகத்தின் பாதை போல் காட்சி தந்தது. அதன் தொலைவு சுடும் பாறையென அவன் மீது அழுந்திற்று. வாசலை அடைகையில் ஒருகணம் திரும்பி நின்று நாலாப்புறமும் நோக்கினான். அப்போது விநோதமானதொரு வினா அவனுள் எழுந்தது. “பூமியில் உள்ள தெய்வங்கள் எல்லாம் இப்போது எத்திசை நோக்கி வெறிக்கின்றன?”

***

அவர்கள் விடியலில் புறப்பட்டிருந்தனர். காவலர்கள் ஏற்பாடு செய்திருந்த மாட்டு வண்டியில் ஐவரும் நெரிசலுடனேயே அமர முடிந்தது. வண்டிக்காரன் அரசனின் மருமகப்பிள்ளை போல் செருக்குடன் நடந்துகொண்டான். மேலே உராயாமல்

தள்ளி உக்காரும்படி பெரியசாமியிடம் சிடுசிடுத்துக் கொண்டே வந்தான். பெரியசாமிக்கு சாம்பன் குறித்த குழப்பம் தீரவில்லை. அவன் ஏன் தங்களோடு வருகிறான் எனக் காவலர்களிடம் அவர் கேட்டும் அவர்கள் பதில் தரவில்லை. பரிதி பொறுமையிழந்து வினவியபோது சினமுற்ற காவலன் “அப்பனும், மகனும் வாயை மூடிக்கொண்டு வாருங்கள். இல்லையேல்...” என முறைத்தான். அதற்குமேல் சாம்பன் பற்றி அவர்கள் எதையும் கேட்டுக்கொள்ளவில்லை.

ஒடுக்கிவைத்து அமர்ந்ததில் சாம்பனுக்கு மூத்திரம் முட்டிக்கொண்டு வந்தது. அவனை இறக்கிவிட்டு அருகிலேயே நின்றிருந்த காவலன் சாம்பனின் மூத்திரம் அத்தனை வீரியமாக மண்ணைப் பிளப்பதைக் கண்டு திடுக்கிட்டான். “என்ன பிறவி இவன். ஏழெட்டு அங்குலத்தில் வைத்திருப்பான் போல” என மனதிற்குள் கறுவினான்.

“விரைந்து முடி, நமக்கு நேரமில்லை.”

சாம்பன் இப்போது சற்று ஆசுவாசம் அடைந்தவன் போல் காணப்பட்டான். தலைக்கு மேல் திறந்துகிடந்த வெட்டவெளியையும், நான்கு திசைகளிலும் விரைந்த காற்றையும் அவனால் நன்றாக அனுபவிக்க முடிந்தது.

அன்றைய விடியல் கதிரவனுக்கானதாய் இல்லை. வெள்ளி முலாம் பூசப்பட்டதைப் போன்ற ஊமை வானமே விரவியிருந்தது. சாம்பல் நிற மேகங்களும், அதனோடு காக்கையின் இறகுக் குவியலை ஒத்த கருத்த சீதங்களும் தென்பட்டன. சற்று நேரத்தில் மழை விழத் தொடங்கியிருந்தது. அவநம்பிக்கையில் உழன்ற பெரியசாமியை மழை குறுக்கிட்டு இன்னும் சோர்வுறச் செய்தது. தடித்த தூறல்கள் விழும்போதெல்லாம் வண்டியைச் சாலையோர மரத்தடிகளில் நிறுத்திக்கொண்டனர். செம்மண் சாலை பொருக்குக் கற்கள் கூட கரையும் படி ஊறியிருந்தது. கொஞ்ச தூரம் செல்வதற்குள் வண்டியின் மரச் சக்கரங்களில் அரையடி அளவிற்கு சேர் படிந்து இறுகிவிட்டது.

மாலையில் மீண்டும் பலத்த மழை. மழை விட்ட கையோடு இரவும் கவிந்துவிட்டது. இருளில் தட்டுத்தடுமாறி அவர்கள் ஒருவழியாக விரகனூர் சத்திரத்தை வந்தடைந்தபோது மேகங்கள் கலைந்துவிட்டன. அதனால் அன்றைய பகலை விடவும் இரவு தெளிவுடன் ஜனனமானது. அரச காரியமாக பயணப்பட்டதால்

அவர்களுக்கு அங்கு நல்ல வரவேற்பு கிட்டியது. சத்திரவாசி அவர்களைத் திண்ணையில் அமரச்செய்து வெங்காயம் உரித்துப்போட்ட சோளக் கஞ்சியும், நார்த்தை இலையில் அரைத்த துவயலும் தந்தார். வண்டி ஓட்டி மாடுகளைக் குளத்தில் இறக்கி நீர் அருந்தச் செய்துவிட்டுப் பிறகு சத்திரத்தின் வாயிலில் அமைக்கப்பட்டிருந்ந கல் பீடங்களில் அவற்றைக் கட்டி வைத்தான். சத்திரவாசி அவனிடம் ஆநிரைக் கள்வர்கள் வந்தால் தர்ம சத்திரம் பொறுப்பேற்காது என்றார். தானியங்களுக்கே பஞ்சம், நாகலிங்கப் பிள்ளைமார் வீட்டிலிருந்து தின முறைப்படி பெறப்படுகிறது. இதில் எங்கிருந்து சத்திரத்திற்குக் காவலர்களை அமர்த்துவது எனச் சலித்துக்கொண்டார். அவர் பேச்சிலிருந்து ஓண்ட வருகிறவர்களே மாடுகளுக்குக் காவல் புரிந்தாகவேண்டும் என்பது விளங்கிற்று. காவலர்கள் சாம்பனோடு சேர்த்து மாடுகள் மீதும் பார்வையைப் பொருத்திக்கொண்டனர். அவர்களுக்கு ஆநிரைக் கள்வர்கள் மீது அச்சம் இருந்தது. அவர்களது பாதங்கள் களவிடத்தை நெருங்குகையில் நீரில் பாம்புகள் நீந்துவதைப் போல் துளியும் ஓசையின்றி தவழ்ந்து வரும். காற்றையும் கால்களுக்குப் பின்னால் திரட்டிக்கொண்டு வருகிறார்களோ என ஐயம் கொள்கிற அளவிற்கு அவர்களது பாதங்கள் தரையில் தடம் பதியாமலே முன்னேறும். சாம்பன் அங்கிருந்தபடியே தன் கூட்டுக் கள்வர்களுக்கு மறைசெய்தி ஏதேனும் அனுப்பக்கூடும் என்ற அச்சம் காவலர்களை உறங்கவிடாமல் அமரவைத்தது.

பெரியசாமி குறட்டை விட ஆரம்பித்திருந்தார். அந்த மலரை அவரால் கனவிலும் கூடக் காட்சிப்படுத்த முடியவில்லை. இது எத்தனை அபத்தமான பயணம் என அவர் உறக்கத்திலும் எண்ணிக்கொண்டார். சாம்பன் சத்திரத்தின் மரத்தூணில் சாய்ந்தபடி கிடந்தான். அவனது முகத்தில் கலவரமும், சோர்வும் ஒருசேர சதிராடின. இருந்தும் தலைசாய்த்துப் படுக்க அவனுக்கு மனம் ஒப்பவில்லை. சற்றுநேரம் கூட அயர்ந்து தூங்கப் பொறுமையில்லாதவனைப் போல் காணப்பட்டான். சந்தனத் திலகமிட்ட யானை ஒன்று தன் தலைக்கு மேல் நிற்பது போல் பிரமை எழும்போதெல்லாம் அவன் விழித்துக்கொண்டான்.

நடுசாமத்திற்குப் பிறகு அவனுக்குத் துளியும் உறக்கம் வரவில்லை. எழுந்து அமர்ந்துகொண்டான். அப்போது குளத்தின் கரையோரத்தில் ஒரு குதிரை மேய்ந்துகொண்டிருப்பதைக்

கவனித்தான். அது எவராலோ கைவிடப்பட்ட குதிரை. நன்றாகக் கொழுத்திருந்தது. எனினும் அது சவாரிக்கு உதவாத ஒன்று. நேரம் காலம் இல்லாமல் மேய்ந்து ஓடுவதற்கான ஓர்மையை அது இழந்திருந்தது. சலிப்புடன் குதிரையிலிருந்து பார்வையை விலக்கி நீரில் அசைந்துகொண்டிருந்த பிறை நிலவைக் கண்டு இமைகளைச் சிமிட்டினான். குளத்தில் தாமரை இலைகள் கெளுத்தி மீன் தவ்வுவதற்குக் கூட இடைவெளிவிடாமல் பரவியிருந்ததால் நிலவிற்கு ஒரு குறுகிய இடம் மட்டுமே மீதமிருந்தது. அது மனிதர்கள் நீராடுவதற்காகத் தெளிவாக்கி வைக்கப்பட்ட இடம். காற்றின் உரசலில் நிலவு இப்போது மூன்றாக மடங்கி அசைந்தது. சத்திரத்தில் துளைக்கமுடியாத மௌனம். அந்த நிச்சலனம் அவன் பெருங்கோயிலுக்குள் களவுக்காக நுழைந்த இரவை நினைவுபடுத்தியது.

தெற்கு வீதியின் அத்தனை விளக்குத் தூண்களிலும் சுடர் ஏற்றப்பட்டிருந்தும், கொசுவிற்காகப் புகை மூட்டம் எழுப்பப்பட்டிருந்ததால் வீதியில் வருவோர் போவோரைக் கண்டுணர்வது எளிதானதாக இல்லை. நொச்சிப்புகை தீயின் மீது படர்ந்து அதன் விஸ்த்தாரத்தன்மையைக் குறைத்துக்கொண்டிருந்தது. நிழலிலும் புகையின் சுழிப்புகள். தாமிரமுனியன் குறிப்பிட்டிருந்த இடத்தில் வந்து நின்ற சாம்பன் சட்டென்று தன் மீது போர்த்தியிருந்த எட்டு முழ அங்கவஸ்திரத்தைக் கீழே உதறினான். அவனது வலது கரத்தில் ஒரு கயிற்றுச் சுருள் தொங்கிற்று. அதன் முனையில் இரும்பு வளையம் பிணைக்கப்பட்டிருந்தது. தாமிரமுனியன் கூறியிருந்த மதில் ஆணி மீது வளையம் மோதும்போது ஓசை எழுந்துவிடாமல் இருக்க அவ்வளையத்தின் மீது பருத்தித் துணியை அவன் சுற்றியிருந்தான். பகல் வெளிச்சத்தின் மீது இருள் திரைபோல் இறங்கும் அந்த ஒரு நாழிகை மட்டுமே அவனுக்கானது. மதிலை அண்ணாந்து பார்த்தான். சரியாக ஒவ்வொரு அடியையும் அளந்துவைத்து, சுண்ணாம்புத் துளி தொட்டு வைக்கப்பட்டிருந்த கல்லுக்கு நேராக நின்றபடி கயிற்றை மதிலின் உச்சி நோக்கி வீசினான். முதல்முறை எதிலும் சிக்காமல் கயிறு கீழே வந்தது. இரண்டாவது முறை கச்சிதமாகச் சிக்கிக்கொண்டதை அவதானித்ததும் அவன் ஒரு கணமும் தாமதிக்கவில்லை. சற்று நேரத்தில் மதில் காவலர்கள் உண்டியை முடித்துவிட்டுப் பணிக்கு வந்துவிடுவர் என முனியன் கூறியிருந்தான். சாம்பன் மதிலின் மீது சீரான

வேகத்தில், அதேநேரம் அவனுக்கே உரிய பாய்ச்சலுடன் ஊர்ந்துகொண்டிருந்தான். பாரமற்ற துணிமுடிப்பைப் போல் அவன் உடல் மாறியிருந்தது. காற்று மோதுவதை விடக் குறைவான ஒலியே அவனது அசைவில் எழுந்தது.

விடியலில் வேள்விச் சடங்கிற்காக வரும் பிராமணர்களுக்கு வழங்க ஆயிரம் கால் மண்டபத்தில் திணையும், நெல்லும் கோட்டை கோட்டைகளாய் அடுக்கப்பட்டிருந்தன. எள்ளு நூற்றி எட்டு கூடைகளில் நிகர்ந்து இருந்தது. பன்னீர் தெளிக்கப்பட்ட ரோஜா, மல்லிகை புஷ்பங்கள் கூடைகளில் நிறைந்திருந்தன. நான்காம் சாமத்தில் கோவில் தேவரடியார்கள் துயில் களைந்து வந்து அவற்றில் சரங்கள் பின்னத் தொடங்கிவிடுவார்கள். செஞ்சந்தனம் இரவிலேயே உருட்டி வைக்கப்பட்டதில் கோவில் வளாகம் முழுமைக்கும் அதன் செறிவான வாசம் கமழ்ந்தது. ராமபாத அடிகளாருக்குக் காணிக்கையிடுவதற்காக மண்டபத்தின் மையத்தில் ஆணி முத்துகள் முடிந்து வைக்கப்பட்டிருந்தன. மதில் காவலனான தாமிரமுனியன் சாம்பனிடம் களவில் கால்பங்கு துப்புக் கூலியை விதித்திருந்தான். தன்னிடம் இருந்த பேயுடும்பையும், தங்கக் காசையும் விற்றுத் தாமிரமுனியனின் பங்கை முன்னேற்பாடாக அடைத்துவிட்டுதான் சாம்பன் அக்களவிற்கு வந்திருந்தான். இதற்கு மேல் பாலையில் சுற்றித்திரிய இயலாது. இந்தக் களவில் பெறுவதை ஏற்கெனவே பேசி வைத்தபடி மேற்குக் கடற்கரை வணிகனிடம் கைமாற்றிவிட்டு அதற்கு ஈடான சொர்ணத்தில் தன்னரசு நாட்டிலுள்ள தலைவர்களின் பாதங்களை வணங்கியாவது ஒரு காணி நிலத்தைத் தனக்கென்று வாங்கிவிட வேண்டும் என்று சாம்பன் நினைத்தான்.

கிடைத்த துப்பும் சரி, அவன் தெற்கு எல்லை மதிலைத் தாண்டி உள்ளே குதித்த காலமும் சரி. எல்லாமும் பரிபூரணம். பிறகு எது பிழையாகிற்று?! காவலர்கள் அவனது தொண்டையில் ஈட்டி முனையை வைத்து அவனை அசையவிடாமல் நிற்க வைத்தபோது அவனுக்கு யாவற்றையும் எண்ணிப்பார்க்க அவகாசம் இருந்தது. அப்போது அவனது பார்வை மண்டபத்தின் வடக்கு எல்லைத் தூணில் வடிக்கப்பட்டிருந்த பெண்ணின் சிற்பத்திடமிருந்து விலகாமல் இருந்தது. அத்தனை துல்லியமாக உள்நுழைந்து மண்டப எல்லைகளில் இருந்த ஒவ்வொரு தீப்பந்தத்தின் மீதும் ஈர மணலை அடித்து, அவற்றை அணைத்த

அவனால் அந்த ஒரு தூணின் ஒளியை மட்டும் மடியள்ளி அவ்வளவு மண்ணை வீசியும் அமிழ்த்த இயலவில்லை.

அவன் மண்ணை வீச வீச அத்தூணில் இருந்த தீவட்டி மண்ணையே எண்ணெயாகப் பருகி, எழுந்து நின்று எரிந்தது. கருநாகத்தைத் தென்னை ஓலையைக் கொண்டு அடிப்பதைப் போல் அதை அணைப்பதற்கான அவனது முயற்சி பயனற்றதாய் முடிந்தது. அதன் பொன்னிற வெளிச்சத்தைப் பருகி தூணில் இடை வளைந்து, மார்பு திம்மிய நிலையில் ஒரு பெண்சிற்பம் வடிக்கப்பட்டிருப்பதைச் சாம்பன் அப்போது கண்டான். கருங்கல் சிலை எதிரொளிக்கும் ஓர் அபூர்வ மஞ்சள் ஒளியை வேறு எதிலிருந்தும் வார்த்தெடுக்க முடியாது என்பதை அறியாத அவன் அந்த ஒளியில் கிறங்கிப்போனான். அந்த ஒளித்தகிப்பு சிற்பத்தின் மனதை வெளிக் கசிவதாக இருந்தது.

“கள்வன்... கள்வன்...”

மண்டபத்தின் அத்தனை மூலைகளிலிருந்தும் குரல் எழுந்த பின்னரும் கூடச் சாம்பன் அந்தச் சிலையிடமிருந்து அசையாமலேயே நின்றிருந்தான். அவனது உடலையும், அச்சிலையையும் மாயச் சங்கிலி ஒன்று இறுகப் பிணைத்திருந்தது. அவ்விடமும், அத்தருணமும் அவனுக்குக் காலமற்றதாய்த் தோன்றின. அச்சிற்பத்தை வடித்தவனின் உடலுக்குள் இந்தச் சிற்பத்துக்குரியவளே இறங்கிவந்து தன்னை மீட்டுக்கொண்டிருக்க வேண்டும். உயரற்றது, உயிருள்ளது போன்ற நிலைகளுக்கும் மேலான ஒன்றாய் அச்சிற்பம் அவனுக்கு விளங்கிற்று. அதைப் பார்த்துக்கொண்டிருக்கும் போது காலம் விரிவடைவதுபோல் ஒரு மயக்கம். பல நூறு ஆண்டுகளாக அச்சிலை முன்பு தான் நிற்கிறோமோ என்ற ஐயமும் அவனுக்கு முளைத்து. லட்சோப லட்சம் இளம் நங்கைகளின் மேனிகளிலிருந்து உரசி உரசி சேர்க்கப்பட்ட அணுக்குவியலிலிருந்து அச்சிலை வடிக்கப்பட்டிருந்தாலும் அதில் ஆச்சரியமில்லை. சாம்பன் முழுவதுமாகத் தனது புற உணர்வை இழந்திருந்தான். அலைகள் எழும்பாத நீர்நிலையில் ஆடைகளின்றி மிதப்பதைப் போல் அவனுடலில் ஒரு நீடித்த அமைதி. ஈரேழு யுகங்களிலும் தொடர்ந்து வருகிற கனவு ஒன்றினை விழிப்புநிலையில் அடைந்துவிட்டதைப் போல் ஒரு மனவெழுச்சி. அதன் முகம் விரியாத தாமரையின் பரிசுத்தத்தைக் கொண்டிருந்தது. அதன் பால் கலசங்கள் மெய்யான முலைகளை விடவும் துடிப்பு

வாய்ந்தவைகளாய்த் தெரிந்தன. அவற்றின் காம்புகள் ஆலம் பழத்தினைப் போல் உருண்டையாகத் துருத்தி நின்றன. அவற்றின் மீது அசைந்த ஒளி மினுங்களில் அவனது வாயில் எச்சில் ஊற்றெடுத்தது. இவள் சிலையல்ல. அண்ட நடனம் போல் ஓய்வின்றி ஆடி, ஆடைகளை அவிழ்த்தும் உடுத்தியும் என்னோடு எப்பிறவியில் இவள் களியாட்டு நிகழ்த்தினாள்? இல்லை. இது வெறும் சிற்பம். என்னைக் காவு எடுக்கப்போகும் மாயை.

சாம்பனைச் சுற்றிக் கயிறுகள் இறுகின. அவன் திமிறியெழ முயலவில்லை. கடவாயில் மளார் என்று ஓசையோடு ஒரு தடி விழுந்தது. வாயில் புளிப்புச் சுவை பெருகுவதைச் சாம்பன் உணர்ந்தான். அச்சிலையை நோக்கியபடியே செந்நிற எச்சிலை வெளியே துப்பினான். அதனோடு அதன் மீதெழுந்த அரை விநாடி வெறுப்பையும்.

சாம்பன் நினைவுகளிலிருந்து தப்பி நிகழ்காலத்திற்கு மீண்டபோது சத்திர வாயிலில் கருமை தளர்வுற்று அடர்நீல ஒளி பரவியிருந்தது. புலரிக்கான வானின் முதல் தோலுரிப்பு. குளத்தின் அருகே மேய்ந்துகொண்டிருந்த குதிரையைக் காணவில்லை. கடந்த பதிமூன்று தினங்களில் களவு நிகழ்த்தாத இன்னோர் இரவு. விடிவெள்ளி வந்ததும் கிளம்பவேண்டும் என பெரியசாமி சொன்னது நினைவில் எழச் சற்றுநேரம் உறங்கிக்கொள்ளலாம் என சாம்பன் தலை சாய்த்தான். வெளிச்சத்தின் நுண்ணிய சில்லுகளும், காட்சிகளின் நிழல் படிமங்களும் இல்லாத ஓர் இருண்மையை அடையவேண்டி அவனது இமைகள் இறுகின.

***

மறுநாள் அவர்கள் திட்டமிட்டதை விடவும் கூடுதலான தூரத்தை அடைந்திருந்தனர். மாலைக்குள் வனப்பகுதியை எட்டிவிடலாம் என எண்ணி கொடுமுனிச் சத்திரத்தையும் கடந்துவிட்டனர். அதுவே அச்சாலையின் கடைச் சத்திரம். கொடுமுனியைத் தாண்டியதும் அவர்கள் எதிர்பாத்திராத இடையூறொன்று தலையெடுத்தது. இருபுறமும் மண்டிக்கிடந்த முட்புதர்கள் மாடுகளின் உடலில் இரத்தம் பார்த்தன. கால் மூட்டுகளில் கிழிபட்டபின் மாடுகளின் வேகம் குறைந்துவிட்டது. அதனோடு அவை பிசாசைக் கண்ட மிரட்சியுடன் வண்டியை தான்தோன்றித்தனமாய், ஏதோ ஒரு பக்கமாக இழுத்தன.

இருள் உலகின் நுழைவாயில் போல் இருந்த அவ்விடத்தில் அவர்களைத் தன்னந்தனியே நிறுத்திவிட்டுச் சூரியனும் காணாமல் போயிருந்தது.

பெரியசாமி "அப்போதே நான் சொன்னேன். கொடுமுனியில் இரவு தங்கியிருந்து, விடியலில் கிளம்பியிருக்கலாம்" என்றார்.

"வழிநெடுக்க இறங்கி இறங்கி மூத்திரம் பெய்துகொண்டே வந்தால். தாமதம் ஆகாமல் என்ன செய்யும். இதற்கு நான் பொறுப்பாக முடியாது" என்றான் வண்டிக்காரன்.

சாம்பனுக்குச் சுருக்கென்று கோபம் வந்தது. அதனை வெளிக்காட்டிக்கொள்ளாமல் தொலைவில் தெரிந்த மலைச்சிகரம் ஒன்றின் மீது கவனத்தைக் குவிக்க முயன்றான். பச்சை விரிப்புப் போர்த்தப்பட்ட மலை. இனி வனாந்திரம் தொடங்கிவிடும் எனத் தெரிந்தது.

"அதோ... அங்கு ஒரு கல் மண்டபம் தெரிகிறதே. அங்கு தங்கி இரவைக் கழிக்கலாமா?" பரிதி சற்றுத் தயங்கியபடியே கேட்டான்.

"ம்ம்ம். நல்ல யோசனைதான்."

பெரியசாமி ஆமோதித்தார்.

காவலர்களும் அதையே கூற வண்டி புதர்களுக்கு நடுவே மறைந்துகிடந்த அந்தக் கல் மண்டபத்தை நோக்கிச் சென்றது. அந்த மண்டபத்திலிருந்து சற்றுத் தொலைவில் உயர்ந்த படல்களால் ஆன ஒரு முள்வேலி அமைக்கப்பட்டிருந்தது அவர்களுக்கு விநோதமாப் பட்டது. மண்டபத்தின் முகவாயை கவனித்த பெரியசாமி, முன்னொரு காலத்தில் அது வணிகர்கள் ஓய்வெடுக்கின்ற செட்டிச் சத்திரமாகவோ அல்லது வரி வசூல் செய்யும் இடமாகவோ இருந்திருக்க வேண்டும் என்றார். வாயில் முகப்பில் சிதிலமடைந்த நிலையில் இரட்டைச் சிங்கங்களும், அதன் நடுவே ஒரு ராணி உருவும், அதனோடு அடுத்தடுத்து யாளி, யானைமுகன், யக்ஷி உருவங்களும் எழுப்பப்பட்டிருந்தன. ஆயிரங்கால் மண்டபத்தில் தான் கண்ட சிற்பம் போலவே ஒன்று தாழ்வாரத் தூணில் இடம்பெற்றிருப்பதைப் பார்த்து சாம்பன் திடுக்கிட்டான். பிறகு அதன் மீது கவனம் செலுத்தக் கூடாது என அவன் தீர்மானித்துக்கொண்டான். பெரியசாமியைப் பின்தொடர்ந்து ஐவரும் மண்டபத்தின் உள்ளே நுழைந்தனர்.

வாயில் நிலையில் இடறியபோது சாம்பனின் பாதச் சங்கிலி தலங் என ஓசை எழுப்பியது.

மண்டபத்தினுள் ஒரு கொட்டாரம் அளவு எள்ளைப் பரப்பி ஓரடி உயரத்தில் எழுப்பி வைத்தார்ப்போல் வௌவால் எச்சம் குவிந்துகிடந்தது. எலிகள் அதில் மொய்த்துக்கொண்டிருந்தன. பரிதிக்குக் குமட்டிக்கொண்டு வந்தது. முகத்தை சுளித்தபடி திண்ணைக்கு ஓடி வந்தான். பெரியசாமி தோளில் கிடந்த துண்டால் மூக்கை நோக்கி விசிறியபடி பின்வந்தார். வாயில் திண்ணையில் காரை வெடித்த இடங்களில் ஆலமும், மஞ்சனத்தியும் முளைத்திருந்தன.

பரிதி “இங்கு தேவலாம்” என்றான்.

எல்லோருக்கும் திண்ணையில் இடமிருந்தது. முள்வேலியைக் கண்ட பரிதி எதற்காக யாருமற்ற இடத்தில் இத்தனைப் பெரிய வேலி என்று கேட்டான். அவனை விடவும் சாம்பன் அந்த விசித்திரமான வேலி மீது கூடுதல் ஆர்வம் கொண்டான். அருகில் சென்று பார்க்க அவனது விலங்கிட்ட கால்கள் ஆயத்தமாக இல்லை. இரண்டடி எடுத்து வைக்கவே அவை நொந்தன. மெல்ல அவ்வேலி இரவின் கருஞ்சதைக்குள் புதைந்துபோனது. பாம்பின் வால்நுனைப்போல் இறுதியாக எஞ்சிய அந்தி ஒளியின் துணையோடு பெரியசாமி துணிமுடிப்பில் இருந்த அவலை சுரைக் குடுவை நீரில் நனைத்து எல்லோருக்கும் உருட்டிக்கொடுத்தார்.

“தாகமெடுத்தால் இதில் மீதமுள்ள நீரைக் குடித்துக்கொள்ளுங்கள். விடியலில் எங்காவது சுனை எதிர்பட்டால் பிடித்துக்கொள்ளலாம்.”

“இங்கு யாரோ தங்கியிருக்க வேண்டும்.” பரிதி குறுக்கிட்டான்.

“இங்கா? வாய்ப்பே இல்லை.”

“யார் நீங்கள்?” அப்போது வாயிலிலிருந்து விநோதமான புதுக்குரல் ஒன்று வர எல்லோரும் தலை உயர்த்தினர்.

முதலில் கள்ளிச் செடி ஒன்று மண்ணிலிருந்து எழுந்துவந்து பேசுகிறதோ எனக் குழம்பினர். அது வயது மூப்பினால் உயரம் கூனிவிட்ட ஒரு மனிதனின் நிர்வாண உடல் என்பது சிறிது நேரம் கழித்தே அவர்களுக்கு விளங்கிற்று.

“யார் நீங்கள்?” அவர் மீண்டும் கேட்டார்.

பெரியசாமி முந்திக்கொண்டு "காட்டுக்குச் செல்கிறோம். மூலிகை திரட்ட" என்றார்.

அந்த முதியவருக்குத் தலைமுடி பாதம் வரை நீண்டு வளர்ந்திருந்தது. அதை நார்களைக் கொண்டு பின்னலிட்டுக் கட்டியிருந்தார். சடைகள் ஒவ்வொன்றும் சாட்டைகளை ஒத்திருந்தன. நீண்ட கேசமே அவரது நிர்வாண உடலுக்கு ஓர் ஆடையாக விளங்கிற்று. முன் தலையிலிருந்து விழுந்த கேசம் அவரது சுருங்கிய குறியை ஒரு கௌபீனம் போல் மூடுவதைக் கண்டதும் பரிதிக்குச் சிரிப்பு வந்தது. அவரது கண்களில் ஒளியே இல்லை. பார்வை தெரியாதவரோ என்று கூட அவன் ஐயம் கொண்டான்.

"சாப்பிடுகிறீர்களா?"

பெரியசாமி திண்ணையில் அமர்ந்துகொண்ட முதியவரைப் பார்த்துக் கேட்டார்.

முதியவர் "இல்லை. நான் நான்கு நாளைக்கு முன்பு சாப்பிட்டேன். வயிறு நிறைந்திருக்கிறது" என்றார்.

பிறகு தூண் பிளவில் சொருகி வைத்திருந்த கரித்துண்டை எடுத்துத் தன்போக்கில் தரையில் எதையோ கிறுக்கத் தொடங்கினார்.

"இங்கு என்ன செய்கிறீர்கள்? உணவுக்கு என்ன ஜீவனம்?" வண்டிக்காரன் கேட்டான்.

"நான் ஒரு சமணனப்பா. பசிக்கும்போது எங்கு உணவு கிடைக்கும் என்று அவர்களிடம் கேட்பேன். அவர்கள் சொல்லுவார்கள். நான் போய் எடுத்துக்கொள்வேன்."

"வேறு எவரும் இங்கு உண்டா. அவர்களென்றால் யார்?" பரிதி வினவினான்.

முதியவர் "இறந்த மனிதர்களின் ஆத்மாக்கள். நான் அவற்றோடு பேசுவேன். நான் மனிதர்களோடு பேசுவதே இதுபோல் எப்போதாவதுதான்" என்றார்.

அதற்குமேல் எவரும் அவருடன் பேசவில்லை. பயணக் களைப்பில் உறங்கிவிட்டனர். முதியவர் மட்டும் உறங்காமல்

தொடர்ந்து அடர் இருள் படிந்திருந்த தரையில் கரித்துண்டினால் கிறுக்கிக்கொண்டிருந்தார்.

பின்னிரவில் மாடுகள் மிரண்டு குரல் எழுப்புவதைப் போல் பிரமை ஏற்பட்டு சாம்பன் விழித்துக்கொண்டான். அவன் திடுக்கிட்டு எழுந்தமர்ந்தபோது அவனது கால் சங்கிலி படார் என்று தரையில் மோதியது. அந்த ஓசையில் மற்றவர்களும் விழித்துக்கொண்டனர். அப்போது வேலிக்கு அப்பால் தீப்பந்தங்கள் வட்ட வடிவில் சுற்றி வருவதைப் பரிதிதான் முதலில் பார்த்தான். அங்கு பலர் ஒன்றுகூடி புரியாத மொழியில் பாடல் ஒன்றைப் பாடுவதும் கேட்டது. பெரியசாமியும், வண்டிக்காரனும் மண்டபத்திலிருந்து இறங்கிவந்து வேலியை நெருங்கினர். வேலியைப் பிடித்துக்கொண்டு பந்த ஒளி சுடர்விடுகிற இடத்தைக் கண்களைக் குறுக்கிப்பார்த்தனர். அங்கு விநோதமான ஜீவராசிக் கூட்டமொன்று தரையில் புரண்டு நடனமாடுவது போல் தோன்றியது. அவற்றின் கரிய உடல்கள் நெருப்பின் தகதகப்பில் மின்னின.

"என்ன அது? வாருங்கள் மண்டபத்திற்கு ஓடிவிடலாம்."

வண்டிக்காரன் பயம் கலந்த குரலில் கிசுகிசுத்தான்.

"இரு. அவர்கள் மனிதர்கள்தான். அவர்கள் எவருக்கும் கால்கள் இல்லை. பெண்கள், குழந்தைகள் என எவருக்கும் கால்களே இல்லை பார்."

தான் ஒரு கொடுங்கனவிற்குள் சிக்கிவிட்டோமோ என பெரியசாமி ஐயமுற்றார்.

வண்டிக்காரன் இன்னும் ஆழ்ந்து நோக்கினான்.

ஆடிப் பாடிக்கொண்டிருந்த அந்தக் கூட்டத்தில் எல்லோருமே முடவர்களாக இருந்தனர். அவர்களது நடனம் நேரம் ஆக ஆக இன்னும் உக்கிரம் அடைவதாய் இருந்தது. பெண்களுக்கு முலைகள் தரையில் இடித்தன. ஆண்களின் குறி மண்ணில் புதைந்து அதுவே ஒரு ஊன்றுகோல் போல் செயல்பட்டது. அவர்களுக்கு நடுவே ஓர் இறந்த சிறுவனின் உடல் கிடத்தப்பட்டிருந்தது.

"இது உண்மையில்லை. பிசாசுகளின் சித்துவேலை" வண்டிக்காரன் நடுங்கினான்.

“வந்துவிடுங்கள். இது விளையாட்டல்ல. இவர்களை நீங்கள் பார்க்கக்கூடாது.” முதியவர் வேலிக்கருகில் வந்து இருவரையும் கல் மண்டபம் நோக்கி அழைத்து வந்தார்.

முதியவருடனேயே எழுந்து வந்திருந்த சாம்பனும், பரிதியும் வேலிக்கு அப்பால் தெரிந்த காட்சியைப் பார்த்து மர்மம் அறைந்தவர்களாய் நின்றனர்.

முதியவர் படபடப்பு நீங்காது “தங்களை மற்றவர்கள் எவரும் பார்த்துவிடக்கூடாது என வேலி எழுப்பி வாழ்கிறார்கள். இவர்களின் இருப்பிடம் முடவன் காடு. வேலியிலிருந்து இன்னும் சற்று உள்ளடங்கலாக இருக்கிறது. இப்போது ஏதோ மரணம் நிகழ்ந்திருக்கிறது. அந்தச் சடங்கிற்காகக் கூடியிருக்கிறார்கள்” என்றார்.

“ஆமாம் நான் பார்த்தேன். ஒரு பாலகன் பிணமாகக் கிடந்தான். ஆனால் அதற்காக ஏன் இந்த ஆட்டம் பாட்டம்?” வண்டிக்காரன் கேட்டான்.

“அவர்கள் மரணத்தைக் கொண்டாடுபவர்கள். இறக்கும் உயிரை ஈசன் இந்தக் கொடிய சாபத்திலிருந்து விடுவித்துவிட்டதாக மகிழ்ந்து பாடுவார்கள். ஆனால் மீண்டும் கால்கள் இல்லாமல் ஒரு குழந்தை பிறந்தால் சாபம் இன்னும் தொடர்வதாகக் கருதி ஊர் கூடி ஒப்பாரி வைப்பார்கள்.” முதியவர் பெருமூச்சு விட்டார்.

“சாபமா?”

“ஆமாம். அவர்கள் குடிசாபம் பெற்றவர்கள். இவர்கள் பல நூறு ஆண்டுகளாக இப்படித்தான் இருக்கின்றனர். இவர்களின் மூதாதையர்கள் முதலாம் பாண்டியனின் படையில் இருந்தனராம். பாண்டியன் கடம்பவனத்தை அழித்தபோது அங்கிருந்த வன மகள்களை அவர்கள்தான் அரசவை அடிமை சேவகத்திற்கு இழுத்து வந்தனராம். அப்போது நிறைமாதக் கர்ப்பிணியாக இருந்த வனப் பெண்டிர் பலரைப் பணிக்கு உதவாதவர்கள் எனக் கருதி வையையில் தள்ளிக் கொன்றுவிட்டனராம். நீரில் மூங்கி மூச்சைவிடும் முன் அப்பெண்கள் ஏவிய சாபம் தான் இப்போது வரை அவர்களது சந்ததிகளைத் தொடர்ந்து வருகிறது. முன்னோர்கள் இழைத்த கொடுஞ்செயலுக்காக வன

தெய்வங்கள் தங்களை மன்னித்தருள வேண்டும் என இந்த மயானச் சடங்கில் இவர்கள் பாடுகின்றார்."

சற்று நேரத்தில் வேலிக்கு அப்பால் தெரிந்த தீப்புள்ளிகள் தொலைவில் நகர்ந்து ஒவ்வொன்றாய் மறைந்துபோயின. விழிகளை மூடி உறங்க முற்பட்ட சாம்பனின் உள்ளத்தில் சட்டென்று ஓர் அலறல் எழுந்து அணைந்தது. அது ஒரு பெண்ணின் குரல். முதியவர் கூறியதை நினைத்தபடி படுத்திருந்ததால் அது தனது சிந்தனைக்குள் எழுந்திருக்கும் என அவன் எண்ணினான்.

விடியலின் சமிக்ஞையில் நிலம் புகைந்தது. பூச்சி ஒன்றினால் தீண்டப்பட்டு விழித்துக்கொண்ட பெரியசாமி தோள்பட்டையைச் சொறிந்தபடி மற்றவர்களையும் எழுப்பிவிட்டார். வண்டிக்காரன் மாடுகளை அவிழ்த்து வரப்போனான். பரிதி உடமைகளைச் சரிபார்த்தான். அவர்களைப் பொருட்படுத்தாமல் எதையோ வாய்க்குள் முணுமுணுத்தபடி முதியவர் வரட் வரட் என்று கரித்துண்டைத் தரையில் தேய்த்தார். அவர் இரவு முழுமைக்கும் உறங்கயிருக்கவில்லை.

"முதியவரே. நாங்கள் கிளம்புகிறோம்."

வாயில் திரண்டிருந்த கொடுவாய் எச்சிலைக் காரித் துப்பியபடி பெரியசாமி கூறினார்.

முதியவர் பெரியசாமியின் அருகில் வந்து "இருங்கள்" என்றார்.

"மாடுகளைப் பூட்டுவதற்குள் வெளிச்சம் வந்துவிடும். இப்போது கிளம்பினால்தான் சரியாக வரும்."

"நீங்கள் போகிற இடத்தில் அனர்த்தம் நிகழப்போகிறது. இரவு முழுமைக்கும் உங்களில் சிலரது குரல் அதை அரற்றிக்கொண்டே இருந்தது"

"விளங்கவில்லை. எங்களில் சிலருடைய குரலா?"

"ஆமாம். உங்களைத் தடுத்து நிறுத்துவிடும்படி அவை கூறின."

"உறக்கப் பிதற்றலா?"

"இல்லை. அது இறந்துவிட்ட மனிதர்களின் குரல்."

“பெரியவரே, என்ன உளறுகிறீர்? நாங்கள் உயிருடன்தான் இருக்கிறோம்.”

“ஆம் இப்போது இருக்கிறீர்கள். ஆனால் இந்தப் பூத உடலை விட்டு உங்களில் சிலர் விரைவில் வெளியேறப்போகின்றனர். அப்படி மரணித்ததில் ஆத்மாவிற்கு உடன்பாடு இல்லை. அதனால்தான் இங்கே வந்து மன்றாடுகிறது.”

“பெரியவர் என்ன சொல்கிறார்?”

பரிதி இடைமறித்தான்.

“அது ஒன்றுமில்லை. நீ முடிச்சுகளை எடுத்து வண்டியில் வை.”

பரிதி முதியவரின் கண்களைப் பார்த்தான். அவை துளியளவும் ஒளியை உமிழவில்லை. வண்டி கிளம்பிய பின்னர் முதியவர் கூறியது பற்றிப் பெரியசாமியிடம் கேட்டான்.

அவர் பதில் தராமல் சிரித்தார். பரிதி அந்த முதியவரின் முகத்தைக் கண்முன் கொண்டுவரப் பார்த்தான். அவரது கண்கள் நினைவில் பதியவில்லை என்பதால் அவரது முகமும் மனவெளியிலிருந்து தடையமின்றி அழிந்திருந்தது.

***

கண்ணம்மாவின் சமாதியில் மண் பொரிந்திருந்தது. அதன் மீது உதிர்க்கப்பட்ட பூக்கள் மண் நோக்கித் தலை கவிழ்த்திருந்தன. சமாதி மீது விழுந்த நிழல் மண்ணை அழுத்தும் கூடுதல் பாரமாகவே தொனித்தது. மண் இறுகிய சமாதி மேட்டில் துளைவைத்து வெளிவந்த எறும்புகளைப் பார்த்தபடி மாறவர்மன் வலுவின்றி நின்றிருந்தான். மட்கிக்கொண்டிருக்கும் தன் மகளின் இருதயத்தில் நுழையும் புழு ஒன்றின் கொண்டாட்டமான விழிகள் அவனது கற்பனையில் தோன்றியது. எத்தனைக் குரூரம்? என் மகள் சின்னஞ்சிறு புழுக்களுக்கு உணவாகிறாள். ஆனால் அதைத் தடுக்க எவருக்கும் அதிகாரம் இல்லை. உலகின் உண்மையான பயங்கரங்களை இதுநாள் வரை நான் அறிந்திருக்கவேயில்லையா?

கொல்லையில் அவள் கோடு கிழித்து விளையாண்ட மண் தடங்கள் இன்னமும் நீங்காமல் இருப்பதை மாறவர்மன் பார்த்தான். அவனால் நம்ப முடியவில்லை. காலத்தின் புரிபடா வினைகளில் திகைத்து நின்றான். ஆனால் மீண்டும் அடுத்த

கணமே துன்பம் அவன் முதுகில் ஓங்கி அறைந்தது. இந்த இடும்பைச் சுழலிலிருந்து நீ தப்ப இயலாது. அதன் ஒவ்வொரு அசைவிலும் நீ நொந்தழிய வேண்டியவன். மறத்தனம் உதறி, தனிமையில் நீ சிந்தும் கண்ணீரும் உன்னைத் தேற்றாது - அவனுள் ஒரு வஞ்சகக் குரல் ஒலித்தது.

அரசவைக்குச் சென்று பத்து நாள்கள் ஆகியிருந்தன. அரசர் அவனது நிலையறிந்து வாடுவதாக மெய்க்காவல் வீரன் ஒருவன் மூலமாகச் செய்தி அனுப்பியிருந்தார். தனக்கும் பணியைத் தவிர தஞ்சமடைய வேறு இடம் இல்லை என்பதை மாறவர்மன் உணர்ந்திருந்தான். நிச்சலனத்திற்குள்ளிருந்து ஒரு பிளிறல் போல் வெடித்துக் கிளம்பும் தேவகியின் அழுகை ஓலத்தைக் கேட்காத தொலைவிற்குச் சென்று விடவேண்டும். அவளது விழிகளிலிருந்து வெளிப்படும் ஆத்திரத்தில் தீய்ந்து கருக இனி என்னால் ஆகாது. நான் என்ன பிழை செய்தேன்? அவள் ஏன் என்னைக் குற்றம் சுமத்தும் பார்வையோடு நோக்குகிறாள். நாடு வியக்கும் வீரன், அரசனின் சிரம் காப்பவன். ஆனால் இந்தச் சின்னஞ்சிறு மொட்டினைக் கண்ணெதிரே உதிர விட்டேன் என ஆற்றப்பொறாமல் சினம்கொள்கிறாளா? மாறவர்மன் தனக்குள்ளும் அந்த இயலாமையை உணர்ந்தான். இந்தத் தசைமொழுகிய புஜங்கள், வீடு நோக்கி வந்த காலனை வீழ்த்த முடியாத உடை வாள். நான் என் மகளைச் சாகவிட்டேன். அவளது இறுதி மாலைப்பொழுதில் நான் அவளுடன் இல்லாமல் அரசவைக்குச் சென்றிருந்தேன். அவள் இறுதி மூச்சை இழக்கும் தருவாயில் ஒரு பேடை போல் தொலைவாக ஓடினேன். அவள் அப்பா அப்பா என முனகிப்பார்த்து, இறுதியாகத் தன்னால் அவளைக் காக்க இயலாது என்பதை அறிந்துகொண்டு ஓய்ந்தாள். ஐயோ, என் மகள் தன்னந்தனியே சாவை எதிர்கொண்டாள். இந்த நகர் மொத்தமும் இடிபட்டு எல்லாவற்றையும் மண் மூடட்டும். எழுகடல்கள் பற்றி எரியட்டும். ஏன் இந்த உலகம் இப்போதும் நீடிக்கிறது? ஏன் இன்னமும் வானம் பிளந்து வீழாமல் இருக்கிறது? யாருக்காக இங்கு வாழ்க்கை தொடர்கிறது? என் துயரைப் பொருட்படுத்தாது தொடர்ந்து இயங்கும் இவ்வுலகை ஒரே வீச்சில் மாய்க்க எனக்கோர் வாள் வேண்டும்.

மாறவர்மன் குதிரையில் ஏறி கண்முன் தெரியாமல் பறிய எத்தனித்தான். அது தன்னைக் கீழே வீசி சாகடிக்கும் வரை

அதன் மீது கசையை வீசவேண்டும். அவன் ஆவேசமாகக் குதிரையை நெருங்கியபோது தேவகி வாசலுக்கு வந்தாள்.

“எங்கே போகிறீர்கள்?”

மாறவர்மன் பதில் கூற திக்கற்று நின்றான்.

தேவகி சற்றே தெளிவுபெற்ற குரலில் “அரசரைக் கண்டு வாருங்கள். சற்று மனம் ஆறும்” என்றாள்.

“ம்ம்ம்”

“நீங்கள் திரும்பி வரும்வரை, உணவருந்தாமல் காத்திருப்பேன். நினைவிருக்கட்டும்.”

அவள் தன் ஒவ்வொரு அசைவையும் விளங்கிக்கொள்கிறாள் என்பது அவனுக்கு வியப்பாக இருந்தது. தலையசைத்துக் குதிரையில் ஏறிக்கொண்டான். குதிரை மிதமாக ஓடியது. அதன் குளம்போசை அவனது கனவுக்குள் ஒலிப்பது போல் பிரமை உண்டானது. இவை யாவும் ஒரு கனவுபோல் கலைந்துவிடாதா என்ற ஏக்கம் அவனை விடுவதாக இல்லை. கண்ணம்மாவின் மரணம் இப்போதும் கனவுக்கும், நனவுக்கும் நடுவிலேயே சிக்கித் தவிப்பதாக அவனுக்குத் தோன்றியது. அவளை நிஜம் விழுங்கிவிட்டதை எத்தனை முயன்றும் அவனால் ஏற்கமுடியவில்லை. குதிரைக் குளம்படியில் மண் சிதறி எழுந்தது. சற்றே தலைகவிழ்த்து மேலெழும் புழுதிப் படலத்தைக் கண்டான். அப்போது அவனுள் ஓர் எண்ணம் எழுந்து திடுக்கிட்டான்.

மண்மூடிய மகளே. நீ எப்படித் தாங்குகிறாய்? மண்ணின் பெரு மௌனத்தை, அதன் உக்கிரமான அணைப்பை உன்னால் தாங்க முடிகிறதா? அதன் இறுக்கம். வெம்மை. மழை ஊறிய பிசுபிசுப்பு. எப்போதும் உன்மீது பதிந்திருக்கும் அதன் ஆயிரங்கோடி கண்கள்...

***

மாடுகள் எச்சில் வடித்து மூச்சிறைத்தன. வண்டிக்காரன் காடு அடரத் தொடங்கும் இடத்திலேயே இவரையும் இறக்கிவிட்டான். இவரும் வனம் நோக்கி மேலேறும் வழித்தடத்தைப் பற்றி நடந்தனர். மதிய வெயிலை உணரவே முடியாத படி வழியெங்கும் நீர்ச்சாரல் படர்ந்திருந்தது. சற்று முன்னர் வரை

தூறல் விழுந்திருக்க வேண்டும். தரையில் ஈரத்தைக் காண முடியவில்லை என்றாலும் புல் பூண்டுகள் மீது நீர்க்கோர்வைகள் பளிச்சிட்டன. சாம்பனின் கரங்களில் இரண்டு பொதிகள் தரப்பட்டது. கனமான ஒன்றைப் பரிதி தலையில் சுமந்தான். அரிவாளையும், கைப்பாரையையும் ஒரு கரத்தால் சேர்த்துப் பிடித்தார்ப் போல் பெரியசாமி முன்னே நடந்தார். இன்னொரு கரத்தில் அவர் ஒரு தடியைப் பற்றியிருந்தார். கால் விலங்கு கற்களில் இடறியதால் சாம்பன் சற்றுப் பின்தங்கி வந்தான். காவலர்கள் அவனை ஒட்டியபடி நடந்தனர். காடு அவர்களுக்கு முன்னால் இன்னோர் உலகின் திறப்பு போல் காட்சி தந்தது. மரங்கள் அங்கு நெடுங்காலமாய் வாழும் மனிதர்களின் பாவனையுடன் நின்றன. சில மரங்களில் ஈசலைப் போல் பட்சிகள் மிகுதியாக மொய்த்துக்கொண்டிருந்தன. கண்களை நிறைக்கும் பச்சை நிறம். நெருங்க நெருங்க அந்நிறம் கொடிகளாகவும், மரங்களாகவும், செடிகளாகவும், மலைகளாகவும் பல்லுரு பெற்று, எல்லையின்றிப் பரவிற்று. காடென்பது இந்த நிறத்தின் உக்கிரமான வெடிப்பு மட்டும்தானோ என்ற எண்ணம் எழுந்தது. சரிவும், மேடும் அந்த வண்ணத்தினால் குழைத்துத் தீட்டப்பட்ட சித்திரங்கள். இத்தகைய எல்லையற்ற உயிர்வெளியில் அந்த ஒற்றை மலரைத் தேடிக் கண்டறிய வேண்டும் என்கிற நினைப்பே அவர்களுக்கு மலைப்பைத் தருவதாக இருந்தது. இருட்டுவதற்குள் பாதுகாப்பான இடம் ஒற்றைத் தேர்வுசெய்து குடில் அமைத்துக்கொள்ள வேண்டும் என்று பெரியசாமி கூறிக்கொண்டே வந்தார். அவர்கள் சென்ற வழித்தடம் காணிகளால் உருவாக்கப்பட்ட அரையும் குறையுமான ஒத்தையடிப் பாதை. கேசம் மண்டிய மேனியின் தழும்பு போல் அது மூடிக்கிடந்தது. கணுக்கால் உயரத்திலேயே பலவிதமான செடிகள். ஒருவர் பின் ஒருவராக மட்டுமே நடக்க முடிந்தது. சில இடங்களில் பச்சை நிறக் காட்டெருமைகளைப் போல் புதர்கள் இருபுறமும் எழும்பி நின்றன. பெரியசாமி கழியினால் முன்னே தட்டிக்கொண்டே நடந்தார். அவரிடம் ஏற்கெனவே மனச்சோர்வும், அவநம்பிக்கையும் தலைதூக்கியிருந்தன. காடர்களோ அல்லது முதுவர்களோ எதிர்பட்டால் காட்டில் தங்கப்போவது குறித்து கூறி உதவி கோரலாம். ஆனால் அவர்களிடம் தீக்கடம்பை பற்றி வினவ முடியுமா? வேறு ஏதேனும் ஒரு மூலிகையைத் தேடி வந்திருப்பதாகக் கூற வேண்டும்.

காட்டின் விரல்களினூடாக ஏறி அதன் உள்ளங்கையை அடைந்திருந்தபோது சாம்பன் திசைகள் புரியாது குழம்பினான். மரங்கள் அதிகாரத்துடன் எழுந்து நின்றன.

பட்சிகள் விநோதமான குரலில் அவர்களது வன நுழைவை அறிவிப்பு செய்தன. சலசலவென இடைவிடாத ஓசை.

பழுத்த இலைகளின் சுகந்தம் இனம்புரியாத தனிமை உணர்வையும், அச்சத்தையும் கிளறியது. காடு பற்றி சாம்பன் அதுவரை கொண்டிருந்த எண்ணங்கள் உடன் மடிந்துவிட்டன. எச்சரிக்கை உணர்வும், படபடப்பும் அதிகரிப்பதை அவன் உணர்ந்தான். அவன் வானளாவிய கோட்டைச் சுவர்களைக் கண்டும் அஞ்சியதில்லை. ஆனால் இங்கு காடு உண்டாக்கிய திகைப்பில் மனம் ஒடுங்கிவிட்டான். மரங்கள் ஒவ்வொன்றும் தன்னையே ஆழமாக நோக்குகின்றனவோ என ஐயமுற்றான். ஒருவேளை இவை வன மிருகங்களுக்கு ஓர் இரகசிய அழைப்பை விடுத்துக்கொண்டிருந்தால் என்ன செய்வது? இந்தப் பட்சிகளின் குரல் எதை உணர்த்துகிறது?

பெரியசாமி சமதளமாக இருந்த ஓர் இடத்தைச் சுட்டிக் காட்டினார். அவ்விடத்தில் வயதில் மூத்த காட்டுப் பூவரசு ஒன்று சாதுவாக நின்றுகொண்டிருந்தது. அதன் பழுத்த இலைகளும், கீழே உதிர்ந்துகிடந்த மலர்களும் மனதை அமைதிப்படுத்தின. மழை பெய்தாலும் அவ்விடம் எளிதில் நனையாது என பெரியசாமி கணித்தார். அவர் சாம்பனையும், காவலர்களையும் அங்கு நிற்கச் சொல்லிவிட்டு பரிதியோடு சென்று குடில் கால்களுக்காகப் போத்துகளையும், கூரைக்காக மரக் கிளைகளையும் வெட்டிச் சுமந்து வந்தார். பிறகு சுனையின் அருகில் அவர்கள் பார்த்துவைத்த கொடிகளை அறுக்க பரிதி மட்டும் திரும்பிச் சென்றான். அவை கயிறுகளைப் போல் வலுவுடன் இருப்பதாகக் கூறியபடியே பெரியசாமி கால்களை நடுவதற்குக் குழி தோண்டினார். தோள்களிலும், கழுத்திலும் பாம்புக் குவியலை அள்ளிப் போர்த்தியவனாகப் பரிதி சிறிது நேரத்தில் கொடிகளை அள்ளிக்கொண்டு வந்தான்.

சற்றுநேரத்தில் பெரியசாமி ஒரு குடிலுக்கான வடிவத்தைக் கொண்டு வந்துவிட்டார். காவலர்களின் உதவியோடு கூரை ஏற்றப்பட்டது. குடிலுக்குள் பரப்பிவைக்க நாணல் கத்தைகள் எங்காவது கிடைக்கிறதா எனப் பார்க்க பரிதி

அகன்றான். பாம்புகளை அண்டவிடாமல் இருக்க பெரியசாமி சிறியாநங்கையைத் தேடிச் சென்றார். சாம்பன் முடிந்தவரை அவ்விருவரையும் தனது பார்வையிலேயே வைத்துக்கொண்டான். யானைகள் மட்டுமின்றி புலிகளும், சிறுத்தைகளும் எந்த நேரத்திலும் எதிர்படலாம். எப்படி இவர்கள் எவ்வித அச்சமும் இன்றி உலாவுகிறார்கள் என்று அவன் துணுக்குற்றான்.

பெரியசாமி காடறிந்தவர். அதனோடு விலங்குகளை விரட்டும் மந்திரங்களும் அவருக்கு மனப்பாடம். அவர் முதன்முறையாகச் சிறுமலைக்குச் சென்றபோது உத்திராபதி பண்டிதர் பக்கவாட்டில் பாய்ந்து வந்த ஒரு புலியைச் சிற்பம் போல் உறைந்து நிற்க வைத்ததைக் கண்டார். உத்திராபதி பண்டிதரே அதன் பிறகு இவருக்கு விலங்கு கட்டும் முறையைக் கற்றுக்கொடுத்தார். எனினும் அது சமயோஜிதமாக மறைந்திருந்து தாக்கும் மிருகங்களிடமும், செந்நாய்களிடமும் செயலாற்றாது என்றார். காடேறிவிட்டால் கண்களுக்குத்தான் அதிக வேலை இருக்கவேண்டும். நேர்திசையில் பார்ப்பதற்கு மட்டும்தான் கண்கள் இருக்கின்றன எனக் கருதினால் வீடு திரும்ப முடியாது. காடு தன் திசைகளை மாற்றிக்கொண்டே இருக்கும். மனிதர்கள் அமைக்கும் பாதைகளையும் அது குழப்பிவிடும் என உத்திராபதி பண்டிதர் பலமுறை கூறியிருக்கிறார்.

"வேடிக்கை பார்க்காமல் இந்தச் செடிகளை நாற்றம் வரும்வரை கசக்கி குடிலைச் சுற்றிப் போடுங்கள்."

பெரியசாமி கைகளில் இருந்த சிறியாநங்கை செடிக்குவியலை சாம்பனிடமும், காவலர்களிடமும் நீட்டினார்.

"நாற்றமா?" காவலன் கேட்டான்.

"நல்லதும் இல்லாமல் கெட்டதும் இல்லாமல் பொறுத்துக்கொள்ளும்படியான ஒரு நாற்றம் எழும். நாம் இங்கிருக்கும் காலம் வரை அவ்வப்போது இதைச் செய்தாக வேண்டும். உமது கண்டங்காலை விட உப்பலான கரு நாகங்கள் அலைகிற இடமப்பா இது. அவற்றை தூர வைக்க இதுவே வழி."

"அடேய் வேகமாக வா." பெரியசாமி சடசடப்பு எழுந்த திசை நோக்கிச் சப்தம் போட்டார்.

பரிதி நாணல் கத்தைகளை அறுத்துத் தலையில் சுமந்து வந்தான். அவன் நெருங்க நெருங்க ஈரத்தை நாசியில் சுரக்கச்செய்யும்படியான பச்சை நெடி வீசியது. கடினமான சேற்று வாடையும் அதில் கலந்திருந்தது. பெரியசாமி நாணல் கத்தைகளை வெயில் படும் இடத்தில் உலர்த்திவைக்கும்படி கூறினார். குடிலுக்குள் நுழையும்போது சாம்பன் தனது கால்களில் ரணம் எடுப்பதை உணர்ந்தான். வளையம் பூட்டப்பட்ட இடம் வீக்கம் கண்டிருந்தது. நமநமவென அரிப்பு ஒருபுறம். கால்களை மார்போடு கட்டியபடி அமர்ந்துகொண்டான். பெரியசாமி சுனையிலிருந்து பிடித்து வந்திருந்த நீரைப் பருகிவிட்டு கிழங்குகளைத் தேடி வெளியே வந்தார். பரிதி முடிப்புகளில் இருந்த பொருட்களை ஒழுங்கு செய்துகொண்டிருந்தான். அந்தி சாய்ந்ததும் காட்டின் மர்மத் துளைகள் வழியே அடர்த்தியான இருள் வெளிக் கசிந்தது. பிறகு அந்த மாயநீர் காற்றில் பரவி, மரங்கள் மீது படிந்து, எதிர்பட்ட யாவற்றையும் மூடி நிறைந்தது. காவலர்கள் இருவரும் ஒருவரை ஒருவர் பார்த்து இரகசியமாய்ச் சமிக்ஞை செய்துகொண்டனர்.

***

இரவு சரிந்துகொண்டிருந்தது. அகழியில் இளையும் முதலைகளின் கண்களைப் போல் வானில் நட்சத்திரங்கள் வெளிப்பட்டன. நகர் விளக்குகள் சட் சட் எனக் காற்றில் ஒடிந்து அசையத் தொடங்கின. செங்குத்தான நிழல்களைப் போல் வீதிகளில் மனித நடமாட்டம். அந்திப்போதின் இரைச்சல்களை விரும்பாத தோற்றத்தில் ஞானமண்டபம் மட்டும் விலகி நின்றிருந்தது. சுதை பிசிறின்றி மொழுகப்பட்டு, அரசவைக்கு நிகராகப் பராமரிக்கப்பட்ட அதன் வெண்ணொளிச் சுவர்கள் இருளில் மெல்ல ஆழ்ந்தன. அதன் அருந்தவத் தோற்றம் மெல்ல மறைந்து மர்மங்களைப் பிரசுவிக்கும் இருள் மண்டபமாய் அது மாறிக்கொண்டிருந்தது. மண்டபத்தைச் சுற்றிலும் இருந்த புங்கை மரங்கள் தங்களுக்குள் ஓர் உரையாடல் நிகழ்த்துவதுபோல் தலையசைத்தன. காற்று அவற்றின் கிளைகளை விரித்து ஊடுருவிற்று.

பிரகாரத்தின் நீடித்த அமைதியைத் தூண் விளக்குகளை ஏற்றிக்கொண்டிருந்த பணிப்பெண்களின் குரல் கீறி நழுவின. மேலோட்டமாகப் பார்க்க மண்டபத்தின் புற அமைப்பு முக்கோண வடிவிலான ஒரு பிரமாண்டமான அகல்

விளக்கை நினைவுறுத்துவதாகவே இருந்தது. ஞானமும், பித்தும் முற்றியவர்களுக்கு மட்டுமே அந்த வடிவின் உன்னதம் விளங்கும். அதனாலேயோ என்னவோ, காலங்காலமாய் ஞான மண்டபம் பாமரர்கள் உதாசீனப்படுத்தும் இடமாகவே நீடித்தது. பகலில் வெயிலையும், கோபிலன் உள்ளிட்ட பன்னிரு மாணாக்கரையும் தவிர்த்து வேறு எவரும் அங்கு நுழைவார் இல்லை. போதனைகள் முடிந்து, மயில் பீலி உதிரும் ஓசையில் மாணாக்கர் நடந்து வெளியேறியபின் ஞானகுரு மட்டுமே அறியமுடிந்த மர்மங்கள் அதனுள் விழிப்படையும். ஞானகுருவாக வாழ்வது அத்தனை எளிதல்ல. இந்தச் சபையே தனக்கான மானுட முகத்தைத் தேர்ந்தெடுக்கிறது. உயர் ஞானமெய்த, நாம் தரவேண்டிய வெகுமதி தன்னந்தனியே இங்கு வீற்றிருந்து, இதன் தாள முடியாத மௌனத்தைப் பொறுப்பதுதான் என ஞானகுருவான ஸ்ரீவத்சர் மாணாக்கரிடம் அவ்வப்போது உரைப்பார்.

ஞானகுருவின் சொல் அரசவையில் ஈடேறவல்லது. ஞான சபை அரசின் கீழ் முழுமையாகக் கட்டுப்படவேண்டியதில்லை. ஞான சபைக்குக் கொடையளிக்கும் பெருஞ்சாத்தர் தங்கப்ப செட்டியாருக்கு மட்டுமே சபை நிகழ்வுகளில் தலையிடும் உரிமை இருந்தது. எனினும் அவர் சபைக்கு வருகை தருவது அரிதிலும் அரிது. சீரான இடைவெளிகளில் எழுப்பப்பட்ட தூண்கள் ஞான மண்டப விதானத்தைத் தாங்கி நின்றன. தரைக்கு வழுவழுப்பு ஏற்றப்பட்ட கருங்கற்கள். மண்டபத்தின் மையக் கூடத்தில் ஞானகுரு மட்டுமே அமரக்கூடிய ஞான இருக்கை நிறுவப்பட்டிருந்தது. அதன் பின்னால் ஞானத்தின் சிருஷ்டி பீடமாய்க் கருவறை அமைந்திருந்தது. கருவறைக் கதவு இறுதியாக எப்போது திறக்கப்பட்டது என ஸ்ரீவத்சரும் அறிந்திலார். கதவின் மையத்தில் இருக்கும் முக்கோண வடிவ துவாரம் வழியாக உள்ளே சுடர்விடுகின்ற அணையா ஞான விளக்கைத் தரிசிக்க இயலும். கணப்பொழுதும் விழிசிமிட்ட இயலாத, நாகப்பாம்பின் இமையற்ற நயனமென ஞான விளக்கு நூற்றாண்டுகளாய் விழித்திருக்கிறது. மங்காத சுடர் கமழும் அவ்விளக்கிற்குத் திரியென்று ஏதுமில்லை. வட வேங்கடத்திலிருந்து கொண்டு வரப்பட்ட அபூர்வக் கல் ஒன்று விளக்கின் முன் பொருந்தி சுடர்விட்டது. அது சூரியனைப் போல் அளவில் சுருங்குவதோ, கூடுவதோ இல்லை. அதை அணைக்கக் காற்றுக்கும் தினவில்லை என்பது ஞான சபையின்

நம்பிக்கை. விளக்கிற்கு எண்ணெய் ஊற்ற மண்டபத்தின் மேல்தளத்தில் ஒரு கருங்கல் கொப்பறை உண்டு. அதில் அளவு குறைய குறைய பணிப்பெண்கள் எண்ணெய் நிரப்புவர். மண்டபத்திற்குள் ஞானகுரு தங்கும் அறை போக நகரத்தார் வீடுகளின் புழங்கப்படாத உள் அறைகளைப் போல் நான்கு அறைகள் உண்டு. அவற்றில் இரண்டு அறைகள் ஞானத்திரட்டு, காப்பியங்கள், ஞான சபைக் குறிப்புகள், நிகண்டுகள் என ஏடுகளால் நிறைக்கப்பட்டு மூச்சுத்திணறின. மண்டபத்தின் பின்னால் பிரம்மகடாச்சம் நிறைந்த பசுக்கள் வளர ஒரு கோசாலையும், வலது புறத்தில் பணிப்பெண்டிர் தங்கும் குடிலும் இருந்தன.

மண்டப வாயிலில் கூடியிருந்த மனிதப் படலம் தனித்தனியே சிதறி அகன்றபின் ஒரு நிழல் மட்டும் இறுக்கம் நீங்காமல் அங்கேயே நின்றிருந்தது. கோபிலன் அந்தத் தனிமையை விரும்பினான். மற்ற சீடர்களிடமிருந்து தன்னை விலக்கிக்கொள்வது அவனுக்கு அவசியமாகப் பட்டது. அவனைத் தீவிரமான கேள்விகள் ஆட்கொண்டன. தனக்கு மட்டும் ஏன் ஸ்ரீவத்சர் இத்தனை முக்கியத்துவம் தருகிறார்? தன்னுடைய திறன் அறிந்ததாலா? அல்லது அவரிடம் வெளிப்படுத்தாமல் தான் மூடி மறைக்கும் இரகசியத்தைத் தன் நாவாலேயே அவர் வெளிக்கொண்டுவர முயல்கிறாரா? உளைச்சலை மறைத்தபடி மீண்டும் ஞான சபைக்குள் நுழைந்தான். குறுக்கே எதிர்ப்பட்ட பணிப்பெண் அவனை எள்ளலுடன் பார்த்தாள். கோபிலன் தர்மசங்கடத்துடன் அப்பார்வையைக் கடக்க முயன்றான். அதனோடு அவள் ஸ்ரீவத்சர் அவனுக்காய் காத்திருப்பதைச் சமிக்ஞையால் உணர்த்தினாள். ஸ்ரீவத்சர் தனக்கு விதிக்கப்போகும் பணி என்னவென்பதை அவன் ஒருவாறு யூகித்திருந்தான்.

ஞான இருக்கையின் அருகில் செல்லச்செல்ல அவன் உடல் அவனறியாது பணிந்துகொண்டது. ஸ்ரீவத்சரின் முதுமையடைந்த தோற்றம் அவனுள் ஒரு மறைமுக ஆசையைக் கிடத்தாமல் இல்லை. உடலால் தளர்ந்து அவர் ஒரு பெயர்தெரியாதப் பூச்சியின் உருவை எட்டிக்கொண்டிருப்பதாக நினைத்தான்.

“வணங்குகிறேன் குருவே.”

ஸ்ரீவத்சர் தலையசைத்தார். பிறகு நன்கு மூச்சை இழுத்துப் பேசுவதற்கான வலுவைக் கூட்டிக்கொண்டார். அவர் தன்னிடம்

சிறு உரை ஒன்றை நிகழ்த்த ஆயத்தமாகிவிட்டதை கோபிலன் அதிலிருந்து புரிந்துகொண்டான்.

"கோபிலா, நான் இங்கு ஒரு ஞான விவாதம் நடத்தலாம் என எண்ணியிருக்கிறேன். தென்னகத்தில் முகமதியரின் ஊடுருவலுக்குப் பின் அனைத்துக் கலைகளும் பெரும் சூனிய நிலைக்கு ஆட்பட்டுவிட்டன. நாம் நமது மகாசங்கை எழுப்புவதில் எத்தனை இடறுகள் என்பதை நீ கவனித்திருப்பாய். முதலில் தங்கப்ப செட்டியார் அதில் புரிந்தது வீண் தர்க்கங்கள் தான். அவர் தந்தை அவரிடத்தில் இருந்திருந்தால், எப்போதோ மகா சங்கு எழுந்திருக்கும். அவர் சம்மதித்த பின்னர், தச்சர்கள் எழுப்பிய குழப்பம், இறுதியாகச் சொல்லக் கூசும்படி கற்களின் பற்றாக்குறை. மகாசங்கை என் தனி ஒருவனின் கனவு வெளிப்பாடாக மட்டும் நான் பார்க்கவில்லை. கலை என்பது கனவும் அல்ல. அது ஒரு காலாதீத விழிப்புநிலை. நம்மைச் சூழ்ந்துள்ள உலகின் கனவுத் தோற்றங்களைக் களைந்து, நிரந்தர விழிப்பை எட்டுவதற்கான திறவுகோலே கலை. மகாசங்கு நாம் வாழும் காலத்தின் ஒட்டுமொத்த ஞானப் பிரக்ஞை. அப்படியான ஒரு பெரும் படைப்பு தனியொருவனின் கனவாக இருக்க முடியாது. நீ வடக்கே அமைந்துள்ள கைலாசநாதர் கோவிலை அறிவாய் தானே? அது அந்த மலை தன் நெடுங்கால உறக்கத்தைக் கலைத்து எய்திக்கொண்ட விழிப்புநிலை. ஆயிரம் ஆயிரம் பெருந்தச்சர்கள் ஒருங்கே பகிர்ந்துகொண்ட விழிப்பெனும் மோட்ச நிலை அது. ஆனால் இப்போது தென்னகத்தில் நிகழ்வது என்ன? கலை சிதறுண்டுவிட்டது. முகமதியர்களால் இடிக்கப்பட்ட பெருங்கோவில்களைப் புணரமைக்க என்ன வழி? புதிதாய் நிகழும் கலையாக்கங்களிலும் செழுமையில்லை. மாட்டுத்தொழுவங்களைப் போல் எவ்வித மேன்மையும் இன்றி அவை உருவாகின்றன. அதற்கான காரண, காரியங்களை அறியவேண்டும். இனியும் நாம் காலம் தாழ்த்த இயலாது. காரண, காரியங்கள் தத்துவ நோக்கில் விவாதிக்கப்பட வேண்டும். எனவே நான் இங்கு நிகழப்போகும் விவாதத்தில் அனைத்து ஞான மார்க்கங்களின் பண்டிதர்களையும் எதிர்பார்க்கிறேன். அவர்களுக்கு அழைப்பு விடுப்பது தொடங்கி, இங்கு வந்தபின் அவர்களை உபசரித்து மீண்டும் தென்கூடலிலிருந்து வழியனுப்பும் வரையிலான அத்தனைப் பொறுப்புகளையும் நான் உன்னிடம் வழங்குகிறேன்."

கோபிலன் சற்றே தாழ்ந்து "வணங்குகிறேன் குருவே, இது என் பிறவிப் பேறு. அத்தனை ஏற்பாடுகளையும் இன்றிரவே தொடங்குகிறேன்" என்றான்.

கோபிலன் விடைபெற்றபின் ஸ்ரீவத்சர் மீண்டும் தியானத்தில் ஆழ்ந்தார். சாளரத்தின் வழியாக நுழைந்த காற்று பசித்த மிருகம்போல் ஞான மண்டபத்திற்குள் அலைந்து திரிந்தது. ஸ்ரீவத்சர் எதனாலேயோ தொந்தரவுற்றார். வயோதிகத்தால் கடலென சூழும் தனிமையா? நோய்மையா? எது கருத்தில் ஊடுறுவது? கண்விழித்த கணத்தில் வாழ்வின் ஒட்டுமொத்தப் பாரமும் தன்மீது சரிந்து விலகுவதை ஸ்ரீவத்சர் உணர்ந்தார். பெருமூச்சுடன் சுற்றிலும் நோக்கினார். தூண் விளக்குகளில் சில அணைந்திருந்தன. கருவறையின் அகாலத் தனிமைக்குப் பழகிய ஞானச்சுடர் மட்டும் புடைத்த யோனிக்கீறலென அசையாது நின்றது.

***

நள்ளிரவில் விழித்துக்கொண்ட காவலர்கள் சாம்பனைக் குடிலிலிருந்து வெளியே அழைத்து வந்தனர். ஏன், எங்கே அழைத்துச்செல்கிறீர்கள் என்று அவன் வினவியதற்கு அவர்கள் பதிலளிக்கவில்லை. பிறகு காவலர்களில் ஒருவன் "உன் சுண்ணியின் நீளம் என்னவென்று இவனுக்குத் தெரியவேண்டுமாம். அதை அறிவதற்காக அழைத்துச் செல்கிறோம்" எனக் கூறிச் சிரித்தான்.

சாம்பன் இப்போது குடில் அமைந்திருந்த பகுதியிலிருந்து வெகு தூரத்திற்குக் கொண்டு வரப்பட்டிருந்தான்.

ஜோதிடர் விதித்தபடி அவனைக் குத்துயிராக அறுத்துக் காட்டினுள் வீசிவிட்டால், விடியற்பொழுதிற்குள் மிருகப் பற்களைக்கொண்டு காடு பலியேற்றுக்கொள்ளும். எனினும் எவரும் அறிந்திடாத பிழை அந்தத் திட்டத்தில் மறைந்திருந்தது. பிழை என்பதை விட அதை மடமை என்றே விளிக்க வேண்டும். ஓர் இரவாடியை இருளில் கலக்கவிட்டுப் பின் அதை வேட்டையாட முயலும் மடமை. அந்த மறைநிலவு நாளின் மொத்த இருளும் சாம்பனுக்குத் துணையாய் நிற்கும் என்பதைக் காவலர்கள் முன்னுணர்ந்திருக்கவில்லை. அதனோடு காவலன் முதன்முறையாகக் கத்தியை ஓங்கியபோது அது சாம்பனின் மேற்கச்சையில் மட்டும் மெலிதாகக் கீறி நழுவிவிட்டது.

அத்துடன் சாம்பனுக்கு எல்லாமும் விளங்கிவிட்டது. உடன் கீழே பாய்ந்து கால் விலங்கை இழுத்தபடி அருகில் இருந்த புதருக்குள் நுழைந்துகொண்டான். அவன் நுழைந்த மறுகணம் புதர் சலனமின்றி உறைந்துவிட்டது. அவனது சிறு மூச்சிரைப்பையும் காவலர்களால் இப்போது உணரமுடியவில்லை. அந்தப் புதரின் நிச்சலனமான தோற்றம் ஓர் இனம்புரியாத அச்சத்தை உண்டாக்கியது. நெடுநேரம் ஆகியும் சாம்பன் அதிலிருந்து வெளிப்படவில்லை. இனி தங்களுக்குப் புதருக்குள் நுழைவதைத் தவிர வேறு வழியில்லை என்பதைப் புரிந்துகொண்டபோது அவர்களது மார்பில் நடுக்கம் பரவியது.

***

பின்சாமத்தில் காட்டுக்குள்ளிருந்து அடுத்தடுத்த இரு அலறல்கள் ஒலித்தன. அதில் விழிப்புற்ற பெரியசாமியும், பரிதியும் குடிலுக்கு வெளியே ஓடி வந்தனர்.

“ஏதோ விபரீதம் நடந்துவிட்டது. அவர்களைக் காணவில்லை!”

அச்சத்தால் பரிதியின் கரங்கள் நடுங்கிக்கொண்டே இருப்பதைப் பெரியசாமி கவனித்தார்.

“என்ன நடந்தது? அந்தச் சத்தத்தைக் கேட்டாய்தானே? போய்ப் பார்ப்போம். வா. அவர்களுக்கு ஏதேனும் நிகழ்ந்தால் நாம்தான் பதில் சொல்லவேண்டியிருக்கும்.”

இருள் திசைகளை ஒன்றாக்கியிருந்தது. எந்தத் திசையிலிருந்து அந்த அலறல் வந்தது என்பதை அவர்களால் நினைவுகூற முடியவில்லை. மனம் கூறியபடி சுனையின் சப்தம் ஒடுங்கி மறையும் திசையில் அவர்கள் நடந்தனர். ஒரே உடலால் ஆன பேருயிர் காடு என்பதை அவர்கள் இருவருமே அப்போது உணர்ந்துகொண்டர். நெருக்கமான நரம்புப் படலம் போல் செடிகளும், புதர்களும் அவர்களை அடைத்து நின்றன. இருள் ஜடப்பொருள்களின் இருப்பையே கேள்விக்குள்ளாக்கியிருந்தது. நீரும், புகையும், கனத்த மரமும் ஒன்றெனக் குழம்பியிருந்தன. தரை பின்னிய கொடிகளும், வழுவழுத்த பாம்புகளும் ஒரே கூட்டுயிராகச் சுளித்துக்கிடந்தன. பெருங்கடல் நீர்க்கோலம் போல் பொங்கிய இருள் இருவரிடமும் இருந்த அச்சத்தை, உயிர் வேட்டலை மெல்ல முறிக்கத் தொடங்கிற்று. யானையின் கால்களா எனத் திகைத்து நிற்கவைக்கும் கனத்த மரங்கள்

இருளிலிருந்து ஒவ்வொரு அடி தூரத்திலும் வெளிப்பட்டன. ஒரு மோசமான கனவில் சிக்குண்டதைப் போல் உணர்ந்த அதேவேளையில் அதிலிருந்து விழித்தெழ முடியாததை எண்ணி அவர்கள் அச்சமுறவில்லை. மாறாக ஒருவித மயக்க நிலையில் ஆட்பட்டனர். அந்த நிலை காடுகுறித்த அவர்களது பயத்தைக் கீழ் அழுத்திவிட்டது. பெரியசாமி உள்ளுணர்வை மட்டுமே விழியாகக்கொண்டு நகர்ந்தார். பரிதிக்கு எதுவுமே தர்க்கமாய்ப் படவில்லை. காடுநுழைந்த முதல் இரவிலேயே நாமும் காட்டின் உக்கிரத்திற்கும், விநோதத்திற்கும் அடிபணிகிறோமோ எனத் திடுகிட்டான்.

“அடேய்.... ஆபத்து. மேட்டில் இரு கண்கள் ஒளிர்ந்து மறைவதைக் கண்டேன். ஏதோ ஒன்றின் நாசி நம்மை நெருங்குகிறது. வா என்னோடு” பெரியசாமி பரிதியின் கரத்தைப் பற்றி இழுத்தார்.

எத்தனை தூரம் நடந்தனர் என்றே அவர்களுக்குப் பிடிபடவில்லை. மீண்டும் மீண்டும் ஒரு சுற்று வட்டப்பாதைக்குள்ளயே திரிவதாக ஐயம் எழுந்தது. அவர்களைத் தேடி வந்து நாம் காட்டில் தொலைந்துவிட்டோமோ என அஞ்சினர். இடக்குறிகள் அனைத்தும் ஏற்கெனவே பலமுறை பார்த்தது போலவே இருந்தன. குடிலுக்கு முன் விலங்குகள் அண்டாமல் இருக்க ஏற்றிய கணப்பு மட்டுமே அவர்கள் பற்றிக்கொள்ளவேண்டிய திசையொளியாய் இருந்தது. அதைத் தேடித்தேடி அவர்களது விழிகள் சோர்ந்திருந்தன. ஏதேனும் மரத்தில் ஏறி இரவைக் கழித்துவிடலாம் எனப் பெரியசாமி கூற முனைந்தபோது பரிதி “அப்பா” என்றவாறு கரத்தில் இருந்த தடியை நீட்டினான். அவன் நீட்டிய திசையில், ஓர் ஒளித்துகள் அசைந்தது. அதைப் பார்வையிலிருந்து தொலைத்துவிடாதபடி இருவரும் கவனமாக நடந்தனர். சற்றுநேரத்தில் வெட்டவெளியில் வீசுவது போன்ற தடங்கலற்ற காற்று உடலில் மோதவும் இருவரும் நிம்மதிப் பெருமூச்சு விட்டனர். மரங்கள் விலகிய அந்த வெளியில், நட்சத்திரச் சிதறல்களுக்குக் கீழ், முதுகுகாட்டிய நிலையில் அமர்ந்திருக்கும் ஒரு கரடியின் தோற்றத்தில் குடில் துலங்கியது. அதற்கு அப்பால் விழுங்கியது செரிக்காமல் நெளிந்துகிடக்கும் சாரையின் உருவில் சுனை கிடந்தது.

இருவரிடமும் இரண்டு நாள்களுக்கு எழமுடியாத உடற்சோர்வு. நீர் பருகவேண்டி முழு உடலும் இச்சைபூண்டது. குடிலைக் கடந்து சுனை நோக்கி நடந்தனர். இருளில் எல்லாமும்

உறைந்துகிடக்க, இப்போதும் உயிருடன் எஞ்சியிருக்கும் ஒரே ஜீவனாய்ச் சுனை சலசலத்தது. கரையை நெருங்கியதும் சற்றுமுன் கிண்டியெழுந்த புது சேற்றின் மணம் வீசிற்று. பெரியசாமி நான்கு திசைகளிலும் பார்வையைச் சிதறடித்தார். பரிதியின் விழிகளுக்குச் சுனை அற்புதங்கள் வழிந்தோடும் தீரமாய்க் காட்சியளித்தது. அதன் தெளிவில், பசுஞ்சுவையில் அதுவரை அவனை உறுத்திவந்த கீழ்மை சற்று தணிந்தது. நீர் பருகியதும் இருவரும் சற்று ஆசுவாசம் அடைந்தனர். மீண்டும் அவர்கள் குடிலை நெருங்கியபோது சாம்பனின் கனத்த மூச்சொலியை நெருக்கமாக உணர்ந்தனர். உள்ளே நுழைந்த இருவர் முகத்திலும் அவனது மேனி வெப்பு உஷ்ணப் புகையாய்ப் பளீரென அறைந்தது. அவனது முனகலும் சாக்காடு முற்றியவனின் முனகல் போலிருந்தது.

***

அந்தி கவிழ்ந்து காற்று ஊதத்தொடங்கியிருந்தது. வெயிலின் கடைசி துகள்கள் நதிக்கரை வேம்புகளில் பொன்னிறச் சாயமாய்ச் சிதறியிருந்தன. இருகரைகளிலும் பட்சிகள் அடங்கும் ஓசை. நிழல்களை எல்லாம் மண் உறிஞ்சிடும் தோற்றம். அடைய மறுத்த சூரியனால் மேற்கு வானம் மட்டும் செந்நிறம் சொட்டும் கொலைகளமாய்க் காட்சிதந்தது. நதிக்கரையில் தனித்த மனித உயிராய் நடந்துவந்த கோபிலனிடம் அயர்ச்சி மிகுந்திருந்தது. கண்களில் அலைந்த களைப்பினால் உண்டான கிறக்கமான அமைதி. நால் திசையில் வாழும் நான்கு சமயப் பண்டிதர்களையும் ஞான விவாதத்திற்கு அழைக்கச் சீடர்களை அனுப்பியாயிற்று. இந்த விவாதக் கூட்டம் பற்றி வேணாட்டு யவன குருவிடம் தெரிவித்தாக வேண்டும். யவனர்களோடு நான் கொண்டிருக்கும் விஷேச உறவு பற்றி ஞானகுரு அறிந்திருக்கக் கூடும். எனினும் இதுநாள்வரையிலும் அதுபற்றி அவர் ஒன்றும் கேட்கவில்லை. ஆனால் ஒருமுறை உபதேசம் வழங்குகையில் பூசலாக “இந்தத் தர்க்கங்களை யவனர்கள் மேற்குலகில் புரிந்தார்கள் எனில் சமயவாதிகளால் முச்சந்தியில் வைத்துக் கொளுத்தப்பட்டிருப்பார்கள்” என்றார். அதை அவர் வேறு எங்கோ நோக்கியபடி கூறியிருந்தாலும், அவரது அகக் கண் என்மீது பதிந்திருந்ததை அறிவேன். எதுவாகினும் பூலோக விவகாரங்களில் யவனர்களின் லௌகீக தர்க்கம் தவிர்க்க முடியாதது என்பதை ஞானகுருவும் அறிவார். இப்போது

ஏதேனும் ஒரு சாருவாகனைப் பிடித்து விஷயத்தைக் கூறி, அவன் கேட்கின்ற கூலியையும் தந்துவிட்டால் வேணாட்டுக்குச் சென்று யவன குருமார்களிடம் செய்தியைச் சேர்த்துவிடுவான். நாளைக்குள் ஒரு சாருவாகனைத் தேடிப்பிடிக்கவேண்டும். சுடுகாட்டிலோ, கள் விடுதியிலோ அல்லது தாசி வீட்டிலோ எப்படியும் ஒருவன் கிடைப்பான். அவ்விடங்களில் அமர்ந்து உலகியல் தர்க்கங்களையும், இன்பக் கவிதைகளையும் பிதற்றித் திரிபவன் இதற்குச் சரியாக வருவான்.

அப்படி ஓர் ஒழுங்கீனமான நீசன்தான் சிறுமலையில் யவன குரு தங்கியிருப்பதாகவும், அவர் கோபிலனைக் காண விரும்புவதாகவும் சில திங்கள்களுக்கு முன் செய்தி கொண்டுவந்திருந்தான். சிறுமலையின் உச்சியில் யவனகுருவை ரகசியமாய்ச் சந்தித்த அந்த இரவை கோபிலனால் ஒருபோதும் மறக்க இயலாது. யவனகுரு அப்போது ஒருவிதமான உதிர நாற்றம் வீசும் தேறலை நெஞ்சுமுட்ட அருந்தியிருந்தார். அருகிலேயே இரண்டு வேசைகள் அமர்ந்திருந்தனர். அவர்களில் ஒருத்தி வீசிய பார்வை கோபிலனுக்குச் சட்டென்று கிளர்ச்சியை ஏற்படுத்திவிட்டது. அவளோடு தன்னைக் கூடவிட்டுத் தன் விரதத்தைக் கலைக்க யவனகுரு திட்டமிட்டிருந்தால் அதை ஏற்றுக்கொள்ளலாம் என மன இடுக்கில் ஒரு நப்பாசை கொண்டான். ஆனால் யவனகுரு அவனிடம் வேறு எதையோ புலம்பினார். அவர் ஒரு சக்திபீடத்தைத் தேடிச் சிறுமலைக்கு வந்து ஏமாற்றம் அடைந்ததாகவும், ஏற்கெனவே மேற்கு மலைக்காடுகளில் அந்த பீடத்தைத் தேடிச் சோர்ந்துவிட்டதாகவும் அவனிடம் கூறினார். அவர்கள் தேடும் அந்த பீடம் அதுவரை உலகெங்கிலும் அவர்கள் கண்டுபிடித்து, கைப்பற்றிக்கொண்ட பீடங்களை விட ஆயிரம் மடங்கு சக்திமிகுந்தது என்பது அவரது அவதானம். அதை ஆட்கொள்பவனிடம் காலமும், ஐம்பூதங்களும் பணிந்து நிற்கும் என்றார். எனினும் அந்த சக்தி பீடம் அதை நெருங்குபவனின் கபாலத்தைச் சிதைத்துவிட வல்லது, அவனுள் அதீத எண்ணங்களைத் தூண்டி அவனது சிரசையே பஷ்பமாக்கிவிடக்கூடும். பெரும் நினைவுப் பிரவாகமாய் கனத்துள்ள அப்பீடம் தங்களது மாந்திரீகச் சடங்குகளுக்குள் அவ்வப்போது ஓர் அலறல் போல் துளைத்து வெளியேறுவதாகவும், தங்களை நிம்மதியின்றி உழல வைப்பதாகவும் நொந்துகொண்டார். அதன் மர்மத்தைத் தாங்கவல்ல ஆற்றல் தம்மிடம் இல்லையோ என்றும் அவர் அவனிடம் வருந்தினார்.

அதன் பிறகு அந்த நடுநிசியில், நட்சத்திரம் விரவிய வெட்டவெளியின் கீழ், பழுத்து விம்மிய மாமத முலைகளைத் தாங்கும் வேசைகள் சூழ நின்று கோபிலனுக்கு அவர் உபதேசம் வழங்கினார். ஞானம் குறித்த அவனது எதிர் வினாக்கள், மறுப்புகள் என அனைத்தையும் ஒரேயொரு பதிலில் அவர் வீழ்த்தினார்.

"கோபிலா, நீயும் உன் குருவும் எத்தனை யுகங்கள் தவமிருந்தாலும், இன்னும் எத்தனை எத்தனை வழித்துணைகளை, ஏடுகளைக் கொண்டு இந்தக் கடும் பரப்பைக் கடக்க முயன்றாலும் உங்களுக்கு ஈடேற்றம் இல்லை. நீங்கள் உங்களது ஞானத்தாலேயே நிம்மதியின்றி மடிவீர்கள். நான் உனக்கு முடிவாகச் சொல்கிறேன், உண்ணுதலும், செரித்தலும், புணர்தலும் மட்டும்தான் இங்கு வாழ்க்கை. அதற்கு மேல் ஒன்றுமில்லை. இன்னொரு வகையில் கூறப்போனால் உலகம் என்பது ஒரு முடிவற்ற விந்துப் பாய்ச்சல். அதன் இயக்கம் முடிவற்ற புணர்ச்சிப் பிரவாகத்தாலும், இன்பக் கணங்களாலும் ஆனது. அதற்கு மேலாக இங்கு ஒன்றுமில்லை. காற்றும், நீரும், தீயும் கூடத் தங்களுக்குள் புணர்ந்து களிக்கின்றன. உலகமெனும் எல்லையற்ற இந்திரியக் கடலில் வலுவுள்ள, இன்பம் துதிக்கும் ஒரு துளியாக நாமும் இருப்பதில் பாவம் இல்லை. ஆம், புண்ணியமும் இல்லை."

காற்றில் சிதறிவந்த அவரது சொற்கள் அதன்பின் ஸ்ரீவத்சரின் போதனைகளிலும் இடைபுகுந்து அவனது செவிமடல்களுக்குள் ஒரு வண்டைப் போல் குடைந்தது. சில முறை ஸ்ரீவத்சரும் அந்தச் சொற்களை நெருங்கி வந்து பின் அவற்றிற்குத் தொடர்பற்ற, வானம் அளவு தொலைவுள்ள வேறொரு இடம் நோக்கிச் செல்கிறார் என்பதை அவன் கண்டுகொண்டான். ஸ்ரீவத்சராலும் துளைக்கமுடியாத தன் தேடல்களும், இரகசியங்களும், தான்கொண்டுள்ள தொடர்புகளுமே தன்னை ஞானபீடத்தில் ஏற்றப்போகிறது என அவன் நம்பினான்.

அந்தி மொத்தமாய் வீழ்ந்து, இருள் ஓர் இடுக்குவிடாமல் நிரம்பியிருந்தது. நதிக்கரையிலிருந்து ஞானமண்டபத்திற்கு இட்டுச்செலும் தடத்தைக் கோபிலன் நெருங்கியிருந்தான். அப்போது எங்கிருந்தோ அடர்ந்த பெண்வாசம் வீசிற்று. குளித்துக் கரையேறிய எவளோ ஒருத்தி விட்டுச்சென்ற மேனி மணம். அந்த மணத்திலிருந்து அவளது வனப்பு உருவெடுப்பது போலிருந்தது. கோபிலன் உடலில் இச்சை தலையெடுப்பதை

உணர்ந்தான். வெகுநாள்களுக்குப் பின் நரம்புகளில் அந்த அதிர்வு. மடத்திற்குள் இருக்கும்போது அந்த எண்ணங்கள் அரிதாகவே எழும். பணி காரியமாக வெளியே அலையும்போது மட்டும் பெண்ணாசை ஒரு விரட்டமுடியாதப் பிசாசு போல் தன்னைப் பின்தொடர்வதாக எண்ணினான். அவசரமாய் அவனது நா ஆழ்வார் பாடலொன்றை உச்சரித்தது. எனினும் மனம் தணியவில்லை. இடைக்கச்சையில் உரசி, காற்று எழுப்பிய சடசடப்பு "முயங்கு... முயங்கு" என அரற்றுவது போலிருந்தது. காற்றொலி விலகிய சிறு நிசப்தத்தில் 'முலையருந்தல்' என்ற சொல் அவனது மேனியில் பற்றி ஏறியது. இருளில் துலங்கிய அனைத்திலும் காமத்தின் தெறிப்புகள். கரைமேட்டில் குவிந்து கிடந்த மணல் முட்டுகளில் நூறு நூறு இருண்ட முலைகளின் வடிவம். நதிக்கரையில் விழுது பரப்பி நின்ற ஆலமரம் ஒரு நிர்வாண அரக்கியின் உருவில் அவனுக்குத் தோன்றியது. அதன் சடைவிழுதுகள் நீராடாத, அழுக்கேறிய மங்கைக் கூந்தலாகவும், அதன் கரிய பொந்து யோனி இருளாகவும் தொனிய அவனது குறி இறுகிற்று. அதற்கு மேல் நிற்க இயலாதவனாய்ப் படித்துறையில் போய் அமர்ந்துகொண்டான். தன்னால் ஒரு பெண்ணைப் புணர முடியாது என்ற உண்மை அவனுக்கு மெய்யனுபவமாய் விளங்கிற்று. கணத்திற்குக் கணம் மாறும் எண்ணங்கள் தன் நரம்பு விரைப்பை நேர்நிறுத்த விடாது என்பதை அவன் அறிந்திருந்தான். துறவு பூண்டதால் ஆண்மம் இழந்தோமா, அல்லது ஆண்மம் இல்லாததால் இந்தப் பாதையைத் தேர்ந்தெடுத்தோமா? இரண்டு சாத்தியங்களும் புனையலாடும் நாகங்களைக் போல் ஒன்றுடன் ஒன்று பின்னிக்கிடப்பதைக் கண்டான். முக்தியெய்துவன அனைத்தும் மலடானவை என்று கொள்ளலாமா? ஒன்றுக்கும் உதவாத இந்தக் குறைப்பட்ட இந்திரியம் மொத்தமாய் வற்றியபின் எனக்கு மோட்சம் வாய்த்திடுமா?

வாழ்க்கை நாட்டமென்பது அண்டத்தின் முடிவிலா விரிப்பின் கீழ், கழிவுப் பிண்டங்கள் ஆடும் விளையாட்டு என்ற ஸ்ரீவத்சரின் சொற்களை அவனது மனம் நினைவுகூர்ந்தது. தான் ஏன் அங்கு வந்து அமர்ந்தோம் என்ற யோசனையே இல்லாமல் நெடுநேரம் மெய்ஞான விசாரங்களில் அவன் அலைபாய்ந்தான்.

***

அடுத்தடுத்த நாள்கள் பெரியசாமிக்குத் திணை, கிழங்குகளைச் சேகரிப்பதில் கழிந்தன. ஆனால் யாவற்றிலும் அரை மனம். நடந்தேறிய சம்பவத்திலிருந்து அவரால் நகர முடியவில்லை. சாம்பன் மட்டும் திரும்பியிருக்கிறான். அந்தக் காவலர்கள் எங்கே? இந்த மூர்க்கன் தனக்கு எதுவும் தெரியாது என்கிறான். நகருக்குத் திரும்பி நடந்ததைக் கூறுவதா? எப்படியாயினும் இந்த மலரைத் தேடும் பணியிலிருந்து நம்மை விடுவிக்கமாட்டார்கள். எல்லாவற்றையும் யோசித்ததில் அவருக்குத் தலை வலி கண்டது. ஆனால் பரிதியிடம் இந்தக் குழப்பங்கள் இல்லை. காவலர்கள் தொலைந்தது அவனுக்கு ஒரு சுமையிலிருந்து விடுபட்டதாகவே தோன்றியது. அவன் யானைகளின் பிண்டத்தடத்தைப் பற்றி நடந்து, கனிந்த பலாப்பழங்களைக் கொண்டு வந்தான். சுரத்தில் வீழ்ந்து கிடந்த சாம்பனால் தன் உடலையே அசைக்கமுடியவில்லை. சங்கிலிகளின் உராய்வில் காயமுற்ற கால்கள் அவனுக்குப் பிணியை ஏற்படுத்தியிருந்தன.

அன்றைய இரவில் அவனுக்கு நாவறட்டும் சுரம். உடல் தடதடவென முன்னும் பின்னும் அசைந்து நடுங்கத் தொடங்கியிருந்தது. போர்த்தியிருந்தக் கோணி ஈடுகொடுக்கவில்லை. அவனது தாடைகள் கட்டிக்கொண்டிருந்தன. காட்டின் பலவிதமான ஓசைகளுக்கு இணைத் தாளமிடுவதைப் போல் அவை டப டப் என இடைவிடாது ஒன்றோடு ஒன்று மோதிக்கொண்டன. அண்டங்கட்டியதில் தொடைகளின் இடுக்கில் தேள் கொட்டியதைப் போல் ரணம். நிணமும், சீழும் பெருகி கால்களில் பெரும் வீக்கம். கால் வளையம் உடைந்தாக வேண்டும் அல்லது கால்கள் பிய்த்துக்கொள்ள வேண்டும், வளையமிடப்பட்ட இடத்தில் அதற்குமேல் உப்புவதற்கு இடைவெளியில்லை. சாம்பனின் முனகலைப் பெரியசாமி அவ்வளவாகக் கண்டுகொள்ளவில்லை. பரிதியும் ஆழ்ந்த உறக்கத்தில் இருந்தான். இருளில் அமிழ்ந்திருந்த ஒட்டுமொத்தக் காடும் தன்னைப் பின்தொடரும் அந்த ஒற்றைக் காகத்தின் உருவாய் எழுந்து தன் உடலைக் குதறுவதாகச் சாம்பனுக்குப் பிரமை எழுந்தது. அவன் விடியலை விரும்பவில்லை. அது தனது மரணச் செய்தியை நேரடியாக அறிவிக்கப்போகிறது, குறைந்தது இக்கால்கள் தனக்கு இல்லையென முடிவாகப்போகிறது. “மரணம் என்பது எத்தகைய இன்னலிலும் உதவக்கூடிய இரண்டாம் வாய்ப்பு. அதை முடிந்த வரை தவிர்க்கப் பார். இயலவில்லையா. தெளிவான மனதுடன் அவ்விரண்டாவது

வாய்ப்பைப் பயன்படுத்து." அவனது உபாத்தியர் சுருளியின் கூற்றின்படி, தற்போது அந்த இரண்டாம் வாய்ப்பைப் பயன்படுத்தவேண்டிய காலம் வந்துவிட்டதாகக் கருதினான். மீண்டும் அவனது அப்பனின் முகமும், குரலும் அவனைச் சூழ்ந்துகொண்டன. அவன் நினைவுகளின் தீராத அலைகளுக்குள் மெல்ல மூழ்கினான்.

பிறந்தது முதல் சாம்பன் அவன் தந்தையின் உடல்சூட்டிலேயே வளர்ந்தான். தாய்ப்பாலின் ருசியறியாது வெப்பலில் அலைந்து திரிந்தவன் மீது விதி சொட்டுக் கருணையையும் தெளிக்கவில்லை. தந்தையுடன் சேர்ந்து பிடறி மயிர் அசைய ஓட வேண்டிய நிர்பந்தம் அவனுக்குப் பதின்ம வயதிலேயே ஏற்பட்டிருந்தது. ஆனால் அவனது அந்தத் துணை ஓட்டம் வெகுகாலத்திற்கு நீடிக்கவில்லை. அவர்களது கூட்டுக்களவு ஒரு நிலவெரியும் இரவில் எதிர்பாராத விதமாய் முடிவுற்றது. அந்தக் களவோட்டத்தில் அகப்பட்டிருந்த அப்பனின் குதத்தில் கரிசல்காட்டு நாயகர்கள் கழுமரத்தைச் சொருகி, துடிக்கவிட்ட காட்சியை அவன் ஒரு கோயில் மண்டப விதானத்தில் தரையோடு தரையாகப் படுத்திருந்தபடி பார்த்துக்கொண்டிருந்தான். அவரது நிர்வாண உடல் ஊருக்கு மத்தியில் சிறுகச் சிறுகப் பிளக்கப்பட்டது. அவர் கோபத்தில் கடுமையான வசைச் சொற்களைச் சொல்லி ஏசினார். ஆண் மகன்கள் எவரேனும் அவ்வூரில் இருந்தால் தன்னோடு ஒற்றைக்கு ஒற்றையாய் நின்று மோதும்படி அறைகூவல் விடுத்தார். ஆனால் எந்தப் பதிலும் அவருக்குக் கிடைக்கவில்லை. சாம்பனிடம் அச்சமும், தான் பதைபதைக்க ஓடிவந்து மண்டப விதானத்தில் ஏறியதை ஊரார் எவரும் கவனிக்கவில்லையே என்ற வியப்பும் தீராமலேயே இருந்தன. வேட்டை நாய்களால் கூட அவனை உணர முடியவில்லை.

என்ன செய்வது, அப்பனை எப்படிக் காப்பது எனப் புரியாமல் விழித்துக்கொண்டிருந்தவன் கோயில் கோபுரத்தில் வடிக்கப்பட்டிருந்த திறந்த மார்புடைய சிற்பம் ஒன்றினைக் கண்டு கவனம் சிதறிவிட்டான். தான் காணும் முதல் நிர்வாண முலைகள் அவைதான் என்பது அவனது சிந்தைக்கு எட்டியது. முலைக் காம்புகளின் நுனியில் நிலவொளி மின்னக் கண்டான். இரண்டு காம்புகளிலும் சம அளவிலான வெள்ளித் திலகம் சுடர்விடுவது போல்... அப்பனின் ஊளைச் சத்தம் குறுக்கிட்டு

மீண்டும் அவன் தன்னிலைக்குத் திரும்பியபோது முலைகளினால் அவனது நாவில் எச்சில் ஊறியிருந்தது.

பொழுது விடிந்தபோது அப்பனின் கூச்சல் அழுகையாக மாறியிருந்தது. சாம்பன் அரை உறக்கத்திலிருந்து எழுந்தான். அதுவரை இளவெயில் தந்த உணர்க்கை சட்டென்று மறைந்து கோவில் விதானத்தில் தாங்கமுடியாத உஷ்ணம் பரவிற்று. ஒரு சிறு காகம் தனது பின்பகுதியை மட்டும் வெளியே நீட்டியபடி கோபுரத்தில் வடிக்கப்பட்டிருந்த சிங்கத்தின் திறந்த வாய்க்குள் அமர்ந்திருப்பதைச் சாம்பன் கண்டான். ஒற்றைக் காகம்! ஏன் என்னைப் பின்தொடர்கிறது?

“சாம்பா...” தந்தையின் குரல் வெளியைக் கிழித்தது.

சாம்பன் கழு மரத்திடலை நோக்கினான். அப்பனின் குதத்தின் வழியே வடிந்த நிணமும், உதிரமும் கழுமரத்தைப் பிசிறு இடைவெளியின்றி செந்நிறத்தால் மொழுகியிருந்தன. இளவட்டங்களில் சிலர் சாவடியில் அமர்ந்து அவரது அலறலைப் பார்த்துக்கொண்டிருந்தனர். விட்டுவிட்டு ஒலித்த அவரது அரற்றலில் மகனின் பெயர் இப்போது தவறாது வந்தது. சாம்பா சாம்பா என உதிர்த்த அழுகை அவன் அவரை மீட்டுவிடமாட்டானா என்ற ஏக்கத்தால் அல்ல. அந்த நிலையிலிருந்து பிழைப்பதை விடக் கொடிய தண்டனை வேறொன்றும் இராது என்பதை அவர் அறிவார். கழுமரம் அவரது குடல்மடிப்பை அடைந்து ஒரு நாழிகை கடந்திருந்தது. வாய் வழியே கழுமரம் வெளிப்படும் வரை நாவினில் நீர் ஊற்றக் கூட இனி எவரும் அங்கு வரப்போவதில்லை.

அவர் சாம்பனை இடைவிடாது அழைத்தது சில களவுப்பாடங்களை அவனிடம் கூறி அகலவே. வாசல் முழுவதும் உலர்த்தி வைத்திருந்தாலும் உழுது பிழைக்கும் கூலிகளானால், ஒரு தானியப் பருகையைக் கூட எடுக்கக்கூடாது. காணிகள் வைத்திருப்பவன் எனில் துணிந்து உள்ளே செல், அவன் களவு நீங்கிய கள்ளர் குலத்தவனே என்றாலும் தயங்காதே. ஆண் துணை இல்லாத, பெண்ணால் பிழைக்கும் வீடுகளெனில் வணங்கிவிட்டு நகர்ந்துவிடு. வயதடைவதினால் மட்டும் நீ ஆண்மகனாக ஆகப்போவதில்லை. அரச கோட்டைக்குள் களவு நோக்கில் நுழைந்தால் மட்டுமே நீ அந்நிலையை அடைவாய்.

நான் பெற்ற மகனே, களவென்பது கேட்பதற்கு எளிமையான ஒன்று. ஏன் புரிவதற்கும்தான்.

அது எவருக்கும் சாத்தியமானதுதான். அதில் நீ எவ்வாறு வேறுபடுகிறாய். திறமையினாலா? வேகத்தாலா? இல்லை என் மகனே. களவில் நாம் கடைபிடிக்கின்ற ஒழுக்கமே நாம் யார் என்பதற்கான அடையாளம். ஒழுக்கமும், பற்றுதலும், வரியவர் மீதான இரக்கமும் அதில் இருந்தாக வேண்டும். நம் களவு பிறரைப் பசியாற்றுகிறது என்றால் அது ஒரு மகத்தான மானுடக் காரியமாக உருக்கொள்கிறது என்பன போல் சாம்பனுக்குக் கூற அவரிடம் எத்தனையோ பாடங்கள் இருந்தன.

திடலில் படர்ந்திருந்த சித்திரை வெயில் கழுமரத்தின் வழியாக மேலேறி அவரது தேகத்திற்குள் ஊடுருவிச் சென்றது. அவரது கண்களில் நீர் கோர்த்துக் காட்சிகள் மறைந்தன. தரையில் வழிந்தோடி தேங்கி நின்ற அவரது குருதியில் சின்னஞ்சிறிய குமிழிகள் எழுந்தன.

“சாம்பா... சாம்பா.”

“என் உயிர் நோகுதடா. ஐயோ! வளைத்தடியை வீசி என் மூச்சை நிறுத்து.”

இம்முறை திசைநான்கையும் அடையும் படி பெருங்குரலெடுத்து அழுதார். சாம்பன் அதற்கு மனமுவந்தாலும் அவனால் அத்தனை நேர்த்தியாக வளைத்தடி வீச முடியாது. அவனிடம் தடி வீசுவதில் குறைகள் இருந்தன. பார்வையிலும் ஓர்மை இன்னும் கூடி வரவில்லை.

வெயில் ஏறிக்கொண்டே இருந்தது. அப்பனுக்காக இல்லையென்றாலும் தனக்காகவாவது அவன் கீழ் இறங்க வேண்டும். நேற்றிரவே துணிந்திருந்தால் ஏதேனும் ஆச்சரியம் நிகழ்ந்திருக்கிலாம் அல்லது இருவரும் கழுமரத்தில் ஏற்றப்பட நேர்ந்திருக்கும். தனது இப்போதைய பாதுகாப்பான நிலையைக் காணக் காண அவனை ஒரு குரூரமான இழிவுணர்ச்சி பற்றிக்கொண்டது. வாழ்வில் முதன்முறையாக அவன் சுயவெறுப்பை உணர்ந்தான்.

முடிவாக, சாம்பன் தனது வளரியை எடுத்துக்கொண்டு மண்டபத்திலிருந்து கீழே குதித்தான். அவனுடைய நிழல் அவனது கால்களுக்குக் கீழ் சூம்பியிருந்தது. கழுமரத் திடல்

நோக்கி அவன் ஓடி வருவதைக் கண்ட இளவட்டங்கள் கூச்சலிட்டபடி அவனை நோக்கி விரைந்தனர். சாம்பன் அடுத்த பாய்ச்சலில் கழு மரத்தை அடைந்திருந்தான். ஒரு கையால் அப்பனைத் தனது தோளில் சாய்த்துக்கொண்டு இன்னொரு கரத்தை அவரது பிருட்டத்தில் கொடுத்துத் தூக்கினான். ஓடிவந்த இளவட்டங்கள் அவர் எழுப்பிய அலறல் சப்தத்தில் மிரண்டுபோய்ப் பின்வாங்கினர். குதத்தின் வழியே ஏதோ ஓர் உள்ளுறுப்பு பிதுங்கி வெளிவந்திருந்தது. சாம்பன் தனது தோள்த்துண்டைச் சுருட்டி அவ்விடத்தை அடைத்தபோது அவர் ரண வேதனை தாளாது ஊளையிட்டார். தனது கழுத்தை அறுத்துவிடும்படி ஓயாது அரற்றினார். சாம்பனின் உடலெங்கும் அவரது குருதி நீக்கமுடியாத கறைபோல் பரவிக்கொண்டிருந்தது.

இளவட்டங்கள் இப்போது வேகமெடுத்துப் பாய்ந்தனர். சாம்பன் தன் வளைத்தடியை உருவி அவர்களை நோக்கி வீசினான். அது முன்னால் வந்தவர்களில் ஒருவனது தொண்டையை உரசிக் கடந்து இன்னொருவனின் பின்னங்கழுத்தில் பாய்ந்து நின்றது.

இருவரும் துடித்துச் சரிய சாம்பன் அப்பனைச் சுமந்துகொண்டு தன் பாத நரம்புகள் அத்தனையையும் அழுத்தி ஓடினான். மேற்குத் திசையில், ஐயன் ஏரி வரை விரட்டியும் பின்னால் வந்த இளவட்டங்களால் அவனது கால்கள் உந்திக் கிளப்பிய புழுதியைக் கூடப் பிடிக்க முடியவில்லை. அணையாத குருதிச்சூட்டிலும், நரம்புகளின் அதிர்விலும் அவனது காதுகளிலிருந்து ஒன்றிரண்டு சொட்டு உதிரம் கூட வழிந்திருந்தது. ஐயன் ஏரியையே கணங்களில் ஆவியாக்கிவிடுவது போல் அவனது மனம் பற்றியெரிந்தது.

வெகுதூரம் கடந்தபின் திடீரென ஓரிடத்தில் தனது ஓட்டத்தை நிறுத்தி மூச்சிரைக்க வெறித்தான். புயல்காற்று கணங்களில் அமிழ்ந்து போனதைப் போல் அவனது உடல் சுட்டுவிரல் அளவும் மாறுதல் இல்லாமல் உறைந்துபோயிருந்தது. அவனது தோள்களில் பரவியிருந்த உஷ்ணம் இப்போது முழுவதுமாய் நீங்கியிருந்தது. தன் மேலிருந்த சுமை மழை நனைத்த கறுங்கல்லாய்க் குளிர்வதை அவன் உணர்ந்தான். அப்பனின் நாடி அடங்கியிருப்பதை அவனது புஜம் அறிந்துகொண்டது.

"அப்பா செத்துவிட்டார்." தனக்குள் ஒருமுறை அதைச் சொல்லிப்பார்த்தான். இனி வாழ்நாள் முழுக்க அந்த

வார்த்தைகளை எத்தனை முறை உச்சரித்தாலும், இப்போது எழுகிற அதே அதிர்ச்சியும், ஏற்றுக்கொள்ள முடியாத துயரும் தன்னுள் மீண்டெழும். அவர் வெறும் சவமாகிப் போயிருந்த, அந்தத் திக்கற்ற கணம் அவனை நடுங்கச் செய்தது. தளர்ந்தவனாய் நடந்தான். நிழல்கூட உடன்வராத வெட்டவெளித் தனிமை அவனைச் சுற்றிலும் விரிந்து சென்றது.

சாம்பன் சுய நினைவிற்கு மீண்டான். விழியோரம் கண்ணீர் கசிந்து ஒடுங்கியிருந்தது. குடிலுக்கு வெளியே சருகு மான்கள் பழுத்த இலைகளைக் கொறிக்கும் ஓசையை அவன் கேட்டான். குடிலுக்கே தீ வைத்துவிடும் போல் காய்ச்சல் கொதித்துக்கொண்டிருந்தது. இருளில் புதையுண்ட தனது கால்களை எட்டிப் பார்த்தான். இந்தக் கால்களா அன்று நாயக்கர்களின் வேட்டை நாய்களையும் களைப்படையச் செய்யும் வேகத்தில் ஓடியது என்பதை அவனால் நம்ப இயலவில்லை. இத்தனை சீக்கிரத்தில் அவை பறிபோகின்றனவா? பார்வையைக் குறுக்கிக் கால்களை உற்றுப் பார்த்தான். அவை இரு மண் புற்றுகள் மீது ஒரு சங்கிலி பிணைக்கப்பட்டிருப்பதைப் போல் தொனிந்தன.

***

நகர் மீது இரவு மெல்லிய திரையை விரித்திருந்தது. அந்தியுடன் சேர்ந்து வீதிகளில் திரிந்த புழுதிப் படலமும் ஓய்வதுபோலிருந்தது. விளக்கத் தூண்கள் சில இன்னும் ஒளி ஏந்தாமல் இருளில் ஒளிந்து நின்றன. காரியஸ்தர்கள், பணியாட்கள், மாலைநேர வாணிபர்கள் என வீதிகளில் அதே நசநசப்பு. மேலவீதியில் அம்பாள் வீதி உலா வர ஆயத்தமாய் இருந்தாள். அவ்வீதியில் விரவியிருந்த உற்சாகத்தைக் கொல்லன் பட்டறையில் விடாது ஒலித்த சம்பட்டிச் சத்தம் துளையிட்டுக்கொண்டிருந்தது. அரசவை தலைவாயிலிலிருந்து வெளிப்பட்ட மாறவர்மன் தெற்கு மாட வீதியில் நுழைந்தான். அரசரைப் பார்த்துவிட்டுத் திரும்பிய அவனது முகத்தில் ஏமாற்றமும், எரிச்சலும் குடியேறியிருந்தன. புத்திர சோகத்தில் ஏற்கெனவே அவனது அகண்ட தோள்கள் தொய்ந்துவிட்டிருந்தன. இப்போது ஏதேனும் ஒரு வில் வந்து தன்னை வீழ்த்தாதா என ஏங்கி, குதிரை மீது மனமின்றி அமர்ந்திருந்தான். “மாறவர்மா, நடந்ததையே சிந்தித்து மடியாதே. உனக்கு இளமையும், வலுவும் இருக்கிறது. என்னுடையது போல் பழுத்த தேகமென்றால்தான் நீ துக்கத்தில் உழலவேண்டும்.

இன்னொரு பிள்ளை பெற்கமுடியாதோ என்ற ஐயம் அப்போது இருக்கும். உனக்கென்ன? ஒழுங்காக தேகப்பயிற்சி எடு. இனியும் என்னால் உன்னை இப்படிக் காண இயலாது" என அத்தனைபேர் முன்னிலையில் அரசர் வாயெடுத்துக் கூறினார். அரசர் இடம்பொருள், ஏவல் அறியாது வெகுளியாய்ப் பேசக்கூடியவர் என்பதால், அதில் இருந்த அன்புத்தொனியை மட்டும் மாறவர்மன் கருத்தில் எடுத்துக்கொண்டான். ஆனால் அரசர் கூறிய மற்றொரு விடயம்தான் அவனது கோபத்திற்குக் காரணம். படைத்தளபதி ரெங்கநாதர் அதன் பின்னணியில் இருந்திருப்பார் என்பதை அவனால் யூகிக்க முடிந்தது. தன்னோடு ஆலோசிக்காமலேயே அரசர் இந்த யோசனைக்கு வந்திருக்கிறார் என்றால் அதற்கு ரெங்கநாதனின் விஷ புத்தியே காரணம் என்று கருதினான். அரசருக்கு இன்னொரு மெய்க்காவல் படையை ஏற்படுத்தவேண்டும் என்பது என் மார் வலுவை ஐயமுறுவதே. அதிலும் மறவர் அல்லாத இன்னொரு குலத்தவரை நியமிக்கலாம் என அரசர் கருதுகிறார். அது மற்ற குடிகளுக்கிடையே அவரது செல்வாக்கைப் பெருக்குமாம். எனக்கும் சற்று ஓய்வு கிடைக்குமாம். எத்தனை காரணங்கள் கூறினாலும் சரி. மறவனுக்கு பாத்தியப்பட்ட இந்தப் பொறுப்பை இன்னொரு குடியாளன் பங்கிடக் கூடாது.

மாறவர்மனுக்கு அந்தத் தீவிரமான எண்ணங்கள் இன்னொருபுறம் சோர்வை வரவழைத்தன. எதற்காக முட்டிமோதவேண்டும். காலமெனும் அலையடிப்பில் மெல்ல மெல்ல துகள் உதிர்க்கும் பாறையாக இருந்த நான் இப்போது ஒரே அடியில் பல துண்டுகளாகச் சிதறிக்கிடக்கின்றேன். என் சிதிலங்கள் என்னை விட்டு நழுவி உப்புநீரில் அமிழ்கின்றன.

மேற்கு வானில் நெற்றிமறைந்த திருநீற்று இழையாய்ப் பகலொளி மங்கி மறைந்திருந்தது. ஒளியற்ற வெளியில் தன் துன்பம் ஆயிரமாயிரம் உருவெடுத்துத் தன்னைச் சூழப்போவதை எண்ணி அஞ்சினான். இருளால் அழுத்தப்படும் அந்தியின் முழுக் கனமும் தன் மீது கவிவதை அவனால் உணர முடிந்தது. பகலில் அயர்ந்து உறங்கும் புத்திர சோகம் அந்தியின் மறைவில் உக்கிரமான பார்வையுடன் எழுந்தமர்கிறது. அதன் அகண்ட விழிகளை இரவு முழுக்கக் காணநேர்வது எத்தனைப் பெரும் தண்டனை.

அவன் முகத்தருகே கண்ணம்மாவின் உயிரற்ற சடலம் ஓர் ஊமை மின்னலாய் வந்து மறைந்தது. திடுக்கிட்டு குதிரைக் கடிவாளத்தை இழுத்தான். தொலைவில் நாயனமும், மேளமும் ஒலித்தன. வீதியின் முடிவில் அம்பாளின் பல்லக்கு துலங்கியது. பந்தங்களுக்கிடையே கரிய உடல்கள் நகர்ந்த வண்ணம் இருந்தன. அருகில் சென்று அம்பாளைத் தரிசிக்க அவன் மனம் எண்ணவில்லை. வீதி உலா கடந்துசெல்லும் வரை அதில் குறுக்கிடாமல் இருக்கலாம் என அங்கேயே நின்றான். அப்போது அம்பாளின் பல்லக்கை ஒட்டியபடி நடந்த ஒரு சிறுமி இவன் நின்ற வீதி நோக்கித் திரும்புவதைக் கண்டான். மஞ்சள் நிறப் பட்டாடை உடுத்தியிருந்த அவளைக் கண்டு புருவத்தைச் சுருக்கினான். "கண்...கண்ணம்மா." அவனது நா அவனையறியமால் அதை உச்சரித்தது. இதென்ன அபத்தம். அவள் இறந்துவிட்டாள். இவள் வேறு எவரோ ஒருவரின் மகள். இல்லை. இவள் என் மகள்தான். ஏன் அம்பாளுடன் செல்கிறாள்? அவள் இப்போது அம்பாளின் மடியில்தான் உறங்குகிறாளா? பிறகு எவருக்குத்தான் என் கண்ணம்மா மீது ஆசை வராது. என் செல்ல மகள். அவளுக்காக அம்பாளின் மார்க்காம்புகளில் பால் சுரக்கும். அந்தக் கண்கள். கணநேரத்தில் என்னை நோக்கி அவள் வீசிய சிறு புன்னகை. ஆமாம் அவள் என்னைத்தான் பார்த்தாள். இருள் மண்டிய இவ்வீதியை அவள் ஏன் திரும்பி நோக்கவேண்டும். ஐயோ. அவள் என் மகள். என் மகள்தான். அவனது மார்பு நிற்காமல் இறைந்தது. கடிவாளத்தை இழுத்துக் குதிரையை உசுப்பினான். அவன் மேல வீதியை அடைவதற்குள் அம்பாள் பல்லக்கு மேலவீதியின் முடிவில் இடது புறமாகத் திரும்பியிருந்தது. அவன் நிதானித்து சுய நினைவுக்கு மீள்கையில் அம்பாள் உலாவும், அதனோடு நடந்த மனிதர்களும் தடயமின்றி அகன்றிருந்தனர். இப்போது அவன் முன்னே வீதி வெறிச்சோடிக் கிடந்தது. அந்தப் புரிபடாத நெடுந்தனிமையில் அவனுக்குக் கூவி அழவேண்டும் போலிருந்தது. விம்மி வெடிக்க இருந்த உதடுகளை அடக்கியவாறு வானத்தை நோக்கினான். மேகங்களை ஒதுக்கி நிலவு வெளிப்பட்டிருந்தது. அதன் முடிவற்ற வெண்தரையில் தன்னை எவரோ வீசிவிட்டதாக எண்ணினான். அவனது தனிமை அண்டங்கள், யுகங்கள் கடந்து நீண்டுகொண்டிருந்தது.

***

பெரியசாமி விழித்துப் பார்த்தபோது சாம்பன் வெடவெடத்த உடலுடன் அரற்றிக்கொண்டிருந்தான். அவர் அவனது உடலைத் தொட்டுப் பார்த்துவிட்டு அவசரமாகப் பரிதியை உசுப்பினார்.

"அப்பா... பயங்கர அசதி. இன்னும் சற்று தூங்கிக்கொள்கிறேன்."

பரிதி அலுத்துக்கொண்டான்.

"அடேய். இவனுக்குக் கால்களில் மோசமான புண் உண்டாகியிருக்கிறது. விஷக் காய்ச்சல் வேறு. நீ ஓடிப்போய் மலை வேம்புப் பட்டைகளைக் கொண்டு வா. அதனோடு கொஞ்சம் தழைகளையும் ஒடித்துக்கொள். நான் கையில் இருப்பதைக் கொண்டு கொஞ்சம் சாறு எடுக்கிறேன்."

பெரியசாமி பச்சிலை மடிப்பைக் கசக்கி சாம்பனின் நாக்கில் விட்டபோது அவன் கண்களை உருட்டி, கரங்களால் மார்பில் அழுத்திக்கொண்டான்.

"சரியாகிவிடும். காயத்தால் உண்டான சுரம்தான். பயப்படாதே."

பரிதி கொண்டுவந்த மலைவேம்புப் பட்டைகளின் மீது சாம்பனின் பாதங்களைத் தூக்கிக் கிடத்தி அவற்றின் மீது வேம்புத் தழைகளைப் பரப்பி வைத்தார். பிறகு அரிசிக குருணை இருந்த கோணிமுடிப்பைத் தழைமீது வைத்தார். நமைச்சலும், வலியும் கூடுவதை உணர்ந்த சாம்பன் தனது வறண்ட உதடுகளை அசைத்து முனகினான்.

உச்சிவெயில் ஏறியபோது சுரம் மட்டுப்பட்டுக் கால்கள் மீது ஒருவிதமான குளுமை பரவுவதைச் சாம்பன் உணர்ந்தான். அவனால் தன் பிரக்ஞையைத் தெளிவாக உணர முடிந்தது. மாலையில் பெரியசாமி மூலிகை ரசம் வைத்துக்கொடுத்தார். விடியும்பொழுதில் கால் வீக்கம் தண்ணீரில் கரைந்துவிட்டதைப் போல் மறைந்துவிடும் என அவர் கூறியதை அவனால் நம்ப முடியவில்லை. பெரியசாமி அளித்த இரவுக் கஞ்சியிலும் ஏதோவொரு கார மணம் வீசிற்று. அவனால் அன்றிரவு பிதற்றல் இன்றி நிம்மதியாக உறங்க முடிந்தது. சாமத்தில் ஒட்டுமொத்தக் காட்டையும் குலுக்கி உயர்த்துவதைப் போல் காற்று வீசிற்று. அப்போதும் அவனால் கண்விழிக்க இயலவில்லை. நெடுநாளைக்குப் பின் சுகமான உறக்கம். பூவசரசங் கிளைகள் அசையும்போதெல்லாம் பழுத்த மலர்களின் அலாதி மணம் குடிலுக்குள் நுழைவதை அவனது புலன்கள் அறிந்தன.

நடுக்காட்டிலிருந்து ஒரு யானை வைகறையில் நிரை ஒற்றைக்குரலில் பிளிறிற்று. மரங்கள் கூட்டம் கூட்டமாய்ப் பிளந்து விழுவதைப் போல் அந்த ஓசை இருந்தது. பெரியசாமி அதிர்ந்து எழுந்தார். பரிதிக்கும் நிலைகொள்ளவில்லை. சாம்பன் மட்டும் முண்டாமல், முனகாமல் அப்படியே கிடந்தான். இத்தனை யானைகள் ஒற்றைக் குரலெடுத்துப் பிளிறுவது காட்டுத் தீயையோ அல்லது வேறொரு பலி நிகழ்வையோ முன்னறிவிப்பு செய்வதாகும். இது அபசகுனம் போல் தெரிகிறது. தவறான காலத்தில் காடேறி விட்டோமோ என பெரியசாமி பரிதியிடம் சஞ்சலப்பட்டார்.

புலரிக்குப் பின் சற்று இயல்பு மீண்டது. குடிலுக்கருகே காட்டுக்கோழிகள் கூவுவதைக் கேட்ட பரிதி அவை அடையும் மரங்களை நோட்டமிடுவதற்காக எழுந்து சென்றிருந்தான். விடாது ஒலித்த காட்டுக்கோழிகளின் கூவலும், றெக்கைகளின் சடசடப்பும் அவனது நாவில் மாமிச இச்சையைக் கிளர்த்தியது. பெரியசாமி பலாப் பழத்தைக் கீறிச் சுளைகளை வெளியே எடுத்துக்கொண்டிருந்தார். குடிலில் நிறைந்த இனிய மணத்தால் சாம்பன் கண்விழித்தான். காலமற்ற வெளியில் தவழ்ந்தது போல் நீண்ட உறக்கம். விழிப்பு அடைந்ததில் சோர்ந்தான். அவனால் இப்போது கால்களை நன்றாக அசைக்க முடிந்தது. வலி கருமிளகு போல் சிறுத்திருந்தது. படுக்கையிலிருந்து எழ விருப்பமின்றி, வனம் மீட்டிய புதுப்புது ஓசைகளைக் கேட்டபடி படுத்திருந்தான். அவன் இடதுபுறமாகப் புறண்டபோது அயனி மரம் மீது ஓர் உருவம் அசைந்தது. அவன் கண்களைக் குறுக்கினான். அது ஒரு நிறம் மங்கிய காகம். அளவில் மிகவும் பெரிதாக இருந்தது. அதன் மார்ப்பகுதி அளவுக்கு மீறி விம்மிப் புடைத்திருப்பதைச் சாம்பன் கண்டான். காட்டின் நடுவே அந்த ஒற்றைக் காகத்தைப் பார்ப்பது அவனுக்குச் சற்று ஆறுதலாகவே இருந்தது. ஆனாலும் அது ஏன் தன்னைப் பின்தொடர்கிறது என வினவிக்கொண்டான். கூட்டம் பிரிந்து தனித்து விடப்பட்ட காகம் துன்பத்தின் ரூபம். அதனால் இவ்வுலகில் பிழைக்க முடியாது. எவ்வளவு பறந்தாலும் அதனால் இருத்தலெனும் அவஸ்த்தையிலிருந்து நீங்க முடியாது. ஒருவகையில் தானும் அக்காகமும் வேறல்ல என்பதை உணர்ந்தான்.

அடுத்த விடியலில் அவனது கால் வீக்கம் நன்றாக வடிந்திருந்தது. பெரியசாமிக்கே இத்தனை வைத்திய ஞானமென்றால், இவருக்கு குருவாக இருக்கக்கூடிய உத்திராபதி பண்டிதர் எத்தகைய

வைத்திய ஞானியாக இருக்க வேண்டும். சாம்பனிடம் வியப்பு மேலோங்கியது. ஆனாலும் அவருக்கு நன்றி செலுத்த அவனது மனம் சிறிதும் முனைப்பு கொள்ளவில்லை. குடிலுக்குள் நுழைந்த பரிதியை அதே கடுமையுடன் நோக்கினான்.

பரிதி சாம்பனின் முகத்தைக் காண விரும்பாதவனாய்க் குடிலுக்குள் எதையோ துழாவியபடி "காய்ச்சல் எப்படி இருக்கிறது?" என்றான்.

"இப்போது காய்ச்சல் இல்லை. உன் தந்தை எங்கே?" நீர் காணாததால் வரண்டிருந்த கேசத்தை ஒதுக்கியவாறு சாம்பன் பார்வையை வெளியே ஓடவிட்டான்.

"இன்றிலிருந்து அடர் வனத்திற்கும், அதற்கு அப்பாலுள்ள மலைகளுக்கும் செல்ல வேண்டும். அப்பா பாதையறியச் சென்றிருக்கிறார்."

"நானும் வர வேண்டும்தானே?"

"இல்லை. நீங்கள் இங்கேயே இருங்கள். அதோ... அப்பா வந்துவிட்டார்" பரிதி தூரத்தில் அசைந்த செடிகளை நோக்கிக் கை காண்பித்தான்.

"வலி எப்படி இருக்கிறது? பரவாயில்லையா..."

குடிலுக்குள் நுழைந்தபடி பெரியசாமி கேட்டார்.

"ம்ம்ம். சரியாகிவிட்டது. நீங்கள் இன்று காடேறப்போகிறீர்களா?"

"ஆமாம். இருள்வதற்குள் திரும்பிவிடுவோம். நீ இங்கே ஓய்வெடு."

"நான் ஏன் இங்கு வீணாக. நானும் உங்களோடு வருகிறேன்."

சாம்பன் கால் சங்கிலியைப் பார்த்தவாறு கூறினான்.

"இல்லையப்பா. உன்னால் இயலாது. இந்தக் காடு சூனியமானது. நன்றாக நடக்க முடிந்தவனையே அசந்தால் சாய்த்துவிடும்."

"அப்படியென்றால் என் கால் விலங்கை அவிழ்த்துவிடுங்கள்."

இப்போது சாம்பனின் குரலில் விஷமம் வெளிப்பட்டது.

"இது அரசு இட்ட விலங்கு. அவிழ்த்தால் தலைபோகும். காவலர்கள் என்ன ஆனார்கள் என்று கேட்டாலும் நீ பதில்

கூறுவதில்லை. அன்றிரவு நீயும் அவர்களுடன் சென்றாய் தானே?”

“எத்தனை முறை கூறுவது? அவர்கள் அன்று என்னை நடுக்காட்டில் நிறுத்திவிட்டு எங்கோ சென்றுவிட்டார்கள். எங்கே சென்றார்களோ. எனக்குத் தெரியாது.”

“நம்பும்படியாக இல்லை.”

சாம்பன் வெறுப்புடன் “அதைப் பற்றி எனக்குக் கவலையில்லை. விலங்கை அவிழ்க்க முடியுமா? முடியாதா?” என்றான்.

“இல்லையப்பா. நீ ஓய்வெடு.”

பெரியசாமி திட்டவட்டமாய் மறுத்ததில் சாம்பனின் முகம் இருண்டுவிட்டது. கண்களில் தீராப் பகைமை. அதைத் தளர்த்திக்கொள்ள முயல்பவனாய் “ஓ. சரி” என்றான். அதன் பிறகு பருகுவதற்குத் தண்ணீர் வேண்டுமெனப் பரிதியிடம் செய்கையினால் உணர்த்தினான். அவனது கண்கள் அலைபாய்வதைக் கண்டதும் பெரியசாமிக்கு ஏதோ உறுத்தியது. அதை அவர் அவதானித்து எச்சரிப்பதற்குள் பரிதி சுரைக் குடுவையுடன் சாம்பனின் அருகில் சென்றிருந்தான். சாம்பன் ஒரு கரத்தால் கோணிக்குக் கீழ் மறைத்து வைத்திருந்த அரிவாளை உருவி, இன்னொரு கரத்தால் பரிதியைத் தன் மடியில் இழுத்துச் சாய்த்துக்கொண்டான். சாம்பனின் உலக்கையை ஒத்த கரங்களுக்குள் பரிதி சிக்கிக் கிடப்பதைக் கண்ட பெரியசாமி குரல்நடுங்கி உறைந்துவிட்டார். அவரையறியாமல் மண்ணில் மூத்திரம் சொட்டிவிட்டது.

“இவன் உங்களுக்கு ஒரே மகனா?” பெரியசாமியைப் பார்த்துச் சாம்பன் ஆத்திரத்துடன் கத்தினான்.

“இருப்பா....”

“யோவ்... என்ன இவன் ஒரே மகனா?”

“முதலில் விடு அவனை. நான் உனது கால் சங்கிலியை அவிழ்க்கிறேன்” பெரியசாமி கரம்கூப்பி இறைஞ்சினார்.

“எப்படி நம்புவது?”

“சொல்வதைக் கேள். அவிழ்க்க முயற்சிக்கிறேன்.”

"அதான் எப்படி நம்புவது?"

"வாக்கு எனக்கு வீரையன் சாமி. கொடுத்தால் மாற மாட்டேன். நம்ப முடியவில்லையென்றால் அவனை அறுத்துப் போடு" பெரியசாமி இப்போது சினமுற்றவராய்க் கீழே அமர்ந்துகொண்டார். சாம்பன் பரிதியை விடுவித்தான்.

"பிழைத்தாய்" சாம்பன் பரிதியின் கழுத்தில் ஏதேனும் கீறல் விழுந்துவிட்டதா எனக் கவனித்தபடி சொன்னான். பரிதி நடுக்கத்துடன் சாம்பனின் கரத்தைத் தட்டிவிட்டான்.

"அப்பனே... நான் ஒன்று சொன்னால் கேட்பாயா?"

பெரியசாமி சாம்பனை ஏறிட்டார்.

"என்ன?"

"நாங்கள் உனக்குப் பகையாளிகள் அல்ல. உனது கரம் எங்களுக்கு எதிராக உயர்வது முறையா? வயதில் மூத்த, உனக்கு முந்தைய காலக் கள்வர்கள் இதை நன்றாக அறிவார்கள். உனக்கு அது போதிக்கபடவில்லையா? நகர்க் காவலர்களுக்குத் தெரியாமல் நானும் உத்திராபதி பண்டிதரும் எத்தனை கள்வர்களுக்கு வைத்தியம் பார்த்திருக்கிறோம் என்பதை நீ அறிவாயா? மகனே, உனக்கு ஒன்று சொல்கிறேன். கருநாகம் தீண்டினால் எங்களிடம் அதற்கு மருந்தென்று ஏதுமில்லை. எங்கள் மூதாதைகளும் அதற்கு எந்த வைத்தியத்தையும் கூறிவிட்டுச் செல்லவில்லை. இதற்குக் காரணம் கருநாகத்தின் முறிக்கமுடியாத விஷம் என்பது அல்ல. காரணம் மிக எளிது. கருநாகம் மனிதர்களை ஒருபோதும் தீண்டுவதில்லை. மாறாக மனிதர்களையும், ஆடு மாடுகளையும் சாகடிக்கும் வரியன்களை, பிற நாகங்களை மட்டுமே அது கொன்று விழுங்கும். அதன் காரணமாய் உத்திராபதி பண்டிதர் உங்கள் குலத்தவரை கருநாகக் கூட்டம் என்பார். நீர் ஒரு கருநாகமாய் இருவீர்."

மறுசொல் எதுவும் கூறாமல் சாம்பன் தலையை மட்டும் அசைத்தான். சில கணங்களுக்கு அவனது சிரம் தாழ்ந்தே இருந்தது. ஏனோ பெரியசாமியின் அறிவுரை அவனுக்கு அர்த்தம் நிரம்பியதாய்ப் பட்டது. வழுக்கியோடும் நினைவுகளில் அவனது உபாத்தியார் சுருளி எழுந்து நின்றார்.

***

அப்பன் கழுவேற்றப்பட்ட பிறகு சாம்பன் அவனது தாய் வழி உறவான சுருளியிடம் வந்துசேர்ந்து களவு பயின்றான். சுருளி வயதில் மூப்பர். அறுபது வயதாகியும் ஆறடிச் சுவற்றின் மீது உடலின் ஓர் அங்கம் கூட உரசாமல் தாண்டக் கூடியவர். எட்டடி, பத்தடியென்றாலும் கூட அவரது மூச்சு அதே நிதானத்துடனேயே இருக்கும். சாம்பனின் வயதில் அவருக்குச் சங்கன் என்ற ஒரு மகனும் இருந்தான். சுருளி தொடக்கத்தில் சாம்பனின் தன்முனைப்பைச் சிதைப்பவராகவே இருந்தார். அவன் தன் பலம் என்று கருதியதைத்தான் அவர் முதலில் ஏளனம் செய்தார். அவன் சங்கனையும், அவரையும் விட வேகமாக ஓடிவந்து நின்றபோது "வெறும் வேகத்தை வைத்து என்ன செய்வது? மான்களைப் போல் வேகமாக ஓடும் பிராணி ஒன்று உண்டா? பிறகு எங்ஙனம் அவற்றின் தசைகள் வேகத்தில் குறைந்த செந்நாய்க்கு உணவாகிறது? நிதானமும், வேகத்தில் குலையாத ஓர்மையும் அவசியம் மகனே. தறிகெட்டு ஓடுவது என்பது ஒரு சாகச மனப்பாங்கு. களவாடுவது சாகசமல்ல" என்றார்.

சுருளி சாம்பனுக்குத் தேர்ந்த முறையில் வளைத்தடி வீசக் கற்றுக்கொடுத்தார். இலக்கைத் தாக்கிவிட்டுத் திரும்பி வர தடியை எந்தக் கோணத்தில் வீசவேண்டும், தடி திரும்பி வர வேண்டாம் எதிரி காயப்பட வேண்டும் என்றால் எக்கோணத்தில் கரத்தை உயர்த்தவேண்டும் என்பது முதல் வளைத்தடிகளின் வகைகள் என்னென்ன? தேவைக்கு ஏற்றவாறு அதன் வடிவமைப்பு இருக்கவேண்டும் என்பது வரை அத்தனை நுட்பங்களையும் அவனுக்கு அவர் புகட்டினார். எனினும் அதன் பிறகு அவர் அளித்த பயிற்சி அவனுக்குப் பெரும் சோதனைக்களமாக இருந்தது. பதினைந்து நாள்களுக்கு அவனைக் குடிசையின் இருள் படிந்த மூலையில் கண்களைக் கட்டி அமர வைத்தார். பிரமைகள் ஏற்பட்டு இருளில் ஒளிந்துள்ள காட்சிகளை அவன் தேடினான். ஒவ்வொன்றையும் அணுக்களாகப் பிரித்தான். மெல்ல அவனது பிரக்ஞை இருட்டின் அடுக்குகளை ஊடுருவிச் செல்லத் தொடங்கிற்று. புலன்களைக் கடந்த எதுவோ ஒன்று தன்னைப் பொருட்களுக்கு அருகில் கொண்டு செல்வதை அவன் உணர்ந்துகொண்டான். ஒரு சமயம் முக்காலமும் ஒன்றுடன் ஒன்று மோதிப் புரள்வதைக் கண்டு திடுக்கிட்டான். அவர் இறுதியாக அவனது விழிக்கட்டை அவிழ்த்தபோது பகலொளி அவனுக்கு நிம்மதியை அளித்தாலும்,

அதில் உள்ளூற ஓர் ஏமாற்றத்தையும் அவன் உணர்ந்தான். அடுத்தகட்டமாக மண், சூழலுக்கு ஏற்றவாரே கால்கள் செயலாற்ற வேண்டும் என்பதற்காக வெவ்வேறான நிலத்தில் அவனை ஓட வைத்தார். "ஒருபோதும் நீரற்ற ஆற்றில் இறங்கி ஓடிவிடாதே. உனது பாதங்களின் வடிவம் கட்டாந்தரைக்கானது. சப்பைப் பாதங்களையுடைய எவரும் மணலில் உன்னை விட வேகமாக ஓட முடியும். காற்றாக இருந்து இடம், திசையறிந்து வீசு. ஒருபோதும் புயல் போல் இராதே. அதில் கட்டுக்கோப்புக்கு வழியில்லை. தன்னை அழித்துக்கொள்ளும் நோக்கில்தான் அது எதிர்படுகிற எல்லாவற்றையும் அழிக்கிறது."

சாம்பனுக்கு ஓர்மையும், நிதானமும் வெகு காலத்திற்குக் கைகூடவில்லை. ஒருமுறை ஓடும் கதியில் முன்னரே வெளிப்பட்டு ஒரு சாத்து நடையை சுதாரித்துத் தப்ப வைத்துவிட்டான். அதில் சினமடைந்த சுருளி மிகக் கடுமையான வார்த்தைகளால் அவனை ஏசினார். அவனது தந்தையையும் அவர் ஏசியதில் சாம்பன் ஆத்திரம் பூண்டான். பிறகு கள்ளும், உப்புக்கறியும் பரிமாறி சுருளி அவனை அமைதியுறச் செய்தார்.

"கை நழுவியதை நினைத்து வருந்தாதே. என்னுடையது அந்த நேரத்துக் கோபம் மட்டும்தான். நிதானமுறு. உனது கால்களில் இருக்கின்ற வேகம் உனது தந்தையின் பிணத்தைச் சுமந்துவர மட்டுமே உதவியது. இது காவல் புரியவேண்டியவனுக்குரிய குணம். கள்வனுக்குப் பரந்து விரிந்த முன்யோசனைகளும், சூதும் அவசியம். அது உன்னிடம் முன்னமே இருந்திருந்தால் உனது தந்தை காப்பாற்றப்பட்டிருப்பார். எப்படியென்று கேள், உனது தந்தையைக் கழுவில் ஏற்றுவதற்கு முன், அவரது கால்களில் கயிற்றைச் சுற்றினார்கள் அல்லவா? முதல் சுற்று விழுந்து அது முடிச்சாகும் சமயத்தில் நீ கோவில் மண்டபத்திலிருந்து கீழே குதித்து அவர்களை நோக்கி ஓடியிருக்க வேண்டும். அந்தச் செயல் அவர்களை உறுதியாகக் குழப்பியிருக்கும். உனது தந்தையும் தப்பியிருப்பார். நீ அப்படிச் செய்வாய் என அவர் எதிர்பார்த்திருக்கக் கூடும்."

அதைக் கேட்டு சாம்பன் துவண்டு போனான். அப்பாவின் சிந்தனைகள், உணர்வுகள் தற்போது எந்த நிலையில் இருக்கும்? இறப்பிற்குப் பின் என்ன எனும் நடுங்க வைக்கும் வினா அவனை நீங்காது விரட்டியது. மரணம் மீதான கனமான வினாக்கள் அப்போதிலிருந்துதான் அவன் மீது ஏறித் தொற்ற

ஆரம்பித்தன. அவனை மனச்சோர்விலிருந்து மீட்க சுருளி தன்னால் ஆன அனைத்தையும் செய்தார். கணப்பில் வாட்டிய முயல் கறியும், கடுந்தேறலும் துணையாய் வாய்த்த வைகாசி நிலவு ஒளிரும் ஓர் இரவில், பொட்டலில் அமர்ந்தபடி சுருளி அதைக் கூறினார்.

"இந்த ஆண்டு நாம் களவு நன்றிக்காகப் பேச்சிக்குப் பலியிடப்போகும் ஆட்டை உற்றுப் பார். அதன் உடலை; கண்களை, அதன் தனித்த உடல் அசைவுகளை, எல்லாவற்றையும் பார். உன் மனதில் பதித்துக்கொள். வெட்டிப் படையலிட்ட பிறகு மீண்டும் அதே ஆட்டை இன்னொரு மந்தையில் நாம் காண்போம். அந்த ஆடும் நம்மை அறிந்தவர்களாகக் கடந்துசெல்லும். அப்போது மரணம் அர்த்தமற்றுப் போகும். உனது தந்தையின் இல்லாமையை நினைத்து வருந்தாதே. இந்த நீண்ட வெளியில் இல்லாமை என்கிற நிலை எதற்குமே இல்லை. எல்லாமும் அப்படியே இருக்கிறது. அந்தப் புதிரை நம்மால் ஒருபோதும் தீர்க்கமுடியாது. முதலில் ஒன்றைத் தீர்க்க முடிந்தால்தானே அதன் முடிவை நாம் அறிவிக்க. காலம் இல்லாமல் போனாலும் நம்மிலுள்ள அந்தப் புதிர் எப்போதுமே இருக்கும்."

***

இருண்ட வானில் பெரும் நட்சத்திரப் படையல். அரண்மனைத் திரைச்சீலைகளின் விலகலில் அகாலக் கருமை எட்டிப்பார்த்தது. அரசரின் உறைவிடத்தில் என்றும் அளவில் கூடவோ, குறையவோ செய்யாத அகில் எண்ணெயின் நறுமணம் நிலைத்திருந்தது. சாமரம் வீசிய பெண்டிரின் முகத்தில் சோர்வுக் களை. கட்டிலில் வீற்றிருந்த கிருஷ்ணப்பரை ஆழ் உறக்கம் பீடித்திருந்தது. மாறவர்மன் அறைச் சாளரத்தருகில் மௌனமாக நின்றிருந்தான். கண்கள் ஒரே இடத்தில் நிலைத்திருப்பது போலிருந்தாலும் அவன் அறையின் ஒவ்வொரு அசைவையும் நோட்டமிட்டான். உறக்கநிலையிலும் கிருஷ்ணப்பர் தான் ஒரு அரசர் என்ற பிரக்ஞையை இழக்க விரும்பாதவராய்க் கிடப்பதை அவன் கவனித்தான். சிறு வயதிலிருந்தே இந்த ராஜ தொனிக்கு அவர் பழகியிருக்க வேண்டும். ஏறி இறங்கிய அவர் மார்பில் கவலையின்மையின் சாயை வெளிப்பட்டது. முகத்தில் மதுவின் மினுமினுப்பு. வேசிகளின் மேனிப் படர்வினால் உண்டான கசங்கலை அவரது பட்டு உத்தரீயத்திலும், இடைக்கச்சையிலும்

காண முடிந்தது. மாறவர்மன் வெளிக்காற்று வேண்டியவனாய் அறைக்கு வெளியே உள்ள உப்பரிகைக்கு வந்தான். அவனது நிழல் உப்பரிகையில் படிவதைக் கண்டதும் அறை வாயிலில் நின்றிருந்த வீரர்கள் இறுக்கமான உடற்தோற்றத்தை மீட்டுக்கொண்டனர். மெய்க்காவல் படை பகல், இரவு என இரு பிரிவுகளாக இருந்து அரசரைப் பேணும். மறவர் தலைகட்டினால் பயிற்றுவிக்கப்பட்ட நூறு களங்கமற்ற வீரர்கள் அந்தப் பணியில் இருப்பர். படைத் துணையிருந்தாலும் சந்திராஷ்டமம், ஜோதிடர் குறித்தளித்த கெடுநாள்கள், கெட்ட சகுனங்களில் அரசர் அருகிலயே மாறவர்மன் இருப்பான்.

உப்பரிகையில் காற்று இதமாக வீசியது. மாறவர்மன் வீரர்களைக் கடந்து உப்பரிகை முனைக்கு வந்தான். அங்கு சூழ்ந்திருந்த நிசப்தமும், காற்றின் வருடலும் அவனது துயர் முடிச்சுகளை உரசின. நகரின் ஆழ்ந்த இருளை வெறித்தான். மனத்துயர் மட்டுமே நீடித்த துணை. மற்றவை எல்லாம் விரல்படியாமல் சிதறியோடும் வெளிச்சக் கணங்களே. கரங்களை உப்பரிகையின் அலங்கார முகத்தில் பதித்தான். கல்லில் விரவியிருந்த குளுமை உள்ளங்கைக்கு மாறியது. அவனது தந்தை கூறிய பழங்கால நிகழ்வு ஒன்று அப்போது அவன் நினைவுக்கு வந்தது. மாறவர்மனின் பாட்டனார் வாழ்ந்த காலத்தில் இன்னதென அறியமுடியாத கொடும்பிணியால் பெருங்கோவில் யானை அவதியுற்றதாம். அதன் உடல் முழுவதிலும் சீழ் பொத்து வடிந்து நாறிற்று. பன்னிரண்டு திங்கள்களாய்க் கடும் வாதை. கரங்கள் அயர மருந்து அரைத்த வைத்தியர்களும், உறங்காது விழித்திருந்து அல்லும் பகலும் அதை யானை உடலில் மொழுகிய பாகனும் ஒரு கட்டத்தில் சோர்ந்துவிட்டனர். பாகன் மனம் பிறழ்வுற்று நகரிலிருந்து ஓடிவிட்டான். மேகநாட்டில் அடைக்கலம் புகுந்தவன், யானையின் அழுகுரல் எப்போதும் காதில் ஒலிப்பதாகக் கூறித் தன்னை மாய்த்துக்கொண்டான் என்பது பின்னாளில் தெரியவந்தது. பாகனும் இல்லாமல் போக, யானை பராமரிப்பின்றி பெரும் சீழ் மூட்டையாய் மாறிவிட்டிருந்தது. கண்களில் ஜீவன் இல்லை. எலும்புகள் வெளியே தெரியும் அளவிற்கு இளைத்துவிட்டது. துதிக்கை பட்டு அழுகிய வாழை மரமாய்த் தொங்கியது. அதனால் கால்களைத் தரையில் ஊன்ற இயலவில்லை. எழ முடியாமல் அவ்வப்போது தரையிலேயே படுத்துக்கொண்டது. அதன் கருமையையே மங்கச்செய்யும்படியான கனத்த மஞ்சள் நிறச்

சீழ் அதன் உடலெங்கிலும் நீருற்று போல் வடிவதை எவராலும் சகிக்க முடியவில்லை. யானை, தன் உடலைக் கல் தூண்களில், மதில்களில் உரசியபோது சலத்திட்டுகள் ஏடுகளாய் உதிர்ந்தன. கோவில் யானையைக் கொல்லுதல் பாவம் என வைதிகர்கள் தீர்மானமாய்க் கூறிவிட்டமையால் வேறு வழியின்றி யானையை இரவோடு இரவாகக் கோவிலிலிருந்து வெளியேற்றி நகர வீதியில் விட்டொழித்திருந்தனர். நிர்கதியான யானை ஊன் வடியும் கிழட்டு ஆசாமியைப் போல் நகரில் திரியத்தொடங்கியது. எதிர்பட்ட எல்லோரிடத்திலும் துதிக்கை நீட்டி யாசிப்பது மட்டுமின்றி பசியாலும், ரணத்தாலும் அது விடாது எழுப்பிய கேவலால் நகரே எழவு வீடானது. அத்தனை இன்னலிலும் அதற்கு மதம் பிடிக்கவில்லை என்பதுதான் ஆச்சரியம். அத்தனை ரணத்தையும் பொறுக்கும் குழந்தையாக அது துயரேந்தியது. யானையின் அந்தக் கனிந்த நிலைதான் நகர்வாசிகளை இன்னமும் வருந்தச் செய்தது. இது யானையல்ல, யானையின் சாயலில் நம் கண் முன்னாலயே மடியும் வேறு எதுவோ ஒன்று என உளம் நடுங்கினர். முடிவில், கரிய மேகங்கள் செறிந்த ஒரு பகலில் தென்கூடல் நகரையே உறையவைக்கும் படியான பிளிறிலைக் கக்கி யானை முச்சந்தியில் செத்து வீழ்ந்தது. நம் கண்ணெதிரே இறந்துபோன தெய்வம். அதன் பாவம்தான் நம் நகரை விடாது பீடித்திருக்கிறது. நம் ஒவ்வொருவரும் அந்த யானையின் இறுதிக் காலத்தை நம் வாழ்வினூடாக ஏதோ ஒரு கணத்தில் அனுபவித்துத் துயருருகிறோம் என அவனது தந்தை அந்நிகழ்வைக் கூறி முடிப்பார். மாறவர்மன் இப்போது கீழ்மாடத்தில் விழுந்து, யானையளவு பருத்திருந்த தன் கன்னங்கரிய நிழலைக் கண்டு திடுக்கிட்டான். அதை உற்று நோக்க நோக்க அவனுள் ஓர் அமானுஷ்யமான நடுக்கம் பாய்ந்தது.

சுவர் பூச்சிகளின் நீள் ஓசை அறுபட்டதில் அவன் நனவுக்கு மீண்டான். நகருக்கு இனி விடிவென்பதே இல்லை எனக் கருதும்படி இரவு நீண்டிருந்தது. நினைவுகளற்ற, மனிதர்கள் எதையும் அஞ்சாத நித்யமான அமைதிப்பொழுதாக அது தொனிந்தது. மாறவர்மன் அரசரின் துயிலறையைத் திரும்பிப் பார்த்தான். வாயில்தூண் மஞ்சள் ஒளியை எதிரொளித்தது. அதன் வலுவலுப்பான பரப்பைக் கண்டதும் அவனுக்கு தேவகியின் முதுகுப்புறம் நினைவுக்கு வந்தது. அன்று மாலை விடைபெறும் முன் அவள் முற்றிலும் வேறொரு பெண்ணாகக்

காட்சிதந்தாள். அவன் அதுவரைக் கண்டிறாத முக பாவங்கள் அவளிடம் வெளிப்பட்டன. அவளது தளர்வான நடையில், துயரம் கப்பிய விழிகளை மீறி எழும் இமை அசைவில், இளைத்து ஒடுங்கிய அங்கங்களில் என அனைத்திலும் அவள் வேறொரு உருவானவளாய் இருந்தாள். மாறவர்மன் தேவகியை முழுதாகக் கற்பனையில் மீட்டான். அவளது முலைகள் இப்போது என்ன கோலத்தில் இருக்கும்? அவளது தசைகளை நான் இப்போது அழுத்தினால் இந்தத் துன்பப் படலத்தைத் துறந்து அவள் இன்ப முனகலை வெளிப்படுத்துவாளா? பெற்று, இழந்து, கதறி வீழ்ந்த அவள் வயிறு என் கரத்தில் அகப்படும். இறந்த மகளுக்காக மீண்டும் ஒருமுறையேனும் முலையூட்டிடத் தவிக்கும் அவளது மார்க் காம்புகளை என் நா சுழற்சி பறித்துக்கொள்ளும். மகள் மீது அவள் கொண்டுள்ள ஏக்கத்தை என் தேகத்தீண்டல் விஞ்சிடுமா? என்ன ஒரு குரூர எண்ணம்? அவள் யோனியை... அவனுக்கு இச்சை கரைபுரண்டோடியது. அதுவரையிலும் அவன் அத்தகைய உடல் வேட்டலை அறிந்ததேயில்லை. தேவகி வேறொரு பெண்ணாக உருமாறிவிட்டதால்தான் அவள் மீது இந்தத் தினவு ஊறுகிறதா? அவன் உடல் தகித்தது. அவன்கொண்ட இச்சை அவனது வாழ்வையும், மகளின் பிரிவுத் துயரையும், மரணத்தையும் கடந்ததாக இருந்தது.

***

மதியப்பொழுது காட்டின் அடர் தோற்றத்தைத் தளர்த்துவதாக இருந்தது. வெயில் ஏறிய பின் காடு வெறும் மரங்களின் சிதறலாக, ஊர்ப்புறத்தை நினைவுறுத்தும் பறவைகளின் வசிப்பிடமாகவே காட்சி தருவது அவர்களுக்கு விந்தையாகத் தோன்றியது. மனம் அச்சத்தையோ, வியப்பையோ உணரவில்லை. அனைத்து உணர்வுகளும் நீரமுந்திய ஒலித் திவலைகளாய்ச் சிதறியிருந்தன. மகிழ்ச்சியும், துக்கமும் ஒன்றாக அலசப்பட்டுப் பாறைகள் மீது உலர்ந்தன. புல், புதர்களுக்கு நடுவே நம்பிக்கையை வார்க்கும் தன்னிச்சையான வழித்தடங்களை காண முடிந்தது. எனினும் அவை அந்திப் படர்வில் தொலைந்துபோகும். மறுநாள் அந்த வழித்தடங்களை நினைவில் பொருத்துவது கடினம்.

உச்சிப்போதிலும் கண்களைக் கூசும் சூரியக் கதிர்களைக் காண இயலவில்லை. பொன்னிறமான வெளிச்சம் மட்டுமே எங்கும் நிறைந்திருந்தது. மண்பானை அளவிலான பெருத்த அணில்கள்

பார்வையில் துலங்கின. வடதிசையில் மூங்கில்கள் நெரிபடும் ஓசை. காற்றில் புதிதாய் எழுந்த காளான்களின் மணம். சாம்பன் கணப்பின் முன் அமர்ந்திருந்தான். அவன் உள்ளம் அவனைச் சூழ்ந்திருந்த எழில்நிறை தோற்றங்களில் இன்பமுறவில்லை. அவன் ஒன்றுமற்ற, நிலம் கொதிக்கும் பாலைப் பொட்டலை நினைத்து ஏங்கினான்.

அவன் சுருளியிடமிருந்து நீங்கிய காலத்தில் சுருளி முதுமையின் பிடியில் சிக்கியிருந்தார். முதுமை அவரது தோள்களை மட்டும் விட்டுவிட்டு ஏனைய இடங்களையெல்லாம் தளர்வுறச் செய்திருந்தது. இனி உலகை வெறித்தபடி குடிசையிலேயே அமர்ந்திருக்க வேண்டும். இரவுகள் எடுத்துக்கொள்ள மட்டுமே மீதிக் காலம். அவ்வளவுதானா? அவரால் அதை ஏற்றுக்கொள்ள முடியவில்லை. வேகம் குறைந்துவிட்டது. அவரை உடன் அழைத்துச் சென்றால் சாம்பனுக்கும், சங்கனுக்கும் அவரைக் காக்க வேண்டிய பொறுப்பு கூடிவிடும். வேறுவழியின்றி சுருளி தன் களவு ஓட்டத்தை முடித்துக்கொண்டார். எனினும் அப்போதும் அவரது கரங்களிலிருந்து பாய்ந்து வருகிற வளரியின் நேர்த்தியைச் சாம்பன், சங்கன் இருவராலும் சமன் செய்ய இயலவில்லை. அவர் வீட்டில் இருந்தபடி அவர்களுக்கு யோசனைகளையும், நுணுக்கங்களையும் வழங்கினார். அந்த ஆண்டு மார்கழியில் சுருளியின் மகன் சங்கன் களவில் அகப்பட்டுக்கொள்ளும் வரை எல்லாமும் இடரின்றித்தான் கழிந்தன. பனிப்படலம் காவலர்களுக்குத்தான் அரண் என சுருளி கூறியதைக் கேளாமல் சாம்பனும், சங்கனும் களவு புரியச் சென்றது திருத்தமுடியாத பிழையாகிப்போனது.

சாம்பன் மூச்சிரைக்க ஓடி வந்து அச்செய்தியைக் கூறியபோது "நீ மட்டும் எப்படித் தப்பினாய்" என்ற சுருளியின் எதிர்க்கேள்வியில் சாம்பன் அதிர்ந்துவிட்டான். அதனோடு "என் மகன் அகப்பட்டுட்டான், நீ இங்கே யார்?" எனக் கேட்கும்படியான அவரது ஓரப் பார்வை அவனது முதுகைத் துளைத்தது. அதுநாள் வரை சுருளியிடம் அப்படி ஒரு தோற்றம் வெளிப்பட்டு அவன் கண்டதேயில்லை.

என்ன செய்வது என சாம்பன் வினவியபோது அவர் பதிலளிக்கவில்லை. இரண்டொரு தினங்களில் சங்கனோடு சாம்பனையும் காவல் பணிக்கு அளித்தால் சங்கனைக் கரச்

சேதம் செய்யாமல் விடுவிப்பதாகப் பாளையத்திலிருந்து தகவல் வந்தது. சுருளி அதைச் சாம்பனிடம் கூறினார்.

"நீ பாளையம் வேண்டியபடி காவல் பணிக்குச் செல். இருவரும் அங்கேயே சிறிது காலம் இருங்கள். ராவுத்தர்களிடமிருந்து சாத்து நடையாகக் குதிரைகள் கொண்டுவரப்படுகிறதாம். குதிரைகளை நான் களவெடுத்தால் பாளையம் பணிந்தே தீரும். அப்போது பிணையாகச் சங்கனுக்கு முன்பாக உன்னைக் கேட்கிறேன். அதுவரை பொறுத்துக்கொள். நீயும் என் மகன் தான்."

சுருளி பேசிக்கொண்டே சென்றார். நமக்காகச் சுருளி ராவுத்தர்களின் கொடுவாள்களையும் மீறிக் குதிரைகளைக் களவெடுக்கத் துணிவாரா? சாம்பனால் அதை முழுதாக நம்ப முடியவில்லை. எனினும் அவர் பொய்யான வாக்கைத் தர மாட்டார் எனக் கருதினான். ஆனால் அவரது குரலில் மகனின் கரங்களைக் காக்க வேண்டும் என்கிற தீவிரமும், அதனோடு ஒரு விதமான பாசாங்கு மொழியும் வெளிப்படுவதை அவன் கண்டுகொண்டான். அவரது களவு நெறிகளில் அவரே தளர்வுகளைக் கொண்டு வருகிறாரோ எனப்பட்டது. அன்றைய இரவு சாம்பனின் மனம் மாடு இறங்கிய ஊருணியாய்க் குழம்பிக் கிடந்தது. நெடுநேரம் உறங்காமலேயே அமர்ந்திருந்தான். படுக்கையில் இருந்த சுருளி இமைகளை முழுவதும் மூடாமல், நகக்கண் அளவிற்கு விழிகளைத் திறந்து வைத்திருந்தார். அவை சாம்பனை நோட்டமிட்டன. நடுநிசி கடந்து சாம்பன் படுக்கையில் சாய்ந்தபின்னரே சுருளி உறக்கத்தில் ஆழ்ந்தார். எனினும் ஒரு ஐயத் தூசி அவரது விழிகளை உறுத்திக்கொண்டேயிருந்தது. வைகறையில் விழிப்பு வந்து கண்களைத் திறந்த சுருளிக்கு சாம்பன் இனி ஒருபோதும் தீர்ந்திடாத அதிர்ச்சியை மட்டும் மீதம் வைத்துவிட்டு அகன்றிருந்தான். வெளியே சென்று எங்கும் சுற்றிப் பார்த்துவிட்டு சுருளி ஆத்திரத்துடன் வாசலில் வந்து அமர்ந்தார். நன்றியுணர்வு உன்னை அரசனுக்கும், அவனது காரியங்களுக்கும் இணக்கமாக ஆக்குமெனில் நீ அப்போது எவ்வித தயவுதாட்சனையுமின்றி துரோகத்தைத் தேர்ந்தெடு என அவனது தந்தை போதித்திருந்ததைச் சாம்பன் சுருளிக்குத் தனது செயலினால் உணர்த்திவிட்டு மறைந்து போயிருந்தான். காலத்திற்கு ஏற்ப களவு நுட்பங்கள் மாறிக்கொண்டே வரும், ஆனால் களவொழுக்கம் என்றும் மாறாது. அரச மரபைக் கட்டுவதற்கான முதல் சரளைக் கல் எடுத்து வைக்கப்பட்டபோதே

அதை இரண்டாகப் பிளப்பதற்கான கூராயிதமாகக் களவும் பிறந்துவிட்டது. அதைப் பந்த பாசங்களினாலும், நன்றியுணர்வாலும் மழுங்கடித்துவிடாதே. நம்மவர்கள் பலர் அரச பீடத்தைக் காத்து நிற்பதன் பின்னணியிலும் எவருக்கோ ஒருவருக்கு செலுத்தவேண்டிய நன்றிக்கடனே மறைந்திருக்கும் என்ற அப்பனின் சொற்கள் சாம்பனின் துரோகக் கழிவிரக்கத்துடன் போராடி அதனை வென்றது. ஆனபோதிலும் கீழ்மையும், குற்ற உணர்வும் செயலாற்ற விடாத, உலர்ந்த பசை போல் அவனுள் தங்கிக்கொண்டன.

சாம்பன் தப்பியோடியதிலிருந்து மூன்றாம் நாள் சங்கனின் கரங்கள் பிசிறின்றிப் பிய்க்கப்பட்டு, மதிலுக்கு வெளியே வீசப்பட்டான்.

"ஊரை ஏய்த்த தேவடியா மகன். நம்மையும் ஏய்த்துவிட்டான். அவன் புழுபுழுத்து, நரிகூட சீண்டமுடியாதபடி சாவான்." சங்கனைக் கைத் தாங்கலாகச் சுமந்திருந்த சுருளி வருகிற வழிநெடுக சாம்பனை நோக்கிச் சாபமிட்டார். சங்கன் கிடந்துபோனதிலிருந்து வயிற்றுக்குத் திண்டாட்டம் உருவானது. வேறுவழியின்றி சுருளி புரை விழுந்த கண்களுடன் மீண்டும் களவுக்குச் சென்றார். ஏதாவது ஒருசமயத்தில் மட்டுமே அவரால் எதையேனும் கொண்டு வர முடிந்தது. நாள்கணக்கில் பசி. சங்கனின் மார்பு வற்றி வயிறு மட்டத்திற்கு வந்திருந்தது. கஞ்சிக் கலயத்தைக் குடிசையில் தொங்கும்படி கட்டி, அதன் உள்ளே அவன் தலையை நுழைத்துக் குடித்துக்கொள்ள சுருளி ஏற்பாடு செய்தார். குடிநீரும் அப்படித்தான். ஆனால் மலம் கழித்தபின்னர் கழுவிவிட அவன் சுருளியை எதிர்பார்த்திருக்க நேர்ந்தது. அவர் இல்லாத நேரமென்றால் ஏதேனும் மரத்தினில் பிருஷ்ட இடுக்கை தேய்த்துக்கொள்வான். ஒருநாள் சுருளி ஆடு ஒன்றைக் களவாடி ஓடி வருகையில் அகப்பட்டுக்கொண்டார். தொய்ந்த தசைகள் பிய்ந்துவிடும்படி கசையடி வாங்கி, சாகிற நிலையில் குடிசைக்கு வந்தார். பொழுது விடிந்ததும் நாக விஷத்தை எடுத்து உடலில் குத்திக்கொள்ளலாம் எனத் தந்தையும், மகனும் முடிவெடுத்தனர். ஆனால் அவர்கள் எதிர்பாராத ஒன்று பின்னிரவில் நிகழ்ந்தது. ஒரு பொதி நிறைய தானியங்களுடன் சாம்பன் அவர்களைக் காண வந்திருந்தான். குடிசைக்கு வெளியிலிருந்து அவனுடைய குரலைக் கேட்டதும் சுருளி குத்தீட்டியை எடுத்துக்கொண்டு வெளியே பாய்ந்தார்.

“நிறுத்துங்கள்.”

“யோவ்... நிறுத்தும்.”

சாம்பன் ஈட்டியை ஒரே வீச்சில் பிடிங்கி அப்பால் எறிந்தான். வசைகளைக் கூறிக்கொண்டே அடிக்கப் பாய்ந்த சுருளியை அவன் மிக எளிதாக இரண்டு கரங்களாலும் இறுக்கி நிறுத்தினான். சுருளியால் திமிர முடியவில்லை. அவர் போட்ட கூச்சல் கேட்டு சங்கன் வெளியே வந்தான். சாம்பனால் அவனை ஏறெடுத்துப் பார்க்க முடியவில்லை. தானியப் பொதியை வாசலிலேயே வைத்துவிட்டு அகன்றுவிட்டான். சுருளி பலம்கொண்டு தலையில் அடித்துக்கொண்டார். தானியப் பொதியைத் தூக்கி வீசினார். சங்கன் எதுவும் கூறாமல் நின்றுகொண்டிருந்தான். காலையில் பார்த்தபோது சுருளி அந்தத் தானியப் பொதியைக் குடிசைக்குள் கொண்டு வந்திருப்பது தெரிந்தது. அதன்பிறகு ஒவ்வொரு மாத மறைநிலவு இரவிலும் சாம்பன் அவ்வாரே வந்தான். சுருளி ஒவ்வொரு முறையும் அவனைக் கொன்று போட்டுவிடவே துடித்தார். ஒருமுறை அவன் வாசல் நோக்கி வருவதைக் கண்டு மிகச் சரியாக வளைத்தடியை ஏவினார். அது நேராக சாம்பனின் வயிற்றில் சொருகிக்கொண்டது. சாம்பன் தானியப் பொதியை வாசலில் கிடத்திவிட்டு, தாளமுடியாத ரணத்துடன் வளரியைப் பிடுங்கி வீசினான். பிறகு, பாதையெங்கும் குருதி தெளித்தபடி ஓடிப்போனான். கூடல் நகருக்குள் நுழையும்போது அவனது குடல் கரங்களில் தவழ்ந்தது. இறுதியாக ஒரு மகிழ மரத்தடியைப் பிடித்துக்கொண்டு சரிந்தது மட்டுமே அவனது உணர்வில் இருந்தது. மூன்று நாள்களுக்குப் பின், அவன் சுயநினைவுக்கு மீண்டபோது தன் வயிறு தைக்கப்பட்டிருப்பதைக் கண்டான். பாதத் தடமின்றி மறைந்துபோவது கள்வனுக்கு மட்டுமே உரித்தானதல்ல, அதே வழியில் எவனோ ஒரு முகம்தெரியாத நாவிதன் தன்னைக் காத்துவிட்டு அகன்றிருக்கிறான் என்பது அவனுக்கு விளங்கியது.

காட்டில் இருள் வெடித்துச் சிதறியிருந்தது. சாம்பன் தன் வயிற்றுத் தழும்பை வருடியபடி கருமைக்குள் மூழ்கியிருந்த மரங்களையும், மலைச் சிகரங்களையும் கண்டான். இருளெனும் நிறையற்ற பெருவெள்ளம் மலைச்சரிவுகளில் ஓடி அனைத்தையும் சமன்படுத்தியிருந்தது. இப்போது சிறு கல்லிற்கு உள்ள அதே பொருள்தான் மாமலைச் சிகரங்களுக்கும். காந்தள் மலரும்,

வேங்கையின் உலராப் பற்களில் படிந்திருக்கும் குருதிக் கறையும் தன்மையில் ஒன்றே. நிர்வாணங்கள் அனைத்தும் அதன் உச்சத்திற்குத் துணிந்திருந்தன. சாம்பனின் அமைதியடையா உள்ளம் அந்த இருளுக்குள் ஓர் இடம் தேடியது. அவனது சுயம் வெறுக்காத ஓர் இடம். கண்களை மூடி இன்னும் இருள் வேண்டினான். பிடறியிலிருந்து முளைத்த ஒரு சிறு ஒளியூசி அவனது கண்களுக்குள் பாய்ந்தது. இதயம் மீண்டும் துரோகமெனும் குடுவையில் ஊறி நொதித்தது. ஆழ்மனம் இடைவிடாது முணுமுணுப்பதைச் செவியுற்றான். மறைநிலவு நாள் கடந்துவிட்டது. சுருளி உன்னை எதிர்பார்த்துக் காத்திருப்பார்.

தந்தையும், மகனும் மாதம் முழுமைக்கும் பசியாறவேண்டி நீ தானியக்கூலம் கொண்டு வருவாய் என்றும், உன்னை கொன்றுவிட்டு அதன்பின் தன்னையும், தன் மகனையும் மாய்த்துக்கொள்வதற்காகவும்...

***

மேகங்கள் ஏதும் குவிந்திடாதபோதும் வெயில் சட்டென்று தாழ்ந்து விட்டிருந்தது. செடியிலேயே பழுத்து உலர்ந்த நிலையிலிருந்த குவலை இலைகளைத் தேடிப் பறித்துக்கொண்டிருந்த பெரியசாமி வானத்தின் விசித்திரப்போக்கால் துணுக்குற்றார். இலைகளை ஆயும் சப்தத்தைத் தவிர ஒரு அரவமும் அங்கு இல்லை. பிறகு பறித்தவரை போதுமென்ற முடிவோடு அவர் மலைச்சரிவிலிருந்து இறங்கலானார். வாக்களித்திருந்தாலும் சாம்பனின் கால் வளையத்தைக் கழட்டுவது அவனது கால்களை நன்றாக இளைக்க வைத்தால் மட்டுமே அது சாத்தியம். நெருஞ்சியும், குவலை இலைகளும் அதற்கு உதவும் என்று நம்பினார். பரிதிக்குக் குவலைச் செடிகள் வளர்ந்திருக்கும் இடம் குறித்து தெரியக்கூடாது என அவர் தனியாகவே வந்திருந்தார். அதன் புகையை இழுத்துப் பழகிவிட்டான் எனில் பிறகு அவனுக்கு அதைத் தவிர வேறு மூலிகைகளைத் திரட்ட மனமே வராது. சுற்றிலும் ஒருமுறை பார்வையைப் பரவவிட்டார். எங்கேனும் தங்கள் வாழ்வை அலைக்கழிக்கும் தீக்கடம்பை மலர் துலங்கிவிடாதா என நப்பாசை. அவரது நடை வேகம் குறைந்தது. மனதை ஆட்கொண்ட சோர்வு கால்களில் வெளிப்பட்டது. வந்ததிலிருந்து ஒரு நன்மையும் ஏற்படவில்லை. இதற்கிடையே தொலைந்துபோன காவலர்களின்

நிலை என்னவென்றும் தெரியவில்லை. அன்றிரவு என்ன நிகழ்ந்திருக்கும்? இவன் சொல்வது உண்மையா? இந்தக் காட்டில் வசிக்க முடியாது எனச் சொல்லாமல், கொள்ளாமல் நகருக்குத் திரும்பியிருப்பார்களோ? அப்படி இருந்தால் ஏன் இந்தக் கள்வனை நம் தலையில் கட்டவேண்டும். இவன் கால் விலங்கு அவிழ்ந்ததும் இங்கிருந்து தப்பிவிடுவான். அது ஒருவகையில் நிம்மதி தரும் என்றாலும், அதற்கும் நான் தான் பதில் சொல்லவேண்டுமோ? இப்படியொரு, மண்டை கொதிக்கும் சூழல் யாருக்கும் வாய்க்கக்கூடாது. இதை யாருக்கும் கிட்டாத, அரிதான புதையலைத் தேடும் பயணம் என்று கூடக் கருதமுடியவில்லை. அதில் கூடப் பேராசை ஓர் உந்து சக்தியாகத் திகழும். இதில் என்ன இருக்கிறது? இத்தனைப் பெரும் பச்சைப் படர்வெளி, விண்ணில் ஏறும் மாமலைகள். இதில் அந்த மலரின் இருப்பு என்பதும் இல்லாமை என்பதும் ஒன்றுதானே? எப்படி அதைக் கண்டடைவது? அதை விடவும் உத்திராபதி பண்டிதரின் முடிவைச் செரிப்பது எளிது. ஆம், கெடு முடிவுறும்போது உத்திராபதி பண்டிதர் மரணிக்கப்போகிறார். நாம் அவரது இழப்பை எதிர்கொள்ள ஆயத்தமாக வேண்டும். ஆனால் அது நிகழும் வரையிலும் நாம் அதை நினைக்காமல் இருக்க இயலுமா? வானம் போல் மரணவிதி நம் மீது கவிந்துகிடக்கிறது. பள்ளமானாலும், சமவெளியானாலும், நகர்க் குடியானாலும், நீர்சூழ வாழ்ந்தாலும், காலம் நம் அனைவரையும் எங்கோ உள்ள அந்த மரணக்குழியை நோக்கியே இழுத்துச்செல்கிறது. எவரும் அதிலிருந்து தப்ப இயலாது என்பது உறுதியாகத் தெரிந்தும் ஏன் மற்றவரின் மரணத்தின்போது நாம் மரணத்திற்கு அந்நியப்பட்டவர்களாய் விலகி நின்று தவிக்கிறோம்?

உத்திராபதி பண்டிதரை விடவும், நான் இப்போது மரணத்திற்கு நெருக்கமாக இருக்கிறேன். ஆனால், ஏன் எனக்கு அது குறித்த உளைச்சல் இல்லை? என் மரணம் ஒரு புலியைப் போல் எங்கோ பதுங்கியிருக்கிறது, நான் இரையாகும் நாள் வரையிலும் அது என்னிடம் தலைகாட்டாது என்ற ஆசுவாசம். ஆனால், உத்திராபதி பண்டிதருக்கோ அது கண்ணுக்குத் தெரிந்த பாதாள இருள். ஒவ்வொரு விடியலிலும் அந்த இருள் அகண்டுகொண்டே வருகிறது. அரசர் நகர்வலம் வருகையில் அவரது காலில் விழுந்து உயிர் யாசகம் கேட்கலாம் என்றாலும் பண்டிதர் அதற்கு உடன்பட மாட்டார்.

அவர் கதை முடியட்டும், அதுவரை நாம் திரும்பிச் செல்லாமல் இங்கேயே இருந்துவிடலாம் என்றால் அங்கு மருமகள் வேறு இருக்கிறாள். மகனின் இல்லற வாழ்க்கை தேங்கி நிற்கிறதே. எல்லாவற்றையும் நினைத்து நினைத்து பெரியசாமிக்குக் கடும் உளைச்சல் உண்டானது. வழிக் குறிகளை நோட்டமிட்டபடி நடந்தார். அடர்வனம் அவர் செவிகளில் குளிரையும், தனிமையையும் விம் விம் என அப்பிக்கொண்டிருந்தது. காற்றில் பரிட்சயமில்லாத நறுமணம் ஒன்று மிதந்தது வந்தது. திடுக்கிட்டவராய் நாள்புறமும் வெறித்தார். அவர் உணராமலேயே செவிகளை நெருங்கி வந்திருந்த அருவியின் இரைச்சல் அவரது மனத்திரையில் அதிரத்தொடங்கிற்று.

***

முழுப் பட்டினியை விட அரை வயிறு, கால் வயிறு என உண்ணுதல் குடலைக் கொதிகலனுக்குத் தள்ளும் என்பது சாம்பனுக்கு முதல் இருவேளையிலேயே புரிந்துவிட்டது. ஒரு பூவரசன் இலையில் வெளியே சிந்தாமல் கட்சிதமாக நிரப்பப்பட்ட கம்புச்சோற்றை மட்டுமே அவன் உண்டான். போதாக்குறைக்கு அவனுடலில் உள்ள மிகு நீரை வெளியேற்ற பெரியசாமி நெருஞ்சியைத் தூளாக்கி நீரில் கலக்கிக் கொடுத்தார். கண்கொட்ட முடியாமல் சாமம் முழுமைக்கும் சிறுநீர் கழித்ததில் சாம்பன் அறைகுறையாய்ச் செதில் உரசப்பட்ட கெண்டை மீனைப் போல் வெளிரிய தோற்றத்தை அடைந்திருந்தான்.

"பரிதி. எங்கே இருக்கிறாய்? டேய்." பெரியசாமி நீண்டநேரமாய் அழைப்பது கேளாமல் பரிதி மர நிழலில் அமர்ந்து எதையோ பார்த்துக்கொண்டிருந்தான்.

"என்னடா அங்கு வேடிக்கை? உன்னைச் சோற்று நீர் வார்க்கச்சொன்னேன்?"

"உடும்புக்குட்டி... குடிலுக்குள் வந்து அகப்பட்டது..." பரிதி நார்களால் கட்டி வைத்திருந்த உடும்புக் குட்டியைத் தூக்கியபடி திரும்பினான்.

"உன் மாமன் தலைக்கு மேல் அங்கே நாயக்கன் இப்படித்தான் வாள் வைத்து நேர் பார்த்துக்கொண்டிருப்பான். அதை விட்டுவிட்டு வா. பிறகு போய் அதோடு குடித்தனம் நடத்திக்கொள்ளலாம்."

“ருசியான பிறப்பு. பாவம் இன்றிரவு இறக்கப்போகிறார்.”

பரிதி உடும்பைத் தூக்கியபடி குடிலுக்குள் வந்தான்.

“அதை உன்னை விட்டுவிடச் சொன்னேன்” சாம்பன் கோபமாகச் சொன்னான்.

“ஏன்? உமக்கு வேண்டாமென்றால் நீர் திங்க வேண்டாம்.”

சாம்பனுக்கு ஆத்திரம் கொப்பளித்தது; அதைவிடவும் பசி.

இருவரும் வீணாக எதையாவது பேசுவார்கள் என அறிந்த பெரியசாமி வடிநீரைச் சாம்பனுக்குத் தந்து அவனை அமைதிப்படுத்தினார். பிறகு, மூவருமே குடிலுக்குள் இளைப்பாறினர்.

பொழுது கவிகையில் நிலத்தின் மீது மஞ்சள் ஒளி விரவியது. எனினும் வானில் சூரியனைக் காணமுடியவில்லை. பெரும் மஞ்சள் படலமாய் மேகங்கள் மட்டும் செழித்து நின்றன. முன்மழை வாசத்தைக் கமழச்செய்யும் தென்றல். பிறழ்வுற்று, களி நடனம் ஆடிக்கொண்டிருந்த மேகத் திட்டுகள் யாவும் நெருக்கமாய் அடர்ந்தன. இன்னொரு புறத்திலிருந்து தானே உலகின் முதன்மை ஆற்றல் எனக் காற்று நிரூபணம் செய்தது. இலைச் சருகுகள் உயர எழுந்து தனித்தனி பூதங்களாய் உலாவிக்கொண்டிருந்தன. காடு சிதைவுறப்போவதை முன்னறிவிப்பு செய்வது போல் ஓர் அசுரவளி இலக்கின்றி சுழன்று வீசியது. குழலின் மென்மூச்சாய் வருடிக்கொண்டிருந்த கூதல் காற்று கணங்களில் ஆயிரம் உறுமிகளின் கனத்தக் குரலாய், கோடி பசுக்களின் தோலினைப் பின்னி இழுத்துக் கட்டப்பட்ட, ஒரு கடற்தீவின் விட்டத்தையுடைய பிரமாண்ட பறையின் உக்கிர ஸ்வரமாய் மாறிவிட்டிருந்தது. குடில் பிய்த்துக்கொள்ளக்கூடும் என அஞ்சிய பெரியசாமி அவசரமாய் வெளியோடி அருகில் தென்பட்ட மரப்போத்துகளை வெட்டி வந்து கூரை மீது பரப்பி வைத்தார். பரிதி அவற்றின் மீது உலர்ந்த கொடிகளைச் சுற்றிக் கட்டினான். பெரியசாமி அவனைக் குடிலுக்குள் அழைத்து வாயில் பகுதியை முட்படலால் அடைத்து வைத்தார். காற்றுக்குப் பயந்து வன மிருகம் ஏதும் உட்புகக் கூடும் என்றார்.

இருளும் தீவிரம் அடைந்திருந்தது. அதனோடு ஒழுங்கில்லாத, காதுகளைத் துவைக்கும்படியான விநோதக் குரலொன்று

நால்திசையிலிருந்தும் ஒலித்தது. உதவியற்ற மனிதர்கள் கொடிய மிருகங்களிடம் சிக்கி அலறுவதைப் போல் மரங்கள் இருளுக்குள் நெரிபட்டுச் சப்தங்கல் எழுப்பின. முதலில் கோடை இடியைப் போல் ஒரு கூர்மையான முறிவொலி. அடுத்த கணம் மலைச்சிகரம் மரங்கள் மீது சரிவதைப் போல் பரந்து விரிந்தப் பேரொலி. மரக் கிளைகளும், இலைகளும் ஒருபக்கமாக வீசப்படும்போது கடல் எழும்பி வந்து காட்டைச் சுருட்டுவதுபோல் ஒரு கனத்த நீர்ச் சத்தம்.

பெரியசாமி குவலை இலைகளைக் கசக்கியபடி "பேய்க்காற்று!" என்றார்.

"புயல் வீசப்போகிறதா?" பரிதி கேட்டான்.

"பிறகு இப்போது வீசுவது என்ன?"

காற்றினூடாக மழைத்தூறல்கள் மண்ணில் வீழாமல் நேராகக் கடலுக்கு அடித்துச்செல்கிறதோ என நினைக்கும்படி பொய்மழை விழுந்தது. "பட்டு முதிர்ந்த மரங்களை அகற்றவேண்டியது காட்டின் கடமை. முதலில் காற்றால், பிறகு தீயால்." பெரியசாமியிடம் அச்சம் தோன்றிய வேகத்தில் விலகியிருந்தது. இனியொன்றுமில்லை, குடிலைச் சுற்றியுள்ள மரங்கள் தாக்குப்பிடித்துவிடும் என்றார். பரிதி மட்டும் தன்னைமீறி மூன்று முறை குலதெய்வத்தின் பெயரை உச்சரித்தான். தனக்குள் பசியின் பெரும்பிரளயம் நிகழ்ந்துகொண்டிருந்தமையால் சாம்பன் தலைசாய்த்து முடங்கிக்கொண்டான்.

"உறங்கிவிடாதே. எழுந்திரி."

பெரியசாமி சாம்பனை அமரச்செய்தார்.

பிறகு கோணியைச் சாம்பனின் தலையில் போர்த்தி, தீயில் கருகிய குவலை இலைச் சுருட்டின் கரும்பச்சை நிற அடர் புகையைக் கோணிக்குள் பரவவிட்டார். போர்வையிருட்டில் சாம்பன் புகையின் நடனத்தைக் கண்டான். நெளி நெளியாய் உயர்ந்தெழும் சாம்பல் திட்டு. ஒளிவீசும் புகை. தொண்டையறுபட்டு சாம்பன் இருமினான். உதிரம் ஒழுகுகிறதோ என ஐயப்படும் அளவிற்கு மார்பில் ஒரு தீக்கீறல். உள் தசைகளின் பரபரப்பில் வயிறும் நிரம்பிற்று. சுருட்டு எரிந்து முடிந்ததும் பெரியசாமி கோணியை எடுத்துவிட்டார். அபிஷேகம் கண்ட கற்சிலையாய், வியர்வையினால் அம்மை கொண்டதைப் போல் சாம்பன்

உடல்மின்ன மூச்சு வாங்கிக்கொண்டிருந்தான். அவனது கண்கள் அடர் சிவப்பில் தணல் கக்கின.

“இதைக் குடி. இனி பசியிருக்காது. இறந்துவிட்டதாக நினைத்து உறங்கு.” பெரியசாமி மூங்கில் குவளையில் நீர் எடுத்து நீட்டினார்.

“நீங்கள். என்னை... ஏய்...”

சாம்பனை அச்சமும் குழப்பமும் ஆட்கொண்டன. அவனால் அதற்கு மேல் தலையுயர்த்த முடியவில்லை. ஒரு மர்மப் பள்ளத்தாக்கில் தலைகீழாய் வீழ்ந்துகொண்டிருப்பதைப் போல் உணர்ந்தான். செய்வதறியாது கண்களை மூடிக்கொண்டான். “உடும்பை... அறுக்கவா? இப்போது வேண்டாம். அதைக் கட்டி வை. நாள்கள் போகட்டும் இவனும் சாப்பிட வேண்டுமல்லவா. கோதை எப்படி இருக்கிறாளோ.” சாம்பனின் காதுகளில் இருவரது குரல்களும் இரண்டறக் கலந்து ஒலித்தன. சாம்பன் உதடுகளுக்குள் எதையோ முணுமுணுத்தபடி உறங்கிப்போனான்.

நள்ளிரவில் காற்று ஓய்ந்து வனம் நிச்சலனமானது. சரிவில் ஓடிய சுனையில் மட்டும் காட்டின் அகால மௌனத்தைக் கீறிடும் சலசலப்பு. கோணியிலிருந்து தப்பி குடிலுக்குள் உலாவியப் புகையினால் பரிதியும், பெரியசாமியும் கூட சற்று போதை கண்டுவிட்டனர். உறக்கம்தான் என ஆழ்ந்த பரிதி அவ்வப்போது அவனை ஆட்கொள்ளும் ஒரு பால்யக் கனவிற்குள் நுழைந்தான். அதில் பரிதி பத்து வயதுச் சிறுவன். மற்ற சிறுவர்களோடு நீரற்ற வையை நதி மணல்பரப்பில், நிலவு கனிந்திட்ட முன்னிரவில் ஓடி விளையாடிக்கொண்டிருந்தான். ஓடிக் களைத்து மணலில் அமர்ந்தவன் பெருங்கோவில் கோபுரம் சித்திரை மாத உற்சவத்திற்காகத் தீபங்களால் அலங்கரிக்கப்பட்டிருப்பதைக் கண்டான். அசைந்த சுடர்கள் பொன்னொளியில் ஜொலிக்கும் அணிகலன்களாகத் தொனிந்ததில் பெருங்கோவில் இருளில் எழுந்து நிற்கும் நங்கையின் தோற்றத்தைக் கொண்டிருந்தது. அக்காட்சியின் ஊடாகக் கமழும் இலுப்பை எண்ணெய் வாசமும், மணலில் நதி மீதம் வைத்துப்போன புனல் வாசமும் இணைந்து மிக அரிதான, இனி ஒருபோதும் அனுபவித்திட முடியாத ஒரு சுகந்தத்தை அவனுள் நிறைத்தன. அந்த மணத்தில் திளைத்தபடி கரைக்கு ஏறி வருகையில் கோதை அவளது தோழிகளோடு அமர்ந்து படித்துறையில் விளையாடிக்கொண்டிருப்பதைக்

கண்டான். அவள் தனது காதுகளில் ஆவாரம் பூவின் இதழ்களை எச்சில் தொட்டு ஒட்டி வைத்திருந்தாள். அவளது அழகு பரிதியை அங்கிருந்து நகரவிடவில்லை. அவனுக்கு அவளது சின்னஞ்சிறிய மடியில் தலைசாய்க்கவேண்டும் போல் இருந்தது. அவள் பரிதியைக் கண்டுகொள்ளாமல் தோழிகளிடம் எதையோ துடுக்குடன் பேசிக்கொண்டிருந்தாள். அவளது செல்லக் குரல் மற்றவர்களுக்காய் வீணாவதைப் பரிதி விரும்பவில்லை. தோழிகளை விலக்கிவிட்டு அவளருகில் செல்லவேண்டும் என விரும்பினான். ஆனால் அது இயலாது. அவர்களுக்கு நடுவே அடைபட்டிருந்த, அவளது நெருங்கமுடியாத ஸ்பரிசம் அவனுக்கு ஏக்கத்தையும், அழுகையையும் வரவழைத்தது.

***

கோதைக்கு அன்று ராணி நாகம்மையின் அரண்மனைக்குச் சென்று சேவகம் செய்யும் முறை. வாரம் இருமுறை அவள் அங்கு செல்வாள். ராணியின் தொடையிடுக்கு, கக்கங்களில் முளைவிடும் ரோமங்களை மழித்து, பிறகு கணுக்காலில் கூட அழுக்கு தங்காதபடி வாசனை நீரில் அவளை நீராட்ட வேண்டும். கோதை தவிர்த்து சேவகத்திற்கு ஏழு உயர்குடிப் பெண்டிர் உண்டு. கோதை மட்டுமே நாவிதர் குலத்தைச் சேர்ந்தவள். நகரில் பண்டிதருக்கு இருந்த அபிமானமும், கோதையின் நிகரில்லா மேனி வனப்புமே அவள் அந்த பணி வாய்ப்பைப் பெறக் காரணமாய் அமைந்தன. பிறகு அது அவளுக்கு விதிக்கப்பட்ட கட்டாய நடைமுறையாகவும் ஆகிவிட்டது. அவளது மாசுமருவற்ற அழகும், தட முலைகளும் உயர்குலப் பெண்களிடம் பொறாமையைக் கிளரின. கோதையின் யௌவனம் மீது ராணி நாகம்மை ஆச்சரியமும், வெறுப்பும் ஒருசேரக் கொண்டிருந்தாள். தான் அவ்வப்போது அவளுக்கு இடும் சோறு, பழங்களின் மிச்ச, மீதங்களாலேயே அவள் அழகுறுகிறாள் என்கிற எண்ணமும் ராணிக்கு இருந்தது.

கோதை முற்பகலில் வெயில் ஏறுவதற்கு முன்பே கிளம்பியிருந்தாள். இருந்தும் பாதச்சூடு தகித்தது. செம்மண் தடம் அவ்வளவு விரைவாய்ச் சூரியக் கணங்களை உறிஞ்சியிருந்ததில் அவளுக்குச் சொல்லமுடியாத எரிச்சல். பாம்புகளுக்கு அஞ்சாமல் புற்கள் விரவிய ஆற்றங்கரைப் பாதையில் வந்திருக்கலாமோ என நினைத்தாள். இருந்தும் நகர் வீதிகள் வழியாக யாவற்றையும் வேடிக்கை பார்த்தபடி நடப்பதில் அவளுக்கு ஓர் உற்சாகம்

இருக்கவே செய்தது. தாமரைக் குளம், தொலைவில் தெரியும் மாட வீதியின் சுவர் சித்திரங்கள், அவ்வப்போது எதிர்படும் வெள்ளைக் குதிரைகள், பெரிய வாணிபர் வீட்டில் இடப்பட்டிருக்கும் பூப்பந்தல் என அவளுக்குப் பிடித்தமான காட்சிகள் நகருக்குள் நிறையவே இருந்தன. பெருங்கோவில் ராஜ வீதிகளில் அவள் நுழையக்கூடாது. எனினும் தலைகோபுரத்தை ஒருகணம் தலையுயர்த்தி நோக்காமல் அவள் அவ்வழியைக் கடப்பதில்லை.

தாமரைக் குளம் சந்தையில் மனிதர்களின் நடமாட்டம் அதிகமாய் இருந்தது. உப்பும், மஞ்சளும் வழிநெடுகக் குவிந்து கிடந்தன. இடையிடையே குடம்புளி, திணை, மிளகு, தேங்காய்க் கொப்பரைகள் நிரம்பிய பாண்டங்கள். கலப்படம் செய்யப்பட்ட மலிந்த சந்தனமும், புனுகும் சந்தையின் கலவையான வாசத்திற்குள் சிக்கி தன்மை இழந்திருந்தன. இன்னதென்றே கூறமுடியாத அந்தக் கடைவீதி வாசம் கோதைக்கு அலுப்பதே இல்லை. அதை நாசியில் ஏற்றி, வீதியின் இரைச்சலுக்குள் ஒடுங்கியவளாய் நடந்தாள். வீதியில் குழுமியிருந்தப் புழுக்கம் அவள் மீதும் கவியத் தொடங்கிற்று. நன்றாகக் குளித்திருக்கிறோமா என ஒருமுறை உடலை நுகர்ந்துகொண்டாள். சந்தையைக் கடந்து மேற்குப் படித்துறையை அடைந்தபோது தூரத்தில் சந்தையும், அதன் மனிதர்களும் ஓசையின்றி நீர்த்துப்போயிருந்தனர். சத்திரச்சாவடியின் வெளியே தொன்னைகளுக்குச் சண்டையிடும் நாய்களின் குரல் மட்டும் மென்மையாக ஒலித்துக்கொண்டிருந்தது. கோதை கரை ததும்பி மோதிக்கொண்டிருந்த குளத்தின் நீர்ப்பெருக்கைக் கண்டாள். குள நீரின் தளுக்கு அவளிடம் எதையோ கூற முற்படுவதுபோல் இருந்தது. எனினும் அவளால் அதைத் தொடர்ந்து வெறிக்க முடியவில்லை. சூரியன் ஓர் ஒளிப்பொதி போல் நீரில் கிடந்து கண்களை உறுத்திற்று. பார்வையைச் சுருக்கித் தொடர்ந்து நடந்தவளின் முன்னால் பெருமதில்கள் தலையுயர்த்தின. இப்போது அவளால் தன்னுடைய குடிசையைக் கற்பனையிலேயே எழுப்ப இயலவில்லை. சில காதங்களில் எத்தனைப் பெரிய காட்சி உருமாற்றம். எங்கோ தனித்து விடப்பட்டிருக்கிறோம் என்கிற எண்ணத்தில் ஒரு விடுதலையுணர்வும் அவளிடம் எழுந்தது. சீழ் கட்டிபோல் உள்ளே நமநமவென அரித்த பரிதியின் நினைப்பும் அதனால் சற்றுத் தளர்வுற்றது.

அரண்மனையை நெருங்கியபோது நேரம் பிந்திவிட்டதை உணர்ந்தாள். பதற்றத்துடன் புழக்கடை வாயிலை நோக்கி ஓடினாள். புழக்கடை இன்னொரு வீதியில் அமைந்திருந்தது. அரண்மனையின் பரப்பளவு முதன்முறை காண்பதைப் போல் அவளைத் திகைக்க வைத்தது. ராணிக்காக எழுப்பப்பட்ட அந்த அரண்மனை ஒரு காலத்தில் அழகு செறிந்ததாக இருந்திருக்க வேண்டும். இப்போதும் சாளரங்கள், சுவர் வேலைப்பாடுகள் என அனைத்திலும் கலைமேன்மை துலங்கின. நந்தவனத்தை ஒட்டிய துயிலறை, பின்னால் அன்னங்கள் நீந்தும் சிறிய நீர்க்குட்டை என அனைத்திலும் உயரிய வெளிப்பாடு. ஆனால் இப்போது பராமரிப்பு இல்லாததால் அரண்மனை களையிழந்துவிட்டது. சுவர்களில் வெண்பூச்சு உதிர்ந்து எங்கும் பாசிப்படலம். அரசர் அந்த அரண்மனைக்கு விஜயம் செய்து ஆண்டுகள் கடந்துவிட்டன. நாகம்மை எதையும் பொருட்படுத்துவதில்லை. சமயங்களில் அவளே வெற்றிலையை மென்று கண்ட இடங்களில் துப்பி வைப்பாள்.

கோதை புழக்கடை வழியாக உள்நுழைந்து கூடத்திற்கு விரைந்தாள். உள்ளே ஒரு புதிரான இறுக்கம் கவிந்திருந்தது. ராணி வளர்க்கும் புறாக்கள் எங்கோ வெளியே உலாவச் சென்றிருக்க வேண்டும். கூடத்தின் திரைச்சீலைகள் மறைத்தும் ஒப்பனை களைந்து அமர்ந்திருந்த ராணியின் மேனிச் சுருக்கங்களும், நரைகளும் தெளிவாகத் தெரிந்தன. கூடத்தில் பட்டு மேலுரை சார்த்தப்பட்ட இருக்கையில் நாகம்மை ஒரு கிழட்டுப் பசு போல் வீற்றிருந்தாள். அவளைக் கண்டதும் கோதை நெற்றியில் முளைத்திருந்த வியர்வைத் திவலைகளைத் துடைத்தபடி, உடலைத் தாழ்த்திக்கொண்டாள்.

"வணங்குகிறேன் மகாராணி" கோதையின் குரல் உடைபட்டு வெளிவந்தது.

நாகம்மை அவளை எரிக்கும் விழிகளுடன் பார்த்து "என்னடி இவ்வளவு நேரம்? வேசையே. தடி காணாமல் கிடக்கும் உன் கவட்டையில் அடைப்பா? அதை நீக்கினாயோ? போய் வெந்நீர் எடுத்து வை" என்றாள்.

**

குவலை இலைப் புகையை உறிஞ்சத்தொடங்கியதிலிருந்து சாம்பனுக்குப் பகலென்பது எங்கோ தொலைவிலிருந்து

கேட்கும் ஓநாயின் ஊளை போல் ஆகியிருந்தது. தலைக்கு மேல் கடந்துசெல்லும் சூரிய உஷ்ணத்தை ஏழு மலைகளுக்கு அப்பாலுள்ள ஒரு நீர்க்குட்டையின் சிறு குமிழியை உணர்வினால் தீண்டும் அளவிற்குத்தான் அறிந்தான். சில நேரங்களில் படுக்கையிலிருந்து எழுந்து காட்டுக்குள் உலாவுவது போலவும், அலைச்சலின் முடிவில் சதை வனப்புடைய நங்கை ஒருத்தியோடு சுனைக்கரையில் கூடுவது போலவும் அவனுக்குத் தோன்றும். எனினும் அப்போது தனது குறி எழாமல் இருப்பதை உணர்ந்து, தான் உயிருடனேயே இல்லையோ, பெரியசாமி வஞ்சகத்துடன் தன்னைக் கொன்றுவிட்டாரோ என்று கலவரமடைவான். அப்போது நீராவியில் அவிந்த பட்டுத்துணியைப்போல் முகத்தில் நீர்மின்னி, திடுக்கிட்டு கண்விழிப்பான். பெரியசாமி கருணையோடு அவன் முன்னே வந்து மீண்டும் சுருட்டுப் புகையைக் காட்டுவார். வேண்டாம் என்றும் வேண்டும் என்றும் ஒரே நேரத்தில் கூறமுயன்று அவன் நா பிழன்று மௌனமாகிவிடும். குடிலை அடைத்து நிற்கும் காட்டின் காட்சிகளைப் புகை அரித்துக்கொண்டே வர அவனும் நினைவிழந்துவிடுவான். கனவின் பள்ளத்தாக்கா?! அல்லது இது பிறப்பிற்கு முன்பான மர்ம நிலமா என்ற குழப்பம் மெல்ல அந்தப் பேரமைதிக்குள் சுணங்கி மறைந்துவிடும்.

அன்றும் அவ்வாறு மயக்க நிலையில் கிடந்தபோது கால் விலங்கின்றி ஓர் இடத்திற்குள் நுழைந்தான். அது ஒரு சதுப்பு நிலக்காடு. அவனைச் சுற்றிலும் தினவெய்திய முதலைகள் சூழ்ந்திருந்தன. அவற்றின் முள்மேனி உராய்ந்ததில் அஞ்சி பாசி உதிர்த்திருந்த ஒரு உலர் பாறை மீது அவன் ஏறி நின்றுகொண்டான். அவன் பாறையைப் பற்றிப் பின்னோக்கி நடக்க நடக்க அவனது நிழல் அவன் முன்னே வளர்ந்துசென்றது. முதலைகள் அவனது நிழல் மீது அவசரமாக வரையப்பட்ட ஒழுங்கற்ற சித்திரங்களைப் போல் வழிந்து மொய்த்தன. அவன் அப்போது தன் நிழலை வெறுத்தான். ஏனெனில் நிழலற்றவனாய் ஆகவேண்டும் என்றே அவன் தன் பால்யத்தில் விரும்பினான்.

“வௌவாலின் நிழலைப் பார்த்திருக்கிறாயா?” சாம்பனின் எட்டாவது வயதில் அவனது அப்பா அதைக் கேட்டார். அவனுக்குப் பதினொரு வயதாகியிருந்தபோது அதே கேள்வியை மீண்டும் கேட்ட அவர் அதற்குப் பதிலும் அளித்தார். “நீ பார்த்திருந்தாலும் அதன் நிழல் உன் நினைவில்

இருக்காது. பூமியில் நிழல் உதிராப்பொழுதும், இடமும் வௌவாலுக்கானவை.”

சாம்பனுக்குத் தான் கனவிற்குள் நிற்கிறோம் என்று விளங்கிற்று. மீண்டுசெல்ல வழியேதும் இல்லையெனக் கனவின் மர்மத் துளை வழியாக வேறொரு நினைவுக்குள் நுழைந்தான். பதிமூன்று வயதான சாம்பன் கடியனூர் சந்தைக்குள் தகப்பனோடு, வணிகர்களை உளவு பார்க்கும் விழிகளுடன் சுற்றிக்கொண்டிருந்தான். சந்தைக்கு வந்திருந்த மக்கள் ஓரிடத்தில் குவிந்து முண்டியடித்துக்கொண்டிருந்தனர். சாத்தனூர் எனும் மந்திரவாதிகள் வாழும் ஊரிலிருந்து வந்திருந்த காமகோட்டியாரின் மகன் பத்துக் கண்ணுடையான் அங்கு அமர்ந்து, தான் கொண்டு வந்திருந்த பொருட்களைப் பற்றி உரத்த குரலில் அறிமுகம் செய்துகொண்டிருந்தான். அவன் எப்போதும் தன் உடல் மீது செம்மண்ணைக் குழப்பிப் பூசிக்கொண்டிருப்பான். வெயில், மழையிலும் அது உலரவோ, கரையவோ செய்யாது என்பதால் அவனைச் சிலர் மண்ணுக்குப் பிறந்தவன் என்று நம்பினர். அவன் அதனோடு தனது நெற்றி, கன்னங்கள், தாடை என முகத்தில் பத்துக் கண்களைத் தத்ரூபமாக வரைந்து வைத்திருப்பான். அவன் தன் உண்மைக் கண்களையும் சிமிட்டுவதேயில்லை என்பதால் பார்ப்போருக்கு அவனது அனைத்துக் கண்களும் நிஜமோ என்று தோன்றும். அவனது நிறுத்தமுடியாத பேச்சினால் அவனைச் சிலர் பத்து வாயுடையான் என்றும் அழைத்தனர்.

அவன் கூட்டத்தைப் பார்த்து “இதோ இந்த உப்புக்கட்டியை ஒருமுறை நக்கினால் மீண்டும் நக்கும் வரை குறி தாளாது” என்றான்.

“இதோ இந்தச் சிவப்பு நிற மையை மூக்கில் தடவிக்கொண்டால் மற்ற நேரங்களில் ஒன்றும் தெரியாது. ஆனால் பெண்ணின் புழைக்குள் முகத்தைத் தேய்க்கும்போது ரோஜாப் பூ கசங்கியது போன்ற வாசனை எழும்.”

கூடியிருந்தோரிடமிருந்து சிரிப்பொலி வந்தது.

“இதோ இந்தத் துணிக்குள் இருப்பது ஒரு செவுட்டுக் காய். வேங்கட மலையிலிருந்து பறந்து வந்த கழுகு எனக்கு இதைக் கொடுத்தது. இதை உற்றுப் பார்த்தாலே ஊமையாகிவிடுவோம்.

ஒரு சக்கரம் கொடுத்தால் தருகிறேன். இல்லாளின் நசைக் குரலால் அவதிப்படும் ஆடவரே வாருங்கள்."

"இதோ உறங்கிக்கொண்டிருக்கும் இந்த நாய். புஜகாந்த விருஷேசன் இவன் பெயர். சாப்பிடும் நேரம்போகப் பகல் முழுதும் இவன் உறங்குவான். இரவில் மூத்திரம் பெய்ய மட்டும் சோம்பல் முறித்தபடி கண்விழிப்பான். காரணம் இவன் படுத்திருக்கும் புலித்தோல். இதில் படுத்துறங்கினால் கனவே வராது. இது தனது வாழ்நாள் முழுவதும் உறங்கிக்கொண்டேயிருந்தே புலியை ஒருநாள் உறங்கும்போது வேட்டையாடிய உறங்காப்புலி என்ற பெயருடைய வேடன் உறங்கிக்கொண்டிருந்தபோது அவனிடமிருந்து பறித்து வந்தது. நான் கூறியதை மீண்டும் கூறவேண்டுமென்றால் எல்லோரும் ஒரு கைபிடி நெல் தர வேண்டும்."

பத்து கண்ணுடையானின் பேச்சில் கடமையை மறந்து நின்ற சாம்பன் திடீரெனப் பத்துக் கண்ணுடையான் தனது பெயரைச் சப்தமாக ஒலிப்பது கேட்டு அச்சமுற்றான். அப்பா அவனது தோளில் தொட்டு, அச்சப்படாதே, அமைதியாக இரு என்று சிரித்தார்.

"இந்தக் கூட்டத்தில் சாம்பன் என்றொரு பொடியன் நிற்கிறான். அவனுக்கு மட்டும் விஷேஷமாக ஒன்றை வைத்திருக்கிறேன். நிழலற்றுச் செல்லுதல். ஆம். அது நான் அவனுக்கு வழங்க வைத்திருக்கும் விஷேச சக்தி. அதை அடைந்தபிறகு அவன் நிழல்விடாத மனிதனாக உலாவுவான். காட்டுப்பூனைக் கறி சமைத்துக்கொண்டு, ராஜனூரில் பலாப் பழம் காய்ச்சி தொங்கும் ஆல மரத்திற்கு அருகே வந்து என்னை அழைத்தால் நான் மண்ணிலிருந்து எழுந்து வந்து அவனுக்கு அந்தச் சக்தியைத் தருவேன். ஆள் அரவமற்று இருக்கிறதே என மென்மையாக அழைத்தால் வரமாட்டேன். சப்தமாக அழைக்க வேண்டும். ஏனெனில் நான் மண்ணுக்கடியில் நெல்லைப் போல் மணி மணியாய்ச் சிதறி உறங்கிக்கொண்டிருப்பேன்."

தான் நிழலற்றவனாய் ஆகவேண்டும் எனச் சாம்பன் உள்ளூற ஆசைப்பட்டாலும் பத்துக் கண்ணுடையான் அப்படி உரக்கக் கூறியதில் பயந்துவிட்டான். சந்தையிலிருந்து கிளம்பிச் செல்கிற வழியில் பத்துக் கண்ணுடையான் சொன்னது உண்மையா

என அப்பாவிடம் கேட்க நினைத்துத் தயங்கினான். அப்போது அவனது அப்பா வேறொன்றைச் சொன்னார்.

"வேகமாக நட. கூட்டுக்காரர்களைச் சேர்க்க வேண்டும். ராஜனூர் கோட்டத்தில் நெல் குவித்து வைத்திருக்கிறார்கள். காவலுக்குச் சோடைகளே நின்றிருக்கிறார்கள். அதுவும் குறைவாகவே."

சாம்பன் வியப்போடு பார்த்தான். பத்துக் கண்ணுடையான் கூறியது துப்புச்செய்தி என்பது அவனுக்கு இப்போது விளங்கிற்று. அதன்பிறகு, அவன் பத்துக் கண்ணுடையானைக் கண்டு அஞ்சவேயில்லை. ஆனாலும் அப்பா சொன்னார்,

"அவனிடம் கவனமாக இரு. அவன் பத்து வாயுடையான். காட்டுப் பூனைக் கறி தின்பவன் சில நேரத்தில் சேவல் கறிக்காக நம்மைப் பற்றியும் உளவு சொல்லிடுவான்."

முகத்தில் எதுவோ அழுத்துவது போல் உணர்ந்து சாம்பன் திடுக்கிட்டு விழித்தான்.

"ஒன்றுமில்லை. நான்தான்" பெரியசாமி நீர் தெளித்த ஈரக் கரங்களுடன் அவனைப் பார்த்துக்கொண்டிருந்தார். ஒருகணம் அவரது குரல் தன் அப்பாவின் குரல் போலவே ஒலித்ததை எண்ணி சாம்பன் குழம்பி விழித்தான்.

***

மாறவர்மன் கண்விழித்தபோது உள்புரையில் இருள் மண்டியிருந்தது. இருளில் துலங்கிய பண்ட பாத்திரங்கள், ஆடை உடுப்புகள் அனைத்திலும் நிறமற்ற சோகைப் படலம். ஓர் உறக்க தூரத்தில் நெடுங்காலமாய் ஆளரவமற்றுத் தனிமையில் கிடக்கும் உருவைத் தன் வீடு எய்தியிருப்பதை மாறவர்மன் கண்டான். சுவரோரம் இருந்த சாமி விளக்கு நெற்றித் திலகம் போல் அசையாமல் நிலைக்குத்தியிருந்தது. சாளரத்துக்கு வெளியே மாலையொளியின் மூச்சடங்கல். அந்தியின் வீழ்ச்சியைக் காணப் பொறுக்காமல் அவன் மீண்டும் விளக்குச்சுடரைக் கண்டான். அது எழுப்பிய ஒளியில் கண்ணம்மா விளையாண்டு வீசிய மரப்பாச்சி பொம்மையின் தலைப்பகுதி மட்டும் நிழலாய் ஓங்கிச் சுவரில் படிந்திருந்தது. கண்ணம்மா அந்த மரப்பாச்சிக்குப் பூ சூடி, மை இட்டு விளையாடுவாள். எப்போதும் அவளுக்கு அதனுடன்தான் பேச்சு வார்த்தை.

நினைவுகளுக்குள் வீழக்கூடாது என மாறவர்மன் கருத்தை எங்கோ திசை திருப்பினான். ஆனால், அதற்குள் அவளது குரல் துல்லியமாக மனவெளியில் எழுந்து பின் இருப்பற்ற ஒரு புதைகுழியில் சிதறிப் புதைந்தது. துக்கமும், புழுக்கமும் நாலாப்புறத்திலிருந்தும் திரண்டுவந்து அவனை மூடின. மார்பை வருடியபடி எழுந்து அமர்ந்தான். ஏப்பத்தில் மதியப்பொழுதில் அருந்திய கள்ளின் புளித்த வாடை வீசிற்று.

நாசியைச் செருமிக்கொண்டு “தேவகி...” என்றான்.

இருளிலிருந்து “ம்ம்ம்” என்ற பதில் மட்டும் வந்தது.

“எங்கே இருக்கிறாய்? எனக்கு நேரமாகிவிட்டது. என் உடுப்புகளை எடுத்து வை.”

மீண்டும் இருள் “ம்ம்ம்” என்றது.

தேவகியின் இருப்பு அவ்வாறே பொருளற்ற ஒன்றாய், வெறும் குரலாக அல்லது நினைவாக மட்டும் எஞ்சினால் என்ன? தனது அத்தனைத் துன்பங்களுக்கும் இல்லறம் மட்டுமே காரணம் என்கிற எண்ணம் அவனுள் பளீரிட்டு மறைந்தது. ஏன் இந்த மனநிலை? அமணர்களைப் போல் ஆகி வருகிறேன். ஆடைகள் துறக்கவில்லை. ஊன், சுவை இன்னும் அற்றுப்போகவில்லை. விழிமூடி அமரவும், வயிறு ஒட்டிச் சாகவும் ஒரு மலையுச்சி எனக்கு அழைப்புவிடுக்கவில்லை. ஆனாலும் வாழ்வைத் துறந்தவனாக மாறி வருகிறேன்.

தேவகி சுவர்மாட விளக்குகளை ஏற்றியதில் பிசுபிசுப்பான ஒளி வீட்டிற்குள் பரவியது. மாறவர்மன் அவளை நோக்காது மரப்பாச்சி நிழல் படிந்திருந்தச் சுவரை வெறித்தான். நிழல் வற்றியதனால் கண்ணம்மாவின் மரப்பாச்சி இப்போது தீவிரம் இழந்திருந்தது. சுவரில் மண் பெயர்ந்து கொட்டியத் தடங்களும், சிதைவுகளும் மட்டுமே அவனுக்குத் துலங்கின. படுக்கையிலிருந்து எழவேண்டிய கட்டாயம். புழக்கடை சென்று உடலை நன்றாக அலம்பிவிட்டு வந்தான். உடுப்புகளை எடுத்து அணிகையில் தேவகியின் பார்வையில் ஒரு சிறு வன்மம் முளைவிட்டுப் பின் அது அகலாமல் அப்படியே தங்கியிருப்பதைக் கண்டான். அந்தப் பார்வை உன் துன்பங்களுக்கு மட்டுமின்றி என் துன்பங்களுக்கும் நீயே காரணம் என்று உரைப்பது போலிருந்தது. கண்ணம்மாவின் சாவில் உனது வீடுநோக்கவிடாத அரச

விசுவாசமும், அதற்கு மூலமாய் உள்ள உனது வீரன் என்ற பெருமிதமும் பங்குகொள்ளவில்லையா என வினவ முடியாமல் அவள் அடக்கிக்கொள்வதை அவளது உதட்டுச் சுளிவில் கண்டான். அவள் அங்கு நிரப்பிய இறுக்கம் தாளமுடியாததாய் இருந்தது.

மாறவர்மன் தன்னை விட்டெறியும் வேகத்தில் வெளியே வந்தான். அவள் பின்னாலிலிருந்து கூறியது அவனது செவிகளை எட்டவேயில்லை. வேகமாகக் கொட்டிலுக்குச் சென்று குதிரையை விடுவித்தான். எப்படி இவளால் முடிகிறது? ஒரு சொல்லையும் உதிர்க்காமல் எனது ஆழ்மனதின் சீழ்க்கட்டியைப் பிதுக்கிவிடுகிறாள். உள்ளுக்குள்ளயே நான் துடிக்கத் துடிக்க அரற்றுவதை இவள் அறிவாளா? கண்ணம்மா எங்களது இருவரின் உதிரம்தானே? ஏன் என் துக்கம் அவளுக்கு ஒரு பொருட்டாகவே இல்லை. துக்கம் என்று வருகிறபோது மட்டும் ஏன் என் துக்கம், உன் துக்கம் என மனிதன் தன் உற்றாரிடத்திலிருந்து விலகிப்போகிறான்? அப்பன் செத்தால் தாய்க்கு ஒரு துக்கம், மகனுக்கு வேறொரு துக்கம் என்பது எத்தனை கொடிய விதி.

குதிரை வீட்டிலிருந்து வெகுதூரத்திற்கு வந்திருந்தது. நகரின் இடைஞ்சலில் அதன் வியர்வை வாடை இன்னும் கனத்து வீசிற்று. பாதையோர விளக்குகள் இன்னும் சுடர் பரப்பியிருக்கவில்லை. வழித்தடமெங்கும் சாணக் கரைசல் போல் இருள் அப்பிக் கிடந்தது. மாறவர்மன் சாலையோரத்தில் நின்று முகமன் கூறிய காவலன் ஒருவனால் மீண்டும் தன்னுணர்வுக்கு வந்தான். அதுவரையிலும் அவனைக் கண்டு வணங்கியவர்களின் முகங்கள் அவனது பிரக்ஞையை எட்டியிருக்கவில்லை. அவனுக்கு ஒருவகையான ஆச்சரியம் உண்டானது. சிறிது தூரத்திற்குத் துயரமற்று, எல்லாவற்றிலிருந்தும் வழுவிய ஓர் நிலையில் இருந்தேனே?! மனதைப் பற்றிய கடும் எண்ணங்கள் எந்தப் புள்ளியில் வீழ்ந்தன? தன் உடலைத் தானே விழிங்கி மாயும் நச்சுப் பாம்பென எனது அல்லல் தன்னையே விழுங்கிக்கொள்கிறது. மீண்டும் அது இளைந்தோடி, என் உயிரைக் கடித்துக் குதறச் சற்று அவகாசம் இருக்கிறது. துயரத்தின் சூட்சமம் இதுதானா? ஒரு கணமும் நீங்காது அழுத்திக்கொண்டேயிருந்தால் மனிதனுக்குத் துயரம் மரத்துவிடும் என்பதால்தான் இந்த இடைவெளியும், ஆசுவாசமும் வழங்கப்படுகிறதா? எப்படியாகினும் அந்தத்

தணிவு எனக்குத் தேவைப்படுகிறது. பொன், பொருள், கள்மயக்கம் என அனைத்தையும் விட மேலான அந்தச் சிறு தணிவு எனக்கு நிரந்தரமாக வேண்டும். துன்பம் கீழிறங்கும் அந்த உச்ச முனையைக் கண்டறிந்து அதன் காரணத்தை நெருங்கிப் பார்க்கவேண்டும். முடிந்தால் அதை ஒரு வளர்ப்பு விலங்கைப்போல் அல்லது கூடலின் உச்ச தருணமாக என் மன எல்லைக்குள் நிறுத்திக் கட்டுப்படுத்த வேண்டும். இதோ இந்த மார் வருடும் குளிர்க் காற்று. எங்கும் விரவியுள்ள இருட்கோலம். கல்லடியினால் ஓலமிட்டுப் பின் அமைதியாகக் கடந்துசெல்லும் நாயின் சாந்த விழிகள். சாலையோர மரங்களின் நெடும் ஆகிருதி. மாட வீதியில் என்னைக் கடந்துசென்ற ஒரு புரிபடாத வாசம். இவற்றில் எதுவோ அந்தத் தணிவை நிகழ்த்துகிறது. அல்லது எல்லாமும்... எல்லாமும்.

***

மயக்க ரூபங்களால் சாம்பன் வயதடைந்துவிட்டதைப் போல் உணர்ந்தான். வெறும் பத்து நாள்களைத்தான் கடந்திருக்கிறோம் என்பதை அவனால் நம்ப முடியவில்லை. அவனை இப்போது பெரியசாமியால் கூட அடித்துத் தள்ளிவிட முடியும். கரையான் ஏறிய மஞ்சனத்தி மரம் போல் உருமாறியிருந்தான். கண்களைத் தவிர வேறெதிலும் பழைய வலிமை இல்லை. ஆனால் பகைமை மறந்து தனக்கு இவர்கள் மனப்பூர்வமாக உதவவே நினைக்கிறார்கள் என்று அவனும் உணர்ந்துகொண்டான். எனினும் அச்சத்தில் கட்டுப்படுவோர்களிடம் பரிவைக் காட்டுவது நல்லதல்ல என்பது அவனுக்குத் தெரியும். இளைத்து ஓய்ந்த விலங்காயினும் தனது இயல்பை விட்டுத்தராமல் சீறுவதே அதற்குப் பாதுகாப்பு. சுருளியும் தன்னிடம் அவ்வாறுதானே நடந்துகொண்டார் என்பதை நினைத்துப் பார்த்தான். கால்களில் சதை வற்றியதில் விலங்கு மணிக்கட்டு வரை நன்றாகி, இறங்கி அதைக் கவ்வி நின்றது. பெரியசாமி இனி விலங்கை உருவிப்பார்க்கலாம் என்றார்.

அன்று விடியலிலேயே சாம்பனின் கால்களை மடியில் போட்டுக்கொண்டு பெரியசாமியும், பரிதியும் மாற்றி உருவிப்பார்த்தனர். அவர்களது செயலில் ஈர்க்கப்பட்டதுபோல் மஞ்சள் கொண்டைப் பறவை ஒன்று கரட் கரட் எனக் குரலெழுப்பியவாறு குடிலைச் சுற்றிச் சுற்றி வந்தது. பரிதிக்கு அது அரசுக்கு ஒற்று வேலை பார்க்கும் பறவையோ

என்று தோன்றியதில் விநோதமில்லை. சில பட்சிகளை அரச ஒற்றர்கள் அவ்வாறு பழக்கி வைத்திருப்பதாக அவன் கேள்விப்பட்டிருக்கிறான்.

உச்சிப்பொழுது வரை முயன்றும் அவர்களால்கால் விலங்கை வெளியேற்ற முடியவில்லை. இதனால் அன்று அவர்களது மலர் தேடும் பணியும் முடங்கியிருந்தது.

பரிதி "எண்ணெய் பூசி வழித்தால் வந்துவிடும்" என்றான்.

எண்ணெய்க்கு எங்கு செல்வது எனப் பெரியசாமி யோசித்தார். தேங்காய் கிடைத்தால் சாறெடுத்துக் காய்ச்சிப் பார்க்கலாம் என்று பரிதி சொன்ன யோசனை அவருக்கு உகந்ததாகப் படவில்லை. தென்னை இங்கு அரிதிலும் அரிது, தேடியலைய முடியாது என்றார். பிறகு ஊன் எடுக்க ஏற்ற சாரைப் பாம்போ அல்லது அணிலோ சிக்குகிறதா எனப் பார்க்கப் பெரியசாமி மரங்கள் அடர்ந்திருந்த பகுதிக்குள் சென்றார். வெயில் தாழ்கிற வரை ஒன்றும் அகப்படவில்லை. அசதியில் நா வறண்டதுதான் மிச்சம். முட்செடிகள் உராய்ந்ததில் கால்களில் கடும் எரிச்சல் வேறு. நீர் பருகிவிட்டுக் குடிலுக்குத் திரும்பலாம் எனச் சுனைக்கரைக்கு வந்தவரின் கண்ணில் ஓர் ஆமை தென்பட்டது. அது நீரில் இறங்குவதற்குள் தவ்விப்பிடித்துத் தனது துண்டில் அமுக்கிக் கட்டி வைத்தார். அவர் நீர் பருகிவிட்டுக் கரையேறும்வரை ஆமை செயலற்ற ஓட்டுக்குடுவையாய்க் கரையில் காத்திருந்தது.

அந்திக் குளிர் பரவசம் ஊட்டியது. காடு தங்களுக்கு நன்றாகப் பழகிவிட்டதை மூவருமே உணர்ந்தனர். பரிதி தணப்பை மூட்டினான். மேனியை வருடும் தீக்கொழுந்தின் உணர்கைக்காகவே அவன் அந்திகளில் கணப்பு மூட்டத் தவறுவதில்லை. பெரியசாமி ஆமையைத் தீயில் வாட்டுவதற்குத் தோதான கிட்டி ஒன்றைக் கட்டி வந்தார்.

"இலைப் புகை கேட்டு நச்சரிக்கிறான்."

பரிதி பெரியசாமியின் அருகில் வந்து இரகசியமாய் ஓதினான்.

பதிலேதும் கூறாமல் பெரியசாமி ஆமையைப் புரட்டிப்போட்டுக் கூர்மையான கல்லொன்றினால் அதன் உடலில் ஓங்கிச் சொருகினார். பிறகு தலையுயர்த்தி "நான் பார்த்துக்கொள்கிறேன். வெளியே அழைத்து வா" என்றார்.

சாம்பன் பெரியசாமியின் அருகில் அமர்ந்துகொண்டான். பெரியசாமி ஆமையின் வெளித்தோலை முடிந்தவரை பிய்த்து எறிந்துவிட்டு அதன் உடல் மீது தணல் படும்வகையில் கிட்டியைத் தூக்கி நிறுத்தினார். மாமிசத்தைச் சேற்றில் கலந்து சுடுவது போல் ஒரு துர்வாடை கமழ்ந்தது. அது போன்றதொரு குமட்டும் நெடியை அதற்கு முன் சாம்பன் நுகர்ந்ததில்லை. சதைப்பற்று கருகி வீங்கியிருப்பது கண்டு பெரியசாமி பரிதியிடம் நான்கைந்து பூவரசன் இலைகளைப் பறித்து அதை ஒரு தொண்ணை போல் மடித்துத்தரும்படி கேட்டார். தொண்ணை உருப்பெற்றதும் பெரியசாமி ஆமையின் உடலைக் கீழே போட்டுக் குச்சியினால் அதன் வயிற்றைக் குடைந்தார். அதற்குள்ளிலிருந்து அவிந்த பாசி நாற்றத்தோடு பச்சைவண்ண ஊண் கொப்பளித்தது. அதை அப்படியே தொண்ணைக்குள் வார்த்து, இளஞ்சூட்டிற்கு வரும்வரை ஆற வைத்தார். பிறகு நான்கு விரல்களை அதில் தோய்த்துச் சாம்பனின் கால்களில் தடவிச் சூடு பறக்க வழித்துவிட்டார். அடுத்த பூச்சில் விலங்கைச் சுற்றிய இடம் கொழுப்பேறி வழுவழுத்தது. அவ்விடத்தை நன்கு அழுத்திக்கொடுத்தவர் சட்டென்று ஒரே இழுவையில் விலங்கைக் கீழே உருவினார். சாம்பன் மூட்டு நெரிபடுவதில் அலறித் துடித்தான். அவன் சப்தம் ஓய்வதற்குள் விலங்கு கழண்டு வந்திருந்தது. இடதுகால் வளையத்தை இன்னும் லாவகத்தோடு கழட்டிவிட்டார். சாம்பன் வலியெடுத்த இடங்களை வருடியபடி அமர்ந்திருந்தான். அவன் உவகையை வெளிப்படுத்தவில்லை. அவனது கண்கள் விடுதலையை விட வேறொன்றைத் தேடி அலைபாய்ந்தன. அவன் வாயெடுத்து அதைத்தான் கேட்பான் எனப் புரிந்துகொண்ட பெரியசாமி பேச்சை மாற்றினார்.

"தீ கிடக்கட்டும் பரிதி. இருவரும் அந்த உடும்பைச் சுட்டு சாப்பிடுங்கள். நாளை ஏதாவது மாமிச வேட்டைக்குச் செல்வோம்" என்றார்.

"எனக்கு வேண்டாம். என்னால் எதுவும் உண்ண முடியாது. எனக்கு அந்தப் புகை வேண்டும். அது மட்டும் போதும்" சாம்பன் சிரமத்துடன் சொற்களை உதிர்த்தான்.

பெரியசாமியும் உடன்படுவது போல் தலையசைத்தார்.

சாம்பனைப் படுக்கைக்குப் போகச்சொல்லிவிட்டு முன்னேற்பாடாக மலைவேம்பு இலையோடு சுற்றி வைக்கப்பட்ட குவலை இலையைக் கழற்சிக்காய்த் தூளோடு உராய்ந்து எடுத்துவந்து புகையவிட்டார். சாம்பன் முகத்தைச் சுளித்தான். பிறகு தன் வெற்று வயிற்றைப் புரட்டி அப்புகையைக் கக்க முயன்றான்.

பரிதிக்குத் திடீரென்று உடும்பு பற்றி யோசனை வந்து அதைத் தேடினான். குடிலுக்குள் கட்டிவைத்திருந்த இடத்தில் அது இப்போது இல்லை. சாம்பன்தான் அதைப் தப்ப வைத்திருக்கவேண்டும். இருந்தும் அதுபற்றிக் கேட்டு, சண்டைபிடிக்க பரிதிக்கு அயற்சியாக இருந்தது. ஏமாற்றத்துடன் வெளியே வந்து அமர்ந்துகொண்டான். உள்ளே பெரியசாமி சாம்பனுக்குக் கஞ்சி வார்த்துத் தந்தபடி இனி குவலை இலை புகைத்தால் இறந்துவிடுவாய் என எச்சரித்துக்கொண்டிருந்தார். சாம்பனிடம் அரவமில்லை. முடக் முடக் எனக் கஞ்சி அவனது தொண்டைக்குள் நுழையும் சப்தம் மட்டும் ஒலித்தது.

பரிதி கூடுதலாக இரண்டு விறகுக் கட்டைகளை எடுத்து வந்து கணப்பில் வைத்தான். மிருகங்கள் அண்டாமல் இருக்க இரவு முழுமைக்கும் தணல் இருக்க வேண்டும். படிந்திருந்த தீயானது மூங்கில் குழலால் ஊதவும் உயிர்கொண்டது. அந்தகார வெளியின் மீது செங்கொழுந்தினை இழுப்பித் தேய்ப்பதுபோல் தீ அசைந்தது. பரிதி அதைப் பார்த்தபடியே அமர்ந்திருந்தான். காடு அளவில் சுருங்குவது போலிருந்தது. பாதங்களில் ஏறிய உஷ்ணம் அவனது தொடை நரம்புகளைக் குறுகுறுக்க வைத்தது. இன்னும் அறுபது நாள்கள் பொறுக்க வேண்டும். கோதை பற்றிய எண்ணங்கள் அவனிடம் தீவிரம் அடைந்தன. ஊதுகுழலை ஒரு புல்லாங்குழல் போல் தன் வாய் மீது வைத்து ஊதினான். மார் முழுவதிலும் சொற்கள் இருந்தும் குழல் வழியே ஓசை வற்றிய காற்று மட்டும் வெளிப்பட்டது. குழலைக் கீழே எறிந்தான். அவனுக்குக் குரல் இரைந்து பாட வேண்டும் போலிருந்தது. பின்னங்கழுத்தில், அடி வயிற்றில், மீசை நுனியில் அல்லது எதிரில் படர்ந்திருக்கும் தீயில் ஒரு ராகம் இருந்தது. அதைப் பற்றித் தன் பாடலை அதில் அமர்த்த எண்ணினான். குரல் உயர்த்திக் கொழுந்துவிட்டெரியும் மோகக் கனலை நா வழியே உதிர்த்தான். மெல்ல அங்கே ஒரு பாடல் வலுகொண்டது. தீயில் காற்று இறைக்கும் சருகுகளைப் போல் சொற்கள் தானாக

வந்து விழுந்தன. அவற்றில் கோதை என்கிற சொல் மட்டும் அவனது உதடிடுக்கில் கனிந்து, முலைகளைப் போல் விம்மிப் புடைத்தது. அவள் இடையின் நினைவில் வளைந்தோடியது ஒரு வாத்தியம். மீட்டலின் ஊடாகவே கொள்ளும் மயக்கம். இன்னும் வேண்டுமென அவள் கூறாமல் கூறி முனகும் கணங்களில் ஒலிக்கின்ற நிர்வாண ராகம். தீண்டல்களாகவும், உணர்வுகளாகவும் உருமாறி மருத மரத்தைப் பிளக்கும் கூர் ஒலியாய், பெரும் அலறலாய் அவன் பாடல் உச்சம் எய்திற்று. தன் பாடல் காமத்தின் தீராக் கொந்தளிப்பாய்ச் சிதறி காட்டின் சமநிலையைக் கெடுப்பதைப் பரிதி கண்டான்.

பின்சாமக் காற்றின் வருடலில் அவன் சீற்றம் தணிந்தது. அவனது மூச்சிரைப்பும், பூவரசன் மரம் அதன் இலைகள் வழியே நீர்த்திவலைகளை உதிர்க்கும் ஓசையும் மட்டுமே அங்கு எஞ்சியிருந்தன. பரிதி சொற்களை வாரி இறைத்து ஓய்ந்தவனாய்ச் சுற்றிலும் வெறித்துப் பார்த்தான். சற்றுத் தொலைவிலிருந்து உறங்காப் பறவையொன்றின் குரல் வந்தது. அக்குரல் உன் துன்பத்தை நான் அறிவேன் என உரைப்பதாகப் பட்டது. பரிதி தன் மார் இரைச்சலை வருடிக்கொண்டான். கணப்பில் உறங்கும் தணலாகத் தீ அசைவற்றுக் கிடந்தது. அவனது காமக் கூப்பாடு கேட்டு காடு மொத்தமும் உறைந்துவிட்டதைப் போல் ஒரு தோற்றம். அவனது வேதனை விரிந்தோங்கி மலைகளைத் தழுவிக்கிடந்தது. என்றோ துணை நீங்கிக் காட்டில் மடிந்துபோன வேட்டுவன் ஒருவனது நினைவுக் குரலாகவும் அது ஒலித்தடங்கியிருந்தது.

பெரியசாமி அதிர்ந்துபோயிருந்தார். அதுநாள் வரை பரிதி தனது மனவேதனை பற்றி வாயெடுத்து, ஒரு சொல்லைக் கூட கூறியிருக்கவில்லை. அவன் கோதை மீது அத்தனை அன்பு வைத்திருப்பான் என்பதை அவரால் நம்ப இயலவில்லை. அவனது உதாசீனங்களை மட்டுமே அவர் அறிந்திருந்தார். இப்படிக் காட்டில் வாடும் அவனது விதியைக் கண்டு வருந்துவதா அல்லது பண்டிதருக்காய் வரப்போகிற நாள்களை இலக்கின்றி கழிக்கவேண்டியதை எண்ணி வெறுப்படைவதா? இதற்கிடையே இந்தக் கள்வன், தொலைந்துபோன காவலர்கள். இங்கு நாம் எதற்காக வந்தோம், என்ன செய்துகொண்டிருக்கிறோம்? அவருக்கு ஒன்றும் விளங்கவில்லை.

காடு இப்போது தன் இறுக்கத்தைக் கலைத்து சலசலப்புடன் இயங்கத் தொடங்கிற்று. அணைப்பில் சலிப்புறுவதும், பிரிவில் கதறி அழுவதுமே இங்குள்ள மாறா உண்மை. இது மனித விதி மட்டுமல்ல, அனைத்து உயிர்களின் விதியும் இதுதான். பறவைகள், விலங்குகள் என்ன? பிரிவில் அரற்றும் மரங்களையும், புற்களையும் கூட நான் அன்றாடமும் காண்கிறேன். அமைதி கொள், அமைதி கொள், என அது கூறுவது போலிருந்தது.

நள்ளிரவில் உறக்கம் கெட்டு எழுந்த சாம்பன் குடுவையைத் தேடி நீரருந்தினான். நீர் இறங்கியதும் மார்பின் இளைப்பு மெல்ல அடங்கிற்று. கணப்பின் அருகில் பரிதியைக் காணவில்லை. அவன் பாடிய பாடல் முற்பிறவி கனவு போல், சாம்பன் நினைவுகூர்ந்து பார்ப்பதற்குள் பிரக்ஞைக்குள் ஒலித்து அடங்கியது. எங்கு போய்த் தொலைந்தான்? நாய்ப் பயல் புலியடித்துச் சாகப்போகிறான் எனச் சாம்பன் முணுமுணுத்தான். பெரியசாமி சோர்வுடன் உறங்கிக்கொண்டிருந்ததால் அவரை எழுப்பவும் அவனுக்கு மனம் வரவில்லை. வெளியே வந்தபோது சுனையை நோக்கிய சரிவில் ஒரு தீக்கங்கு அசைந்து இறங்குவதைக் கண்டான். அது பரிதிதான் என்று ஆசுவாசமடைந்தவனாய் மீண்டும் குடிலுக்குள் வந்து படுத்துக்கொண்டான்.

சுனைக்கரையில் தனியே நின்றிருந்த பரிதியின் முகத்தில் தாளமுடியாத இச்சை படர்ந்திருந்தது. பாதங்களைத் தீண்டி ஓடிய புது வெள்ளத்தின் வாசத்தை ஆழ்ந்து சுவாசித்தான். வன மிருகங்கள் கண்ணில் படுமோ என்ற அச்சம் அவனிடமிருந்து இப்போது முழுதாக நீங்கியிருந்தது. சுனை நீரில் கோதை கமழ்ந்தாள். இன்னும் பருகு எனத் தூண்டச்செய்கிற அவளது எச்சில் வாடை; பிடறியின் மல்லிகைச் சுகந்தம். பற்களின் இடுக்கில் நசுக்கிக்கொள் என உசுப்பும் முலைக் காம்புகளின் மரத்துண்டு வாசம். அவளது குறுகிய அல்குலின் கடும் நெடியெனத் தனித்தனியாய் அவள் சுனையோட்டத்தில் வெளிப்பட்டாள்.

பரிதி அவளை நீரிலிருந்து எழுப்பினான். காட்டின் அத்தனை இரவாடிகளும் அவனை நோக்கிக் கண்விரிக்கும் படி, அதைப்பற்றிக் கவலையேதும் கொள்ளாமல் நின்ற நிலையில் அவளைத் தழுவினான். அவளது பிரமைச் சித்திரம் நழுவிச் சென்றுவிடக்கூடாது என்கிற பயம் அவனைப் பரபரப்புடன் இயக்கிற்று. கோதை கோதை என நாற்புறமும் நோக்கியவாறு

முனகினான். இருண்ட காடு மொத்தமும் அவளது யோனியை மறைக்கும் பெரும் ரோமப்படர்வு போல் அவனுக்குக் காட்சிதந்தது. அவளது நீர் ஒளிரும் புழை நெடு மலைகளுக்கும், கடக்க முடியாத அடர் மரங்களுக்கும் அப்பால் கிடப்பதை அறிந்தும் அவன் தன் குறியை நீவுவதை நிறுத்தவில்லை.

***

கோபிலன் ஞான சபை மதிலை எட்டும்போது சபைக்குள்ளிருந்து மெல்லிய சிணுங்கல் ஒன்று ஒலித்து மறைந்தது. கோபிலன் சற்றே ஆச்சரியத்துடன் விழியுயர்த்தினான். பிறகு அது பணிப்பெண் ஒருத்தியின் குரல் என்பதை உணர்ந்துகொண்டான். அவர்களுக்குள் எதையோ முணுமுணுத்துச் சிரிக்கின்றனர். அவர்களுக்கு இடையே மட்டுமே பரிமாறிக்கொள்ளும் சொற்கள், கேலிகள். அவற்றில் அந்த ஒற்றைச் சிணுங்கலை மட்டும் எவரோ வெளியே ஒலிக்கும்படி தவறவிட்டிருக்கவேண்டும். கோபிலனுக்கு அது புன்னகையை வரவழைத்தது. இறுக்கம் தளர்ந்தவனாய்ச் சபைக்குள் நுழைந்தான். வாயிலின் படிக்கட்டில் ஒரு மாவிலைச் சருகு மிதிபட்டு நொறுங்கிற்று. அதை ஒருகணம் திரும்பிப் பார்த்துவிட்டு நடந்தான். வியர்வை வழிய எதிர்பட்ட பணிப்பெண் ஸ்ரீவத்சர் உள்ளறையில் இருப்பதாகக் கூறினாள். அவளது உதட்டுக்கு மேல் அரும்பியிருந்த வியர்வை மொட்டுகளைக் கண்டும் காணாதவனாய்க் கோபிலன் ம்ம் எனத் தலையசைத்தான். அவள் பின்னால் தூசுகள் அள்ளிய கூடைகளுடன் இன்னும் இருவர் வருவதை கவனித்தான். அவர்களது வியர்வை வீச்சம் அவனைத் தடுமாற வைத்தது. பரவசமும், கட்டுப்பாடும் அவனுள் ஒருசேர எழுந்தன. சுவடி அறைக்குள் எதுவோ உருட்டப்படும் சப்தம். அறை சுத்தம் செய்யப்படுவதை அவன் அனுமானித்தான்.

சுவடி அறையை நெருங்கியபோது சகிக்கமுடியாத நாற்றம் முகத்தில் அறைந்தது. அறைக்குள் நுழைந்த பின் அந்த நாற்றத்துடன் பழமையான மணம் ஒன்று தன்னை நிலைநிறுத்தப் போராடுவது தெரிந்தது. தரையில் ஏடுகள் கலைந்து கிடந்தன. அதற்கு நடுவே அழுக்கு வழியும் உடலாய் ஸ்ரீவத்சர் அமர்ந்திருந்தார். அறையில் வீசிய அந்த விளங்கமுடியாத நாற்றம் அவரது வியர்வையிலிருந்து சுரப்பதாக முதலில் எண்ணிய கோபிலன் பிறகு அறையின் நிலையைக் கண்ணுற்றுத் தெளிந்தான். அறையெங்கிலும் மட்கிப்போன சுவடிகள். ஏடு

அடுக்கப்பட்ட அரங்குகளைப் பூஞ்சைகள் பேய்க்கரங்களெனப் பற்றியிருந்தன. கதவோரத்தில் ஒரு எலி மாண்ட நிலையில் கிடந்தது. கரப்பான் பூச்சிகளையும், கறையான்களையும் பணிப்பெண் இன்னொரு மூலையில் பெருக்கி ஒதுக்கி வைத்திருந்தாள்.

சிரம் பணிந்து வணங்கிய கோபிலனைப் பார்த்து விழிகளைத் தாழ்த்திய ஸ்ரீவத்சர் தரையில் குவிந்துகிடந்த சுவடிகளை அடுக்கலானார். குரு ஏன் தன்னையோ சீடர்களையோ உதவிக்கு அழைக்கவில்லை எனக் கோபிலன் தனக்குள் கேட்டுக்கொண்டான். பதிலும் பின்னாலேயே முளைத்தது. இவர் இப்படித்தான், திடுமென எழும் எண்ணங்களில் காரியங்களைத் தொடங்கிவிடுவார். மற்றவர்களிடன் எடுத்துச் சொல்லக் கூடப் பொறுத்திருப்பதில்லை. அறையின் புழுக்கம் ஸ்ரீவத்சரை ஒன்றும் செய்யவில்லை. நதிக்கரையில் அமர்ந்திருப்பவரைப் போல் உற்சாகத்துடன் காணப்பட்டார். பயனற்ற, பெரிய அர்த்தங்களை வழங்கிடாத ஏடுகளையும் அவர் கரிசனத்துடன், புன்னகை மாறாது நோக்கினார். அவர் ஏடுகளுக்குத் தரும் மதிப்பை மனிதர்களுக்குத் தருவதில்லை என்பதைச் சபை அறியும். கோபிலனுக்குச் சுவடிகளைக் காணக் காண அயற்சியாக வந்தது. ஏன் நேரம் காலமில்லாமல் இதையெல்லாம் இப்போது புரட்டுகிறார் என எரிச்சலடைந்தான். முழுமையடையாமல் தேங்கி நிற்கும் மகா சங்கு நிர்மானம்தான் இத்தனைக்கும் காரணம். கனவில் தோன்றிய உருவத்தை நிஜ உலகில் எழுப்ப நினைப்பது விபரீதம் என்றால் அதன் தேக்க நிலைக்கான காரணத்தைக் காலம்சென்ற சுவடிகளில் தேட முயல்வது கடைந்தெடுத்த அறியாமை. ஏன் இப்படிச் செய்கிறார். வயது மூப்பினால் ஞானகுரு தன் தருக்க புத்தியை இழந்துவிட்டாரோ என நினைத்தான். எனினும் தான் கொண்டுவந்துள்ள செய்தியை உடன் அவரிடம் கூறிவிடவேண்டும் என்கிற முனைப்பு அவனிடம் எழுந்தது.

அவரது கேசம் உதிர்ந்த கபால மினுமினுப்பைப் பார்த்தபடி "குருவே, தூது சென்ற நம் சீடர்கள் திரும்பிவிட்டனர். அனைத்துச் சமய ஞானிகளும் நம் சபை விவாதத்தில் கலந்துகொள்ள ஆவல் தெரிவித்துள்ளார்கள். அவர்களது வருகை, உறைவிடம், உண்டி குறித்த ஏற்பாடுகளைத் திருக்கண்ணன் கவனித்துக்கொள்கிறான்.

தாங்கள் விரும்பியபடி எல்லாமே நல்லமுறையில் நடக்கும்" என்றான்.

ஸ்ரீவத்சர் கோபிலன் முகத்தைக் காணாமல், சுவடிகளை நோக்கியபடியே "நல்ல செய்தி. நீ இன்னொரு காரியம் செய்யவேண்டும்" என்றார்.

"சொல்லுங்கள் குருவே."

"மகாசங்கு அமைவிடத்திற்குச் சென்று பெருந்தச்சரைப் பார். கடந்தமுறை என்னுடன் வந்தாய் அல்லவா? அவர் உன்னை நன்கு அறிவார். அவர் இன்று என்னை எதிர்பாத்திருப்பார். சுவடிப்பணி காரணமாக குரு வரவில்லை, அடுத்தமுறை வருவார் என்று அவரிடம் கூறிவிடு. இதனோடு கட்டுமானம் என்ன நிலையில் இருக்கிறது, ஒலி அமைப்பில் உருவாகியுள்ள இடரில் ஏதேனும் முன்னேற்றம் உள்ளதா என்பதையும் அறிந்து வா. இல்லை, நீ வினவ வேண்டாம், அவரே கூறுவார். பிறகு கவனம், அவர் கூறுவது நன்மையானாலும், அபசகுணமானாலும் நாம் அதை அரச பிரஜைகளிடம் இப்போதைய நிலையில் கூற வேண்டியதில்லை. எதிர்படும் விழிகளிடம் ஜாக்கிரதையாக இரு."

"ஆகட்டும் குருவே" கோபிலன் அவரது விழிகளைப் பார்த்து வணங்கினான். மகா சங்கு என்றதும் அவன் மனதில் ஒரு கலக்கம் தொற்றிக்கொண்டது. அதன் விஸ்தாரமான ராட்சத உருவும், அது எழுப்பப்படும் நோக்கமும் அவனது புலன்களை அழுத்துவதாக இருந்தன. எத்தனை முயன்றும் அவனால் அதை வெறும் கற்றளி எழுச்சி எனக் கருத முடியவில்லை.

"என்ன யோசனை, இப்போதே செல்." ஸ்ரீவத்சர் ஆணையிட்டார்.

கோபிலன் விடைபெற்று வெளியே வந்தான். அறைக்குள் நுழையும் வேகத்தில் வந்த பணிப்பெண்களில் ஒருத்தி அவனை மோதப் பார்த்தாள். சட்டென்று பின்வாங்கி அச்சத்துடன் பெருமூச்சுவிட்டாள். கோபிலன்தான் என்றதும் அவளது தோள்கள் மெல்ல இளகின. இருந்தும் ஒரு பாவனையான மரியாதையுடன் அவன் கடப்பதற்காக வழிவிட்டு நின்றாள். அவன் கடக்கும் வரையிலும் அவளது கண் இமைகள் பரபரப்புடன் அசைந்தன. அவளது கன்னங்களில் மிளிர்ந்த வெட்கத்தைக் கோபிலன் ஓரவிழியால் கண்டான். அவள்

அவ்வாறு மேனி அதிர, விறுவிறுத்து நின்றது அவனை என்னவோ செய்தது. மனதை திசை திருப்பியவாறு தொடர்ந்து நடந்தான். கூடத்திற்குள் காற்று தாராளமாய் நிரம்பியிருந்தது. அவனது உடலில் அசதியும், சுகமும் பரவின. தரையில் படுத்து அப்படியே உறங்கிவிடலாம் போல் வந்தது. சுவடி அறைக்குள் ஸ்ரீவத்சர் இருமுவதைக் கேட்டுத் திரும்பிப் பார்த்தான். அப்போது ஞானச்சுடர் ஒளிரும் கருவறையையும், ஞான இருக்கையையும் நோக்கி அவனது கண்கள் குவிந்தன. அவனது விழிகளுக்கு இப்போது ஞான இருக்கை வழக்கத்தை விடவும் சற்றுப் பெரிதாகக் காட்சியளித்தது. அதன் வழுவழுப்பையும், மாறா வெண்மையையும் கவனித்தபடி நின்றான். அவனது உள்ளம் பூரித்தது. ஞான இருக்கையின் ஓரத்தில் ஒரு மாவிலை கிடப்பதைக் கண்டான். எங்கிருந்தோ காற்றில் அடித்துவரப்பட்டிருக்கவேண்டும். உதிரக்கூடாத புதுத் தளிர். அது இப்போது மெல்ல அசைந்து ஞான இருக்கையின் மையக்குழைவு நோக்கி நகர்வதைக் கண்டான். எதுவோ அவனுக்குப் புரிவது போலிருந்தது.

***

மூவரும் கரிய வெடிப்புகளை உடைய, இரும்பின் அழுத்தத்துடன் காணப்பட்ட ஒரு வேங்கை மரத்தை நெருங்கினர். பரிதி அதன் அடிப்பாகத்தைக் கைகளால் வருடிப்பார்த்தான். நிறையுள்ள மரம். பெரியசாமி மரத்தைத் தொட்டு வணங்கிவிட்டு அரிவாளுடன் மரத்தில் ஏறி முதற்கிளையை மிகுந்த சிரத்தையுடன் வெட்டிப்போட்டார். அவர் இறங்கிவந்ததும் சாம்பன் அரிவாளை வாங்கி அந்தத் தண்டில் தேவையான பகுதியை மட்டும் வெட்டி எடுத்தான். மூன்றடி நீளமுள்ள தடிமனான கரலையாக அது உருவானது. அதன் ஒரு முனையை நன்றாகக் கூராக்கினான். இன்னொரு முனை இரண்டு கரங்களிலும் பற்றும்படி தடிமனுடன் இருந்தது. ஈட்டியெனினும் அது ஒரு கதையின் வடிவில் உருண்டு தடித்திருந்தது. சாம்பன் அதை அசைத்துப் பார்த்தான். உதட்டில் குறுநகை. சிறிதுநேரம் இளைப்பாறிவிட்டுப் பிறகு மூவரும் மேற்குத் திசையில் நடந்தனர். இதற்கு வெளியே வேறொரு லோகமே இல்லையென்பது போல் காடு அடர்ந்து, இறுகிக்கொண்டே சென்றது. இருள் படிவதற்குள் குடிலுக்குத் திரும்பியாக வேண்டும். மலர் தேடும் பணியை வெறும்

கடமைக்கு, அரிதாகவே மேற்கொள்ள முடிகிறது. இந்த நிலையில் இவர்களது மாமிச இச்சைக்காகப் பன்றியைத் தேடி அலைய வேண்டியிருக்கிறதே என பெரியசாமி கவலையுற்றார்.

மூவரும் நெடுநேரம் தேடி ஓய்ந்தனர். திரும்பிவிடலாம் என முடிவுக்கு வந்தபோது விதி வழிகாட்டியது. சூரியன் பார்வையின் நேர்மட்டத்திற்குத் தாழ்ந்து வருகிற சமயத்தில் பன்றிகள் கிழங்குகளைப் பிடுங்கி, பொந்துகளை உருவாக்கி வைத்திருந்த ஓர் இடத்தைப் பரிதி கண்டுபிடித்தான். அருகிலேயே பன்றிகளின் அசைவு தென்பட்டது.

"கைப் பாரையை எடுத்து வந்திருக்கலாமோ?" பெரியசாமி கேட்டார்.

"பன்றித் தோலை அதனால் துளைக்க இயலாது. சுளுக்கி இருந்திருந்தால் உதவியிருக்கும். பார்க்கலாம் இதை மிகச் சரியாக இறக்கினால் வீழ்ந்துவிடும்."

சாம்பன் மற்ற இருவரையும் சற்றுத் தூரமாக நிற்கச் சொல்லிவிட்டு, தடியை எடுத்துக்கொண்டு பன்றிகள் மேய்ந்த இடத்தை நெருங்கினான். அமைதி காக்கும்படி இருவரிடமும் செய்கையால் உணர்த்திவிட்டு மரத்தோடு மரமாக ஒட்டி நின்றுகொண்டான்.

அவனது உயர்ந்த புஜம் ஈட்டியை அலுங்காமல் பற்றியிருந்தது. அவனது மீசைச் சுளிப்பில் தீவிரமான அசைவு. காட்டின் நடுவே எவரோ கொண்டு வந்து போட்ட மண் சட்டியைப் போல் பெரியசாமி எந்த உணர்வும் இன்றி பார்த்துக்கொண்டிருந்தார். கண்களில் கானகத்தின் சலனமற்ற உறைத்தன்மை. ஒரே ஒருமுறை மட்டும் மேற்கில் திரும்பிப் பார்த்து இன்னும் எவ்வளவு நேரத்திற்கு வெளிச்சம் தங்குமென கவனித்தார். பரிதி பொறுமையிழந்தான். இவன் எப்போது காட்டை விட்டுத் தொலைவான்? தந்தை ஏன் இவன் இழுக்கும் திசைக்கெல்லாம் வருகிறார், இவனை இங்கேயே விட்டுச்சென்றால்தான் என்ன? நாம் இல்லையென்றால் வன மிருகங்களுக்கு இரையாவான். இந்த நிலையிலும் அகம்பாவத்துடன் இருக்கிறானே எப்படி? அதற்குக் கட்டுப்பட்டு நம் மனம் ஒத்திசைவது புதிராகவே இருக்கிறது.

சாம்பன் மேற்குத் திசையில் செடிப் புதர்களுக்குள்ளிருந்து ஓர் உருவம் வெளிப்படுவதைக் கவனித்திருந்தான். ஈட்டியை இறுக்கமாகப் பற்றிக்கொண்டு பார்வையைக் குறுக்கினான். அந்தத் திசையில் ஒரு கொழுத்த பன்றி தனது முற்றிய கொம்புகளால் எதிர்ப்பட்ட செடித் தண்டுகளை நிமிர்த்தியபடி நடந்து வந்தது. இரவின் துண்டொன்று தரையில் வீழ்ந்து நகர்ந்து வருவதைப் போல் மினுமினுப்பற்ற கருமை. "க்குரக் க்குரக்" என எரிச்சலூட்டும் ஓசை. பன்றி பார்வையில் நெருங்க நெருங்க அதன் உருவமும் பருத்தது. தன்னால் அதை வீழ்த்த முடியுமா என்கிற ஐயம் முதன்முறையாகச் சாம்பனிடம் எழுந்தது. மெல்ல அந்த ஐயம் அச்சமாக மாறியது. மீசையை முறுக்கியபடி தொண்டையை எச்சிலால் நனைத்துக்கொண்டான். பன்றி இன்னும் மூர்க்கமாக ஓசையெழுப்பியபடி அவன் ஒளிந்திருந்த மரத்தை நெருங்கியிருந்தது. அதை அதன்போக்கில் விட்டுவிடுவதா? அல்லது முன்னால் தோன்றி தடியைப் பாய்ச்சுவதா? சாம்பன் இமைகளை ஒரு கணம் மூடித் திறந்தான். தன் வலுவில் பாதியை அப்பன்றி ஏற்கெனவே விழுங்கிவிட்டதோ என சஞ்சலம் கொண்டான். யானையால் நசுங்கயிருந்த தன் சிரம், அதன் சினம்கொண்ட துதிக்கை பறித்துச் செல்வதற்காய் விதிக்கப்பட்டிருந்த தன் உயிர் இந்தப் பன்றியை எதிர்கொள்ளத் தயங்குவது முரண். அவசரமாக முடிவெடுத்துப் பன்றியின் முன்னால் வந்தவன் ஈட்டியை பலம்கொண்ட விதத்தில் அதன்மீது சொருக முனைந்தான். ஈட்டி பன்றியின் கொம்பினால் தடுக்கப்பட்டு, அதன் கழுத்தோடு உராய்ந்து நழுவிச்சென்றிருந்தது. மூளை கலங்கியதுபோல் சப்தமிட்ட பன்றி அடுத்த அசைப்பில் நில அதிர்வினால் மண்ணிலிருந்து தடித்துருளும் இளவட்டங்கல் போல் அவனை நோக்கித் திரும்பிற்று. சாம்பன் எச்சரிக்கை அடைவதற்குள் கோரமான சப்தத்தை எழுப்பிக்கொண்டே, மிகுந்த விசையுடன் அவனது தொடைகளில் மோதியது. சாம்பன் பெருங்குரலெடுத்து அலறி வீழ்ந்தான். அவனைக் கொன்றுவிடும் முடிவில் பன்றி ஆத்திரத்துடன் அவனை நோக்கிப் பாய்ந்தது. சாம்பனுக்கு எதுவும் புலப்படவில்லை. தொடை எலும்புகள் நகர்ந்துவிட்டதைப் போன்ற வலி. ஒருகணம் நாயக்கனின் பன்றிக் குறி பொறித்த கருங்கல் ஒன்றினால் தான் தாக்கப்பட்டிருக்கிறோமோ எனக் குழப்பம் கொண்டான். மீண்டும் தலையுயர்த்தியபோது பன்றி வீல் எனக்

கத்திக்கொண்டு வேறொரு திசை பார்த்து ஓடுவதைக் கண்டான். கையெட்டும் தூரத்தில் அரிவாள் ஒன்று விழுந்து ஈர மண்ணில் புதைந்திருந்தது. பெரியசாமி வீசியெறிந்த அரிவாள் பன்றியின் கால்களைத் தாக்கியிருக்கவேண்டும். சாம்பன் தரையில் படுத்து நடுக்கத்துடன் அண்ணாந்து பார்த்தான். வானை மறைத்து நின்ற மரங்களின் உச்சப் பிடறிகளும், கண்களும் அவனை நோக்கி இருந்தன. அவை தன்னைப் பார்த்து ஏளனமாய்ச் சிரிப்பது போல் இருந்தது.

பெரியசாமி அருகில் வந்து அவனை உயர்த்தினார்.

"வலிக்கிறதா?"

சாம்பன் சினத்துடன் அவரது கரத்தை தட்டிவிட்டான்.

"நல்லவேளை. குருட்டான் போக்கில்தான் அரிவாளை எறிந்தேன்." பெரியசாமி சாம்பனின் முகத்தைப் பார்க்காமல் பேசிக்கொண்டிருந்தார். சாம்பன் அவரை முறைத்துக் கொண்டிருப்பதைப் பரிதி கவனித்தான்.

"அப்பா... வா இங்கே." பரிதி கனமான குரலை எழுப்பினான். சாம்பனின் பார்வை இப்போது அவனை நோக்கித் திரும்பிற்று.

பெரியசாமி சாம்பனிடம் ஆறுதலாய், "சரி விடுப்பா. எழுந்து வா. மாமிசத்திற்கு வேறு வழி உண்டு. பார்த்துக்கொள்ளலாம்" என்றார்.

***

நள்ளிரவை,

தாபமுறிய எண்ணங்களை ஒளி அணைக்கட்டும்;

மேனிப் பரவிடும் மர்மத் தீயைத் தணிக்க வருணன் கடல் உயர்த்தட்டும்.

இந்திரன் மேகங்களைப் பிழியட்டும்.

சூரியனே! இப்பிரபஞ்சத்தில் காணப்படும் யாவற்றிற்கும் இருநிலை உண்டாம். மூத்தோர் வாக்கு.

உனக்கும் உண்டா?

நீ ஒளியற்ற, இருள் பிழம்பாய் ஆகுக.

உன் குளிர்ப் பிரவாகம் புவியை நனைக்கட்டும்.

அப்போதுதான் என் காமக் கொதிப்பு தீரும்.

அர்த்தமற்ற வரிகளைக் கனவுவெளியிலிருந்து எவரோ உச்சரிக்க கோதை எழுந்தமர்ந்தாள். உடலில் திரண்டொழுகிய வியர்வையில் அதிகாலைத் தென்னையின் மணம் வீசிற்று. மீண்டும் கனவில் ஒலித்த குரலை நனவில் கூர்ந்தாள். அது ஆண்டுக்கொருமுறை நகருக்குக் கூத்து நிகழ்த்தவரும் காந்தர்வனின் குரல் போலிருந்தது. குளிரும், வெப்பமும் அவளை இரவு முழுமைக்கும் மாறி மாறி அலைக்கழித்திருந்தன. உத்திராபதி பண்டிதர் மருந்து அளித்து, தீர்த்து வைக்கும் பிணியல்ல இது. இதைத் தீர்க்கப் பரிதிதான் திரும்ப வேண்டும். அவன் வந்து அணைத்தால் நெற்றியில் கூர்ந்து நிற்கும் சூட்டுக் கொப்புளங்கள் முதலில் அழுந்தும். பிறகு மற்றவை. சூல்கொண்டிருக்கிறோமோ என அவள் கொண்டிருந்த ஐயம் நான்கு நாள்களுக்கு முன்னரே தெளிவாகியிருந்தது. வெற்று வயிற்றோடு எழுந்து வாய்க் கொப்பளித்துத் துப்பினாள். பிறகு கங்கு எடுக்கும் சட்டியைத் தூக்கிக்கொண்டு வீதியின் முனையில் புகையும் கணப்பு மாடத்திற்கு வந்தாள். வெந்நீர் வைத்து இறக்கிவிட்டுத் தந்தையை எழுப்ப வேண்டும். அறப் பள்ளியில் பாடம் கற்பிக்கும் சிவமூர்த்தி பட்டர் தன் குடுமியைச் சீராக்க விடியலிலேயே வரும்படி பண்டிதருக்கு உத்தரவு இட்டிருந்தார். கோதை அடுப்பின் தணல் தூர்கள் உடல் மீது மடியும்படி அமர்ந்துகொண்டாள். கொப்புளங்களைப் போல் வியர்வைக் குமிழிகள் வளர்ந்து நின்றன.

உத்திராபதி பண்டிதர் கிளம்பிச்சென்ற பிறகு கோதை நீராடும் எண்ணமின்றி மீண்டும் படுக்கையில் சாய்ந்துகொண்டாள்.

கூரைக்கு மேல் முகில்களும், வெய்யோனும் மோகிக்கத் தொடங்கியிருந்தன. ஒன்றின் மீது ஒன்று புரள்வதற்கேற்பக் குடிசை மீது வெயிலும், நிழலும் மாறிமாறிக் கவிழ்ந்தன. காகம் ஒன்று வேம்பின் கிளையில் அமர்ந்து இரைந்துகொண்டிருந்தது. முற்பகலில் உத்திராபதி பண்டிதர் திரும்பி வந்திருந்தார். அவருக்கு வார்த்து வைத்த பின் கோதையும் கஞ்சி அருந்தினாள். மீண்டும் அவள் தன்னைப் படுக்கை விரிப்பில் கிடத்திக்கொண்டபோது கூடி முடித்த மேகங்கள் அகன்றிருந்தன. சூரிய வெம்மையும் அடங்கிக்கொண்டிருந்தது.

அந்தியில் மாற்றுக் கச்சைத் துணியும், சிரட்டையில் அரப்பும் எடுத்துக்கொண்டு வையையின் நீர்மருதப் படித்துறை நோக்கிக் கோதை நடந்தாள். முன்பு நாவிதர்களுக்கு அந்தப் படித்துறையில்

இறங்க அனுமதி இருந்திருக்கவில்லை. உத்திராபதி பண்டிதர் இளையவராக இருந்தகாலத்தில் ஏற்பட்ட ஒரு வெள்ளம் படித்துறையின் அருகே அமைந்திருந்த, வேளாளர்களுக்குப் பாத்தியப்பட்ட ஆயிரத்திற்கும் மேற்பட்ட மாடுகளைக் கொண்ட கோசாலையை அழித்தொழித்திருந்தது. நீரில் இறந்து மிதந்து மாடுகள் வீடுகளின் திண்ணைகளில் ஏறி, வாயில் நிலைகளை அடைத்து நின்றன. நீர் வற்றிய பிறகு நகரெங்கும் புற்களைப் போல் புழுக்கள் முளைத்துக் கிடந்தன. வாணிபக் கோட்டையில் கிடத்தப்பட்டிருந்த, பாதியளவு நிரப்பப்பட்ட மூட்டைகள் அவற்றால் முழுமையாக நிறைந்தன. எங்கும் புழுக்களின் ஆளுகை. நாவிதர்களும், வண்ணாரக் குடி ஆடவர்களும் இணைந்து சாளை சாளையாய் வேம்பையும், வசம்பையும், பீக்குறிஞ்சான் இலைகளையும் அரைத்து ஊற்றி நகரின் நிலமையைக் கொஞ்சம் கட்டுக்குள் கொண்டு வந்தனர். மறுபுறம் அரசவையில் கடும் அமளி. வாதங்களின் முடிவில் கோசாலையை அங்கு அமைத்த ரகுநந்தன் எனும் தச்சர் மீது குற்றம் சுமத்தப்பட்டது. அவர் காலம் சென்றிருந்தமையால் அவரது மகனின் வலது கண் கொய்யப்பட்டது. மேலும் முடிநிலைக்க வெள்ளம் ஏற்பட்ட அந்தப் பகுதியைப் பயன்படுத்தாமல் தரிசாக விடுவது நலம் என ஜோதிடர்கள் ஆசோசனை வழங்கினர். அதன் பின்னரும் அந்த வெள்ளம் எழுப்பிய அச்சம் அடங்கியபாடில்லை. நதிக் கரையில் பயிர்செய்து வந்த குடிகளில் ஒருபிரிவினர் அந்த ஊழியை நெருப்பிற்கு அடுத்ததாகத் திருமாபத்தினி விடுத்துச் சென்ற நீர் சாபமென்றனர். இன்னொரு பிரிவினர் பாண்டியனின் எழுச்சியின்போது நீரில் மூழ்கடிக்கப்பட்ட கடம்பவன கர்பிணிகளின் ஆறாச்சினமே அதற்குக் காரணம் என்றனர். இவ்வாறாக வையையின் ஒரு பகுதி கைவிடப்பட்டது. காலப்போக்கில் புதர்கள் அடர்ந்து, சூனிய வடிவெடுத்த குறுங்காடு போல் அவ்விடம் ஆனது. கோசாலை இருந்த இடம் நாவிதர், வண்ணார், பறையர் உள்ளிட்டோர் ஒதுங்கும் மலக்காடானது. முதலைகள் தலை நீட்டிக்கிடப்பது போல் ஆற்றில் முங்கிக்கிடந்த கோசாலையின் பிரமாண்டத் தூண்களை வண்ணார்கள் துணிகள் வெளுக்கப் பயன்படுத்தினர். நீர் அரித்துச்சென்றது போக மீதமிருந்த படித்துறை யாவருக்காகவும் திறந்துகிடந்தது.

கோதை தனிமையில் நடந்துகொண்டிருந்தாள். நதியை நோக்கிய சரிவான தடத்தில் இறங்கியபோது சட்டென்று வெளிச்சம் குன்றிவிட்டது போலிருந்தது. இருள்வதற்குள் திரும்பிவிட வேண்டும். கோசாலை இருந்த காலத்தில் அங்கு காவல் காத்த ஒரு முனி அதன்பின் நெடுங்காலமாய் காணிக்கைகள் தரப்படாததால் தீராப் பசியுடன் உலாவுவதாகக் கூறுவோர் உண்டு. முன்பு மாடுகளைக் கள்வர்களிடமிருந்து காத்த முனியே தற்போது அங்கு மேய வருகிற மாடுகளை அடித்து இரத்தம் உறிஞ்சிவிடுகிறது என அவள் பலர் சொல்லிக் கேட்டிருக்கிறாள். வாணிபக் கோட்டையின் எல்லைப் பீடத்தை ஓட்டமும், நடையுமாய்க் கடந்துவிட்டதில் அவளுக்குச் சற்று நிம்மதி உண்டானது.

படித்துறையில் சில தலைகள் துலங்கவும் நிம்மதியையும், கூச்சத்தையும் ஒருங்கே பெற்றாள். கச்சையை உடலோடு இறுக்கினால் காம்புகள் துணியினூடாகத் தெரிவதும், கச்சையை இலகுவாக்கினால் நடை வேகத்தில் மார்பின் தடித்த ஓரங்கள் அதிர்வதுமாய் இருந்தன. படித்துறையில் அமர்ந்து குளிப்பவர்கள் பெண்கள்தான் எனத் தெரிந்தபிறகு அவளுக்குக் கச்சை மீதான கவனம் குறைந்தது. அவள் முன் இப்போது வையை நதி இள மாந்தளிரின் நிறத்தில், நிதானத்துடன் கூடிய கனத்த உருவில் நகர்ந்துகொண்டிருந்தது. சூரியன் அஸ்த்தமித்திருந்ததால் ஒளிமின்னல்களற்று நீர் அடர்த்தியுடன் காணப்பட்டது. கோதை நான்காம் படித்துறையில் இறங்கி நின்றுகொண்டாள். நீருக்குள் இறங்கியதும் மார்க்காம்புகள் விறைத்துக்கொண்டன. கழுத்துச் சங்கு வரை மூழ்கடித்திருந்த நீர் இடையிடையே கடைவாயில் தளும்பிய வண்ணம் இருந்தது. மண் சுவையுடன் ஒன்றிரண்டு மடக்குகள் உள்ளே சென்றிருந்தன. மேலெழுந்து வந்து அரப்பினைக் குழப்பி மேல்மார்பு, கரங்கள், கால்கள் எனக் கச்சை வழிவிட்ட இடங்களில் எல்லாம் பூசிக்கொண்டாள். மீண்டும் உள்ளே இறங்கி நீருக்குள் நின்றபடியே கால்களிலிருந்து தொடைகளினூடாக அரப்பை வழித்து மேலுயர்த்தினாள். பிறகு இன்னும் சற்று இறங்கிக் கரங்களைக் கச்சைக்குள் துலாவி முலைகள் மீது அரப்பினை உரசினாள். மீன்கள் பாத விரல்களின் இடுக்குகளைக் கிளர்வதும், ஓடுவதுமாய் இருந்தன. அடிவயிற்றில் பெருகியிருந்த உஷ்ணம் தணிவது போலிருந்தது. அந்தி சாய்ந்து, வையை கருநீல நிறத்தில் உருமாறியிருப்பதைக் கவனத்தில் கொள்ளாமல் கோதை உடலின் மர்ம இடுக்குகளில்

நீர் அடித்து விலகும் சுகத்தில் மெய்மறந்திருந்தாள். திடீரென அக்கரையில் நின்றிருந்த மரங்கள் இருளோடு கலந்திருப்பது கண்டு அவசரமாக நீரிலிருந்து எழுந்து வந்தாள். மாற்றுக் கச்சையை மேலே சுற்றிக்கொண்டு ஈரக்கச்சையை மட்டும் உருவியவள், அதை நீரில் நனைத்துப் பிழிந்து தோளில் போட்டபடி வேகமாகக் கோசாலை திட்டைக் கடந்து நடந்தாள். பாழடைந்த வாணிப்பக் கோட்டத்தினை அடுத்துள்ள மரச்செறிவை அவள் அடைந்தபோது அங்குள்ள ஏழு கன்னியர் சிலைகள், அரச மர நாக பீடம் ஆகியவற்றின் மீது ஒரு மயான வெறுமை குடிகொண்டிருந்தது. அந்திப்பொழுதிற்குரிய தனிமையுணர்வு சிலைகள் மீதும் படிகின்றதோ என அவள் எண்ணினாள். நாக பீடத்தை நெருங்கியவள் இதை இங்கு கொண்டுவந்து வைத்தது யார்? இதை வணங்குவோர் என்று எவரையும் இதுவரையிலும் தான் கண்டதில்லையே என யோசித்தவாறு அவ்விடத்தைக் கடந்து சென்றாள்.

நாவிதர் வீதி எதிரில் துலங்கியது. இரவு கனத்து வருவதைக் கண்டு நடையைத் தளர்த்தி மௌனமாகச் சில கணங்கள் நின்றிருந்தாள். மீண்டும் உடலில் அந்த வெப்பம் மேவியேறியது. வையையாலும் ஆற்றமுடியாத உஷ்ணமா? அல்லது வையையே நீரினை எரியெண்ணெயாய் உடலுக்குள் செலுத்தி, உள்ளிருக்கும் கனலை மூட்டுகிறதா?

பிசாசு போல் எதுவோ பின் தொடர்கிறது! கோதை சட்டென்று திரும்பிப் பார்த்தாள். பிறகு உஷ்ணமான பெருமூச்சுடன் வீதியில் நுழைந்தாள்.

***

நள்ளிரவில் மழை வலுத்தது. வெளியே கரங்களை நீட்டினால் வலி ஏற்படுத்தும்படியான திவலைகள். குடிலைச் சுற்றி ஓரடி மட்டத்திற்கு அவர்கள் அமைத்திருந்த மண்மேடு கரைந்துகொண்டிருந்தது. மின்னல் ஒளி தாராளமாய்க் குடிலினுள் புகுந்து வெளியேறிற்று. மலைப் பாறைகள் சிதறி வீழ்வதைப் போல் இடி முழக்கம். பிரளயத்தின் முடிவுப் படலம் போலிருந்த அவ்விரவில் தன்னுடைய இருப்பிற்காகப் பாறைகளும், மரங்களும் மோதிக்கொள்கின்றனவோ என மனக்கலக்கம் உண்டாது. மூவரின் உடலிலும் துடைக்கத் துடைக்க மழைக் கொப்புளங்கள் படர்ந்துகொண்டிருந்தன.

மழை அதிர்வினால் கிளம்பிய சேற்றுத் துளிகள் முழங்கால் வரை மேவின. சாம்பன் விலங்கு அவிழ்க்கப்பட்ட இடத்தில் கடும் அரிப்பை உணர்ந்தான். இந்த ஈரம் உறுதியாகப் புண்களுக்கு வழிவிடும். பெரியசாமி தன்னுடைய கோணியையும் அவனிடம் கொடுத்து இதமூட்டிக்கொள்ள உதவினார். பரிதியின் மூக்கில் சளிக்கோழை உறிய உறிய முனையில் திரண்டு நின்றது. இரண்டு முறை எழுந்தமர்ந்து சிந்திப் பார்த்தான். அவனிடம் நிம்மதியின்மையின் நசநசப்பு கூடியது. காட்டுயிர்கள் ஏதேனும் மழைக்கு அஞ்சி குடிலுக்குள் ஒதுங்கிவிடுமோ எனப் பெரியசாமி கண்களைத் திறந்தே வைத்திருந்தார். மயக்கமும், விழிப்புமாய் அந்த இரவு நீண்டுசென்றது.

பொழுது புலர்கையில் மரங்கள் தெப்பமாய் நின்றன. நனைந்த இலைகள் காற்றில் சலசலத்து, குளிர்ச்சியான நீர்த் தோரணங்களாய் மண்ணில் சொட்டின. நிறமற்ற மழைத் தூரிகைகள் இலை தழை, மலைத்தொடர்கள் மீது அடர் பச்சை நிறத்தை மொழுகியிருந்தன. எங்கும் பரிசுத்த கோலம். முதுமரங்கள் தமது வெடித்த உடல்களின் வழியே நீரைப் பருகி வயதைக் குறைத்து நின்றிருந்தன. குடிலுக்கு வெளியே அமர்ந்து இளைப்பாறிய மூவரும் காலை வெயிலின் இதமான தீண்டலைத் தெய்வத்தின் வருகையைப் போல் கருதினர்.

பசி ஏறியதும் பரிதி சுனைக்குச் சென்று நீர் எடுத்துவந்தான். சரிவிலிருந்து மேட்டில் ஏறுகையில் குடிலுக்கு வெளியே சாம்பனும், பெரியசாமியும் பழைய கடுமைகள் ஏதுமின்றி நன்கு இளகிய மனிதர்களாய் அமர்ந்திருப்பதைக் கண்டான். விறகுச் சுள்ளியை ஒடித்தபடி பெரியசாமி சாம்பனிடம் எதையோ சொல்லிக்கொண்டிருந்தார். அந்தக் காட்சியில் பரிதிக்கு ஏனோ இனம்புரியாத ஒரு நிம்மதி பிறந்தது. அவர்கள் இருவருக்கும் நடுவில் வந்து வெயில் பரப்பில் தொடைபடிய அமர்ந்துகொண்டவன் வேங்கரிசி மாவை நீரில் விட்டுப் பிசைந்து ஒரு கையில் அடங்காத அளவில் மூன்று உருண்டைகளை உருட்டினான். தொட்டுக்கொள்ள மாங்காய் ஊறல். மாவைப் பிசையப் பிசைய அதன் மென்மை பரிதியை என்னவோ செய்தது. மாவு உருண்டைகளைக் கோதையின் கொங்கைகளாகக் கற்பனை செய்து பார்த்தான். அந்த இரகசிய எண்ணத்தில் அவனுக்குக் களிப்பு முற்றியது.

பெரியசாமி நீண்டு வளரும் ஒளித் திட்டுகளைப் பார்த்தார். பெருமூச்சுடன் "வெயிலல்லவா மழைக்காட்டின் வசந்தம். இந்த இதம் மரணத்திற்குப் பிறகும் நீளும் என்றால், இறப்பை நான் இப்போதே வரவேற்பேன்" என்றார்.

மாவுருண்டைகளை உண்டபின் மூவரும் வயிறு அதிர நீர் பருகினர். அதுநாள்வரை மூவரையும் பீடித்திருந்த இறுக்கமும், சோர்வும் அந்தச் சிறு உணவுக்குப் பிறகான நீர்ப் பருகலில் தணிவது போலிருந்தது. மீசை மயிரில் ஒட்டியிருந்த மாவுத்துணுக்குகளைத் துடைக்கச் சொல்லி சாம்பனிடம் பெரியசாமி சமிக்ஞை செய்தார். துடைத்துவிட்டு அவர் முழுதும் கூறாமல் பாதியிலேயே நிறுத்திய நகர் நிகழ்வைத் தொடரும்படி அவரிடம் அவன் கேட்டான். பேச்சினூடாகக் கால நகர்வையும், காட்டின் பெருமதியையும் அவர்கள் மறந்திருந்தனர். அந்த அளவளாவுதலுக்கு நடுவே இதமான தைல வாசனை ஒன்று புலன்களை ஊடறுத்துச் சென்றது. பட்சிகள் வானில் அலை அலையாய்ச் சிதறி விரைந்தன. மலைத் தொடர்களின் நீண்ட மௌனத்தில், மரங்களின் நெட்டுயிர்ப்பில் புதியதொரு மனவெளிப்பாடு கசிந்தது. எவரோ ஒருவரின் வருகைக்காய்க் காத்திருக்கும் கோடி விழிகளென இலைகள் மர்மமாய் இமைகளை அசைத்தன.

***

நண்பகலில் ஓர் உருவம் குடிலுக்கு அருகில் நிற்பது கண்டு பரிதி முணுமுணுத்தான்.

"அதோ... அங்கு ஒரு கருஞ்சிறுத்தை... கருஞ்சிறுத்தை."

அதன் கண்கள் உமிழ்ந்த ஒளி பரிதியின் மன ஆழத்தில் சென்று மிளிர்ந்தது. அச்சமும், களிப்பும் பெருக்கெடுத்ததில் அவனது கால்கள் நடுங்கின. தரையில் படுத்துக்கொண்டு அதன் அசைவுகளைக் கவனித்தான். இப்போது பெரியசாமியும் அதை நன்றாகப் பார்த்தார். இதற்கு முன் ஒருமுறை அவர் கருஞ்சிறுத்தையை மேகமலையில் கண்டிருக்கிறார். இது அதை விடவும் பெரியதாக இருப்பதாக எண்ணினார். விலங்குகள் தெய்வ வழிபாட்டில் ஈடுபடும் என்றால் இது வணங்குவதற்கு உகந்ததாகவோ அல்லது விலங்குகளின் வேண்டுதல்களைக் கடவுளுக்குக் கொண்டுசெல்லும் ஒரு பூசாரியாகவோ இருக்க வேண்டும். இதைக் கண்டதும் அச்சத்துக்கு மாறாக வேறொரு

உணர்வு எழுகிறது. ஏனிந்த மனக்கிரக்கம்? இது கனவுலகில் நடமாடும் விநோத மிருகம் போல் இருக்கிறதே. பெரியசாமியின் உளம் மகிழ்ந்தது. தனக்கு இதிலெல்லாம் ஆர்வம் இல்லையென்பது போல் காட்டிக்கொண்ட சாம்பன் பிறகு இருவரின் பார்வை பொதிந்திருந்த திசை நோக்கி ஏறிட்டான். சிறுத்தை அப்போது புதரில் மறைந்து நகர்ந்திருந்தது. இறுதியாக வெளித்தெரிந்த அதன் வாலை மட்டுமே சாம்பனால் காண முடிந்தது.

மாலை கருக்கையில் பெரியசாமி சுறுசுறுப்புடன் இயங்கினார். அவராகவே சென்று நீளமான தடி ஒன்றை வெட்டி எடுத்து வந்தார். என்ன செய்யப்போகிறீர்கள் என சாம்பன் கேட்டபோது, மாமிச வேட்டைக்குச் செல்கிறோம் என்றார். பரிதி ஆவலுடன் எழுந்தான். பெரியசாமி ஒரு கோணியையும் எடுத்துக்கொண்டார். சுனையில் நீர் வரத்து பெருகியிருந்தது. மலை உச்சியில் நல்ல மழை பெய்திருக்க வேண்டும். நீரும் கலங்கலாகவே இருந்தது. முந்தைய தினத்தில் சுனையின் அடியில் கிடக்கின்ற கற்களை எண்ண முடிகிற அளவிற்கு நீர் தெளிவுடன் ஓடியதைப் பரிதி கண்முன்னே கொண்டு வந்தான். முற்றிலுமாக இது வேறொரு நீர்நிலையோ என எண்ணும்படியான மாற்றம் இப்போது. நிறைய தாவரங்கள் அறையும், குறையுமாகப் பிய்க்கப்பட்டு நீர் சுழியோட்டத்தில் பயணித்துக்கொண்டிருந்தன. கோதை மீது தான் கொண்டுள்ள உணர்வும் இப்படித்தானே. சில நாள்களுக்குச் சலனமில்லாத சுக வருடல். பிறகு திடீரென இந்த நீர் நுரைகளைப் போல் பொங்கியெழும் மோகம்.

"கவனமாக. பாசிகள் கிளர்ந்திருக்கின்றன."

தடியை ஊன்றி, பாறைகளைக் கால்களால் தேடியபடி முன்னே நடந்த பெரியசாமி பின்னால் வந்த இருவரிடமும் எச்சரிக்கை செய்தார்.

நீரில் கால் வைத்த எரிச்சலுடன் சாம்பன் "உங்களுக்கு வேட்டையாடிய அனுபவம் இருக்கிறதா என்ன? இதெல்லாம் வீண் வேலை" என்றான்.

"அப்பா மான் வேட்டைக்குச் செல்கிறோமா?"

பரிதி குறுக்கிடச் சாம்பன் இன்னும் எரிச்சல் கொண்டான்.

"இவன் வேறு. டேய். தள்ளடா…"

சுனையைக் கடந்ததும் பெரியசாமி கம்பைத் தட்டிக்கொண்டே முன்னே நடந்தார். யானைக் கால்களின் அடர்த்திக்கு ஒப்பாக விழுதுகளை மண்ணில் ஊன்றி பத்து நபர்கள் இணைந்து நின்று அணைத்தாலும் கொள்ளாதபடி படர்ந்திருந்த ஓர் ஆலமரத்தினருகே அவர்கள் வந்தடைந்தபோது அந்தி கவிந்து, பட்சிகள் கூச்சலிடத் தொடங்கியிருந்தன. பலவிதப் பறவைகளின் குவியலான ஓசையில் சாம்பனின் அகம் விழித்துக்கொண்டிருந்தது. அவன் தன்னிலிருந்து விடுபட்டுச் சூழ்ந்திருந்த அனைத்திலும் தன்னை நுழைத்துக்கொள்ள முனைந்தான். உதிர்ந்து கிடந்த இலைகளின் மீது அட்டைகள் இளைந்தன. சிலவற்றிடம் நல்ல வேகம். ஒன்றிரண்டு அட்டைகள் ஏதோ ஒரு காரணத்துடன் நகர்வது போல் மெல்லமாக நகர்ந்தன. அதன் அத்தனை நூறு நுண்ணிய கால்களில் ஏதேனும் ஒன்றிரண்டு கால்கள் புண் கண்டிருக்குமோ?! எதுவானாலும் அவற்றிற்கு ஒன்றுமில்லை. இங்குள்ள உயிர்களைப் பார். மரங்களுக்கு மேல் பறந்தாலும் அல்லது மரத்தின் வேரைப் பிடித்துச் சுணங்கிக் கிடந்தாலும் அவை அதில் இன்புற்றிருக்கின்றன. காலமெனும் நேர்க்கோட்டை ஏறெடுத்தும் பார்க்காமல் நகர்கின்ற அனைத்து உயிர்களும் கொடுப்பினை வாய்ந்தவை. இங்கு வாழ்வும், மரணமும் ஒன்றையொன்று அணைத்துச் சிநேகிக்கின்ற. இவ்விடத்தில் துயர் இல்லை. ஒவ்வொரு அங்குலத்திலும் அந்த உண்மையே ஊர்ந்துசெல்கிறது.

சட்டென்று அந்த மரம் துயிலெழுந்து அலறுவதைப் போல் அதன் இடுக்குகள், கிளைகளிலிருந்து பெரும் சப்தம் எழுந்தது. பழம் தின்னி வௌவால்கள். இலைக்கு ஒன்று என்பது போல் தொங்கின. அந்த மரம் மொத்தமும் வௌவால் திரளால் மூடப்பட்டிருந்தது. இரும்புத் தந்திகள் அதிரும்படியான ஓசையை அவை எழுப்பின. ஒவ்வொன்றும் இறக்கையை விரித்ததென்றால் சாம்பனின் மார்பளவிற்கு அகலமாக இருக்கும். அவற்றின் கண்களில் அச்சு வார்த்துப் பதித்தது போல் ஒரு தீரா மர்ம வெருட்சி. சாம்பன் களவு புரியச் சென்ற இரவுகளில் பலமுறை அவற்றோடு சுவரில் அறைந்து தொங்கியிருக்கிறான். அப்போதெல்லாம் அவன் அவற்றின் அச்சமூட்டும் விழிகளைத் தவிர்த்துவிடுவான். ஆரம்ப நாள்களில் ஏன் இவை இப்படிப் பார்க்கின்றன, நான் யாரென்று அறிந்தார்போல்? இவையென்ன என்னை விடவும் இரவை அதிகம் அறிந்தவையா என அவன்

சுருளிடம் கேட்டபோது அவர் அவனது அப்பா கூறுவதைப் போலவே ஆர்வத்துடன் ஒன்றைக் கூறினார்.

"ஆமாம். வெளவால்கள் இருள் தாயின் புதல்வர்கள். அவற்றின் கண்கள் கோடான கோடி இரவுகளைச் சிறு புள்ளியாய் அழுத்தியதனால் எழுந்த சக்திப் பிரவாகத்தால் ஆனது. அக்கண்களை மனதில் வீழ்ச்சி ஏற்படாமல், உணர்வுகளின் நிலை கெடாமல் பார்க்கும் ஆற்றல் மனிதனுக்கு ஒருநாளும் வாய்க்கப்போவதில்லை. அந்த இரவாடிப் பறவைகள் காட்டில் வசித்தாலும், கல் தூண்களில் தொங்கினாலும் எக்காலத்திலும் ஒரே குணத்துடன்தான் காணப்படும். அவற்றை நம்மால் வசியம் செய்ய இயலாது. அவற்றை நாம் நம்மிடையே வைத்து வளர்க்கவும் முடியாது. ஆனால் அவற்றிடமிருந்து கற்றுக்கொள்ள ஒரு கள்ளனுக்கு நிறைய இருக்கிறது."

அவற்றின் சப்தம் இப்போது ஓர் இசைக் கோர்வையெனச் சீராக ஒலிக்கத்தொடங்கியிருந்தது. இருவரையும் சற்று விலகி நிற்கும்படி கூறிவிட்டுப் பெரியசாமி தடியை வெளவால்கள் நிறைந்த கிளை மீது ஓங்கி அடித்தார். சத் என்ற சப்தம் எழுந்த அடுத்த கணம் ஒரு சிறு மௌனம். பிறகு அதே பேய் இரைச்சல். இரண்டு வெளவால்கள் மண்ணில் விழுந்து துடித்துக்கொண்டிருப்பதைக் கண்ட பெரியசாமி உத்வேகத்துடன் கிளைகள் மீது விடாமல் அடித்தார். துடித்து வீழ்பவற்றைத் தவிர மற்றவை அசங்கவில்லை. அவை அப்படியான ஒரு நிகழ்வை அதற்கு முன் எதிர்கொண்டிருக்கவேயில்லை. எனவே அம்மரத்தை உதறிக்கொண்டு பறக்கவும் அவை முயலவில்லை. ச்சத் ச்சத் என்று அதன் உடல் கிழிபடும் ஓசையும், சற்று இடைவெளியில் இரவை வரவேற்கும்படியான, வெளவால்களின் குரலில் எழுந்த அந்தச் சூனியப் பாடலும் தொடர்ந்து ஒலித்துக்கொண்டேயிருந்தன.

இருள் நால்புறத்திலிருந்தும் வழிந்துவந்து திசைகளை விழுங்கியிருந்தது. கிடைத்தவரை போதுமென கீழே வீழ்ந்திருந்த வெளவால்களைக் கோணியில் அள்ளிக் கட்டிகொண்ட மூவரும் சுனையை நோக்கி நடந்தனர். விரியன்களுடன், நெட்டுவாக்களிகளும், பூராண்களும் கிளர்ந்தலையப் போகும் அந்த இலை, கொடிகள் மண்டிய பாதையில் வெளவால்களின் உதிரம் பன்னீர்த் தீர்த்தம் போல் சொட்டியது. அடுத்த மழை விழும் வரையிலும் செடித் தளிர்கள் மீது அந்தக் கருமையான

திரவும் நீங்காதிருக்கும். அடசல்களைக் கடந்து மண்ணை அடைந்த உதிரத்தைக் காடு தனது இரகசிய நாவினால் நக்கிச் சுவைத்தது. பெரியசாமிக்கு இப்போது வேறொரு எண்ணமும் எழுந்தது. இந்த இருவரது மாமிச இச்சைக்காக அறமற்ற ஒன்றைச் செய்கிறோமோ? வன தெய்வங்கள் இதை எப்படி எடுத்துக்கொள்ளும்?!

அவர்கள் சுனையை வந்தடைந்தபோது நீர்ப்பரப்பின் மீது நிலவின் எதிரொளிப்பு அசைந்துகொண்டிருந்தது. சோகையான, மயக்கமூட்டும் ஒளி சுனைக்கு அப்பால் விரிந்து கிடந்தது. சுனையைக் கடக்கவேண்டுமென பெரியசாமி கோணியைத் தன் தோள்மீது ஏற்றிக்கொண்டார். நீரின் குளிர்ச்சி தொடைகளைக் கவ்வியபோது பெரியசாமி தன்னையறியாமல் இறந்த வௌவால்கள் நிறைந்த கோணி முடிச்சைத் தன் தோள்களோடு இறுக்கி அணைத்துக்கொண்டார். பிடறி மீது வௌவால் குவியல் நொளுநொளுவென அசைந்தது. உதிரத்தின் இளஞ்சூடு தோள்களில் இறங்கிற்று. நீரில் இறங்க இறங்க மார்பு படபடப்பதைப் பெரியசாமி உணர்ந்தார். தோளில் குவிந்திருந்த வௌவால்கள் இடைவிடாது எதையோ முணுமுணுப்பதாக அவருள் ஓர் எண்ணம் தோன்றியது. செவிகளைக் கோணிமீது கூர்ந்து பொருத்தினார். கண தூரத்திற்கு அவரது பிரக்ஞை எங்கோ நழுவிப் போய்விட்டதைப் போல் அவர் யாவற்றையும் மறந்திருந்தார். பிறகு பிரமையிலிருந்து விடுபட்டவராய் நீரின் நடுவழியில் அதிர்ந்து நின்றார். பரிதி அவரை நோக்கி என்னவென்று வினவினான். ஒன்றுமில்லை எனத் தலையசைத்தார். ஆனால் அவர் விழிகள் எதையோ கூறவேண்டி பரிதவித்தன.

***

மூவரும் கணப்பைச் சுற்றி அமர்ந்துகொண்டனர். தாமரை இதழ்களைக் கொய்து அதைக் கசக்கி முடிந்து வைத்தார்போல் இருந்த தோலுரித்த வௌவால் கறி மீது உப்போடு சேர்த்து மிளகும், சீரகமும் பூசப்பட்டன. தீயின் விரல்கள் முதலில் மார்புக் கொழுப்பினை வருடித் தீய்த்தன. மாமிச நெய் நொறுநொறுவெனப் பொரிந்து வடிந்தது. பெரியசாமி மாமிசத் துண்டுகளை ஒவ்வொன்றாய்த் தீயில் வாட்டி எடுத்தார். மூவரும் பூவசர இலையின் காம்பினைக் கடிப்பது போல் மென்மையான எலும்புகள். அதன் மீது மொழுகி இறுக்கப்பட்ட திரவச்சதை.

புளிக்க வைக்கப்பட்ட சோற்று நீர் துணை பானமாக இருந்தது. மாமிசச் சாறு இறங்க இறங்கச் சாம்பன் தன் மார்பின் தினவு மீள்வதை உணர்ந்தான்.

பெரியசாமி அனலை வெறித்தபடி ஒரு துண்டை எடுத்து மென்றார். அவருக்கு ஏனோ இதில் நாட்டமில்லை. அவர் முகத்தில் ஒரு வாட்டம் கப்பியிருப்பதைச் சாம்பன் கண்டுகொண்டான்.

உணவருந்தி முடித்ததும் பரிதி வெளவால் இறக்கைகள், குடல், கழிவுகளைக் கோணியில் அள்ளிப் புதைக்கச் சென்றான். சுற்றிலும் பார்த்துவிட்டு, குழிவெட்டப் பொறுமையில்லாதவனாய் கோணியைத் தளதளத்து ஓடிய சுனையில் கவிழ்த்துவிட்டான். குடல்களை மீன்கள் இழுத்து விழுங்கின. வெளவாலின் இறக்கைகள் பாய் மரத் துணிகளைப் போல் விரைத்து நதியில் மிதந்தன. பரிதி அவை பள்ளத்தை நோக்கி நகர்வதைப் பார்த்தபடி நின்றிருந்தான். அவனுக்கு அந்த இறக்கைகள் உயிருள்ளவை போல் தோன்றின. சுனையின் மறுகரையில் ஒரு சிற்றுருவம் சருகுகளைக் கொறித்துக்கொண்டிருந்தது. புள்ளி மானாக இருக்கும். அது தன்னைக் கண்டு வெட்கப்படுகிறதோ எனப் பரிதி புன்னகைத்தான். திரும்பும் வழியில் அவனது பாதங்கள் அவனைத் தாமதித்து முன்னகர்த்தின. உள்ளம் எதையோ நினைத்து அலைக்கழிந்தது. ஒவ்வொரு முறையும் சுனையை நோக்கி நடக்கும்போது உற்சாகம் பீறிடுகிறது. ஆனால் அவ்வாறு நடக்கையில் தான் அடைகிற மகிழ்ச்சி சிந்தைக்கு உடனேயே எட்டுவது இல்லை. மகிழ் தருணங்களிலிருந்து கொஞ்சமேனும் விலகி நீங்கும்போது மட்டுமே மகிழ்ச்சியை அறியமுடிகிறது. மகிழ்ச்சி மனிதன் மீது ஏற்றப்பட்ட ஒரு நெடுங்காலப் புதிர் என அவன் நினைத்தான். சுனைக் கரையின் குளிரான வருடல் அவனது உடலுக்கு இன்னமும் தேவையாக இருந்தது.

“எங்கே புதைத்தாய்?” குடிலருகே வந்தவனிடம் பெரியசாமி கேட்டார்.

பரிதி சிறிதும் தயக்கமின்றி “சற்றுத் தொலைவில்... ஒரு இச்சி மரத்தடியில்...” என்றான்.

இச்சி மரத்தடி... அச்சொற்கள் சாம்பனின் கபாலத்தில் சுரீர் எனக் கீறியது. இச்சி மரத்தைக் காணும்போது கூட அவனுக்கு அதுவரை அந்த எண்ணங்கள் எழவில்லை. ஆனால் பரிதி

அதை இப்போது உச்சரித்த விதம் அவனுக்குச் சுருளியின் மகன் சங்கனை நினைவெழுப்பியது.

'இச்சி மரத்தடி, சங்கன், செண்பக ரதி, தேவமங்கலம். எதுவும் என்னை விட்டு மறையவில்லை. எனது வடுக்கள்தான் மரணித்த பிறகும் உயிர்வாழுமா?' சாம்பன் மெல்ல நினைவுகளில் ஆழ்ந்தான்.

முற்றிய நுங்குச் சுளைகளை வானிலிருந்து எவரோ எறிவது போல் ஆலங்கட்டி மழை விழுந்து ஓய்ந்திருந்த அந்த இரவில் சாம்பனும், சங்கனும் தேவமங்கலத்திற்கு வந்திருந்தனர்.

அங்குள்ள ஓர் அரச மரத்தை அடைந்ததும் சங்கன் பதற்றத்துடன் "கண்களைக் கரங்களால் மூடியபடியே வா" என்றான்.

"ஏன்?" சாம்பன் கேட்டான்.

"இந்தப் பகுதியில் கண்கொத்திப் பாம்புகள் பறந்து வரும். இரவில் அவற்றால் நமது கண்களைத் துல்லியமாகப் பார்க்க முடியும். சொல்லப்போனால் நமது கண்களை மட்டுமே அவற்றால் பாக்க முடியும்."

சாம்பன் உடனே சங்கனைப் போலவே இரண்டு கரங்களாலும் கண்களை மூடியபடி முன்னே நடந்தான். விரல் இடுக்குகள் வழியே தேவரடியாள் இல்லத்தின் தீப்பந்த ஒளி நெருங்கி வந்தது.

"நச்சுப் பாம்புகளா?"

"ஆமாம். கண்களைப் பிடிங்கிவிடும். பிறகு சாவு நிச்சயம். எங்கோ தீவிலிருந்து கொண்டு வரப்பட்டவையாம். இங்குள்ள யவன அழகிகளை மற்றவர்கள் நெருங்கக் கூடாது என்பதற்காய்..."

"நீ எவ்வளவு காலமாய் இங்கு வருகிறாய்? உந்தைக்குத் தெரிந்தால் என்ன ஆகும்?"

"இப்போதுதான். சிறிது காலமாய். ராஜபட்டிணக் கள்வன் மூலமாகத்தான் இந்தச் செண்பக ரதியைத் தெரியும்."

களவெடுத்த கூலத்தைப் பொன், ஆடம்பர ஆடைகளுக்கு மாற்றக்கூடாது என்ற சுருளியின் விதியைத் தளர்த்திச் சங்கன் பொற்காசுகளுடன் அவ்வப்போது செண்பக ரதியைச் சந்திக்க

வருவான். நாளாக நாளாகச் சங்கனின் இச்சை எல்லைமீறிச் சென்றிருந்தது. சங்கன் ஒவ்வொரு முறையும் கண்களில் ஒரே அளவிலான ஒளியை உமிழ்ந்து, வியந்து வருணித்த செண்பக ரதியைக் காண வேண்டுமென்ற ஆசை சாம்பனிடம் இருந்தது. அதனால் இம்முறை அவனும் சங்கனின் களவொழுக்க மீறலில் துணை போனான்.

சாம்பனைக் கவனமாகச் சங்கன் வழிநடத்தி ஒரு வீட்டின் சுவருக்கருகில் அழைத்து வந்தான். இருவரும் இடைஞ்சல் இல்லாமல் நின்று உள்ளே நோக்க அங்கிருந்த சாளரம் போதுமானதாய் இருந்தது. உள்ளே விளக்குகள் சூழ்ந்த முற்றத்தில் பன்னிரு இளம் பெண்டிர் சதிர் ஆடிக்கொண்டிருப்பதை அவர்கள் கண்டனர். அப்பெண்களின் பட்டுக் கச்சைகள் முதலில் பார்வைக்குத் தெளிவாகின.

முதிர் பெண்மணி ஒருத்தி கைத்தாளமிட்டு, சதிர் ஆடுகிற பெண்டிரை நாணச் செய்யும்படியான, கலவியின்பத்தை உரைக்கும் கிருஷ்ண கீதமொன்றைப் பாடிக்கொண்டிருந்தாள். நடன மங்கையரின் இளஞ்சிவப்பு நிறத்திலான முகங்களில் மாதுளை முத்துகளென வியர்வைத் தடிப்புகள். நெடுமழையில் நனையும் பாறைக் குன்றுகளைப் போல் எழும்பி நின்ற ஈர முலைகளுக்குத் தன்னை வெறிக்கும் கண்கள் மீது கவனமில்லை. சலைங்கையிட்ட கால்கள் கணத்திற்குக் கணம் பின்னி விலக கச்சையில் இறுக்கப்பட்ட தொடைகள் அதிர்ந்து நயமூட்டின. வெண்கலப் பானைகளை ஒத்த பிருட்ட மேடுகள் திரட்சியோடு தளதளத்தன. தொடையிடுக்கில் நாகம் புடைக்க சங்கன் வியர்த்து நின்றான். இவர்கள் முன்பொரு காலத்தில் சாத்துகளின் இச்சைக்காகக் கப்பலேற்றி வரப்பட்ட யவனப் பெண்களின் வழிவந்தவர்கள் எனச் சாம்பனின் செவிகளில் மெல்லமாக ஓதினான். காலம் காலமாய் மறைமுடி சூடி வாழ்வோரிடம் பணிந்து, தேகக் கலை நிகழ்த்துபவர்கள். சதிராட்டமும், நவரசப் பாவனைகளும் அவர்களின் அந்தரங்கத் திறனைக் குறிப்பால் வெளிக்காட்டுபவை என்றான். பொறுமையின்றித் தவித்த சங்கன் ஒரு சிறு கல்லை எடுத்துச் செண்பக ரதியின் முதுகைப் பார்த்து எறிந்தான். அடுத்த கீர்த்தனைக்கு ஆயத்தம் ஆகவேண்டி நின்ற செண்பக ரதி ஒரு கணம் மட்டும் சாளரத்தை நோக்கிவிட்டுப் பிறகு திரும்பிய நிலையில் தலையை மேலும், கீழும் அசைத்து விரல்களை மடித்தாள்.

“வா போகலாம்,” சங்கன் சாம்பனைத் துரிதப்படுத்தினான்.

“எங்கே?”

“அதோ. அங்கே தூரத்தில் தெரிகிற குளத்தருகே... எல்லோரும் உறங்கியதும் அவள் அங்கு வந்துவிடுவாள்.”

இச்சி மரத்தடியில் காத்திருக்கும் நேரம் மிகவும் நெடியதாய்ப் பட்டது. கோடை மழையினால் மண்ணில் வெம்மை சொரிந்திருந்தது. காற்றிலும் ஈரம் இல்லை. இச்சி மரம் தன் இருப்பில் அவதியுற்று நிற்பது போல் காணப்பட்டது. உதிர்ந்து கிடந்த இலைகளின் மீது மூத்திரம் போல் மழைநீர் தேங்கி நின்றது. சாம்பன் காத்திருப்பதில் எரிச்சலுற்றான். அங்கிருந்து போய்விடலாம் என நினைத்தான். நேரம் செல்லச் செல்ல சங்கனின் இச்சையுணர்வு அவனுக்குக் குமட்டத்தொடங்கியிருந்தது. ஆனாலும் செண்பக ரதி மீது அந்த அருவருப்பு இடம் மாறவில்லை. செண்பக ரதி சாளரத்தை நோக்கியபோது அவளது கண்கள் வெளிப்படுத்திய ஏக்கத்தை நினைவுகூர்ந்தான். அது நிச்சயமாகப் பொருள் வேண்டும் ஏக்கமல்ல. அதைத் தாண்டி முற்றிலும் வேறொன்று. அது செட்டிகளின் பழுத்து, ஓய்ந்த உடல்களால் அயர்ச்சியுற்று, கள்வனின் தசை மோதலுக்காய் ஏங்கும் பார்வையும் அல்ல. அதன் காரணம் அறிவது கடினம். ஏன் அவளாலேயே கூட இன்னதென்று அறியமுடியாத, அவளது பிறப்பினூடாகவே உறைந்து வந்திருக்கும் ஒரு மர்மத் தவிப்பை அவள் கண்கள் வெளிக்காட்டுகின்றன.

சங்கன் “கொடுக்கின்ற காசுகளுக்கு அவள் உனக்கும் சேர்த்து உடன்படுவாளா என்பது ஐயம்தான். கேட்போம். நாம் வரும் வழியில் நீ அடையாளமிட்டு வைத்த வாகை மரத்தின் அருகே சென்று காத்திரு. அவள் உடன்பட்டாள் பிறகு வரலாம்” என்றான்.

சாம்பன் தலையசைத்தான். அவளோடு கலக்க வேண்டும் என அவனுள் எரிந்த இரகசியத் தீ இப்போது சற்று மட்டுப்பட் டிருந்தது. ஆடவனின் முதல் கலவியில் இது இயல்பான உணர்ச்சிதானோ? இது ஒரு பெண் ஓர் ஆண் மீது இயற்கையாகவே பாய்ச்சும் மனச்சோதனையோ என துணுக்குற்றான். தத்தளிக்கும் எண்ணங்களோடு குளத்தை நோக்கினான். நீரின் மீது நெருக்கமாகப் படர்ந்திருந்த ஆகாயத்தாமரைகள் அவனது பார்வைக்கு ஆயிரம் நாகங்கள்

புடை சூழ்ந்து வெறிப்பது போல் நின்றன. மரத்தில் அமர்ந்திருந்த கூகையின் பார்வை அவனுள் சோர்வைக் கிளர்ந்தது. வெள்ளிக் கூட்டத்தை அண்ணாந்து பார்த்தவன் இது நீண்ட இரவாக இருப்பதாக எண்ணினான்.

நிலம் மேவிக்கிடந்த இரவு தீரத்தில் ஓர் உருவம் காற்றடித்து நகர்ந்து வருவதைப் போல் தன்மையாக அசைந்து வருவதைப் பார்த்த சங்கன் "அவள்தான். நீர்ப்பறவை மண் மீது நீந்தி வருவதைப் போல் வருகிறாள் பார்" எனச் சிரித்தான்.

சாம்பன் பதில் கூறாமல் அங்கிருந்து தூரமாக விலகி நடந்தான். அவளை மீண்டும் பார்க்கவேண்டும் என்று அவனுக்குத் தோன்றவில்லை. அவர்களது இன்பப் பரிமாற்றங்கள் நிகழ்வதற்குள் தொலைதூரம் சென்றுவிட வேண்டுமென தசை நார்களை உந்தினான். தொலைவாக வந்திருந்தும் ஒரு புல்லின் நுனி அசைவை விடவும் மெலிதான, வளரியை விரலால் வருடி கூர்மை பார்க்கும்போது எழும் உராய்வு ஒலியை விடவும் நுண்மையான சலனம் ஒன்றினை அவன் கேட்டான். பாதங்களில் அப்போது உயிரைத் தீண்டிடும் குளுமை பரவிற்று. கீழ்மையான தவிப்புடன் திரும்பிப் பார்த்தான். மரத்தடியில் மஞ்சள் நிறப் பட்டாடைகள் களையப்பட்டு நிழல்கள் துடிப்புடன் இயங்கின. சாம்பன் மீண்டும் தனக்கு விதித்துக்கொண்ட திசையில் நடந்து இன்னும் தொலைவாக வந்திருந்தான். அவனது பார்வையில் இப்போது இச்சி மரம் நன்றாகச் சிறுத்துவிட்டது. எனினும் செண்பக ரதி பிழிந்த அந்த ஒரு துளி மோகனச் சாறு இப்போதும் அவனது செவிகளுக்குள்ளிருந்து வெளியேறாமல், எண்ணெய்க் கழிவென உறுத்தியது.

இரவின் இறுதித் திரை விலக்கப்படும் சமயத்தில் சாம்பனிடம் வந்த சங்கன் "உனக்கு மற்றொரு இரவில் உறுதியளித்திருக்கிறாள்" என்றான்.

சாம்பனால் அதற்கு மேல் தேவமங்கல நினைவுகளை மனதில் மீட்டமுடியவில்லை. மந்தார இருள் மேகங்களுக்குக் கீழ் விரிந்திருந்த அந்த உலர் நிலத்திலிருந்து உடனடியாக விடுபட்டு வெண் கொற்றக் கொடையென முழு நிலவை ஏந்தி நிற்கும் அடர் வனத்திற்குள் நுழைய முயன்றான். அடுத்த முறை அவர்கள் தேவமங்கலத்திற்குச் சென்றபோது சாம்பன் மார்பு மயிர்களில் புளிப்பு வீச்சம் அடிக்கும் அளவிற்குக்

கள்ளருந்தியிருந்தான். அந்த இரவை, அதன் துர்நிகழ்வை அக வெளியிலிருந்து துளி மீதமின்றி வெட்டி எறிவதற்காகத் தன் ஆயுளையே முடித்துக்கொள்ளலாம் என்ற எண்ணம் சாம்பனிடம் மீண்டும் எழுந்தது. மூச்சிரைக்க எழுந்தமர்ந்து இருள்பூத்த காட்டை வெறித்தான்.

***

துயிலெழுந்த பின்னரும் கோதைக்குச் சிரிப்பு அடங்கவில்லை. கடவாய் வலியே வந்துவிடும் அளவிற்கு விடாத சிரிப்பு. முந்தைய இரவில் சாவடியருகில் நிகழ்ந்த குரவைக் கூத்திலிருந்து அவளால் இன்னமும் மீள முடியவில்லை. காந்தர்வன் கூத்தென்றால் அதைக் காண்பவர் யாவருக்கும் அதுதான் கதி. காந்தர்வன் வட நாத கூத்தன்குழுவில் புகழ்பெற்ற கூத்துக்கலைஞன். அவனாலேயே வடநாத கூத்தரின் பெயரில் தொடங்கப்பட்ட அக்குழு காந்தர்வன் குழு எனப் பெயர் மாற்றம் அடைந்தது. தென்கூடலுக்கு அவர்கள் கூத்து நிகழ்த்த வருகிறார்கள் என்றால் முதல் இரண்டு நாள்கள் காந்தர்வன் ராணி நாகம்மையின் அரண்மனைக்குச் சென்று கதையாடல் நிகழ்த்த வேண்டும் என்பது மடலேற்றப்படாத விதி. அப்படித்தான் தொடக்கத்தில் காந்தர்வனைக் கோதை அறிந்துகொண்டாள். “நாயே நாயே” என ஏசத் தொடங்கும் ராணி ஒரு விளையாட்டைப் போல் அவனை நோக்கி வசைச் சொற்களை வீசுவாள். காந்தர்வனோ மனச்சீக்கு கொண்டவனைப் போல் வெகுளியாய்ச் சிரிப்பான். கோதைக்கு மனம் வாடிவிடும். இவன் ஏன் இந்நகருக்கு வரவேண்டும்? இங்கு வந்து அவமானப்படுகிறான் என வருந்துவாள். ஒருமுறையேனும் அவனிடம் பேசிவிடவேண்டும் என அவள் பல வருடங்களாகக் காத்திருக்கவும் செய்தாள். கூத்துக் கலையில் சகலமும் கற்றவன் என்ற தோற்றமே காந்தர்வனிடம் இருப்பதில்லை என்பதால் அவனை வெறுத்தோர் எவருமில்லை. அதனோடு கூத்தில் முன்முடிவாய் எவ்விதத் திட்டமிடலையும் அவன் வகுப்பதில்லை. காந்தர்வனிடம் பெண்ணின் நளினமும், ஆண்மையின் உக்கிரமும் அவன் தீர்மானிக்கின்ற அசைவைப் பொருத்து எழும்பிவரும். உடையார் வேடம் தரித்து கர்ஜித்தான் எனில் காவல் வீரர்களுக்கு நீர் பிரிந்துவிடும். ஒருமனம்போல் காளிதாசனாய் மாறிக் கவிமொழியால் சுதைகளில் மலர் சொரியச் செய்திடுவான். பிரிவுப் பண்களில் அவன் தலைவனின் குரலெடுத்தால் ராணி நாகம்மையே பீறிட்டு அழுதுவிடுவாள்.

கேலிக் கூத்தென்றால் பட்டினி வயிறுகள் யாவும் சிரிப்பால் நிறைந்துவிடும். வறிய மக்கள் குழுமியிருந்தால் அவன் அதையே தான் பெரும்பாலும் நிகழ்த்துவான்.

நீர் அள்ளி வாய்க் கொப்பளித்த கோதைக்குப் புரையேறி விட்டது. அவசரமாய் வெளியே துப்பிவிட்டு மீண்டும் சிரித்தாள்.

“தீம் தீம் தனனா. தீம் தீம். கேளும் மக்களே கேளும். மசாத்துவான் பெற்ற மகராசி. செட்டிக்குல பொற்கொடி. எம் தெய்வம்! கனிவுறுதலை விரும்பாதவளாய். ஏன் மொட்டானோம் எனச் செடியினைத் தூற்றும் புஷ்பமாய் நோன்பிருந்தாள். அப்போது இந்தப் படுபாவி கோவலன் என்ன செய்துகொண்டிருந்தான் தெரியுமா...” என முதிர்கலைஞனான கனகு பண்வடிக்க, காந்தர்வன் “நிறுத்தும் சாமி. நிறுத்தும்! பாண்டியன் வாரிசுகள் எவரேனும் கூட்டத்திற்குள்ளிருந்து கல் எறிந்துவிடப்போகிறார்கள்.” என இடைமறித்து முன்வந்தான். குழுமிநின்றோர் ஒரு கேலிப்படலத்திற்கு ஆயத்தமாகினர்.

“என்ன காந்தர்வா. என்ன வம்பு?” கனகு கேட்டார்.

“அதாகப்பட்டது. பத்தினி தெய்வம் நம் கோவலனைப் பொருள் ஈட்டிவா என்றுதானே விரட்டினாள்?”

“ஆமாம். பொருள் ஈட்டச் செல்வதுதானே மனையான் கடமை.”

“அதுசரி அவன் மனையிலேயே இருந்திருந்தால் கதையே மாறியிருக்கும். உரைசால்பத்தினி வேறு. எது எதற்கு என்னென்ன கட்டுகள் வைத்திருந்தாளோ? ஒவ்வொன்றையும் தாண்ட சுங்க வரி கூட விதித்திருப்பாள். நான் நினைக்கிறேன், கோவலன் கண்ணகியிடம் தெங்கம்பழம் கிட்டிய நாய் போல்தான் கிடந்திருப்பான். ஒரு பயனும் இல்லை. பாண்டியன் ஒரு மடையன். கோவலன் உன் கணவன் என்பதற்கு என்ன சான்று? எங்கே அவன் உடல் மச்சங்களை வரிசைப்படுத்து பார்ப்போம் எனக் கேட்டிருந்தான் எனில் திருமாப்பத்தினி நகரைவிட்டு ஓடியிருப்பாள்.”

சிறிது மௌனத்திற்குப் பின் காந்தர்வன் மீண்டும் தொடர கூட்டம் சிரமப்பட்டுச் சிரிப்பை நிறுத்தவேண்டியிருந்தது.

“விடுமய்யா. ஏதோ ஆடவன். நான்கு இடங்களுக்குப் போகிறவன். மாதவி, அடடா அந்தச் சிரிக்கி உன் பத்தினி கண்ணகியை

விட மப்பும் மந்தாரமுமாய் வேறு இருந்தாளாம். இவன் என்ன செய்வான் பாவம்?"

"அதற்காக? கண்ணகியின் கற்பு தானடா அவனைப் புயலிலிருந்து காத்தது. கனவில் கூட அவள் வேறொரு ஆணின் நிழலை நோக்கியதில்லை. அவள் எங்கே. இவன் இங்கே" எனக் கனகு பொங்கினார்.

"கண்ணகியின் கனவென்ன தர்ம சத்திரமா? அதற்குள்ளேயே அண்டைக் கொடுத்து படுத்திருந்து பார்த்தது போல் சொல்கிறீர்கள். அவள் மனதையும், கனவையும் எப்படி ஒரு கவிஞனால் எழுதிட முடியும்? அதற்குள் என்ன இருந்ததோ?!"

"தர்க்கம் செய்யாதே. பிறன்மனை நோக்காமையே..." கனகு ராகம் எடுப்பதற்குள் காந்தர்வன் முந்திக்கொண்டான்.

"மக்களே. இதோ இவர். கச்சையில்லாத இளங்கோவடிகள். தள்ளி நில்லுமய்யா. மண்டையில் சீழ் நாறுகிறது. நேற்று இந்த பிறன்மனை நோக்காப் புலவர் என்ன செய்தார் தெரியுமா? வள்ளி உறங்கிக்கொண்டிருந்த படலை விலக்கிவிட்டு.... தந்தனனா தந்தனனா."

கோதை சிரிப்பு தணிந்து புன்னகையோடு மூச்சு வாங்கினாள். அவளுக்கு அது ஒரு சுகமான விடியலாகத் தோன்றியது. முகம் கழுவிவிட்டு, புழக்கடை மரங்களைக் கண்டாள். திசையெட்டும் குளர்ந்து கிடப்பதாக ஓர் எண்ணம். அவள் மார்பிடுக்கில் ஒரு கேள்வியும் நீங்காது உராய்ந்துகொண்டிருந்தது. காந்தர்வன் என்னை நோக்கினானா? முதலில் நின்ற இடத்திலிருந்து நான் நகர்ந்து வந்த பின், அவனது விழிகள் கூட்டத்தில் உறுதியாக எதையோ தேடின. என்னையா?! விழிகளில் அந்த பாவமில்லையென்றாலும் அவனது உடல் அதை வெளிப்படுத்தியதே. அந்த நினைப்பு நிறைய நிறைய அவளது முலைகளில் ஒரு நடுக்கம். இல்லை அப்படி இல்லை. குளிர்க்காற்றின் மோதலால்தான் இவ்வாறு. அவள் அர்த்தம் ஏதும் விளங்காமலேயே அந்த நிலையிலிருந்து தன்னைச் சமாதானம் செய்துகொள்ள முயன்றாள்.

"பண்டிதரே... பண்டிதரே... உள்ளீரா?"

வாசலிலிருந்து ஒரு புதுக்குரல் வருவது கேட்டுப் புன்னகையை உடனடியாக மறைத்துக்கொண்டாள்.

உத்திராபதி பண்டிதரைச் சந்திப்பதற்காகப் பறையர் குடிலிலிருந்து காத்தன் வந்திருந்தார். பண்டிதர் ஆற்றங்கரைக்குச் சென்றிருப்பதாகக் கூறிய கோதை அவரை வாசலில் நிற்கச் சொல்லிவிட்டு நீராகாரம் கொண்டு வந்து நீட்டினாள். காத்தன் அதைச் சரட்டையில் வாங்கிப் பருகியபடி பரிகாரிகள் தெருவின் இருப்பை நோக்கினார். மெலிந்து திரிந்த உடல்கள். எதுவும் உலர்த்தி வைக்கப்படாத, பஞ்சத்தால் வெறிச்சோடிய வாசல்கள். புண்கள் அப்பிய சிறுமி ஒருத்தி நடந்துபோனாள். பறைகுடிக்குக் குறைவில்லாத இழிநிலை, தரித்திரம்...

“நலமாக இருக்கிறீர்களா? அங்கு பிழைப்பு எப்படி?” காத்தனிடம் வினவிக்கொண்டே உத்திராபதி பண்டிதர் வாசலை அடைந்திருந்தார்.

“சோறு கண்ட இடமென நகர்ந்து கொண்டிருக்கின்றனர். கால் வயிறாவது நிறையுமே. எங்களது நாலு குடும்பங்கள்தான் பாவம். பறையனாய்ப் பிறப்பதை விடப் பறையனில் பண்டிதனாய்ப் பிறப்பது கொடுமை பார்த்துக்கொள்ளுங்கள்.”

உத்திராபதி பண்டிதர் சற்று அலுப்புடன் “அதுசரி. பிறகென்ன சங்கதி” என்றார்.

“கொஞ்சம் சுவடிகள் உண்டு. எல்லாம் வைத்தியச் செய்யுள். சில பாடல்களுக்காகச் சுவடிகளைத் தேடியபோது கிட்டின. உங்களுக்கு உதவினால் எடுத்துக்கொண்டு அதற்கு ஈடாக ஏதேனும் கூலம் தாருங்கள்.”

பண்டிதர் சற்றுக் கடுமையான குரலில் “ஏனய்யா... நான்தான் சென்ற முறையே எதையும் எடுத்து வர வேண்டாம் என கூறிவிட்டேனே. நீங்கள் கொண்டுவருபவை ரோகம் தீர்க்கப் பயனற்றவை அல்லது எதிர்மறையாகக் கொடிய விளைவுகளை ஏற்படுத்தக் கூடியவை. நானே சிலவற்றைத் தீயில் இட்டேன். அனுபவம் இல்லாத வைத்தியர்களின் கைகளுக்குப் போனால் பஞ்சமும், பிணியும் கொண்டு போவது போதாதென்று இவர்களும் பலரைச் சுடுகாட்டுக்கு அனுப்பிவிடுவார்கள்” என்றார்.

“பிள்ளைகள் பட்டினி. உங்களை நம்பித்தான் வந்தேன்.”

“சரி போகிறது. அதை இப்படித் தாருங்கள். எனக்குப் பயன்படப்போவதில்லை. ஏதேனும் கொஞ்சம்... மகளே

ஓர் இரண்டு மரக்கால் கேப்பை. பார் ஏதாவது. நம்மிடம் இருப்பதில்."

"பிறகு இன்னொரு சேதி. நீங்கள் தீக்கடம்பை என்ற மலரைத் தேடி அலைந்தீர்கள்தானே?"

காத்தன் அதைக் கூறக் கேட்டதும் உத்திராபதி பண்டிதருக்கு நரம்புகளில் ஒரு சிடுக்கு அவிழ்வது போலிருந்தது.

பறைகுடி வரை செய்தி பரவிவிட்டதா என்கிற சோர்வுடன் "ஆமாம். ஏன்?" என்றார்.

"கடந்த பௌர்ணமி இரவில் பாணன் ஒருவன் பெரியப்பாவிடம் வந்திருந்தான். ஏதோ ஒரு காவிய ஏடு பற்றி அறிந்துகொள்வதற்காக. அவன் அப்போது தீக்கடம்பையைச் சுட்டும் பாடல் ஒன்றைப் பாடிக் காட்டினான். அது அந்தக் காவியத்தின் துண்டாடப்பட்ட பாடல் என்றவன் அதற்கு நிச்சயம் தொடர்ச்சி இருக்கவேண்டும் என்றான். சுவடியில் அப்படியேதும் காவியம் இருக்கிறதா எனக் கேட்டான். நான்தான் அப்போது குறுக்கிட்டு அது காவியப் பண்ணாக இருக்க வாய்ப்பில்லை, தீக்கடம்பை என்பது பண்டுவர்களின் இரகசிய மூலிகைத் திரட்டில் உள்ள மலர். அதுவும் அவர்களது குடிவழி நம்பிக்கைதான். அப்படியோர் மலரை இதுவரை எவரும் கண்டதில்லை என்று கூறி அவனை அனுப்பி வைத்தேன்."

காத்தன் கூறி முடிக்கையில் உத்திராபதி பண்டிதரின் மனம் பிடிபடாத உயரத்திற்கு எழும்பிப் பின் கொடும்பாரத்துடன் கீழ் இறங்கிக்கொண்டிருந்தது. தனக்குள்ளேயே எதையோ சொல்லிக்கொண்டு காத்தனை நோக்கினார்.

"காத்தா. பொறு பொறு. எனக்கு நிதானம் இல்லை. பார் என் கரம் நடுங்குவதை. அந்தப் பாணன் யார்? அவனை நான் பார்க்க முடியுமா?"

அணைந்த கனப்பிலிருந்து வெகுண்டெழும் இறுதிப் பொறிகள்போல் அவரிடம் இளமைக்குரிய தீவிரமும், படபடப்பும் வெளிப்பட்டன.

***

பின்சாமத்தின் குளிர் தாளாது சாம்பன் எழுந்து அமர்ந்தான். எங்கும் பூரணமான அமைதி பரவியிருந்தது. பூச்சிகள் பனிப்படலத்திற்குள் உறைந்துவிட்டதைப்போல் குரலமர்த்திக் கொண்டிருந்தன. கம்பளிப் பூச்சிக்கூட்டம் கிளைகளில் பரவிப் பூவரச இலைகளை நரநரவென்று கொறித்துக்கொண்டிருப்பதை மட்டும் அவன் செவியுணர்ந்தான். கானகம் ஏதோ ஒரு உயிருக்காக எப்போதும் விழித்திருக்கிறது. அல்லது அத்தனையும் இயங்கிக்கொண்டிருக்கும்போது அதன் கதகதப்பில் உறங்கிக்கொள்கிறது. சாம்பன் ஓயாது எரியும் எண்ணங்களுக்குள் சுருண்டு படுத்துக்கொண்டான். இங்கு நினைவுகளற்ற, அல்லது ஒற்றை நினைவில் பீடித்த ஒருமுகமான நிலையென்பது சாத்தியமில்லை. உயிர்களின் எண்ணங்களை இவ்விடம் ஒவ்வொரு கணப்பொழுதிலும் கலைத்துவிடுகிறது. ஓர் ஆட்கொள்ளி மிருகம் நமது குடிலை ஏறெடுத்தும் பார்க்காமல் கடந்து செல்வது இந்த வரைமுறையற்ற எண்ண மாறுதல்களால்தானா? சாம்பன் இமைகளை இறுக்கினான். நால் திசைகளிலிருந்தும் ஒளிகுன்றிய கருநீலப் படிமங்கள் கருத்தின் மையப் புள்ளியை நோக்கி விரண்டு குவிந்தன. அதன் ஆழப்புள்ளியில் அவனுக்கு மீண்டும் தேவமங்கலத்தின் நினைவு மையமிட்டது. காடு முழுவதுமாய்த் துஞ்சிவிட்டதைப் போல் எங்கும் மனம் கலக்கும் அகால மௌனம். அதுவரை பூவரசில் ஊர்ந்த பூச்சிகள் இப்போது அவனது உள்ளப் பாறையின் மீது இழையத்தொடங்கியிருந்தன.

பதினைந்து இரவுகள் இடைவெளியில் அவர்கள் இரண்டாம் முறையாகத் தேவமங்கலம் வந்திருந்தனர். சங்கன் முதலில் கூடிவிட்டுப் பிறகு சாம்பனை அனுப்பினான். சாம்பன் இச்சி மரத்தடியை நெருங்கியபோது செண்பக ரதி இறுக்கிய மார்க்கச்சையோடு அமர்ந்திருந்தாள். சதைமினுத்த கரங்களால் அவிழ்ந்த குழலைப் பின்னால் ஒதுக்கியபடி அவள் சாம்பனை நோக்கினாள்.

பிறகு புன்னகையை உதிர்த்தபடி "தழும்புகள் விரவிய உனது உடலை வெளிச்சத்தில் பார்த்திருக்க வேண்டும். ஒவ்வொன்றும் இருளைக் கடந்து தெரிகின்றனவே. அதன் ஆழத்தில் ஒளிர்வது பாலை வெயிலின் துணுக்குகளா? ம்ம் நல்ல கள்ளன்தான். மலை எருதுபோல்" என்றாள்.

அவளது குரல் இச்சிமர இலைகள் சலசலப்பது போல் வசீகரமாய் இருந்தது. சாம்பன் தன் கால்களின் ரோமங்கள் சிலிர்ப்பதை உணர்ந்தான். அவள் மீது படர எத்தனிக்கும் முன் பொன்னினால் வார்த்த மயில் பாவை ஒன்றினை வாரி அள்ளுகிறோமே என்ற மயக்கம் அவனுள் பிறந்தது. மென்மையாக அவளைத் தழுவினான். எனினும் அவனது இறுகித் தடித்த உடலுக்குக் கீழ் அவள் ஒரு பஞ்சுப்பொதிபோல் அழுந்தி போயிருந்தாள். கீழ்க்கச்சை மேலெழுந்து வந்ததில் அவளது வெண்குட பிருட்டம் முழுவதிலும் மணல்பூச்சு அப்பிக்கொண்டது.

சாம்பனின் செவியில் கிசுகிசுப்பான குரலில் "அவனிடம் கூறாதே. என் மேலணியை உனக்காக மட்டும் அவிழ்க்கிறேன்" என்றாள்.

அவள் தன் மார்க்கச்சையை அவிழ்த்த மறுகணம் சாம்பனுக்குத் தண்டுவடம் குளிர்ந்துவிட்டது. அவன் விழிகளின் குமிழொளியை அவளது விறைக் காம்புகள் பெற்றுக்கொண்டன. பிறப்பு முதல், என் நாவிற்கடியில் அகலாமல் எரியும் தீயை அணைக்கவல்ல தசைக்குவியல் இவைதானா?

அவனது விழியதிர்வைக் கண்ட செண்பக ரதி சிரித்தபடி,

"கள்வா. வடுக்களைப் பரிசளித்துவிடாதே. நகக்குறிகளும், பற்தடங்களும் வேண்டாம். முடிந்தால் தடையமின்றி அதன் சாற்றைக் கவர்ந்து செல்வாயாக" என்றாள்.

"நீ... ஏன் இப்படிப் பேசுகிறாய்? நீ பேசுவதே... எனக்குத் தாளமுடியவில்லை. என்ன பிறப்பு நீ. அச்சில் வார்த்தது போல். ஏனோ உன்னை எனக்குப் பிடித்திருக்கிறது. இல்லையென்றால் இப்படி நான்... உனக்குத் தெரியுமா? நான் தொடும் முதல் பெண் நீ."

சாம்பன் பேச வராது உளறினான்.

"அடடா. இனிமை. நானும் உன்னிடம் மட்டுமே இப்படி விளையாட்டாய்ப் பேசுகிறேன். ஏனோ தெரியவில்லை. நீ கள்ளம் கபடமில்லாத கள்வன் என்று நான் சொன்னால் நீ நம்ப மாட்டாய். சினம் கொள்வாய். ஆனால் உண்மை அதுதான். இதோ நீ என் மார்புகளை நோக்கும் விதம். அதிலேயே

தெரிகிறது. விரைவாக. அன்றே உன்னோடு கூட வேண்டும் என்று நினைத்தேன். இயலவில்லை."

சாம்பன் அவளைக் கட்டி உருண்டவாறு வெட்டவெளிக்கு வந்தான். புற்கள் குத்துவதாக அவள் சிணுங்கினாள். அவ்விடத்தில் வான் வெள்ளிகளின் ஒளிச்சிதறல் தடையின்றிப் பரவியிருந்தது. அவை வழங்கிய ஒளியில் அவளது மார்புகள் முற்றிய பழாச்சுளையின் வண்ணம் கொண்டவை என்பதைச் சாம்பன் அறிந்துகொண்டான். அவனது ஆறலை விழிகள் தாபமல்லாத வேறொரு பரிதவிப்பில் ஏங்கின. தூப வாசம் கமழும் அவளது உயர் குலக் கொங்கைகள் அவனது அழுக்கேறிய கரங்களில் அகப்பட்டு மூச்சிரைந்தன. முனகலை அவள் வாய் வழியாக அவனது நாசிக்குள் இடமாற்றினாள். மலைகளை விழுங்கக் காத்திருக்கும் தேவலோக நாகத்தினைப் போல் அவனது கண்கள் பசிகொண்டு அலைபாய்ந்தன. ஊன்சுவையூட்டும், செந்நிற முலைக்காம்புகளை அவன் விழுங்க எத்தனித்தபோது தாசி மண்டபத்தினருகே தீயின் பொட்டுக்கள் அசையத்தொடங்கியிருந்தன. அங்கிருந்து சுடர்ப்புள்ளிகள் அலை அலையாய்ப் பறிந்து அலைந்தன. அதனோடு புரவிகளின் குரலும், குளம்போசையும். சாம்பனுக்கு ஒன்றும் விளங்கவில்லை. சங்கன் இச்சி மரத்தடி நோக்கி ஓடிவந்தான்.

"சாம்பா... வந்துவிடு. அது பெருஞ்சாத்தனின் படை. இவளைத் தான் தேடுகிறார்கள். ஓடி வா... தாமதிக்காதே."

சாம்பன் செண்பக ரதியின் கலவரமடைந்த விழிகளைப் பார்த்தான். திக்கற்று விழித்தவள் தன் மார்க்கச்சையை அணிந்துகொள்ள முயன்றாள்.

"சாம்பா... நில்." சங்கன் இம்முறை அச்சம் படர்ந்த குரலில் கத்தினான்.

"இவள் அகப்பட்டால்... நாம்."

அவன் சொற்களை விழுங்கினான். சாம்பன் அவனது கண்களை நோக்கினான். அவை அவனுக்கு அவன் நிகழ்த்த வேண்டியதை குறிப்புணர்த்தின.

"இல்லை..."

சாம்பன் எழ முயன்றான்.

“அசையாதே. நிழல்கள் காட்டிக் கொடுத்துவிடும். அவர்கள் இன்னும் இவ்விடத்தை நோக்கவில்லை...”

சாம்பன் தன் கரங்களை அவள் மீது அழுத்தியவாறு சங்கனின் குரலுக்குச் செவி சாய்த்திருந்தான்.

“இதோ பார்... நமக்கு வேறு வழியில்லை.”

“இல்லை. அது முடியாது...”

“பெண்ணே... அவர்கள் கேட்டால் நீ எங்களைப் பற்றி உரைக்க மாட்டாய்தானே?”

“இல்லை. நான் எப்படி. ஆனால் என்னை அவன் வதைப்பது உறுதி.” செண்பக ரதி அழுகுரல் எழுப்பினாள்.

“சாம்பா. நான் சொல்வதைக் கேள். நான் அருகில் வருகிறேன். நீ இவ்விடம் நோக்கி மெல்ல நகர்ந்து வா.”

சங்கன் கத்தியை உருவிக்கொண்டு மெல்ல ஊர்ந்து வந்தான்.

“சங்கா. நில். இது பாவம். இவளொரு அபலை. புரிகிறதா? ஒன்றும் நேராது. அமைதிகொள்.” சாம்பன் இறைஞ்சிக் கொண்டிருக்கும்போதே தீப்பந்தங்கள் இச்சி மரத்தடியை நெருங்கி வந்திருந்தன. இருபதிற்கும் குறையாத குதிரைகள். அவற்றில் முனையில் சுருக்கு வைத்த கயிறுகளையும், ஈட்டிகளையும் ஏந்தியவாறு வீரர்கள் இருந்தனர்.

“சாம்பா. சொல்வதைக் கேளடா. என் சொல்லுக்கு நன்றியுடையவன் தானே நீ. என்னடா நீ” ஓடுவதற்கான திசையைக் குறித்தபடியே சங்கன் துடித்தழுதான்.

சாம்பனும் அந்த நுண்ணிய கணத்தில் பேதலித்துவிட்டான். கரத்தின் விசையைத் தவிர மற்ற யாவற்றையும் பறிகொடுத்தவன் போல் செண்பக ரதி மீது அவன் அமர்ந்திருந்தான். அவளது வாயை இடது கரத்தால் பொத்தி மெல்ல சிரம் மண்ணில் இறுகும்படியாக அழுத்தினான். அவளது மார்புகள் இப்போது அதன் கவர்ச்சியை இழந்து இரக்கத்தைக் கோரும் சதைப் பிண்டமாய் மாறியிருந்தன. அவளது கூர் நகங்கள் சாம்பனின் வியர்வை ததும்பிய தொடைகளையும், இடையினையும்

கீறிக்கொண்டிருந்தன. அவளுடைய விழிப்பார்வையின் ஒவ்வொரு அசைவிலும் அவனது மார்பின் கனம் கூடியது. ஏற்கெனவே ஆழம் பார்த்திருந்த இடங்களை அவளது நகங்கள் மீண்டும் பிளக்கவும் உதிரம் வெளியேறும் எரிச்சல் அவனது உடலெங்கும் பரவிற்று. அவளது முகத்தை நோக்க மனமில்லாமல் பின்னால் திரும்பி, இச்சி மரத்தின் அடியினைப் பார்த்துக்கொண்டே கத்தியை அவளது துடித்துச் செருமிய கழுத்தில் பாய்ச்சினான். இஹ்ஹ் என எழுந்தடங்கிய குருதியோசயைச் சங்கனும் தெளிவுறக்கேட்டான். செண்பக ரதியின் விழிகள் இப்போது அசைவற்று, இச்சி மரக்கிளையை வெறித்திருந்தன. சாம்பனுக்குத் தன் கால்களுக்குக் கீழ் அனைத்தும் குளிர்ந்துவிட்டதைப் போலிருந்தது. கண்முன்னால் ஓர் எல்லையற்ற வெட்டவெளியைக் கண்டான். பிறகு சங்கனை நெருங்கி நீர்க் குட்டையொன்றில் கால் நனைத்து வந்தவனைப் போல் உணர்ச்சியற்ற குரலில் “வா போகலாம்” என்றான்.

“ம்ம்ம்... கொடுவிதி.”

சங்கனின் குரல் கம்மியிருந்தது.

அவனது மனக்காட்சியைக் கண்ணுற்றதைப் போல்காடு மௌனத்தில் உறைந்திருந்தது. சாம்பன் படுக்கையிலிருந்து எழுந்து தனது மயிரடர்ந்த தொடைகளை உற்றுப் பார்த்தான். அவன் மார்பில் ஈட்டி முனைகள் வழங்கிய தழும்புகள் கூட காலத்தைக் களிம்பாக்கிப் பூசிக்கொண்டமையால் அடியோடு மறைந்துவிட்டன. ஆனால் செண்பக ரதி கண்ணீருடன் அவனுக்கிட்ட விரல்முனை வடுக்கள் இன்னமும் நீங்கவில்லை. கபடமற்ற அந்த விரல்களின் நுனியில் அவளது உயிர் மொத்தமும் அக்கினிக் குழம்பென எரிந்திருக்கவேண்டும். கெளுத்தி மீன்களைப் போல் திரள் திரளாய் மின்னும் அத்தழும்புகள் கள்ளருந்தி, நன்கு உண்டால் கொலை பாவம் மறைந்தோடும் என்று அவன் கொண்டிருந்த நம்பிக்கையைத் தகர்த்துவிட்டன. அவன் எவரிடமும் விளக்க விரும்பா அவ்வடுக்களை இருள் மட்டுமே மறைய வைக்கின்றது. சாம்பன் குடிலுக்கு வெளியே நோக்கினான். மரச் செறிவிற்கிடையே வெளிர்நீல ஒளி பரவியிருந்தது. நரிகளின் ஊளை அருகியும், விலகியும் ஒலித்தது. புலரி அறிவித்து மயில்கள் அகவத் தொடங்கின. அவன் தனது தொடை வடுக்களைக் கரங்களால்

மூடியபடி மீதமிருந்த யாமத்திடம் இரகசியமாய் வினவினான். இருளே நீ முடிவுறாமல் தொடரமாட்டாயா?

***

வெய்யோன் மரங்களுக்கு மேல் நின்று வைரக்கல் உருள்வதைப் போல் மினுங்கிற்று. குளிர்ச்சியான சருகு வெளியில் பெரியசாமியின் நிழல் படிவதே தெரியவில்லை. மலையின் மேலே ஏற ஏற சூரியனும் இன்னும் தொலைதூரத்திற்கு விலகிச் சென்று, உருவில் குறுகுவது போல் அவருக்குப் பிரமை உண்டானது. செவிகள் ஏற்கெனவே ஊதலால் அடைத்துக் கொண்டிருந்தன. பச்சை வண்ண அலங்காரத் துணிகள் போர்த்தப்பட்ட தேர்களைப் போல் எங்கும் ராட்சத மரங்கள். மலை உச்சிக்கு அப்பால் முடிவென்று எதுவும் துலங்கவில்லை. திரையிட்டு மறைத்து நின்ற முகில்களுக்குப் பின்னால் காவியப் பதிகங்கள் போல் நீண்ட மலைத்தொடர்கள் விரவிச்சென்றன.

பெரியசாமி தடியை ஊன்றியபடி, தன்னந்தனியாக நடந்தார். காணிகள் உருவாக்கி வைத்திருந்த அப்பாதைத் தடம் புல், பூண்டுகளுக்குள் சிக்கி பாம்புச் சட்டை போல் துண்டு துண்டாகக் கிடந்தது. பாதையில் ஒரு தொடர்ச்சியே இல்லை. பத்து கற்தூண்களின் அகலத்தில் இருந்த ஒரு மலைப்பூவரசு மரத்தின் அருகில் நின்று பெரியசாமி களைப்பாற்றிக் கொண்டார். காற்றில் உயிர் வாசம் அடர்ந்திருந்தது. அங்கிருந்தபடி மனிதக் கசடுகள் நிறைந்த, இரவிலும் தூசிகள் எழும் தென்கூடல் நகரை அவரால் மனத்திரையில் வடித்துப்பார்க்க முடியவில்லை. தாம் விண்ணுலகிலிருந்து தம் நகரை நினைத்துப் பார்க்கிறோம் என்ற மன மயக்கம் அவருள் புகைந்தது. தொலைவில் பிரமாண்டமான பச்சைநிறப் பிராணியின் உடல் கீறப்பட்டு, வெண் குருதி வடிவதுபோல் ஓர் அருவியின் நீர்க்கோடு பளிச்சிடுவதைப் பார்த்தார். அவரது கரங்கள் குளிரில் உறைந்திருந்தன. தேவலோக விருட்சம் போல் காட்சி தந்த மலைப்பூவரசின் மீது அவற்றைத் தேய்த்து இதமூட்டிக்கொள்ள முயன்றபோது மரப் பட்டைகளில் சில நகக்கீறல்கள் விழுந்திருப்பது கண்டு குழம்பினார். அவை புலிகள் தம்முடைய எல்லையை வகுத்துப் பதித்துவைத்த அடையாளம் என்பது சட்டென்று மூளைக்கு எட்டியதில் அவரது தொடையிடுக்குகள் நடுங்கிவிட்டன. இங்கு புலிமடைகள் இருக்க வேண்டும். மரத்தை விட்டு விலகி நின்றார். இது புலிகள் எனக்கு விதித்த எல்லையா?

அல்லது என் குலத்தவரின் எல்லையா? எதுவரை இறை எனக்கு எல்லை வரைந்திருக்கிறது? விலங்குகளை மிரட்டி ஒடுங்க வைக்கும் எனது நாவோசையின் எல்லை எதுவரை? இதற்கு மேல் அடியெடுத்து வைப்பதனால், இந்த எல்லையை மீறிச் செல்வதனால் நான் எதை நிரூபிக்கப்போகிறேன்? தீக்கடம்பை நிஜத்தில் இல்லையென்று தர்க்கமிடத்தான் என் பாதங்கள் ஆபத்துகள் மறைந்து நிற்கும் இக்காட்டில் ஓயாது தொடர்கின்றனவா? துணையின்றி இவ்வளவு தொலைவிற்கு ஏறியது மடமை. பரிதியை ஆபத்தில் நிறுத்தக்கூடாது என நினைப்பது சரிதான் என்றாலும் இவ்வாறு அலைவதினால்? ஐயோ, பண்டிதரே நீங்கள் நினைப்பது போல் இரண்டடி விட்டத்தில், குடைபோல் விரியும் ஒரு மலரை எம்மலையும் பூக்கச் செய்யாது. அது நம் முன்னோர்கள் கண்ட கனவு. அது வெறும் கனவு மட்டும்தான். அது உங்களிடம் வந்து, பிறகு ஒற்றறிதலால் அரசனிடத்தில் சென்று, இன்று அது என்னையும், எனது மகனையும் இந்தத் துன்பக்காட்டில் நிறுத்தியிருக்கிறது. நீங்கள் அந்தக் கனவாலேயே சாகப் போகிறீர்கள். எவனோ ஒரு மூடன் கண்ட கனவு... எண்ணச்சுழலுக்குள் சிக்கியவர் திசையை மறந்திருந்தார். கொல்லப்பட சிறு கணம் போதுமென்பதைச் சட்டென்று உணர்ந்து, விநோதமான ஓசையொன்றை எழுப்பியவாறு கண்களை நாலாத் திசைகளிலும் ஓடவிட்டார்.

தொழுகண்ணி, அழுகண்ணி, இடிநருங்கி, மதிமயங்கி, மலைநீலி, அழவணம், குமரி, மருள், நாகதாளி, திருநீற்றுப் பூண்டு, பேயத்தி, கல்லுருக்கி போன்ற எண்ணற்ற அரு மூலிகைகளை; செடி கொடிகளை அவர் அதுவரையிலும் கடந்து வந்திருந்தார். பிச்சி, நீலத்தும்பை, கல்தாமரை, கருஊமத்தை, கருங்குங்கிலியம் எனப் பலவிதமான புஷ்பங்கள் அவரது விழிகளில் பதிந்து உடன் மறைந்துகொண்டிருந்தன. ஒன்று சிந்தனைகளை மாய்க்கும் படியான வெறுமை. இல்லையேல் பலவித எண்ணங்களின் பிறழ்வு. அதனொடு பரிபூரண அமைதியைச் சூடி நிற்கும் இம்மரங்கள் இது ஆபத்து ஏதுமில்லாத இடம் என ஒரு பொய்த்தோற்றத்தை உருவாக்குகிறது. பாதி இரவென, ஏற்ற இறக்கமின்றி நீளும் மந்தாரமான பகல்பொழுது உடலை இன்பமாய் வருடுகிறது. இதை நம்புதல் ஆகாது. உயிர் பிரியும் வரை சிறுகச் சிறுகப் பிய்த்தெடுக்கும் மிருகங்களே இவ்விடத்தை ஆள்கின்றன என்பதை ஒவ்வொரு கணமும்

அறிந்து தெளிவுற்றிருக்க வேண்டும். பெரியசாமி திடத்தை வரவழைத்துக்கொண்டு முன்னே நடந்தார்.

பரிதியும், சாம்பனும் அடர்த்தியான புதர்களும், மேய்ச்சலுக்கு உகந்த புற்களும் நிறைந்த அருவிப் படுகையோரம் நடந்துகொண்டிருந்தனர். அவர்கள் மீது துகள் துகளாய் சாரல் திட்டுகள் படர்ந்திருந்தன. பரிதி தன் தந்தையைத் தன்னை விடவும் அதிகம் நம்பினான். ஏழு மலைகளைத் தாண்டிவிட்டுத் துண்டைத் தோளில் உதறிப் போட்டபடி, முகத்தில் எவ்வித மாற்றத்தையும் காட்டாது அதே நிலையில் திரும்பி வரக்கூடியவர். வரும் வழியில் ஒரு சிறுத்தையைப் பார்த்தேன் என ஈடுபாடின்றிச் சொல்பவர். மூலிகைத் திரட்டில் அவர் உத்திராபதி பண்டிதரின் நேரடி வழித்தோன்றல். இருந்தும் அவனது எண்ணங்களில் ஒரு பகுதி அவரைச் சுற்றியே இருந்தது. அவர் பத்திரமாகத் திரும்பிய பிறகுதான் அந்தப் பதைபதைப்பு அடங்கும்.

சாம்பன் சற்று முன் நிலம் அதிர அவர்களைக் கடந்து சென்ற கடா மான்களின் மீது சித்தம் கொண்டிருந்தான். அவனது பசி ஒரு முழு மானை வேண்டியது. இருவரும் பலா மரம் ஒன்றினை அடைய முற்பட்டபோது அதன் அடியில் சுருள்வாள்கள் இரண்டு சண்டையிடுவதைப் போல் ஒரு தோற்றம். வெயில் தனது சக்தியைத் திரட்டி அங்கு வேரூன்றியிருந்ததில் கண்களைக் கூசவைக்கும் ஒளி. அவை சுருள் வாள்களல்ல. அவை சாம்பனை விடவும் உயரமான நாகப்பாம்புகள் என்பதைப் பரிதி அச்சத்துடன் அறிவித்தான். நஞ்சேந்திய வாயைத் திறந்து மூடியபடி, யுகங்களாகப் பிரிந்திருந்தவற்றைப் போல் அவை மூர்க்கத்துடன் புணர்ந்தன. முறுக்கிச் சுழன்ற அழுத்தத்தில் அவற்றின் தோல் செதில்கள் உராய்ந்தன. அந்த விஷத் தூதுவர்களின் களியாட்டுதலைக் கண்டதும் இருவருக்கும் ஒன்றும் ஓடவில்லை. உறைந்து நின்றுவிட்டனர். சாம்பன் இளமையில் ஒருமுறை பாம்புக் கடி வாங்கியிருக்கிறான். பாலையில் மணலோடு மணலாகக் கிடந்த சுருட்டை வரியன் அவனது கால் விரலைச் சிதைத்துவிட்டது. உடனிருந்த அவனது தந்தை கை வைத்தியம் செய்து அவனைப் பிழைக்கச் செய்தார். அதிலிருந்தே சாம்பன் பாம்புகள் என்றால் மிகக் கவனமாக இருப்பான். மேற்கு மலைக்கு வந்த நாள்தொட்டுப் பாம்புகள் இழைவதைக் காண்பது என்பது அவனுக்கு

அன்றாட வழக்கங்களில் ஒன்றாகவிட்டது. இப்போது அந்தப் பருத்த நீண்ட நாகங்களிலிருந்து கவனத்தைத் திருப்புவதே சரியென்று அவனுக்குத் தோன்றியது. பரிதியின் தோளைத் தட்டி அருகிலிருந்த இன்னொரு பலா மரத்தைக் காட்டினான். அவர்கள் அதை நோக்கி அகன்றும் உஷ் உஷ் என முடிவின்றி ஒலித்த நாகங்களின் மோகக் கூச்சலால் பரிதிக்குப் பயமல்லாத வேறு ஏதோ ஓர் உணர்வு எழுந்தது.

***

காற்றில் அசைந்த வாகை மரக்கிளையால் சாம்பன் அமர்ந்திருந்த சிறுபாறை மீது வெயிலும், நிழலும் மாறி மாறி விழுந்தன. பரிதி பாறையின் இன்னொரு மூலையில் கால்களைத் தளர்வாகக் கிடத்தியபடி உட்கார்ந்திருந்தான். இருவரிடமும் நடந்து களைத்ததனால் ஏற்பட்ட சுகமான சோர்வு. கால்களில் இலைச் சுணையும், முட்களும் தீண்டிய இடங்களில் செங்கற்றாழைச் சதையைத் தடவியிருந்தனர். அரிப்பு ஏற்கெனவே மட்டுப்பட்டு மெல்லிய எரிச்சலுடனான குளுமை மட்டும் இப்போது எஞ்சியிருந்தது. திரும்பும்போது பறித்துச் செல்லலாம் எனக் கண்ணில் படர்ந்த கடுக்காய் மரம் ஒன்றினைப் பரிதி மனதில் குறித்துக்கொண்டான். அன்று சாம்பனுக்கும், பரிதிக்கும் சிறுகுன்று வரையிலான பகுதியைப் பிரித்துக் கொடுத்துவிட்டுப் பெரியசாமி அடர்வனத்திற்குள் நுழைந்திருந்தார்.

பரிதி பார்வையை எங்கோ வைத்துக்கொண்டு "விலங்கு அவிழ்க்கப்பட்ட அன்றே ஓடிப்போவீர்கள் என்று நினைத்தேன். இப்போதும் ஒன்றுமில்லை, நீங்கள் போவதென்றால் போகலாம்" என்றான்.

சாம்பன் அவனை ஒரு கணம் கூர்ந்து நோக்கிவிட்டு "எனக்குத் தெரியும். என்ன செய்ய வேண்டுமென" என்றான்.

பரிதி சாம்பனின் பதிலுக்கு மென்மையாக நகைத்துக் கொண்டான். சாம்பனின் பார்வை இப்போது வெயில் தடங்கள் மீது பதிந்திருந்தது. அத்தனை நெரிசலையும் கடந்து வெயில் நன்றாக இறங்கி வருவதைக் கண்டான். ஒளி ஒவ்வொரு வாய்ப்பிலும் விரிந்து செல்லவே முயல்கிறது. யாவற்றையும் குவிக்க முயலும் இருளோடு அது முடிவிலியாய்ப் போராடுகிறது. சாம்பன் இமைகளைச் சுருக்கினான். ஒளிவெளியில் கரிய கீறல்கள் விழுவதைப் போல் தும்பிகள் சுழன்று அலைந்தன.

பாறையில் ஏறி நின்று கரங்களைக் குவித்தபடி மேலே தவ்வினால் உறுதியாக ஒன்று அகப்படும். தும்பிகள் அவனது எண்ணங்களை வாங்கிக்கொண்டு அவனை வெறுமையான நிலைக்குள் அழுத்தின. அடுத்து என்ன, எங்கே செல்வது? என்ற வினா மட்டும் தும்பிகளின் மெல்லிய சிறகடிப்பாய் அவ்வப்போது அவனுள் எழுந்து மறைந்தது. கோடையின் உச்சத்தில் குளிர்பதமான பொய்கைக்குள் ஆழ்ந்து, கரையேற மனமில்லாதவனின் உணர்வில் அவன் இருந்தான். இந்த நிலையில் எத்தனை இன்பம்? எட்டுத் திசைகளிலும் ஏற்றமும், இறக்கமுமாய் முடிவுறாத பச்சைப்படலம். இதற்கு அப்பால் உலகமே இல்லையென்பது போல் அறிவுச் சுணக்கம் கண்டுவிட்டது. பாறை மீது உலர்ந்துவிட்ட புராதனமான பாசி அடையென இக்காடு நிலம் மீது ஒழுங்கின்றித் துருத்தி நிற்கிறது. அதனுள் பல்லுயிர்கள் திளைத்து அலைகின்றன. ஒன்றையொன்று உண்டு செரித்து, யாவற்றையும் இந்தப் படலத்திற்குள்ளேயே முடித்துக்கொள்கின்றன. ஒழுங்குகள் ஏதுமற்ற உயிர்க் குவியல். ஒழுங்கின்மைதான் இயற்கையின் உண்மைச் சுயரூபமா?

பொழுது அடர்ந்துகொண்டிருந்தது. சுனையில் இறங்கிக் குளித்தேறிய இருவரும் கரையில் கிடத்தியிருந்த தடிகளை எடுத்துக்கொண்டு குடிலுக்குத் திரும்பினர்.

பெரியசாமி களைத்து ஓய்ந்த நிலையில் குடிலுக்கு வெளியே அமர்ந்திருந்தார். பரிதியைப் பார்த்து நம்பிக்கையற்ற விதத்தில் தலையசைத்தார். அவரது உடல் கண்டு கண்டாகத் தடித்திருந்தது. அதைக் கண்டதும் தாங்கள் இருவரும் இன்னும் காட்டின் கரைகளைக் கூடத் தாண்டவில்லை என்பது சாம்பனுக்கு விளங்கியது. சாம்பலைப் பூசிக்கொண்ட பெரியசாமி சிறியாநங்கையோடு, குறுமிளகையும் மென்று சாறருந்தினார்.

அவர்களது களைப்பு நீங்குவதற்கு முன்பே வனம் இருள் மூட்டியிருந்தது. குடிலுக்கு முன் கொழுந்துவிட்ட சிதையை மட்டும் விடுத்து மற்ற யாவற்றையும் இரவு விழுங்கத் தொடங்கிற்று. கருஞ்சாந்து அப்பிய மலைச் சிகரங்கள் நிலவொளியில் மிளிர்ந்தன. கணப்புக்கு முன் அமர்ந்திருந்த சாம்பன் தீயின் தணல் பரப்பை ஊடுறுவி அதற்கும் அப்பால் பார்க்க முயன்றான். சரிவின் அடியில் உடலுக்குப் பொருத்தமற்ற இரையை விழுங்கிய சர்பத்தைப் போல் பருத்தும்

உடனடியாகக் குறுகிக் காட்சிதரும் சுனையையும், அதன் பின்னால் நெளியும் சிறு நீரூற்றையும் அவனால் இப்போது காண முடியவில்லை. தீப்பிழம்பின் மேல் படந்திருந்த ஒளி அவற்றுக்குத் திரையிட்டிருந்தது. எத்தகைய கனத்த இருளையும் கடந்து துலங்கும் தனது விழிகள் ஒளியிடம் தோற்றுவிடுகின்றன.

பெரியசாமியிடம் "அரிப்பு இப்போது குறைந்துள்ளதா?" என்றான்.

"இப்போது பரவாயில்லை."

பெரியசாமி சிறிது மௌனத்திற்குப் பிறகு தொடர்ந்தார்.

"நான் சொன்னேன் அல்லவா? இங்கு நாம் கெடுதியான காலத்தில் வந்துவிட்டோம். நாம் இங்கிருந்து போய்விடவேண்டும் என்று வனதெய்வங்கள் எச்சரிக்கின்றன."

சாம்பன் "என்ன சொல்கிறீர்? நகரை விட இவ்விடம் எனக்கு நன்கு சுகப்படுகிறது. நாட்டிற்குச் செல்வதா வேண்டாமா என்கிற குழப்பத்துடனேயே இருக்கிறேன். ஆனால் நீங்கள் இப்படிச் சொல்கிறீர்கள். ஏன் நாம் இங்கு இருக்க காடு அனுமதிக்காதா?" என்றான்.

"நாம் நகருக்குரியவர்கள். காடு நம் மூதாதையர்களின் நினைவிலிருந்து முழுவதுமாக அகன்ற பிறகுதான் நாமெல்லாம் பிறப்பெடுத்தோம். காட்டை வெட்டி நகரை உருவாக்கிய மரபினர் நம்மை ஆள்கின்றனர். அந்த அமைப்பில் நாம் அங்கம் வகிக்கிறோம். எனவே காடு நம்மை எதிரிகளாகத்தான் நோக்கும்."

"என்ன, காட்டை ஏதோ ஒரு உயிரினம் போலவே சொல்கிறீர்கள்?" சாம்பன் நகைத்தான்.

"பிறகு இல்லையா? காடு ஒரு பேருயிர். இல்லாமலா இங்கு இத்தனை உயிர்களும், தெய்வங்களும் பிறப்பெடுக்கின்றன?"

"சரி இருக்கட்டும். நீங்கள் சொல்வது சரியென்றாலும் நான் அரச அமைப்பில் சேராதவன்தானே? நகருக்குத் தீயவன். பாலையில் நானொரு பிசாசு. இங்கு எப்படி?"

"நீ இங்கு யாரென்று எனக்குத் தெரியவில்லை. ஆனால் நீ உறுதியாக இங்கு கள்வனில்லை. நீ இங்கிருந்து எதை

அபகரித்துவிடமுடியும்? இங்கு உடமை என்று ஏதும் இல்லை. ஆகவே இங்கு களவாட ஒன்றுமே இல்லை. உணவிற்காக ஒரு மானை வீழ்த்துகிறாய் என்று வைத்துக்கொள்வோம். அதை நீ மட்டும் தனியே உண்ண முடியுமா? உன்னோடு சேர்த்து பல உயிர்கள் அதை உண்ணும். எனவே அது வனத்தின் அன்றாட நிகழ்வுகளில் ஒன்றாகிவிடுகிறது. காட்டின் அகண்ட நியதிகளின் முன் உனது அபகரிக்கும் குணம் பொருள்கொள்ளாதது."

"பிறகென்ன. வனம் என்னிடம் பரிவு காட்டுமே. உங்களிடம் தான் அது கடுமுகம் காட்ட வேண்டும். நீங்கள்தானே அரசுக்குச் சேவகம் செய்பவர்."

"உண்மைதான். எங்களது பழக்கங்களில் இருக்கின்ற மாந்தரீகத்தை வனம் அதன் அடியாழத்திலிருந்து வெறுக்கவே செய்யும். பெரும் படைகள் திரட்டப்பட்டுத்தான் காடழிப்புகள் நிகழ்ந்தன. அப்போது மந்திரங்கள் உச்சரித்து விலங்குகளை விரட்டவேண்டி தனி குழுவொன்று கூடவே வரும். எங்கள் மூதாதையர்கள் அதில் இருந்திருக்கிறார்கள். ஆனால்..."

பெரியசாமி மூங்கில் குழாயை உயர்த்தி நீரைப் பருகிக்கொண்டார்.

"அவர்கள் உடலில் காட்டின் தன்மை இருந்தது. ஒருவகையில் அது பிள்ளைகளை வைத்தே தாயின் உடலில் கீறுவது போல் தான். தன் பிள்ளைகள்தானே, தன் குருதியைச் சுமப்பவர்கள் தானே எனக் காடும் அழுகையுடன் மன்னித்திருக்கும். ஆனால் இப்போது எஞ்சியிருக்கும் காடு அப்படிக் கனிந்துருகி அழாது. பிள்ளையைக் கிழித்துப்போடும் பேச்சியைப் போல் உக்கிரத்துடன் இருக்கின்றது."

சாம்பன் ஆச்சரியத்துடன் "உங்களுக்கு நிறைய விசியங்கள் தெரிகிறது. உங்கள் குடியில் எல்லோரும் இப்படித்தானா?" என்றான்.

"ஆமாம். உத்திராபதி பண்டிதர் எங்கள் எல்லோரையும் விடவும் நிறைய கற்றவர். அரசுக்கே ஆலோசனைகள் தரக்கூடிய அளவிற்கு அவருக்கு ஞானம் உண்டு. இன்னொரு விடயம், உன்னைப் போன்ற கள்ளர்களைத் தலைமுறைகளுக்கும் கள்ளர்களாகவே வைத்திருப்பதும் கூட இந்தக் காடு நிகழ்த்தும் செயல்தான் என்று நான் சொன்னால் உன்னால் நம்ப முடியுமா?"

"விளங்கவில்லை. எப்படிச் சொல்கிறீர்கள்?"

"சொல்கிறேன் கேள். இந்தக் காட்டை அழித்து விளைநிலங்கள் உருவாக்கவேண்டுமென்றால் அரசிற்கு நாட்டிலுள்ள அத்தனை வீரர்களும், உடல் வலுவுள்ள காவல் சேர்வைகளும் வேண்டும். அத்தனைப் பேரையும் இங்கு அரசர் கொண்டு வருகிறார் எனும்போது நகரிலுள்ள கோட்டைகள் காவல்புரிய ஆளில்லாமல் வெறிச்சோடிப் போகும். தானியக் கிடங்குகள், சாத்து நடை, கடல் தாண்டும் வங்கங்கள் என எல்லாமும் திறந்துகிடக்கும். நீங்கள் அவை யாவற்றையும் பறித்துக்கொள்வதோடு, அரச பீடத்தைத் தகர்த்து வெண் கொற்றக்குடையையும் வெட்டி எறிந்திடுவீர். ஆகவே இந்தக் காடுகள் இன்னமும் எஞ்சியிருக்க நீங்கள் நாட்டில் கள்வர்களாக, கலகம் புரிபவர்களாகவே நிலைத்திருப்பதும் ஒரு காரணம். அதன்படி பார்த்தால் உங்களது மரபு நீட்சியில் காட்டின் மனவிருப்பம் மறைந்துள்ளது என்று கூறலாம்."

பரிதி இடைபுகுந்து "இந்தாருங்கள்... நல்ல பக்குவத்தோடு நொதித்திருக்கிறது" என அவன் வடிகட்டி வைத்திருந்த பழத்தேறலை மரக்குடுவைகளில் நிரப்பி இருவருக்கும் வழங்கினான்.

ஒரு குடுவையைப் பெற்றுக்கொண்ட சாம்பன் முதன்முறையாக அவனைக் கனிந்த பார்வையுடன் நோக்கினான். பரிதியும் அவர்களுக்கருகில் அமர்ந்துகொண்டான். பெரியசாமி ஒரு காஞ்சி மரத்தைப் பார்த்தபடியே தேறலைப் பருகினார். சாம்பன் தனது மீசையைத் துழாவி நீவிக்கொண்டே பெரியசாமியிடம் அடுத்து என்ன வினவலாம் என யோசித்தான். அவரது புத்திக்கூர்மை அவனைக் கவர்ந்தது. அவனது மண்டைக்குள் எப்போதும் நெளியும் அந்த வினாவை அவரிடமும் கேட்க நினைத்தான்.

"வைத்தியரே. நீங்கள் எத்தனையோ உயிர்களைக் காப்பாற்றியிருப்பீர்கள்தானே? சில காலம் முன்பு குடல் கிழிந்து சாகக் கிடந்த என்னையும் உங்கள் குடியில் எவரோ காப்பாற்றினார். நான் மயக்கத்தில் இருந்ததால் அது யாரென்று தெரியவில்லை. ஆனால் உறுதியாக உங்களில் எவரோதான்."

பெரியசாமி புன்னகைத்தார்.

“இருக்கலாம். அது உத்திராபதி பண்டிதரிடம் பாடம் கற்றவர் எவரேனும்... ஏன் அவரே கூட இருக்கலாம். ஆனால் அது நான் இல்லையப்பா.”

“ம்ம். நீங்களாக இருந்திருந்தால் சாகட்டும் எனக் கண்டுகொள்ளாமல் அகன்றிருப்பீர். ஆனால் இதோ... உங்கள் மகனாக இருந்திருந்தால் தலையில் கல்லைத் தூக்கிப்போட்டுக் காரியத்தை முடித்திருப்பான்.”

சாம்பன் கூறியதைக் கேட்டு பரிதி அடக்கமுடியாமல் சிரித்தான்.

“இருங்கள். நான் கேட்க வந்தது அதுவல்ல. நீங்கள் சாவை நெருங்கியவர்களை நிறையவே கண்டிருப்பீர். சாவு மீது எனக்கு அச்சமில்லை. ஆனால் அதுகுறித்த கேள்விகள் என்னை விடாமல் துரத்திக்கொண்டே வருகின்றன. மரணத்திற்குப் பிறகு என்ன? அதுபற்றி நீங்கள் என்ன நினைக்கிறீர்கள்? பண்டிதர் என்ன கூறுகிறார்? தெரிந்துகொள்ள வேண்டும்.”

“திட்டவட்டமாக ஒன்றைக் கூறிவிட முடியாது என்பதே உத்திராபதி பண்டிதரின் பதில். அவர் கூறியதையே கூறுகிறேன். பிறப்பிற்குப் பிறகு அனைவருக்கும் ஒரே மாதிரியான வாழ்வு அமைகிறதா? இல்லைதானே. பிறகென்ன? மரணத்திற்குப் பிறகு அனைவருக்கும் பொதுவாய் ஒரு நிலை ஏற்பட வேண்டுமா என்ன? மறுபிறவி, சந்ததிகளின் வழியே உணர்வுகளாய்த் தொடர்தல், சிந்தனைகளாகப் பலரில் தோன்றி மறைதல், பிறவா நிலையெடுத்துப் பிரக்ஞையற்று அமிழ்ந்து போதல், இன்னொரு லோகத்திற்குள் நுழைதல் என ஒவ்வொருவருக்கும் ஒவ்வொரு விதமாக விதிக்கப்பட்டிருக்கலாமே? உத்திராபதி பண்டிதர் மேலும் ஒன்றைச் சொல்வார். நன்றாகப் பாருங்கள். பட்டு வீழ்கிற மரங்களில் சில மீண்டும் துளிர்க்கின்றன. மற்றவை துளிர்ப்பதில்லை. எதுவாகினும் மரணத்தைக் கண்டு அஞ்சாதீர்கள். ஓரளவு யூகிக்க முடிந்த, மரணத்தின் அதிகப்படியான சாத்தியக்கூறென்பது உணர்வுகளின்றி ஆழ்ந்து உறங்குதலே. அதில் துன்பமில்லை. உறக்கத்தில் காலம் என்று ஒன்றில்லை. அரை நாழிகை உறங்குதலும், யுகங்களாய் உறங்குதலும் உறங்குபவனுக்கு ஒன்றே. உறக்கம் உறங்குபவனுக்கு ஒருபோதும் பயமூட்டாது.”

சாம்பன் கணப்பில் முறிந்த விறகை வெறித்தபடி “எனக்கு அப்படி இல்லையே. நான் உறங்கவும் அஞ்சுகிறேன். ஒரு

நாளும் என்னால் நிம்மதியாய் உறங்க முடிந்ததில்லை. என் மரணத்திற்குப் பிறகான அந்த நெடு உறக்கமும் துன்பங்களால் நிறைந்துவிட்டால்? என்னால் அப்போது அதிலிருந்து எழவும் முடியாது. எனக்கு ஏன் இந்தத் தண்டனை? நான் இந்தப் பிறப்பை வேண்டினேனா?" என்றான்.

பெரியசாமி பதிலின்றி அமர்ந்திருந்தார்.

***

புதூர் கோதண்டராமர் சன்னதிக்கு முன் உள்ள வழுக்கு மரத்தைச் சுற்றி இடையர் மக்கள் கூடியிருந்தனர். வழுக்கு மரத்தின் எண்ணெய்ப் பளபளப்பு பந்தச் சுடர்களை மல்லிகை மொட்டுக்களின் முனையளவிற்குச் சுருக்கி எதிரொளித்தது. அவ்விடம் நோக்கி மரக்கட்டைகளை அண்டக் கொடுத்து உயர்த்தித் தூக்கி வரப்பட்ட கோதண்டராமரின் திருப்பல்லக்கு ஒவ்வொரு அடி தூரத்திற்கும் தாங்கு கோல்களுக்கு மாற்றப்பட்டதால் நிகழ இருந்த வீதி உலா தாமதமுற்றது. பல்லக்கு சுமந்த பண்டாரங்கள் தோள் வலி பொறுக்காது பாதங்களை மாற்றி மாற்றி வைத்தனர். இதனால் வருகிற வழிநெடுக கோதண்டராமர் வலதும், இடதுமாக அசைந்து சற்று உயரம் தாழ்ந்து பவனி வந்தார். இடை வளைத்து நின்ற சீதா பிராட்டியும், லட்சுமணரும் காண்டீபமேந்தி நடுவில் நின்ற ராமரின் செவிமடல்களுக்கு அதை இரகசியமாய்க் கூறி நகைப்பதாகத் திருக்கோவில் வைதிகருக்குத் தோன்றிற்று. அவ்வருட மார்கழியில் கொடை பெறப்பட்ட, பாரம் மிகுந்த வெங்கல ஆசனமே இந்தச் சோதனைக்குக் காரணமெனப் பண்டாரங்களில் ஒருவன் மூச்சைக் கட்டி முனகினான்.

கூட்டத்தின் நடுவே வெண் பன்றியைப் போல் அங்குமிங்கும் சிதறி நடந்த வைதிகர் உடல் தசைகள் தளதளக்கக் கூச்சலிட்டார்.

"உயர்த்துடா. ஆண்டிப் பண்டாரங்களே. எல்லோருக்கும் என்ன புற்று கிளம்பிற்றா? இன்று எவனுக்கும் ஒரு கவளம் கிடையாது பார்த்துக்கொள்ளுங்கள். ராமரைக் கூடி நிற்போர் அண்ணாந்து பார்க்கவேண்டும். அந்த உயரத்தில் பல்லக்கு இருக்க வேண்டும். உயர்த்து. மம்."

அது போதாது என யது குடி தலைவரான ராமசுப்பு கோனார் பண்டாரங்களை நோக்கி வசை பொழிந்தார். பல்லக்கு மண்ணில்

சரிந்தால் பண்டாரக் குடியை பாவம் தொற்றும். சந்ததிகளைப் பாம்புகள் மிச்சம் வைக்காமல் அழித்துவிடும் எனக் கூன் விழுந்த பிராமண மூதாட்டி ஒருத்தி ஆரூடம் சொல்லி மிரட்டினாள். பண்டாரங்களின் விழிகள் இரத்தச் சிவப்பாகிக் கண்ணீர் மல்கின. மார்பின் மீது ஒரு சப்பரம் ஏறி நிற்பது போல் ரணம். விலக்கவே முடியாத அளவிற்குத் தாடைகள் நெரிகட்டி நின்றன. கேப்பை மாவை அள்ளித்திணித்தது போல் தொண்டையில் எச்சில் இறங்கா நிலை. காதுகளின் வழியே உயிர் வெளியேறத் துடித்தது.

"புண்டை வீங்கிய தேவடியாள். பாவமாம், புண்ணியமாம். நாங்கள் மட்டுமா? நீங்களும் செத்துத் தொலைவீர்களடா" பண்டாரங்களில் ஒருவன் தடித்த சொற்களை நா வெளிவிடாவண்ணம் உள்ளுக்குள்ளேயே உச்சரித்தான்.

கடும் இன்னலுக்குப் பின் பல்லக்கு வழுக்கு மரத்தருகில் வந்து நின்றது. திருமேனிகளுக்கு ஆராதனை காட்டப்பட்டு மந்திரங்கள் ஒலித்தன. வழுக்கு மரத்தில் ஏற வந்திருந்த யதுகுல ஆடவர்கள் கீழ்க்கச்சை மட்டும் அணிந்து மரத்தைச் சுற்றி நின்றிருந்தனர். அவர்கள் ஒவ்வொருவராக மரத்தைப் பற்றி மேல் செல்ல ஆயத்தமானதும் அதுவரையிலும் உற்சவத்தைத் தொலைவிலிருந்து பார்த்துக்கொண்டிருந்த இரு உருவங்கள் அவ்விடத்திலிருந்து விலகி ஆயர்த்தெரு நோக்கி நடந்தன.

"வேகமாக. நேரமில்லை." சுருளி சங்கனைத் துரிதப்படுத்தினார்.

கொடும் பசியாலும், பிறவி மீதான தீரா வெறுப்பாலும் சோர்ந்திருந்த சுருளி கிழ ஓநாயைப் போல் தலையைச் சாய்த்து நடந்தார். கரங்கள் முழுதாய் மழிக்கப்பட்டதால் தோள்ப்பட்டைகளில் சாணிவரட்டிபோல் உருவாகியிருந்த சங்கனின் பெரும் வடுக்கள் அத்தனை இருளிலும் அப்பட்டமாய்த் தெரிந்தன. அவனிடம் நடக்கத் திராணியில்லை. தோளபட்டைகளில் அவ்வப்போது எடுக்கும் கொடிய நமைச்சலைப் போக்கத் தரையில் உரசி உரசி அவ்விடங்களைப் புண் ஆக்கிவைத்திருந்தான். புண்ணில் தடவி நீவி விடக்கூட குடிசையில் எண்ணெய் இல்லை. வரிய நிலை ஒருபுறம் என்றால் இப்போதும் அடங்காத அவனது புணர்ச்சி வேட்கை அவனை வெகுவாகத் துன்புறுத்தியது. புணர்ச்சி நினைப்பில் குறி எழுந்து நிற்கும் இரவுகள் கொடுமையானதாய் மாறியிருந்தன.

அப்போதெல்லாம் அவனுள் பழி உணர்ச்சி விழித்தெழும். சாம்பன் கொல்லப்படக் கூடாது, தனக்கு நேர்ந்தது போலவே அவனது கரங்களும் கொய்யப்பட வேண்டுமென அவன் மனம் விரும்பிற்று. சாம்பன் கூடல் பெருங்கோவிலில் அகப்பட்டுச் சிறையில் இருக்கிறான், சிரைச் சேதத்தில் பலியாகப் போகிறான் என்கிற செய்தி அப்பன், மகன் இருவருக்குமே நிறைவை அளித்திருந்தது. அதே வேளையில் இனி மறைநிலவு இரவுகளில் அவன் கூலப் பொதி கொண்டுவரமாட்டான் என்பதையும் அவர்கள் செமிக்கவேண்டிருந்தது. பதினைந்து தினங்களுக்கு முன், உண்ண ஏதுமில்லாமல் இலைகளை மென்று குமட்டியபோது சுருளி "இப்படியா சாகவேண்டும்? நமக்கொன்றும் விதியில்லையே" என்றார்.

சங்கன் சுருளி எடுத்திருந்த முடிவை ஏற்றுத் தலையசைத்தான். முதல் வேட்டமாய்ப் பாலைக் கள்ளியையும் கருக்கிடும் கணல் மதியத்தில் நடனக் களியாடிவிட்டு ஊர் திரும்பிக்கொண்டிருந்த ஒரு கூத்தன் குழுவைச் சுருளி வழிமறித்துத் தாக்கினார். கருக்கரிவாள் பிணைக்கப்பட்ட துரட்டிக் குச்சியைக் கூத்தனின் கண்டத்தில் பொருத்திச் சுருளி கத்தியது, கூத்தர்களுக்கு மிரட்டலாகத் தொனிக்கவில்லை. மாறாக அது வன்முறையெனும் பகட்டிற்குள் மறைந்து ஒலித்த இரத்தல் ஓலமாய்த் தோன்றியது.

"சாத்துநடை தகர்க்கும் வில்லேர் மழவரே. கூத்தன்களுக்கு இறங்குங்கள். இவை மானம் உதிர்த்த, ஏழைப் பாதங்கள் ஆடிப்பெற்றவை."

ஒரு முதிய கூத்தர் இறைஞ்சி நிற்பதைக் கண்ட சுருளிக்குத் தான் என்ன செய்துகொண்டிருக்கிறோம் என்று இன்னும் நன்றாகவே உறைத்தது.

"பொதிகளைக் கீழே வையடா வேசி பிறப்பே. சங்கு அறுபடுவதற்குள்..." என்றார்.

அவரது குரலில் சங்கன் வெட்கினான். இது தன் தந்தைதானா? இல்லை அவருள் ஏதேனும் கொடிய ஆவி புகுந்துள்ளதா என்று கூடக் குழம்பினான். முடமாவதை விடவும் இந்தக் கிழட்டுக் காலம் கொடியது. சுய ஒழுக்கங்களை அது முதலில் இரையாக்கிக்கொள்ளும். பிறகு அகம்பாவத்தை. களவறமே இவருடைய அகம்பாவமாய் இருந்தது. அதை இப்போது முழுவதுமாக இழந்து நிற்கிறார்.

கூத்தர் சுருளியின் கண்களை உற்றுப்பார்த்தார். அவரது நா தழுதழுத்து "முதுகுடிக் கள்வரே. நீரும் நின் மக்களும் இந்நிலத்தைப் போல் செழிப்புற்று வாழி" என அறம் பாடிற்று. சுருளி அதைப் பொருட்படுத்தவில்லை. சங்கன் மட்டும் கூத்தரின் அறம் பாடுதலைக் கேட்டுத் திடுக்கிட்டு நின்றான். வெய்யோன் உக்கிரமாய் எரிந்தும் அவன் உடல் கீழ்மையினால் நடுங்கிற்று.

கூலப் பொதிகளை மண்ணில் வைத்துவிட்டு வெகுதூரம் சென்றிருந்த கூத்தன் நிரை பார்வையிலிருந்து முழுதாய் மறைந்திருந்தது. வற்றிய கண்மாய் மீது அசைந்த கானல் நீரில் அவர்கள் இறங்கிக்கொண்டிருந்ததைச் சங்கன் இறுதி உருவாய்க் கண்டான். அவர்கள் மறைந்த பின்னரும் உக்கிர ஒப்பாரியாய் ஒலித்துக்கொண்டிருந்த அவர்களது விசும்பலை அமிழ்த்த அனல் காற்று பனைமரத்தின் முதிர்ந்த மட்டைகளைப் படபடவென விசிறிற்று.

இரண்டாம் களவு வேட்டத்திற்காக இப்போது புதூருக்கு வந்திருந்த சுருளியும், சங்கனும் களவு முடித்துத் தன்னூர் மேட்டை அடைந்திருந்தனர். வெண்ணீர் ஊற்றப்பட்ட அட்டைகளைப் போல் தளர்வுற்று நடந்த இருவரும் விடியலின் முதல் வெயில் கீற்று தீண்டினாலே சுருண்டு விழுந்துவிடுவோம் என்பதை அறிந்திருந்தனர். வழியில் எதிர்ப்பட்ட நீர்நிலைகள் யாவும் காய்ந்து கிடந்தன. இறுதியாக ஒரு கண்மாயில் மட்டும் சேற்று வாடை வீசிற்று. சுருளி அதில் நீர் இருக்கிறது என்றார். நெருங்கிச் சென்றபோது கணுக்கால் அளவு மட்டத்தில் ஆங்காங்கே நீர் சிதறிக்கிடப்பது தெரிந்தது. கண்மாய்க்குள் வேலம் மரங்கள் பேய்த்திரள் போல் நின்றன. அவர்கள் இறங்கும் ஓசையைக் கேட்டு மரங்களின் அடசலுக்குள்ளிருந்து ஒரு நரிக்கூட்டம் எழுந்து ஓடிற்று. சங்கன் தன் தலையில் இருந்த பருத்தி விதை மூட்டையை உலர் மண்ணில் தள்ளிவிட்டுக் கீழே அமர்ந்தான்.

தலை திருகப்பட்டு, பச்சிளம் பிள்ளை உறங்குவதைப் போல் தோளைத் தழுவிக்கிடந்த ஆட்டுக்குட்டியைக் கீழே கிடத்திவிட்டுச் சுருளி குழம்பிய நீருக்குள் இறங்கினார். புதூர் முத்துக்கோணார் வீட்டுத் தொழுவத்திற்குள் கருந்தேளினைப் போல் ஓசையின்றி ஊர்ந்து, தவழ்ந்ததன் தடையங்கள் அவருடலில் பதிந்திருந்தன. மூத்திர நெடி வீசும் சாணப்

பூச்சு. முகச் சுறுக்கங்களில் அசுத்தப் படிமங்கள். ஆட்டுப் புழுக்கைள் துருவேறிய காசுகளைப் போல் அவர் மார்பில் அழுந்தி ஒட்டியிருந்தன. சுருளி தன் உருவத்தைச் சேற்று நீரில் வெறித்தபடி நின்றிருந்தார். பிறகு ஏதோ நினைத்து வெகுண்டவராய் நாற்றம் செறிந்த அந்நீரை ஆவேசமாய்த் தன் உடல் மீது இறைத்துக்கொண்டார்.

***

தீக்கடம்பை குறித்து காத்தன் குழப்பிச் சென்றதிலிருந்து உத்திராபதி பண்டிதரால் நிம்மதியாக உறங்க முடியவில்லை. ஊர் ஊராக அந்தப் பாணனைத் தேடித் திரியலானார். பல நாள்கள் அவர் இரவிலும் வீடு திரும்புவதில்லை. கோதை அந்த வாய்ப்பைக் கொண்டு ஒரு இரவு விடாது காந்தர்வன் கூத்துக்குச் செல்லத் தொடங்கியிருந்தாள். நகரில் அதுவரை அவள் கால் பதியாமல் இருந்த வீதிகள் எல்லாம் இப்போது கூத்துக் கிறுக்கினால் அவளுக்குப் பரிட்சயம் ஆகிவிட்டன. காந்தர்வனின் கூத்துக் கதைகளுக்காய் மறவர் குடி வரையிலும் கூடச் சென்று, கூத்து முடிகிற வரையிலும் வேலிப் படலோரத்தில் பதுங்கி நின்றாள். நடுசாமத்திலும் காடு, கரைகளைக் கடக்க அவள் அஞ்சவில்லை. வெட்டவெளித் திடல்களில் காந்தர்வனின் குரல் அவளுக்குத் துணையாய் உடன் வந்தது. முனிகள், பெண் சாண்டைப் பருகும் காட்டேரிகள், குடல் உருவிப் பேய்கள் வழி மறிக்கும் ஆல மரத்தடிகளை அடையும்போது மட்டும் கூத்து பார்க்கும் ஆசைக்காகத் தான் எவ்வளவு பெரிய விபரீதத்தில் ஈடுபடுகிறோம் என்பது அவளுக்கு விளங்கும். இதுவே இறுதிக் கூத்து, இனி இரவில் குடிசையை விட்டு வெளியே வரக்கூடாது என தீர்மானித்துக்கொள்வாள். அவளது வலது கரம் இடது கரத்தில் பண்டிதர் மந்திரித்துக் கட்டிவிட்ட காப்புக்கயிற்றைத் தேடிப் பற்றிக்கொள்ளும். அந்த நடுக்கம் விலகிய பின்னர் அவளது தீர்மானமும் விட்டுப்போகும்.

சில இரவுகளில் பின்சாமம் கடந்த பிறகே அவள் குடிசைக்குத் திரும்பினாள். வெயில் ஏறும் வரை உறங்கி, தாமதமாய் ராணி அரண்மனைக்குச் செல்வதனால் ராணியின் செவிகொள்ள முடியாத வசைகளுக்கு அவள் ஆளாக நேர்ந்தது. ஒரு நாள் ராணி சினம் பொறுக்காமல் கடவாயில் மென்று குதப்பிய வெற்றிலைச் சாந்தை அவள் மீது மொத்தமாகத் துப்பிவிட்டாள். மற்ற பணிப்பெண்கள் முன் கோதைக்கு அது பெரும் அவமானமாய்

அமைந்துவிட்டது. அடக்க முடியாத அழுகையுடன், மார்பில் வழிந்த ராணியின் எச்சிலைத் துடைக்காமலேயே பணிகளைச் செய்தாள். சிறிது நேரம் கழித்து அவளது அழுகையைக் கண்டு மனம் இரங்கிய ராணி அவளுக்கு ஊன் சோறு தந்து ஆற்றுப்படுத்தினாள். கோதைக்கும் ராணியின் குணம் புரியும். மெல்ல அமைதியடைந்தாள். எனினும் அவளது நாசியில் அந்த வெற்றிலை நெடி உறுத்திக்கொண்டேயிருந்தது. அந்தியில் வையையில் அவ்வளவு நேரம் நீராடியும் அவளுக்கு ராணியின் ஊற்றை நாத்தம் தன் தோள்பட்டை மீது வீசுவது போலவே இருந்தது. அன்றிரவு ஏழு கடல் வீதியில் நடந்த அவ்வருடத்திற்கான காந்தர்வனின் இறுதிக் கூத்தை அவள் அந்த உளநாற்றத்தைச் சுமந்தபடியேதான் காணச் சென்றாள். அந்த நாற்றம் வேறு எவரையும் அடைந்துவிடுமோ என்ற பதட்டத்தில் அவளது முகம் வியர்த்து ஒழுகிற்று. காந்தர்வனைக் காணவே வெட்கினாள். அவள் நிலையை அறிந்தவனாகக் காந்தர்வன் ஒரு சிரிப்புக் காதையை அங்கு அரங்கேற்றினான். மேலும் அதனொடு அவன் நிகழ்த்திய ஆடல் கலை கோதையை விழி சிமிட்டாமல் நிற்க வைத்திருந்தது. தான் மீண்டும் கூடலுக்கு வரும்வரை மக்கள் எவரும் தன் பெயரை மறக்கக்கூடாது என்பதற்காக அவன் அப்படியோர் களியாட்டை நிகழ்த்தினான் என்றாலும் கோதை அதைத் தனக்கான கூத்தாகவே கருதினாள். கூடியிருந்தோர் எழுப்பிய உவகை ஓசைகள் அனைத்திலும் அவள் காந்தர்வனுக்கு நிகராய்ப் பூரிப்பு கொண்டாள். அவளது முகம் பழைய பொலிவை மீட்டுக்கொண்டது. உடலில் இப்போது ஓர் அலாதியான சுகந்தம் கமழ்வது போலிருந்தது.

கூத்து முடிந்தபின் சூழ்ந்து நின்ற ஜனத்திரளுக்குள் காந்தர்வனைக் காண இயலவில்லை. தேவர் ஒருவர் அவனுக்குப் பட்டு அங்கவஸ்த்திரம் சார்த்தியபோது அவனது பணிந்த முகத்தை இறுதியாகப் பார்த்தாள். அப்போது அவன் காந்தர்வன் போலவே இல்லை. கூத்து முடிந்த பின் கூத்தன் எவ்வித விஷேசமும் இல்லாதவன், அவன் இந்நகரருக்கு வெறும் பஞ்சம் பிழைக்க வந்தவன் என்பதைத் தேவர் முன் நின்று அவன் வெளிப்படுத்திய குழைவு அவளுக்கு உணர்த்திற்று.

தோள்பட்டைகள் வியர்வையில் மினுங்க, கேசக் கற்றையினால் காற்றை விசுறும்படி ஆடியவனும், சரம் சரமாய்க் கதைகள் கோர்த்து பிடறி வலிக்கச் சிரிக்க வைத்தவனுமான காந்தர்வனையே

அவள் தன் மனக்கண்ணில் நிறுத்திக்கொண்டாள். அந்த அகமகிழ்வு நீண்டுகொண்டேயிருந்தது. குடிசை நோக்கி நடக்கையில் அவள் தன் பாதங்கள் வரையிலும் அந்த இன்பத்தை உணர்ந்தாள். அந்த இரவைத் தன்னால் சாகும் வரையிலும் மறக்க முடியாது என நினைத்தாள். காந்தர்வன் நகரை விட்டு நீங்கப்போகிறான் என்கிற நினைப்பு கூட அவளது மனதை எட்டவில்லை.

நகரொளி முழுவதுமாய்த் தீர்ந்து, வானளாவிய இருள்திரை கண்முன் எழுந்துநின்ற இடத்தில் அவள் தன் பின்னாலிருந்து எவரோ தன்னை அழைப்பதைப் போல் உணர்ந்தாள். திரும்புகையில் ஓர் ஆணின் நிழல் தயக்கத்துடன் சுவர் மறைவில் பதுங்குவதைக் கண்டாள். அந்த நிழலில் மீதமிருந்த சிறு விளிம்பும் உடன் தன்னைப் பின்னுழுத்துக்கொண்டது. காந்தர்வனா? என்னை அழைத்தானா? அவளுக்கு முதலில் ஆச்சரியமும் பிறகு சினமும் எழுந்தன. அந்நிழல் மீண்டும் வெளிப்படுகிறதா எனப் பார்த்தபடி நின்றாள். அவன் எப்படி என்னைப் பின்தொடரலாம்? ஊர் ஊராய்த் திரிந்து அண்டிப்பிழைக்கும் கூத்தன். என் கணவருக்குத் தெரிந்தால் அவன் கழுத்தை அறுத்துவிடுவார். குடிசையை நோக்கிக் கோபத்துடன் நடந்தாள். அது யார்? ஒருவேளை வெறும் பிரமையாக இருக்குமோ? முடிவாக ஒரு தீர்மானத்திற்கு வந்தாள். காந்தர்வன் பெண்டிர் பின்னால் செல்பவன் அல்ல. அவனது விழிகள் பிறன்மனை நோக்குபவையும் அல்ல. அந்த நிழல் உறுதியாகக் காந்தர்வனுடையதாக இருக்காது. குடிசையை நெருங்கியதும் 'அப்படியென்றால் அது அவனில்லையா?' என்று தனக்குள் கேட்டுக்கொண்டாள். அக்கேள்வி ஏனோ அவளை வருத்தத் தொடங்கிற்று.

***

பெரியசாமி கண்விழித்து அமர்ந்தார். சாம்பனும், பரிதியும் ஆழ்ந்து உறங்கிக்கொண்டிருந்தனர். பெரியசாமி தன் இடைக் கச்சையிலிருந்து சிறு நூலினை உருவி அருகில் இருந்த கம்பில் ஏற்கெனவே சுற்றப்பட்டிருந்த நூல்களுக்கு அருகில் கட்டினார். வனமேறி அன்றைய விடியலோடு அறுபது தினங்கள் கழிந்திருப்பதை அது காட்டியது. பெரியசாமி இப்போது விடியலில் கண்ட கனவை எண்ணி நெற்றியைச் சுருக்கினார். நிச்சயம் அது பொருள் அறிய வேண்டிய கனா

என்று அவருக்குப் பட்டது. மண்ணின் எண்ணங்கள் அதன் மீது படுத்துறங்கும் உயிர்களுக்குள் நுழைந்து கனவுகளாய் வெளிப்படுகின்றன. தான் கண்டது காடு தனக்கு உணர்த்த விரும்புகிற ஒரு செய்தியாகக் கூட அது இருக்கலாம். கனவுக் காட்சிகளை உடனடியாகக் கண்முன் கொண்டு வரவேண்டும். சற்று நேரம் கழிந்தாலும் அன்றாட எண்ணங்களும், தர்க்கமும் அதில் தங்குதடையின்றி நுழைந்துவிடும். என்னென்ன காட்சிகள்?

அவர் வரிசைப்படுத்த முயன்றார். முதலில் காடும், மலையும் இணைந்து பெண் போன்றதொரு வடிவில் உயர்ந்துநின்று கொற்றத்துடன் அலறியது. அதனுடலில் கரடியின் அடர்ந்த மயிர் போல் மரங்கள். அதில் பேன்களைப் போல் மிருகங்கள் இளைகின்றன. இரண்டாம் காட்சியாக, கல்மண்டபம் மீது கோட்டம் கோட்டமாய்க் குவிந்திருந்த நெல்மணிகள் வானெழுந்தன. அதொரு ஆண் உருவமானது. இடைக் கச்சையாய்ப் பருத்திக் காடு. அதன் தலையில் கொன்றை மலர் அசைந்தது. நெற்றியில் செம்பிழம்பாய் மூன்றாம் கண். சிவன் வடிவில் அகோரத் தாண்டவம். நடனத்தில் உதிர்கிற நெல் மணிகளை எல்லாம் மடியேந்தியபடி அதன் காலடியில் கரிய உடல்கள். அவ்வுருவின் இடது கை தன் மார்புப் பகுதியை மறைத்திருக்கிறது. விழிப்பின் போது பிறகு மெல்ல அக்கரம் விலகுகிறது. முலைகள். பால் கசியும் நெல்முலைகள். பிறகு இரண்டு பேருருவமும் மோதிக்கொண்டன. மனிதர்கள் மிதி படுகின்றனர். எவரால்... இருவராலுமா?

தான் சாம்பனிடம் கூறிய சங்கதிகளிலிருந்து தோன்றிய காட்சிகளா இவை? இருக்கலாம். ஏற்கெனவே கண்ட கனவாகவும் இது இருக்கலாம். ஆனால் அவை எதன் உருவங்கள்?! இது ஏதேனும் நிகழ்வைப் பொதிந்திருக்கிறதா? உத்திராபதி பண்டிதர் அருகில் இருந்தால் அக்கனவு பற்றிய விளக்கத்தைக் கோரியிருக்கலாம் என நினைத்தார்.

அன்றைய தினத்தில் மலர்தேடி செல்லல் ஆகாது. பறவைகள் மழையை அறிவித்திருந்தன. முடிந்த அளவில் உலர்ந்த விறகுகள், சல்லிகளைச் சேர்க்கவேண்டும். கூடவே தேவையான மூலிகைச் செடிகளை ஆய்ந்து வரவேண்டும். அதுவே அன்றைய பணி எனத் தீர்மானம் கொண்டார். சாம்பனும், பரிதியும் துயில் எழுந்ததும் நடுக்கம் தாளாமல் கணப்பின் அருகே

போய் அமர்ந்துகொண்டனர். பரிதி கணப்பில் சிவந்துகிடந்த விறகுகளை ஒதுக்கி மீண்டும் இரவு தீ மூட்ட கரித்துண்டுகள் அள்ளிக்கொண்டான். கரித் துண்டுகள் ஒன்றுடன் ஒன்று உராய்ந்து, எழுப்பிய ஓசை அவனுக்கு இதமளித்தது. அப்போது சாம்பனுக்கு முடி வெட்டிவிடலாம் என்ற யோசனை அவனுக்கு வந்தது. இரவெல்லாம் பேன்களின் நச்சரிப்பில் சாம்பன் அவதியுறுவதை அவன் கவனித்திருந்தான். பரிதி கேட்டதும் சாம்பன் உடனேயே ஆயத்தமானான்.

முதலில் தீவட்டியின் அழுக்கேறிய நார்களைப் போல் காட்சிதந்த சாம்பனின் தலைமுடியைப் பிரித்தெடுப்பதே அவனுக்குப் பெரும் பாடாய் இருந்தது.

அவனது கேச நார்களை ஒதிக்கியபடி "அம்மாடி... எத்தனை தழும்புகள்? உமக்கு அடிக்கடி சித்தம் கலங்கிவிடுவதன் பின்னணி இப்போதுதான் புரிகிறது" என்றான்.

"என்ன சொன்னாய்?"

"ஒன்றுமில்லை. தலையை ஆட்டாதீர்."

சாம்பன் தரையில் ஊர்ந்த செவ்வெறும்பு ஒன்றைப் பார்வையினால் பின்தொடர்ந்தபடி "உன் அப்பா நல்ல மனிதர். நிறைய கற்றவர். அவர் இதைச் செய்யக்கூடாது என்றுதான் நான் உன்னிடம் தலையைக் கொடுத்திருக்கிறேன். இதையாவது ஒழுங்காகச் செய்" என்றான்.

சுருள் சுருளாய் மயிர்கள் உதிருகையில் அவனுக்கு ஆண்டுகளாய்ச் சுமக்கும் பெரும் சுமையொன்று இறங்குவது போலிருந்தது.

"ஆமாம் கவனமாகத்தான் வெட்ட வேண்டும். உள்ளே தேள்கள் அடைந்திருக்கும் போல் தெரிகிறது."

பரிதி இப்போது தைரியமாகக் கூறிவிட்டு நகைத்தான். சாம்பன் அதைக் கண்டுகொள்ளவில்லை. தன் உருவம் மாறுகிறதோ என விசனப்பட்டான். அவன் தனது நரையோடிய தாடி, மீசை மீது பரிதியைக் கை வைக்க விடவில்லை.

"அடேய். மெதுவாக. இதுதான் வாய்ப்பென்று கழுத்தில் இழுத்துவிடாதே."

பரிதிக்குச் சாம்பனின் கடுஞ்சொற்கள் இலகுவாக ஒலிக்கத் தொடங்கியிருந்தன. சிரித்தபடி “நானும் அதைத்தான் யோசிக்கிறேன்” என்றான்.

இதற்கு மேல் இவனிடம் சீறினால் அதற்கு அர்த்தம் இருக்காது என சாம்பனும் பரிதியின் கேலிப்பேச்சைச் சகித்துக்கொண்டான்.

பரிதி சாம்பனின் சிரசில் எஞ்சியிருந்த முடி மீதங்களைத் தள்ளிவிட்டபடி “சுனையை ஒட்டி நடந்தோம் எனில் ஒரு சிற்றருவி இருக்கிறது. இப்போது உங்களுக்குத் தோதான குளியல் அங்குதான் அமையும்” என்றான்.

“அதுவும் சரிதான். செல்லலாம்.”

இருவரும் பேசியபடியே சுனைச்சரிவை நோக்கி இறங்கினர். பறவைகளின் ஓசை குளிர்க் காற்றில் கலந்து, கூர்மழுங்கி ஒலித்தது. குளிர் மட்கிய இலைகளிலிருந்து புகை எழுவது போலிருந்தது. புதுப்புனலினால் சுனைநீரில் வெதுவெதுப்பு பரவியிருந்தது. படுகையை ஒட்டியவாறே இருவரும் நடந்தனர். ஓரிடத்தில் பாறை உள்வாக்கில் அழுந்தியிருந்தது. வெள்ளிக்கரைசலைப் போல் தெளிந்த நீர் அதில் உறைந்து கிடந்தது. சாம்பன் அந்த நீர்க் குழியில் தனது முகத்தைப் பார்த்தான். திரும்பிப் பார்த்த பரிதி சாம்பனின் உருவத்தை இப்போது நன்றாகக் கவனித்தான். முடி வெட்டியதால் சாம்பன் இரண்டு பங்கு ஆளாகத் தெரிந்தான். முன்நெற்றியில் நரைத்திருந்த முடியுடன் இணைத்து அவன் முகத்தை நோக்கியதில் பரிதிக்கு இரண்டு நாள்களுக்கு முன்னர் குடிலருகே பார்த்த காட்டெருதின் முக வெட்டு நினைவில் வந்தது. கருங்காலி மரக் கட்டைகளை அடுக்கி எழுப்பியது போன்ற உடல். விடலைப் பருவம் தொட்டு அனுதினமும் கரலைக் கட்டைகள் சுழற்றியதால் சதைபூண்டிருந்த அவனது தோல்பட்டைகள் அவனது கழுத்துப் பகுதியிலிருந்து வெகுதூரம் விலகி இருந்தன. அந்த ஆகிருதியின் முன் பரிதி சட்டென்று ஆண்மையுணர்வு சிறுத்து, தன்னை ஒரு வலுவில்லாத சிறுவனைப் போல் உணர்ந்தான். அதே வேளையில் தனது கிண்டல், கேலிகளை இத்தனை வலுவுள்ளவன் பொறுத்துக்கொள்கிறான் என்பதில் அவனுக்கு நூதனமான மகிழ்ச்சி உண்டானது. அதனோடு தனது தந்தையை இவன் மதிக்கிறான் என்கிற எண்ணமும் அவனுள் பெருமிதத்தைக் கிளரச்செய்தது.

“பார்த்து நடஙகள்.”

உயரமாகக் குவிந்திருந்த பாறைக் கற்களில் ஏறி முன்சென்றவன் தனது இடைக் கச்சையில் சொருகியிருந்த கணப்பு ஊதும் மூங்கிலை எடுத்துத் துடைத்தான்.

சாம்பன் அதைக் கண்டு “இதை என்னடா உன் புடுக்கை போல் எப்போதும் கையில் பிடித்தபடியே அலைகிறாய்?” என்றான்.

பரிதிக்குச் சிரிப்பு பீறிட்டது.

“உமது வயது என்ன?”

“தெரியவில்லை. மறந்துவிட்டது. யூகத்தின் படி முப்பதிலிருந்து, முப்பத்தி ஐந்துக்குள் இருக்கலாம்.”

“உங்களுக்கு இல்லாள் இருக்கிறாளா? மணம் முடிந்தவர் தானே?”

பரிதியின் அக்கேள்விக்குச் சாம்பனிடம் சற்றுநேரம் அமைதி நிலவியது.

“இல்லை. ஆகவில்லை. ஹா... அதற்கெல்லாம் வழியும் இல்லையடா. நான் தனியன்.”

பரிதிக்குச் சாம்பனை நினைத்துக் கவலை உண்டானது. அதற்கு மேல் அந்த உரையாடலை அவன் வளர்க்க விரும்பவில்லை. தன்னுடைய குடும்ப வாழ்வும் முன்னகராமல் நிற்பது அவனை துயரில் ஆழ்த்தியது.

எண்ணங்களை மாற்றும் நோக்கில் ஊது குழலை வாயில் வைத்து ஊத முயன்றான். நயமான ஓசை ஏதும் கைகூடவில்லை. மனம் குழம்பியிருந்தது.

“வானில் சூரியன் இல்லை. தாமரை இன்று யாருக்காக விரிந்தது?!”

ஏதேனும் ராகம் அமையுமா எனக் கற்பனையில் இறங்குகையில் அனிச்சையாக மனதில் எழுந்த அவ்வரி பரிதியைச் சுருக்கென்று தைத்தது.

***

அன்றிரவு நெடுநேரம் ஆகியும் மூவருக்கும் உறக்கம் வரவில்லை. குடிலுக்கு வெளியே அமர்ந்து பேச்சில் திளைத்திருந்தனர்.

"என்ன அது?" இருண்ட வானோடு பிணைந்திருந்த தொலைதூர மலையுச்சியில் ஒளி மொட்டுகள் ஊர்ந்து செல்வதைக் காட்டிச் சாம்பன் கேட்டான்.

பெரியசாமி அதைக் கண்டு முதலில் துணுக்குற்றார். பிறகு உடலைத் தளர்த்தி "என்னைப் போன்ற நாவிதர்களோ அல்லது பாணர்களாகவோ இருக்கும்" என்றார்.

"பாணர்களா? அவர்கள் இங்கு என்ன செய்கிறார்கள்?"

பெரியசாமி சிறிது நகைப்புடன் "இங்குள்ள மலர்களை ரசிக்க வருவார்கள். அப்போதுதான் கவிதை வருமாம்."

சாம்பன் நினைவுகளில் மூழ்கியவாறு "இவர்களால் ஒருமுறை நானும் என் நண்பனும் வசமாக தண்டனை பெற்றோம்" என்றான்.

"தண்டனையா? யாரிடம்?"

"எனது உபாத்தியார் சுருளியிடம். அவர் என்னுடைய தாய் மாமா முறையில் வருபவர். அவரது மகன் என் நண்பன். எங்கள் மரபுப்படி பாணர்களையோ, கூத்தர்களையோ நாங்கள் வழிமறிக்கக் கூடாது. அதுபோல் இன்னும் சிலருக்கும் விலக்கு உண்டு."

"ஓ நல்லது."

"அன்று சங்கன் என் பேச்சைக் கேளாமல் கத்தமங்கலத்திலிருந்து திரும்பிய பாணர்களை மறித்து அவர்கள் ஈட்டிவந்த பொற்சக்கரங்களைப் பறித்தான். நானும் அப்போது அவனோடு உடனிருந்தேன். அந்தச் சக்கரங்களைப் பாணர்கள் தேவரடியார் வீதியில் பாடி ஈட்டினார்களாம். எனக்கு அப்போதுதான் தெரியும் பாணர்கள் அங்கும் பண்ணிசைப்பார்கள் என்று."

"வயிறு யாரை விட்டது. பாண்டியனின் காலமாக இருந்தால் அள்ளி அள்ளித் தருவான். நாயக்க அரசர்களுக்குக் கற்றளி, சிற்பங்கள் மீதிருக்கும் அளவிற்குச் சொற்கள், காவியங்கள் மீது நாட்டமில்லை. பெரும்பாலும் பாணர்கள் வேணாட்டைச் சேர்ந்தவர்களாகத்தான் இருப்பர். அதனாலேயே அவர்களுக்கு இங்கு மதிப்பில்லை. சரி நீ கூற வந்ததைக் கூறு."

"சுருளிக்கு இன்னொரு கள்வன் மூலமாக நாங்கள் புரிந்த களவு பற்றித் தெரிந்துவிட்டது. ஒரு பகல் முழுக்கச் சுட்டெரிக்கும் வெயிலில் பாறை மீது இருவரையும் நிற்க வைத்துவிட்டார். பாதங்கள் வெந்து அதன் தோல் பாறை மீதே ஒட்டிக்கொண்டது போல் ஆகிவிட்டது."

"ஐயோ பாவம்" பரிதி இடைமறித்தான்.

சாம்பன் அவனை முறைத்தபடி "நீ நடிக்காதே" என்றான்.

"குடிக்க நீர் எடுத்து வாயேன்." பெரியசாமி பரிதியிடம் வேண்டினார்.

"வேணாட்டின் நிலமை என்ன?" சாம்பன் வினவினான்.

"நம் நாட்டின் கதிதான் அங்கும். கொந்தளிப்பு அடங்காமல் இருக்கிறது. முகமதியர்கள் எப்போது வேண்டுமானாலும் தலையெடுக்கலாம் என ஆண் மகன்கள் அத்தனை பேரும் போர்ப் படையில் இணைக்கப்படுகிறார்களாம். குடி மக்கள் கடுமையாக அவதியுறுவதாகக் கேள்விப்பட்டேன்."

"உலகெங்கிலும் இதுதான் வாழ்க்கையா?"

"ஆம். அப்படித்தான். காலம் காலமாய். உலகெங்கிலும் இதே துன்பநிலை. மனிதர்கள் மட்டுமல்ல. பூச்சி, புழுக்கள் என எல்லா உயிர்களும் காரண, காரியமே இல்லாமல் இங்கு பிறப்பெடுத்து வாடுகின்றன. ஏன் இப்படியெல்லாம் இருக்கவேண்டும்? எவன் சொல்லி இந்த உலகம் இயங்குகிறது என நான் அவ்வப்போது கேட்டுக்கொள்வதுண்டு."

"நீங்கள் கூறுவது எனக்கு விளங்கவில்லை. டேய், உனக்குப் புரிகிறதா?" சாம்பன் பரிதியை வினவினான். பரிதி அசடுவழிய இல்லை என்று தலையாட்டினான்.

"இவன் உங்கள் மகன்தானா இல்லை கூலிக்கு இணையாக எங்காவது வாங்கி வந்தீர்களா?" பரிதியை நோக்கிக் கல்லொன்றை எடுத்து ஓங்கியபடி சாம்பன் கூறினான்.

பண்டிதர் சிரித்தவாறு தொடர்ந்தார் "சொல்கிறேன். கடவுள் தான் உலகைப் படைத்திருக்கவேண்டும். ஆனால் ஒரு நிலைமைக்கு மேல் அவரால் உலகைத் தன் கட்டுக்குள் வைக்க முடியாமல் போயிருக்கலாம். இடுப்பு செத்தவனுக்குப் பதினைந்து

பொண்டாட்டி என்பது போல் அவர் தன் ஆற்றலுக்கு மீறிய ஒன்றைப் படைத்துவிட்டார். முடிந்தவரை எல்லாம் செய்து பார்த்துவிட்டுப் பிறகு இதன் தலையெழுத்து அவ்வளவு தான் என அவர் இதை அப்படியே விட்டொழித்துவிட்டு அகன்றிருப்பார். உலகம் அதனாலேயே அனாதைகளின் கூடம் போல் கேட்க நாதியின்றி, எவ்வித ஒழுங்கும் இல்லாமல் இயங்கிக்கொண்டிருக்கிறது. நாம்தான் கடவுள் எல்லாவற்றையும் சரி செய்வார் என நம்பிக்கொண்டிருக்கிறோம். அவர் இதைக் கைகழுவி பல யுகங்கள் கடந்துவிட்டது தெரியாமல்."

"அப்படியென்றால் பாவ, புண்ணியத்திற்கு எல்லாம் ஒரு அர்த்தமும் இல்லையா?"

"இது மிகவும் சிக்கலான கேள்வி. அதெல்லாம் வாழ்க்கையை ஒரு ஒழுங்கோடு கழிக்க நாமே உருவாக்கிக்கொண்டதாகக் கூட இருக்கட்டுமே. அந்தக் கணக்கும் இல்லையென்றால் உலகம் இரத்தக் காடு ஆகிவிடாதா? பிறகு உலகத்திற்கு மேலே ஒரு தெய்வம் இல்லையென்ற யூகத்திற்கு நாம் வந்தாலும் உலகினுள், அதாவது நம்மைச் சுற்றி சாமிகளும், தேவதைகளும், பிசாசுகளும் உண்டு. அவை தங்களுக்கென்று நியதிகளை உருவாக்கி அதன் படி இயங்குகின்றன. ஆனால், அவையும் பாவம்தான். அவையும் நம்மைப் போலவே விடையறிய முடியாமல் திரிகின்றன."

சாம்பன் ஆச்சரியத்துடன் விழித்தான்.

"ஆனால் பண்டிதர் வேறொன்றை நம்புகிறார். அது சற்று மூடத்தனமாக இருக்கும். அவருடைய கூற்றின்படி முதலில் உலகம் இப்படி இருந்திருக்காது. எவ்வளவு அழகான உலகம், இது முன்பு சொர்க்க லோகமாகவே இருந்திருக்கும் என்பார். அதனொடு அவர் கூறுவது என்னவெனில், இடையில் இங்கு வந்த ஒரு வேற்றுலக உயிரினம் தன் ஆற்றலால் மனிதர்களைக் கட்டுப்படுத்தி உலகைத் தன்வசப்படுத்திக்கொண்டதாம். அதுவே இங்கு தீமைகளையும், மானுடத்துயரையும் விளைவித்ததாம். வணிகம், பெருமேடுகள், அரசாளுகை, அடிமைத்தனம், கொடிய நோய்கள் என யாவும் அது உருவாக்கியவையே. அது வெகுகாலமாய் மனிதர்களின் ரூபத்தில் மனிதர்களாகவே இங்கு வாழ்கின்றது என்றும், அது உடல்களை மட்டும் மாற்றிக்கொண்டு சாகாமலேயே இருப்பதாகவும் அவர் அஞ்சுகிறார். அது மட்டுமின்றி, உயர் குலங்களில் அது தன் வித்தைப் பாய்ச்சிக்

கலப்பினங்களை உருவாக்கிவிட்டதாம். இன்று அரசாள்வோர், வாணிபத்தில் தலை சிறந்தோர், ஞானிகள் எல்லோரும் அதன் குருதி வழியில் வந்தவர்கள்தான் என்பார்."

பேசிக் களைத்த பெரியசாமி தேங்கிய குட்டை போல் சலனமில்லாமல் சிதைநெருப்பை நோக்கியிருந்தார்.

அதன்பிறகு வந்த இரவுகளில் சாம்பன் தர்க்கங்களோடும், கேள்விகளோடும் பெரியசாமியை அணுகினான். அவர் ஒவ்வொன்றிற்கும் பதிலளித்தார். அவரிடம் கூறுவதற்கு ஏராளமான கதைகள் இருந்தன. அவர் சரித்திரத்தையும், காலப் புதிரையும், வாழ்க்கையின் மாறாத கொடு விதிகளையும் கண்முன் கொண்டுவந்தார். ஆனால் தீர்வுகள்தான் அவரிடம் இல்லை. எத்தனை அறிந்து என்ன பயன்? இவற்றைக்கொண்டு தன்னால் தமது குடியின் பசியைப் போக்க முடியுமா எனச் சலித்துக்கொண்டார். அவ்வளவு ஏன், தன்னால் உத்திராபதி பண்டிதருக்கு விதிக்கப்பட்ட உயிர்க்கெடுவைக் கூட அகற்ற முடியாது என இயலாமையுடன் கூறிச் சிரித்தார். சாம்பன் அவருக்காக மனம் இரங்கினான். அத்தோடு, மனிதர்கள் மீது அவனுக்கிருந்த துவேஷத்தையும் மீறி உலகின் ஒட்டுமொத்த மனிதர்களையும் எண்ணி அவன் துயருற்றான். ஏன் இந்த விதி? இந்தச் சிறைபடல் எப்போது தீரும்?

பெரியசாமியுடன் உரையாடிய அந்த இரவுகளில் தனது சுயம் வேறொரு கோணத்தில், இனி அதன் இயல்புக்குத் திரும்பவே முடியாதபடி தடம்புரண்டுவிட்டதை அவன் அறிந்துகொண்டான். எல்லாமும் ஏதோ ஒரு விதியில் அடைபட்டிருக்கின்றன என்ற எண்ணம் ஓர் அச்சமாக உருமாறி அவனது கபாலத்தைப் பிளக்கத் தொடங்கிற்று. இலக்கற்ற சருகாய் நகர்ந்த தன்னைப் பெரியசாமி ஓர் இறுக்கமான திரளுக்குள் நிறுத்திவிட்டதாக எண்ணினான். அந்தப் புழுக்கத்தை அவனால் தாள முடியவில்லை. அவர் கூறிய செய்திகளையும், தொல் கதைகளையும் மறக்கவேண்டும் எனத் தீர்மானித்துக் கொண்டான். அதேவேளையில் அதுவரை தான் நம்பியிருந்த உலகம் இப்போது வேறொரு ரூபத்தில் தன்முன் விரிந்துவருவதையும் அவன் கண்டுகொண்டான். என்னால் என்ன செய்ய இயலும்? நான் தனியன். என்னுடைய வலுவால் காலத்தையோ, இந்த வாழ்க்கையையோ, மானிடரின் விதியையோ துகள் அளவேனும் அசைத்துவிட இயலுமா?

களவைத் தாண்டி என்னால் முடிவது என்ன? களவுக்காக மட்டும்தான் இவ்வாழ்வா? அவனை இயலாமையும், சலிப்பும், கனமான கேள்விகளும் ஆக்கிரமித்தன. இரவுகளில் விழித்தே இருந்தான். மீண்டும் மீண்டும் அதே வினா. என்னால் இங்கு முடிவது என்ன? நம் சாவு மட்டுமல்ல, வாழ்வும் கூட நமக்குப் புலப்படாத வகையில் எங்கேயோ மறைத்து வைக்கப்பட்டிருக்கிறது. இதில் உழல்வதை விட உலகை உதறி, வாழ்வும், நம்பிக்கையுமற்ற ஒரு வெட்டவெளிப் பாலைக்குச் செல்லலாம். பின் அங்கேயே மடிந்து எலும்புக் கூளமாய் மறைந்துபோகலாம். வேறென்ன இயலும்?

***

ராணி நாகம்மை மயிலச்சு துவாரங்களாலான சாளரத்தின் அருகில் அமர்ந்திருந்தாள். பகலொளி அவளது மயிர்களற்ற கால்கள் மீது படிந்திருந்தது. பனியால் உரிந்து நின்ற அதன் தோல் செதில்கள் நண்பகல் குளம் போல் மின்னின. கண்டத் தசைகளில் மூப்பின் தொய்வு. தொடைகளில் தசை மடிப்புகள் உருவாக்கிய வெண் தழும்புகள். அவளது தொடைகளுக்கு நடுவே மண்டியிட்டு அமர்ந்திருந்த கோதையின் விழிகளில் அதன் உச்சகட்டக் கூர்மை வெளிப்பட்டது. அக்குள்களில் பதற்றத்தின் வியர்வை பணிபுரியவிடாமல் கசகசத்தது. கரங்களில் சிறு அசைவேனும் கட்டுப்பாட்டை மீறி நிகழ்ந்தாலும் நாகம்மை கூவலிட்டு எழுந்திடுவாள் என்கிற அச்ச உணர்வினால் கோதை மிகவும் கவனமாக இருந்தாள். இன்னொரு சோதனையாக முகத்தில் பாவனையாக ஏற்றி வைத்திருக்கும் புன்னகையும் மாறக்கூடாது. மயிர்கள் வெள்ளிக் கிண்ணத்தில் உதிர்ந்தன. நீருக்காகக் குடையப்பட்ட வாழை மரத்தின் அடித்தண்டினை ஒத்த நாகம்மையின் அல்குலைச் சுற்றிய உப்பலான பகுதியில் நுண்ணிய மயிர் வேர்கள் மீந்திருந்தன. அவளது அண்டத்தைக் கவ்வியிருந்த மயிர் இருள் இப்போது துளி மீதமின்றி விலகியிருந்தது. கோதை நீண்ட மூச்சை வெளிவிட்டாள். பிறகு நிம்மதியடைந்தவளாய் ராணியின் விரிமேட்டில் பன்னீரில் தோய்த்த படிகாரக் கல்லை மென்மையாக உரசினாள். அதையடுத்து மலர்களில் வடித்தெடுக்கப்பட்ட வாசனை எண்ணெயை இளம்சூடு பரவும் விதத்தில் தனது விரல்களால் குழைத்துக்கொண்டாள். சக் சக் என மெல்லிய ஓசை எழும் விதத்தில் அதை அவள் ராணியின்

அல்குலில் பூசியபோது ராணி முகத்தைச் சுளித்துக்கொண்டாள். தன் உடல் மீது அவளுக்கு வெறுப்பு எழுந்தது. காய்த்து, ஓய்ந்த மரம் எதை நினைத்து ஏங்குகிறது? என்ன எஞ்சியிருக்கிறது? மன ஏக்கத்தைத் தனது ஆங்காரம் மூலம் கடக்க முயன்றாள். முகத்தில் ஓர் அற்பமான புன்னகை பிறந்தது.

கோதையை நோக்கியவள், "எப்படி இருக்கிறது? வெம்பிச் சுருங்கிய மாங்கனிக்கு ஏன் இத்தனை ஏற்பாடு என்று நினைக்கிறாயா?" என்றாள்.

கோதைக்குப் பதறிற்று. தொண்டையில் ஊறிய அருவருப்பைச் சொற்களில் பூசிவிடாதபடி கவனமாகப் பதிலளித்தாள்.

"ஐயோ இல்லை. பழம்தான் கெடும். ராணியுடையது பழத்தேறல்."

"அட. அம்பட்டக் கழுதை. பரவாயில்லை... நல்ல பதில் தான். கிருஷ்ணப்பனுக்கு இப்படியெல்லாம் சமயோஜிதமாய் பதில் எழாது. அவனுக்கு எதுதான் சரியாக எழுந்திருக்கிறது? அதை விடு. உனது துளை எப்படி இருக்கிறது? இந்நேரத்திற்குத் தூர்ந்திருக்க வேண்டுமே?"

கோதையிடம் பதிலை எதிர்ப்பார்க்காமல் கொக்கரிப்புடன் சிரித்தாள்.

அவளது சொற்கள் கோதையைத் துளைக்கவில்லை. அக எரிச்சல் எழுந்த வேகத்தில் அணைந்துவிட்டது. உத்தரவு வாங்கிக்கொண்டு குடிலுக்குத் திரும்பினாள் போதுமென்று நினைத்தாள். உற்சாகத்தில் இருந்த ராணியும் அன்று அவளைச் சீக்கிரமே அனுப்பிவிட்டாள்.

குடிசைக்குத் திரும்பிய கோதையின் மனதில் அகலாத இறுக்கமும், ஒருவித அர்த்தமற்ற ஆசையும் நிலைகொண்டிருந்தன. புழக்கடையில் நின்ற ஒற்றைப் பெட்டையாடு வெட்டிக் கிடத்தப்பட்ட வேப்பம் தழைகளை நறுநறுவென மென்றுகொண்டிருந்தது. அந்தச் சப்தம் கோதையின் உள்ளத்தில் குறுகுறுப்பைத் தூண்டியது. சில தினங்களுக்கு முன்னர் ராணியிடம் நகர் நீங்கவேண்டி உத்தரவு பெற வந்திருந்த காந்தர்வனே அனைத்திற்கும் காரணம். என் காதுபட அவனது குழு இன்னும் மூன்று நாள்களில் கிளம்பவிருக்கிறது என ஏன் தெரிவித்தான்?! இன்று காலை வரையிலும் அவர்களது கூடாரங்கள் அகற்றப்படவில்லையே. அவன் எதற்காகக்

காத்திருக்கிறான்? அவனது மனமே யாவற்றையும் எனக்கு அறியச்செய்துவிடும் என நம்புகிறானா? ஒருவேளை என் மனதைக் கூர்ந்து நோக்கிவிட்டானா? வித்தைக்காரன். செய்தாலும் செய்வான். பார்க்கட்டும் அதனால் என்ன? என் மனதில் அப்படி என்ன இருக்கிறது? ஒன்றுமில்லையே. நான் மணமானவள் என்பது அவனுக்குத் தெரியும்தானே? பிறகென்ன... ஒருவேளை அதை அவன் அறியாது இருந்தால்? குறைந்தது அதையாவது அவனிடம் தெரிவித்திட வேண்டும். அவனைக் காணச் செல்லும்போது முகத்தில் எவ்வித உணர்ச்சியும் எழ இடமளிக்கக்கூடாது. இல்லை அப்படிச் செய்தால் நான் எதையோ மறைக்கிறேன் என எண்ணிக்கொள்வான். வெகுளியான பாவனையைப் பொருத்திக்கொள்ளலாம். இல்லையெனில் அவன் இப்போதும் கூத்துக்கட்டி நிற்பது போல் அவனை நகைப்புடன் நோக்கலாம். இது சரியா? இது ஒழுக்கத்தில் வழுவுதல் இல்லையா? ஒருமுறை, ஒருமுறை மட்டும் அவனைப் பார்த்துவிட்டு... இல்லை இதை மறந்துவிடலாம்.

உத்திராபதி பண்டிதர் வெகுநேரம் ஆகியும் குடிசைக்குத் திரும்பவில்லை. மாலை கவிந்ததும் கோதைக்குத் தந்தை குறித்த கவலை உண்டானது. ஏன் அந்தப் பாணனைத் தேடி நாள்களை இழக்கிறார் என்பது அவளுக்குப் புரிபடாத ஒன்றாய் இருந்தது. நதிக்கரைக்குச் செல்லலாம் என யோசித்தவள் அந்த முடிவிலிருந்து இளகி, மனதைக் கிழக்குத் திடல் நோக்கி ஊர்ந்தோடச் செய்தாள். அங்கு செல்கிற சமயத்தில் தந்தை வந்துவிட்டால் என்ன செய்வது? குடிசைக்கு வெளியே வந்து எக்கெட்டும் நோக்கினாள். அவர் நேரத்தில் வந்திருந்தால் இந்த எண்ணம் தோன்றியிருக்குமா? ஏன் இப்படியெல்லாம் நிகழ்கிறது எனப் பொய் விசனம் கொண்டவளாய் முன்னகர்ந்தாள்.

வானில் மேகங்கள் பூசி நின்றன. காற்றில் தூசுகளின் ஆரவாரம். அவை அடங்கியதும் புதுமழையின் முதல் வாசம் கமழ்ந்தது. கோதையின் உடலில் உஷ்ண நடுக்கம். தூரம் குறையக் குறைய அவளிடம் வெடவெடப்பு அதிகரித்தது. அவளுக்கும், கூத்தன்கள் தங்கியிருந்த தரிசுக்கும் இடையே இப்போது இரு வரப்புகள் தான் இருந்தன. பனை மட்டைக் கூடாரங்கள் இப்போது அவள் பார்வைக்கு நன்றாகத் துலங்கின. தரிசுத் திடலில் அலைபாய்ந்த கூத்தன்களின் உடல் அசைவுகள் அவர்கள் அவசரமாய்க் கிளம்ப எத்தனிப்பதை உணர்த்திற்று.

அவர்களுக்குள்ளிருந்து வெளிவந்த காந்தர்வன் கோதையைக் கண்டதும் அதிசயத்து நின்றான். அவனது உடல் அவன் அதுவரை எங்குமே வெளிப்படுத்திடாத ஒன்றை வெளிப்படுத்தி அதில் நிலைத்திருந்தது. என்ன செய்வதென விளங்காமல் கோதை வேறொரு திசையை நோக்கினாள். வரப்பு மேடுகள், பொழி மரமாய் ஒரு மஞ்சனத்தி, வானில் எஞ்சிருந்த கூடையளவு வெளிச்சம், விரண்டோடும் பறவைகள். நிலைகொள்ளாத அவளது பார்வை அப்பறவைகளை விடவும் வேகமாகச் சிறகடித்தது. கூடாரங்கள் இடப்பட்ட திசையை முற்றிலுமாகத் துறக்க எண்ணினாள். உதட்டைச் சுளித்தவாறு, பார்வையை ஓரிடத்தில் சிரமப்பட்டு நிறுத்தியபோது இதயம் உருகிவிடுவதுபோல் கொதித்தது. பிறகு புதிதாய்க் காணுவது போல் தூரத்துப் பனை மரங்களை நெடுநேரம் பார்த்துக்கொண்டிருந்தாள். அப்போது வானில் கீறல்கள் விழுந்தன. வெட்டவெளியையும் நொறுக்கும் படியான இடியோசை எழுந்தது. இடிச் சப்தத்தில் பதறியவள் தன்னைக் காந்தர்வன் கவனிக்கிறானா எனக் கூடாரங்கள் இடப்பட்ட திசையைத் தன் உடலாலேயே நோக்கினாள். உயிரின் ஆதார இயக்கம் போல் மீண்டும் அவளுடலை நடுக்கம் தொற்றிக்கொண்டது. ஒரு கணம் மட்டுமே அவனை நேருக்கு நேராகப் பார்த்துவிட்டுக் குடிசைக்குத் திரும்பிவிடலாம் எனத் தீர்மானித்தாள். அவள் அவனை நோக்கித் திரும்புகையில் கூடாரங்களைக் காணவே முடியாத அளவிற்கு அவ்விடத்தில் தடதடவென மழை விழத்தொடங்கியிருந்தது. கூத்தன்கள் கூடாரங்களுக்குள் ஓடி ஒளிவது நீர் தூபத்திற்குப் பின்னால் மங்கலாய்த் தெரிந்தது. எனினும் அங்கு கருங்கல் போல் ஓர் உருவம் மட்டும் அசையாமல் நிற்பதைக் கோதை கண்டாள். அது காந்தர்வன்தான் என்ற உறுதிப்பாடு ஏனோ அவளைத் துக்கமுறச்செய்தது. அடுத்து என்ன செய்வது என தடுமாறிக்கொண்டிருக்கையில்தான் அவள் அதைக் கவனித்தாள். தான் நிற்கும் இடத்தில் ஒரு தூறல் கூட அதுவரையிலும் விழவில்லை. வியந்தோங்கி, சற்றுத் தொலைவில் தெரிந்த மழைச் சுவரை வெறித்தாள். அது நகர்ந்து வந்து தன்னையும் நனைக்கக்கூடும். முதல் தூறல் தன்மீது விழுந்த பின் ஓடிவிடலாம் எனத் தீர்மானித்துக்கொண்டாள். ஆனால் சில கணங்கள் கடந்த பின்னரும் கூட அவள் நின்ற இடத்தில் மழையல்லாத வெறுமையே நிலவியது. சிரம் உயர்த்தி வானையும், எதிர்த்திசையில் தடித்துச் சாய்ந்த மழைச்சரங்களையும் மாறி

மாறிப் பார்த்தாள். அவளது நெற்றிச்சுளிப்பில் மட்டும் சிறுமி உதிர்ப்பது போன்ற புன்னகை தவழ்ந்திருக்க, நீர்படராத, உலர்ந்த முகத்தின் ஏனைய அத்தனைப் பகுதிகளிலும் நிராசைகளால் மட்டுமே ஆன அவளது விதி கருத்திருந்தது.

***

மூவரும் உடலெங்கிலும் சிராய்ப்புடன் அருவி நோக்கி நடந்தனர். அடர்ந்த செடிகளும், குட்டையான மரங்களும் ஒன்றாக முறுக்கிக்கிடந்த பகுதிகளில் ஒரு கூப்பிடு தூரத்தைக் கடப்பதற்கே அவர்களுக்கு மூன்று நாழிகைகள் ஆகியிருந்தது. பெரியசாமி மூலிகைகள், விஷ முறிவுச் செடிகளைச் சேகரித்து இடையில் கட்டிவைத்திருந்தார். அடர்வனத்திற்குள் அவர்கள் கண்ட காட்சிகள் இன்னமும் அவர்களது மனவெளியை விட்டு அகன்றிருக்கவில்லை. தனது தோள் உராய்ந்துவிடும் தூரத்தில் நின்ற ஒரு பருத்த கரடியை எண்ணிச் சாம்பனின் மனம் இப்போதும் அதிர்ந்துகொண்டிருந்தது. பெரியசாமி ஒற்றைக் குரலில் அதை விரண்டோட வைத்திருந்தார். அவர் எழுப்பிய அமானுஷ்ய சப்தம் விநோதமான, காடு வெறுக்கும் ஓசையாய் அவனுக்குப் பட்டது. இருந்தும் அவரிடம் அதை வெளிப்படுத்த தயங்கிபடி நடந்தான். அவனால் அடர்காட்டின் நொதிப்பைத் தாளமுடியவில்லை. எங்கும் பச்சைநிற அலங்கோலங்கள். கால் வழுக்கும் ஈரப்படர்வு. மூவருக்கும் முழங்கால் மட்டத்திற்குச் சேர் அப்பியிருந்தது. மரங்களும், கொடிகளும் பார்வையைச் சோர்வூட்டும் அளவிற்கு வெளியெங்கிலும் எழுந்து நின்றன. அருவிக்கரை கண்ணில் படும்வரை காண்பவை யாவையும் மாயத் தோற்றங்கள்தான் என எண்ணம் பூண்டான். புற்களற்ற பாலையில் கூட அவன் அவ்வாறு திசையறியாது திணறியது இல்லை. காட்டில் யாதும் நிறைந்திருக்கிறது. ஆனால் பார்வை சுழல் வடிவில் இயங்கி வெறுமனே குழம்பி அயர்கிறது.

"இனி தேடுவதற்கு ஒன்றுமில்லை. குறிஞ்சியை விடவும் அரிதான சில மலர்கள் இருக்குமென்றால் அதையும் நாம் பார்த்தாகிவிட்டது." பெரியசாமி சோம்பலுடன் கூறினார்.

பரிதி பதில் கூற வலுவின்றித் தள்ளாடி நடந்தான். அவன் தரையை நோக்கவில்லை. வழித்தடத்தில் அரவங்கள் ஊர்வதைக் கண்டு சாம்பன் இருமுறை அவனைக் கவனத்துடன் நடக்கும்படி கடிந்துகொண்டான்.

"இறுதியாக நாளையோ அல்லது அதற்கு மறுநாளோ மலையுச்சியில் விடுபட்டிருக்கும் பகுதியில் போய்ப் பார்க்கலாம். அதன்பிறகு நகருக்குத் திரும்பி அரசன் வரும் வழியில் சிரம் தாழ்த்தி மன்றாடுவதைத் தவிர வேறு வழியில்லை."

"கருணை புரிவாரா?"

பரிதி நீண்ட கனவொன்றிலிருந்து மீண்டதைப் போல் அதிர்ச்சியுடன் கேட்டான்.

"என்ன செய்ய? பார்க்கலாம். நல்வாய்ப்பாய்ச் சில அரிதிலும், அரிதான மூலிகைகள் கிடைத்திருக்கின்றன. அவற்றைக் கொடுத்து ஏதேனும் ஆகிறதா பார்ப்போம். பிறகு சாம்பா..."

பெரியசாமி ஏதோ யோசனையுடன் சாம்பனை நோக்கினார்.

"சொல்லுங்கள்."

"நீ கிளம்புவது என்றால் கிளம்பிவிடு. ஏன் தாமதிக்கிறாய்?"

சாம்பன் எங்கோ பார்த்தபடி "எங்கு கிளம்ப? நீங்கள் அகலும்வரை இருக்கிறேன். நீங்கள் திரும்பும்போதே நானும் எங்காவது போய்க்கொள்கிறேன்" என்றான்.

"எங்கு செல்ல உத்தேசம்?" பெரியசாமியின் குரலில் கவலை வெளிப்பட்டது.

"தெரியவில்லை. எனக்கு ஒரு நேரத்தில் பாலைக்குத் திரும்பி, ஊன் உறக்கமின்றி அப்படியே கிடந்துவிடவேண்டும் போல் வருகிறது. இன்னொரு நேரத்தில் இந்தக் காட்டுக் குடிலிலேயே நிரந்தரமாய் இருந்துவிடலாம் போல் வருகிறது."

"அதுசரி. நன்றாகச் சொன்னாய். ஆனால்..." பெரியசாமி எதையோ கூற வருகையில் சாம்பன் குறுக்கிட்டு,

"இல்லை. நான் ஏதோ நினைப்பில் அப்படிச் சொன்னேன். நான் ஆற்றவேண்டிய கடமைகள் சில உள்ளன. நான் மீண்டும் களவுக்குத் திரும்பியாகவேண்டும்" என்றான்.

பரிதி சற்றுப் பதற்றத்துடன் "அப்பா. என் உடலெங்கும் சீழ் பிடித்து வீங்கிவிட்டதைப் போல் தோன்றுகிறது. ஆனால், பார்வைக்கு இயல்பாக இருக்கிறது. உங்கள் இருவருக்கும்கூட அப்படித்தான் இருக்கிறதா?" என வினவினான்.

"காட்டின் உள்வெம்மை தாழாமல் நம் குருதி மெலிந்து இளகிவிட்டது. எலும்புகளும் சற்று வீக்கம் காணும். இது பிணியில்லை. இங்கிருந்து அகன்றுவிட்டால் சரியாகிவிடும். மேலும் இந்தச் சோர்வும் நாம் நடந்ததனால் மட்டுமே ஏற்பட்டதல்ல. இந்தக் காடு நமக்கே தெரியாமல் நம்மை பிழிந்துகொண்டிருக்கிறது. இப்போது உடலை. விரைவில் நம் மனதை."

அவர்கள் வந்திருந்த இடத்தில் ஓடுகள் இடைவிடாது சரிவதைப் போல் ஓசை எழும்பியது. வடதிசையில் வெண்ணிறப் பேய் போல் ஒரு பேரருவியைக் கண்டனர்.

அருவியைக் கண்டதும் சாம்பனுக்கு ஆவல் எழுந்தது "இன்னும் வெயில் இருக்கிறது. குளித்துவிட்டு வருவோமா?" என்றான்.

"சரி. நீங்கள் இருவரும் குளித்துவிட்டு வாருங்கள்... நான் சுனையில் இறங்கி அலசிக்கொள்கிறேன். குடிலுக்குப் போய் சிறிது நேரம் வீழ்ந்தால்தான் நாளைக்கு எதாவது முடியும்."

சாம்பனும், பரிதியும் அருவியை நோக்கித் திரும்ப பெரியசாமி சப்தமாக எச்சரித்தார்.

"எங்கும் யானைப் பிண்டங்கள் கிடக்கிறது. கவனம்."

முட்புதர்கள், கொன்றை, கடம்ப மரங்கள் அவ்விடத்தில் மிகுதியாக இருப்பது கண்டு சாம்பனுக்குச் சிந்தனைகள் பிசகின. பல நேரங்களில் காட்டில் அனைத்தும் ஒன்றுபோலவே இருக்கின்றன. பார்த்த காட்சிகளே மீண்டும் மீண்டும் மடங்கி, சுருண்டு கண்முன்னே விரிகின்றன. ஆனால் இதுபோன்ற சில தருணங்களில் இக்காடே துண்டு துண்டாகச் சேகரித்து இணைத்ததோ என்ற எண்ணம் எழுகிறது.

அருவியை நெருங்குகையில் அதன் இரைச்சலையும் கடந்து ஒரு சோலைப்பாடியின் குரல் எங்கிருந்தோ ரம்மியமாய் ஒலித்தது. காட்டிற்கு வந்து அத்தனை நாள்களில் முதன்முதலாகச் சாம்பன் அந்த மாயக் குரலைக் கேட்டான். காடு நீ பழகிய ஒன்றல்ல, அதன் புதுமையை, ஆச்சரியங்களை நீ இன்னும் உணரவில்லை என்பதை அவனுக்கு உணர்த்துவது போல் அக்குரல் இருந்தது. சோலைப்பாடி அமர்ந்துள்ள இடத்தைக் கண்டறிவதற்காக எதிரில் உயர்ந்து நின்ற கொன்றை மரத்தை வெறித்தான். அதில் இடைவெளிகள் இல்லாமல் அடசலாக

மலர்ந்திருந்த கொன்றைப் பூக்கள் மரக்கிளைகளில் புலிகள் தொற்றி ஆடுவதைப் போன்ற தோற்றத்தை உண்டாக்கின.

பரிதி இதிலெல்லாம் மனம் குவிக்காமல் நடந்துவந்தான். தான் ஏன் இத்தனை அமைதியுடன் இருக்கிறோம் என அவனுக்கே வியப்பாக இருந்தது. பிறப்பின் கடமைகள் தீர்ந்து வாழ்ந்து முடித்தாகிவிட்டது போல் ஒரு வெறுமை அவன் முகத்தில் படர்ந்திருந்தது. அவனிடம் வெளிப்பட்ட மாற்றத்தைச் சாம்பனும் கண்டுகொண்டான்.

அருவி மகா பிரளயம் ஒன்றின் பகுதியாய், நிலத்தைப் பிளந்துவிடும் தீவிரத்துடன் அவர்கள் முன்னே விழுந்துகொண்டிருந்தது. நீர் பெருக்கு மண்ணில் ஊற்றப்படும் இடத்தை அடைவதற்கு முன்னரே இருவரது உடலும் தெப்பமாகியிருந்தது. சாம்பன் உற்சாகமாய் உணர்ந்தான். நெருக்கமாக நடந்தும் சப்தம் எழுப்பியும் பேச வேண்டியிருந்தது.

"அதோ பார். யார் அவள்?"

சாம்பன் பரிதியின் கவனத்தைத் திருப்புவதற்கும், ஓடையில் நீராடிக்கொண்டிருந்த ஒரு பெண் தனது இடையின் மீது வெடுக்கென்று கரையில் கிடந்த மரப்பட்டை போன்ற ஏதோ ஒன்றைச் சுற்றிக்கொள்வதற்கும் சரியாக இருந்தது.

கூந்தலை முன்புறம் ஒதுக்கி, தனது திறந்த மார்புகளுக்குத் திரையிட்டபடி அவள் நீரிலிருந்து எழுந்து வந்தாள். பரிதிக்கு அவள் உடல் வாகைக் கண்டு திக்கென்று இருந்தது. அவள் சாம்பனின் உயரத்திற்கு நிகராக இருந்தாள். எண்ணெய் தீரத்தில் நீராடி எழுகிறாளோ என எண்ணும்படி நீர்முத்துகள் தடித்து ஒளிரும் வேழக் கருமேனி. அணங்கு உருவில் இருந்த அவள் பெண் உடல் குறித்து உள்ள பொதுவான தோற்ற அடிப்படையிலிருந்து திமிறிக்கொண்டிருந்தாள். இருவரையும் கண்டு சற்றுத் தயங்கி நின்றிருந்தவள் பிறகு அவர்களைக் கடந்து செல்லவேண்டிய முனைப்பில் முன்னேறி வந்தாள். ஈரக் கேசத்தை மீறி எழும்பிய முலைகளையும், அவற்றின் காம்புகளையும் கண்டு சாம்பன் பதற்றமடைந்தான்.

இருவரையும் பார்த்து நெற்றியைச் சுளித்தபடி "யார் நீங்கள்?" என்றாள்.

அதில் கோபமுற்ற சாம்பன் விழிகளை அவளது மார்புகளிலிருந்து விலக்கி அவளது முகத்தை நோக்கி அதட்டினான்.

"நீ யாரடி?!"

அதை எதிர்பார்த்திறாத அவள் குரலெழாமல் நின்றாள். உடலில் மருட்சி உண்டாகியிருந்தது. அக்குளின் கீழ் பிதுங்கி அசைந்த மார்பின் ஓரங்களை இப்போது சாம்பனால் பார்வையிலிருந்து தவிர்க்க முடியவில்லை.

"நான்... நான்..." அவளது ஈரம் தோய்ந்த உதடுகள் மென்மையாகப் பிரியும் ஓசை அவளது குரலோடு இணைந்து கசிந்தது.

"போடி இங்கிருந்து."

சாம்பன் நாக்கை உள்மடித்து எகிறினான். அவள் விரண்டுபோய் அங்கிருந்து வேகமாக அகன்றாள்.

பரிதி சலிப்புடன் "ஏன் ஒரு உருட்டுக்கழி இருந்தால் எடுத்து அவளைச் சாத்த வேண்டியதுதானே? நல்ல ஆள் நீங்கள். ஒரு பெண்ணை இப்படியா நடத்துவது" என்றான்.

சாம்பன் அவளது விழிகளில் இருந்த சினத்தையும், பிறகு அது கனிந்து ஒடுங்கியதையும் நினைவுகூர்ந்தான். அவள் சென்ற திசையை நீர்ப்படலம் திரையிட்டு மூடியிருந்தது.

***

வானெங்கிலும் பால்வெளி உதிர்த்த வெண் மகரந்தம். நிலவு குன்றேறி தகித்தது. இரவெனும் மாயக்கடலில் மூழ்கிய காடு, மலைகளிடம் துளியும் சலனம் இல்லை. வானகச் சரிவில் செந்நாய்களின் தாப விசும்பல். குடிலுக்கு வெளியே அயர்ந்து கிடந்த கணப்பில் தலை நசுக்கப்பட்ட பாம்பைப் போல் வேள்வி மடிந்து, ஒடுங்கி அசைந்தது. குடிலுக்குள் வெளிச்சமே இல்லை. சாம்பன் அருவியில் கண்ட அணங்கு உருவான அந்தப் பெண்ணை மனதில் எழுப்பியபடி படுத்திருந்தான். மரத்தின் மறைவில் சென்று கோதையை எண்ணங்களால் மோகிக்க நினைத்துப் பரிதி உடன் தோல்வியுற்றவனாய்த் திரும்பியிருந்தான். மீண்டும் அவன் காட்டின் மௌனச் சுழலுக்குள் விழவேண்டியிருந்தது. பரிதியின் சுணக்கத்தைக் கண்ட பெரியசாமி காட்டை ஆழ்ந்து வெறிக்காதே, அதன் அகத்தினுள் நுழைய எண்ணுவது

ஒரு விபரீத ஆட்டம், அதன் கடுமையை உன்னால் தாள இயலாது என எச்சரித்திருந்தார். ஆனாலும் அவன் காட்டின் அடியாழத்தில் பொதிந்துகிடக்கும், வேர்களும் தீண்ட முடியாத நிசப்தங்களை அடையவே முயன்றான். இறங்கிச் செல்லச் செல்ல உடலை நொடித்துப்போடும் கலவியாய்க் காடு அவனை இன்பமூட்டிப் பிழிந்தது. அதன் இரகசிய அழைப்பின் முன் அவனது அச்சங்கள், கடமைகள், பந்தங்கள் என யாவும் கூர் மழுங்கிவருவதை அறிந்து அவ்வப்போது திடுக்கிட்டு விழித்தான்.

மலை விளிம்புகள் நீலச்சித்திரமாய்த் துலங்கிய விடியற்பொழுதிலேயே பெரியசாமி இருவரையும் எழுப்பிவிட்டார். பார்வைக்குச் செடிகளின் வேர்த்தண்டு புலப்படத் தொடங்கி நேரத்தில் மூவரும் சரிவில் இறங்கிச் சுனையை அடைந்திருந்தனர். இளம்சேற்றில் புலித்தடம் பதிந்திருப்பதைப் பெரியசாமி சுட்டிக்காட்டினார். தெளிவான நகப் பள்ளங்கள். சற்று முன்னரே புலி அவ்விடத்திலிருந்து அகன்றிருக்கவேண்டும் என எண்ணச் செய்தது.

பெரியசாமி "நான் நேரே பார்க்கிறேன். பரிதி நீ இடப்பக்கம். சாம்பா... நீ வலப்பக்கம். என் உடலோடு ஒட்டியே நடந்து வாருங்கள். நாம் மூவரும் இணைந்து, ஒரு பெரிய உருவமாய்த் தெரிவதுதான் நமக்குப் பாதுகாப்பு" என்றார்.

பரிதி அச்சத்தை வெளிப்படுத்தாமல் "அப்பா. நான் முன்பே சொன்னது போல் பேருருவியை ஒட்டிய புதர்களை முதலில் பார்த்துவிடலாம். அங்கு நிறைய கடம்ப மரங்கள் இருப்பதைப் பார்த்தேன். விநோதமாக இருந்தது. கடம்பு இந்தக் காட்டில் வளருமா?"

"ஏன் வளராது? மழைக்காட்டின் புதிரே அதுதான். சொன்னால் நம்ப மாட்டாய். மலைக்கு அப்பால் சிறிது தூரம் மேடு பள்ளங்கள் இல்லா மேய்ச்சல் காடு கூட இருக்கிறது. சரிவில் நெல் கூட விளைகிறது. இப்போது நம் தேடல் கடம்பை மரம் அல்ல. தீக்கடம்பை. செடி வகை மலராகக் குறிக்கப்பட்டிருக்கிறது. அப்படி ஒன்று உண்டா? அதுதான் என் கேள்வி. இனி என்ன சொல்வது... உன் மாமனுக்குச் சிரம் வெட்டப்பட்டாவது அந்த வேட்டல் தீரட்டும்."

"இருந்தாலும் அங்கு ஒருமுறை பார்க்கலாம் அல்லவா?"

பெரியசாமியும் அதை ஆமோதித்தவராய்ப் பேரருவியை நோக்கி வழிநடத்திச் சென்றார். அருவி ஓசை நெருங்கும் சமயத்தில் சூரியக் கிரணங்கள் அவர்கள் முதுகில் உஷ்ணத்தைத் தீட்டிக்கொண்டிருந்தன. பழுத்த இலைகள், சுள்ளிகள் மீது வெயில் இறங்கி நீராவியைக் கிளப்பியமையால் மரங்கள் யாவும் மிகப்பெரிய அடுப்பின் மேல் எழுந்திருப்பது போல் தோற்றமளித்தன. பெரியசாமி எதிர்ப்பட்ட குறுஞ்செடிகளையெல்லாம் ஆராய்ந்தார். மீண்டும் மீண்டும் அடர்நிறப் பூக்கள். அதை விடப் பளீர் வண்ணங்களில் வண்டுகள். அளவில் யானைக் காதை ஒத்த தீக்கடம்பை மலர். அதன் செம்மையைக் குருடனும் காண இயலுமாம். பெரியசாமி தனது ஐயத்தை விலக்கி மனப்பூர்வமாய் அதைத் தேடலானார். துளியும் நம்பிக்கை இல்லையெனினும் ஏதோ ஒன்று தம்மை அம்மலர் நோக்கி ஓட வைக்கிறதே என அவர் மீண்டும் துணுக்குற்றார்.

பரிதி சட்டென்று தொலைதூரத்திற்குச் சென்றிருந்தான். சாம்பன் அவர்கள் இருவருக்கும் நடுவே நின்றான். அவனுக்கு அந்த வீண் அலைச்சலும், அவர்கள் நடையோடு கட்டுப்படுதலும் சகிக்கமுடியாததாய் மாறி வந்தன. தனது சினம் எக்கணத்திலும் உடைத்துக்கொண்டு வெளிவரக் கூடும் என்பதை அவன் உணர்ந்திருந்தான்.

“சாம்பா... நீ அவனுடன் போ. கவனம்.”

பெரியசாமி ஓர் உத்தரவு போல் கூறியதில் அவனுக்கு எரிச்சல் மிகுந்தது. ஆனாலும் அவர் சொல்லுக்குக் கட்டுப்பட்டவன் போல் பரிதியை நோக்கி நடந்தான். அதற்குள் பரிதி அருவிக்கரையை அடைந்திருந்தான். தன் மனதும், பரிதியின் மனதும் அந்த மலரையன்றி புதிதாக வேறொன்றைத்தான் தேடுகிறதோ எனச் சாம்பனுக்கு ஐயம் எழுந்தது. சாம்பன் அருவியை அடைந்தபோது நீர்ச்சரிவில் திரண்டிருந்த வெளிச்சம் அவனது கண்களைக் கூசச் செய்தது. பார்வையில் வண்ணப் பொரிகளை எழச்செய்யும் வெயிற் கணைகள். நீரின் அலறலையும் மீறி அங்கு நிலவிய வெறுமையில் சாம்பன் குழம்பினான். பரிதி அவ்விடத்திலும் இல்லை. சுற்றிலும் பார்வையைச் செலுத்திவிட்டு அருவியின் மடியில் பரிதியின் கால்கள் புலப்படுகிறதா எனத் தாழ்ந்து நோக்கினான். குன்றை ஒட்டிய தடத்தினூடாகக் கண்களைக் குறுக்கியபோது பரிதி ஒரு சமதளமான பாறைப் படுகையை

அடைந்திருப்பது தெரிந்தது. சாம்பனும் அந்தத் தடத்தைப் பற்றிப் பின்தொடர்ந்தான். பாறைப் படுகைக்கு நடுவே கல்லிலிருந்து முளைத்து வந்ததுபோல் வளர்ந்த மூங்கிலின் சுற்றளவில், செம்மையான தூண் ஒன்று அவன் பார்வைக்குத் துலங்கியது. அதொரு ஒடிந்த மரத் தண்டு. கல்லாய் இறுகியிருந்தது. அதன் முனையில் யானையின் உடலையும் பிளக்கும்படியான கூர்மை ஒளிர்ந்தது. அருகில் செல்லச் செல்ல அதன் செம்மை கூடுவதைச் சாம்பன் கண்டான். எருமைக் குருதியைப் பூசி மொழுகியது போன்ற கடும் நிறம். சாம்பன் நிதானிப்பதற்குள் அந்தக் கல்மரத்தை அடைந்திருந்த பரிதி தன் கரங்களைக் கோர்த்து அதைப் பிடித்தான். அப்போது அங்கு நிகழ்ந்ததைக் கண்ட சாம்பன் திடுக்கிட்டவனாய் உடல் விறைத்தான். அடுத்த கணம் சூடு வைக்கப்பட்ட உடும்பு போல் தீவிரமுற்றான். அனர்த்தத்தை உணர்ந்தவையாய் அவனது பாதங்கள் பாறைப் படுகை மீது சீற்றத்துடன் ஊர்ந்தேறின. சாம்பன் அந்தக் கல்மரத்தை அடைந்திருந்தபோது பரிதி மிரண்ட விழிகளுடன் மூர்ச்சையாகிக் கிடந்தான். சாம்பனுக்கு ஒன்றும் விளங்கவில்லை. அந்தப் பாறைப் படுகையிலிருந்து காண வனவெளி மரங்களால் ஆன ஒரு முடிவற்ற வலைப்பின்னலாய்க் காட்சியளித்தது. நீல வானின் விரிவும், தொடுவானம் வரை நீண்டுசென்ற பச்சைப் படலமும் சாம்பனை ஒடுங்கி நிற்க வைத்தன. மலைகள், நீர்த்தடங்கள் என அனைத்தும் அதுவரை அவன் அறிந்திடாத முகத்தினை வெளிப்படுத்தின. இந்த முடிவற்ற சூனியவெளியில் இனி தனக்குத் தனிமையும், நிராதரவும், அச்சமும் மட்டுமே எஞ்சியிருப்பதாக உணர்ந்து வெடவெடத்தான். ஒன்றுமற்ற, ஏகாந்தமான வெட்டவெளிக்காக தவிப்புற்று அவன் மனம் குமுறத்தொடங்கியிருந்தது.

அவன் காலடியில் சுயநினைவின்றி வீழ்ந்துகிடந்த பரிதியின் கரங்கள் மட்டும் அவ்வப்போது மேலெழுந்தன. அவை காற்றில் நீந்துவதுபோல் அகண்டு இணைந்துகொண்டிருந்தன. அவனது கரத்தைப் பற்றி உயிர்நாடி மீதம் இருப்பதை உறுதிசெய்த சாம்பன் அவன் முகத்தில் ஓங்கி அறைந்தான். ஆனாலும் அந்த அடி அவனது நீலம் பாவிய நெற்றியைச் சிறிதளவு கூடச் சலனப்படுத்தவில்லை. அவனது உதடுகள் ஒரு புல் நுழையும் அளவிற்குப் பிரிந்து அதே நிலையில் உறைந்திருந்தன. அகற்றமுடியாத துக்கத்தையும், மிரட்சியையும் வெளிக்கக்கிய அவனது விழிகளை விடுத்து இமைகள்

நிரந்தரமாய் ஒதுங்கி நின்றன. சாம்பனுக்கு மெல்ல பரிதியின் நிலை விளங்கிற்று. கணங்களில் முதுமையை எய்திவிட்டவனாய், வாழ்விலிருந்து முழுவதுமாய் ஓய்ந்தவனாய் பரிதி அந்த அமானுஷ்ய விருட்சத்தின் அருகே தளர்ந்துகிடப்பதைப் பெரியசாமியிடம் தெரிவிக்கவேண்டி சாம்பன் இப்போது பாறைப் படுகையிலிருந்து இறங்கி ஓடினான். ஆனால் விரைந்து ஓடவிடாமல் அவனை எதுவோ ஒன்று தடுத்தது. பாறைப் படுகையை விட்டுச் சிறிது தூரம் வந்திருந்த பிறகும் அந்த செந்நிறக் கல்மரத்தின் உருவம் தன்முன்னே மீண்டும் மீண்டும் பிம்பமாய் எழுவது கண்டு அவன் திகைப்புற்றான். கண்களை இறுக்கி அவன் அந்தக் காட்சிப் படிமத்தைக் கலைக்க முயன்றபோது ஆயிரம் பேய்களின் நகைப்பைப் போல் அருவி அவனது பிடறிக்குப் பின்னால் கொட்டிக்கொண்டிருந்தது.

***

நெருஞ்சி முட்கள் மீது படுத்திருந்தது போல் கோதை எரிச்சலுடன் துயில் எழுந்தாள். ஒரு சொல்லையும் பரிமாறிக்கொள்ளாமல் நகரை விட்டுக் காந்தர்வன் சென்றதனால் உண்டான வருத்தம் ஒருபுறம் என்றால், கனவில் உதித்த அவன் முகம் அவளைக் கீழ்மையில் நிறுத்தியது. பரிதியின் வீடு திரும்பாமையைக்கொண்டு அதை அகற்ற முயன்றாள். பெரும் தவிப்பின் முன் சிறிய ஏமாற்றங்கள் மடிந்துபோகும் என்பது அவளுக்குத் தெரியும். மார் நனைய நீர் அருந்தியவள் வாசலுக்கு வந்து வைகறை இருளை வெறித்தாள். மேற்குமலைக் காட்டை அவள் மனம் கற்பனையில் விரித்தது. எவ்வளவு தூரத்தில் அவர் இருக்கிறார்? அதை நோக்கிய பாதை எங்ஙனம் அமைந்திருக்கும்? இந்த வானம், இந்த நட்சத்திரங்கள் அங்கும் இருக்கும். மரங்கள், விலங்குகள். மலைகள்... அதற்குள் அவர். அவ்வளவுதானா? திடீரென ஒரு விடியற்காலையில் அவரது குரல் வாசலில் ஒலிக்கும்தானே.

காலைக் கஞ்சி அருந்தி முடிக்கும் வரை உத்திராபதி பண்டிதரிடம் அவளால் சென்றவர்கள் நிலை குறித்து வினவ முடியவில்லை. அதற்கு முன் எத்தனையோ முறை கேட்டவளுக்கு அன்று ஏனோ அதை வினவ ஒரு மனத்தடை முளைத்திருந்தது. போனவர்கள் பற்றி ஏதேனும் தகவல் தெரிந்ததா? அதே சொற்கள். மாறப்போவதில்லை. ஆனால் இம்முறை சற்று அழுத்தத்தைச் சேர்க்க வேண்டும். தான் எல்லோரையும்,

குறிப்பாகப் பரிதியை நினைத்து வருந்துகிறோம் என்பது அதில் வெளிப்பட வேண்டும். அவளுக்கு இப்போது ஏனோ புதுப்புது பாவனைகளும், அர்த்தங்களும் தேவையாகிவிட்டிருந்தன.

“அப்பா... போனவர்கள்?”

வெளியே செல்ல எத்தனித்த உத்திராபதி பண்டிதரைத் தன் குரலால் நிறுத்தினாள். அது தன்னை மீறி வந்துவிட்டது என அவள் மனம் உணர்வதற்குள் உத்திராபதி பண்டிதராகவே அதைச் சொன்னார்.

“அவர்கள் திரும்பி வந்துவிடுவது நல்லதென்று நினைக்கிறேன். மேற்குமலையிலிருந்து காணியர்கள் நகருக்குப் பழங்கள் ஏற்றி வருவார்கள். அவர்களிடம் சொல்லி செய்தியைக் கடத்திடலாம் என்று யோசனை. காட்டில் நம்மவர்களைக் கண்டால் செய்தியைச் சேர்த்துவிடுவார்கள்.”

கோதை சற்றே கலக்கமான குரலில், “அப்பா, அப்படியென்றால் அந்த மலர்?! அரசுக்கு என்ன பதில் தருவது?” என்றாள்.

“பார்ப்போம். இனி தெய்வம் விட்ட வழி. நீ இன்று ராணி அரண்மனைக்குப் போகவில்லையா?”

“இல்லையப்பா. நாளைக்குத்தான் என் முறை.”

சரியெனத் தலையசைத்துவிட்டுப் பண்டிதர் களைப்புடன் வெளியே நடந்தார். மேலூர் பாணனைப் பார்த்து வந்ததிலிருந்து தீக்கடம்பை மீதான அவரது நம்பிக்கை உதிரத்தொடங்கியிருந்தது. அவர் பாணனின் பாடலை மறுதலிக்க முயன்றபோது இல்லை பண்டுவரே, உங்கள் மூதாதையர் குழம்பியிருக்க வேண்டும் எனத் திட்டவட்டமாய்க் கூறினானே. வீதியில் நடந்தபடியே அப்பாடலையும் பாணனைச் சந்தித்த நிகழ்வையும் பண்டிதர் நினைவு கூர்ந்தார்.

வலியாய வினைகள் நிகழ்ந்திருக்க,

காண் உரித்த இடமெங்கும் கருப்பை நீர்.

தழைகளுக்குக் கீழ் வேலேந்தி முரண்டோரின் சிரம்.
எஞ்சிய ஆடவர் கல் சுமக்க.
பெண்டிரில் பலர் மன்னவன் சேவைக்கு.

தொடர்வினை கழியலுக்காய்

நூற்றியெட்டு சூல்பெண்டிர் புனல் நீருக்கு.

ஆயினும் ஒரு தளிர்.

நிலமோடி மலை ஏறிற்று.

தீக்கடம்பையாம் அவள் பெயர்.

இது ஏதேனும் காப்பியத்திலோ அல்லது கதைப்பாடல் திரட்டிலோ இடம்பெற்றுள்ளதா எனப் பண்டிதர் கேட்டதற்குப் பாணன் "இல்லை, பாணர் குடியில் பலரும் இப்பாடலை அறியார். எம்முடைய தந்தை வழி உறவுமுறையில் மட்டுமே இது பலகாலமாய்ப் பாடப்பட்டு வருகிறது. கார்த்திகை மாதத் திருவாதிரை நாளன்று ஏதோ சம்பிரதாயத்தின்படி இதைப் பாடுவது எங்கள் குலவழக்கம். ஏட்டில் இருக்கும் என்று தோன்றவில்லை. இப்பாடலில் வருகிற தீக்கடம்பை நிச்சயம் ஒரு பெண்பால் பெயர்தான். நீங்கள் எண்ணுவது போல் அது மலர் இல்லை" என்றான்.

பண்டிதர் மரத்தடியில் சோர்ந்து அமர்ந்துவிட்டார். இல்லை அப்படி இருக்கக்கூடாது. தீக்கடம்பை தம் வாழ்நாள் நம்பிக்கை மட்டுமல்ல. மூதாதையர்கள் சுமந்து வந்த தேடலின்பம். ஆம், அதைத் தேடியலைந்ததால்தான் அவர்களது விழிகளில் ஒளி குன்றாமல் இருந்தது. மீண்டும் அவர் தன் குடிவழி ஏட்டில் உள்ள வரிகளுக்குச் சென்றார்.

"ஆனைக்காதன்.

சிரம் விரித்துச் சர்பமென மிளிரும்.

வனம் கடக்கும் பெருந்தீயின் வேகம்.

தீக்கடம்பையாம் அதன் பெயர்.

பற்றுபவன்

இளமை நீங்கான்.

அவனே நிலைப்பன்

காலம் உளவரை

தென்கூடற்பதியாய்"

இளமையை எவர் துறக்க விரும்புவார்? இத்தனைக் காலமாய் நாமும் அம்மலரை விரட்டியது நம் வாழ்வைக் கழியாமல் நிறுத்தத்தானே? பாணனின் பாடலில் அது வேறொன்று என்றால், அது ஒரு மலரே இல்லையென்றால்? நம் குடிக்குள் எப்படி அது

ஒரு மலராக உள்நுழைந்தது? இச்சுவடி பறையர்களிடமிருந்து கைமாறி வந்ததென்று கருதவும் வழியேயில்லை. இது நம் தலைமுறையின் ஆழத்திலிருந்து, ஒவ்வொரு பிறப்பிலும் பிரதி எடுத்து எழுதப்பட்டு வருகிறது. பாட்டனார் இந்த வரிகளைப் பிதற்றியபடி, நினைவிழந்து, மரணப்படுக்கையில் வீழ்ந்தது இதோ இப்போதும் என் கண்முன்னே. பிறகு தந்தை அதைத் தேடி ஓய்ந்தார். அதன்பின் என் இளமை முழுவதையும் நான் தொலைத்தேன். அதோடு நின்றதா? உளவு கூறலால் அம்மலர் இப்போது நாயக்கனைத் தொற்றிவிட்டது. அம்மலரைப் பற்றினால் கோல் நீங்காது. இளமை தங்கும். அரசன் எப்படி விடுவான்? அவன் முன் அந்தப் பாணனைக் கொண்டுவந்து நிறுத்தி, அப்படியோர் மலரே இல்லையெனக் கூற முயன்றால் என்ன நேரும்?

பண்டிதர் உதறல் எடுத்துப் பெருமூச்சு வாங்கினார். நிழல் குன்றிய மரத்தடி அவரை இளைப்பாறவிடாது உந்தியெழுப்பியது. பண்டிதர் மரத்தடிக்கு அருகே வெட்டிக் குவிக்கப்பட்டு, நீண்ட காலமாய் அகற்றப்படாத மாமரத் துண்டுகளைக் கண்டார். அரச காரியஸ்தர்கள் வெட்டிப்போட்டவை எனக் கருதி குடியில் எவரும் அவற்றை விறகாக்க முயலவில்லை. பட்டைகள் உரிபட்டு அவை மக்கும் தருவாயில் கிடந்தன. மழையில் ஊறிக்கிடந்ததனால் அவற்றின் வெடிப்புகளிலிருந்து காளான்கள் முளைத்து வெளிவந்திருந்தன. இறந்த மாமரம் விளைவித்த கனிகளெனப் பழுப்பு நிறக் குடைகள். இவை எப்படித் தோன்றின? அவற்றைப் பார்த்தபடி அமர்ந்திருந்த பண்டிதருக்குள் ஓர் எண்ணம் முளைத்தது. நாம் புதையுண்ட பிறகு நமக்குள்ளிருந்து, நமக்குத் தொடர்பில்லாத ஏதோ ஒன்று முளைவிடத்தான் போகிறது. பண்டிதர் திடுக்கிட்டு எழுந்தார். இளமை நீங்கான், அவனே நிலைப்பன்! காலம் உளவரை தென்கூடற்பதியாய்?! இது மருத்துவ பலன் அல்லவே! இளமை நீங்கான் என்பதுவரை சரி, அதுவும் பொதுக்குறிப்பாய் இல்லாமல் ஆவலைத் தூண்டும் ஒன்றாக இருக்கிறது. அதன் பின்னால் வருகிற அரச ஆளுகை பற்றிய செய்திக்கு வைத்தியக் குறிப்பில் என்ன வேலை?! இதை ஏன் முன்சென்றவர் எவருமே சிந்தித்துப் பார்க்கவில்லை? இந்தப் பாடல், இதோ இந்தக் காளான்களைப் போல் சுவடிகளுக்குள் நுழைந்திருந்தால்? அவ்வாறெனில் இது யாரை நோக்கியது? காலப் பின்னல்கள் ஒரு சொடுக்கில் தன்முன் கழல்வதாக எண்ணிப் பண்டிதர்

உறைந்து நின்றார். தனது ஒட்டுமொத்த வாழ்வும் ஒரு மாபெரும் சூழ்ச்சி விளையாட்டிற்குள் ஒரு சிறு பகுதிதானோ என்ற கலக்கம் அவரை ஆட்கொண்டது.

***

“வைத்தியரே... வைத்தியரே...”

சாம்பன் கூவியபடி ஓடி வந்தான். மார் பிளக்க அவன் எழுப்பிய ஓசை அடசலான மரங்களில் மோதி நீளாமலேயே அமிழ்ந்துபோனது. ஒலியை உறிஞ்சும் மர்மப் பகுதிக்குள் நுழைந்துவிட்டோமோ எனக் குழம்பினான். அவனது ஓட்டத்தைத் தடுத்த செடிகள் சத் சத் என ஒடிந்தன. கால்களில் ஏதேதோ மிதிபட்டன. அவன் குரல் எட்டியதில் திடுக்கிட்ட பெரியசாமி சாம்பன் ஓடிவந்த திசையை நோக்கினார். அவரது அசைவை நோக்கி விரைந்த சாம்பன் ஓட்டத்தினூடாக அதைக் கண்டான். தனது மார்பை உரசியபடி கடந்துபோனது ஒரு பருத்த மரத்தின் கிளைக் கொம்பல்ல, அது ஒரு யானையின் தந்தம் என்பது அவனுக்கு விளங்கிய கணத்தில் அந்த சினப் பிளிறல் எழுந்தது. அவனது செவிச் சவ்வுகளைக் குடையும்படியான கணீர் ஓசை. பார்வைத் திறன் படைத்த கரும்பாறை போல் அவன் திரும்பிய திசைகளுக்கேற்ப ஒரு யானை அவனை விரட்டத் தொடங்கியிருந்தது. அவனது கடைவிழிப் பார்வை முழுவதிலும் அந்த யானையின் உடலே நிறைந்திருந்தது. மரப் பட்டைகளின் பெரும் குவியல் ஒன்று அலறியபடி தன் பின்னால் நகர்வது போல் ஒரு தோற்றம். அவனது கண்களில் பெரியசாமியின் உருவம் முழுமையடைவதற்குள் அவனது உடல் தலைகீழாகக் கவிழ்க்கப்பட்டிருந்தது. யானையின் தும்பிக்கை அவனை இறுக்கியிருப்பது கூட அவனது புலன்களில் பதியவில்லை. காற்றே ஓர் உறுப்பாகி அவனை நெரிப்பது போல் அத்தனை வேகமான விசையை அவன் அனுபவித்தான். அதன் மத்தகம் கல்லில் எழுப்பப்பட்ட சிம்மாசனம் போல் அகண்டு உப்பியிருந்தது. அதன் ஓரங்களில் செந்தூரப் பூச்சிட்ட சாமரங்களாய்க் காதுகள் அசைந்தன. பாறைத் துளையில் நீர் நிற்பது போன்ற, கொடுங் கொலைக்குப் பொருத்தமில்லாத சிறு விழிகள். சாம்பனின் பார்வையில் அவை தோன்றிய வேகத்தில் மறைந்திருந்தன. பெரியசாமி “வ்வ்ரோய்” எனச் சப்தம் எழுப்பி யானையின் முன்னால் வந்திருந்ததையும் அவனால் உணர முடியவில்லை. பெரியசாமி குரலெடுத்துக் கத்தி முடிக்கவும்

யானை சாம்பனைப் பலம்கொண்ட விதத்தில் வீசியெறிந்தது. ஒரு வேங்கை மரத்தின் அடியில் மார்மோத விழுந்தவன் மறுகணம் இன்னொரு மரத்தின் அடித்தண்டு உண்டாக்கிய இருளின் முன்பாகக் கண் விழித்தான். அது மரத்தின் அடித்தண்டு அல்ல. அது யானையின் பாதம் என்பது அவனுக்கு உடனடியாக விளங்கவில்லை. சாம்பனின் கண்களில் மண் துகள்கள் விழுந்தன. தன் முகத்துக்கு நேரே அந்தரத்தில் நிற்பது என்னவென்று உணர்ந்த பின் அவனுக்குச் சப்த நாடிகளும் ஒடுங்கிவிட்டன. அலற முடியாமல் அவனது நா சிக்கித் தவித்தது. அவனை மிதித்து நசுக்க ஆயத்தமாய் நின்ற யானையின் பாதத்தில் குருத்தோலைகளைத் துண்டாக்கி வைத்தார்ப்போல் நகங்கள் துருத்தி நின்றன. சாம்பனுக்கு மூத்திரம் வடிந்துவிட்டது. ஏனோ யானை தன் உயர்த்திய பாதத்தை அப்படியே நிறுத்தி வைத்திருந்தது. அந்த மெத்துருவைத் தவிர அதன் உடலின் மற்ற பாகங்கள் யாவும் அசைந்துகொண்டிருப்பதைச் சாம்பன் கவனித்தான். தந்தங்களின் முனை அவனது பார்வையிலேயே அடங்கவில்லை. அவன் கண்களை மூடிக்கொண்டான். என் தலை ஒரு நொடியில் சாறாகப் பிழியப்பட்டுச் சருகுகள் மீது படியப்போகிறது. மூளை சளியைப் போல் யானையின் பாதங்களோடு ஒட்டிக்கொள்ளும். யானையின் பாதங்களுக்குக் கீழ் என் உணர்வுகள் அனைத்தும் மிதிபடுமா? அப்போது ரணம் எங்கு தோன்றும்? பச் என்ற அதன் மிதியோசை ஒலித்து அடங்குவதற்கு முன்னே உயிர் நீங்கிவிடுமா? மிகக் கவனமாக எச்சிலை விழுங்கினான். மார்பு நடுக்கத்தில் விறைத்திருந்தது. உதிரமெங்கும் சாவின் எண்ணங்களே கலந்தோடின. ஏன் இன்னும் தாமதிக்கிறது என அச்சத்துடன் வினவிக்கொண்டான். அவனது குளிர்ந்த தேகம் மண்ணின் வெதுவெதுப்பை அதற்கு முன் எப்போதும் உணர்ந்திடாத வகையில் உணர்ந்து அந்த உணர்க்கை நீள வேண்டும் என ஏங்கியது.

"சாம்பா... அங்கிருந்து மெல்லமாக அகன்று வா..."

பெரியசாமி தனது இடைவிடாத மந்திர உச்சாடனத்திற்கிடையே அதைக் கூறிச் சப்தம் போட்டார்.

"இ... இ... இ.. இது..." பதிலுக்குச் சாம்பன் குரல் வெளிவராதபடி கேவி அழுதான்.

“அகன்று வா. அஞ்சாதே. நான் இருக்கிறேன்.” பெரியசாமியின் குரல் இம்முறை முன்னஞ்சென்ற ஏதோ ஒரு சரித்திர வீரனின் குரலாகச் சாம்பனை அடைந்தது. அவன் மெல்ல நகர்ந்து வெளி வந்தான். பெரியசாமி ஒரு கரத்தை முன்னே நீட்டி, தீக்கழலும் பார்வையோடு யானையை வெறித்துக்கொண்டிருப்பதை அவன் கண்டான். யானையை நோக்கிய அவரது பார்வை அவனது உயிரின் அடி முனையையும் மிரளச் செய்வதாய் இருந்தது. யானை துதிக்கையை வான்நோக்கி எழுப்பி, முன்னம் பாதத்தை மூட்டுவரை உயர்த்திய நிலையிலேயே உறைந்து நின்றது. சாம்பன் நடப்பது எதுவும் விளங்காமல் கனவுக்குள் தடுமாறி ஓடுவதைப் போல் நிலை தெரியாமல் நகர்ந்துகொண்டிருந்தான். அவனது நிலையை உணர்ந்தவராய்ப் பெரியசாமி யானையை மட்டும் கருத்தில்கொண்டார். இப்போதும் அவரது நா எதையோ சீற்றத்துடன் முணுமுணுத்தது. சாம்பனின் பாதங்கள் அவனது புலனியக்க மையத்திலிருந்து உதறிக்கொண்டதைப் போல் செயல்பட்டன. திசையெட்டிலும் மரணத்தின் சலசலப்பு. பார்வையில் எதிர்பட்ட யாவற்றிலும் யானையின் அம்சங்கள். கனத்த தும்பிக்கைகளாய் மரக் கிளைகள்; மத்தகங்களாய் மரத்தண்டின் புடைப்புகள். பட்டைகளில் வரிவரியான யானைமேனி. சருகுகள் படர்ந்த தரையில் யானைகள் அசையும் நிழல்கள். வேகமாய் ஓடியவன் ஒரு மரத்தால் தடுக்கப்பட்டான். அந்த மரத்தின் கிளைகள் அவனைப் பாதுகாக்கும் திடத்துடன் காணப்பட்டன. யானையின் துதிக்கை எட்டாத உயரத்தை அடைவதே நல்லதெனக் கருதி அதில் சரசரவென ஏறினான். வாள் சுவ்வைகள் அவன் தோள்களில் கடித்தன. கடும் ரணத்துடன் மேலே ஏறியவன் ஒரு கரடி வசதியாக அமர்ந்துகொள்ளும் அளவில் அகண்டிருந்த கிளையொன்றில் நின்றுகொண்டான். சுவ்வைகள் கடித்த இடத்தில் எச்சிலைத் தொட்டு மொழுகினான். மூச்சிளைப்பு அடங்கினாலும் யானை அவனைத் தூக்கி வீசி வதைத்ததும், காலடியில் போட்டு நசுக்க முயன்றதும் அவனது மண்டைக்குள் மீண்டும் மீண்டும் நிகழ்ந்தன. முதலில் ஏன் பெரியசாமியைப் பார்க்க ஓடிவந்தோம் என்பதே அவனது சிந்தையில் எழவில்லை. சிரமத்துடன் நிதானிக்க முயன்றபோது தான் பரிதியின் நினைப்பே அவனுக்கு வந்தது. பார்வையைத் துலக்கிப் பார்த்தான். யானையும், பெரியசாமியும் இப்போதும் அதே இடத்தில் நின்றுகொண்டிருப்பதைக் கண்டான். அந்தப்

பார்வையின் கோணமும், அவன் நின்றிருந்த உயரமும் அவனுள் திடுக்கிடும்படியான கழிவிரக்கத்தை உண்டாக்கின. இன்னொரு கிளையில் அமர்ந்திருந்த ஒற்றைக் காகம் தன்னை வெறித்துப் பார்ப்பதை அவன் கவனித்தான். என் விதியை அகலாது நோக்கும் காலப்பட்சியா? ஏன் என்னைப் பின்தொடர்கிறது? எண்ணங்களில் கரைந்து நின்றவன் உச்சிக்கிளை அசைவில் நெற்றியில் மோதி அகன்ற பொற்கீறலால் மீண்டான்.

பரிதியின் மயக்கநிலை பற்றி உடனடியாகப் பெரியசாமியிடம் தெரிவித்தாக வேண்டும். மரத்திலிருந்து இறங்க முற்பட்டான். காலை ஓரடி கீழே எடுத்து வைத்ததும் அவன் அந்தப் பிளிறலைக் கேட்டான். காட்டைப் பிளந்து, மண்ணிலிருந்து எழுந்தது போல் இன்னொரு யானை பெரியசாமியை நெருங்கியிருந்தது. அதொரு பெண் யானை. பின்பக்கமாக ஓடிவந்த அதை அவர் உணர்வதற்குள் அது அவரை முட்டித் தள்ளியிருந்தது. கருணைக்குத் துளியும் இடமளிக்காமல், தலைக்குப்புற வீழ்ந்த அவரைத் துதிக்கையால் புரட்டிப்போட்டது. பிறகு சிறிதும் தாமதிக்காமல் தனது வலது பாதத்தை அவர் மார் மீது அசுர வேகத்தில் பதித்தது. சாம்பன் மத் என்ற நசுங்கலைக் கேட்டான். பெரியசாமியின் வாய் எச்சிலை ஒத்த செங்குருதியை ஓரடி தூரம் உயரத் துப்பியது. சில கணங்களில் அது மஞ்சள் கோழைகள் வழிய அடங்கிப்போயிருந்தது. இப்போதும் ஆத்திரம் அடங்காத யானை அவரை மீண்டும் அள்ளியேந்தி மரச்சிம்பினை விளாசுவதைப் போல் அவரது மொத்த உடலையும் தரையில் அடித்து நொய்த்தது. வெடவெடத்த சாம்பன மரத்தைக் கோர்த்துப் பிடித்துக்கொண்டான். நைந்த, செந்நிற அங்கவஸ்த்திரம் போல் ஆகியிருந்த பெரியசாமியின் உடலை இன்னமும் யானை கீழே விடவில்லை. துதிக்கையில் தலைகீழாகத் தொங்கிக்கொண்டிருந்த அவரது உடல் எலும்புகள் இடம் மாறி, அக்கு, அக்காக கழன்றிருப்பதைச் சாம்பன் கண்டான். தோள்பாவைக் கூத்து போல் பெரியசாமியின் முடிவு மௌனமாக அவன் முன் அரங்கேறியிருந்தது. அவரது முகத்தில் ஓர் அவலப் புன்னகை மலர்ந்திருப்பதைக் கண்டு சாம்பன் திடுக்கிட்டான்.

தனது தந்தை இன்னோர் மனிதனின் உருவில் மீண்டும் தன் கண்முன்னாலேயே இறக்கின்றாரோ என நினைத்தான். எல்லா மரணங்களும் சுமந்து வருவது ஏதேனும் ஒரு மரணத்தின் மீள்

துயரைத்தான். அவனுக்கு அழுகை பீறிட்டது. யானை இப்போது பெரியசாமியின் உடலைச் சாறு பிழியப்பட்ட செடியென வீசிவிட்டுத் தன் துணை யானையின் கதி என்னவென்று அறியும்நோக்கில் அதனருகில் சென்றிருந்தது. இப்போதும் ஆண் யானை இயக்கமின்றி உறைந்து நிற்பது கண்டு அதற்கு எதுவும் புரியவில்லை. "ப்ப்ய்ய்ம்"எனக் குழப்பமான பிளிறலை அது எழுப்பிப் பார்த்தது. ஆண் யானையிடம் சிறு அசைவு கூட ஏற்படவில்லை. ஆற்றப் பொறுக்காத பெண் யானை மலைச் சரிவில் உருண்டு சாவைநோக்கி வீழும் அதிர்வுடன் குரலில் விசும்பலை மிடைந்து அலறத் தொடங்கியிருந்தது. அதன் பிளிறல் நெடுநேரம் ஆகியும் ஓயவே இல்லை. பகல் வற்றிக்கொண்டே வர அதற்கீடாக அதன் குரலும் கம்மிக்கொண்டு வருவதைச் சாம்பன் கவனித்தான்.

"ஐயோ... வைத்தியரே..."

"நீங்கள் இப்படிச் சாவீர்கள் என்று... எனக்கு ஒன்றும் விளங்கவில்லை. உங்களது மகனின் நிலை அங்கே... ஐயோ... அவனை என்னிடம் ஒப்படைத்தீரா?"

எட்டு வைத்தால் அடைந்துவிடும் தூரத்தில் நின்றிருந்த அந்தச் சினமுற்ற யானையையும் மறந்து அவன் மனதாலும், குரலாலும் மாறி மாறி அரற்றத் தொடங்கியிருந்தான். காடு சில கணங்களில் மனிதர்களின் முடிவை எழுதிவிட்டது என்பதை எண்ணியபோது அவனுக்கு மனித வாழ்வு மொத்தமும் ஒரு தும்பியின் அசைவை விட அற்பமாகத் தோன்றியது.

அந்தி சாய்ந்திருந்தது. சாம்பன் தலையை உயர்த்தி யானைகள் நின்றிருந்த இடத்டை நோக்கினான். யானைகள் இரண்டும் இருள்பூசி, உருவில் இன்னும் பெருத்துவிட்டதைப் போல் காட்சியளித்தன. பெண் யானை ஆண் யானையைத் தன் துதிக்கையால் தள்ளியபடி அதைப் பரிசோதித்துக்கொண்டிருந்தது. அதைக் கண்டதும் சாம்பனுக்கு ஏனோ விளங்கமுடியாத துக்கம் கவிந்தது. தரையில் பார்வையைப் பதித்துப் பெரியசாமியின் உடலைத் துலங்கினான். அது இருளில் மூழ்கியிருந்தது.

***

உருவற்ற அரூப வடிவங்கள் ஆழமான மூச்சொலியை வெளிவிட்டவாறு நெருங்கிவருவதைச் சாம்பன் உணர்ந்தான்.

அந்த ஓசை சிதறிய திசையிலிருந்து மணி மணியாக ஒளிச்சிமிழ்கள் முளைத்தன. அருவருப்பான அந்த ஓசையைச் சாம்பனால் பொறுக்க முடியவில்லை. ஒரு செந்நாய் திரள் அங்கு வருவதை அவன் அறிந்துகொண்டான். எண்ணிக்கையில் பல நூறு இருக்கலாம். அவை இருளாலேயே வழிநடத்தப்பட்டன. குரலிலும், திரள் நகர்விலும் ஒரு கண்டிப்பான ஒழுங்கு. அவை வந்த திசையில்தான் பரிதி நினைவுகளின்றி வீழ்ந்து கிடக்கிறான் என்பது சட்டென்று சாம்பனின் நினைவில் தட்டியது. அடுத்த சில கணங்களில் இருளில் தள்ளாடிக்கொண்டிருந்த பெண் யானை ஆத்திரத்துடன் பிளிறத்தொடங்கிற்று. சத் சத் என்ற ஓசையைத் தாண்டிச் சாம்பனால் எதையும் அறியமுடியவில்லை. யானையின் துதிக்கையிலும், கால்களிலும் மிதிபட்ட செந்நாய்கள் அசிங்கமான குரலில் கூவின. அவற்றில் சில மரண ஓலம் போல் நீண்டொலித்தன. ஒவ்வொரு அலறலுக்கும் சாம்பனுக்கு மூத்திரப் பை கனத்தது. மோப்பம் முடித்து தன்னை நெருங்கிவிடக்கூடும் எனச் சிறுநீர் கழிக்கவும் பயந்தான். செந்நாய்கள் இங்கு என்ன செய்கின்றன? ஏன் யானையிடம் சென்று தமது மண்டை ஓடுகளை நசுங்கத் தருகின்றன? குளிரில் நடுங்கிக்கொண்டிருந்த அவனது உடல் எந்நேரத்திலும் மரத்திலிருந்து வழுக்கிக்கொண்டு கீழே வீழ்ந்துவிடும் போல் தெரிந்தது. பசியும், தாகமும் அவனது கரங்களின் விடுபடலை வேண்டின. தலையை மரத்தின் மீது கவிழ்த்துக் கண்களை அகட்டினான்.

இருளில் திணறும் மரங்கள். மரங்களைப் பற்றிய இலைகளை விடவும் சுதந்தரமாய்த் திரியும் இறந்த சருகுகள். யானையின் உடலில் ஏறித் தவ்வும் பூச்சிகள். கூரிய கொடுக்குகளைக் கொண்ட வண்டுகள். புழுக்கள் ஊர்ந்து வருவதற்குள் அந்தப் பேருடலைப் பங்கிட விரும்பும் செந்நாய்கள். அவை சுற்றிச் சுற்றிப் பாய்ந்து போடும் கீறல்கள், பற்குறிகள். அழுகையுடன் ஓடி விரட்டும் அபலைப் பெண் யானை. அதன் கொலைச் சம்பிரதாயங்கள். செந்நாய்களின் கால்களை விடவும் மெலிதான செடித்தண்டுகள் மீது வழிந்துகொண்டிருக்கும் குருதிச் சிதறல்கள். இதற்கு நடுவே இவை எதையும் உணராமல் கிடக்கும் பெரியசாமியும், விதி அவருக்கு அருளிய சாவும்... சாம்பன் புலனுணர்விலிருந்து விலகினான். விழித்திரைகள் சுகமாகக் கீழிறங்கின. இருளின் தீராத வன்மம் தணிந்திருப்பதைப் போல் உணர்ந்தான். பெண் யானையின் சினக் குரல் மெல்ல அருகித் தொலைவிற்கு

நகர்ந்துகொண்டிருந்தது. செந்நாய்கள் இப்போது சன்னமாக முனகின. மரங்களின் மெல்லிய சலசலப்பு சாம்பனின் துயரங்கள் மீது படிந்து அலாதியானதொரு மயக்கத்தைத் தந்தது. சட்டென்று உச்சியிலிருந்து விழுவதைப் போன்ற எச்சரிக்கை உணர்வு எழுந்து திடுக்கிட்டு விழித்தான். இப்போது செந்நாய்களின் மூச்சொலி அணுக்கமாகியிருந்தது. அந்த அற்பமான ஜீவன்களால் பெண் யானை விரட்டப்பட்டிருப்பதை அவனால் நம்பமுடியவில்லை. தன் துணையின் நிலையை விடத் தன் உயிர் முக்கியமென அது அகன்றிருக்கலாம். உயிர் இச்சை பந்த, பாசங்களை அறுக்கின்றது. ஏன் இந்தக் குரூர விதியின் கீழ் அனைத்து உயிர்களும் படைக்கப்பட்டன? ஆனால் செந்நாய்கள் இந்த விதியை மீறுகின்றனவே. யானையிடம் சிக்கி அத்தனை செந்நாய்கள் மாண்டும் அவை தனது கூட்டு மனவெளியை இழக்கவில்லையே. சாம்பனைக் கண்ணீரும், புரிபடாத தவிப்பும் நிறைத்தன. இவையெல்லாம் கனவுபோல் தீர்ந்து குடிலுக்குள்ளிருந்து எழ வேண்டும். பெரியசாமி கணப்பின் அருகே அமர்ந்திருப்பார். பரிதி ஊது குழலில் ஏதேனும் ராகத்தை எழுப்பிக்கொண்டிருப்பான். ஆனால்... இவை கனவல்ல. நான் உண்மை விரித்துவைத்த முட்படுக்கையில் கிடக்கிறேன். இதை நான் கடந்தாக வேண்டும். எப்படி? அவனுள் அவ்வினா சிறு நம்பிக்கையைத் துளிர்க்கச் செய்தது. மரத்தை இறுக்கிக்கொண்டான்.

நிசப்தம் வழிந்தோட வைகறை விலகிக்கொண்டிருந்தது. கருநீல ஒளியில் வனக் காட்சிகள் துலங்கின. வயிறு புடைத்த செந்நாய்கள் ஏற்கெனவே அகன்றிருக்க இப்போது அவ்விடத்தில் நரிகளின் எக்களிப்பு. நிற்க வைத்துப் பிய்க்கப்பட்ட யானையின் உடல் மீது மும்முரமாக இயங்கிக்கொண்டிருந்த நரிகளின் அசைவுகளில் விருந்துண்ணும் களிப்பும், அங்கிருந்து உடன் அகல வேண்டிய அவசரமும் வெளிப்பட்டன. இளஞ்சூரியனின் நுண் கீற்றுகள் வானில் தென்படுகையில் அந்தச் சப்தம் கேட்டது. விழிப்பு நிலையிலேயே மயங்கியிருந்த சாம்பன் தலையை உயர்த்தி நோக்கினான். இடதுபுறமாய் மேலேறிய நரிகளின் எடை தாளாமல், ஏற்கெனவே உயிரற்ற நொதிப்பிண்டமாய் ஒருபக்கம் தளைந்து நின்ற யானை அதன் வலது புறத்தில் இருந்த ஒரு மஞ்சணத்தி மரத்தின் மீது சாய்ந்து, அதன் முறிவோசையோடு இணைந்து படார் என மண்ணில் சரிந்தது. அதன் பிளந்தெடுக்கப்பட்ட அடிப்பாகத்திலும், கால்களிலும்

எலும்புகள் நொய்த்துப் போட்ட விறகுகளைப் போல் மனுவு மனுவாய்த் துருத்தி நின்றன. குருதி வடிந்து இறுகியிருந்த செந்நிறப் பள்ளங்களிலிருந்து நிணமும், கொழுப்பும் வழிந்தன.

வெயில் நுழைந்ததும் காட்சிகள் தெளிவாகின. வைகறைப் படையலைக் கூறுபோட்டு உண்ட நரிகளும் இப்போது அங்கில்லை. யானையின் சிதையுண்ட கோலம் சாம்பனின் அடிவயிற்றைப் புரட்டச் செய்தது. மரத்திலிருந்து கீழிறங்கி வந்தவன் துர்சம்பவம் நிகழ்ந்த இடத்தைத் தயக்கத்துடன் ஏறிட்டான். அந்தப் பெண் யானை எந்த நொடியிலும் திரும்பி வரலாம் என்கிற அச்சம் மேவியது. பெரியசாமியின் உடல் யானை நசுக்கிப்போட்ட இடத்தில் காணவில்லை. சாம்பன் இன்னும் சற்று நெருங்கி வந்து பார்த்தான். மிச்சங்கள் இல்லாமல் அவர் அகன்றிருந்தார். செந்நாய்கள் முதலில் அவரைத்தான் தீர்த்திருக்கவேண்டும். காடு அரிதாய் அளிக்கும் நகர் மாமிசம். முதலில் எழுந்த கூச்சல் அவரது உடலை அடையும் போட்டியில்தான் ஒலித்திருக்க வேண்டும். உதிரம் தோய்ந்த அவரது கச்சையைக் கூட அவை விட்டுவைக்கவில்லை.

சாம்பனின் மனம் இடைவிடாது அலறிற்று. கால்களில் தனிமை உண்டாக்கிய நடுக்கம். உடனடியாகக் காட்டை விட்டு வெளியேறத் தீர்மானித்தான். என்னை எதுவும் தடுத்து நிறுத்த முடியாது. எனது தழும்புகளில் சரிபாதி என்னுடைய இரக்கமின்மையால் விளைந்தவை. சாவுத் துயரால் என் பாதங்களுக்கு விலங்கிட முடியாது. இவர்களை எண்ணி மருகி நிற்பது என் முடிவையே எனக்குத் தரும். இங்கிருந்து உடனடியாக அகன்றாக வேண்டும். சாம்பன் கிழக்கு திசை நோக்கி நடந்தான். பெரியசாமியைத் தன் தந்தையோடு ஒப்பிட்டுப் பார்க்கக்கூடாது என ஒவ்வொரு அடியிலும் மன இறுக்கம் கொண்டான். கணப்பின் இதம், பின்சாமத்தின் பரிபூரண அமைதி, உயிர் உணரும் பூரணத்துவம், கொழுப்பு திரண்ட இறைச்சி, தேறல், சுனைக்கரையோர இரவு... அவனுள் தீராத நினைவேக்கங்கள் எழுந்தன. இது காட்டின் மன வசியம்! திரும்பிப் பார்க்காமல் முன்னேற வேண்டும் எனத் தொடர்ந்து நடந்தான். ஆனாலும் ஓர் இடர். பாறைப் படுகையில் வீழ்ந்துகிடக்கும் பரிதியின் உயிரேக்கம் நிறைந்த அந்த மௌனப் பார்வையும், தன் சிரசை யானையிடமிருந்து மீட்ட பெரியசாமியின் அரூப நிழலும் அவனை விடாது பின்தொடர்ந்து வந்தன. ஒரு பலா மரத்தின்

மீது கரம் சாய்த்து நின்றவனுக்கு ஏனோ அதற்குமேல் முன்னேற மனம் ஒப்பவில்லை.

***

அரசரிடம் மாறவர்மன் குறித்து ஒரு முறையீடு வந்திருந்தது. மாறவர்மன் பணி முடித்து விடைபெறும் சமயத்தில் அரசர் அதுபற்றி அவனிடம் விசாரிக்கலானார். அமைச்சர்கள், காரியஸ்தர்கள் முன்னிலையில் அரசர் தன்னை விசாரிக்கும் நோக்கில் நிறுத்தியதை அவனால் ஏற்றுக்கொள்ள முடியவில்லை. எனினும் அதை வெளிக்காட்டாது பணிந்து நின்றான். நட்புறவை விழுங்கி, ஒரு ஏவலுனுக்குக் கட்டளையிடும் தோரணையில் அரசர் அவனை நோக்கினார். மாறவர்மன் என்றுமே எதிர்கொண்டிடாத, கண்டிப்பான உடல் பாவம் அவரிடம் வெளிப்பட்டது. எனினும் அவர் குரலில் சிறு தடுமாற்றம். அவர் தன்னிடம் அந்தக் கண்டிப்பைப் பிரயோகித்துப் பழகவில்லை. அது ஒரு பாவனையுடன் வெளிப்படுவதைக் கண்டுகொண்ட பின் மாறவர்மன் நிம்மதியுற்றான். அரசர் சபையினர் முன்பு தனது இருப்பை, அதிகாரத்தை சமரசமற்ற ஒன்றாக நிறுவ முயல்கிறார். அதற்கு இதொரு நல்வாய்ப்பு. மற்றபடி பெரிதாய் எதுவும் நிகழ்ந்துவிடாது என்பதை அவன் உணர்ந்துகொண்டான். அரசர் கூறும் முன்னரே முறையீடு எதைப் பற்றியது என்பதை அவன் யூகித்தும் இருந்தான். அந்த முறையீடு அன்று காலை நகரத் திடலில் நிகழ்ந்த ஒரு சம்பவத்தின்பால் விளைந்தது. நாளின் இறுதியில் இப்போது அச்சம்பவத்தைத் திரும்ப நினைக்கும்போது மாறவர்மனுக்குச் சினத்தை விடவும் நகைப்பே உண்டானது. தளபதி ரங்கநாதர் வேளாள குடிகளிலிருந்து தசைவலுவற்ற, சோடைகளை அரசரின் இணை மெய்க்காவல் படைக்காகத் தேர்வுசெய்திருந்தார். அவர்களுக்கான முன்னோட்டமும், பயிற்சியும் நகர் திடலில் நிகழ்கின்றன என்பதை அறிந்த மாறவர்மன் அங்கு விரைந்தான். அரச விசுவாசத்தில் தன்னை மட்டுமின்றி, தனது மறக்குடியையே இந்த அரசு ஐயப்படுகிறதோ என்ற கோபம் அவனுக்கு. அரசரும் இதில் உடந்தையாக இருக்கிறாரோ என்ற எண்ணம் அவனைக் குதிரை மீது கசை வீச வைத்தது. அவ்வாறு இருக்காது, அரசர் அத்தனை தூரம் மறைவெண்ணங்கள் கொண்டவரில்லை, எல்லாமும் படைத்தளபதி ரெங்கநாதனின் செயல். கிழட்டு நரி... என் மீதான அவ்விஷயத்துக்கு அவன் இப்படி மருந்திட்டுக்கொள்கிறான்.

அவனால் இது மட்டும்தான் முடியும். வேறென்ன செய்வான்? என்னோடு துவந்தம் புரிந்து என்னை வெற்றி காண்பானா? இந்நாட்டின் பெருவீரன் யாரென்பதை ஈட்டி முனைகள் அத்தனையும் அறியும்.

மாறவர்மன் நகர் திடலை அடைந்திருந்தான். அங்கு ரங்கநாதரால் நல்வீரன் என்று விளிக்கப்பட்ட, இணை மெய்க்காவல் படைக்குத் தலைமையுறுபவனின் தோற்றத்தில் இருந்த ஓர் ஆடவனைக் கண்டதும் மாறவர்மனுக்கு நிலை தடுமாறிவிட்டது. அவனருகில் சென்று, தன் உடை வாளை விளையாட்டாய் உருவினான். அதில் மிரண்டு அந்த ஆடவன் திசைபுரியாது ஓடுவதை ஒரு விழியாலும், இன்னொரு விழியால் ரெங்கநாதரையும் மாறவர்மன் பார்த்தான். அதன்பிறகு அவன் ஒரு சொல்லையும் உதிர்க்கவில்லை. குதிரையில் ஏறி அரசவைக்கு வந்துவிட்டான். இவ்வாறு ரங்கநாதரைப் பலர் முன் அவமரியாதை செய்துவிட்டான் என்பதே அவன் மீதான முறையீடு. அரசர் திடலில் நிகழ்ந்தது பற்றி மாறவர்மனிடம் கேட்டறிந்தார். அனைத்தையும் கூறிவிட்டு மாறவர்மன் சபையினர் கவனிக்காத அரை கணத்தில் அரசரை நேருக்கு நேராக நோக்கினான். அந்தப் பார்வையை அரசரும் ஏற்றுக்கொண்டார். அரசரின் பாதுகாப்பு மீது தான் கொண்டுள்ள அக்கறையாலேயே இணை மெய்க்காவல் படை விவகாரத்தில் தான் கண்டிப்புடன் இருப்பதாக அரசருக்கு அவன் கூறாமலேயே உணர்த்தியிருந்தான். அரசர் பரிவாய் ஒரு அசைவை மட்டும் வெளிப்படுத்திவிட்டு அவன் விடைபெற உத்தரவிட்டார்.

அரசர் ரங்கநாதரிடமிருந்து அந்தப் பொறுப்பைத் திரும்பப் பெறமாட்டார். தன்னைக் கண்டித்ததாகக் கூறி, ரங்கநாதரின் மனம் கோணாமல் பார்த்துக்கொள்வார். எனினும் அதனோடு இணை மெய்க்காவல் படைக்குத் தகுதியான வீரர்களைச் செய்யும்படி ரெங்கநாதருக்கு அழுத்தம் தருவார் என்பதை மாறவர்மன் புரிந்துகொண்டான். அது அத்தனை எளிதல்ல என்பது அவனுக்கு ஆறுதலை அளித்தது. இணை மெய்க்காவல் படைத் தலைவன் எனத் தன்முன்னே வேறொருவன் மார்நிமிர்த்தி நிற்கும் காலம் சமீபத்தில் இல்லை, அதுவே இந்த இரவு நிம்மதியாய் உறங்குவதற்குப் போதுமானது.

அவன் அரசவையிலிருந்து விடைபெற்று மாட வீதியை அடைந்தபோது அங்கு வழியே தெரியாத அளவிற்கு வெண்புகை சூழ்ந்திருந்தது. நகர்த் துப்புறவாளர்கள் கொசுவிற்காக

மூட்டமிட்டிருந்தனர். இறுக்கமான, காற்று வீசாத மதில்களுக்கு நடுவே அவை வெண்ணிறப் புதர்களைப் போல் எழுந்து நின்றன. வருவது மெய்க்காவல் படைத் தலைவன் என்பது கூடத் தெரியாமல் ஒரு பணியாளன் கரம் நீட்டி வேற்றுப் பாதையில் செல்லுங்கள் என்றான். மாறவர்மன் அதைக் கவனிக்கவில்லை. வைக்கோல் புகையில் ஏற்கெனவே அவனது கண்கள் நீர் வடித்து, நாசி உமட்டத் தொடங்கியிருந்தது. வீதியில் அதற்கு மேல் நுழைய இயலாது எனக் குதிரையை இருள் அடர்ந்த வையைக் கரைப் பாதையில் விரட்டினான். அவனுக்குத் தேவகியிடம் தனது மன நிம்மதியைப் பகிர்ந்துகொள்ளவேண்டும் போலிருந்தது. ஆனால், அவள் என்ன நினைப்பாள்? மகள் போன பிறகும் அரசிடம் நீங்கள் கொண்டுள்ள இடம்தான் உங்களுக்குப் பெரிதாகத் தெரிகிறது எனப் பார்வையாலும், மௌனத்தாலும் சுட்டெரிப்பாள். ஒருவகையில் மகளின் இழப்பை மறக்கச் செய்யவே தனக்கு இந்த வீண் உளைச்சல் விதிக்கப்பட்டிருப்பதாக நினைத்தான். ஒரு துயரை மரத்துப்போகச் செய்வதில் கணங்களில் அமிழ்ந்துபோகும் சந்தோஷம், நிம்மதியான உறக்கத்தை விடவும் இன்னொரு புதுத் துயர், இழிநிலை அதிகம் பங்காற்றுகின்றன. திடீரென அவனுள் கண்ணம்மா உருக்கொண்டு எழுந்தாள். அப்பா என்ற அவளது குரல் அவன் தடுப்பதற்குள் அவனது செவியை அடைந்திருந்தது. உதடுகளைப் பிதுக்கியவாறு அவன் புற உலகை வெறித்தான். நிலவூறிய நதிக்கு அப்பால் ஈரம் பொங்கிய வயல்வெளி. காற்று வீசாததில் நெற்கதிர்கள் மூச்சிரைத்தன. நாசியில் இறுக்கமான சேற்று வாடை.

முடிவில் அவனது பார்வை தொலைவில் துலங்கிய பனை வரிசையில் பொதிந்தது. அவை தன் அடர் கருமையால் விசும்பின் சோகை இருளைப் பிளந்திருந்தன. பனைகளுக்குப் பின்னால் விரிந்திருந்த ஏகாந்த வெளியின் மௌனம் அவனுள் என்னவோ செய்தது.

***

மேகங்கள் சோகையான ஒளியைப் பருகி கண்கூசின. உலர் சருகுகளாய் நீண்டிருந்த கானகம் மழை மேகங்களை நோக்கி உடல் நெளித்தது. மரங்களின் அமானுஷ்ய இரைச்சலுக்குள் புகுந்து பேரருவியை நோக்கிச் சாம்பன் ஓடினான். தீவிரமான நிகழ்வுகளால் அவனது உள்ளம் சிதைந்திருந்தாலும் அவன்

பாதங்கள் சீராக இயங்கின. அருவியை அடைந்தபோது அதன் பேரொலி காட்டின் சலசலப்பை விழுங்கியிருந்தது. பரிதி துவண்டுகிடந்த பாறைப் படுகை அப்போது ஒரு பலி பீடத்தைப் போல் காட்சி தந்ததில் சாம்பன் அதிர்ந்துபோனான். அதில் மெய் அணைந்து வீழ்ந்துகிடந்த பரிதி தன் கரங்களை மேலுயர்த்திக் காற்றை அகட்டுவது சாம்பனுக்குத் தொலைவிலிருந்தே தெரிந்தது. உயிருடன் இருக்கிறான் என நிம்மதி ஏற்பட்டாலும் அவனை எப்படிக் கரைசேர்ப்பது என புரியாமல் விழித்தான். தான் அங்கு வந்ததே அவனது சாவை உறுதிப்படுத்திக்கொண்டு காட்டிலிருந்து உடன் அகலத்தான், ஆனால், அது தற்போது பொய்த்துவிட்டது. பாறைப் படுகையை நோக்கி நடக்கையில் அவனுடல் தானாகவே விறைப்பகன்று தொய்ந்துவிட்டது. விழிகளில் அறியமுடியாத ஒன்றைக் கண்டதன் மிரட்சி. மலைகளைச் சுழற்றும்படி வீசிய காற்றை அவன் மேனி உணரவில்லை. பாறைப் படுகையில் ஏறியபிறகு அவனுள் மீண்டும் ஒரு திடுக்கிடல். படுகையின் நடுவில் இருந்த செந்நிறக் கல்மரத்தைப் பார்க்கவே அவன் அஞ்சினான். அதனருகில் கிடந்த பரிதியை எந்த மிருகமும் நெருங்கியிருக்கவில்லை என்பது அவனுக்கு விநோதமாகப் பட்டது. அவை, இதன் ஆபத்தை அறிந்திருக்கின்றனவோ என யோசித்து உடல் வியர்த்தான்.

“டேய் எழு...” பரிதியை உலுக்கினான்.

அவனிடம் துளியளவும் மாற்றமில்லை. விழிச்சுவர்கள் கிழிபடும் அளவிற்குக் கண்கள் வெளிவந்திருந்தன. அவனது உடல் ஆற்றுப்படுகையில் வெட்டிப்போட்ட மரக்கிளையைப்போல் குளிர்ந்திருந்தது. அவ்வப்போது அவனது கரங்கள் மட்டும் மேலெழுந்து அகண்டன. அவையும் இப்போது நீரில் ஊறியதைப்போல் தளர்ந்திருந்தன. சாம்பன் தாமதிக்காமல் அவனைத் தூக்கித் தோளில் கிடத்திக்கொண்டான். பரிதியைச் சுமந்தபடி கீழிறங்கி வந்தவன் கைமூட்டில் குளுமையாய் ஏதோ தெறிக்க அண்ணாந்து வானைப் பார்த்தான். கண்களில் தடித்த தூறல்கள் சுருக்கென்று விழவும் இமைகளைச் சுருக்கினான். அவன் அங்கிருந்து அகன்று மரங்கள் செறிந்த பகுதியை எட்டுகையில் மழை தடதடவென விழ ஆரம்பித்திருந்தது. சாம்பன் மரங்களிலிருந்து இலைச்சுவையுடன் வழிந்த நீரை நாவேந்திப் பருகியபடி நடந்தான். எனினும் பசியில்

இரைந்துகொண்டிருந்த வயிறுக்கு அது போதுமானதாய் இல்லை. ஒரு நிலைக்குமேல் முடியாவிட்டால் பரிதியைக் கீழே கிடத்திவிட்டுத் தான் மட்டும் வெளியேறிவிடலாம் என்ற தீர்மானத்துடன் தொடர்ந்து முன்னேறினான். திசைகள் ஒட்டுமொத்தமாய்க் குழம்பியிருந்தன. சரிவாய் இறங்கிய திசை சட்டென மேலுயரவும் தான் இன்னும் அடர்ந்த பகுதிக்குள் நுழைகிறோமோ என அஞ்சினான். மீண்டும் அத்திசையிலிருந்து திரும்பி எதிர்த்திசையில் நடந்தான். பார்வையில் சுனையும், குடிலும் தென்படும் வரை நிம்மதி ஏற்படாது. காட்டில் சலனமின்றித் தொலையப்போகிறேனா?! என்னுடன் சேர்த்து எனது குரல், அபிமானங்கள், சிந்தனைகள், கடமைகள் என யாவும் இந்தக் காலமற்ற வெளிக்குள் அகப்படப்போகின்றன. வரண்ட பாலையிலோ அல்லது தூப வாசனை கமழும் கருங்கல் தூண்களுக்கு நடுவிலோ நம் வாழ்வு முடியுமென அவ்வப்போது உள்ளெழும் எண்ணம் பொய்க்கப் போகிறதா? இந்த அச்சமே என்னைச் செயல்படவைக்கிறது. இல்லை, அதன் போக்கில் இழுத்துச்செல்கிறது.

சாம்பன் முழுத் தெப்பமாகியிருந்தான். பரிதியின் உடல் தோள்களிலிருந்து வழுக்கியது. அவனுடலில் மீதமிருந்த உஷ்ணத்தைச் சாம்பன் இப்போது நன்றாக உணர்ந்தான். அந்த வெப்பம் ஒரு புள்ளியில் திடீரென உச்சமடைந்து பின்கழுத்தில் சூட்டுக்கோலைப் போல் பாயவும் ஒருகணம் திடுக்கிட்டு நின்றான். நினைவுகள் அவனைக் கீழே சாய்க்க விரும்பின. காடு கரிசல் பொட்டலானது. உடலில் வழிந்திறங்கிய மழைநீர் உதிரம் போல் கனத்தொழுகியது. புலன்களுக்குள் கடந்தகாலத்தின் வீக்கம். கழுவேற்றப்பட்ட தந்தையைக் குருதி வடிய தோளேற்றிய நண்பகல். அழுகையில் முங்கிய அவரது இறுதி அரற்றல். தோள் பரவி அடங்கிய அவரது உயிர் வெப்பம் என அனைத்தும் மீண்டுவந்தன. நாசியை நிறைத்த அந்தக் குருதி வீச்சத்தைக் காலங்கள் கடந்து மீண்டும் நுகர முடிவதில் அவன் திக்கற்று நின்றான். அவரது வேண்டுதல்படி நீ அவருடைய மூச்சையேனும் உடன் நிறுத்தியிருக்கவேண்டும். கழுமரத்திலிருந்து நீக்கி, நெடுந்தூரம் அவரைச் சுமந்து ஓடிவந்தது அவருக்கு வழங்கப்பட்ட தண்டனையை விடக் கொடியது எனச் சுருளி கூறியதை எண்ணிப்பார்த்தான்.

இப்போது இங்கு நான் என்ன முடிவெடுக்க? டேய், இதைக் கேள். இதுநாள் வரை நீ என்னைப் பற்றி என்ன நினைத்தாய் என்று தெரியவில்லை. நான் சொல்கிறேன் கேள். நான் நன்றியற்றவன், கொலைகளுக்கு அஞ்சாதவன். என்னைக் காப்பாற்றிவிட்டு உனது தந்தை மாண்டுவிட்டார். ஆனால் பார், அவரது இழப்பு என்னை எதுவும் செய்துவிடவில்லை. நீ இப்போதும் கேட்பாய் என்ற நம்பிக்கையில்தான் நான் இதைச் சொல்கிறேன். இந்த எண்ணங்களே எனக்கு முற்றிலும் புதிதானவை. எங்களுக்கு அண்ணன், தம்பி, அப்பன் மகனெல்லாம் எண்ணெய் பூசிக்கொண்டு இருளில் இறங்கும் வரைதான். பெருங்களவு வேட்டடங்களில் சிக்கியவரைத் திரும்பி நின்று நோக்குபவன், இழந்தோரை எண்ணி மருகி அடுத்த களவிற்கு வர மறுப்பவனையெல்லாம் நாங்கள் நாய் புத்தி உள்ளவன் என்றே கருதுவோம். இரக்கம், செய்நன்றி எனக் கோழைத்தனத்திற்கு மாற்றுப்பெயர் சூட்டுபவனைத்' தினவு செத்தவன் என்போம். எங்களிடம் பங்கிடல் உண்டு, ஆனால் தியாகங்களுக்கு இடமில்லை. ஏன் இப்படி இருக்கிறோம் எனக் கேட்காதே. இப்படித்தான் இருக்கிறோம். பல காலமாய். நீயே சொல், இந்த மிருக குணத்தான் உனக்காக என்ன செய்திட இயலும்? எனது மனக்குரல் உனக்குக் கேட்கிறதா தெரியவில்லை. சரி போகட்டும். நான் உனக்காகக் கொஞ்சம் முயல்கிறேன்.

வான்நீண்ட அலைகளென மலைத்தொடரிலிருந்து அடுக்கடுக்காய்ச் சரிந்த மழை இப்போது நிதானம் பெற்று, நீர்க் கற்களால் காட்டைத் துளைத்தன. தடித்த நீர்ச் சரத்தைக் கடந்து சாம்பனால் எதையும் காண முடியவில்லை. மொத்த வனமும் மழையின் பரந்த நாக்கினால் இடைவிடாது சுழற்றப்பட்டது. பாறைகள், மலர் இதழ்கள், காட்டெருதின் மயிர் முனைகள், அழுகி நாறும் மாமிச மிச்சங்கள், புழுக்களின் கொம்பு விழிகள், முன்னெங்காலத்தில் புலியடித்து மாண்ட சேரநாட்டுக் கவிஞனின் புதையுண்ட எலும்புத் துணுக்கு என யாவற்றையும் மழை நிறைத்தது. ஈரத்தின் நமைச்சலான வாடையில் அகில், வேங்கை மலர்கள் மூச்சடிக்கி ஒடுங்கியிருந்தன. காடும், அதன் உயிர்களும் விடுபடமுடியாத பிசுபிசுப்பில் துவண்டன. முடிவுறாத அந்த வான் இணைப்பில் காற்று நனைந்தது, காலம் நனைந்தது.

பரிதியை ஒரு மரத்துடன் ஒட்டிச் சாய்த்தபடி நின்ற சாம்பன் இருள் திரண்டு வருவது கண்டு அயர்ந்துபோனான். மீண்டும் ஓர் இரவைக் காட்டிற்குள் கடத்தியாக வேண்டும். உணவு தேடுவதற்கு முன் இந்தச் சுமையை ஒரு பாதுகாப்பான இடத்தில் கிடத்த வேண்டும். பசியினால் அவனது விழிகள் மீது மெல்லிய மயக்கத்திரையொன்று படிந்திருந்தது. கால்களில் தள்ளாட்டம். முதுகில் தேள் விழுந்து இளைவது போல் அதிர்ச்சியுடன் அவ்வப்போது உடலைச் சிலுப்பிக்கொண்டான். குளிரினால் அவனது தாடைகள் ஒன்றுடன் ஒன்று மோதிக்கொண்டன. பரிதியை ஓர் ஓரமாகக் கிடத்திவிட்டு, அவனது தோளில் தொங்கிய அரிவாளைக் கழற்றி எடுத்துக்கொண்டான். போத்துகள் வெட்ட ஏதுவான மரக்கன்றுகள் வேண்டி அவனது ஈர விழிகள் அல்லாடின. நவனத்தின் முனைகளை இப்போது இருள் முழுதாகக் கவ்வியிருப்பது கண்டு துக்கமுற்றான். மழை மரணத் துயரையும், தனிமையின் வாதையையும் மேனி வழியே அவனுள் ஊட்டிக்கொண்டேயிருந்தது. போத்துகளை வெட்டி தோளில் ஏற்றியபோது பெரியசாமியின் இழப்பு தன்னை மீண்டும் வலுவாக அழுத்துவதை உணர்ந்தான். போத்துகளைப் பிணைக்க உதவும் முற்றிய கொடிகளைக் கண்டதும் அவனுக்குச் சற்று நிம்மதி உண்டானது. போத்துகளை அடுக்கி அவற்றிலிருந்து ஒரு தட்டியை உருவாக்கினான். அதில் பரிதியைக் கிடத்தியபிறகு தட்டியின் நான் மூலைகளையும் சேர்த்து முனைந்து வைத்திருந்த கொடியை மரக்கிளைக்கு மேலாக வீசினான். அதன் முனையைப் பற்றி இழுத்துத் தட்டியோடு பரிதியை மேலே உயர்த்திய போது சாம்பன் முதன்முறையாக மேல்மார்பில் அந்த நெருடலை உணர்ந்தான். பிடியைத் தளர்த்திடும்படி சுருக்கென்று வலி பாய்ந்தது. தட்டியை மரக்கிளை மீது அமர்த்தியதும் மரத்தில் ஏறி, கையிலிருந்த கொடிகளைப் பரிதியின் மீதும், தட்டியின் மீதும் சுற்றி அவற்றை மரக்கிளையில் இறுக்கிக் கட்டினான். காய், கனிகள் தேடும் எண்ணத்தோடு அவன் கீழிறங்கி வந்தபோது மீண்டும் மார்பில் அந்தக் கூர் நமைச்சல். விரலால் துலாவியபடி, எஞ்சியிருந்த குறுவெளிச்சத்தில் அவ்விடத்தைப் பார்த்தான். அங்கு அம்மையின் முதல்மொட்டு உடைந்து வடிய ஆயத்தமாய்ப் பழுத்திருந்தது.

***

மகாசங்கைப் பார்வையிட அன்று ஸ்ரீவத்சர் வருகை புரிந்திருந்தார். நகரின் மேற்கு வாயிலில், பெரும் குழப்பநிலையில் அது நிறுவப்பட்டு வந்தது. ஸ்ரீவத்சரின் எரிச்சலை, சினக்குரலை பொறுத்தபடி கோபிலனும் உடன் வந்திருந்தான். மகா சங்கு அமைந்துகொண்டிருந்த திடலைச் சுற்றிலும் விநாயகர், கருடர், நாகம், தேவிகள், யட்சன்கள் எனப் பலவிதமான காப்பு உருவங்கள். நுழைவாயிலின் இருபுறமும் வீற்றிருந்த வராஹ ரூபங்கள் முகமதியரை அண்ட விடாமல் விரட்டும் வகையில் பிரமாண்டமாக அமைக்கப்பட்டிருந்தன. சுண்ணாம்புக் கற்களால் இழைத்து நீட்டப்பட்டிருந்த அதன் பற்கள் யானைத் தந்தங்களை விடவும் பெரிதானவை.

மகாசங்கு முழுமை பெற்றபின் அது நகரின் கலைச் சிகரமாக மட்டும் திகழப்போவதில்லை. அதன் அடிப்பகுதியில் பொருத்தப்பட்டிருக்கும் குடை வடிவிலான வாயினுள் நுழையும் காற்றானது சங்கின் ஊதுவாய் வழியாக நுழைந்து, உள் சுவர்களில் மோதி, சாய்வுக் கோணத்தில் இருக்கும் அதன் உயர்தள விரிவின் வழியாக வெளிவரும். அப்போது அதன் ஓசை அடர்த்தி பல மடங்கு பெருகுவதால் ஆயிரம், ஆயிரம் சங்குகள் சேர்ந்து ஒலிப்பது போன்ற பேரோசையை மகா சங்கு எழுப்பும். அடித்தளத்தில் அமர்ந்து வாசிக்கப்படும் நாதஸ்வர இசை அவ்வாறே ஒரு மகா நாத உற்சவமாய் விரிவடையும். மக்களை எப்போதும் கட்டுக்குள் வைக்க காற்று வாங்கியில் அமர்ந்து வாசிக்கப்படும் சிறு வாத்திய ஒலி போதுமானது. பிரமாண்டத் தூண்கள் மீது சாய்வுக் கோணத்தில் எழுப்பப்பட்டிருந்த மகா சங்கைச் சமண மலையின் மீதேறி நோக்கினால் மட்டுமே பார்வைக்குள் அடைக்க இயலும். மகா சங்கு திடலைச் சுற்றி வர அரை நாளாகும் என்று கணியர் வேங்கடப்பன் கட்டுமானத்திற்கான முதல் கல்லை எடுத்து வைப்பதற்கு முன்பே அறுதியிட்டுக் கூறியது பத்தாண்டுகளுக்குப் பின்னர் நிரூபணம் ஆகியிருந்தது. நானூறு தட்சர்களையும், இரண்டாயிரத்து ஐம்பது சுமை தூக்கிகளையும், பன்னிரண்டு யானைகளையும் உயிர் வற்ற உறிஞ்சி மகாசங்கு தன்னை எழுப்பிக்கொண்டிருந்தது. அதனோடு நில்லாமல் ஒவ்வொரு தச அடி உயர்வதற்கும் எட்டு உயிர்களை அது காவு கேட்டிருந்தது.

ஸ்ரீவத்சர் வாயிலை அடைந்திருந்தார். அங்கிருந்து நோக்க மகா சங்கின் அமைவிடம் யானைகள், கல் சுமப்போர் எனப் போர்

ஒத்திகையிடும் இடமாகக் காட்சி தந்தது. நிலம் அப்போதுதான் குலுங்கி ஓய்திருப்பதைப் போன்ற புழுதிப்படலம். அதன் நடுவே பளபளத்து நின்ற மகாசங்கின் மீது இன்னும் ஓரடி கனத்திற்குச் சுதை பூசப்பட்டு வழுவழுப்பு ஏற்றப்பட்டிருந்தது. வெண்பட்டு போர்த்தியதைப் போல் ஒளிர்ந்த வெளிப்புறத்தில் புண்டரீகம், விஷ்ணு நாமம், கலைமகள், தேவர்கள், ஆழ்வார்கள் எனச் சிற்ப வேலைப்பாடுகள் நடைபெறவேண்டியதே மீதமிருக்கும் பணி. கடந்த முறை கண்டதைவிடவும் தற்போது சுதைப் பூச்சு கூட்டப்பட்டிருந்ததால் கோபிலனுக்கு மகாசங்கு ஆழியிலிருந்து கண்டெடுக்கப்பட்ட, மலையளவுள்ள நிஜமான வலம்புரிச் சங்கைப் போல் தெரிந்தது. சமண மாலையடிவாரத்திலிருந்து இறங்கிவரும் காற்று மகாசங்கின் காற்றுவாயினில் குவிக்கப்படுவதை அவன் இப்போது நேரடியாகவே உணர்ந்தான். அக்காற்று சங்கின் ஊதுவாய்க்குள் நுழைந்து மேல்மார்பினூடாக வெளியேறி இம் இம்... என்ற மகா முனகலாய் மாறியதில் அவ்விடமே இடைவிடாது அதிர்ந்தது. அவ்வொளியில் இடையூறுகளும், பிறழ்வான ஓசைகளும் எழுவதைக் கேட்டு மகாசங்கின் பிழை இன்னும் களையப்படவில்லை என்பதை ஸ்ரீவத்சர் அறிந்துகொண்டார். சங்கின் ஓசை விம்மல் போல் மாறுவது கண்டு அவர் முகம் சிவந்தது. அவர் சங்கை நோக்கி நெருங்கி வரவும் அனைவரிடமும் திகிலான மௌனம். கணியர் வேங்கடப்பன், பெருந்தச்சர் என அனைவரது கண்களிலும் பதற்றச் சலனம். குதிரை வாகனத்திலிருந்து இறங்கிய ஸ்ரீவத்சர் பட்டு வஸ்திரம் தரை உரச, காவல் சேனைகள் புடைசூழ நடந்துவந்தார். பிரளயம் ஒன்று சட்டென்று இடைநிறுத்தம் கண்டதுபோன்ற அவ்விடத்தில் இப்போது அமைதி நிலைகொண்டது.

ஸ்ரீவத்சர் தன்னை நோக்கிப் பணிந்த உடல்களைக் கண்டு “பணி தொடரட்டும்” என்றார்.

வெயில் அவ்விடத்தையே கொளுத்திவிடும்படி எரித்தது. புழுக்கம் தாளாமல் கோபிலன் சற்றுத் தொலைவாகப் போய் நிழலைத் தேடினான். மகாசங்கை நெருங்கிய ஸ்ரீவத்சர் அதன் பார்வைக்கு அடங்காத உச்ச விரிவை அண்ணாந்து பார்த்தபடி நின்றிருந்தார். சங்கின் வெளிச்சுவரில் பட்டு கண்களை நோக்கிப் பாய்ந்த ஒளிக்கதிர்களை அவரது கரங்கள் மறைத்தன. அவர் அருகில் நின்றிருந்த கணியர் வேங்கடப்பன் தனது விரல்கள்

இல்லாத கரங்களால் பெயரளவில் ஒளியினைத் தடுத்தார். விரல்கள் வெட்டப்பட்ட அவரது கரங்களில் தழும்புகள் புடைத்து நின்றன. தலைமைப் பெருந்தட்சருக்கு மகாசங்கு முழுமையடையும் வரை விரல்கள் எஞ்சியிருக்கும். எனினும் அவர்களுக்கு அதெல்லாம் ஒரு விடயமாகவே தெரியவில்லை. மாறாக அவர்களிடம் ஒரு பெருமிதக் களை குடிகொண்டிருந்தது. விரல்களைக் கூடக் கேட்காவிட்டால் இது எங்கனம் தம் பிறப்பின் பெருஞ்செயலாகக் கருதப்படும் என்ற கர்வப் புன்னகை.

ஸ்ரீவத்சரின் முகவாட்டத்தைக் கண்டு கணியர் தாமாகவே முன்வந்து பேச்சை எடுத்தார்.

"இதைக் கூறுவதற்கு அடியேன் என்னை மன்னிக்க வேண்டும். இது உங்களது கனவு. அதை நானும், பெருந்தட்சரும் உள்வாங்கும்போது பிசிறுகள் எழுவது இயற்கைதானே."

ஸ்ரீவத்சர் தன் சினத்தைப் பொறுத்துக்கொண்டு "ஆமாம். இது என் கனவுதான். ஆனால் அதை நான் இவ்வளவு தெளிந்த உருவாகக் காணவில்லை. என் கனவை நீர் உங்கள் கனவாகக் கைமாற்றி வளர்த்துள்ளீர். நீர் ஆறு ஆண்டுகள் இடைவிடாது கணிதச் சமன்பாடுகளைக் கொணர்ந்து இதற்கு வடிவம் அமைத்தீர். அதன் பிறகு பெருந்தச்சர் இதனைத் தன் கனவாக்கிக்கொண்டார். இதோ அவரிடம் மட்டும் இது பத்தாண்டுகள் கடந்தும் நீடிக்கின்றது. ஒரு மாபெரும் கனவை நாம் எல்லோருமே பங்கிட்டுக்கொள்கிறோம் என்பதில் எத்தனை மன நிறைவு உண்டாகிறது பாருங்கள். ஆனால், நான் பிசிறு என்று எண்ணுவது மகாசங்கின் உருவ முழுமையில்தான். இன்னும் ஏதோவொன்று இதில் இணையவேண்டும், அல்லது கழியவேண்டும்" என்றார்.

பெருந்தச்சர் முன்வந்து, "அடியேன் உங்கள் முன் பணிகிறேன். சிறிதளவேனும் குறைபாடு இல்லாமல் ஒரு கற்றளி எழமுடியாது என்பதைத் தாங்கள் அறியாதவர் அல்ல. காற்றுவாய் அதன் உச்சகட்ட, பாதுகாப்பான அளவை அடைந்துவிட்டது என்பது திண்ணம். அருகில் சென்று பார்த்தால் புரியும். காற்றின் அழுத்தத்தினால சங்கின் உட்புறச் சுவர்கள் வியர்த்து நிற்கின்றன. தாங்கி நிற்கும் அத்தனை தூண்களிலும் அதிர்வை உணரமுடிகிறது. எந்நேரத்திலும் கற்றளி யட்சி

விழித்துக்கொள்ளும் அளவிற்கு முழுமை. இதற்கு மேல் காற்றுவாயின் துவாரம் குறுகினால் காற்றடி காலத்தில்...”

எச்சிலை விழுங்கிவிட்ட தயக்கத்துடன் “காற்று மகா சங்கைப் பல நூறு துண்டுகளாகப் பிளந்து எறியக்கூடும்” என்றார்.

அதைக் கேட்டுச் சினம் பொறுக்காத ஸ்ரீவத்சர் “நிறுத்து. பிழை வேறு குறை வேறு. இங்கு நிகழ்ந்திருப்பது பிழை...” எனக் குரல் உயர்த்தினார்.

உடன் பெருந்தச்சர் தரையில் வீழ்ந்து மல்கினார்.

“அடியேனுக்குக் கருணை காட்டுங்கள். உபத்திரவமாய்ச் சொல்லவேண்டும் என்பது என் எண்ணமல்ல.”

“எழும்... இனி இதுபோல் சொற்களை விடாதீர். என்னுடைய அடுத்த விஜயத்தில் சங்கின் ஓசை சுதி சுத்தமாய் ஒலிக்க வேண்டும்” என்றபடி ஸ்ரீவத்சர் குதிரை வாகனம் நோக்கித் திரும்பி நடந்தார்.

விழுந்த இடத்திலிருந்து பெருந்தச்சர் எழாமல் கிடப்பதைக் கூட அவர் திரும்பிப் பார்க்கவில்லை. கோபிலன் வேகமாக முன்வந்து ஸ்ரீவத்சரைப் பின்தொடர்ந்தான். ஸ்ரீவத்சரின் மனம் கடும் வெறுப்பில் துவண்டது. கிருஷ்ணப்பரை உள்ளுக்குள்ளேயே ஆத்திரத்துடன் கறுவினார். இயலாமையும், கசப்பும் அவருள் எல்லைகடந்து கொப்பளித்தன.

“ஒவ்வொன்றிலும் நான் கடைநிலை வரை இறங்கி வந்து சப்தம் எழுப்பவேண்டியிருக்கிறது. அவனுக்கு என்ன? அவனுக்குக் கலைகள் பற்றி என்ன உருத்து? ஸ்த்ரிகளின் தூமைகளைப் பற்றி மட்டுமே அவனுக்குக் கவலை. அனைத்துச் சுந்தரிகளிடமும் கமழ்வது ஒரே வாடைதான் என்பதை இத்தனை வயதாகியும் அறியாத மூடன். யாரைக் குற்றம் சொல்ல? தத்துவ அறிவற்ற, எங்கோ திரிந்த இடையர் கூட்டம் முடியேறினால் இதுதான் நேரும். ஒரு காட்டுமிராண்டிக் கூட்டத்திற்கு அஞ்சி, இன்னொரு ஞான சூனியக் கூட்டத்திடம் தென்னகத்தை ஒப்படைத்தது பெரும் பிழை. இந்நிலை தொடர்ந்தால் ஆயிரம், ஆயிரம் ஆண்டுகளாய் நீண்டுசெல்லும் ஞானவழி இந்த வீண் பதர்களால் மூடப்பட்டு மறைந்துவிடக் கூடும்.”

***

மேற்கு மலைக்காட்டில் வருணப் பொலிச்சல் நின்றிருக்கவில்லை. இரவும், மழையும் ஓயாது நீண்டன. வனமெங்கும் ஒருவித துக்க முனகல் கசிந்தோடியது. சகதி புரளும் இருண்ட வெளியில் சாம்பன் தொலைந்திருந்தான். அவனது உடலெங்கும் முளைவிட்டிருந்த அம்மைக் கொப்புளங்கள் செடிகள், மரங்களில் உராய்ந்து பிய்ந்து வடிவதும், பிறகு ஊன் நீர் ஓடிய இடங்களில் புதுக் கொப்புளங்கள் தலையுயர்த்துவதுமாய் இருந்தன. கனத்த மழைத்தூறல்கள் அவற்றின் மீது விழும்போதெல்லாம் அவன் வலி பொறுக்க இயலாமல் சாவின் பாதையைத் தேடினான். இமைகள் மீது தோன்றியிருந்த அம்மை மொட்டுகள் அவனது விழிகளுக்குத் திரையிட்டிருந்தன. இருளையும், ஈரத்தையும் தவிர அவனால் வேறெதையும் உணரமுடியவில்லை. அம்மைக் காய்ச்சலில் அவன் மேனி சுட்டெரித்தது. தீய்ந்த இரும்பின் மீது விழும் நீராக அவனுடலில் உதிர்ந்த ஒவ்வொரு சொட்டுத் தூறலும் அவனது ஆவியை உஷ்ணத்துடன் பிய்த்தது. பரிதியை ஏற்றிய மரத்திலிருந்து எவ்வளவு தொலைவில் இருக்கிறோம் என்பதையே அவனால் அறிய முடியவில்லை. பள்ளமும், மேடும், முட்களும், புதர்களும், முழங்கால் வரை பதியும் சேற்றுக் குழிகளும் மாறி மாறி எதிர் வந்தன. காடு வழிவிட்டு ஒதுங்கிக்கொண்டதைப் போல் சில இடங்களில் திறந்தவழி மழையை உணர்ந்தான்.

இமைகளைத் திறக்க முயன்று துடித்தான். இமை விலகல் என்பது அவனுக்குப் பாறையைப் பிளப்பது போல் கடினமானதாய் ஆகியிருந்தது. மங்கலான திறப்பில் மழையும், இருளுமே நிறைந்திருந்தன. அவ்வப்போது தன் முதுகுக்குப் பின்னால் இரு பிசாசு உருவங்கள் நிற்பது போல் பிரமை உண்டானது. அவை புதருக்குள் தான் கொன்றுபோட்ட காவலர்களோ என அஞ்சி நடுங்கினான். இந்த ரணமும், அச்சமும் எப்போது தீரும்? மரணத்தை அவன் முழு மனதுடன் வேண்டினான். ஏதோ ஒரு மரத்தில் மோதிக்கொண்டபோது அரிவாளைக் கீழே நழுவவிட்டது எத்தனை பெரும் தவறு. கையில் அரிவாள் இருந்திருந்தால் இந்தத் துயர் முடித்தல் ஒரு விரலசைப்பைப் போல் எளிதாக இருந்திருக்கும். நமநமவென அரித்த இடங்களை எல்லாம் நகங்களால் கீறியபடி நகர்ந்தான். எதிரில் மரணம் அதன் அலகினைக் குகைபோல் அகட்டி அமர்ந்திருந்தால் இந்த அல்லல் தீர்ந்துவிடும். அது என்னை வலியின்றி விழுங்கிட வேண்டும்.

உடலில் முட்களும், செடிகளும், நீட்டி நிற்கும் மரக் கணுவுகளும் தொடர்ந்து பாய்ந்தன. ரணயெரிச்சல் தாளாமல் அவற்றிடம் தன் எதிர்ப்புணர்வைக் காட்டினான். வலது புஜம் கிழிக்கப்பட்டு அவ்விடத்திலிருந்து உதிரம் கொட்டுவது கூட அவனது உணர்வுக்கு வரவில்லை. ஒரு பருத்த உருவில் நெற்றி கலங்க மோதிக்கொண்டான். தலை பிளக்கும் வலி. அவ்வுருவைப் பற்றியபடி, அறுபட்ட பன்றியைப் போல் அசிங்கமாக கூச்சல் எழுப்பினான். முதலில் அதொரு காட்டெருது போல் தொனிந்தது. மார்பில் உராய்ந்த தடிமனான பட்டைகளை உணர்ந்து அது ஒரு மரமென அறிந்துகொண்டான். மழைச் சத்தம் செவிகளில் ஓயாதிருந்தும் அதனடியில் நீர் ஒழுகல் குறைவாகவே இருந்தது. நெருக்கமான இலைகளைக் கொண்ட, கிளைகளைக் குடை போல் விரித்த மரமாக அது இருக்கவேண்டும். காற்று இறைத்த தூறல்களாலும், கிளைகளினூடாக வழிந்த நீரினாலும் மட்டும் அதன் அடிப்பாகம் நனைந்திருந்தது. நடுங்கித் தவித்த சாம்பன் தன்னுடலை அந்த மரத்துடன் இறுக்கிக்கொண்டான். எனினும் உயிர் வதைக்கும் காய்ச்சலில் உடல் முறுக்கிக்கொள்வதும், உடனேயே தளர்வதுமாய் இருந்தது. கை, கால்கள் கட்டுப்பாடின்றி வெடவெடத்து அலைந்தன. இரவு விலகிச்செல்கிற வரை விடாது ஒலித்த அவனது ஜீவனின் செருமல் மந்தாரப் புலரியில் சற்று அடங்கியது. புதிதாய்த் தோல் உரித்த கருநாகம் ஒன்று அவனது உடலில் ஏறிக் கடந்தபோதும் அவனது மேனி சிலிர்ப்படையவில்லை.

***

நண்பகலில் மழை ஓய்ந்திருந்தது. மேகங்கள் அகன்று, விழிப்படைந்த காட்டைச் சாம்பன் தன் முதுகால் உணர்ந்தான். அவனுக்குத் தன்னுடைய உணர்வுகள் யாவும் வெகு உயரத்தில் எதிலோ தொக்கி நிற்பதாகத் தோன்றியது. மற்ற உயிர்கள் யாவும் மறைந்து காகங்கள் மட்டுமே வனமெங்கிலும் வாழ்வது போல ஒரு பிரமையான தோற்றம். அவை தன் முன்னால் நடமாடுவதைக் கண்டு விழிகளை மிரட்சியோடு அகட்டினான். இவை எப்படி இங்கே? ஒற்றைக் காகத்திற்கு மாறாய் பல்லாயிரம் காகங்கள். அவனது எண்ணங்கள் நிலைகுத்தின. ஏன் இத்தனை காகங்கள்? இவ்வளவு பேரும் என் முன்னோர்களா? இல்லை... இல்லை. இவை என்னுடைய முற்பிறவி அலைச்சல்களின் வெளிப்பாடா? நான் எத்தனை முறை பிறந்தேன்? எல்லா

பிறப்பிலும் எனக்கு இதே விதிதானா? அப்படியென்றால் இதோ... இப்போது நிகழப்போகும் என் மரணத்தோடு என் துயரங்கள் முடிவுறாதா? காகங்கள்... எத்தனை... எத்தனை? பல்கிப் பெருகுகின்றன. என் பிறவிகளும்... என் துன்பங்களும்.

அந்திப்பொழுது துரிதமாகத் தேய்ந்தது. வனம் தனது பசுமையை உதிர்த்து இளம்சாம்பல் வண்ணத்தைப் பூசிக்கொண்டது. இரவாடிகள் உலாவர ஆயத்தமாகின. சட்டென்று அத்தனைத் துயரும் நீங்கியவனாய் சாம்பன் ஆத்ம பலத்துடன் எழுந்து நடந்தான். எங்கு செல்ல வேண்டும் என்ற நினைவில்லாமல் நடந்தான். யானைகளைப் பிடிக்க எப்போதோ தோண்டப்பட்டு, கால நகர்வினால் பாதியளவு வரை தூர்க்கப்பட்டிருந்த யானை வாரிக் குழி அவன் பாதையில் எதிர்ப்பட்டது. மீண்டும் காகங்கள் அவனை நோக்கி அலை அலையாய்ப் பறந்து வருவதை இமைகள் உணர்ந்துகொண்டும் அவனது பார்வை அக்குழியை விட்டு அகலவில்லை. அவனது விழிகள் அதிர்ச்சியால் உறைந்திருந்தன. தீக்கடம்பை! குழியின் மையத்தில்...

இருளை வெட்டி அம்மலர் செந்நிறத்தில் ஒளி வீசிக்கொண்டிருந்தது. பனிக்கட்டியினால் ஆன சிற்பம் ஒன்றினைத் தூக்க முற்படுவதைப் போல் ஒவ்வொரு கண அடியையும் சாம்பன் நிதானமாக எடுத்து வைத்தான். தீக்கடம்பையைக் கண்ணுறுவது அரிது. மீறி கண்ணுற்றாலும் அது ஒரு நாகத்தைப் போல் நகர்ந்து மறைந்துவிடக்கூடும் எனப் பெரியசாமி கூறியிருந்தது அவனது நினைவிற்கு வந்தது. குழியை அடைந்து மெல்ல கால்களை அதனுள் சரிந்தவாக்கில் ஊன்றி இறங்கினான். பழுத்த சருகுகள் அவன் காலடியில் நசுங்கி அடங்கின. அவற்றின் அழுகிய நெடி அவனை அங்கிருந்து வெளியேற்ற முயன்றது. அவன் தனது புலன்கள் அனைத்தையும் குறுக்கி, மையத்தில் இருந்த தீக்கடம்பை மலரை நோக்கிப் பாய்ச்சினான். யாவற்றையும் மறந்தவனாய் அதனை நோக்கி நடந்தான். ஆனால் அவ்வளவு நடந்தும் அவனுக்கும் அந்த மலருக்கும் இடையேயான தொலைவு குறையாமல் அப்படியே இருந்தது.

அதனை நெருங்கிவிட வேண்டும் எனப் பாதங்களைப் பாய்ச்சலுடன் வைத்தான். ஆனால் அது ஒரு கனவு தேவதையைப் போல் அவன் அடையமுடியாத தூரத்திலேயே இருந்தது. தலையுயர்த்தி மேலே நோக்கினான். காடு மறைந்திருந்தது.

குறுமிளகு அளவிலான வெளிச்சத் துகளுக்கும் இடமில்லாத இருள் முடிவிலியாய் வியாபித்திருந்தது. இருள் என்பது பல்வேறு வண்ணங்களின் குழைவு. அதில் ஏதோ ஒரு வண்ணம் அளவில் மிகும்போதோ அல்லது குன்றும்போதோ இருளின் தன்மையும் மாறுபடுகிறது. ஆனால் அத்தனையும் சமமான அளவில் கலப்பது என்பது ஓர் அபூர்வ நிகழ்வு. அவ்விருள் எத்தகைய ஒளியையும் தன் மீது மோத அனுமதிக்காது. அப்படியான ஓர் இருளில் சாம்பன் நின்றிருந்தான். இதுவரை தான் வாழ்வில் கண்ட யாவும் இருளெனும் பிரமாண்ட உருவின் மீது போர்த்தப்பட்ட மாயத் திரைகளே என எண்ணினான். இது மட்டுமே நிஜம். காலமும், வெளியும் கூட உண்மையில்லை. அவை இந்த அகால இருளின் மீது பொறிக்கப்பட்ட வெற்று அலங்கார ஜரிகைகள்தான்.

அந்த இருண்ட பள்ளம் கணங்களில் விரிவடைந்து காட்டையும், மலையையும் தனக்குள் புதைத்துவிட்டிருந்தது. அதன் கருமை திசைகளுக்குள் அடங்காததாய் இருந்தது. இனி ஒளியென்பதே இல்லை. எனவே காலமும் இல்லை. தீக்கடம்பையும், தானும் மட்டுமே அங்கு காலமற்று இருப்பதாக அவன் கருதினான். அண்டச் சுடர்போல் அம்மலர் அதே இடத்தில் வீற்றிருக்க அதை அடையும் வேட்கையுடன் சாம்பன் தொடர்ந்து நடந்தான். அவனது நடை ஓர் முடிவுறாத வட்டப் பாதையை எடுத்திருப்பதை அவன் அறிந்திருக்கவில்லை. அவன் அந்த வட்டப்பாதையில் நடந்தபடியே இருந்தான். நாள்களாய், வருடங்களாய்... ஏதோ ஒரு புள்ளியில் தான் ஒரு விடுபடமுடியாத சூனியத்திற்குள் சிக்கிக்கொண்டிருப்பதை அவன் விளங்கிக்கொண்டான்.

எனினும் அம்மலர் நோக்கி நடப்பதைத் தவிர பிறதொரு விதி அவனுக்கு அங்கில்லை.

இடைநிறுத்தம்

இரவாடிய திருமேனியின் முதல் சருக்கத்தைக் காந்தர்வன் பாடி முடித்தபோது சபைக்கு வெளியே மண் வறுக்கும் வெயில் சூழ்ந்திருந்தது. என்றைக்கும் இல்லாதபடி கொளுத்திய அந்த உச்சிப்போழ்தின் ஒளி நயனத்தையும், அதனால் எழுந்த புழுக்கத்தையும் சபையினரின் களைத்த முகங்களில் காந்தர்வன் தெளிவுறக் கண்டான். அவனது மேற் கச்சையற்ற கரியமேனி வியர்வையில் முறுகிப் பளபளத்தது. களவு வேட்டம் புரிந்தது போல் நாவில் தாக வறட்சி. ஏவலனிடம் பருகுவதற்கு நீர் கேட்டான். அவனது குரல் ஓய்ந்திருந்த இடைவெளியில் காவியச் சபை தன் எண்ணங்களை எதிரொலிக்கத் தொடங்கிற்று. எண்ணங்கள் மெல்ல கூச்சலும், வசவுமாய் மாறின.

அரசவைக் கவிராயர் தன் இருக்கையிலிருந்து எழுந்து "நீசன்... நீசன். இது காவியமா? இதைக் காவியம் என்று இந்தச் சபை ஏற்குமென்றால், நான் என்னைக் கழுவில் ஏற்றிக்கொள்வேன். பன்றியின் உலர்ந்த விட்டையைப் போல் எதையோ அடுக்கி வந்திருக்கிறான். இதன் நாற்றத்தை இதற்கு மேல் பொறுக்க இயலாது" எனச் சீறினார்.

அவருக்குத் துணைக்குரலாய் ஓர் இளங்கவி "இது கிருஷ்ணபுரம் காவியத்தைத் தழுவியும் அமைந்திருக்கிறது. ஆனால் அவலட்சணமான முறையில்" என்றான்.

தொடர்ந்து வந்த வினாக்களில், வசவுகளில் காந்தர்வன் அயர்ச்சியுற்றான். சொல்ல விழைவதும், சொல்லாக மாறுவதும் ஒன்றல்ல. ஒரு கவிஞனால் தன் மனதில் இருக்கும் காவியத்தை அதன் ரூபம் கெடாமல் ஏட்டில் எழுத இயலாது. அடுக்கப்படும் வரிகள் ஒவ்வொன்றும்

அதனதன் போக்கில் ஓர் அர்த்தத்தை எடுத்துக்கொள்ளும். மேலும் கவிஞனை வெறும் சான்றாக மட்டும் நிறுத்திக் காவியம் தன்னைத்தானே எழுதிக்கொள்ளும் என்பதை அவன் ஏற்கெனவே அறிந்திருந்தான். ஆனால் முதல் சருக்கத்தைப் பாடிய பின்னர், கவிஞன் கூற விழைவது, எழுதப்படுவது ஆகிய இரண்டிற்கும் அப்பால் காவியத்தைப் பெறும் மனங்கள் முற்றிலும் வேறான ஒன்றை நுகர்ந்துகொள்கின்றன என்பதை அவன் விளங்கிக்கொண்டான். சபையினர் தீக்கடம்பை மலரை ஒரு சூழ்ச்சி வடிவில் புரிந்துகொண்டது அவனுக்கே விநோதமாக இருந்தது. வாழ்வின் முடிவு வரை கைக்கு எட்டாத ஆன்மீக ஒளி, பிறப்பெடுத்த அனைவரும் நிச்சயமற்ற ஒன்றினைத் தேட விதிக்கப்படுதல், அதில் இடைவிடாது அலைக்கழிக்கப்பட்டாலும் அதனூடாக உவகையும், ஆர்வமும் கொள்ளுதல், ஒரு புள்ளியில் தேடல் நிறைவுறாமலேயே அற்பமாகச் செத்துப்போதல் ஆகியவற்றை உணர்த்தும் மறைபொருளாகவே அவன் அந்த மலரைக் காவியத்தில் எழுதியிருந்தான். ஆனால், அவனது உரையில் அம்மலர் தனக்கென்று வேறொரு மர்மமான அர்த்தத்தை எடுத்துக்கொண்டதும், காவியத்தின் மற்ற அனைத்து நிகழ்வுகளையும் புறம்தள்ளிச் சபையினரின் கருத்தில் அது நிலைகொண்டதும் அவனுக்குப் புதிராகத் தோன்றியது. சபையினர் முன்பாக, ஏட்டில் இல்லாத, பல பாக்களைப் பாடுகிற வேகத்தில் புதிதாக இயற்றி, அதற்கு உரை அளித்திருக்கிறோம் என்பதும் மெல்ல அவனது நினைவுக் கொப்பறைக்கு எட்டியது.

அந்தக் குழப்பமான சூழலுக்கு நடுவே அவனை நோக்கி வெளிப்பட்ட அரசரின் கனிவான பார்வை மட்டும் அவனுக்கு ஆறுதல் அளிப்பதாய் இருந்தது. சபையினரைப் போல் அவர் சினம் கொள்ளவில்லை என்பதை அதன்பிறகு எழுந்த அவரது குரல் உணர்த்திற்று.

"கவிராயர்கள் அமைதிகாக்க உத்தரவு இடுகிறேன். இந்தக் கள்வன் இயற்றிய காவியம் மரபான இலக்கணத்தில் இல்லை. அதனோடு இவன் ஒவ்வொரு பாடலையும் சந்த ஒழுங்கும், யாப்பும் உள்ளே நுழையாதபடி ஏதோ ஒரு சூட்சமத்துடன் இயற்றியிருக்கிறான் என்பதை உங்களது வாதங்களிலிருந்து நானும் அறிந்துகொள்கிறேன். கவிராய மரபை முழுவதும் புறக்கணிக்கும் விதத்தில்தான் இவன் இக்காவியத்தை

இயற்றியிருக்கிறான் என்பது திண்ணம். ஆனாலும் அதை இகழ்வது முறையல்ல. மேலும் காவியத்தில் இடம்பெறுகிற மகாசங்கு ஓர் அற்புதமான கற்பனையாகத் தோன்றுகிறது. எனவே..."

அவரை இடைமறிக்கும் விதத்தில் அரசவைக் கவிராயர் இருக்கையிலிருந்து எழுந்து "அரசே! என்னை உங்கள் வாளுக்கு இரையாக்கிய பின் அதைக் காவியம் என்று விளியுங்கள்" என்றார்.

அரசரையே குறுக்கிட்ட கவிராயரின் செய்கை சபையினரை அதிர்ச்சியில் ஆழ்த்திவிட்டது. அரசர் தன் கட்டளைப் பார்வையால் கவிராயரை அமர வைத்தார். ஆனாலும் அவரால் காந்தர்வனின் காவியம் பற்றிய தனது கருத்தைத் தொடர்ந்து எடுத்துரைக்க இயலவில்லை. சபை நடுவே காந்தர்வன் நிராதரவாய் நின்றான். கவிராயர் தன் மாணாக்கரை ஏவிவிட்டு மௌனம் காத்தார். மாணாக்கர் சபை ஒழுங்கை மீறி, காந்தர்வனை அங்கிருந்து விரட்டும் படி கூச்சல் எழுப்பினர். அவர்களில் ஒருவன் "இந்த ஏட்டுக் கழிவைக் காவியமென ஏற்க இயலாது. சபை இதை அரங்கேற்ற அனுமதித்ததன் மூலம் எங்கள் கவிராயர் இழிவு செய்யப்பட்டிருக்கிறார். அதற்கு ஈடாய் நாங்கள் அனைவரும் தீயில் வீழ்வோம்" என அறைகூவல் விடுத்தான்.

சபையின் நிலைமை கைமீறிச் செல்வதை அரசர் உணர்ந்தார். காவலர்களைக் கொண்டு புலவர்களையும், பாணர்களையும் அடக்குதல் முறையன்று. மேலும் அவருக்கிருந்த அரசவைப் பணிகளில் அந்தக் காவிய அரங்கேற்றமும், கவிராயர்கள் எழுப்பும் வாதங்களும் அவ்வளவு முக்கியமானதாய்ப் படவில்லை. கவிராயர்களின் மனம் கோணாதபடி அந்த இடர் தீர்க்கப்பட்டால் போதுமென்ற முடிவுக்கு வந்தார். கரம் உயர்த்திச் சபையை அமைதியுறச் செய்தவர் காந்தர்வனின் காவிய அரங்கேற்றத்தை முதல் சருக்கத்துடன் நிறுத்துவதாகவும், மேலும் அவன் அரங்கிலிருந்து உடன் வெளியேறவேண்டும் எனவும் உத்தரவு பிறப்பித்தார். எனினும் அவரது உத்தரவில் காந்தர்வனின் படைப்பை அங்கீகரிக்கும்படியான வெகுமதியும் இருந்தது.

“கம்பன் கவிபாடிய இந்த அரங்கம் வீண் சப்தங்களால் நிறையக்கூடாது. நான் கவிராயர்களின் கூற்றை ஏற்கிறேன். இந்தக் கள்வன் உடன் சபையை விட்டு வெளியேற வேண்டும். காவியச் சபையின் விதிகளின் படி இவன் ஒரு பொன்முடிப்பை வெகுமதியாகப் பெறுவான்” என்றார்.

காந்தர்வன் அரசரை நோக்கி “நான் வெளியேறுகிறேன். உங்கள் வெகுமதியை என்னால் ஏற்க இயலாது. பொன்னோ, பொருளோ... அதைப் பெறுவதற்கு எனக்கு எப்போதும் வேறொரு வழி இருக்கிறது. ஆம், திரும்புகிற வழியில் உங்கள் நாட்டுக் காவலர்களின் திறனை நான் சோதிக்கக்கூடும்” என்றான்.

அரசர் புன்னகைத்தவாறு “மூடன்” என்றார்.

காந்தர்வன் தன் காவிய ஏடுகளை அள்ளி முடிந்துகொண்டு சபை நீங்கினான். அவனை அந்த அவமானம் சிறிதளவும் சீண்டவில்லை. மாறாகக் காவியம் அவனது ஏவலுக்குப் பழகாத உடும்பாய், அதன் போக்கில் தன்னை நிகழ்த்திக்கொண்டதும், தான் உணர்த்த விரும்பியதற்கு மாறாக இன்னொன்றை உணர்த்தியதுமே அவனுக்கு மனச்சோர்வை அளித்தது. காவியத்தின் நழுவலும், தான்தோன்றித்தனமும் அவனுக்குப் பிடிபடவில்லை. தானே தன் காவியத்திலிருந்து உதறப்பட்டதாக உணர்ந்தான். அதனோடு பாடப்படாத இன்ன பிற சருக்கங்களின் நமைச்சல் வேறு. ஏடுகளைச் சுமப்பதா? அல்லது முழுதாய் உதறவா? அவன் விடைதெரியாமல் தவித்தான். இது என்ன வேதனை? இனி எங்கு சென்று இதன் சொற்குவியலை இறக்குவேன்.

வியர்த்தமான மனதுடன் நடந்தவன் முடிவில் காவிரிக் கரையோர நிழல்விரிப்பில் தன்னைக் கிடத்திக்கொண்டான். திருவரங்கத்திற்கு வரும் வழியில் களவெடுத்த பொன் ஆபரணங்களை அவன் அங்குதான் ஒரு மரத்தடியில் அடையாளமிட்டுப் புதைத்து வைத்திருந்தான். களைத்திருந்த அவன் உடல் உறக்கத்தை வேண்டியது. இமைகள் பிசுபிசுத்தன. உடலை மரத்தடியில் சாய்த்துக்கொண்டு விழிகளை மூடினான். இழிவை மறந்த பகலுறக்கம்.

அவன் மீண்டும் கண்விழித்தபோது அந்தி சாய்ந்திருந்தது. பசியும், நாவறட்சியும் அவனை எரிச்சலுற வைத்தன. மண்ணிலிருந்து

உயர்ந்த அவனது உருவைக் கண்டு ஒரு மரநாய் புதர்மறைவில் ஓடி மறைந்தது. அப்போது காற்றில் வந்த பழத்தேறலின் புளித்த மணம் அவனது நாசியை உரசிற்று. காந்தர்வன் அதன் பிறப்பிடத்தைக் கண்டுகொண்டான். கரையை ஒட்டி ஒரு வேசையர் மடம் அமைந்திருந்தது. அதன் மஞ்சள் ஒளி பாவிய தோற்றமும், உள்ளிருந்து எழும் யௌவனக் குரல்களும் அவனை ஈர்த்தன. ஆபரணங்களைத் தோண்டி எடுத்துக்கொண்டு அவ்விடம் நோக்கி நடந்தான். கம்பன் வேசையர் வீதிகளில் திரிந்தான் என்கிற நினைவு அவனுள் திடுமென எட்டிப்பார்த்தது. ஆயிரம் முறை ஆடிச் சலித்தாலும் மீண்டும் ஒரே ஆட்டத்தை ஆடும் காலத்தின் கொடும் புத்தியை நினைத்துக் கடவாய் ஒதுக்கிச் சிரித்தான். தோற்றுப்போன கவிஞர்கள் எல்லோரும் வேசைகளிடமே சரணடைகிறார்கள். அந்த வகையிலேனும் கம்பனுக்கு நிகராய் ஆக வேண்டும் என்கிற நோக்கிலா?!

காந்தர்வன் மடத்தின் வாயிலை அடைகையில் அவனை மோதிவிடும் வேகத்தில் ஒருத்தி வெளிப்பட்டாள். அவளது தலைக்கு மேலாக உயர்ந்திருந்த அவனது எருதுடல் அவளை விறைத்து நிற்க வைத்துவிட்டது. பிறகு தலையை அசைத்து அவனை வரவேற்கும் நோக்கில் புன்னகை புரிந்தாள். போதையில் கண்கள் சொறுகி, மடத்தின் புழுக்கம் சூழ அவளுடன் முதல்முறை கூடும்போது அவளது பெயரைக் கூட அவன் வினவவில்லை. முதலாம் சாமத்தில் குறியோங்கி மீண்டும் அவளே வேண்டுமென அவளுக்காகக் காத்திருந்தான். அவளும் வந்தாள். நதிக்கரையில் குளிரான மணல்மேடு ஒன்று இருக்கிறது என்றாள். இருவரும் ஓசையின்றி அங்கு சென்றனர். அவளது இடது மார்பை உறிஞ்சிவிட்டு வலது மார்புக்கு மாறும் இடவெளியில் அவளது பெயர் என்னவென்று வினவினான்.

“வானதி. தாங்கள்?”

“காந்தர்வன்.”

“வணிகரோ?”

காந்தர்வன் சிரித்தபடி “இல்லை. நான் கவிஞன். கம்பன் சபையில் ஒரு காவியம் அரங்கேற்ற வந்தேன்.”

அதைக் கேட்டதும் வானதியின் விழிகள் உயர்ந்தன. அவனது தோள்களைப் பற்றிய கரங்களில் மென்மையும், ஒருவிதத் தயக்கமும் கூடின. கூடல் முடிந்த பின் அவனது அருகில் அமர்ந்துகொண்டாள். கவிஞர்களின் விதியை முழுமுற்றாய் அறிந்தவள் போல் அவளது விழிகளில் ஒரு கனிவு.

அவனைப் பரிவுடன் நோக்கி "எனக்கு நிறைவளித்தீர். என் மேனியெங்கும் நிலவின் தூறலை உணர்கிறேன்" என்றாள்.

நிலவின் தூறல்! காந்தர்வன் அவள் கூறியதை மனதிற்குள் மீட்டிப்பார்த்தான். அவனுள் வியப்பும், மலர்ச்சியும் எழுந்தன. அந்தச் சொற்களுக்காகவே அவளை அணைத்துக்கொள்ள வேண்டும் போல் தோன்றிற்று. அவளை நெருங்கி அமர்ந்துகொண்டான். காவிரியின் நீர்ப்பெருக்கென அவனிடம் சொற்கள் பீறிட்டன. தான் திருவரங்கத்திற்கு வந்தது தொடங்கி காவிய அரங்கேற்றம் வரையிலான அனைத்து நிகழ்வுகளையும் அவளிடம் கூறினான். பேச்சினூடாகவே அவளது மடியில் தலைசாய்த்திருந்தான். அவளது மருதாணி வாசம் கமழும் விரல்கள் அவனது நெற்றியை வருடின. காற்று காவிரியின் குளிர்மேனியை அள்ளிவந்து இருவர் மீதும் பொழிந்தது. அவன் தன் காவிய வேட்கையையும், அதனால் உண்டான இழிவையும் அவளுடனான அந்த நிலவெரிக்கும் இரவில் உதறியிருந்தான். அவன் ஓயாமல் பொழிந்த சொற்களில் அவள் சற்றும் அசமந்தம் கொள்ளவில்லை. அவனது காவியப்பாக்கள் ஊற்றிய செவி இன்பத்தில் அவளின் உடல் மிதப்பு கண்டது. காந்தர்வன் அவ்வாறாகச் சபை நீங்கிய தனது காவியத்தை வானதி என்ற வேசையின் மடியில் அரங்கேற்றத் தொடங்கினான்.

காடு விஸ்தாரமான அமைதியுடன் புலர்ந்திருந்தது. எங்கும் பாலில் நீலச்சாயம் கலந்து தெளித்தார் போல் சோகையான வெண்ணொளி. மழையற்ற, உயிர் வாட்டும் குளிரும் இல்லாத சுகமான பெரும்பொழுது. புள்ளினங்களின் குரலில் இன்பவயமான விழித்தெழலை உணரமுடிந்தது. மரங்களிலிருந்து உதிரும் மலர்கள் நகக்குறி உயரம் தத்தி எகிரும் அளவிற்கு உலர்வான நிலப்பரப்பு. காற்றில் மகரந்தத் துகள்களின் இடைவிடாத ஆளுகை. புதர் இடுக்குகளில் மீதமிருந்த எண்ணெய்ப் பிசுபிசுப்பான இருளில் அசைவுகள் தென்பட்டன. மலைத் தொடரில் வற்றிய, சாக்காட்டில் கிடக்கும் உடலென மென்பனி மீந்திருந்தது. யாவற்றிலும் தாள முடியாத பொலிவு. எனினும் அந்தச் சூழலுக்குப் பொருத்தமில்லாமல், வாட்டமான முகத்துடன் ஓர் இளம்பெண் பேச்சி மலையடிவாரத்தில் முட்டிக்காலிட்டு அமர்ந்திருந்தாள். அவள் முன்னே ஒரு குழி தோண்டப்பட்டிருந்தது. கண்ணீர் மல்கிய விழிகளுடன் அவள் அதைப் பார்த்துக்கொண்டிருந்தாள். மண் அப்பிய கூர்மையான பாறையொன்று அவளருகில் கிடந்தது. அவள் தன் கரங்களைக் குவித்து மண்ணைக் குழிக்குள் தள்ளியபோது அவளது இறுகிய மார்புகளுக்கிடையே ஈரம் வழுவழுத்தது. முலைக் காம்புகளில் வியர்வை சொட்டின. மயில் பீலியின் வடிவில் செறிந்திருந்த அக்குள் மயிரிலிருந்து கனமான நெடி வீசிற்று. குழிக்குள் கிடந்த அவளது தாயை இடைவெளிகளின்றி மண் அணைத்துக்கொண்டதும் அவள் எழுந்துகொண்டாள்.

"இதொடு ஓயுமா?

காலம் ஆனதடி.

நானே ஆயியாய், நானே பிள்ளையாய், மாண்டு, மீண்டு...

பெரும்காலம் ஆனதடி.

காடு, மலைகளைப் போல் நினைவுகளால் எழுந்திருக்கும் என்னில் நானென்பது எந்தத் துளி?

கூறடி... கூறடியேய்."

செருமலுடன் ஒப்பாரி பாடிவிட்டு அவ்விடத்தில் ஒரு கல்லை நட்டுவைத்தாள். மனதில் வெறுமை கூடிற்று. அருவிக் கரைக்கு வந்தவள் நீரின் தடதடப்பில் உடலின் அத்தனை இடங்களும் நனையும்படி நின்றாள். தாயின் அகலாத நினைவென அருவிநீர் அவள் தலைமீது தடிப்புடன் வீழ்ந்தது. புனல்பெருக்கு அவளது விழிநீரைத் துளிர்க்கும் முன்பே அடித்துப்போனது. நீர்க்கோலமாய் எழுந்தவள் மஞ்சனத்தி மரத்தில் தொத்திவைத்திருந்த மான் தோலை எடுத்துத் தன் இடையில் சுற்றிக்கொண்டாள். பிறகு நெற்றியில் விழுந்த முடிச்சுருளை ஒகிக்கியவாறு கடம்ப மரங்கள் நிறைந்த இடம் நோக்கி முலைகள் குதிக்க நடந்தாள். உடலைச் சோர்வு ஆட்கொண்டிருந்தாலும் விழிகளில் ஒளி திரும்பியிருந்தது. சோகம் ஒரு கறைபோல் அவளது தடித்த உதடுகளின் ஓரத்தில் கவிந்திருந்தது. தனது முதுகின் தசைத் திரட்சியில் வரிப்புலியும் மருகி நிற்கும் என்பதுபோல் அவள் பின்னோக்காமல் நடந்தாள். அவளது அடர்ந்த கேசத்திலிருந்து நீர் தூறிக்கொண்டிருந்தது. அவள் தன் மார் தேய்த்து நீர்மொட்டுகளை அகற்றியபோது விறைக்காம்புகள் அவளது உள்ளங்கையில் நெருடின. பிருட்டத்திலும், தொடைகளிலும் குழுமியிருந்த நீர்த் திரள் மான் தோலில் ஊறி அதன் வெளுப்பைக் குறைத்திருந்தது.

வனத்திற்குள் இப்போது வெளிச்சம் சிதறிக் கிடந்தது. கடம்ப மரங்களின் சூழிடத்தை அடைந்ததும் உறக்கம் தொற்றுவது போல் வாயை அகட்டினாள். பாதைத் தடத்தில் உதிர்ந்துகிடந்த கடம்ப மலர்களை மிதித்திடாமல் நடந்தாள். விடியலிலேயே குளித்ததில் அவளுக்கு நன்றாகப் பசித்தது. சதுர இடைவெளியில் வளர்ந்து, முற்றியிருந்த நான்கு மரங்களுக்கு நடுவே மூங்கில்களைக் கொண்டு அமைக்கப்பட்டிருந்த ஏறு மாடத்தை அவள் நெருங்கினாள். அவளில்லாத இரவில் கொன்றுண்ணி எதுவும் மாடத்திற்குள் ஏறிப் பதுங்கியிருக்கக் கூடும். மாடத்தை நோக்கி மூக்கை உறிஞ்சி மோப்பம் பிடித்தாள். மீண்டும் இறுக்கிக் கட்டுவதற்காக அவள் மான் தோலைச் சற்றுத் தளர்த்தியபோது அவளது தொடை இடுக்குகளில் குளுமை சுரீர் என உரசிச் சென்றது. ரோமங்கள் விறைத்து,

அடிவயிறு இறுகியதில் உதட்டை மடித்துக்கொண்டாள். முலைக் காம்புகளில் சுகமான குறுகுறுப்பு.

பெருமூச்சுடன் எண்ணங்களைக் கலைத்தவள் ஏறுதட்டியைப் பற்றிக்கொண்டாள். திம் திம் என ஏணிக்கால்கள் நெரியும்படி ஏறியபோது அவளது மார்புகள் அதன் குழைவுத்தன்மையை முற்றிலுமாய்த் துறந்திருந்தன. மாடத்தை அடைந்ததும் இடைவரி இறங்காமல் உள்ளதா என ஒருமுறை பார்த்துக்கொண்டாள். கடம்ப மரங்கள் மிருதுவாய் அசைந்து பூக்களை உதிர்த்துக் கொண்டிருந்தன. அவற்றில் சில மாடத்தின் மேற்கூரையில் விழுந்து ஓசையின்றி உருண்டோடின. மாடத்திற்குள் சென்றவள் அங்கு உடலெங்கும் பச்சைக் கூழ் அப்பி, பாசிபடிந்த பாறை போல் சாம்பனும், அவனருகில் எலும்புகள் மீந்த பிண்டமாய்ப் பரிதியும் கிடப்பது கண்டு இரவில் அனர்த்தமாய் எதும் நேரவில்லையென நிம்மதியுற்றாள். சாம்பனும், பரிதியும் மாடக்கூரையில் கிடந்த கடம்ப விதைகளைப் போல் உணர்வின்றி ஆழ்ந்திருந்தனர். அவர்களது நித்யத் துயில் அவளை பொறாமை கொள்ளச் செய்தது. கரங்களில் மட்டும் உயிர் சுமக்கும், சித்த ரோகம் கண்டிருக்கும் பரிதியைத் தன்னால் குணப்படுத்த இயலாது என்பதை அவள் உணர்ந்திருந்ததோடு அவனது மிரட்சியுற்ற கண்களைப் பார்த்துவிடக்கூடாது என உறுதியோடு இருந்தாள். சாம்பனை நெருங்கி அவனது நாடியில் மாறுதல்கள் வந்திருக்கிறதா எனச் சோதித்தபோது அவளது கன்னங்கள் சுருங்கின. ஏதோ ஒரு ஐயத்துடன் மீண்டும் பற்றினாள். சட்டென்று அவளது முகம் மலர்ந்தது. நாடி மட்டுமின்றி அவனது மூச்சும் சீரடைந்திருப்பதைக் கண்டாள். சாம்பன் மீது ஒரு போர்வை போல் பூசப்பட்டிருந்த மலை வேம்புத் துவையல் நன்றாக உலர்ந்துபோய், அடை அடையாய்ப் பிளந்து நின்றது. அவற்றில் ஒன்றை உரித்து நோக்கியபோது மேனியின் அம்மைக் கொப்புளங்கள் நன்றாகப் பட்டு உதிர்ந்திருப்பது தெரிந்தது. மூங்கில் குழாயில் பிழிந்து வைத்திருந்த நீர்மத்தை அவனது வாயில் ஊற்றினாள். அவனது உலர்க் கண்டம் முந்தைய தினங்களை விட இப்போது நன்கு ஒத்துழைத்தது. காலை வெயில் ஏறியிருப்பது கண்டு மாடத்தின் மறைப்பை ஒதுக்கி உள்ளே வெதுவெதுப்பு நிறைய வழிசெய்தாள். இன்பமான வெயிற் படலம் உள்ளே இறங்கிற்று. அவளுக்கும் அந்த உணர்க்கை தேவையாய் இருந்தது. உறங்க வேண்டும் எனத் தவித்தாள். எனினும் எந்நேரத்திலும் சாம்பனுக்கு நினைவு

திரும்பலாம் என்ற எச்சரிக்கை உணர்வு அவளை அரை உறக்கத்திலேயே கிடத்தியிருந்தது.

சாம்பனுக்குக் கசப்பே பரம்பொருளாய்த் தொனிந்தது. வேம்பின் உலகம் போல் ஒவ்வொரு அணுவிலும் கசப்புச் சுவை. வேறு சுவையுணர்வுகளையும், மணத்தையும் அறிந்திடாததால் அந்தத் தீராக் கசப்பில் திகட்டல் இல்லை. மாறாக அதில் சாம்பனுக்கு ஒருவித அகநிறைவு. ஒளியை அவன் தேடவில்லை. ஆனால் ஒரு மெல்லிய ஒளிக்கீற்று அவனது ஆழ்ந்த நிலையைத் துளைத்தது. அதைத் தவிர்த்துச் சாம்பன் முழுதாய் இருள் வசப்பட விரும்பினான். ஆனால் அது இயலவில்லை. புவியின் மென்மையான உயிரெனச் சிறு முனகலை வெளிப்படுத்தினான். அவனது இமைகள் மீன்கள் வாய் பிளப்பது போல் மெல்லத் திறந்தன. அவள் அவனெதிரே வந்தாள். அவளது பேரிளம் கொங்கைகளில் கண்விழித்துச் சாம்பன் உயிர்த்தெழுந்தான்.

***

அந்தி மஞ்சள் ஒளியின் இறுதிப் பரவல் ஞான சபை மண்டபத்தின் மேற்குத் தாழ்வாரத்தின் வழியே புகைபோல் நுழைந்து வெளிப் பிரகாரத்தில் படிந்திருந்தது. விதானத்தில் தத்தியோடிய மாடப் புறாக்கள் திகிலுடன் ஓசையெழுப்பின. பணிப்பெண்டிரில் ஒருத்தி மண்டப நிழலில் உலர்த்தப்பட்டிருந்த தாளிப் பனையோலைகளை அள்ளி அடுக்கிக்கொண்டிருந்தாள். பாதங்களில் பரவிய குளுமை அவளை நிதானமாக ஏடுகளை அடுக்க வைத்தது. ஏடுகளை அடுக்கியபடி அவள் கூடத்தை நோக்கினாள். மண்டபத்தைத் தாங்கி நின்ற கருங்கல் தூண்கள் இருளில் புதைந்துகொண்டிருந்தன. அவற்றின் மீது உருவேற்றப்பட்ட பத்மாட்சி, மஹிஷாசினி போன்ற பாண்டியக் கலையின் மீதங்கள் வழுவழுப்பு மங்கி சோர்வுடன் காட்சி தந்தன. இவள் பதின் வயதில் இருந்தபோது பணிப்பெண்டிரில் மூத்தவள் அந்தத் தூண் சிற்பங்கள் இருளில் விழி திறந்துகொள்ளும் என இவளிடம் கூறியதையும், அதனால் இவள் பல இரவுகளில் அச்சத்தில் நடுங்க நேர்ந்ததையும் இப்போது எண்ணிப் பார்த்தாள். இப்போது இரவில் அச்சப்பட ஏதுமில்லை. இப்போது அது வேறு சில இன்னல்களைத்தான் அளிக்கின்றது. அவளுக்குச் சிரிப்பு முட்டியது. ஸ்ரீவத்சர் பார்த்தால் சினம் கொள்வார் என அடக்கிக்கொண்டாள். மீண்டும் தூண் சிற்பங்களை நோக்கினாள். அவை தாபத்துடன் வெறிப்பது

போல் தோன்றியது. இப்போதும் மூத்தவள் அச்சிற்பங்கள் பற்றி ஏதேனும் கூறுவதுண்டு. “அவற்றிடம் ஜாக்கிரதையாக இரு. இரவில் தன்னந்தனியே நான் சபைக்குள் நடக்கும்போதெல்லாம் அவை என் பெயர் சொல்லி அழைப்பதைக் கேட்டிருக்கிறேன். நகரில் இவை போல் நிறைய சிற்பங்கள் இருக்கின்றன. ஆளற்ற இருளில் வாய் திறந்து முணுமுணுப்பவை. வசிய ஆற்றல் கொண்டவை” என்பாள்.

“ஆமாம், அவை உன்னைப் போல் புருசன் வேண்டி முணுமுணுக்கின்றன. போடி” என இவள் பதிலளித்துச் சிரிப்பாள்.

இரவு கவிந்ததும் ஞான சபை மண்டபம் முழுமைக்கும் ஒரு திகைப்பான மௌனம் பரவிற்று. பணப்பெண் ஏடுகளை முழுவதுமாய் அள்ளி முடிந்திருந்தாள். உடன் மாட விளக்குகளை ஏற்றவேண்டும். நினைவுகளால் உண்டான வெட்கமும், கடந்தகால அச்சத்தின் சிறு இழையும் அவளது முகத்தில் படர்ந்துவர ஓலைகளை ஏந்தியபடி நகர்ந்துபோனாள்.

ஒகத்திலிருந்து விழித்த ஸ்ரீவத்சர் தியானத்தில் ஏதேனும் புதிய ஒளியை அடைந்தோமா என மனம்நோக்கினார். காலம் மட்டுமே கரைந்திருக்கிறது என்ற அறிதல் அவரை அச்சுறுத்தியது. ஒகமும் வீண் என்பதுபோல் அவரது விழியிருளில் வெறுப்பு கசிந்தது. யாரைச் சபிக்க? அங்கவஸ்த்திரம் பாத வியர்வையில் தோய்ந்திருப்பது கண்டு அதை அகற்றினார். அப்போது தாமரை மலர் வடிவுடைய ஞான இருக்கை வெறும் கல்தான் என்ற தருக்க எண்ணம் அவருள் எழுந்தது. அவர் மட்டுமே அறிந்த அதன் வடிவக் குறைகளை எண்ணி மனம் நொந்தார். கலைச் சூனியம்... கலைச் சூனியம்... அவரது உதடுகள் துடித்தன. எனக்கு என்ன நேர்ந்தது? நாளை இந்நேரத்திற்கு எல்லாம் ஞான மண்டபம் சமய ஞானிகளால் நிறைந்துவிடும். வெகு காலத்திற்குப் பிறகு நடக்கயிருக்கும் அதி முக்கியம் வாய்ந்த ஞானக் கூடல். அவர்கள் முன் இப்படித் தோன்றக் கூடாது. ஸ்ரீவத்சர் கமண்டலத்தை உயர்த்தித் தாகம் தணிய நீர் பருகினார்.

***

மலையேறிக்கொண்டிருந்தவள் சாம்பனின் கேள்விகளால் பொறுமை இழந்தாள்.

“ஆமாம், முன்பொருநாள் நீங்கள் அருவியில் பார்த்தது என்னைத் தான். வேறென்ன தெரியவேண்டும்? மற்றதுதான் சொன்னேனே. மழை இரவில் என் மாடம் அமைந்துள்ள கடம்ப மரத்தில் மோதி நீர் மூர்ச்சையாகிக் கிடந்தீர். விடிந்தபோது உம்மை மரணம் நெருக்கமாகத் தழுவிக்கிடந்தது. பிறகு அவரை நான் கிழங்கு தேடச் செல்கையில் கண்டேன். மரத்திலிருந்து வீழ்ந்துவிடும் நிலையில் தொங்கிக்கொண்டிருந்தார்.”

சாம்பன் சோர்வுடன் அவளைப் பின்தொடர்ந்தான். அவனால் எதையும் நினைவுகூர இயலவில்லை. இறுதியாய் மழையிருளில் ஒரு மரத்தில் மோதிக்கொண்டதும், பிறகு ஏறுமாடத்திற்குள் கண் விழித்தது மட்டுமே அவனது சிந்தையில் தங்கியிருந்தன. இடைப்பட்ட ஒரு திங்களை அவனால் நம்ப இயலவில்லை. எத்தனை முயன்றும் அந்த நெடிய காலம் தலைப் பேனென அவனது விரல் இடுக்குகளில் பிடிபடாமல் நழுவி ஓடிற்று.

“நில். இதற்குப் பதில் சொல். என்னை எப்படி உன்னால் மாடத்தில் ஏற்ற முடிந்தது? என்னை நீ சுமந்துகொண்டு அத்தனை உயரத்தில்...”

அந்த வினாவில் அவள் நகைத்துவிட்டாள்.

“அதோ தெரிகிறது பாருங்கள். அந்த மலை. அங்குள்ள குறவர்கள் தேன் எடுப்பதற்காக இங்கு உலாவிக்கொண்டிருந்தார்கள். அவர்கள் உதவியோடுதான் உங்கள் இருவரையும் மேலே சேர்த்தேன்.”

அவள் தன் உயர்த்திய கரத்தைக் கீழே இறக்குகையில் அவளது இட முலை ஒரு மடிப்பு கீழிறங்கி அதிர்வதைச் சாம்பன் கண்டான். அவனது பார்வையைக் கவனித்ததும் அவள் சட்டென்று முன்னால் திரும்பி நடந்தாள். சிறிது தூரம் சென்ற பிறகு தன் இறுக்கத்தைத் தளர்த்தி,

“உமது பெயர் என்ன?” என்றாள்.

“சாம்பன்.”

அவனிடமிருந்து உடனடியாகப் பதில் வந்ததில் அவள் சற்றுக் குழம்பினாள். அவனது உடல் வடுக்கள் மூலம் அவனது மூர்க்கத்தைப் புரிந்து வைத்திருந்த அவளுக்கு அவன் குழைவாகப் பதில் உரைத்ததில் ஆச்சரியம்.

அருவியை நெருங்குகையில் சாம்பன் ஓர் எரிச்சலான தயக்க உணர்வில், அவளைக் காணாதபடி,

"உன் பெயர் என்ன?" என்றான்.

"கூற முடியாது. அதைத் தெரிந்துகொண்டு என்ன செய்யப் போகிறீர்?"

"அப்படியல்ல. நீ என் உயிரைக் காப்பாற்றியிருக்கிறாய். இதெல்லாம் கனவு போல் இருக்கிறது. நான் உயிருடன் இருக்கிறேன் என்பதை என்னால் இப்போதும் ஏற்க முடியவில்லை. நான் பிழைத்தது உன்னால்தானே? உன் பெயரைத் தெரிந்துகொள்வதில் என்ன பிழை?"

"நீர் அத்தனை நன்றியுடையவரா?"

சாம்பன் திடுக்கிட்டு நின்றான்.

"என்ன? ஏன் நின்றுவிட்டீர்?"

அவன் பதிலுரைக்காமல் நடந்தான்.

"பிறகு, நீங்கள் இங்கு ஏன் வந்தீர்கள்?"

அவள் பேச்சை வளர்த்துத் தன்னை அறிய முனைகிறாள் என்பதைப் புரிந்துகொண்ட சாம்பன் அழுத்தமாக அதைக் கூறினான்.

"நாளை இங்கிருந்து அகல இருக்கிறேன். எனக்கு இந்தக் காட்டிலிருந்து வெளியேறுவதற்கான பாதையை நீ காண்பிக்க வேண்டும்?"

அவள் அவனைக் கூர்மையாக நோக்கி "மெய்யாகக் கூறுகிறீர்களா?" என்றாள்.

அவளது பார்வையில் ஏனோ தன் முதுகு சிலிர்ப்பதைச் சாம்பன் உணர்ந்தான். எங்கோ நோக்கியபடி "ஆமாம், போக வேண்டும்" என்றான். எனினும் இந்த முடிவை எப்போது எடுத்தோம்? சற்று முன்னர் வரையிலும் அந்த எண்ணம் தோன்றவில்லையே. ஏன் இதைக் கூறினோம் என தனக்குள் வினவிக்கொண்டான்.

“மாடத்தில் கிடப்பவரின் நிலை?” குன்றேற்றத்தால் மூச்சு வாங்கியபடி கேட்டாள்.

“அவனை நான் சுமந்து செல்வேன்.”

“முடியுமா? நீர் இருக்கின்ற நிலையில் அது இயலாது.”

அவள் அதைக் கூறி முடிக்கவும் சாம்பன் வெகுண்டான். அவளது சொல்லின் வழியே இயலாமை அவனைச் சோதித்தது. வேகமாக முன்னே ஓடி வந்து அவளைத் தடுத்து நிறுத்தினான். அவளிடம் எழுந்த வியர்வை மணமும், அவளது இடையைச் சிறிதாக்கிக் காட்டிய படர் மார்புகளும் அவனைத் தடுமாற வைத்தன. அவளிடமிருந்து சற்று விலகிப் போய்ப் பாறைக் கற்களில் விழிகளைப் பொருத்தினான்.

“என்ன சொன்னாய்?” கோபமாக வினவியபடி ஒரு பாறைக் கல்லின் அருகில் சென்று அதைத் தனது தோளில் ஏற்ற முயன்றான். பகல் வெப்பம் செவிகளைத் தீய்த்தது. நிதானமற்ற நிலையில், ஆயிரம் யுகங்களின் இருத்தலிலிருந்து அக்கல்லைப் பெயர்க்கப் போராடினான். கல் எள்ளளவு விடுபட்டு உயர்வதற்குள் சாம்பன் பெரும் கூச்சலை எழுப்பி அயர்ந்துவிட்டான். மார்பு திம் திம் என அதிர்ந்தது. அவள் அவனருகில் சென்று அவனது தோளில் கரம் பதித்தாள். சாம்பன் அந்தத் தொடுதலை உணராதவனாய் அமர்ந்திருந்தான். அவன் அங்கிருந்து எழுகிற வரையிலும் அவள் தன் கரத்தை அவனது தோளிலிருந்து நீக்கவில்லை. ஏன் இப்படிச் செய்தோம் எனத் தனக்குள்ளேயே கேட்டுக்கொண்டாள். இருவரையும் கனமான மௌனம் ஆக்கிரமித்திருந்தது. அதன்பிறகு எதையும் பேசிக்கொள்ளாமல் அருவி நோக்கி நடந்தனர்.

குன்றின் மேற்புறமெங்கும் கண் கூசும் நீர் மின்னல்கள். அருவி ஊற்றை நோக்கிய நீர் வழித்தடங்களை ஒட்டி சிறு செடிகளும், மலர்களும் சொரிந்திருந்தன. அவள் இடையளவு மட்டம் உள்ள, நீர் தேங்கி நின்ற ஒரு குட்டையைச் சாம்பனிடம் காண்பித்தாள். சாம்பன் அதில் இறங்கிக்கொண்டான். நீரில் பரவியிருந்த இளம் சூடு அவனைக் கிரங்கடித்தது. அந்த நற்சுரணையை அவனுடலின் அத்தனைத் திசுக்களும் வேண்டின. அந்த நீர் நுங்குச் சுளை போல் இனித்தது. நீரின் தெளிந்த பரப்பினூடாகத் தன்னுடலை நோக்கினான். சூரியக் கதிர்கள் உண்டாக்கிய நீர் நிழல்கள் அவனது பாதங்களிலும், வயிற்றிலும் அசைந்தாடின.

உடலில் மீந்திருந்த பச்சிலைப் படிமங்களை நன்றாகக் கழுவிக்கொண்டான். தனது மறைவிடங்களிலும் அவள் மருந்து பூசியிருப்பதைக் கண்டான். அவனுக்கு அதை நினைக்கையில் கூச்சமாக வந்தது. தண்ணீருக்குள் மூழ்கி அவள் அருகிலேயே இல்லை என்பது போலும், அவள் தனது குறியில் பச்சிலைத் தேய்த்ததை எல்லாம் இப்போது மறந்திருப்பாள் எனவும் தேற்றிக்கொள்ள முயன்றான். மீண்டும் மேல் பரப்பிற்கு வந்து தொடைகளைத் தேய்த்தபோதுதான் அவன் அதைக் கவனித்தான். அவனால் அதை நம்பவே முடியவில்லை. இது நீர் எழுப்பும் பொய்ச்சித்திரமோ எனக் கருதி குட்டையின் ஆழம் குறைந்த முனையை நோக்கி விரைந்தான். நீரிலிருந்து எழுந்து இரு தொடைகளையும், இடுப்பின் ஓரங்களையும் உற்றுப் பார்த்தான். அவ்விடங்களில் செண்பக ரதி இட்ட பாவத் தழும்புகள் சுவடின்றி மறைந்திருந்தன. சலனமின்றி நின்றான். யார் இவள்? ஆச்சரியத்துடன் அவள் நின்ற திசையை நோக்கினான். குன்றின் உச்சியில் தனது வடிவுடைய முதுகினைக் காட்டி, இடையில் இரு கரங்களையும் பொருத்தி, பள்ளத்தில் குவிந்திருந்த வனச்செறிவைப் பார்த்தபடி அவள் நின்றிருந்தாள். காடும், மலையும் அவள் பாதங்களின் கீழ் கிடந்தன.

***

அன்றிரவு நிகழ இருந்த ஞான சபை விவாதத்திற்காகக் கற்கலாவிலிருந்து அஜிதநாதர், பவுரல்லகொண்டாவிலிருந்து தேவதத்தர், திருவரங்கத்திலிருந்து விஷ்ணுபாதன், தில்லையிலிருந்து சிவஞான தீட்சிதர் உள்ளிட்ட பலர் வருகை தந்திருந்தனர். தூப வாசமும், மங்கள வாத்தியமும் சூழ்ந்து ஞான சபை நயமுடன் காட்சி தந்தது. கிருஷ்ணப்பர் ஸ்ரீவத்சருக்கு இணையான ஆசனத்தில் எப்போது வேண்டுமானாலும் உறங்கிவிடுபவரைப் போல் ஆர்வமற்று அமர்ந்திருந்தார். அவரது ஆசனத்துக்கு அருகில் மாறவர்மன் இறுக்கமான தோற்றத்தில் நின்றிருந்தான். அவனது உடல்மொழியில் "இதெல்லாம் என்ன?" என்ற ஓர் அலட்சியம் வெளிப்பட்டது. ஸ்ரீவத்சர் தன் அக எரிச்சலை மறைக்கும்படியான புன்னகையைத் தரித்திருந்தார். அவர் முன்பாக உத்தரவு பெறும் தோற்றத்தில் நின்றிருந்த கோபிலனிடம் பணிவும், சபை கூடலின் பொறுப்பாளன் என்பதற்கான சான்றும் வெளிப்பட்டன. ஸ்ரீவத்சர் இளைத்திருப்பதாகவும், அவரது விழிகளில் ஒளி குன்றியிருப்பதாகவும் விருந்தினர்களில்

சிலர் முணுமுணுத்துக்கொண்டிருந்தனர். "இல்லை, இது பழுத்த ஞானக்களை" என விஷ்ணுபாதன் பதிலுரைத்தார்.

வியர்வை திரளும் நெற்றிகளுடன் பணிப்பெண்டிர் தூண் விளக்குகளை ஏற்றி முடித்திருந்தனர். ஒருத்தி வெற்றிலைச் செல்வங்களை ஏந்தி நின்றாள். சபையை இப்போது பரிபூரணமான ஒளி சூழ்ந்திருந்தது. முதலில் ஒருவரை ஒருவர் நலம் விசாரித்துக்கொண்ட நான்கு சமயத்தினரும் திடீரெனத் தீவிரமாக எதையோ விவாதிக்கத் தொடங்கியிருந்தனர். அது சலசலப்பாக வளர்வதைக் கண்ட ஸ்ரீவத்சர் அது தொடரட்டும் என்பதுபோல் சிறிதுநேரம் பொறுத்திருந்தார். நிலைமை சீர்கெட்டுவிடுமோ என அஞ்சிய கோபிலன் ஸ்ரீவத்சரின் செவிகளில் எதையோ ஓதினான். ஸ்ரீவத்சர் புன்னகை மாறாமல் அதைக் கேட்டுக்கொண்டிருந்தார்.

பிறகு சட்டென்று முகத்தை இறுக்கி "அமைதி..." எனக் கர்ஜித்தார். மறுகணம் சபையின் அரவங்கள் அனைத்தும் வேள்வியில் பொசுங்கும் தர்ப்பையெனச் சுவடின்றி மறைந்து, சாளரத்தின் பட்டுத்திரைகள் அசைவதைக் கூட உணரும்படியான மௌனம் சூழ்ந்துகொண்டது. ஸ்ரீவத்சர் தாமதிக்காமல் தனது உரையைத் தொடங்கினார்.

"ஞானிகளே, பண்டிதர்களே! உங்கள் அனைவரையும் வரவேற்கிறேன். சம்பிரதாய மொழியாடல்களில் எனக்கு நம்பிக்கை இல்லை. இந்தச் சபை தென்னகத்தின் கலை வீழ்ச்சி குறித்து சிந்தனை நோக்கில் ஆராயவேண்டி கூட்டப்பட்டிருக்கிறது என்பதை அறிவிக்கின்றேன். இந்நகரின் நான்மாடங்களின் அமைவிற்கு வெவ்வேறு காரணங்கள் இருப்பதை அறிவீர்கள். அயோத்தி நகரின் நான்மாடங்களைக் கம்பர் நான்கு வேதங்களோடு ஒப்பிடுவார். அதுபோல் இந்நகரில் எழுந்துள்ள நான்கு வாயில்களையும் நான்கு சமயங்களின் நிலைத்தலோடு நான் பொருத்திப்பார்க்கிறேன். நான்கு வாயில்களும் மையத்தில் அணையாது எரியும் அறிவுச்சுடருக்கு வழிவிடுபவையே. இந்நான்கும் இணைந்தோ அல்லது ஒன்றை ஒன்று பருகியோ காலத்தின் ரேகைகளைப் போல் நிலைபெற்றிருக்கின்றன. அவற்றின் ஒத்திசைவில் முரண்பாடுகள், பின்னல்கள், ஏற்ற இறக்கங்கள் இருந்தாலும் அவையும், அவற்றின் கிளைகளும் அறிவுக் கண்ணின் நுண் நரம்புகள் எனக் கொள்க. எனவே இங்கு நிகழப்போகும்

விவாதங்கள் மையச்சுடரைச் சார்ந்தே நிகழவேண்டும். மாறாக மாட வாயில்களை நோக்கியதாக அல்ல."

சபையில் மீண்டும் சலசலப்பு எழ ஸ்ரீவத்சர் குரல் உயர்த்தினார். "புக்கரும், அடியேனும் மட்டும் இதை முன்மொழியவில்லை. மகதர், சாதவாகனர் தொடங்கி பாண்டியர்கள் வரை எல்லோரும் செயல்புரிந்தது மையச் சுடரின் மடியாத தன்மைக்காகத்தான். ஞானமெனும் ஒற்றை விழியைத் தொழுதலே நமது ஆதி மறை. நான்மாட நகரில் இந்த மரபு சிதைக்கப்பட்டு, துரதிஷ்டவசமாய்ப் பலவும் நடந்தேறியது உண்மைதான். அதனாலேயே தனித்தனியாய்ப் பிரிந்தீர்கள். முடி சூடலில், போதனைகளில் ஒவ்வொருவரும் தனித்திருந்தீர்கள். ஏற்றுக்கொள்கிறேன். சைவமும், வைணவமும் மக்களின் வசம் நின்று அவர்களது பழக்க வழக்கங்களோடு இசைந்து செல்கின்றன. ஆனால் அவையெல்லாம் இருப்பிற்காய் நாம் அணிந்துள்ள பாவனை மட்டுமே. பாவனையில் மட்டும் நாம் நிறைவுகொள்வோம் எனில் நம்மால் ஞானவழியில் முன்செல்ல இயலாது. இருளுக்குரியவர்களாகட்டும் அல்லது முகமதியர்களாகட்டும், நாம் யார், நம் வழி என்ன என்பதையெல்லாம் நம்மை விடவும் அவர்கள் தெளிவாகப் புரிந்து வைத்திருக்கின்றனர். அஜிதநாதரும், தேவதத்தரும் இதை அறிவார்கள். வடக்கில் வெறும் சைவ, வைணவத் தலங்கள் மட்டுமா சிதைக்கப்படுகின்றன? கற் குவியலாய்ச் சிதறிக் கிடக்கும் அருக, பௌத்த ஆலயங்கள் நாம் அனைவரும் இணைந்து நின்றிருக்கவேண்டும் என விசனக்குரல் எழுப்புகின்றன."

"அர்த்த சாஸ்த்திரத்தின் மீதல்ல. நமது சிற்ப, கட்டட மரபுகளின் மீதுதான் நம்முடைய பேரரசுகள் அமர்ந்திருக்கின்றன. நம் கலையின் அழிவென்பது நம்முடைய அழிவு. நாம் கௌடில்யரை வணங்குவதில்லை, மயனைத்தான் வணங்குகிறோம். மேன்மைக்குரிய நம் அரசர் பொருத்தருள்வார் எனில், உலகியலையும், செங்கோலின் தாழா நிலையையும் விடத் தென்னகத்திற்குக் கலையாக்கங்களே முதன்மையானவை என்பேன். இடிந்த கோவில்களை மீண்டும் எழுப்பவேண்டும் என்பதோடு புதுப்புது கலை முயற்சிகளைப் புரிந்து சிற்ப, கட்டட மரபுகளை முன்னோக்கி நகர்த்தியாக வேண்டும். ஆனால் இப்போது தென்னகம் முழுக்க இருக்கக்கூடிய படைப்பு மனங்களில் ஒரு சிதைவு ஏற்பட்டிருப்பதைக்

காண முடிகிறது. ஒவ்வொரு உளி அசைவிலும் சூனிய நிழல் படிந்துள்ளது. தங்களிடம் அசட்டுத்தனம் நிரம்பி வழிந்து நாறுவதைக் கலைஞர்களால் உணர முடியவில்லை. நகரில் அமையும் மகா சங்கிலும் அந்தக் கெடுதியைக் காண்கிறேன். உங்களில் இன்று அதைப் பார்வையிடச் சென்றவர்கள் அதன் ஒழுங்கீனமான ஓசையைக் கேட்டிருக்கக்கூடும். இதெல்லாம் ஏன் நேர்கிறது என்பதில் நாம் தெளிவுற்றாக வேண்டும். அதுவே இந்தச் சபை கூடலின் முதன்மை நோக்கம். இந்தக் கலைச் சுணக்கங்களுக்கு முகமதியப் படையெடுப்புகளால் உண்டான பதற்றநிலையும் ஒரு காரணம் என்றாலும் அது நீங்கக் கூடியது தான். இந்தச் சூனிய நிலை எவ்வளவு காலம் நீடிக்கும்? இதன் பின்னணி என்ன? வாதங்களை முன்வைக்க வேண்டுகிறேன். இருள் மாய்ந்து, ஒளியே யாவும் என்று ஆகுக."

***

தடாகையில் சாம்பன் குளித்தெழுந்தான். அவள் அவனுக்கு முன்பாகவே குளித்துவிட்டு மாடத்திற்குத் திரும்பியிருந்தாள். சாம்பனுக்கும் அந்தத் தனிமை தேவையாக இருந்தது. கரையேறி ஏறுமாடத்தை நோக்கி நடக்கையில் பரிதி குறித்து அவள் கூறிய யோசனை சரிதான் என்று பட்டது. அவள் கூறியபடி பரிதியை நகருக்குள் பழங்களை ஏற்றிச்செல்லும் காணிகள் வசம் ஒப்படைத்தால் அவர்கள் உரியவரிடம் சேர்த்துவிடுவர். நான் அவனைச் சுமந்துகொண்டு நகருக்குள் நுழைவது பலி மேடையில் ஏறி நிற்பதற்கு இணை. எனக்கு அங்கு விதிக்கப்பட்டுள்ளதை அறிந்துதான் இவள் அந்த யோசனையை முன்வைத்தாளா? யார் இவள்? மற்ற வடுக்கள் யாவும் அகலாதிருக்க வாழ்க்கையோடு ஒரு துயரமாய் வளர்ந்துவந்த செண்பகரதியிட்ட வடுக்களை மட்டும் இவள் எவ்வாறு அகற்றினாள்? அதுவும் அருகைப் பிய்த்து எடுப்பது போல் சுவடு மீதமின்றி! ஒரு வடுவைக் கொண்டே அதன் தோற்றுவாயை அறிய இயலுமா? இப்போது செண்பகரதியின் முகமும் மறைந்துகொண்டிருக்கிறது. இவள் அந்த வடுக்களை அகற்றியதன் மூலம் எனது கடந்த காலத்திற்குள் நுழைந்து அந்த நிகழ்வையே அகற்ற முயன்றிருக்கிறாள்.

சாம்பன் அவள் தனக்கு நிகழ்த்தியதை வியந்தபடி நடந்தான். பாதங்களில் நசுங்கிய செடிகள் அவனை உறுத்தவில்லை. ஒடிந்து கிடந்த செடித்தண்டுகளைக் கண்டதும் வாழ்வும்,

மரணமும் வெவ்வேறல்ல என்கிற எண்ணம் தன்னெழுச்சியாய் அவனுள் முளைத்தது. முட்கள் அடர்ந்த உவர் நிலத்தில் ஓடிய இரவுகளிலும், காவல் மறவர்களைக் குத்தீட்டி ஏந்தி எதிர்கொண்ட தருணங்களிலும் மரணம் ஒரு பொருட்டேயில்லை. அப்போது உதிக்கும் விலங்கு குணம் மரணத்தை வெறியோடும், ஆங்காரத்தோடும் வரவேற்கும். மரண இருளுக்கு அப்பால் என்ன உள்ளது என யோசிக்கத் தோன்றாத அந்த விடுபடல் உணர்வை இந்த அமைதியான வனாந்திரத்திற்குள், நிரந்தரமாய் அனுபவிக்க முடிவதில் அவன் ஆச்சரியம் அடைந்தான். மரணம், வாழ்க்கை குறித்த கேள்விகள் எல்லாம் நகரில் எழ வேண்டியவை. கடந்தகாலமும், எதிர்காலமும் அற்ற இந்தக் காண்வெளியில் மனம்குழம்ப ஏதுமில்லை. பூரணமான, ஒருபோதும் முடிவடையாத பிரமாண்டக் கனவிற்குள் வாழ்க்கை நிகழ்வது போல் இருக்கிறது. கனவிற்குள் நிகழும் மரணம் என்பது துயரற்ற, முக்கியம் இல்லாத சம்பவம்தான். எதனாலும் இந்தக் கனவு அறுபடப்போவதில்லை. கனவில் ஒரு துரும்பென அலைவதும், மனிதனாய் நடந்து திரிவதும் சமம் என்றால் இங்கு எதற்குப் பெரிய அர்த்தம் இருந்துவிடப்போகிறது?

சாம்பன் ஏறுமாடத்தில் ஏறினான். அவள் வழி சொன்னால் உடனேயே கிளம்பிவிடலாம். அதற்குமுன் பரிதியைக் கீழே இறக்க தட்டி பிணைய வேண்டும். மாடத்திற்குள் நுழைந்தபோது அவள் வாழைப் பழங்களைக் கையில் வைத்திருந்தாள். அவளிடம் ஏதோவொரு மாற்றம் நிகழ்ந்திருப்பதைக் கவனித்தான். அவள் ஒரு புலித்தோலினால் மார்பு மறையும்படி உயர்த்திக் கட்டியிருந்தாள். அது வழக்கத்திற்கு மாறானது இல்லை என்பது போல் அவளிடம் ஓர் உடல்மொழி வெளிப்பட்டது.

அவனிடம் பழத்தை நீட்டியபடி "உண்ணுங்கள்" என்றாள்.

அவன் பழத்தை வாங்கிக்கொண்டதும் மரப்பொந்திற்குள் பதுக்கி வைத்திருந்த தேனடையை எடுத்துவந்து அதையும் கொடுத்தாள். உலர்ந்த அடை. மெல்லுகையில் மணமும், இனிப்பும் சுரந்து தாடை குளிர்ந்தது.

"இன்னும் வேண்டுமா?" அவள் மீண்டும் ஓர் அடைத்துண்டை எடுத்துத் தந்தாள். வேண்டாம் என மறுத்தபோது சாம்பன் அவளது விரல்களைக் கவனித்தான். அவளது நகக்கண் முனைகள் சூரிக்கத்திகளைப் போல் கூர்மையுடன் மின்னின.

ஒரே வீச்சில் மார்புச் சதையைப் பற்றிடும் செந்நாயின் நகங்களை அவை ஒத்திருந்தன. புன்னகையுடன் "என்ன பார்க்கிறீர்கள்?" என்றாள்.

இந்த நகங்கள் இவளுக்கு உரியவையா? அவளது முகத்தில் காட்டுச் சாடையையும் தாண்டி அன்பைக் கோருகிற பரிதவிப்பு நிரந்தரமாய்த் தங்கியிருக்கிறது. ஆனால் அவளது நகங்கள் மட்டும் ஒரு துர்தேவதைக்குரியவை. சாம்பன் துணுக்குற்றான். அதை வெளிக்காட்டாமல் தான் உடனே காட்டிலிருந்து வெளியேற வேண்டும் என்பதை அவளுக்கு உணர்த்தும்பொருட்டு பரிதியின் அருகில் சென்று அவனை உயர்த்தி அமர வைத்தான். அவளும் ஆயத்தமானாள். தனது தேன்படிந்த உதடுகளின் பிசுபிசுப்பை ஒரு சிறுபிள்ளைபோல் நா சுழற்றி வழித்துக்கொண்டு "புறப்படுங்கள். வெயில் முற்றுவதற்குள்" என்றாள்.

கற்கள் படர்ந்த சுனைக்கரையில் அவள் வழிநடத்திச்செல்ல சாம்பன் பரிதியைச் சுமந்தபடி பின்தொடர்ந்தான். நத்தைகள் குவித்த மண் குமிழ்களை வெயில் உலர்த்திக்கொண்டிருந்தது. எருதுச் சாணமும், தும்பை மலர்களும் மாறி மாறி மிதிப்பட்டன. முட்புதர்களும், வழுக்குப்பாறைகளும் பேய்களைப் போல் சட்டென்று எழுந்து இடைமறிக்கும் இடங்களில் எல்லாம் வனத்திற்குள் நுழைந்து மீண்டும் புனல்தடத்தை அடைய வேண்டியிருந்தது. நிழல் கவிந்த குளிர் மணற் கரைகளில் நின்று நீர் அருந்திக்கொண்டனர். உலர்ந்த மரச் சிம்பென மெலிந்துவிட்ட பரிதி சாம்பனுக்கு வெறும் மனச்சுமையாக மட்டுமே இருந்தான். அவனது செயலின்மை இங்கு மரணமும், வாழ்வும் ஒன்றுதான் எனச் சாம்பன் எண்ணியதை மீளுணர்த்துவதாக இருந்தது.

அந்தி வீழ்கையில் இருவரும் வெகுதூரம் நடந்திருந்தனர். ஆனால் இப்போதும் காடு அவர்களை நீங்கவில்லை. மேற்கில் சூரியனின் உறுத்தலற்ற மஞ்சள் ஒளி. சாம்பன் ஒரு இனிய மனச்சோர்வை உணர்ந்தான். அவர்கள் வந்திருந்த இடத்தில் சுனைகள் ஒற்றை நதியாய்க் கலந்து விரிவடைந்திருந்தன. அவற்றின் தளும்பலில் வனம் நீங்குவதன் துயர். மலையின் நினைவுகளோடு விலகிச் செல்லும் சுனை நீரைப் போல் தூரம் செல்லச்செல்ல தானும் அமைதியிழப்பதைச் சாம்பன் உணர்ந்தான்.

அவள் காணிக் குடில்களைக் காண்பித்து “அதோ... அங்குதான்” என்றாள்.

அங்கு வான் வெளிச்சம் தடையின்றி இறங்கியிருந்தது. கமுகுப் பாளைகளால் வேயப்பட்ட, காட்டின் நோய் மருக்களைப் போல் காணப்பட்ட அக்குடில்களில் பத்திருபது குடும்பங்கள் வசிக்கலாம் எனச் சாம்பன் கணக்கிட்டான்.

“அவர்களிடம் செல்வீர். இவருக்கு என்ன ஆயிற்று என அவர்கள் கேட்டால் காடு இவரது தலைக்கேறிவிட்டது என்று மட்டும் கூறினால் போதும். புரிகிறதா? இவரை ஒப்படைத்த பின் காட்டிலிருந்து வெளியேறுவதற்கான வழியையும் நீங்கள் அவர்களிடம் கேட்டுக்கொள்ளலாம்.”

சாம்பன் சற்று தயக்கத்துடன் “என்னை அவர்களுக்குத் தெரியாதே... அவர்கள் குடில்வரை நீயும் வா...” என்றான்.

“என்னால் அங்கு வர இயலாது. நீர் செல்லுங்கள். அவர்களால் பாதகம் ஏதும் இல்லை. காட்டில் வாழ்ந்தாலும் அவர்கள் நகரையும், அரசையும் நம்பிப் பிழைப்பவர்கள்.”

“ம்ம். மீண்டும் இங்கிருந்து நீ உன் வசிப்பிடத்திற்குத் தனியாகச் செல்ல வேண்டுமா? செல்வதற்குள் இருட்டிவிடுமே?!”

“அதனால் என்ன? இரவில் எனனால் தரையோடும் வரியன் குட்டிகளைக் கூடப் பார்க்க முடியும்.”

அதற்கு மேல் அவள் எதையும் கூறவில்லை. சாம்பன் சிறு தலையசைவுடன் அவளிடம் விடைபெற்றுக்கொண்டான். ஏன் இந்த இறுக்க நிலை? இவள் என்னிடமிருந்து அவ்வளவு துரிதமாக மறைந்துவிடுவாள் என்பதை ஏன் மனம் ஏற்க மறுக்கிறது.

தொலைதூரப் புயலை செவியுற்றது போல் உளம் தவித்தான். பரிதியைக் காணிகளிடம் சேர்த்தபின் அடுத்து தான் எங்கு செல்வது என்ற வினா அவனுள் தனிமையுணர்வைப் பொங்கச் செய்தது. பரிதி பிடியிலிருந்து வழுவ, அவனை மீண்டும் தோளோடு இறுக்கிப் பற்றிக்கொண்டான். அவளைத் திரும்பி நோக்காமல் நடந்தவனின் உள்ளம் கேள்விகளால் நைந்தது. வாழ்நாள் முழுக்க நகரும், களர் நிலமும் தந்த காயங்களை விடவும் இந்தக் காடு மிகப்பெரும் காயங்களைத் தந்துவிட்டது.

ஆனாலும் அதை எண்ணிக் குமையாமல்தான் இருக்கிறோம். இது என்ன மாயம்? பின்னாலிருந்து ஒரு மௌனக் குரல் என்னை இடைவிடாது அழைப்பதன் நோக்கம் என்ன? நான் காட்டை நீங்குகிறேனா? யாதுமற்றதிலிருந்து கிடைக்கும் நிரந்தரமான நிம்மதியிலிருந்தும், காலமற்ற பெருவெளியிலிருந்தும் என்னை இப்போது அகற்றுவது எது? என் அகங்காரமும், கடமை உணர்வும் என்னை நகருக்கு இழுத்துச்செல்லும் பிணைச் சங்கிலிகளா? தீயில் கனிந்தழுகிய இரும்பெனினும் இறுகப்பற்றி அதைப் பிழிய முற்படும் என் மனம் ஏன் இந்தப் பொழில்நிரை படலத்தை அறுத்தெறிய மறுக்கிறது? சாம்பன் பின்னால் திரும்பி அவளிடம் எதையோ வினவ முற்பட்டான். அவன் தன்னைப் பார்க்கிறான் என உணர்ந்து அவளும் அவனை நோக்கித் திரும்பினாள். அப்போது அவளது கனத்த உதடுகள் அந்தியிருளை வெட்டும் வாள் முனையாய் ஈரத்துடன் ஒளிர்ந்தன. இமைகளை மேலுயர்த்தி என்ன என வினவினாள். சாம்பனுக்கு ஏக்கம் தாளவில்லை.

***

கிருஷ்ணப்பர் அசிரத்தையுடன் அமர்ந்திருந்தார். விருந்தினர்கள் முகத்திலும் களைப்பு இழையோடியது. ஸ்ரீவத்சர் முன் நின்று அஜிதநாதர் மிக அழுத்தமான தொனியில் தனது உரையை நிகழ்த்திக்கொண்டிருந்தார்.

"களஞ்சியம் இடம்பெறாத கோவில்களிலிருந்து காவலர்களைத் தளர்த்துங்கள். முகமதியப் படையெடுப்புகளால் அவை இடிக்கப்பட்டால் மீண்டும் காலம் கனியும்போது எழுப்பிக்கொள்ளலாம். இதைத்தான் வடக்கில் சோலங்கி, வகேலா வம்சத்தினர் கடைப்பிடிக்கின்றனர். களஞ்சியம், பொன், பொருள் போன்றவை ஒரே இடத்தில் பாதுகாக்கப்படுவது நிதிச் செலவினங்களைக் கட்டுப்படுத்தும். உங்கள் நம்பிக்கையின்படி இனி குவிப்பதற்கான காலம். சிதறிக்கிடப்பவை அழியும். இது அற நிலைகளை மீட்பதற்கான யோசனை. கலை அமைவில் நான் இன்னொன்றைக் குறிப்பிட விரும்புகிறேன். கற்றளிகளில் நம்மைப்போல் இல்லாமல் சோலங்கிகள் புதுவகையான வெள்ளைக் கற்களைப் பயன்படுத்துவதாக அறிகிறேன். நன்றாக நெகிழ்ந்து கொடுக்கின்றனவாம்."

ஸ்ரீவத்சர் இடைமறித்து "இல்லை அஜிதநாதரே. இங்குள்ள மலைகளில் அந்த வகையான கல் கிடைக்கப்பெறா. வடக்கிலிருந்து அதைக் கொண்டுவர இங்குள்ள சாத்துகள் இடமளிக்கமாட்டார்கள். பிறகு நம் தட்சர்களுக்கும் வெள்ளைக் கற்களைக் கையாள வராது. யானை அறைந்த கரங்களில் மலர் தவழ முடியுமா? இங்கு நுட்பத்தை விட அடர்த்தியும், பேருருவங்களுமே முதன்மையானவை. மகாசங்கைப் பார்த்தீர்கள் அல்லவா? அதில் சிற்பத்தோயல்கள் குறைவு. இருப்பவையும் மேலோட்டமானவை. அதன் உச்சம் அதன் புற அழகல்ல. அதனுடைய பிழையில்லா நாதமே அதன் உன்னதக் கலை வெளிப்பாடு."

"ஞான குருவே. சபை உரையாடல் தொடரட்டும். நான் பின்னிரவில் பங்குகொள்கிறேன்." கிருஷ்ணப்பர் சட்டென்று அரியணையிலிருந்து எழுந்தார்.

ஸ்ரீவத்சர் எதையோ கூற வருவதற்குள் அரசர் வாயிலை நோக்கிப் புறப்பட்டிருந்தார். மாறவர்மன் வேகமாக அவரைப் பின்தொடர்ந்தான். வாயிலை எட்டுகையில் அரசர் மாறவர்மனை நோக்கி அவனைச் சபையிலேயே இருந்து நிகழ்வினைக் கவனிக்கும்படி பணித்தார். மாறவர்மன் மெய்க்காவல் படையை அரசரோடு அனுப்பிவிட்டு மீண்டும் சபைக்குள் வந்து நின்றுகொண்டான். ஸ்ரீவத்சரின் முகம் இறுக்கமடைந்தது. தொண்டையை உமிழ்நீரால் நனைத்துச் சொற்கள் எழாமல் கட்டிக்கொண்டார். கிருஷ்ணப்பர் அவசரமாய் எங்கு செல்கிறார் என்பதை அவர் அறியாதவர் அல்ல. மனதிற்குள் கறுவினார். நகர் முழுக்க குமாரத்திகள். உண்டது செமிக்காமல் கக்கிவிட்டு, மறுகணமே மீண்டும் உண்ணப் பறக்கும் நாயைப் போல் அருவருப்பான புணர்வேட்கையில் இவன் திளைக்கிறான். இப்படியானவனின் கீழ் கலையாக்கங்கள் சாத்தியமா?

ஸ்ரீவத்சரின் மனம் ஆறவேயில்லை. அஜிதநாதர் மீண்டும் தன் உரையைத் தொடங்கியிருந்ததைக் கூட அவரது செவிகள் உணரவில்லை. இவையெல்லாம் ஏன்? இந்த வாதங்கள் தேங்கிய கசடுநீரில் உதிர்க்கப்படும் மலர்கள். இவை நம்மை எங்கு கொண்டுசெல்லும்?

ஸ்ரீவத்சர் சட்டென்று முன்வரிசையில் கண்கள் மிளிர அமர்ந்திருந்த கோபிலனைக் கண்டார். அஜிதநாதரின் உரையை

இரவாடிய திருமேனி | 231

அவன் ஆவலுடன் கேட்டுக்கொண்டிருந்தான். அவனது களங்கமில்லாத நிலைத்தன்மை ஸ்ரீவத்சரை நாணச் செய்தது. அவன் மீது சற்று ஆத்திரமும் எழுந்தது. அவனைக் கூர்ந்து நோக்கலானார். துகளளவும் வெளிக்காட்டவில்லையென்றாலும் இவன் இந்த ஞான இருக்கையைத் தனதெனக் கொள்கிறான். இவன் இதற்குத் தகுதியானவன்தானா? ஆம், அதிலென்ன ஐயம். இந்த ஐயமின்மை என்னை வருத்துகிறது. யாவற்றையும் நான் பார்த்துக்கொள்கிறேன் என மெல்லிய கண்ணசைப்பை இவன் வெளிப்படுத்தினாலும் நான் மாண்டுபோக நேரிடும். நிறைவினால் நிகழும் வடக்கிருத்தல் எனினும் அதில் பாறைக்குள் மறைந்துபோகும் அலைநுரை போல் என் இருப்பு மீதான ஏக்கமும் எங்கோ புலப்படாத இடுக்கில் படிந்தேயிருக்கும்.

அஜிதநாதர் உரை நிகழ்த்திவிட்டு அமர்வது கண்டு ஸ்ரீவத்சர் தன்னிலைக்கு வந்தார். அடுத்து உரை நிகழ்த்தவந்த விஷ்ணுபாதன் சபையை நோக்கி வணங்கினார்.

"அரும்பெரும் ஞான சபைக்கு விஷ்ணுபாதமே மோட்சமெனத் துதிக்கும் அடியேனது வணக்கங்கள். இங்கு பலர் வருகை தந்திருப்பதில் எனக்கு மனக்குறை ஏதுமில்லை. ஆனால், சிலர் தன் தகுதிக்கு மேலாக இடம் எடுத்துக்கொள்கிறார்களோ எனச் சிறு சஞ்சலம்கொள்கிறேன். மேலும் வைதிகர்கள் ஞானமற்றவர்கள், லோகச் சுழலில் பின்தங்கிவிட்டனர் என்றெல்லாம் எவரும் கருத்துகளை உதிர்க்க வேண்டாம்."

ஸ்ரீவத்சர் குரல் உயர்த்தி "விஷ்ணுபாதரே. யார் அவ்வாறு உரைத்தது? நான் முன்பே அறிவித்தது போல் சமயத்தை மட்டும் முன்வைக்கும் வாத, திரிபுவாத கருத்துகளுக்கு இந்த சபைக்கூடலில் இடமில்லை. ஏன் தங்களுக்கு வீண் சஞ்சலம்? அடியேன் ஞான வழிவந்தவன் என நம்புகிறீர்கள்தானே? நான் விஷ்ணுவைத் தாழ்ந்து தொழுகிறேன். இதற்குமேல் எவர் சான்றுரைக்க வேண்டும்" என்றார்.

விஷ்ணுபாதனுக்கு உடல் நெகிழ்ந்தது. வாயெல்லாம் பல்லாய் உரையைத் தொடர்ந்தார்

"அடடா. இந்த வாய்மொழி நான் பெற்ற பாக்கியம் ஞானப் புருசரே. த்வைதத்தின்படி ஆத்மா இல்லை என்றாலும் இறை உண்டு அதாவது விஷ்ணு உண்டு. பிரம்மம் கூட விஷ்ணுவில் ஓர் அங்கம் மட்டும்தான். இதையெல்லாம் தன்

ஞானதிருஷ்டியாலும், வாதங்களாலும் அருளிய ஆனந்த தீர்த்தர் குறித்த ஒரு சம்பவத்தை அறிந்திருப்பீர். கடலால் விழுங்கப்பட்ட மரக்கலம் ஒன்றினைத் தனது சக்தியினால் கரையிலிருந்தே மீட்ட ஆனந்த தீர்த்தருக்கு அக்கலத்தின் உடமையாளர் ஒரு பரிசு தர எண்ணினார். ஆனந்த தீர்த்தர் மரக்கலத்தின் அடியில், நீருக்குள் மூழ்கிக்கிடந்த பாறை ஒன்றினைப் பெயர்த்துத் தரும்படி கேட்டார். அவ்வாறே அது உயர்த்தித் தரப்பட்டது. அப்பாறையைத் தானே தனது தோளில் ஏந்திச்சென்று, உடுப்பி கிருஷ்ணர் கோவிலின் மூல விக்கிரகமாக ஆனந்த தீர்த்தர் நாட்டினார். அவர் கண்ட அந்த விக்கிரகம் தான் பல நூறு ஆண்டுகளுக்கு முன் துவாரகையில் தெய்வச் சிற்பி விசுவகர்மாவால் வடிக்கப்பட்டு, பிரதிஷ்டை செய்யயப்பட்ட விக்கிரகம். கடல் ஊழியில் துவாரகையோடு சேர்ந்து மூழ்கிய அவ்விக்கிரகம் மீண்டும் அதற்குரிய இடத்தை அடைந்தது. அவ்வாறு அடைகிற வரையிலும் அது நமக்கு அழிந்த அல்லது சிதைந்த பொருள்தான். இதிலிருந்து நான் உரைக்க வருவது யாதெனில் லோகத்திலுள்ள அனைத்தும் விஷ்ணுவின் விரல்களுக்கிடையேதான் இயங்குகின்றன. எல்லாமும் விஷ்ணுவின் விரல்களுக்கு நடுவே துவளுவதால் ஆக்கமும், சிதைவும் தனித்த பொருளைக்கொள்வதில்லை. கலையும், கோபுரங்களும் அழிந்தாலும் விஷ்ணு உண்டு. விஷ்ணு வேண்டும்போது சிதைந்த அனைத்தும் மீண்டும் அதன் இருப்பை அடையும்."

"அப்படியெனில் துவாரகை மூழ்குதலும் விஷ்ணு வேண்டியதா" அஜிதநாதர் இடைமறித்துக் கூறவும் சபையில் சிரிப்பொலி உண்டானது.

விஷ்ணுபாதன் வெகுண்டெழுந்தார்.

"ஆமாம் அதிலென்ன ஐயப்பாடு? அந்த ஊழி பரமாத்மாவே நிகழ்த்தியதுதான். பாற்கடலில் எம்பெருமானின் ஆசனமாய் விளங்கும் அனந்தனுக்கு யுகத்திற்கு ஒருமுறை கடும் தாகம் எடுக்கும். அப்போது விஷ்ணு தன் குவிக் கரத்தால் கடல் நீரை அள்ளி ஊற்றுவார். அனந்தன் நாக்கை வெளிச்சுழற்றித் தாகம் தணித்துக்கொள்வான். விஷ்ணு தன் திருக்கரத்தினால் நீர் அள்ளுகையில் கடல் மட்டம் நிலைகெட்டுக் கரையோர நகரங்களை நோக்கி விரையும். அவ்வாறே துவாரகை,

காவிரிப்பூம்பட்டினம், கொற்கை எனப் பல கடல்முக நகரங்கள் மூழ்கின. யாவும் அவன் கரங்களால் நிகழ்பவை..."

மேலுடல் எங்கும் வியர்வை மின்ன, இளம் புஜங்கள் அதிரும்படி விஷ்ணுபாதன் தன் உரையைத் தொடர்ந்தார். அதில் கோபமுற்றவராய் சிவஞான பட்டர் எழுந்து நின்றார்.

"விஷ்ணுபாதரே! போதுமய்யா உமது விஷ்ணுபுராணம். என்ன அடுக்கிக்கொண்டே போகிறீர். அழித்தலும் உமது பெருமாளின் காரியம் என நீர் உரைப்பது இந்தச் சபையைக் கலைக்க நீர் தேர்தெடுத்த வழிமுறையன்றி வேறில்லை. நான் ஞானகுருவின் சொல்லுக்கிணங்க இவ்வளவு நேரமாய்ப் பொறுமை காத்தேன். வீண் புரட்டுகளைச் சபை விவாதத்தில் வைக்கிறீர். உக்கிர நடனமிடும் எல்லாம் வல்ல சிவம் தன் ஒரு காலை நிலம் பதித்து இன்னொரு காலை உயர்த்துவதால்தான் ஊழி நிகழ்ந்தது என்கிறேன். அந்த ஒரு நடன அசைவுக்கு நடுவே தான் அகிலம் இயங்குகிறது என்கிறேன். இதை இச்சபை மறுக்கும் எனில் என் பாதங்கள் இப்போதே தில்லை நோக்கி விரையும்."

"பட்டரே. எதைப் பேச வேண்டும், பேசக்கூடாது எனத் தாங்கள் எனக்குக் கூறக்கூடாது. எமக்குச் சமமாய் உம்மை இங்கு அழைத்திருப்பதே நீர் அடைந்த பெரும்பேறு. உமக்கு மட்டுமல்ல, உமது சுடுகாட்டு மூர்த்திக்கும் அதுதான் உயரிய பேறு..."

விஷ்ணுபாதன் அதைக் கூறி முடிப்பதற்குள் சிவஞான பட்டர் ஆத்திரத்துடன் முன்னே பாய்ந்தார். மாறவர்மன் கரம் உயர்த்தியதும் காவலர்கள் இருவருக்கும் இடையே ஓடிநின்று சச்சரவைத் தீர்க்க முயன்றனர். ஸ்ரீவத்சர் விழிகள் சிவந்து ஏதும் விளங்காதவராய் அமர்ந்திருந்தார். அவரது குரல் சபையின் கூச்சல்களுக்கு நடுவே அசிங்கமாய்த் தோற்று ஒதுங்கியது. அதற்குமேல் சபையினர் முன் அமரவே வெட்கினார். சபை விவாதங்களை அதற்கு மேல் நடத்த இயலாது என்பது அவருக்குத் தீர்மானமாய்த் தெரிந்தது. இருக்கையிலிருந்து எழுந்து சபை வாயிலை நோக்கி விரைந்தார். மண்டபத்திலிருந்து இறங்கி, விறுவிறுவென நடந்தவர் முடிவில் மண்டபத்தின் புழக்கடைப் பகுதியை அடைந்தார். இயலாமையும், வெறுப்பும் அவரை வீழ்த்த முற்பட்டன. அந்த வெட்டவெளி இருளில் அவருக்கு ஓர் இனம்புரியாத அச்சம் எழுந்தது. திரும்பிவிடலாம்

என எண்ணியபோது பின்னால் கோபிலனின் அசைவை உணர்ந்தார். அவரது தோள்தொடும் தூரத்திற்கு அவன் நெருங்கி வந்திருந்தான். அவர் அதில் சற்று ஆறுதலை உணர்ந்தார். கோபிலன் ஏதும் பேசாமல் அவருக்கு இணையாய் இருளை வெறித்தபடி நின்றிருந்தான்.

***

பரிதியைக் காணிகளிடம் ஒப்படைத்தபின் சாம்பன் அவளை நோக்கி விரைந்தான். அவள் முகம் சுளித்தாலோ அல்லது ஏன் திரும்பி வந்தாய் எனக் காரணங்களைக் கோரினாலோ மீண்டும் தன் வழியில் திரும்பிவிடலாம் எனத் தற்காப்பாய்க் காணிகள் குடிலையும், அதற்கு வழிவிடும் நீர் விரிவையும் மனதில் பதிந்துகொண்டான். மேற்குத் திசையில் அவ்வளவு தூரம் வந்தும் அவளைக் காணவில்லை. மேற்கு வானின் ஆவாரம் பூ மஞ்சள் இப்போது முழுவதுமாய் இருளில் கலந்திருந்தது. சாம்பன் பதற்றமுற்றான். வியர்வை சரம் சரமாய் உதிர்ந்து மண் நனைத்தது. சுனைப்படுகையை விடுத்து அடர்வனத்திற்குள் நுழைந்து நோக்கும் எண்ணம் அச்சத்தையும், தனிமையுணர்வையும் கிளரச் செய்தது. பெருமரங்களின் சூனிய மௌனத்திற்குள் அணிகலன்களற்ற, நிழலைப்போன்ற அவள் மேனி வண்ணமில்லா பட்டாம்பூச்சியை விடவும் பூடகமானது. அவளை எப்படிக் கண்டறிய?

அந்தி அதன் இறுதி வெளிச்ச முனகலை ஏற்கெனவே வெளியேற்றியிருந்தது. மீண்டும் காட்டிற்குள் தனியனாய் அவதியுற வழி தேடிக்கொண்டோமோ எனச் சாம்பன் இருளை அஞ்சினான். சுனை நீரின் தளும்பல் ஓசையைப் பற்றி அதனோடு அவன் மீண்டும் காணிகள் குடில் நோக்கி நகர முற்பட்டபோது ஒரு குரல் அவனது பின்கழுத்தை உரசியது. குரல் வந்த திசையில் ஓர் உருவம். யானைகளின் மதன நீரில் ஊறி, மகரந்தப் பரவலுக்கிணையாய்ப் புலிகளின் ரோமங்கள் உதிர்ந்துகிடக்கும் அக்கானகத்திற்குச் சூடப்பட்ட மைப்பொட்டு போல் அவள் அங்கு நிற்கக் கண்டான். அவள்தானா? பரிதவித்து அவளிடம் ஓடத்தொடங்கிய கணத்தில் அவனது ஆங்காரத்தைத் தடாகம் ஓசையின்றி இழுத்துச்சென்றிருந்தது. அவளை மீண்டும் கண்டதும் அவனுக்குத் தலைகால் புரியவில்லை. பாதங்களில் இடறிய எதையும் கவனிக்கும் நிலையில் அவன் இல்லை. எங்கும் சூழத் திரண்டிருந்த இருளைக் கண்டு அவன் இப்போது

நடுங்கவில்லை. அவளிடம் விரைந்த வேகத்தில் அவளது கரங்களைப் பற்றிவிடுவோமோ என மனம் தடுமாறினான்.

“நான் இரண்டொரு தினங்கள் கழித்துச் செல்கிறேன். நாங்கள் அமைத்த குடிலில் பாரை, கோணி, இன்னும் சில பொருட்கள் கிடக்கின்றன. அவற்றை எடுத்துச் செல்லவேண்டும்” அவன் மூச்சிரைக்கக் கூறியதைக் கரிசனத்துடன் பார்த்தாள்.

தளர்வுற்றிருந்தும் அவன் உடல் இனம்புரியாத சுகத்தில் திளைத்தது. படபடப்பு மெல்லத் தாழ்ந்து அவளுடன் நடந்தான். வனம் இருண்ட குகைபோலவும் சுனை அதன் குறுகலான வழித்தடமாகவும் தோற்றமளித்தன. அவள் தனது கையில் இருந்த தடிக்கோலைப் பாதையில் தட்டியபடி நீக்கமற நிறைந்திருந்த புராதன இருளில் முன்சென்றாள். பருத்த ஆந்தைகள் தனது தடித்த இறகுகளை அசைத்து விழிகளை அகட்டின. பழம்தின்னி வெளவால்கள் தலைக்குமேல் படபடத்துக் காற்றில் வளைகோடுகளைக் கீறின. ஆனாலும் அவனுக்குக் கலக்கமில்லை.

இவளருகே தனிமையை உணரமுடியவில்லை. இவளது இருப்பில் பெருங்களவு முடித்து, குளிர்ந்த மணல்வெளியில் உறங்கும்போது எழும் அமைதியும், கள்ளுண்ட பின் தலைதூக்கும் இரகசியமான குதூகலிப்பும் ஊற்றெடுக்கின்றன. இவளது மூச்சு இரவில் செந்நிறத்தில் கொழுந்துவிட்டு வெளிவரும் வண்டல் நிலக் கொள்ளிவாயுவை விடவும் அடர்த்தியானது. ஆனால் இவளிடம் குடிகொண்டுள்ள மென்மையும், அழகும் மனிதர்கள் அறிந்திடாதவை. யார் இவள்? சாம்பன் இருள் விரித்த அளவிலா திரைக்குள் ஒளிந்து, தன் மீசைக்குள் மறைமுகமாய்ப் புன்னகைத்தான்.

அவள் சுனையோரக் கற்களில் தவ்வியபடி “இதற்குமேல் தொடர்வது ஆபத்து” என்றாள்.

“தனியாகப் போய்விடுவாய் என்றாயே?”

“இப்போதும் சொல்கிறேன். என்னால் போக இயலும். ஆனால் உமக்குத் தீங்கு நேர வாய்ப்புண்டு. உமக்கு விலங்குகளின் மனமும், திசையும் புரியாது” என்றாள்.

“அதனால் என்ன? அதுதான் எல்லாம் தெரிந்த நீ உடன் வருகிறாயே?”

“இல்லை. இங்கேயே இருந்துவிட்டுப் புலரியில் செல்வோம். நீரோடை இரைச்சலுடன் இருக்கிறது. அந்த ஓசைக்கு அஞ்சி மிருகங்கள் அண்டாது.”

சிறு மௌனத்திற்குப் பிறகு “இப்போதும்கூட ஒன்றும் குறைந்துவிடவில்லை. இடைவெளி இல்லாமல் நீர் என் கரத்தைப் பற்றி நடக்க உடன்படுவீர் என்றால் சொல்லுங்கள். செல்வோம். அதற்கும் மூக்கை விடைப்பீர்தானே? பிறகு என்ன? இங்கேயே அமர்வோம்” என்றாள்.

சாம்பன் அந்தச் சீண்டலில் கிளர்ச்சியுற்றான். அவனது நெஞ்சம் குளிர்ச்சியில் நடுங்கியது. உணர்ச்சிப் பெருக்கத்தினால் உடலில் பரவிய மர்மச்சூடு இரவுப்பொழில் அள்ளி விசிறிய ஈரக் காற்றுடன் சமராடியது. புலன்கள் அனைத்திலும் அலாதியான இன்பம். தீரத்தில் இறங்கி நீர் பருகினான். சுனையிலிருந்து கரையை எறிட்டுப் பார்த்தபோது அவள் பாறை மீது கால்களை நீட்டி மடித்து, அதில் கரங்களை வளைத்து அமர்ந்திருப்பதைக் கண்டான். கறுமையேறிய வானில் அவளது வாளிப்பான உடல் அழகிய நிழற்சித்திரமாய்ப் பதிந்திருந்தது. மேலேறுகையில் அவளது அருகாமையை உணரப்போகிறோம் என்கிற நினைப்பே அவனுக்கு இன்பமூட்டியது. பகலில் இப்படித் தோன்றப்போவதில்லை. மனம் சுளிக்கச்செய்யும் முக பாவங்களை வெளிப்படுத்துவாள். இரவில் மட்டும் இவளது கவர்ச்சிக்குரிய அசைவுகளும், இவளே அறிந்திடாத இவளது அழகுணர்ச்சிகளும் தழலேறிய பனம் பாகாய்த் திரண்டு வருகின்றனவா?

“தாகம் தீர்ந்ததா?” சோர்வும், கனிவும் ஒருசேர மிளிரும் விழிகளூடன் வினவினாள்.

“ம்ம்ம்... உன்னை... உன்னைப் பார்த்தால்...” சாம்பன் எதையோ கூற வந்து நிறுத்தினான். ‘

“பார்த்தால்?” தலையைத் தோளில் உரசியபடி கேட்டாள்.

“சின்ன பிள்ளை போல்... இந்த மலையே உன்னைச் சீராட்டி வளர்க்கிறதோ என எண்ணத் தோன்றுகிறது. நீ மட்டும் எப்படி இங்கு தனியாக?”

அவள் முகத்தில் துயர ரேகைகள் வெளிப்பட்டன. தடுமாற்றமான குரலில் “தனியாகவா? அம்மை இருந்தாள். நீர் நினைவற்றுக் கிடந்த நாளில்தான் மரித்துப்போனாள். கூறினேனே.” என்றாள்.

“இனி உன் வாழ்வை எப்படிக் கடத்துவாய்?”

சாம்பனின் கேள்வி புரியாதவளாய் “இப்போது கடத்துவது போல்தான். உங்களது வினாவின் அர்த்தமே எனக்கு விளங்கவில்லை” என்றாள்.

“இல்லை. காட்டிலேயே வாழ்ந்துவிட முடியுமா? அதுவும் துணையின்றி?”

“சிந்திக்கவேண்டிய கூற்று. துணையாக யார் இருப்பார்? நீர் இருப்பீர்கள் என்றால் சொல்லுங்கள்.”

அவனது பதிலுக்கு இடமளிக்காமல் உடல் குலுங்கச் சிரித்தாள். அப்போது அவளது மேல் கச்சைக்குள் அழுந்தியிருந்த தனங்கள் சற்று வெளியே புடைத்ததில் சாம்பன் உளம் வியர்த்தான். வளம் மிகுந்த அவளது மார்மேடு எடுத்துக்கொள்ளக்கூடிய தொலைவில் இருந்தும் அவன் மனம் அதை அபகரிக்க நச்சவில்லை. அவற்றைத் தாங்கிய அவள் தன்னுடன் அமர்ந்திருக்கிறாள் என்கிற நிறைவே அவனுள் இன்பத்தை நீட்டித்தது. நட்சத்திரங்களை நோக்கியபடி படுத்திருந்தவனைத் தன் வெளிமூச்சின் இறுதிக் கணை தீண்டும் தொலைவில் வைத்து அவளும் அப்பாறை மீது படிந்துகொண்டாள். புனல் நீரின் கடிமணம், செண்பக மரங்கள் வீசிய நற்தென்றல், தேன் குடுவையின் அடியாழச் சுவையையும், அடர்த்தியையும் உடைய அந்த இரவு என அனைத்தும் அவனைக் கிரக்கத்தில் தள்ளின. எனினும் அவள் மேனி கசிந்த இன்பத் தகிப்பில் அருந்தவம் பூண்டவனாய் இமை கொட்டினான்.

“வானில் அப்படி என்ன நோக்குகிறீர்? வெள்ளியா? எனக்கும் வெள்ளி நோக்குவது பிடிக்கும். ஆனால் அடர்வனத்தில் அதற்கு வாய்ப்புகள் குறைவு. அதற்காகவே அவ்வப்போது மலைமீது ஏறுவேன். புவியில் மனிதன் மட்டும்தான் வான் நோக்கி மனம் குவிக்கிறான் கண்டீரா? மற்ற உயிர்கள் வான்நோக்கித் தலையுயர்த்தினாலும் அதைக் கண்டும் காணாதது போல் மீண்டும் மண் பார்க்கும்.”

அவள் தன் எண்ணங்களோடும், மனத்தேடல்களோடும் இசைந்து வருவதைச் சாம்பன் முதன்முறையாக உணர்ந்தான். அவள் பேச்சைத் தொடர்ந்தாள்.

“இறந்த உயிர்கள்தான் வெள்ளிகளாய் முளைக்கின்றனவோ? புவி மீது கொண்ட ஏக்கத்தினால் அவை மீண்டும் மண் நோக்கி உதிர்கின்றனவோ?”

***

விடியலில் இருவரும் நடக்கத் தொடங்கினர். சாம்பன் இப்போது சற்று உற்சாகமாக உணர்ந்தான். எங்கும் தெளிவான காட்சிகள். சுனை நீரின் மென் உஷ்ணம் உடலுக்கு இதமூட்டியது. அதுவரை கண்டிராத மலர்களையும், வண்ணத்துப்பூச்சிகளையும் அவன் கண்ணுற்றான். தீக்கடம்பை பற்றி அவளிடம் வினவலாமா என்று யோசித்தான். ஆனால் அதில் ஒரு தயக்கம். நண்பகலில் அடர்வனத்தில் நுழைந்திருந்தனர். பாதை மேடேறி உயர்ந்தது. சுனைத் தடத்தை நீங்கி, உலர்ந்த இலைச் சத்தைகள் விரவிய இடத்தை அடைந்தபோது அவள் எதையோ அருகில் உணர்ந்தவளாய் நிலைக்குத்தி நின்றாள். விழிகளுக்குப் பதில் செவிகளே காட்சிகளைப் பதிப்பதுபோல் மௌனித்து ஆழ்ந்தாள். சாம்பனுக்கு எதுவும் விளங்கவில்லை. அங்கிருந்து தடம் மாற்றி முட்களும், சுருக்கேறிய செடிகளும் நிறைந்த பகுதிக்குள் அவள் இட்டுச்செல்லத் தொடங்கியதும் அவன் அவளை நிறுத்திக் கேட்டான். அவன் திசை திரும்பாமலேயே “ஒற்றை ஆனை” என்றாள் அவள்.

“பயமா?”

“ஆமாம் உம்மை நினைத்து.”

“என்னை நினைத்தா?” சாம்பன் புரியாதவன் போல் கேட்டான்.

“எனக்கு அன்று நடந்தவை அனைத்தும் தெரியும்” என்றாள்.

“என்ன?” சாம்பன் குரல் தாழ்ந்தான்.

“நீங்கள் ஆனைகளின் எல்லைக்குள் வந்தது தவறு. உங்களை வாரிக்குழி வெட்டவரும் காணிகள் என அந்த முதிர்களிறு நினைத்திருக்கவேண்டும். உம்மோடு வந்தவர் அதற்கு வழங்கிய தண்டனையை இந்தக் காடு ஒருபோதும் மறக்காது. அந்த ஆனையின் துயரை நீக்கவல்ல ஆத்மாக்களே இங்கில்லை.

அதற்கு உம்மவர் இட்ட மந்திரக்கட்டைக் கண்டு வன தேவதைகள் எல்லாம் விரண்டோடின. அந்த ஆனையே இங்குள்ள ஆனைகளில் தினவுமிகுந்தது. அதன் பிண்டத்தைக் கண்டால் புலிகள் மிரளும். அத்தகைய பேருயிர் ஒரு கற்சிலை போல் உறைந்து நின்றால் வனத்தின் அத்தனை யானை நிரைகளும் குழம்பிவிடாதா? எவர் அந்த யானைக்கு அப்பிடியிலிருந்து விடுதலையளிப்பது? அதன் இணை யானை... அந்தப் பெருங்களிற்றின் உயிர் சுமக்கும் கர்ப்பிணி யானையின் அழுகையைக் காடு எவ்வளவு நேரம் பொறுக்கும்? அது அப்போது அடைந்த வேதனை ஒரு பிள்ளை இறக்கப்போகும் தருவாயில் அதன் தாய் அடையும் வேதனைக்கு இணையானது. அந்த அவலப் படலத்தை முடித்துவைக்கவே வனப்பெருந்தெய்வமான உச்சிமலை பேச்சி செந்நாய்ப் படையொன்றை அனுப்பிற்று. அதுவரையிலும் அப்படியொரு செந்நாய்த் திரள் ஓரிடத்தில் குவிந்தது இல்லை. அவற்றின் வருகையில் திடுக்கிட்டு எழுந்த நான் அதன்பிறகு நிகழ்ந்த அத்தனையையும் நோக்கினேன். பாறைக் கணுவுகளைப் போல் முற்றிய தந்தங்கள் உடைய, சுருக்கங்களுக்கு இணையாகப் பெரும் நினைவுகளைக் கொண்ட அந்த யானை மீது செந்நாய்கள் பேரருவி போல் பொழிந்து வளைத்தன. மலையளவுள்ள தேனடையைத் தேனீக்கள் மொய்ப்பதைப் போல். அவற்றின் முனகல், மூச்சொரிதலுக்கு இடையே யானையின் தசை பிய்க்கப்படும் ஓசையை நான் கேட்டேன். இறுதியாய் அதன் சரிவில் உண்டான உயிர் நடுங்கச்செய்யும் அந்தச் சப்தத்தையும்தான். எப்பிறவியானும் அந்தக் கணத்தை எப்படி மறக்க? இதற்கு முன்னரும் சரி, இனி எப்போதிலும் சரி, ஒரு யானை செந்நாய்களால் வீழ்த்தப்பட்டு மண்சாய்வது என்பது நிகழ முடியாத ஒன்று. ஆனால் இரவிற்குள், காட்சியரவமின்றி நிகழ்ந்த அந்த வல்வினையை இருளின் அங்கமென நின்று நானும் உணர்ந்தேன்."

சிறு மௌனத்திற்குப் பின் சாம்பன் குரலெடுத்தான்.

"சொல்வதற்கே விந்தையாக இருக்கிறது. அந்த யானை செந்நாய்களில் பலவற்றை மிதித்துக் கொன்று, இறுதியில் தோல்வியுற்று அங்கிருந்த அகன்ற கணத்தில் நான் பழி உணர்வின்றி, அதற்காக வருந்தினேன். அதிலும் அது அவ்விடத்திலிருந்து விலகிச் செல்லும் முன் இறுதியாக எழுப்பிய பிளிறல். அது இதற்குமேல் என்னால் முடியவில்லை,

அது நான் போகிறேன் என அதன் துணையிடம் அழுவது போல் இருந்தது. இப்போது நினைத்தாலும் நெஞ்சில் துக்கம் பாய்கிறது."

"இதில் விந்தையொன்றும் இல்லை. யானையின் அழுகை எவருக்கும் துக்கம் தரக்கூடியது. அத்தனைப் பெரிதாய் இருந்துகொண்டு குழந்தை போல் அழும். பிறகு இன்னொன்றைச் சொல்கிறேன். அஞ்சியோ அல்லது இயலாமையாலோ அந்தப் பெண் யானை அங்கிருந்து அகலவில்லை. அதன் வயிற்றில் இருந்த கருவைக் காக்க வேண்டும் என்பதற்காகவே அது அகன்றது. எந்த நிலையிலும் உயிர்கள் அதற்கு வழங்கப்பட்ட கடமைகளில் தவறுவதில்லை."

சிறிது தூரம் இருவரும் பேசாமல் நடந்தனர். சாம்பன் மீண்டும் அவள் மீது ஐயத்தை வளர்த்தான்.

இவள் என் மனதில் தடுமாறிக்கொண்டுள்ள எண்ணங்களை அவள் திசைக்கு வளைக்கிறாள். அதை வெளிப்படுத்துவதற்கு ஏதுவான சொற்களையும் கிளறிவிடுகிறாள். நான் என்னைக் கூர்ந்து நோக்க வேண்டும். இவளிடம் பெறக்கூடியதை மட்டும் பெற்றுவிட்டு இங்கிருந்து வெளியேறுவதே நன்று. ஆனால் இவளிடம் பெறுவதற்கு என்ன இருக்கிறது? இந்தக் காட்டில் உயிர் நீட்டித்து என்னை உலாவவிடுகிறாள். பிறகு மனதை ஆற்றுப்படுத்தும் பேச்சு, அதற்குமேல்...

"என்ன யோசனை. என்னையும் உம் பாலைக்குக் கவர்ந்து சென்றுவிடலாம் என்றா?" குறுநகையுடன் கேட்டாள்.

"இல்லை. நீதான் என்னை இங்கு கவர்ந்து வைத்திருக்கிறாயோ என எண்ணிப்பார்த்தேன்."

"ம்ம்... வெயிலில் கருகிய குறுகொன்று பொழிலில் மயங்கித் திளைக்கிறது."

"என்ன?"

அவள் பதிலளிக்காமல் புன்னகைத்தாள். திடீரென அங்கு அடர்த்தியான மௌனம் சூழ்ந்தது. சாம்பன் சுற்றிலும் வெறித்துப் பார்த்தான். நெடுங்காலமாய் நிலவினை அசைக்காத மௌனக் குளத்தின் மீது இறகொன்று அமர்வது போல் அவனது இமைகள் வானகப் பரப்பில் மென்மையாக அழுந்தின. ஆழ்ந்த

அமைதிக்குள் துகள்களாய் ஊடுறுவிப் பார்த்தான். கால்களைப் பிசைந்த அசதியை இப்போது அவனால் உணர முடியவில்லை. அந்த விடுபடல் உணர்வு அவனுக்குப் புதிதாய் இருந்தது. தொடர்ந்து அவளுடன் எண்ணங்கள் துறந்து நடந்தான். வழிமறித்த வெயில் கணைகளைக் காணவில்லை. மெல்லிய பொன் திரவத்தை மட்டும் உமிழ்ந்துவிட்டுச் செங்கதிரோன் உச்சிமலை பேச்சியிடம் அடங்கியிருந்தது. வெண்மதி மருகி மருகி மெல்ல வெளிப்பட்டது. இரவின் முதற்சாயலில் கிரங்கி அவன் அங்கு சூழ்ந்திருந்த மௌனச்சுழலின் ஆழம் வரை இறங்கினான். ஏறுமாடம் விழிகள் முன் உயரவும் காடே அதை அவர்கள் நின்ற இடத்திற்கு நகர்த்தி வந்திருப்பதைப்போல் பிரமை எழுந்தது.

மாடத்தில் ஏறும் முன் சாம்பன் “தாகமாக இருக்கிறது...” என்றான்.

“எனக்கும்தான். வாருங்கள். அருவிக்குச் செல்வோம்.”

அவள் தன் கரத்தை நீட்டுகையில் அவளது முலைகள் அவளது சோம்பலுக்குத் தொடர்பில்லாதது போல் துள்ளி அடங்கின.

உறங்கிக் கிடக்கும் காட்டில் நிலம் அதிர பொழியும் அருவியென அவை அவனுக்குத் தோன்றின. நகர் திரும்பாமல், மீண்டும் காடடைந்தது இந்த வளம்பெரும் தனங்களின் அருகில் இருக்கத்தானோ என எண்ணம் பூண்டான். அந்த எண்ணத்தை மறைக்க வேண்டிய சிரத்தையும் அவனுக்கு உண்டானது. அவளைக் காண மனமில்லாதவன் போல் மரங்களின் மீது படர்ந்த அந்தி நேரக் கருமையிலும், தொலைவில் எங்கோ இணை விரட்டிய கான மயிலின் அகவலிலும், வஞ்சினம் தீர்க்க வரப்போகும் சூல்கொண்ட யானையின் கூர் விழிகளிலும், மழை காணாமல் திருநீறு நிறத்தில் வெளுத்துவிட்ட பாறைகளிலும் தன் புலன்களைப் பதித்தான். மனத்தின் அடர்ந்த இருளுக்குள் மட்டும் அவளை நிமிண்டினான்.

நீர் அருந்திய பிறகு அவன் உடல் இன்னும் கனமற்றதாக ஆகியிருந்தது. அதுபோல் ருசிமிகுந்த நீரைப் பருகி அந்திப்பொழுதிற்குள் நுழைந்த கடந்தகாலத் தருணங்களை நினைவுகூர்ந்து பார்த்தான். ஏதும் பிடிபடவில்லை. அவள் எதையோ பேச முன்வருகையில், மஞ்சற் புல்லின் வேரினை விடவும் மெலிதான ஒரு நினைவேக்கச் சரடில் சிக்கி, அதில்

தனது தந்தையின் தோளில் வீசும் கடினமான வியர்வை மணத்தை நுகர்ந்து வெளிவந்தான்.

அவள் தன் முகத்தில் வழிந்த நீரை ஒதுக்கியவாறு "என்ன அவ்வப்போது ஏதோ சிந்தனைக்குள் போய்விடுகிறீர்கள்?" என்றாள்.

"ஒன்றுமில்லை."

"பசிக்கிறதா? மாடத்தில் தேன், நெல்லி, திணையெல்லாம் உண்டு..." அவள் சிறுபிள்ளையைப் போல் ஆர்வத்துடன் சொன்ன விதம் அவனைக் கவர்ந்தது. அதனிலும் மேலாய் அவளருகில் இன்னுமொரு இரவைக் கழிக்கப்போகிறோம் என்கிற நினைப்பில் கிளர்ச்சியுற்றான். அவளுக்கு இணையாய் நடக்க முற்பட்டபோது சட்டென்று அவனது தூரப்பார்வை பரிதியின் உடலை மாய்த்த, பாறைப் படுகையில் செங்கழல் போல் ஒளிர்ந்த கல்மரத்தைக் கண்டு திடுக்கிட்டது. மறுகணமே வெடுக்கென்று அவளைப் பிடித்து நிறுத்தினான்.

"உனக்கு நிச்சயம் தெரியும். அதோ அங்கே தகிக்கிறதே. கல் போல் இருக்கும் முறிந்த மரத்தண்டு. அதில் என்ன இருக்கிறது? அதைத் தொட்டுத்தான் என்னுடன் வந்தவன் மூர்ச்சையானான்."

அவள் அலட்சியமாக "அதை விடுங்கள். விரைவாக நடப்போம். இருளப்போகிறது" என்றாள்.'

"ஏய் நில்லடி."

சாம்பன் இட்ட அதட்டலில் மிரண்டு நின்றாள்.

அவளை நோக்கிக் கை ஓங்கியவாறு "சொல். எனக்குத் தெரிந்தாக வேண்டும்" என்றான்.

அவள் பதிலின்றி பணிந்து நின்றாள். கண்களில் ஈரம் கோர்த்திருந்தது.

"நான்... தா... தாயி..." அவளிடமிருந்து தேம்பலாய்க் குரல் வந்தது.

"என்ன? அழாமல் சொல்..."

"நான் தாயில்லாத பெண்... என்னை அடிப்பீர்களா?"

அவள் அப்படிச் சொன்னதில் சாம்பன் உறைந்துவிட்டான்.

“இல்லை... நிச்சயம்... அழாதே. நான் உன்னை அடிக்க நினைக்கவில்லை. உன்னைப் போய் எப்படி? சரி விடு, அந்த எழவெடுத்த கல் பற்றி எனக்குத் தெரிய வேண்டாம்.”

சிறிது தூரம் நடந்ததும் சமாதானம் அடைந்தவளாய்க் கண்ணீரைத் துடைத்துக்கொண்டாள்.

“சரி அதைப் பற்றிச் சொல்கிறேன். நமக்குள் ஒரு உடன்பாடு ஏற்படுமானால்...”

“என்ன உடன்பாடு?”

“வருகிற மறைநிலவு நாள் வரை இங்கு இருப்பேன் என்று சொல்லுங்கள். நான் அந்தக் கல்மரம் பற்றிச் சொல்கிறேன்.”

சாம்பன் எரிச்சலுடன் “தேவையில்லை. அதைத் தெரிந்து கொண்டு எனக்கு என்ன விளைந்துவிடப் போகிறது? நான் நாளை விடியலில் கிளம்பிவிடுவேன். அந்த இரகசியத்தை நீயும் உனது காடுமே வைத்துக்கொள்ளுங்கள்” என்றான்.

“இல்லை. நான் அப்படி உரைக்கவில்லை. அதைச் சொல்வதற்காக மட்டும் உங்களிடம் அந்த வேண்டுகோளை வைக்கவில்லை. அம்மையின் நினைப்பு வாட்டுகிறது. இரவில் அவள் இல்லாத வெறுமையை... என்னால் முடியவில்லை. உங்களுக்கு விளங்குகிறதா? இந்தத் தனிமை. தாய்ப் பறவை வானிலயே மாண்டு கடலில் வீழ, இறங்கவும் முடியாமல் தொடர்ந்து பறக்கவும் முடியாமல் தவிக்கும், தன்னந்தனிச் சேய்ப் பறவையாய்...”

சாம்பன் அமைதியாய் வெறித்தான்.

“நான் மீண்டும் அழுதுவிடுவேன் போலிருக்கிறது. நேற்று நீங்கள் திரும்பிவந்த போது எப்படி உணர்ந்தேன் தெரியுமா? உண்மை போலவே காட்சிதரும் ஒரு கொடுங்கனவிலிருந்து திடுக்கிட்டு எழுந்தபின் தாயின் மூச்சை அருகில் உணர்ந்தால் ஒரு நிம்மதி ஏற்படுமே... அது போல் ஒரு நிம்மதி. அந்தத் தனிமையில் உம்மை மீண்டும் பார்த்தது... காற்று கூட என்னை அணைத்துக்கொள்வது போல் இருந்தது. அப்போது எழுந்த ஆறுதல் உணர்வை... என்னால் அதை விளக்கவே முடியவில்லை.”

சாம்பனுக்கு மனம் இரங்கியது. அவளை நோக்க வலுவில்லாமல் சிறிது தூரம் அகன்றுபோய் நின்றான். மார்பில் ஒரு பிடிபடாத உணர்வு. பிறகு அது மெல்ல மறைந்து, அவ்விடத்தில் அவன் முழு வாழ்விலும் அறிந்திடாத ஒரு தெய்வீக இன்பமும், துக்கமும் ஒருசேரக் குமைவதை உணர்ந்தான். அவனுக்கு அவளைக் கட்டித் தழுவி அழவேண்டும் போலிருந்தது.

***

கோதை அழக் கூடத் திராணியின்றி ராணி நாகம்மையின் அரண்மனைக்கு வந்திருந்தாள். ராணிக்குப் பணிவிடையாற்றுகையில் அவளை மீறி விசும்பல் உடைந்து விட்டது. ராணி என்ன சங்கதியெனக் கேட்டு முறைத்தபோது கோதை தன்னிலை புரியாமல் உளறினாள். அவளைத் தூரமாகச் சென்று நிற்கும்படி அதட்டியவள் என்ன விவகாரம் என இன்னொரு பணிப்பெண்ணிடம் வினவினாள். அன்றைய விடியலில் உத்திராபதி பண்டிதரை அழைக்க நகர் சந்தையில் பொதி சுமப்பவன் ஒருவன் வந்திருந்தான். ஒரு பலா வண்டியில் நீர் வற்றிய மரச்சிம்பு போல் துவண்டுகிடந்த பரிதியைக் கண்டதும் உத்திராபதி பண்டிதருக்கு ஒன்றும் பிடிகொள்ளவில்லை. பரிதியின் வெறித்த கண்களை ஆழ்ந்து நோக்கினார். காணிகளுக்குப் பரிதியை வளர்ந்தோங்கிய ஒருவன் சுமந்துவந்து கிடத்தியதைத் தவிர வேறொன்றும் தெரிந்திருக்கவில்லை. உடன் சென்ற பெரியசாமிக்கு என்ன நேர்ந்திருக்கும் எனப் பண்டிதர் தவித்தார். பரிதியைக் குடிசையில் சேர்த்துவிட்டு அவனது நிலை பற்றிக் கூற உடன் காவலர் தலைவனைக் காண விரைந்தார்.

பணிப்பெண் நிகழ்ந்ததைக் கூறியதும் நாகம்மை ஏளனமாக நகைத்தாள் “அதுதான் சங்கதியா? அதற்குத்தான் மண்ணுருண்டை போல் கரைகிறாயா? என்ன செய்ய... முழுதும் பூறப்படாத பலா. ஆவலோடு இருந்தாய். கணவன் வருவான், உடல் தினவைப் போக்குவான் என. போகட்டும். நகரில் வேறு ஆண்மகனா இல்லை. வஞ்சனை இல்லாமல் உன்னைத் திங்க ஒரு பறையனாவது கிடைப்பான். விடு. போய் எண்ணெய் காய்ச்சி எடுத்து வா.”.

ராணியின் விஷச் சொற்களில் கோதை கலங்கினாள். குடிசைக்கு எப்போது திரும்புவோம் என்கிற பதைபதைப்பு அவளை ஆட்கொண்டது.

“உன்னிடம்தான் சொன்னேன்.”

ராணி மீண்டும் குரல் எடுத்ததும் எண்ணெய்ப் பாத்திரத்தை எடுத்துக்கொண்டு பின்கொட்டிலுக்கு விரைந்தாள். சூடேறிய சட்டியில் எண்ணெய்யை ஊற்றும்போது திடுமென உருவெடுத்ததுபோல் ஓர் எறும்பு அதில் வெகுண்டு ஓடியது. கோதை அகப்பையினால் அதை வெளியே விசிறி எறிந்த பின்னும் உஷ்ணமும், தனிமையும் தந்த அதிர்வில் தன் ஆயுளுக்கும் அந்தக் கணத்திலிருந்து மீள முடியாது என்பதுபோல் நிலைகுலைந்து ஓடியது.

சூடேற்றிய எண்ணெயை எடுத்துக்கொண்டு குளியல் முற்றத்திற்கு வந்தபோது நாகம்மை மீண்டும் கடுகடுத்த சொற்களை வீசினாள். எண்ணெய்ப் பூசுகையில் அவளது சொற்களை விடவும் அவளுடலில் தகித்த வெப்பம் கோதையை அச்சமுறச் செய்தது. கேசம், நெற்றி, மூப்பினால் நெகிழ்வுற்ற செவிகள் எனக் கோதையின் கரங்கள் வழுவிச் சென்றன. மயிர் மழித்திருந்ததனால் சொரசொரப்புடன் இருந்த அவளது கை இடுக்குகளில் வியர்வை வெந்நீர் போல் கொதித்தது. ஒவ்வொரு அங்கங்களாக உஷ்ணமும், வாசனையும், பிசுபிசுப்பும பரவிச்செல்ல பொன்பட்டறையில் உலை அடங்குவது போல் நாகம்மை ஆசனத்தில் அயர்ந்திருந்தாள். ஓரங்களில் மடிப்புகளாய்ப் பிரிந்து வயிற்றை நோக்கிச் சரிந்திருந்த அவளது முதிர்தனங்கள் ஒரு விநோதப் பிராணியை ஒத்திருந்தன. கோதை நாகம்மையின் பின்பக்கம் போய் நின்றுகொண்டு கை நிறைய எண்ணெய்யை அள்ளிக்கொண்டாள். பிறகு உயர்த்திப் பிடிக்கமுடியாதவாறு கனத்திருந்த ராணியின் மார்புகளில் தப் தப் எனத் தளும்பும்படி எண்ணெய்யைத் தடவி நீவினாள். ராணியின் கண்களில் எரிந்த தணல் இப்போது நீர் வேண்டும் ஏக்கமாய் மங்கியிருந்தது. கோதையின் கரங்கள் தன் மார்பிலேயே நீடித்து உராயட்டும் என்பதை மெல்லிய முனகலாய் அவள் வெளிப்படுத்தினாள். இப்போது கோதைக்கும் இறுக்கம் தளர்ந்திருந்தது. ராணியின் முலைகள் பஞ்சாமிருதம் சுருட்டப்பட்ட வாழை இலையாய்க் கொழகொழத்து அழுந்தியதிலும், காம்புகள் மரச்சில்லு போல் தடித்ததிலும் அவளுக்கு உள்ளுக்குள் என்னவோ ஆகிறது. வயது முற்றி, உயிர் ஒடுங்கி தன் தோலினை உரிக்கவும் சக்தியற்ற, கனத்த நாகமாய் அமர்ந்திருந்த ராணி இமைகொட்டி எதையோ நினைவாழத்திலிருந்து நுகர்ந்து தவித்தாள். பிறகு தொடைகளை

நன்றாக அகட்டியபடி எதிரில் நின்ற பணிப்பெண்ணை அழைத்தாள்.

"என்ன வேடிக்கை? வாடி. வந்தமரு."

பணிப்பெண் கூச்சத்தில் நெளிந்தாள். நாகம்மை மீண்டும் அதட்டியதும் இமைகளை நாட்டிய நயத்துடன் சிமிட்டியபடி அவள் முன் வந்தாள். பணிப்பெண்ணின் இன்பச் சேவைக்கு நாகம்மை இருளில் முனகும் நோயாளியைப் போல் அகோரமாக முனகப் போகிறாள் என்பதை நினைத்தபோது கோதைக்கு அருவருப்பாய் வந்தது. நாகம்மையிடமிருந்து அப்போது வசவும், உளறலும் ஏகமாய் எழும். அவளை நெடுங்காலமாய்க் காண வராத கிருஷ்ணப்பர் குறித்து அவள் உதிர்க்கின்ற சொற்களை அவரின் எதிரிகளும் உச்சரிக்க நோகுவர். பணிப்பெண் கீழமர்ந்தாள். அவளது தலை மயிர் நாகம்மையின் கரங்களுக்குள் அகப்பட்டுத் திணறிற்று. நாகம்மையின் மூச்சில் அவள் ராணி அல்ல, விரகத்தில் தவிக்கும் மற்றுமோர் அபலை என்பதை உணர்த்தும் அசிங்கமானதொரு ஓசை வெளிப்படத் தொடங்கிற்று. இப்போது பணிப்பெண் தனது தீவிரத்தால் நாகம்மையை மீறிச் சென்றிருந்தாள். ரௌத்திரமான குரலில் நாகம்மை தன் இடையோரத்தில் உரசிய திரைச்சீலையை பரபரவெனக் கிழித்திறக்கினாள். உச்சம் எய்தி மூச்சடங்கிய பின் அவளது வழமையான சினம் பூண்ட விழிகள் தொலைந்திருந்தன. காமமே உருகி வழிவது போல் அவள் வியர்த்துக் கிடந்தாள். காமத் தகிப்பு பெருகியோடும் அவளது முகம் கோதையை உறையச் செய்தது. விரகம் போல் மரணம் வரை விரட்டி வரும் பிறிதொரு பிணி இல்லை. இது வடியாத சூனிய அமிலம். ஒரே நேரத்தில் இருந்தும், தொலைந்தும், கொதித்தும், குளிர்ந்தும் உயிரில் நொதிக்கிறது. இதை வற்றச் செய்யத்தான் இவ்வாழ்வே நீள்கிறதா எனக் கோதை மனதிற்குள் கேட்டுக்கொண்டாள். மறுகணம் தன் தீயூற்றைக் காலம் நெடுக்க வடியச்செய்யும் மடை குடிசைக்குள் செயலற்றுக் கிடப்பது நினைவுக்குவந்து திடுக்கிட்டாள். பரிதியின் நிலை இப்போது புதிய செய்தியாய், இன்னும் தீவிரமாக அவளைத் தாக்கிற்று.

நாகம்மையைப் பகலுறக்கம் தழுவிற்று. கோதைக்குச் சில உணவுப் பண்டங்களை அளித்து, அவள் கிளம்புவதற்கு உத்தரவு வழங்கினாள். குடிசைக்குத் திரும்புகையில் காலமும், நகர வீதிகளும், காணும் முகங்களும், குதிரை லாயங்களில் ஒலித்த

கனைப்புகளும், அங்கு சிதறிக் கிடந்த ஈர வைக்கோலின் மீது மின்னிய அடர்வெயிலும் அவளை ஒன்றுகூடி வருத்தின. மேகங்களற்ற நிர்வாண வானமும் தன்னை நோக்கித் தந்திரமாகப் புன்னகைப்பது போல் எண்ணி தலைகவிழ்த்து நடந்தாள். குடிசையை நெருங்குகையில் துக்கம் நால்திசையிலிருந்தும் குவிந்துவந்து அவளைத் தாக்கிற்று.

உத்திராபதி பண்டிதர் பரிதியை வாசலில் அமரச் செய்திருப்பதைக் கண்டபோது அவளுக்கு ஒன்றும் விளங்கவில்லை. பரபரப்புடன் விரைந்தாள். மூலிகை எண்ணெய் பூசப்பட்ட பரிதியின் நெற்றியில் சூரியக்கதிர் எதிரொளிப்பதைக் கவனித்தவாறு பண்டிதர் நின்றிருந்தார். பரிதியின் இமைகள் சூரிய ஒளிக்குச் சுருங்காமல், நிலவினைக் காண்பது போல் உறுத்தலற்று இருந்தது பண்டிதரைக் குழப்பிற்று. இருந்தும் அவனது விழிகளில் நீர் சுரந்திருப்பது நல்ல சமிக்ஞை என ஆறுதல் கொண்டார். பரிதியின் கரங்கள் அசைக்க முடியாதபடி, மார்புடன் இணைத்துக் கட்டப்பட்டிருந்ததில் கோதை துணுக்குற்றாள்.

"அப்பா... என்ன இது?"

"அம்மாடி, நகர்ந்து நில். வெயிலை மறைக்காதே."

அவர் கூறியது கோதையின் செவிகளை எட்டவில்லை. பரிதியின் முகத்தில் குடிகொண்டிருந்த உக்கிரமான மௌனத்தைக் கண்டு அவள் அஞ்சினாள்.

திடுமெனக் குரல் உயர்த்தி "என்ன இதெல்லாம்? அவருக்கு என்ன நேர்ந்தது என்று சொல்லுங்கள். இப்போது என்ன செய்கிறீர், எப்போது பேசுவார்? எதாவது சொல்லுங்களேன். எனக்குப் பதறிக்கொண்டே இருக்கிறது" என்றாள்.

"என்ன சொல்வதம்மா? காவலர் தலைவரிடம் சென்றேன். அவர் மெய்க்காவல் தலைவர் மாறவர்மத் தேவரைப் போய்ப் பாரும் என்றார். அவரிடமும் சென்றேன். அவர் எதையும் கேட்கத் தயாராக இல்லை. பெரியசாமியின் நிலை என்ன? காட்டில் என்ன நடந்தது என ஒன்றும் அறியோம். நமது வாழ்வும், மரணமும் நம் கையில் இல்லையம்மா. மூன்றாம் யாமத்திலும் உறங்கிடாத இந்நகரின் இடைவிடாத இரைச்சலுக்குள் நமது அழுகையும், மரணமும் ஒலிக்க இடமுள்ளதா என்ன?"

***

இடையணி போன்ற மெல்லிய மேகத்துண்டு நிலவைச் சுற்றியிருந்தது. நிலவொளி இறங்கிடாத வனத்தின் ஆழங்களில் ஏதோ சலசலப்பு. கடமான்கள் இலைச் சருகுகளை நொறுநொறுவென மேயும் ஓசை கீழிருந்து வந்தது. ஏறுமாடம் காட்டிலிருந்து விலகி அந்தரத்தில் அலைவது போல் தோன்றியது. சாம்பன் ஒருமுறை கண்விழித்துப் பார்த்தான். மாடத்தின் திறப்புகள் வழியே மலைக்காற்று தாராளமாய் நுழைந்தது. சொரசொரப்பான மரத் தரையில் சாம்பன் இப்போது சேம்பி இலைகளின் விரிப்பென மென்மையை உணர்ந்தான். சுகமான உறக்கநிலையில் மிதக்கிறோம் என்பதை அவனது மனதின் சிறு துகள் அவ்வப்போது மேலெழுந்து நினைவூட்டியது. அதனோடு ஓர் இன்பப் பருவடிவத்தைத் தன் அருகில் கொண்டிருக்கிறோம் என்கிற உளத்தெளிவில் களிப்புற்றான். இந்த உறங்கநிலை முடியாது இப்படியே நீளாதா என ஏக்கம்கொண்டான்.

வைகறைக்கு முன் வனத்தின் அரூபக் குரல்களால் திடுக்கிட்டு விழித்தவன் அவளின் இருப்பை உறுதிசெய்யும்பொருட்டு அவளது மூச்சின் உஷ்ணத்தை நெருங்கினான். அப்போது அவனுள் ஒரு சகிக்கமுடியாத கசப்பு ஊறி நிறைந்தது. எழுந்து அமர முயன்று பிறகு வேண்டாமென அடங்கினான். இங்கு என்ன செய்கிறேன்? துணையின்றி உறங்க முடியாதவனா நான்? இந்த உடல் இத்தனை காலமாய்த் தனிமையையும், சற்று இமை சார்த்தினால் கொதறித் தின்னக் காத்திருக்கும் உளர் நரிகளையும், விடிந்த பின்னும் நெஞ்சில் கடுக்கும் நெடும் இரவுகளையும் சுமந்துதானே வந்திருக்கிறது. இப்போது மட்டும் ஏனிந்த மருகல்? நான் யார் என்பதை என் சுயமே மறந்துவிட்டதா? ஒரு பெண்ணின் மதன வீச்சத்தை நுகரவேண்டி இந்த அசிங்கமான அரிதாரத்தைத் பூசியிருக்கிறேனா? அசட்டுத்தனமான மன மயக்கம். இது சேற்றில் கொப்பளிக்கும் வெண்மையான நுரைக் குமிழுக்கு ஈடானது. பெட்டையைப் போல் ஒடுங்கி வாழுதல் கள்ளனுக்குப் புழுபுழுத்த மரணத்தை விடவும் நீசத்தனமானது. வளர்ப்பவன் ஆற்றும் பசிக்காகத் தன் குரூரத்தைத் தொலைத்து, ஊர்ச் சந்தையில் சிறுவர்கள் முன் குழைந்து குழைந்து வித்தைக் காட்டும் கரடியிலிருந்து நான் எதில் உயர்ந்துவிட்டேன்?

“உங்கள் சூரிக் கத்தியைக் காண்பித்துக் களவெடுக்கப் போகும் இடங்களிலெல்லாம் உங்களது வித்தை ஊன்ற முடியும். ஆனால் அதுவல்ல காமத்தை அடையும் வழி. குடியானவன் தட்டிவிடும்

அளவிற்குச் சோடையானாலும் அவனது இல்லற வாழ்க்கை மீது நீங்கள் சிறு கீறலையும் இடக்கூடாது. பெண் மோகம் ஆற்ற முடியாததுதான். ஓடினாலும், ஓய்ந்து படுத்தாலும் அது சரியாக அடி விழுகாத பாம்பைப் போல் தலை உயர்த்திக்கொண்டே தான் இருக்கும். விரும்பித் தழுவ, நமக்கான துணை வாய்க்கும் வரை வயிற்றிற்குக் கீழ் விடம்தொய்த கத்தியைச் சுமக்கிறீர் என்பது நினைவில் இருக்கட்டும்." ஓர் இரவோட்டத்தின் நடுவில் நிறுத்திச் சுருளி அளித்த போதனையையும், சங்கன் அதைச் சற்றும் பொருட்படுத்தாமல் காற்றில் இறைப்பதுபோல் தேவமங்கல தாசி மண்டபத்தில் கொண்டுபோய் இறைத்ததையும் சாம்பன் நினைவில் மீட்டிப்பார்த்தான்.

கானலாய் அருகிவிட்ட செண்பரதியின் நினைவு சட்டென மேலிட இமைகளை இன்னும் அகலமாக விரித்தான். ஆனால் அந்த நினைவு அவனை இப்போது ஒன்றும் செய்யவில்லை. இவள் என்னிலிருந்து போக்கியது என் தழும்புகளையும், அவை வார்த்த மனத்துயரையும் மட்டும்தானா? இல்லை, என்னில் உள்ள... வனத்தின் நெடுமௌனம் அவன் மனதிலிருந்த எண்ணத்தை ஆமோதிப்பது போலிருந்தது. அவள் படுத்திருந்த திசையில் நீலவண்டுகள் போல் எதுவோ அசைவது கண்டு திரும்பினான். அவள் கண் விழித்திருந்தாள். மெல்லியதொரு பூரிப்பு அவளது விழி ஜுவாலைகளில் மினுங்கியது.

"உறங்கவில்லையா? என்ன யோசனை?" என்றாள்.

"ஒன்றுமில்லை. ஏதோ மனக்கவலை."

"எதுவானாலும் விடியலில் பார்த்துக்கொள்ளலாம். இப்போது துஞ்சுங்கள்..." என்றபடி தன் இமைகளை மூடிக்கொண்டாள்.

தானும் அயரலாம் என இமைகளை மூடப்போனவன் வலப்புறம் புரண்டுகிடந்த அவளது கரிய மார்புகளைக் கண்டு தடுமாறினான். அவள் விரும்பினால் ஒழிய அசைந்து குதிக்காத திடமான சதை மேடுகள். அவளது நெற்றியில் அசைந்த கேசச்சுருள் அவள் மீது அவனைப் படரச்சொல்லி உசுப்பிற்று. இல்லை. இது இரவு நிகழ்த்தும் மாயை. இவள் ஒன்றும் அத்தனை அரிய பண்டம் அல்ல. பகலில் இவளது மார்புகள் பார்வையிலேயே புலப்படுவதில்லையே எப்படி? இவள் என் பார்வையை நானே அறிந்துகொள்ளாத விதத்தில் மாற்றிக்கொண்டேயிருக்கிறாளா? வெளிச்சத்தில் நான் காணும்

வன சொரூபங்கள் அனைத்தும் இருளில் இவளது மார்புகளாகக் குழைந்து அடங்கிவிடுகின்றனவா?

"இங்கே பார்..." அவன் பேச்சைத் தொடர எண்ணி அவளை எழுப்பினான்.

"இப்போது என்ன?"

"என்னைப் பற்றி உனக்கு எதுவும் தெரியாது. என்னைப் பற்றி நீ என்ன நினைக்கிறாய் என்றும் தெரியவில்லை. ஆனால் நிச்சயம் நான் நீ நினைப்பவன் போல் அல்ல" என்றான்.'

அவள் அதற்குப் பதிலளிக்கவில்லை. அவளது மௌனமும், அவள் கன்னத்தில் நிலைகொண்டிருந்த சிறு ஒளிக்கீற்றும் அவனைச் சோதித்தன.

"நான் விடியலில் கிளம்பிவிடுவேன்."

அவள் வாயை அடக்கி முறுவலித்தாள்.

"ஓ சரி. விடியலில்தானே. இப்போது துஞ்சுங்கள்..." என்றபோது அவளது மார்பு ஒருமுறை குலுங்கி நின்றது. அவள் தன்னைப் பார்த்துச் சிரிக்கிறாளோ எனச் சாம்பன் ஐயமுற்றான்.

"உண்மையாகத்தான்..." அவன் சொல்லெடுக்கையில் சட்டென்று தனது கரத்தை நீட்டி அவனது இமைகளை அவள் சார்த்தினாள். சாம்பன் சொற்கள் மறந்து உறைந்தான். மௌனமாக அவன் அவளது சுவாசக் கோர்வையைக் கேட்க முயன்றான். அவள் உறங்கும் மலர்ப்புதர் போல் கிடந்தாள். சிறிதும் அரவமில்லை. அவனது இமைகளை மூடியிருந்த அவளது கரத்தில் மட்டும் உயிர் நுரைத்தோடும் குளிர் அதிர்வு. அவள் மெல்ல தன் கரத்தை விலக்கவும் சாம்பன் மீண்டும் இமைகளை விரித்தான். அதை அறிந்தவளாய், ஒரு பொய்க் கோபத்துடன் அவனை அதட்டினாள்.

"துஞ்சுங்கள்." மீண்டும் தன் குளிர்க் கரத்தை நீட்டி அவன் இமைகளை மூடினாள்.

அவள் கரம் விலக்கும்போது மீண்டும் அவன் இமை திறந்தான். எவர் விட்டுக்கொடுப்பது என முடிவு ஏற்படாமல், மயக்கத்தில் ஆடுவது போன்ற களிப்பூட்டிய அவ்விளையாட்டு அவள் தன் கரத்தை இடம் தடுமாறி அவனது உலர்ந்த இதழ்களில்

அழுத்திய கணத்தில் நின்றுபோனது. அவள் நாணத்துடன் கரம் விலக்கியதை நினைக்கையில் அவனுள் உவகையும், விரகமும் மூர்க்கத்துடன் கட்டிப்புரண்டு மோதின. விழிகளை இறுக்கி மாடக் கூரை மேல் கருத்தைப் பொதித்தான். ஆழ்ந்து உறங்கிவிட்டதாய் அவள் பாசாங்கு செய்தாள். எனினும் முழுவதுமாய் விலகி, இருவேறு திசை பார்த்துப் படுத்துக்கொள்ள இருவருக்கும் மனமில்லை. புயல் அகற்றி வீசிய தேன்கூடு இருவருக்கும் நடுவில் விழுந்து, கொடுக்குடைய தேனீக்களும், மணமிக்க தேனும் சிதறிப் பரவுவதாய் இருவரும் நெருங்குதல், விலகுதல் என இரு நிலைகளுக்கிடையே தத்தளித்தனர். வைகறைக் காற்றின் முதல் விசுறலில் கடம்பம் மலர்களைத் தூறியது.

***

உப்பரிகையில் நின்றிருந்த கிருஷ்ணப்பருக்கு நகரின் இரவுச்சூருபம் கரிய துணி விரித்து அதில் அகல் விளக்குகள் ஏற்றப்பட்டது போல் காட்சிதந்தது. தான் ஆளும் பிரதேசம் இவ்வளவுதானா என அவர் எண்ணும்படி நகரின் வனப்புகள் அனைத்தும் கருந்திரைக்குள் முடங்கியிருந்தன. வானத்தை நோக்கினார். அண்டவெளியில் யுகங்களாய்த் தொடரும் நட்சத்திரங்களின் ஆலாபனை. அங்கும் இதே போல் எண்ணற்ற நகரங்கள் மௌனமாகத் திளைக்கின்றனவோ என அவருள் ஒரு விநோதக் கற்பனை எழுந்தது. இக்கணத்தில் பூலோகம், சத்ய லோகம், தப லோகம், ஜனலோகம் உள்ளிட்ட ஏழுலகமும் ஒன்றையொன்று பார்த்துக்கொண்டிருக்கலாம். பெருமூச்சுடன் திரும்பிப் படிக்கட்டுகளை நோக்கினார்.

“ஞானகுரு வாயிலை அடைந்துவிட்டார்.” மாறவர்மன் முன்னே வந்து அறிவித்தான்.

கிருஷ்ணப்பர் மீண்டும் நகரை வெறித்தார். கீழ்த்தளத்திலும், மதில் முகப்புகளிலும் நின்றிருந்த காவலர்களின் முகங்களில் நூற்றாண்டு கால அயர்ச்சியைச் சுமந்துநிற்கும் இறுக்கம். மாட வீதிகளில் பூதங்களைப் போல் சில மனித நிழல்கள் நகர்ந்தன. எங்கிருந்தோ ஒரு யானை ப்ப்ப்ராம் என ஓசையெழுப்பியது. வீதியோரங்களில் பூச்சிகளை விரட்ட இடப்பட்ட கணப்புகளிலிருந்து நொறுநொறுப்பான தீத் துகள்கள் பொரிந்தன. அமிழ்ந்த கணப்புகளிலிருந்து கடிய

மணம் வீசும்போல் தெரிந்தது. வடக்கு வீதிக்கு அப்பால் களியாடிக்கொண்டிருக்கும் தாசித்தெருவைக் கிருஷ்ணப்பர் சில கணம் மனக்கண்ணில் நோக்கிக் குறுகுறுப்பு அடைந்தார். உறங்குகின்ற நகரின் நடுசாமக் கனவுகளைத் தான் எட்டிப் பார்ப்பதாக அவருக்குத் தோன்றிற்று.

சிரித்தவாறே "கள்ளர்களும், தாசிகளும் இல்லையென்றால் இந்த நகரின் இரவுக்கு ஒரு அர்த்தமும் இராது. உபநிடத ஞானிகள் கூறும் சுத்த உணர்வாய் இந்நகர் இருந்திருக்கும்..." என்றார்.

மாறவர்மன் தலையசைத்து ஆமோதித்தான்.

பிறகு ஸ்ரீவத்சர் வருவதை உணர்ந்தவனாய் அரசரின் குரல் அண்டும் தொலைவில் போய் இமைகொட்டாமல் நின்றுகொண்டான். சபை விவாதங்களை வைத்து ஞானகுரு கொண்டு வரப்போகும் ஆலோசனைகளை அவன் பூடகமாய் அறிந்தே இருந்தான். அரச விவகாரங்களைச் சிந்திக்காது மனதை விலக்க முற்படும்போதெல்லாம் அவனது எண்ணங்கள் கண்ணம்மாவை நோக்கி ஓடின. காலத்தில் பொசுங்கி மறைந்த அவளது துறுதுறுப்பும், சேஷ்டைகளும் காலையிலிருந்து சரளைக் கல் மழையாய் அவன் மீது விழுந்துகொண்டிருந்தன. அவளது கேசத்தின் மென்மையும், மார்பில் அணைக்கும்போதெல்லாம் அவளிடம் எழும் பால்மணமும் அவனுள் ஓர் அமிலக் கட்டியாய் நகர்ந்து துன்புறுத்தியது.

"இன்று திதிப் பிண்டம் கரைக்கையில் நீர் மீது இறங்கிப் பருக்கையைப் பொறுக்கி, விருட்டென்று பறந்த சிட்டுதான் இப்போது என் மகளா? அல்லது அவள் வளர்த்து விட்டுச்சென்ற நாய்க்குட்டியின் ஏக்கம் நிறைந்த விழிகளின் வழியே அவள் என்னை நோக்குகிறாளா? அவள் இல்லாத வீட்டைக் காண எனக்கு எப்போது நெஞ்சுரம் வாய்க்கும்? சேலை நுனியில் குழவிகள் கூடுகட்டிவிடும்படி நகராமல் விளக்குச் சுடரின் அருகிலேயே கிடக்கும் என் இல்லாள். பொற்குடத்தை ஈன்றவள். அவளது விழிகளை நோக்க என் பார்வைக்கு சக்தியில்லை. மீண்டுவிட்டதுபோல் அன்றாடமும் மனைப் பணிகளைப் புரிந்தும், அவ்வப்போது பேத்தியை நினைத்து எழுப்பும் என் தாயின் ஒப்பாரியை எங்கணம் கேட்பேன். என் மகள் வாழ்ந்த நாள்களையும், அவள் இல்லாமல் போனதால்

உருவான அவலமான வெறுமையையும் தவிர என் வீட்டில் வேறெதுவும் இல்லை."

உப்பரிகையில் அசைவுகள் தென்பட மாறவர்மன் தன் விழிநீரை இமைக்கணத்தில் துடைத்தான். ஞானகுரு உடல் வியர்வையை வைத்தே மனவோட்டத்தை அளக்கக் கூடியவர். ஒவ்வொரு அசைவின் பின்னாலும் உள்ள ஆழ்ந்த பொருளைச் சிறுபார்வையில் கண்டுணரக்கூடியர் என்பதை அறிந்திருந்த அவனுக்குப் படபடப்பு கூடிற்று. ஞானகுருவுக்கு முகமன் கூறி ஒதுங்கி நின்றான். கிருஷ்ணப்பர் அவரை முகம் மலர்ந்து வரவேற்றார்.

"வாருங்கள் ஞான முதல்வரே. உங்களிடம் இதைக் கூற வேண்டும். சிறுது நேரம் எதுவும் செய்யாமல் இருந்ததிலேயே எனக்கு விந்தையான எண்ணங்கள் எல்லாம் வருகின்றன. இந்த நிச்சலனமான நிலை என்னை ஞானிகளைப் போல் சிந்திக்கத் தூண்டுகிறது."

"நீர் ஏற்கெனவே சிந்தனைவாதிதான். ஆனால், அதை நீவிர் தேடும் வழிதான் எம்மைப் போன்றவர்களுக்கு மாயை..." ஸ்ரீவத்சர் புன்னகையுடன் கூற கிருஷ்ணப்பர் மார்த் தசைகள் குலுங்கச் சிரித்தார்.

ஸ்ரீவத்சர் கைப்பிடிச்சுவரின் அருகில் வந்து நின்றவாறு தொடர்ந்தார்.

"உபநிடத ஞானிகளில் பிராமணர்களுக்கு இணையான சத்திரியர்களும் உண்டு. இக்காலத்தில்தான் அதற்கெல்லாம் வழியில்லை. நீர் கூறியதும் சரியே. வேறு வேலைகளின்றி ஓரிடத்திலேயே நிலையாக இருப்பவர்களையே மனம் ஞானத்தை நோக்கி உந்தும். மேலும், நீர் அவ்வப்போது ஞான சபை வருவீராக. ஞான சபை உமக்காகத் திறந்தே இருக்கும்."

கிருஷ்ணப்பர் "நிச்சயம். எனது பாக்கியம். வருகிறேன்" எனப் பணிந்தார்.

"நான் வந்த செய்தியைக் கூறிவிடுகிறேன். ஞான சபை விவாதம் நான் எதிர்பார்த்த அனுகூலங்களைத் தரவில்லையென்றாலும் வேறு சில சாளரங்களைத் திறந்திருக்கிறது. காவல், நிதிப் பங்கீடு, வணிகக் கப்பம் இவை பற்றியெல்லாம் அமைச்சர்களோடு கலந்து ஆலோசித்து நீர் சில முடிவுகளை எட்ட வேண்டும்.

நான் இன்னும் சில தினங்களில் அதற்குரிய ஏடுகளை எழுதி உம் வசம் சேர்த்துவிடுவேன்.”

“உங்கள் எண்ணப்படியே ஆகட்டும் குருவே.”

திடீரென மாடப் புறாக்கள் மிரட்சியுடன் ஒலி எழுப்பியதில் மாறவர்மன் தனது உறை நிலையிலிருந்து வெளிவந்தான். அவனுக்கும் கிருஷ்ணப்பருக்கும் இடையே காற்றுத் திரையிட்டிருந்தது. விஸ் விஸ் என்ற ஓசைக்கு அப்பால் கிருஷ்ணப்பர் ஞானகுருவுடன் தீவிரமாக எதையோ பேசிக்கொண்டிருப்பதைக் கண்டான். மீண்டும் மாடப் புறாக்கள் ஒரே குரலாய் முனகின. அவற்றின் பதற்றம் எதையோ உணர்த்தியது. எதுவோ சீர்கெட்டிருக்கிறது. புலன்களில் வாடிக்கையல்லாத ஒன்று நிகழப்போவதன் உறுத்தல். கண்ணம்மா... நீயா? அப்பாவைக் காண வந்திருக்கிறாயா? இதோ இந்தக் காற்றில்? மகளே உனது இல்லாமை என்னுள்... மாறவர்மன் கீழ்த் தாடையை இறுக்கிப் பற்களால் இதழ்களை அதக்கிக் கொண்டான். அப்போது அவனது நினைவுகளை அகற்றி ஓர் அரிதான குளிர் தென்றல் அவனது முகத்தில் உராய்ந்தது. மீண்டும் மார்பை நிமிர்த்திக் கண்களையும், செவிகளையும் சுழலவிட்டான். புழுதிப் படலத்தின் சிறு துண்டொன்று அவனது பார்வையைக் கடந்த மறுகணம் “அரசே!” என உரக்கக் கத்தியபடி முன்னே பாய்ந்து வந்தான். ரிம்ம் என்ற கூரிய ஒலி கிருஷ்ணப்பரின் செவியோரத்தைக் கீறிக் கடந்துசென்றது. அது மோதிய இடத்தில் கற்சுவர் கண் விழித்து மூடியதுபோல் தீப்பொறி கிளம்பிற்று. மறு அம்பு பாயும் முன் மாறவர்மன் கிருஷ்ணப்பரையும், ஸ்ரீவத்சரையும் கைப்பிடிச் சுவரின் கீழ் தாழ்த்தினான். அதேவேகத்தில் தன் மார்பை விரித்த வண்ணம் உப்பரிகையிலிருந்து முக மண்டப விகாரத்தின் மீது குதித்தான். விழுந்து எழுகையில் ஓர் உருவம் அங்கிருந்து விரைய முற்படுவதை அவனால் காண முடிந்தது.

“எவன் அங்கே? விஜயா... அருளா...” தன் உடை வாளை உருவியபடியே குரல் உயர்த்தினான். அவனது மூச்சிரைப்பு அடங்குகையில் மண்டபத்தின் கீழ் தீப்பந்தங்கள் அலையத் தொடங்கின. வாயிற் கதவுகள் யானை முனகும் ஒலியில் இறுகி மூடின. மாறவர்மன் அடுத்த குரலை எழுப்புகையில் ஆபத்து மணியின் மீது பருத்த மரத்துண்டு கணீர் என்று மோதியது.

***

இருவரும் நீராடுவதற்காக அருவிக்கு வந்திருந்தனர். அவள் அங்கிருந்து விலகி அருவி விழும் இடத்திற்குச் சென்று நீரின் இரைச்சலுக்குள் மறைந்து போனாள். சாம்பன் மிகவும் நிதானமாகச் சுனையில் இறங்கினான். பொய்கையோட்டம் அவனது உடலின் அசைவுகளுக்கு நன்றாக இசைந்துகொடுத்தது. நீரில் முங்கி நீருக்கடியிலிருந்து கானச் செறிவின் குரல்களைக் கேட்க முயன்றான். முங்கும்போது அவனோடு அவ்வனமும் முங்கி அடங்குவதுபோல் தோன்றியது. தலை உசுப்பி அவள் குளிக்க ஒதுங்கிய அருவி மறைவை ஏறிட்டான். ஒருமுறை மட்டும் நீரின் நிழலாய் வெளிப்பட்டவள் பிறகு மறைந்துபோனாள். அங்கு யாருமே இல்லையென்ற தோற்றம். ஆனால், அவள் நீராடுகிறாள் என்பதை அருவித் தடிப்பில் உண்டாகியிருந்த விலகல் உணர்த்திற்று. சாம்பன், அவளைக் காணவேண்டி தவித்தான். என்ன எண்ணம் இது? அவள் உடல் அருகில் இருக்கையில் இது போன்ற தீவிரம் உண்டாவதில்லையே.

தோள்களில் திரண்டிருந்த நீர்க் கொப்பளங்கள் அவனுக்கு அம்மையுற்றிருந்த பொழுதை நினைவூட்டின. முடிவில்லா இருளுக்குள் அனைத்தையும் பிளந்துபோடும்படி பெய்த மழை. அதனாலும் தனியாத மேனித் தணல். விழிப்பில் தோன்றும் கொடும் சொப்பனமாய் அந்நினைவுகள் அவனுக்குத் தொனிந்தன. அக்கரையில் ஒரு பருத்த உருவம் அசைவது போல் இருந்தது. அது அந்தப் பெண் யானையோ என்கிற அச்சத்தில் அவனுக்குச் சட்டென்று மூத்திரம் பிரிந்துவிட்டது. அது நீர்ச்சாரலில் நனைந்த பாறை என உறுதியான பின்பும் அவனது மனம் அமைதியடையவில்லை. இப்பாறை இதற்கு முன்பும் யானைபோல் வீங்கிய உருவில்தான் இருந்ததா? அதைக் கவனிக்காமல்தான் சுனையில் இறங்கினோமா எனக் குழம்பினான். கரையேறி வருகையில் மீண்டும் அவனுள் அந்தக் கர்ப்பிணி யானை குறித்த எண்ணங்கள் முளைத்தன. ஈர உடலைத் தீண்டிய முன்னந்திக் குளுமை அச்சத்தையும், அந்த யானையை மீண்டும் ஒரு முறை பார்க்க வேண்டுமென்ற விபரீத ஆசையையும் கிளரச்செய்தது.

"வேகமாக வாருங்கள். மிச்ச வெயிலும் தீர்வதற்குள் பாறைத் திண்டிற்குச் செல்லவேண்டும்." அவள் மஞ்சணத்தி மரத்தருகிலிருந்து சப்தமாக அழைத்தாள்.

அவளது கேசம் மறைத்த மார் செழுமையையும், வயிற்றுத் தசைகளின் அதிர்வுகளையும் பார்த்தபடி சாம்பன் முன்னேறி வந்தான். அவளை நெருங்க நெருங்க தன் பார்வை அனிச்சையாய் மேலுயர்ந்து பிறகு அவளது விழிகளை உரசி அகன்றது அவனுக்குப் புரியாத விடயமாய் இருந்தது. இருவரும் செந்நா மலையில் ஏறத்தொடங்கினர். பாறையில் படிந்திருந்த உஷ்ணம் அந்தி சாய்வினால் கரைந்துகொண்டிருந்தது. தென்றல் இடைவிடாது மோதியதில் இருவரது உடலும் புதுப் புற்கள் முளைவிட்ட நிலமாய்ச் சிலிர்த்துவிட்டன. அவளது கூந்தல் படபடவென உச்சாடனம் புரிந்தது. மனம் இளகிப் பூரிப்புடன் நடந்தாள். சாம்பன் அந்த மலையின் விநோதமான பாறைப் படிமங்களைக் கண்டான். உச்சிப்பொழுதில் ஏறியபோது பாறைப் பரப்பில் தகித்த வெயிலினால் அவன் அதைக் கவனிக்கவில்லை. இப்போது பாறைப் பரப்பு நெடுக செந்நாயின் கால் தடங்கள் பதிந்திருப்பது கண்டு ஆச்சர்யமுற்றான்.

அத்தடங்களை நோக்கியபடி "இந்தத் தடங்களால்தான் இதன் பெயர் செந்நா மலையா? சேற்றில் பதிந்தவை போல் காட்சி தருகின்றன. எப்படி இது சாத்தியம்?" என்றான்.

அவள் ஆர்வமுற்றாள்.

"இதன் பின்னால் ஒரு கதையுண்டு. இந்த மலைமேல் வசிக்கும் குறவர்கள் வெகு காலத்திற்கு முன்பு வேளிர் குலத்தவரோடு போர் புரிந்தார்களாம். திருநெல்லையில் நிகழ்ந்த அப்போர் பல கட்டமாய் முடிவுறாமல் நடந்து பல உயிர்களைக் காவு எடுத்ததாம். இறுதிப்போரில் வேளிர்கள் கை ஓங்கி குறவர்கள் கணக்கின்றி மடியவும் எஞ்சியிருந்த குறவர்கள் தங்கள் குலம் தழைக்கவேண்டி மீண்டும் இந்த வனத்திற்குத் திரும்பினராம். அவர்களை விரட்டி வந்த வேளிர்கள் இக்காட்டைத் தீக்கிறையாக்கியதோடு எண்ணற்ற யானைகளைச் சரித்துவிட்டனராம். குறவர்கள் அப்போது இந்தக் குன்றில் ஏறிப் பதுங்கிக்கொண்டனர். மலை நடுங்கச்செய்யும் பெரும் வேளிர் படையொன்று இதன் மீது ஏறிற்று. குறவர்களைக் காக்க அதோ அந்த உச்சிமலையில் இருக்கும் பேச்சி முதலில் மேகங்களையெல்லாம் குவித்து, பாறைகள் நெகிழ்ந்து, குழையும்படியான பெருமழையைப் பொழிவித்தாள். பாறைகள் சேற்றுக் குழம்பாய் மாறிவிட்டன. அடி வைத்தால் அதள பாதாளம் வரை வழுக்கச்செய்யும் என வேளிர்கள் அஞ்சினர்.

வேளிர் குலத்தலைவன் பெரும் மரங்களை வெட்டிப் பெயர்த்துவந்து மலையில் ஏறுவதற்கு உகந்த பாதையை அமைக்க உத்தரவிட்டான். அவ்வாறே ஒரு பாதை உருவானது. மலையில் ஏறி மீதமிருந்த குறவர்களை எல்லாம் அடிமைகளாக இழுத்துச்செல்லும் பொருட்டுப் படை மேலே முன்னேறியது. அப்போது பேச்சி மலை உச்சியிலிருந்து உக்கிரமான ஓசை ஒன்று எழுந்ததாம். அதனோடு வானம் கவிந்து இருண்டுவிட்டது. மின்னல் ஒளியில் வேளிர்கள் அதைக் கண்டனர். மலை துருவல் துருவலாய்த் தன்னை உரித்துக்கொண்டதுபோல் அதன் மேற்பரப்பு எங்கும் செந்நாய்கள் இளைந்து வந்தன. முன்னேறிச் சென்ற வேளிர்கள் சதைத் துணுக்குகளாகப் பிய்த்து எறியப்பட்டனர். மலை உச்சியிலிருந்து அக்காட்சியைக் கண்ட குறவர்கள் நெக்குருகி பேச்சிமலை முன் மண்டியிட்டு வணங்கினர். நீர் இங்கு பார்க்கும் கால்த்தடங்கள் அப்போது இங்கு மலையிறங்கி வந்த செந்நாய்களால் பதிந்தவைதான்.”

சாம்பன் திடுக்கிட்டு நின்றான். தனது கால்விரல்களைச் செந்நாய் பாதச்சுவடொன்றில் உராய்ந்து பார்த்தான். தான் ஒரு மாபெரும் செந்நாய் திரளுக்கு நடுவே நிற்பதுபோல் அவனுக்கு பிரமை உண்டானது. இருளில் மூழ்கிக்கொண்டிருந்த மலை உச்சி செந்நாய்களைப் பொழியும் ஊற்றுபோல் தோன்றவும் அவனுள் திகிலும், உணர்வெழுச்சியும் பீறிட்டன. அவளுடன் நெருங்கி, அந்தியோடு சேர்ந்து மங்கத்தொடங்கியிருந்த அவள் முதுகின் தசையொளியைக் கண்களில் நிறுத்திக்கொண்டான். அதன்பிறகு அவன் அவளிடம் எதையும் வினவவில்லை. இருவரும் வெயில் மீதமிருந்த ஒரு முகட்டை அடைந்திருந்தனர். உச்சிவெயிலின்போது மேலேறி உலரவைத்த முயல் மாமிசத் துண்டுகளைக் கல் அடையாளங்களை நகர்த்தி ஒவ்வொன்றாய்ப் பொறிக்கி எடுத்தனர். மாமிசத் துண்டுகள் அனைத்தும் நன்றாக வெந்திருந்தன. துண்டுகளைப் பிளந்தபோது ஊனும், உள்ளிறங்கிய பாறை வெயிலும் இணைந்து அலாதியாய் மணத்தது. சாம்பனுக்குப் பசியோடு தாகமும் உண்டானது. அவள் தன் கண்களை மூடி மந்திரம் போல் எதையோ முணுமுணுத்தாள். பிறகு ஒரு மாமிசத் துண்டை மலையுச்சி மீது எறிந்துவிட்டு அவனை அவசரப்படுத்தினாள்.

“ம்ம்ம் இறங்குங்கள். விரைந்து இருட்டிவிடும்.”

மாமிசத் துண்டுகளை ஓர் இலையில் சுற்றிக்கொண்டு அவள் முன்னே இறங்கினாள். சாம்பன் இருள் ஊற்றெடுத்த மலையடிவாரத்திலிருந்து கண்களை விலக்காமல் சிறிது நேரம் அயர்ந்து நின்றான். எத்தனைப் பாறைகள், எத்தனை மரங்கள். சருகுகளாய் நேற்றைய தளிர்கள். அதற்கீடாய் உருண்டோடும் வனத்தின் வருங்கால விதைகள். இந்தப் பிரவாகம் எப்போது தொடங்கிற்று? இந்த எல்லையற்ற சொரூபத்தின் முன் எனது வாழ்க்கை எத்தனை சிறியது? அதில் அதற்கான போராட்டங்கள், இழப்புகள், மனச் சள்ளைகள். இங்கிருந்து நோக்கினால் எதற்கும் வருந்தவோ, அஞ்சவோ வேண்டாம் என்று படுகிறது. அக்கணத்தில் சாம்பனுக்குத் தன் வாழ்வும், மரணமும் முக்கியத்துவம் அற்ற நிகழ்வுகளாகத் தோன்றின. தனக்கு விதிக்கப்பட்ட ஒன்றை கண்டுகொண்ட முகத்தெளிவுடன், எதையோ ஒன்றைப் புரிவதற்கான உத்தரவைப் பெற்றவனாய் அவன் இறங்கிச்சென்றான். செந்நாய்கள் பாதம் பதித்த தடங்களில் இப்போது குளுமை நிறைந்திருந்தது. அவற்றில் சாம்பன் தன் பாதங்களை உரசியபடி நடந்தான். அவனது பார்வையை நிறைத்த மலையடிவாரம் இருண்ட கடலென கருமை தளும்பிக் கிடந்தது.

***

ஆரவாரங்களை இரவு அமிழ்த்தியிருந்தது. மாறவர்மன் இறுக்கம் தளர்ந்தவனாய் முக மண்டபத் தூணில் சாய்ந்து நின்றிருந்தான். கிருஷ்ணப்பர் மண்டபத்தின் மையத்தில் கிடத்தப்பட்டிருந்த ஆசனத்தில் அமர்ந்திருந்தார். அரசரைக் கொல்லவந்து அகப்பட்ட இருவரும் முகமண்டப வாயிலுக்கருகில் கரங்கள் பிணைக்கப்பட்டு மண்டியிடச் செய்யப்பட்டிருந்தனர். அவர்களைச் சூழ்ந்து நின்றிருந்த காவலர்கள் மாறவர்மனின் உத்தரவிற்காகக் காத்திருந்தனர். மாறவர்மனிடம் நம்பிக்கை தளர்ந்துகொண்டிருந்தது. ஏற்கெனவே இறந்துவிட்ட முகத்தெளிவோடு அவர்கள் இருந்தது அவனை வெகுவாகக் குழப்பிற்று. உங்களது தண்டனையை நிறைவேற்றி முடியுங்கள் என அவர்களது விழிகள் செருக்குடன் நிலைத்திருந்தன. அப்போது ஆறேழு காவலர்களோடு அங்கு வந்த ரெங்கநாத நாயக்கர் தன் தொடைத் தசைகள் அதிர பிடிபட்டவர்களை எட்டி உதைத்தார். அவரது ஏச்சும், மூச்சொலியும் கேட்டு மாறவர்மன் வெளிவந்தான். அவர் மாறவர்மனைப்

பொருட்படுத்தாமல் மீண்டும் கீழே சாய்ந்து கிடந்தவர்களை உயர்த்திக் கழுத்தை நெரித்தார். அவரது தோல் சுருங்கிய விரல்களின் நகங்கள் யாவும் சுவரைக் கீறி காரைகளைப் பெயர்த்துவிடும் அளவிற்குக் கூர்மையுடன் இருந்தன.

“தாயோளி இங்கு காட்டடா” தீப்பந்த ஒளி அவர்கள் மீது படும்படி பிடிக்குமாறு தீவட்டி தூக்கியவனிடம் சினந்தார்.

தன் நடுங்கும் இமைகளை நிறுத்திப்பிடித்து அவர்களது முகங்களை நோக்கினார். அவர்கள் உடலில் குலக்குறிகள் ஏதேனும் தென்படுகிறதா எனப் பார்த்தபிறகு அவர்களது கௌபீனம் அவிழ்த்து வீசப்பட்டது. ஆண்குறியின் முன்தோல் நீக்கப்பட்டுள்ளதா என ஆராய்ந்தனர். யார் எவரெனத் தடயங்கள் ஏதும் பிடிபடாததால் ரெங்கநாதரின் முகம் வெளிறியது. ஒருவனைத் தன் கால்களுக்கு நடுவே கிடத்தி தாடையைப் பிளந்து வாயைத் திறக்கச்செய்தார். தீப்பந்தம் நெருங்கக் காண்பிக்கப்பட்ட கணத்தில் ரெங்கநாதர் அதிர்ந்துபோனார். அவனது நாக்கு துண்டிக்கப்பட்டு, துண்டிக்கப்பட்ட இடம் அழுகிக் கண்ணியிருந்தது. ரெங்கநாதர் அவனை எட்டி உதைத்துவிட்டு மற்றவனது தாடையை விலக்கினார். அவன் முதலில் எதிர்ப்புணர்வைக் காட்டிவிட்டுப் பிறகு எச்சில் வடிய வாயைத் திறந்தான். ரெங்கநாதர் அவனது முகத்தில் ஓங்கி அறைந்துவிட்டு அகன்றுவந்தார். அவரது உடலை இப்போது முதுமையின் குழைவு மீண்டும் தொற்றிக்கொண்டது. வியர்வையைத் துடைத்தபடி காவலர்களுக்கு மத்தியில் சாந்தமாக நின்ற மாறவர்மனின் முகத்தைக் கேள்விகளோடு நோக்கினார். பிறகு தீர்மானமான குரலில் முகமண்டபத்தின் அனைத்து மூலைகளிலும் எதிரொலிக்கும்படி கத்தினார்.

“கஜமாறா!”

அவரது குரல் அணைந்தவுடன் காவலர்களில் இருவர் யானைக்கொட்டிலை நோக்கி விரைந்தனர். காவலர்கள் ரெங்கநாதரின் உத்தரவு பற்றிக் கூறியதும் பாகன் இருளுக்குள் மிகப்பெரும் தானியக் களஞ்சியம் போல் குவிந்து அமர்ந்திருந்த கஜமாறனின் அருகில் போய் வ்வ்ரேய் வ்வ்ரேய் என உரக்கக் கத்தினான். கஜமாறன் உடலை அசைத்து எழவும் கொட்டிலில் இருள் இன்னும் அடர்த்தியானது. தரையில் கெட்டியான மூத்திரம் விழும் ஓசை. அந்த ஓசைக்குள் அடங்கி மத் மத் என

பிண்டமும் விழக் கொட்டிலுக்குள் கழிவு நெடி தலைதூக்கியது. மூத்திரம் விட்ட பின் கஜமாறன் உறக்கக் கலக்கத்தில் நிற்கும் குழந்தையைப் போல் மெலிதாகத் தள்ளாடியது. செவிப்பறைகளைக் குலுக்கி ப்ப்யூம்... என நுனிப்பிளிறல் எழுப்பியதில் காவலர்களில் ஒருவன் பாகனிடம் ஒண்டி நின்றுகொண்டான். பிறகு துதிக்கையால் உடலின் மீது பறந்த பூச்சிகளை விசிறியபடி காவலர்கள் பாகனிடம் கூறிக்கொண்டிருந்ததைத் தானும் கூர்ந்து கேட்பதைப் போல் கஜமாறனின் நெற்றி சுருக்கியது. பாகன் நாமக்கட்டியைக் குழைத்தான். பிறகு கனிந்த வாழைத்தார் ஒன்றை எடுத்துவந்து பரணிலிருந்து இறக்கிய மதுக் குவளைக்குள் அதைத் தோய்த்து ஊற வைத்தான்.

இரவின் இறுக்கம் குன்றி வானில் நீல ஒளி கவியத்தொடங்கியிருந்தது. முக மண்டபத்திற்குள் அமர்ந்தநிலையிலே தூங்கி வழிந்த கிருஷ்ணப்பர் தூக்கிவாரிப்போட்டவராய் எழுந்தார். மாறவர்மன் தன்னை நோக்கி வருவதைக் கண்டதும் ஒன்றுமில்லை எனக் கையசைத்தார். மீண்டும் வாயிலுக்கு வந்த மாறவர்மனின் முகத்தில் களைப்பின் வடுக்கள் அபரிமிதமாய் வெளிப்பட்டன. கண்கொட்டாமல் இருளை வெறித்தான். சட்டென்று கண்ணம்மா எண்ணங்களில் தோன்றினாள். தலையை உலுக்கி மண்டபத்தில் நிலைத்திருந்த அகலா மௌனத்தை அவதானித்தான். அந்த உறைத்தன்மை அவனை அச்சுறுத்தியது. விழிநீர் ததும்பிவிடுமோ என அஞ்சினான். சிறுது நேரம் நடந்துவிட்டு வந்தால் அதிலிருந்து தப்ப முடியுமென சதிகாரர்கள் கிடத்தப்பட்டிருந்த இடம் நோக்கி விரைந்து வந்தான்.

இதோ... விடியலில் இரண்டு பிணங்கள் விழப்போகின்றன. தன் மகள் மரணித்த காலத்தில் மற்றவர்களும் இறக்கிறார்கள். அவர்கள் வீடுகளை முதலில் ஓயாத ஒப்பாரிகளும் பிறகு துயரம் நிறைந்த சூனிய அமைதியும் ஆட்கொள்ளப்போகின்றன என்ற எண்ணம் அவனுக்குக் கீழ்மையான திருப்தியை அளித்தது. அவர்களை நெருங்கியதும் அவனுள் சில உக்கிரமான கேள்விகள் உதித்தன. இவர்கள் மிகக் கொடிய தண்டனையைப் பெறப்போகிறார்கள். தண்டனை எப்படியானது என்றாலும் மரண நிலை என்பது யாவருக்கும் பொதுவானதே. அதில் கீழானது, மேலானது எனத் தரம் பிரிக்க முடியாது. அரச கட்டிலில் கிடந்து மடிபவனும், இவர்களும் மரணிக்கும்

தருவாயில் ஒரே அளவிலான துயர எண்ணங்களிலேயே உழலப்போகிறார்கள். மரணத்திற்கு இட்டுச்செல்லும் காரணிகள் இங்கு ஒரு பொருட்டே இல்லை. தன்னை அந்த இருண்ட பாதாளம் நோக்கி வீசிக்கொள்ளும் தருணத்தில் இவர்களுக்கு ஓடை நீரில் குதிக்கும்போது உண்டாவது மாதிரியான ஆவேசம் கிளர்ந்தெழக்கூடும். அது ஆதிப்பெரும் மர்மத்தை அறிய மனிதமனம் எடுக்கும் இறுதி முயற்சி. அதில் உத்வேகமும், பாய்ச்சலும் இருந்தே தீரும். மரணிக்கும் கணம் உலகிலுள்ள அத்தனை உயிர்களையும் ஒன்றிணைக்கிறது.

மாறவர்மன் தரையில் கிடத்தப்பட்டிருந்த அவர்களைப் பார்த்தபடியே நின்றிருந்தான். ரெங்கநாதர் முக்கியமான பணியில் ஈடுபட்டிருப்பது போன்ற உடல்மொழியோடு அங்கு நடமாடிக்கொண்டிருந்தார். இணை மெய்க்காவல் படையின் அவசியத்தை மீண்டும் அரசரிடம் அழுத்தமாக முன்வைப்பதற்கான சந்தர்ப்பம் இதுவென அவருக்கு உறுதியாகத் தெரிந்தது.

விடியலில் சதிகாரர்கள் இருவரும் அரண்மனையின் வடப்புற வீதியில் அமைந்திருந்த பலி மேடைக்கு இழுத்துவரப்பட்டனர். மக்கள் பலர் அவ்விடத்தில் அழைப்பின்றிக் கூடியிருந்தனர். அவர்களது பேச்சொலிகளில் அச்சத்தை மீறி ஓர் ஆர்வமே வெளிப்பட்டது. நிகழ இருப்பதை அறிந்ததும் ஒரு பிராமணர் மட்டும் வேகமாக ஓடி மறைந்துவிட்டார். ஜன நெருக்கடியைத் திறந்துகொண்டு ரெங்கநாதரின் படை முன்னே வர, அதன் பின்னால் கையிழுவை ரதத்தில் கிருஷ்ணப்பர் புத்துணர்வுடன் அமர்ந்திருந்தார். ரதத்தை ஒட்டி நடந்துவந்த மாறவர்மன் உடலெங்கும் கண்களாய் யாவற்றையும் நோக்கினான். தண்டனை நிறைவேற்றம் என்பதையும் மறந்து கிருஷ்ணப்பருக்கான துதிமொழிகள் கூட்டத்திலிருந்து ஆரவாரத்துடன் எழுந்தன. காற்றில் துளி ஈரமில்லை. வானப் பிழம்பு வழக்கத்தை விடவும் அதீதமாய்க் கொதித்ததில் அவ்வீதியே வியர்த்து வடிந்தது. சதிகாரர்கள் பலிமேடை மீது படுக்க வைக்கப்பட்டனர். ஜனக் குரல்கள் மொத்தமும் மடியும்படி கஜமாறனுக்கான அழைப்புச் சங்கும், கொம்போசையும் முழங்கத்தொடங்கின. வடக்குமாட வாயிலில் நின்றிருந்தோர் ஒருவரை ஒருவர் தள்ளிக்கொண்டு அவ்விடத்திலிருந்து அகல முற்பட மாடக் காவலர்கள் முன்னே பாய்ந்து அவர்களை ஒழுங்குபடுத்த முனைந்தனர்.

அதற்குள் மழையில் ஊறிய குடவரைக் கோபுரம் ஒன்று நகர்ந்து வருவதுபோல் கஜமாறன் வாயிலில் வெளிப்பட்டிருந்தது. அது வீதியின் உஷ்ண மணலில் தன் பாதங்களைப் பதித்து, ஆழமான அச்சுகளைப் பதித்தபடி முன்னேறிற்று.

ஓடியலைந்தோர் உறைந்து நின்றனர். ஒரு விளங்கமுடியாத அதிர்ச்சியுணர்வு இப்போது அவ்விடத்தைப் பீடித்துக்கொண்டது. திருநாமம் இடப்பட்டு, பாகனை ஒரு துரும்பு போல் சுமந்துவந்த கஜமாறன் துதிக்கை உயர்த்தி முதல் பிளிறலை வெளிப்படுத்தவும் பலரிடம் உதறல் எடுத்துவிட்டது. அதன் முகத்தில் நகரையே நொறுக்கிவிடும் ஆவேசம். அதன் மடல் விழிகள் யோனிச்சதை போல் சிவந்திருந்தன. சுற்றத்தைப் பொருட்படுத்தாமல், வெறுப்படங்கா உள்ளத்தோடு அது பலிபீடத்தை அடைந்தபோது வான் பருந்துகள் ஒருகணம் இறக்கைகள் விறைத்துக் கீழ் நோக்கின. ரெங்கநாதர் கிருஷ்ணப்பரிடம் உத்தரவு பெற்றுவந்து பாகனை நோக்கிச் செய்கை புரிந்தார். பலிபீடத்தில் கிடந்த இருவரின் உடலிலும் உயிரே நீராக வடிந்தோடுவதுபோல் வியர்வை பெருக்கெடுத்து கல் பீடத்தின் குழிகளில் தேங்கி நின்றது. ஆனால் அது வெறும் உடல் வெளிப்பாடுதான். அவ்விருவரின் முகமும் விடியலில் துளசி மாடத்தைக் காண்பது போல் தெய்வீக அமைதியுடன் இருந்தன. கண்களில் அவர்களது அகம் ஏற்கெனவே உடலிலிருந்து வெளியேறிவிட்டது போன்ற நிறைவு. அவர்கள் சதிகாரர்கள் என்கிற எண்ணமே மறைந்து, ரிஷிகளுக்கு தண்டனை வழங்கி இந்நகர் பாவத்தைச் சேர்க்கின்றதோ என்ற விநோத நெருடல் சிலரிடம் எட்டிப்பார்த்தது.

அவர்களது உடலை நெருங்கிய கஜமாறனும் ஏதோ யோசனையோடு தடுமாறி நின்றது. பாகன் 'த்த்ரோவ் த்த்ரோவ்' எனக் கத்தி அதை நெட்டி உந்தினான். இப்போது யானை முதலாமவனின் தலைக்கு மேல் கால் உயர்த்தி மீண்டும் தீவிரமான யோசனை பிறந்தார்ப்போல் காலை அந்தரத்திலேயே நிறுத்தி வைத்திருந்தது. வெகுநேரமாய் அதே நிலை நீடிக்க கூடி நின்றோரிடம் சலசலப்பு எழுந்தது. ரெங்கநாதர் காவலன் ஒருவனுக்கு உத்தரவிட அவன் ஓடிச்சென்று சூட்டுக்கோலுடன் திரும்பிவந்தான். சூட்டுக்கோலைப் பாகன் தயக்கத்துடன் வாங்கிக்கொண்டான். பாகன் சூட்டுக்கோலை யானையின் செவி மீது உரசியபோது பிளிறலுடன் அது தன் ஓங்கிய

பாதத்தை முதலாமவனின் சிரத்தில் அழுத்த முயன்றது. பாதம் நழுவியதில் அவனது தாடை எலும்பு மட்டும் மடக்கென்று முறிந்தது. யானை பிழைசெய்தால் தனக்கே தண்டனை என அஞ்சிய பாகன் இம்முறை சூட்டுக்கோலை யானையின் நெற்றியில் வைத்துச் சில கணங்கள் நீக்காமலேயே அழுத்திப் பிடித்தான். யானை இப்போது பெரும் அலறலுடன் இரண்டு முறை அடுத்தடுத்துத் தன் பாதத்தைக் கீழ் அழுத்தியது. பெரும் கூச்சலுக்கு நடுவே இளநீரை உரிபாரை மீது குத்தி இழுப்பது போன்ற ஓசையை மாறவர்மன் இருமுறை செவியுற்றான். மற்றபடி எங்கும் பார்வையை மறைக்கும் தூசுகள். காலத்தைப் போலவே சாகாவரம் பெற்ற தூசுகள்.

ஏன் இதெல்லாம்? வயதில் சிறியவர்கள். இப்படி வீதியில் நசுங்கவா இவர்களது சிரம் அல்லும் பகலுமாய்ச் சிறுகச் சிறுக வளர்ந்தது? என்ன நரகம் இது?! இந்த இரு உயிர்களும் இப்போது எங்கு சென்றிருக்கும்? இந்தக் கூட்டத்திலிருந்து விடுபட்டு எங்கோ வெளியும், காலமும் அற்ற ஓர் இடத்திற்குச் சென்றிருக்குமா? என் மகள் கண்ணம்மா? அவளும் அந்த இருளுக்குள் நின்றுதானே என்னைத் தேடிக்கொண்டிருப்பாள். இவர்கள் அவளிடம் சொல்வார்களா? உந்தைதான் எம்மை இங்கு அனுப்பிவைத்தது என்று. இவர்களது மனைவி, மக்கள் இவர்களை ஒளியில் தேடிப் புழுங்கப்போவதைப் போல் இவர்கள் அவர்களை அந்த இருளுக்குள் தேடுவார்களா? அப்போது என் குறும்புக்காரக் கண்ணம்மாவும் அதற்கு உதவுகிறேன் என இவர்களோடு செல்வாளே? என் மகள் என்னைப் போல் இல்லை. அவள் எல்லோரையும் நேசிப்பாள். நீதி, தர்மம், பிறப்பு, இறப்பு என எல்லாவற்றையும் கடந்து யாவற்றையும் நேசிப்பாள். அவளது சின்னஞ்சிறு மடி மரணித்து, நிர்க்கதியாய் உழல்வோரின் தாய் மடி.

***

பாலை நிலா சோர்வுடன் நகர்ந்தது. நடுநிசியிலும் நிலத்தின் கொதிப்பு தீர்ந்திருக்கவில்லை. பனை நிழல்கள் மட்டும் குறுக்கிடும் விஸ்தாரமான வெண்ணொளியின் கீழ் நாவரண்ட பாம்பொன்று அயற்சியுடன் ஊர்ந்துகொண்டிருந்தது. பட்டை உரித்த ஒரு மொட்டைத் தென்னை காற்றில் தன் பிய்ந்த தோலை விசிறி சடசடத்தது. எக்கணத்திலும் முறிந்து வீழ்ந்து உவர் மண்ணில் மட்கிப் போய்விடும் என்றாலும் அதனிடம்

நீர்வேட்கை குறையவில்லை. அரிதாய்ச் சலன மழை விழுந்தால் அதன் அத்தனைத் துளிகளும் தன் மீதே விழவேண்டும் என அதனிடம் ஒரு குரூர விருப்பம். துளிர்த்து வளர முடியாமல் ஏங்கி நிற்கும் இளம் மரங்களை அது கண்டும் காணாததாய் இருந்தது. வண்டுகள் ஊர்ந்து மட்கிய அதன் உட்கூட்டினுள் தான் மட்டுமே அவ்விடத்தில் உயர்ந்து நிற்க வேண்டுமென்ற அகம்பாவமும் நாறிக்கொண்டிருந்தது. அந்த மரத்தின் நிழலுக்கு இணையாய் நடந்த சுருளி தன் வயோதிக இளைப்பை நாசி விடைப்பில் மறைத்து முன்னேறினார். இரவுக்காட்சிகள் அவரது புகைந்த விழிகளில் தெளிவுடன் பதியவில்லை. தடவித் தடவி மேட்டுப்பாறையில் ஏறியவர் தான் பசியற்று நடப்பதாய்க் கற்பனை செய்துகொண்டார். கொஞ்சம் ஏறியதுமே கால் மூட்டுகள் தனியாகக் கழன்று விழப்போவது போன்ற ரணம். முனகலுடன் குனிந்து மூட்டுகளைப் பிடித்தவாறு நின்றார். பின்னால் தடுமாறி விழுந்தால் இக்கணத்திலேயே உயிர் நீங்கிவிடுமோ எனத் தோன்றியது. அவ்வெண்ணத்தை வளர்த்துப்பார்த்தார். அதில் நிம்மதியும், பாரமின்மையும் பிறப்பது கண்டு, "இல்லை இப்போது அது நிகழாது" எனத் தொடர்ந்து ஏறினார். பெருமூச்சு விடுவதுபோல் எளிமையாக உயிரை வெளியேற்றிக்கொள்ள முடியுமென்றால் ஏன் இந்தத் துயரப்பாதை வருத்தப்போகிறது. வெறுத்த உயிராயினும் விழிகள் திணறி, அச்சமும் உணர்வெழுச்சியும் பெருகாமல் மரணம் நிகழாது. அவருள் சங்கனைப் பற்றிய நினைப்பு எழுந்தது.

சங்கன் குடிசைக்குள்ளேயே முடங்கியிருந்தான். அவனது முனகலும், கூக்குரலும் சகிக்க முடியாதவையாய் ஆகியிருந்தன. கள்வன் என்பதை விடவும் அசிங்கமான பிறப்பாய் மாறிவிட்டிருந்தான். ஆனாலும் அவன் விழிகளில் ஓர் ஏளனம். தான் மட்டுமல்ல, மனிதப் பிறப்பே அசிங்கம்தான் என்பதை உணர்த்தும் ஒரு கர்வப் புன்னகை. தன் மீது அப்பன் வைத்திருந்த அன்பு மெல்ல அதன் தோற்றத்தை இழந்து கருணை வடிவை எடுப்பதைக் கண்டபோது அவன் அவரை வெறுத்துவிட்டான். விரைவிலேயே அந்தக் கருணை அவர் உதறத் தவிக்கும் மலம் அப்பிய கச்சையாக மாறப்போகிறது என்பதை அவன் உணர்ந்துகொண்டான். அவனை அந்நிலையில் காண சகிக்காமலேயே சுருளி வீடு தங்குவதில்லை. அவன் பேசினால் குடல்வெந்த நாற்றம் குடிசையை மூச்சடைக்கச்

செய்தது. சுருளி அவன் முன்னாலேயே நாற்றம் பொறுக்காமல் எச்சிலைக் காறும்போதெல்லாம் அவன் அதைக் காதில் வாங்கிக்கொள்ளமாட்டான். அவனது பிருட்டத்தில் புண் வைத்துச் சீழ் வடிந்துகொண்டிருந்தது. நெற்றிமுடி வழியாக இறங்கிவரும் ஈறும், பேன்களும் அவனது இமைகளில் இளைந்து எரிச்சல்படுத்தின. சுவரில் உரசி உரசி அவற்றைக் கொல்ல முயன்றதில் தலையில் செம்மண் பிசுபிசுத்தது. புழுத்த பேன்களை மொத்தமாய் அழிக்க வேண்டும் என்பதற்காகவே அவன் தன்னை மாய்த்துக்கொள்ள விரும்பினான். மரணமே தனக்கு எதிரே இருக்கும் ஒளி என்பதை அவன் வெளிப்படுத்தும்போதெல்லாம் சுருளி சிறிது நேரம் மௌனமாகவே இருப்பார். பிறகு "அப்படியெல்லாம் நினைக்காதே" என்பார். எனினும் அவர் கூறுவதில் மறைந்திருக்கும் பாவனையைச் சங்கனால் ஒவ்வொரு முறையும் கண்டுகொள்ள முடிந்தது. அவனது எண்ணங்களில் தலையிடுவதில்லை, அவன் எந்த முடிவையும் எடுக்கும்வரை அவனைப் பசியாற்றுவது ஒன்றே தனக்குரிய பணி என்பது போல் அவர் நடந்துகொண்டார்.

சுருளி மேட்டுப்பாறையின் உச்சியில் நின்று கரும்பனைகளின் வெடித்துலர்ந்த ஓலைகள் வழியாக வட மேற்காக உற்றுப்பார்த்தார். ஆந்தையைப் போல் தனது விழிகளை வேகமாகச் சிமிட்டி தன்னையறியாமல் எதையோ கூறினார். தனது இறுதிக்காலம் இப்படி அமையுமென அவர் கற்பனையில் கூட நினைத்ததில்லை. தான் ஓர் உயரிய குணம்கொண்ட கள்வன் என மற்றவர்களிடமிருந்து தன்னை வேறுபடித்தித் தான் பார்த்து வந்தார். அதனாலேயே சாம்பனும், சங்கனும் ஆளாகி, தனிக்களவிற்குச் செல்லத் தொடங்கியபின் புன்னகை அரும்பக் குடிசை வாயிலில் அமர்ந்து தனது களவுக்காலம் வழங்கிய தழும்புகளையெல்லாம் அவரால் உரசிப்பார்க்க முடிந்தது. அந்நாள்களில் வாசல் காற்று அவருக்கு குளிர்ச்சியையும், நிம்மதியையும் அருளியது. காலம் காயங்களை ஆற்றுவதே புதிய காயங்களை வழங்கத்தான் என்பது அப்போது அவருக்குப் புரிந்திருக்கவில்லை. அது இறுதிவரை மனிதனிடம் இரக்கம் காட்டப்போவதில்லை, மர்மமாகவே அவனோடு உடனிருந்து அவனை வதைக்கிறது என்பதை வாழ்வின் இறுதியில் அவர் மீண்டும் உணர்ந்துகொண்டார்.

ஒளியலையெனச் சிறிய மினுங்கள் தொலைமணலில் உயர்வது கண்டு சுருளி விறைத்து நின்றார். மீண்டும் ஒருமுறை கண்களைக் குறுக்கியவர் வருபவை சாத்து வண்டிகள்தான் என மேட்டிலிருந்து கீழிறங்கி நடந்தார்.

அவர் மனம் கீழ்மையில் துவண்டது. திடம் குறையக் குறைய மனிதனுக்குள் பொதிந்திருக்கும் அசிங்கங்கள் மர உருளுக்குக் கீழ் பொரிந்த பாம்புக் குட்டிகளைப் போல் ஒவ்வொன்றாய் வெளிவருகின்றன. வெளிவரும் முன்னரே உக்கிரமான பசியில் அவை அவனது இதயத்தைத் தின்றுவிடுகின்றன. பிறகு அத்தனை காலமாய் அவன் கொண்டிருந்த பழக்கவழக்கங்கள், நல்லெண்ணங்கள், குல வழக்கங்கள் என யாவற்றையும் சிறுகச் சிறுக விழுங்கி வெறும் தீமையையும், வெறுப்பையும் மட்டுமே மசித்த கோளையாய் வாயில் அடக்கிக்கொண்டு அவன் உடலெங்கும் இளைகின்றன. அவனைச் சார்ந்தவர்களை விடவும் அத்தனை காலமாய் அந்தக் கசடுகளை தன்னுள் கொண்டிருந்த அவனே அப்படலம் நெடுகத் திகைப்படைகிறான். நடை வேகத்தைக் கூட்டிய சுருளி தான் செய்ய முனைந்திருக்கும் காரியத்தை எண்ணி வெட்கினார். எத்தனையோ களவிற்குச் சென்றும் அசங்கிடாத அவரது உடல் இப்போது அவரது இறுமாப்பையும் மீறி நடுங்கிற்று. கண்களில் நமைச்சல் எடுக்கிறது என எரியும் விறகை எடுத்துத் தேய்த்துக்கொள்வதா? குழப்பத்துடன் ஒருகணம் தயங்கி நின்றார். ஆனால் அதையும் மீறிய ஒரு மர்மமான உத்வேகம் அவரை முன்னே போகச்சொல்லி உந்தியது. எதற்காக வந்தோம் என்பதைக் கூட மறந்திருந்தார். மனதில் கூர்மைபடுத்திவைத்த சொற்கள் எல்லாம் கலங்கலான நீரில் அலசப்பட்டதுபோல் மங்கிக்கொண்டிருந்தன. வண்டிகள் வரும் தடத்தை நெருங்கியதும் அவரது உடல் கூனிவிட்டது. கரங்கள் தன்னிச்சையாய்க் குவிந்து மார்புப் பகுதியை அடைந்திருந்தன.

கொம்பு மணியோசை கலகலவெனக் குடலில் அதிரவும் அவரது வலது கரம் வளைத்தடியை வீச முயல்வதாய் உயர்ந்து பிறகு நாணத்துடன் "நில்லுங்கள்" என வேண்டுவது போல் அசைந்தது. வண்டிகள் அருகில் வர வர வெப்பல் காற்றில் புதுநெல்லின் வாசம் நிறையத்தொடங்கிற்று. அதில் சுருளிக்கு எச்சில் ஊறியதோடு தனது திட்டமும் தெளிவாகியது. ஒடுங்கி நின்ற சுருளியின் கரிய உருவைக் கண்டு குழம்பிய முதல் வண்டிக்காரன்

பின்னால் திரும்பிச் சப்தம் எழுப்பினான். நிலவொளியில் பாதை இன்னும் தெளிவானது. முதல் வண்டிக்காரன் சடேறென வண்டியை நிறுத்தினான். அவனுக்குப் பின்னால் திடமான வேகத்தில் நிலம் அழுத்தி வந்த வண்டிகள் அனைத்தும் சற்று அச்சத்துடன் நின்றன. முதல் வண்டியிலிருந்து கீழே குதித்த மறவர்கள் நால்வர் கையில் ஈட்டியுடன் நாலாத்திசையிலும் பார்வையைச் சுழற்றியபடி சுருளி நிற்கும் இடத்தை நோக்கி வந்தனர்.

"யாரடா அவன்? தலை தப்பாது. நகர்ந்துவிடு."

சுருளி சற்று முன்னால் வந்து, "அச்சம் வேண்டாம். நான் உங்களுக்கு உதவத்தான் வந்திருக்கிறேன்" என்றார்.

மறவன் அவரை நம்பாமல் "உதவியா? கிழட்டுப் புண்டையாண்டி. நகரடா. இன்னும் ஓரடி முன்னால் வந்தால் குடலைச் சரித்துவிடுவேன்" என்றான்.

"உங்கள் ஈட்டி முனை மழுங்கியிருக்கிறது. சரியாகக் காய்ச்சல் போடவில்லை எனத் தெரிகிறது. அருகில் இருப்பவரின் ஈட்டியை வாங்கிக்கொண்டு வாருங்கள்" சுருளி அனாயாசமான தொனியில் சொல்லிவிட்டுச் சிரித்தார்.

தன் ஈட்டி முனையை உற்றுப்பார்த்த மறவன் பிரமிப்புடன் சுருளியை நோக்கினான்.

"நான் உங்களுக்கு உதவத்தான் வந்தேன்" சுருளி சாந்தமாகக் கூறினார்.

"உன்னை எப்படி நம்புவது, எவரும் மறைந்திருந்தால்?"

"சரி நான் என் வழியில் போய்க்கொள்கிறேன். பிறகு உங்கள் பாடு."

"நில்லும். என்னவென்று கூறு."

சுருளி மூக்கை உறிஞ்சியபடி "புது நெல்லா. எத்தனைக் கோட்டம் தேறும்?" என்றார்.

"விசயத்தைக் கூறு" மறவன் குரலெடுத்தான்.

"இருங்கள் மறவரே. நிதானம். நிதானம்வேண்டும். உங்களில் பலருக்கு இது கடைசி இரவென்று நினைக்கிறேன். மேலவளவில்

மூன்று நாட்டுக் கள்ளர்களும் மண்ணூளி பாம்பு போல் புதைந்து கிடக்கிறார்கள். மண்ணைத் தின்னும் பசி. ஆனால் அவர்கள் இரத்தத்தில் நீரை ஆவியாக்கும் உஷ்ணம். குறுக்கே பாய்ந்தார்கள் எனில் தினவுள்ள சில மாடுகள் மட்டும் உங்கள் நாடு திரும்பலாம். அதுவும் உங்கள் உதிரக் கறை பூசப்பட்ட கோலத்தில்தான்."

"அதையும் பார்க்கலாம். இதை சொல்லத்தான் வந்தாயா?"

"ஆமாம். முன்னேறிச் செல்வது உங்கள் முடிவு. இங்கிருந்து மேலவளவை அடையாமல் நத்தம் செல்ல ஒரு வழியுண்டு. முதியவன் என்றும் பாராமல், நான் சுமந்துசெல்லத் திணறும்படி ஒரு மூட்டை நெல் தருவீர்கள் என்றால் வழியைக் காட்டுகிறேன்." சுருளி கூறி முடிப்பதற்குள் மறவன் ஆத்திரம் பிறந்தவனாய் ஈட்டியை ஓங்கியபடி முன்னே வந்தான்.

சுருளி ஓடிவிடுவதற்கு ஆயத்தமாய்க் கண்டைக் கால்களை இறுக்கினார். அப்போது வண்டிக்குள்ளிருந்து வந்த சாத்தன் குரல்கேட்டு மறவன் நின்றான். அவன் பின்னால் நடந்து வண்டியருகே செல்வதுகண்டு சுருளியும் நின்றார். அந்த நிச்சலனமான இடைவெளியில் சுருளி தன்னுள் நொதித்த கீழ்மையை எதிர்கொள்ள முடியாமல் போராடிக்கொண்டிருந்தார். ஒரு மூட்டை நெல்லை இறக்கிச்சென்று தருமாறு சாத்தன் உத்தரவிடுவது சன்னமாக ஒலித்தது. சுருளி மகிழ்ச்சியில் முகம் மலர்ந்தார். ஆனால் அடுத்த கணமே அந்த மகிழ்ச்சி மீது அருவருப்பாய் எதுவோ ஒன்று படிந்தது.

மறவன் "இதோ... நீ கேட்டது. இதைச் சுமந்துசெல்வாயோ அல்லது இதனோடு மடிந்து போவாயோ. அது உன் பாடு. இப்போது வழியைக் கூறு" என்றான்.

சுருளி ஓர் அசிங்கமான நரியைப் போல் இளித்தபடி வழி கூற முன்வந்தார்.

***

இருண்ட மாடத்திற்குள் காற்று மூங்கில் அமையைச் சாய்க்காத திடத்தில் வீசியது. சாம்பனின் அருகில் அமர்ந்து சிறுபிள்ளை மண்பாண்ட பொம்மையைக் கையாளும் நயத்தோடு அவள் மூங்கில் அமையை மெல்லமாகத் திறந்தாள். மூங்கில் அரிசியோடு பழங்கள் குழைத்து, அதனைத் தேனில் மூழ்கச்செய்து பின்

மூங்கில் அமைக்குள் அடைத்து ஆக்கப் பொறுத்ததனால் விளைந்த மது. அதன் முதல் வாசத்தை நுகர்ந்து முகத்தைச் சுளித்தவள் சட்டென்று அதைச் சாம்பன் முகத்தருகே நீட்டி அவனது முகம் போன போக்கில் தோள் குலுங்கச் சிரித்தாள். பின் உலர்ந்த உதடுகளை மடித்து ஈரமாக்கியபடி “ம்ம் அருந்துங்கள்” என்றாள்.

சாம்பன் வாங்கிக்கொண்டான். முதல் மிடறினை உட்கொண்டதும் நா மறுமிடறுக்குத் தவித்தது. முழுக் காட்டையும் அருவி நீர் விட்டு அரைத்துப் பருகுவதுபோன்ற கடும் சுவை. புளிப்பும், இனிப்பும் கூடிப் புனைந்து உள்ளோடின. மீதமின்றி பருகவேண்டிய வெறி கிளர்ந்தும் அதனை அடக்கிக்கொண்டு மூங்கில் அமையை அவளிடம் நீட்டிவிட்டு மாடத்திறப்பின் வழியாக இருண்ட வனத்தை வெறித்தான். வானம் வரை ஏறித்திரளும் கருமலைக் குவியல்கள். எவ்விருளிலும் இருக்கிறது என நிச்சயத்தை உணர்த்தும் அவளின் உடல் வனப்பைப் போல் ஒளியற்று விரவிக்கிடக்கும் மர, புதர்ச் செறிவுகள். மணலில் பதிந்த பாம்புத் தடமென நெளிந்துகிடக்கும் இடைவெளிகளில் நிலவொளியின் படிமங்கள். பேச்சி மலை நரிகளின் குமைச்சலால் விழித்திருந்தது. சாம்பன் இமைகளைக் கவிழ்த்து மூச்சை இழுத்தான். மலரைக் கசக்கித் தேய்த்த குளுமை உடலெங்கும் பரவியது. போதை! மனிதனுக்கு அது இமைப்பொழுதும் விலகாது உடன்வரும் ஓர் உணர்வாய் இருந்திருந்தால் வாழ்க்கை எத்தனை இனித்திருக்கும். பிறப்பில், மண்ணில் ஊர்ந்து விளையாடும் பருவத்தில், இளமையில், கிடப்பில், சாவில் என அனைத்திலும் அரைப்பாதி தெளிவுடன், மயக்கத்துடனேயே இவ்வுலகைப் பார்வையிட்டு அகன்றிருக்கலாம். சாம்பன் அவள் பக்கம் திரும்பினான். அவள் தேறலைச் சப்புக் கொட்டி அருந்துவதில் அவனால் கிளர்ச்சியடையாமல் இருக்க முடியவில்லை.

“நீ ஏன் மது அருந்துகிறாய்?”

“இதென்ன கேள்வி. தேறல் மனதிற்கு நல்லுணவல்லவா? புதுத் தேனும், பழங்களும் உடல்நோவுகளுக்கு நன்மை தரும். ஆனால் உள்ளப் புழுங்களுக்கு அவை போதாது. நம் மனம் போலவே அவையும் நொந்து, புளித்து தேறல் ஆனால் மட்டுமே நம் மன நோவுகளை அவற்றால் தீர்க்க முடியும். இதோ ஆற்றுகிறதே” என்றாள்.

"உனக்கென்ன மன நோவு? காட்டுக் கோழி போல் தன்போக்கில் திரிகிறாய். இதற்கு மேல் கவலையற்ற வாழ்வு இருக்குமென்று நினைக்கிறாயா?"

"கள்வரே... கள்வரே... இருங்கள்... இருங்கள். பிறகு கள்வர் என்று அழைப்பதில் கோபம்கொள்ளமாட்டீரே? மயக்கம்... அதோடு அப்படி சொல்வதில் எனக்குச் சிரிப்பு வருகிறது."

"சொல்லிக்கொள். அது உண்மைதான். ஆனால் இப்படி உன்னுடன் நாள்களை கடத்தினால் களவையே மறந்துவிடுவேன் என நினைக்கிறேன். நான் என் பிழைப்பிற்குத் திரும்பியாக வேண்டும்..."

"பார்த்தீர்களா. என்னை விடுத்து உங்களைப் பற்றிப் பேசத் தொடங்கிவிட்டீர்? எனக்கு என்ன மனநோவு என மீண்டும் உங்களுக்குக் கேட்கத் தோன்றவில்லை பாருங்கள்."

"இல்லை... அப்படி இல்லை. உனக்கு மன வருத்தங்கள் இருப்பதாகவே தெரியவில்லை. நீ என் பார்வைக்கு அற்புதங்களை நிகழ்த்துபவளாய்த் தெரிகிறாய். என் உயிரைக் காத்ததோடு என் துயர்வடுக்களைக் கூட போக்கினாய். உனக்கு என்ன வருத்தம் இருந்துவிட முடியும்?"

"உமக்குப் புரியவில்லை. என் நிலைமை அந்தத் துணையிழந்து அலையும் யானையினதை விடவும் கொடியது. நெடுங்காலமாய் என்னை வாட்டும் இந்தத் தனிமை ஒருபோதும் என்னை விட்டு அகலப்போவதில்லை. அது இந்த வனத்தையும், நெடு மலைகளையும் போலவே நிலைத்திருக்கப்போகிறது என்பதை அறிந்த பின் எப்படி வருந்தாமல் இருக்க இயலும்?" குரலில் எழுந்த செருமலை உடன் விழுங்க முடிந்த அவளால் தன் விழிகளைக் கட்டுக்குள் வைக்க இயலவில்லை. இருளைக் கீறி அவை ஈரமாய் ஒளிர்வதைச் சாம்பன் கண்டான். அவளருகில் சென்று அவளைத் தேற்றவேண்டும் போலிருந்தது.

"விடு... உன் அம்மா எப்படி இறந்தார்?"

"வயதடைந்து நீத்தார். நீர் நன்றாகப் பேச்சை மாற்றுகிறீர். நான் இதைச் சொல்லியிருக்கக் கூடாது. அதோடு எங்கு நான் உங்களை என்னுடனே இருக்கும்படி கேட்டுவிடுவேனோ என்கிற எரிச்சல் உங்களுக்கு. கவலை வேண்டாம். என் வாக்கு

படி வர மறைநிலவு நாளன்று அந்தக் கல் மரம் பற்றி உமக்குக் கூறிவிடுவேன். அதன்பின் நீங்கள் சென்றுவிடலாம்."

"இல்லை... அப்படி இல்லை." சாம்பன் தடுமாறினான்.

"இல்லை அப்படித்தான்." அவள் வெடுக்கென்று குறுக்கிட்டாள்.

"இருடி... தொனதொனவென்று." அவளது பேச்சை நிறுத்தும்பொருட்டு அவளை அதட்டினான்.

"இப்போது நான் அந்தக் கல்மரம் பற்றித் தெரிந்துகொள்ளத்தான் உன்னுடன் இருக்கிறேன் என நினைக்கிறாயா?"

"பிறகு எதற்காக என்னுடன் இருக்கிறீர்?"

சாம்பனுக்குப் பதில் தோன்றவில்லை. உன் மீதான அன்பில்தான் இருக்கிறேன் எனக் கூறி அவளது வினாவை அத்துடன் கடத்த நினைத்தான். எனினும் அன்பென்ற வார்த்தை அவனுக்கு விநோதமாய்ப் பட்டது. சொல்லும், மனமும் எதிரெதிர் திசைகளில் நின்று அவனுள் ஒவ்வாமையை உண்டாக்கின.

"சொல்லுங்கள். எதனால்? காடு உங்களின் உடல் மீது வேர்களைப் பாய்ச்சிவிட்டதோ? அப்படித்தான் இருக்கும். அதனால்தான் உங்களுக்குக் காரணம் விளங்கவில்லை" என்றாள்.

"ஆமாம். உண்மைதான். நானும் அப்படித்தான் நினைக்கிறேன். சரி என்னை உறக்கம் தொற்றுகிறது. நீயும் உறங்கு" என்றபடி படுத்துக்கொண்டான்.

தலைக்கு மேல் காடு புரள்வது மாதிரியான மயக்கம். உறக்கக் களைப்பில் படுத்துக்கொண்ட சாம்பன் அவள் கூறியதைப் பற்றி யோசித்தான். இவள் மீதான ஈர்ப்பென்பது உண்மையில் இந்த வனத்தின் மீதான பற்றுதல்தானா? என் மனம் ஏன் அதை நேரடியாக அறிவிக்கத் தயங்குகிறது? இவள் இந்த வனத்திலிருந்து வெளியேறி என்னுடன் பாலைக்கோ அல்லது நகருக்கோ வந்தால் மறுகணமே இவள் கொண்டிருக்கும் வசியப் புலன் மறைந்துவிடக்கூடும். உடன் சலிப்பூட்டுபவளாய் மாறிவிடுவாள். நகரின் அசிங்கங்களுக்கு நடுவே இவளைக் கற்பனை கூட செய்ய முடியவில்லை. சாம்பன் இப்போது அவள் பக்கமாய்த் திரும்பிப் படுத்தான். இவள் ஒரு நடமாடும் வனச்சித்திரம் என்றால், இவளிடம் வனத்தின் ஆற்றல் கலந்திருக்குமா? மலர், மரச் செறிவிற்குள்ளாக வனம் தன்

உக்கிரங்களை மறைத்து வைத்திருப்பதைப் போல் இவளும் எதையேனும்... அனிச்சையாய் உதித்த எண்ணம் அவனது முதுகைக் குளிர வைத்தது.

அவளது கபடமற்ற முகத்தை நோக்கினான். அவளைக் கிறக்கம் தொற்றியிருந்தது. தேறல் தோய்ந்த அவள் உதடுகள் மீது ஈக்கள் வட்டமிட்டதில் அவ்வப்போது இச்சுக் கொட்டினாள். சற்றுமுன் என்ன நினைத்துக்கொண்டிருந்தோம் என்பதை மறந்து சாம்பன் அவள் திசைபார்த்து அயர்ந்துபோயிருந்தான். அவள் மயக்கத்தில் புரண்டாள். அவளது பின்புற மேடுகளும், பக்கவாட்டில் அகண்ட அவளது கால்களும் தசை வழுக்கும் ஓசையை இடைவிடாது உண்டாக்கின. அந்த ஓசையில் சாம்பன் விரகம் கொண்டான். தன்னையறியாமலேயே அவள் அவனை நெருங்கி வந்திருந்தாள். புலரியில் அவனது நா அதுவரை கண்டிடாத உவர்ப்பும், இனிப்பும் கலந்த கடினமான ஒரு சுவையின் நினைவுகளில் திளைத்திருந்தது. அவன் குழம்பினான். அது தேறலின் சுவையல்ல. திறந்த முலைகளுடன் உறங்கிக்கொண்டிருந்த அவளைப் பார்த்து என்ன நடந்திருக்கும் என நினைவுகூர்ந்தான். ஒவ்வொன்றாய் மெல்ல விளங்கவும் திடுக்கிட்டு கண்களைக் கசக்கினான். இருவரது உடலும் நெருங்கித் தழுவியது அவனுக்கு ஓர் துல்லியமான கனவுபோல் தோன்றியது. அவள் ஏய்... என்று முனகியதும் அதன்பின் அவனது முகத்தைத் தன் முலைகளில் அழுத்தி, விறைத்த காம்புகளை அவனிடம் விழுங்கக் கொடுத்ததும் நீரில் அழிந்த கோலமாய் அவன் நினைவுகளில் அசைந்தது. கண்சொக்கி அவளது முலைகளைத் தீவிரமாக உறிஞ்சிய கணத்தில் இன்பத்திற்கும் மேலாய் இதயம் கலங்கி, தனக்குக் கண்ணீர் துளிர்த்தது கூட அவனுக்குத் தெளிவாக மீண்டது.

முற்றிய மனிதன் ஆன பின்னும் பெருவிரல் சூப்பியபடி நான் உறங்குவதை இவள் கவனித்திருந்தாளா? பால்நிலவெனப் பெண் முலைகள் என் தலைக்கு மேலாய் நின்று வாழ்க்கை நெடுக என்னை ஏங்க வைத்திருப்பதை இவள் அறிந்துகொண்டாளா?! அதனாலேயே என் தாய் ஊட்டாததை இவள் ஊட்டினாளா?! அவளது முலையில் வீசிய தன் எச்சில் வாடையை மீண்டும் நாசியில் மீட்டபோது அவனுக்கு அழுகை வரப் பார்த்தது.

பின்வந்த இரவுகள் அனைத்திலும் அவனது உயிர் அவளது மார்பிலேயே அடைக்கலம் கொண்டது. பகலில் அவள் தன்

மார்பை இறுக்கமாக மூடிக்கொண்டாள். அதனாலேயே அவன் அதன் மீதான ஆவலை இழக்கவில்லை. அவள் நீட்டிய விரலுக்கு அவன் நின்றான். அவளது குறும்புகளுக்கு எல்லாம் தலைப்பட்டு, அவள் அமைத்த வசந்தவெளிக்குள் திரிந்தவன் மெல்ல தன் கடந்தகால நிழல்களிலிருந்தே விலகியிருந்தான். இருந்தும் ஒரு வினா அவனுள் நிரந்தரமாகவே தங்கிவிட்டிருந்தது. இவள் தன் மாமுலைகளால் எதை ஊட்டுகிறாள்?

***

மாரியம்மனுக்குப் பங்குனிப் படையலிட்டுச் சிரட்டைகளில் சோளக் கஞ்சி ஊற்றப்பட்ட அந்தப் பின்மதியத்தில் தீடிரென வானம் கறுத்து பொடித் தூறல்கள் விழுந்தன. மெலிந்த உடல்கள் உற்சாகமாய்த் திரிந்தன. புழுதியில் உஷ்ணமான மழை வாசம். கூத்து நிகழ்த்துவதற்காகக் காந்தர்வன் மீண்டும் நகருக்கு வந்துள்ளான் என்ற செய்தி சிரட்டையை ஏந்தி மரத்தடியில் ஒதுங்கி நின்ற சிறுவர்களிடம் பேசுபொருளாய் இருந்தது. அவர்களின் அருகில் ஒரு காகம் தன் அலகினை ஈரமாக்கிக்கொள்ளும் அளவிற்கேனும் சிறுவர்கள் கஞ்சியை மீதம் வைப்பார்களா எனக் காத்திருந்தது. கஞ்சியை அருந்தி முடித்த சிறுவர்கள் காகத்தை நோக்கிச் சிரட்டையைக் குறி வைத்தனர். காகம் கரைச்சலுடன் பறந்து சென்றது.

உத்திராபதி பண்டிதர் களைப்புடன் குடிசைக்குத் திரும்பிக்கொண்டிருந்தார். கரங்களில் இரட்டை வாழைப்பழமும், ஒரு மண் கலயம் நிறைய கஞ்சியும் இருந்தது. பாிதி திரவ உணவை ஏற்றுக்கொள்ளும் நிலைக்கு முன்னேறியிருந்தான். சித்தத்தில் முன்னேற்றம் இல்லையென்பதை விடவும், உமிக்குவியல் மீது கிடத்தி வைத்தும் கூட அவன் உடலில் கபம் பெருகிக்கொண்டே இருந்தது பண்டிதரை வெகுவாகக் குழப்பிற்று. அவனது கழுத்துப்பகுதியில் மூங்கில் கழிகளைச் சாரம் போல் இணைத்து, கண் பார்வை பிறை நிலாவை வெறிக்கும்படி செய்ததில் அவனது நாடித்துடிப்பில் எறும்பூறுவதைப் போன்ற மாறுதல்கள் ஏற்பட்டிருந்தன. வைத்திய முறைகளில் இனி பலனில்லை. வனமோகினி எதுவோ அறைந்திருக்கிறது எனப் பண்டிதர் அவனை மந்திரித்துப் பார்க்க எண்ணினார். ஆனால் அது எளிதல்ல. அம்பட்டப் பண்டிதர்கள் மந்திர உச்சாடனம் புரிவது வெளிச்சத்திற்கு வந்தால் அரசு பத்துத் தலைகளையாவது நசுக்கும். மிகவும் இரகசியமாகவே முயலவேண்டும். யந்திர

முக்கோணமிடுவதற்காய் உலர வைத்திருந்த சாம்பலும், சாணமும் தூறலில் நனைந்துவிடும் எனத் திடுமென ஞாபகம் வந்து பண்டிதர் விரைந்து நடந்தார். குடிசையை நெருங்கவும் காற்று துறல்களை நகர்த்திச் செல்வது தெரிந்தது.

கோதை பரிதிக்கு அருகில் அமர்ந்திருந்தாள். அவளிடம் கவலையிருந்தும் அது தேங்காய்க்குள் உறங்கும் நீர்போல் சலனம்கொள்ளாமல் இருந்தது. துக்கத்தில் வாடிய அவளது கண்களில் இனி அவள் பரிதிக்காகக் கண்ணீரே சுரக்கமாட்டாள் என்பதும் இரகசியமாய் வெளிப்பட்டது. அவள் கொள்ளும் இளைப்பாறலின் அர்த்தம் அவளுக்குமே விளங்கவில்லை. காலம் துயர் இடுக்குகளில் முதலில் சோர்வைக் கொண்டு நிறைக்கிறது. சோர்வே துன்பத்திற்கு வழங்கப்படும் முதல் மருந்தாகவும் ஆகிறது. பிறகு துயர் நீர் ஆவியாகி மறையவும் அவ்விடத்தில் நினைவின்மை படிகிறது. அதன்பின்பு துயரம், பிரிவு எல்லாம் உண்மையுருவின் சாயலைக் கொண்ட பிரமைகள் மட்டுமே.

குடிசைக்குள் வந்த பண்டிதர் கலயத்தைக் கோதையிடம் தந்துவிட்டு வேட்டி மடிப்பிலிருந்து திருநீரை எடுத்துப் பரிதிக்குப் பூசிவிட்டார். பிறகு கொல்லைப்புறத்திற்குச் சென்று உலர்ந்த சாணத்தையும், சாம்பலையும் நோட்டமிட்டுத் திரும்பினார்.

“இன்றிரவு காந்தர்வன் கூத்து நடக்கயிருக்கிறதாம். நீ போகிறாயா?” தன் கரங்களைத் துடைத்தபடி கோதையைக் கேட்டார்.

“இல்லைப்பா. எனக்கு மனம் சரியில்லை. கூத்து பார்க்கும் நிலையிலா இருக்கிறோம்?”

பண்டிதர் நம்பிக்கையான குரலில் “கவலைப்படாதே. என் கெடு முடிவடைவதற்குள் இவனைத் தேற்றிவிடுவேன்” என்றார்.

“உண்மையாகவே இனி இவரால் முன்பு போல் ஆக முடியுமா? எனக்கு நம்பிக்கையே போய்க்கொண்டிருக்கிறதப்பா.”

“சரியாகிடும். முன்னேற்றம் தெரிகிறது. நீ வருந்தாதே. நீ முதலில் ஒழுங்காக உணவருந்து. உனக்குக் கழுத்து எழும்பெல்லாம் புடைத்துவிட்டது பார்.”

“எங்கிருந்துப்பா... என்னால்...” கோதையின் குரல் உடைந்தது.

"சரி விடு. முதலில் கஞ்சி அருந்து. தெருவில் யாரும் கூத்து பாக்க போவார்கள்தானே? கோவிந்தன் மகள் போவாள். அவளோடு போய் வா. உனக்கும் சற்று மாறுதலாக இருக்கும். உனக்குத்தான் காந்தர்வன் கூத்தென்றால் பிடிக்குமே."

"ம்ம். ஆமாம்பா..." கோதை பண்டிதர் கூறியதில் ஒரு நெருடலை உணர்ந்து பிறகு அதை ஆமோதிப்பதாய்த் தலையாட்டினாள். அவரது பேச்சும், போக்கும் அவளுக்கு விந்தையாகத் தெரிந்தன. எனினும் கூத்து காணப்போவதை எண்ணிச் சற்று இறுக்கம் தளர்ந்தாள். ஆற்று மணலில் தோண்டி மூடிய குழியை மீண்டும் தோண்டிப்பார்க்க விழையும் சிறுமியாய் அவள் தன் மன ஆவலுக்குக் காரணங்களைத் தேடினாள். காந்தர்வனை நோக்கி ஓடும் தன் மனம் அவன் அரிதாரம் இடவில்லையெனில் தயங்கியவாறு திரும்பி வந்துவிடுகிறது. அவனது கலை மட்டும் தான் ஈர்க்கிறது. அவன் கூத்தாடுவதையே நிறுத்திவிட்டான் என்றாலும் அது தனக்குச் சிறு வருத்தத்தையும் தராது. ஆனால் தந்தை வந்து கூறும் வரை, தான் பார்க்க முடியாத அவனது கூத்தை மற்றவரும் காணக் கூடாது. மழை பொழிந்து அனைத்தும் தடைபட வேண்டுமெனத் தன் மனம் வேண்டியது ஏன்? அன்றிரவு தன்னைக் கூட்டத்திற்குள் தேடப்போகும் காந்தர்வனின் விழிக் கூர்மையை நெஞ்சிடுக்கில் எண்ணிப் பார்த்தபோது அவளுக்கு முகம் வியர்த்துவிட்டது. பரிதியின் அறைந்த விழிகளை நோக்குவது தன்னை அத்தகைய மனமீறல்களிலிருந்து திசைமாற்றிக்கொள்ள உதவும் என நினைத்தாள். எனினும் அவளால் அவனருகில் நீண்ட நேரம் அமர முடியவில்லை. வாசலில் பெருகிய ஒவ்வொரு கண இருளையும் ஆவலுடன் நோக்கினாள்.

கொல்லைப்புறத்திற்கு வந்து கோழிகளை அடைத்தபின் தானும் கூத்து பார்க்க வருகிறேன் எனப் பக்கத்து வீட்டுப் பெண்ணிடம் கூறச் சென்றாள். அவளது வியர்வைத் தடங்களைக் காற்று தழுவியது. படிகாரக் கல்லை உடலெங்கும் உரசிக்கொண்டதுபோன்ற குளுமை. இந்தக் கணம் எத்தனை அலாதியாக இருக்கிறது? என் துன்பத்தின் வலு இவ்வளவுதானா? பரிதிக்கு நேர்ந்திருக்கும் பிணியை விடவும் அது கூத்து நடக்கும் சமயத்தில் நேர்ந்துவிட்டதே என்பதுதான் பெரிய வருத்தமாய் எனக்குத் தோன்றுகிறதோ? மனம் களிக்கும் தருணங்களில் கீழ்மை

எழாமல் தவிர்க்கவே அவர் மீண்டுவிடுவார் என நம்பிக்கையை வளர்க்கிறேனா? என்ன எண்ணங்கள் இதெல்லாம்? கடவுளே.

வெளியே சூனியமான இருள் திரண்டிருந்தது. கோதை கூத்து பார்க்கப் புறப்பட்டதும் பண்டிதர் துரிதமாக இயங்கினார். குடிசையின் நான்கு மூலைகளிலும் தீபம் ஏற்றி வைத்தார். அவரது நா இடைவிடாமல் எதையோ முணுமுணுத்தது. சாணத்தாலும், சாம்பலாலும் ஒரு யந்திர வடிவத்தை வரைந்த பின் அதன் மையத்தில் பரிதியை நகர்த்தி வந்து கிடத்தினார். பிறகு, அவனது முதுகில் மூங்கில் பட்டைகளைச் செங்குத்தாக இணைத்துக் கட்டி அவனைத் தலை கவிழாமல் அமரச்செய்தார். ஓலைச் சுவடிகளைப் புதைத்து வைக்கும் குழியைத் தோண்டி, மர அடைப்புகளை எல்லாம் நீக்கி அதற்குள்ளிருந்து ஒரு வெங்கலக் குடுவையை எடுத்தார். அதன் மூடி புழுதியடைத்து நன்றாக இருகியிருந்தது. பண்டிதர் அதை அரிவாள் முனையைக் கொடுத்து நெம்பி மிகுந்த சிரமத்திற்குப் பின் திறந்தார். இறுதியாக அவரது தந்தை காலத்தில் நூற்றியெட்டு அம்பட்டர்களைப் பலியிட்ட வாசநாதனைப் பழிதீர்க்கவேண்டி, அவனைப் புத்திபேதலிக்கச் செய்து உடலெங்கும் கருந்தேள்கள் எரிகிறது என அலற வைத்து தன்னைத் தானே தீயில் விழச்செய்ய அந்த மை பயன்பட்டது. அதன் பிறகு எத்தனையோ தருணங்களில் அதைப் பயன்படுத்தித் தங்களது ஆற்றாமையைத் தீர்த்துக்கொள்ள காரணங்கள் இருந்தும் தமது கரங்களில் இனியும் பாவக் கருமையை அப்பிக்கொள்ள வேண்டாமெனக் குலம் பனைபோல் இறுகி அத்தனையையும் பொறுத்துக்கொள்ளத் துணிந்தது.

வெங்கலக் குடுவை வெறுமையாய் இருப்பது கண்டு அதிர்ந்த பண்டிதர் அதை விளக்கொளிக்கு அருகில் காட்டி விழிகளால் நன்கு துழாவினார். குடுவையின் அடியில் யட்சினி மை உலர்ந்து தீர்ந்துவிடும் நிலையில் சிறிதளவு எஞ்சியிருப்பதைக் கண்டதும் அவருக்குச் சற்று நிம்மதி வந்தது. விரலில் எண்ணெய் நீவி, மையை வழித்தெடுத்து அதைப் பரிதியின் உச்சந்தலையில் அழுத்தித் தேய்த்தார். பிறகு அவன் எதிரில் அமர்ந்து அவனது விழிகளில் எதிரொளித்த தீபப் புள்ளிகளை உற்று நோக்கியபடி இருந்தார். நெடுநேரமாய் உற்றுநோக்கியவர் சட்டென்று ஒரு புள்ளியில் அந்த விழித்தோற்றத்தை ஒரு பிம்பமாய் வார்த்து வேகமாய்த் தன் இமைகளை மூடிக்கொண்டார். ஒளி பாவிய

சிதறலான இருள். விழியோரத்தில் கண்ணீர் துளிர்க்குமளவிற்கு இமைகளை இறுக்கவும் மஞ்சள் படிமங்கள் தீபச் சுடர்களாய்க் குவிந்தன. ஒளி துளிர்களுக்குப் பின் பரிதியின் கருவிழிகள் நனைந்த உருளைப் பாறைகள் போல் எழுந்து நின்றன. பண்டிதர் தன் அக உருவால் அதை நெருங்கிச் சென்றார். அருகில் செல்லச் செல்ல உடலில் கடும் குளிரும், காற்றும் மோதக் கண்டு குழம்பினார். பரிதியின் விழிகளைப் போல் காட்சிதந்த பாறைகள் இப்போது ஒன்றாகக் குவிந்திருந்தன. அதன் துளைகளில் வெண் நுரைகள் ஸ்ஸென்ற... ஓசையோடு சுருங்கிக்கொண்டிருந்தன. அவை எங்கிருந்து உருவாகின்றன என்பது விந்தையாக இருந்தது. பண்டிதர் சேற்று வாசம் கமழ்ந்த அப்பாறையைப் பற்றி மேலே ஏறினார். பாறையின் உச்சியை அடையும் கணத்தில் அவரது செவியோரத்தில் ஒரு கடற்காகம் கல்லடி பட்டதுபோல் அலறிப் பறந்தது. அதன் குரலில் நடுங்கிய பண்டிதர் வெடவெடத்த உடலோடு பாறையில் ஏறி நின்றார். இப்போது அவர் எதிரே முடிவுறாத நீர் மடிப்புகளுடன் ஒரு பெருங்கடல் விரிந்து கிடந்தது. வெகு தொலைவில், அலைகளின் மீது பரிதி தத்தளித்தான். அவனுக்கு அப்பால் இன்னும் இருவர் மிதந்து கொண்டிருந்தனர். பண்டிதர் வாயெடுத்து அலறினார். அலைகளின் மோதலில் அது உடன் அமிழ்ந்துபோனது.

***

அல்லும் பகலும் இலைகள் உதிர்ந்தன. காடெங்கிலும் நிர்வாணக் கோலம். உலர்ந்த புதர்கள் மண்ணோடு அணைந்திருந்தன. பலி கேட்கும்படியான ஒரு வெட்டவெளித் தோற்றம் காட்டுக்குள் படர்ந்திருந்தது. பேரருவியில் இரைச்சல் இல்லை. அதன் கரையோரத்தில் மலை மாடுகள் அணிவகுத்து நின்றிருந்தன. வயிறு நிறைத்துவந்த பறவைகளின் கொஞ்சலோசையில் அந்திப்பொழுது மயங்கிக் கிடந்தது. இலைகளின் விரிப்பில் சாம்பன் அவளுடன் நடந்தான். அவளது மார்க்காம்புகள் மழை நனைத்த கூழாங்கற்களாய் ஒவ்வொரு இரவிலும் சாம்பனால் ஈரமாகின. கலவிக்கு அவள் ஆணையிட்டால் ஒழிய அது நிகழாது என்பதைச் சில இரவுகளுக்கு முன் அவன் அறிந்துகொண்டான். கன்னிப் புழையின் தேவைக்காகத்தான் தன்னை இதில் உட்படுத்துகிறாளோ என அவளது மார்பை விடுத்து இடையில் இறங்கிய கணம் அவளிடமிருந்து கடுமையான குரல் எழுந்தது.

உடன் அவனது தலையை வலுவுடன் மேலே இழுத்துவிட்டாள். சிறு மௌனத்திற்குப் பின் மீண்டும் அவளது தாகம் அடங்கா காம்புகளுக்கு உமிழ்நீர் ஊற்றத் தலைப்பட்டான். மீண்டும் வானவெளியின் மாற்றங்களாய்ச் சலிப்புறாத இன்பம். மீண்டும் கனவுநிலை போன்ற லயிப்பு. ஆனால், அவளது கர வலுவால் உண்டான அதிர்ச்சி அவனுள் நிரந்தரமாய் உறைந்துவிட்டது.

“ஏன் பின்தங்கிவிட்டீர்? நடக்கக் கடினமாக இருக்கிறதோ? விடுங்கள். இதற்கு மேல் உங்களைப் பிடித்துவைக்கமாட்டேன். விடியலில் நீங்கள் உங்கள் நகருக்குத் திரும்பலாம். அதுதான் உமக்கும் நல்லது.” பின்திரும்பிக் கூறினாள்.

சாம்பன் “ஆமாம். சரியாகத்தான் சொல்கிறாய்” என்றான்.

இருவரும் அருவிக்கரையை அடைந்திருந்தனர். தொலைதூரத்திலிருந்து மயில்கள் அகவும் ஓசை கடந்த காலத்திலிருந்து ஒலிப்பது போல் தோன்றியது. சாம்பனுக்கு முதன்முதலாக ஓர் இனம்புரியாத மனத்தடுமாற்றம். அவளைப் பிரியப்போவதை எண்ணி கவலையுற்றான். கீழ் வானத்தில் எழுந்திருந்த முழுநிலா அவன் கொட்டித் தீர்க்க முடியாத சோகத்தின் பருவடிவமாய்க் காட்சியளித்தது.

காலையிலிருந்து நானாக அதுபற்றி எதுவும் கேட்காமல் பொழுதைக் கடத்தியும் “வாருங்கள். கல் மரத்திற்குச் செல்வோம்” என இவள் தானே முன்வந்து அழைத்தாள். அதுபற்றிக் கூறவேண்டியதைக் கூறிவிட்டு எனக்கு விடைகொடுக்கத்தான் இந்த முழுநிலவு இரவை எதிர்நோக்கியிருந்தாளா? இப்போதும் இவள் முகத்தில் எந்த மாற்றமும் இல்லை. நான் எந்தத் தடத்தையும் விடவில்லை என்கிற அலட்சியம் இவளது உடல் மொழியில் வெளிப்படுகிறது. என்னால் சற்றே தொய்ந்து, பற்குறிகளைச் சுமந்திருக்கும் இவளது கொங்கைகளின் நிலை கூட இவளுக்கு ஒரு பொருட்டல்ல என்பது போல் நடக்கிறாள். இவளது பரிவு முழுமையையும் எனக்கு ஊட்டித் தீர்த்துவிட்டாளா? இதோ அந்த இறுதி இரவு என் முன்னே. இங்கிருந்து அகன்றபின் என் பாலை இரவுகளில் வெறித்த அமைதியுடன் நகரும் நிலவு இவளுடனான பிரிவைத்தானே நிலைநிறுத்தும். என்ன செய்வேன்? பேச்சிமலைச் சரிவில் நள்ளிரவில் கேட்கும் செந்நாய்களின் காரணமில்லா விசும்பல்கள் அப்போது எனக்கு அர்த்தப்படலாம்.

இன்பக் களியாட்டுகள் கூட வேண்டாம், இவளருகில் இன்னும் சில நாள்கள்! எப்படி அதற்கான வாய்ப்பை ஏற்படுத்தப் போகிறேன்? எனக்கு அந்தக் கல் மரத்தைப் பற்றி அறிய ஒன்றுமில்லை. உன்னுடன் என் நாள்களைக் கழிக்கவே அது குறித்த வினா எனக்கு உதவியிருக்கிறது. அது பற்றி நான் அறியவேண்டியதில்லை. அதற்கு ஈடாய் இன்னும் பத்து இரவுகளை உன்னருகில் கழித்துக்கொள்கிறேன், உனக்கு சம்மதமா எனக் கேட்டுவிட்டால் என்ன? என் மனதில் இருப்பது இது மட்டும்தான். எல்லாவற்றையும் நான் கூறாமலேயே புரிந்துகொள்கிற இவளால் இதனையும் புரிந்துகொள்ள இயலாதா? என் மனம் மேல் நான் மொழுகியுள்ள வீண் அகம்பாவம் எனும் சேற்றை இப்போது மட்டும் இவளால் விலக்கிப் பார்க்க முடியவில்லை என்பது நம்பும்படியாக இல்லை.

இருவரும் பாறைப் படுகை மீது ஏறுகையில் உருவங்களும், நிழல்களும் ஒன்றெனக் கலந்திருந்தன. சாம்பன் பக்கவாட்டிலிருந்து எதுவோ தன்னை வெறிப்பதுபோல் உணர்ந்து திடுக்கிட்டு நின்றான். ஒரு கல்லின் மீது அமர்ந்திருந்த ஒற்றைக் காகம் அவனை மிரட்சியுடன் நோக்கியது. சிறிதுகாலமாய் அது அவனைப் பின்தொடர்ந்து வரவில்லை என்பதை அப்போதுதான் எண்ணிப் பார்த்தான். அவனை விட்டு விலகிச்சென்றிருந்த அவனது குரூர வாழ்வும், உளைச்சல் மிகுந்த மனக்கேள்விகளும் கண நேரத்தில் மீண்டும் அவனைத் தொற்றிக்கொண்டு ஏற முயன்றன. மீண்டும் அந்த நாள்களுக்குள் நுழைந்துவிடுவோமோ என அஞ்சினான். இவள் என்னை என் இன்னல்களிலிருந்து விடுவித்து வைத்திருப்பது உண்மை. ஆனால், இவளே வெறும் மாயைதான் என்று என்னிடம் நிறுவ எதுவோ ஒன்று காத்திருக்கிறதோ? ஏன் இப்போது இந்தக் காகம் என் வழியில் குறுக்கிடுகிறது?

அவள் அவனுக்காய்ப் பாறைப் படுகையின் விளிம்பில் காத்திருந்தாள். வட்டவடிவிலான, நகத்தளவு மழைநீரும் தங்காதபடி, வழுவழுப்பான சமதளத் தன்மையோடு இருந்த அந்தப் பாறையின் மையத்தில் நின்ற கல்மரம் பகலில் உறிஞ்சிய ஒளி அனைத்தையும் வெளி உமிழ்ந்து சாம்பலுக்குள் புதையும் தணல் விறகுபோல் செங்கருமை பூண்டது.

கல் மரத்தை அடைந்திருந்த அவள் அதைப் பயபக்தியோடு பார்த்தாள்.

“அருகில் வாருங்கள்.”

சில அடிகள் எடுத்து வைத்த சாம்பன் அச்சம் படற நின்றான். பரிதி அதைத் தொட்டு மீள முடியாத உறக்கநிலைக்குச் சென்றதும், அதன்பின் காடு பெரியசாமியைக் கந்தல் கந்தலாகப் பிழிந்து அவரது தசைகளை உண்டதும் கடும் நினைவுகளாய் எழுந்து அவனது பிடறியைத் தீய்த்தன.

சாம்பன் தடுமாற்றத்துடன் “இதில் ஏதோ ஒரு தீய ஆற்றல் பொதிந்திருக்கிறது. அதற்கு மேல் இதில் தெரிந்தகொள்ள எனக்கு ஒன்றுமில்லை. நீ அதைப் பற்றி சொல்ல வேண்டும் என்று இல்லை” என்றான்.

“தீய ஆற்றலா? என்ன சொல்கிறீர். இது பற்றித் தெரிந்துகொள்ளாமல் நீங்களாகவே முடிவு செய்ய வேண்டாம். சரி இதற்குப் பதில் சொல்லுங்கள்...” அவள் சற்றுக் கடுமையான குரலில் பேசுவதில் சாம்பன் குழம்பினான். அச்சத்தை விழுங்கியபடி அவளைச் சாந்தப்படுத்தும் நோக்கில் கல் மரத்தை நெருங்கினான்.

“என்ன... கேள்?”

“நீங்கள் என்னை நம்புகிறீர்களா? என் மிகப் பெரிய துன்பத்திலும், யுத்த களத்தில் நீங்களும், என் குலமும் எதிரெதிர் திசையில் நின்றாலும், மலை விளிம்பில் ஒன்று நீங்கள் அல்லது நான் என ஒரு பட்ட மரத்தைப் பற்றித் தொங்கும்போதும், ஏன்... நீங்கள் என் உடலை உதிரம் திறந்தோடும்படி வதைத்தாலும் நான் உங்களுக்குத் தீங்கு நினைக்கமாட்டேன் என்று நம்புகிறீர்களா?”

“என்ன இப்படிக் கேட்கிறாய். எனக்கு என்ன பதில் சொல்வதென்று தெரியவில்லை. எவரையும் அந்த அளவிற்கு நம்பக்கூடாது என்பதே எனக்குக் கற்பிக்கப்பட்டது. நீ அதற்கு ஒரு விதிவிலக்குதான் என்றாலும்...”

“என்ன பன்றிக் கொழுப்பைப் போல் சவசவக்கிறீர்? ஓங்கிக் குத்தினேன் என்றால் பாருங்கள். என்ன உமக்கு நான் அஞ்சுகிறேன் என நினைக்கிறீர்களா? நான் உன்னை முழுதாக நம்புகிறேன் என நீங்கள் சொல்லியிருக்க வேண்டும். ஏனென்றால் அதுதான் உண்மை.”

சாம்பன் உளம் நெகிழ்ந்தான். அவளது பொய்க்கோபம் அவனுக்குக் கிளர்ச்சியை உண்டாக்கியது. மழைக்காற்றுக்கு முகம் நீட்டும் பனை வடலியாய்ச் சிலிர்ப்படைந்தான்.

"என்னை நம்பி அருகில் வாருங்கள். வேறெதையும் யோசிக்காதீர்." அவள் மீண்டும் அழைத்ததும் மறுப்பின்றி கல் மரத்தை அடைந்தான். அதன் செம்மை பிசாசின் கேசமாய்க் காற்றில் படர்ந்து உடனேயே அமிழ்ந்ததில் முதலில் சற்று விரண்டான். அதை அவனால் உற்றுநோக்க இயலவில்லை. இதயம் கனப்பதுபோல் இருந்தது. பதைபதைக்கச் செய்யும் தனிமையும், பொட்டல்காட்டில் வேளமர நிழலில் மண் அப்பிக்கிடக்கும் அநாதை மண்டையோட்டை நினைவுறுத்தும் துயரமும் அவனைச் சூழ்ந்துகொண்டன. கல்மரத்தின் கூர்முனைக்கு மேல் குடைபோல் விரிந்திருந்த வானில் நட்சந்திரங்கள் புவியின் முன் ஜென்மப் படிமங்களாய்ச் சிதறிக் கிடந்தன. எதுவும் இங்கு அழிவதில்லை என்பதைச் செவிகளில் அறைந்துகொண்டேயிருக்கும் இருண்ட காற்று. சாம்பன் அவள் உடலோடு நெருங்கி அவளைப் பற்றிக் கொள்ள நினைத்தான்.

"உமது கரங்களைக் கொடுங்கள்" அவள் கல்மரத்தை நடுவில் வைத்துத் தன் கரங்களை அவனிடம் நீட்டினாள். அவன் சிறு நடுக்கத்துடன் தன் இரு கரங்களையும் அவளிடம் தந்தான். தன் வியர்த்த கரங்களால் அவனது மணிக்கட்டுகளைப் பற்றி அவன் அசர்வதற்குள் அவனது கரங்களைக் கல்மரத்தோடு இணைத்துப் பிடித்தாள்.

தீப்பற்றி ஏறுவதை விடவும் வேகமாக ஒரு புவித்தன்மையற்ற குளிர் கரங்களின் வழியே ஏறி தன் உடலுக்குள் உறைவதில் அதிர்ந்து நின்ற சாம்பன் அவளது முகத்தை நோக்கி என்ன செய்கிறாய் என்பதுபோல் பரிதாபமாகப் பார்த்தான். கலங்காதே... நான் இருக்கிறேன் என்பதாய் அவள் தன் இமைகளை நம்பிக்கையுடன் மூடித் திறந்தாள். சாம்பனின் கால்களில் ஊறிய ஈரம் மெல்ல நீர்ப்படலமாய் எழுந்து மேலேறி வந்தது. செவிமடல்களில் காற்றின் தீராத படபடப்பு. தொடைகளில் தளும்பிய நீர் அவனது கால்களைப் பாறையிலிருந்து விடுவித்து அவனை உயர்த்தியபடி மேலேழுந்தது. நாசியில் அடர்ந்த, நெடுங்கால நீரின் மணம். நாவில் உப்புச்சுவை திரண்டது. அவனது கழுத்து வரை எழுந்த நீர் ஏற்கெனவே மரங்களையும், மலைகளையும் மூழ்கடித்திருந்தது. கண்கள் கூர் முட்களாய்

அலை உயர்வுகளில் சொருக அவன் அவளது கரங்களை இறுக்கமாகப் பற்றிக்கொண்டான். உயர்ந்து மடங்கும் பெருங்கடல் ஓதத்தில் அவர்கள் அல்லாடுவதைத் தீவுக்கரை பாறை மேலிருந்து, புரியாத உணர்வோடு ஒரு முதிய உடல் பார்த்துக்கொண்டிருந்தது.

நீர்க்கோலம்

எங்கும் இருள் சூழ்ந்த நீர். நரலையில் உறங்கும் அனந்தன் தன் விஷத்தையெல்லாம் கக்கியதுபோல் நீர்ப்பரப்பு மீது நீல நுரை தவழ்ந்துகொண்டிருந்தது. கடலின் கீழ் இன்னோர் வானமென முடிவின்மை. நிலவின் தகிப்பில் பவளப்பாறைகள் ஒளிர்ந்தன. காற்று பண்டைய காலத்தின் மர்ம வாசனையையும், தீவுகளில் உதிர்ந்த கடற்பறவைகளின் இறகுகளையும் கடல் மீது சுழற்றியடித்தது. அலைகளின் அணையாத ஓங்காரம் ஒளியணிந்த திருத்தேர்களின் வருகையை மௌன நிகழ்வாக்கியது. தொலைவில் தீப்பந்தங்கள் அலைய, ஒளித் தோரணங்களாய் அசைந்து வருபவை தேர்கள் அல்ல, அவை சேரலாதனின் நாவாய்கள் என நீரில் அல்லாடியபடி அவள் சாம்பனிடம் கூறினாள்.

சாம்பன் காலமும், நிகழ்வுகளும் விளங்காமல் அதிர்ந்து விழித்தான்.

"போடி. இவ்விடத்திற்கு எப்படி வந்தோம். எனக்கு என்ன நேர்ந்திருக்கிறது?" சினத்துடன் அவளை அடிக்க முற்பட்டான்.

கடல் நீர் அவனது கரங்களை ஏற்கெனவே சோர்வுறச் செய்திருந்தது. வெறுப்புடன் அவளது கரத்தை இறுக்கமாகப் பற்றிக்கொண்டான்.

"என்னை உன் உயிரின் துடுப்பென நம்பு" அவனை அணைத்தபடி இலக்கில்லாதவளாய்க் கடலோட்டத்தில் நீந்தினாள்.

அணியங்களில் மணிமேகலை தெய்வத்தின் திருவுருவை வடித்திருந்த நாவாய்கள் ஆரவாரத்துடன் நெருங்கி வந்திருந்தன. இருவரின் நனைந்த கண்களிலும் ஒளியின் துன்புறுத்தல்.

"அதோ என் முன்னோர்கள்." நாவாய்களை எதிர்த்து விரைந்த மரக்கலங்களை நோக்கிக் கரம் நீட்டினாள்.

அசையும் கருநீல வெளியில் வானமே கொடியாய் விரிந்த நிலவொளிப் போர். நட்சத்திரங்களின் சிதறலாய் அம்புகளின் பரவல். இரும்புத் தளவாடங்களோடு மோதி மரக்கம்புகள் அலறின. விறால்களைப் போல் உடல்கள் தவ்வ, உதிரம் கழுவ எழுந்தன அலைகள். நாவாய்களை வழிமறித்து எதிர்கொண்ட கடம்பர்களின் மரக்கலங்கள் யாவும் சிதறியிருந்தன. உடைந்த மரப்பாளங்களில் தொங்கிய கடம்பர்கள் மீது அம்புத் தூறல் பொழிந்தது. நாவாய்க்கு அருகில் புலப்பட்ட உடல்களில் ஈட்டிகளும், கூர்மையான மூங்கில் கழிகளும் பாய்ந்தன. மரக்கலங்களின் எஞ்சிய பகுதிகள் மீது சேரலாதனின் படை தீக்கணைகளை வீசியது. எங்கும் நிலவைத் திண்ணும் கரும்புகை. மரண ஓலங்கள் கடலின் அதிர்வொலியைக் கீறின. எனினும் நீடிக்கவல்லது கடற்காகத்தின் சிறகடிப்பாய் அவை துளி மீதமின்றிக் கரைந்தன. வீழ்ந்த பிணங்களின் நர வாடை கடலின் பரப்பையே சுருக்கிவிட்டிருந்தது.

அவள் இங்கிருந்தே எரிந்த உடல்களின் கருகிய வாடையை உறிஞ்சி விம்மினாள். மூச்சிரைந்துகொண்டிருந்த சாம்பன் ஒன்றும் புரியாமல் நோக்கினான். நீந்திக்கரையேறிய இருவரும் ஒரு தீவை அடைந்தனர். தீவுக்கரையிலிருந்து இரு மரக்கலங்கள் புறப்பட ஆயத்தமாய் நின்றன. ஒன்றில் குலத்தலைவனும், பெண்களும், வளர் இளம் பிள்ளைகளும் இருந்தனர். குலம் தப்ப வேண்டுமெனக் களவுக் கரங்கள் துடுப்புகளை உயிரைப் போல் பற்றி வழித்தன. அக்கலம் மேற்குக் கடல் நோக்கி விரைந்தது. இனி தமக்குக் கடற்கொள்ளை ஆகாது. அடைகின்ற பகுதியில் சூழ்ச்சி முதற்கொண்டு ஆனதையெல்லாம் செய்து தனக்கொரு அரசை நிறுவிக்கொள்வேன் என்ற தோரணை அதன் ஓட்டத்தில் வெளிப்பட்டது. தீவில் எஞ்சியோர் கரையோரத்தில் சுக்காண்கள் இல்லாமல் நின்ற மற்றொரு கலத்தைக் கடலில் தள்ளி அதில் ஏறிக்கொண்டனர். சேரலாதனின் நாவாய்கள் தீவை நோக்கி வருவது கண்டு அவர்கள் வானத்தை நோக்கி அழுதனர்.

“அலையும் வான் மேகங்களே. ஒன்றிணைந்து வழி சேர்ப்பீரோ.”

“ஆபத்து. ஏறிக்கொள்.” அவள் சாம்பனிடம் கத்தினாள்.

நீரினால் விறைத்திருந்த சாம்பன் செய்வதறியாது கலத்தில் ஏறிக்கொண்டான். அவனைச் சுற்றி நின்ற மனிதர்களிடம்

வியர்வை தோய்ந்த கடம்ப மலர்களின் வாடை வீசிற்று. அது அவளுடைய வாடை என்பதைச் சாம்பன் நினைவுகூர்ந்தான். கடலில் வீங்கிக்கொண்டிருந்த ஒளிமொட்டுகள் சேரலாதனின் நாவாய்கள் தீவை நோக்கி விரைந்து வருவதை உணர்த்தியது. மரக்கலத்திலிருந்து மீண்டும் அழுகுரல்கள் எழுந்தன. வீழ்ந்தவர்களின் குரலுக்கு பூமி கைவிரித்தாலும் வானம் செவிசாய்க்கும் என்ற மூத்தோர் வாக்கு இருண்ட மேகங்களால் உறுதியானது. மழை மேகங்கள் கடலில் சடலமாய் மிதந்த கடம்பர்களின் ஆவியெனக் குவிந்தன. காற்று மரக்கலத்தைத் தன் திசைக்கு இழுத்துச்சென்றது. கடல் துளைக்கும் மழை. சேரலாதனின் நாவாய்களில் சுடர்ந்த தீப்பந்தங்கள் கடுந்தூறல்களால் தப் தப் என உயிர்விட்டன. ஓயாத மழையினால் கடலும், வானும் ஒன்றாய்க் குமைந்திருந்தன. வைகறைக் காட்சிகள் மீது நீர்ப் புகை திரையிட்டிருந்தது.

நாவாய்கள் கரையடைந்திருந்தபோது தீவில் மழையில் நனைந்த விடியல் மட்டும் தனியாளாய் வெறித்து நின்றது. சேரனின் வீரர்கள் தீவில் நட்டுவைக்கப்பட்டிருந்த கடம்ப மரக் கோல்களை வெட்டி வீழ்த்தி ஆத்திரம் தணித்துக்கொண்டனர். யாருமற்ற பாறை முகட்டில் நின்று மென்வெளிச்சம் பரவிய கடலை உத்திராபதி பண்டிதர் துடிக்கும் இமைகளோடு பார்த்து நின்றார். ஈக்கள் மிதக்கும் திராட்சை ரசக் குடுவையாய்க் கடல் இப்போது சலனமின்றிக் கிடந்தது. வெயிலேறுகையில் கடல் செம்மை வற்றிய சேற்று நீராகவும், அதில் மிதந்த பிணங்கள் வானம் உதிர்த்த இலைகளாகவும் வெளிறின. பிணங்களைத் தின்னக் குவிந்த சுறாக்களால் கடலின் மேல்மட்டம் படபடவெனத் துடித்துக்கொண்டிருந்தது. மென்று துப்பிய புகையிலை அடைகளாய் மரக்கலத் துண்டுகள். கசடுகளாய்ப் படிந்துவிட்ட போர் மீதங்களை எத்திசையில் கரைசேர்ப்பது என விளங்காமல் கடல் அமைதியுடன் வெறித்தது. தீவிக்குள் இருந்த தானியச் சேமிப்புகள், உலர்ந்த பெருமீன் சதைகள் எல்லாம் நாவாய்களில் ஏற்றப்பட்டன. மதுவருந்திய வீரர்களின் கூச்சல் உத்திராபதி பண்டிதருக்கு வெளிவரமுடியாத, உள்ளுக்குள்ளேயே திணறும்படியான ஒரு குமட்டலை உண்டாக்கியது. தன்னைக் கடந்து சென்ற ஒவ்வொரு முகத்திலும் எப்போதும் மாறாத தன்மை ஒன்று நிலைகொண்டிருப்பதைக் கண்டு அவர் அதிர்ந்தார். காலமென்பது பொய். இதே மனிதர்கள்தான் எங்கும் இருக்கிறார்கள். எந்தக் காலகட்டமெனினும் வாழ்க்கை

இரக்கமற்றது. பண்டிதர் பரிதி எங்கேனும் தென்படுகிறானா என நால் திசைகளையும் மாறி மாறி நோக்கினார். அப்போது நீர்ச்சுழலில் சுழற்றி உள்ளிழுக்கப்படும் அன்னப் பறவையாய்த் தன் பிரக்ஞை ஒற்றைப் புள்ளியில் குவிக்கப்பட்டு எங்கோ இழுக்கப்படுவதை உணர்ந்தார். மீண்டும் அவர் விழிகளில் குடிசைக்குள் ஏற்றி வைத்த தீபங்கள் ஒவ்வொன்றாய் மங்கி ஒளிர்ந்தன. பிறகு கண்ணீர் திரைபோல் இறங்கிச் சுடர்களின் தின்மையைக் கூட்டியது.

காற்றின் திசைக்கேற்ப கடலில் நகர்ந்த மரக்கலத்தில் சாம்பன் நினைவுகள் விறைத்து அமர்ந்திருந்தான். சுற்றி இருந்தோர் அவனைச் சற்றும் பொருட்படுத்தாமல் இருப்பதில் துணுக்குற்றான். அப்போது ஓர் உறுத்தலான நினைவு அவனுள் தலைதூக்கியது. "நாம் மரக்கலத்தில் ஏறும் முன் ஒரு முதியவர் பாறையிலிருந்து இறங்கி என்னிடம் எதையோ கூறும்பொருட்டு ஓடி வந்தார். ஆனால் அதற்குள் நாம் கூட்டத்தில் கலந்துவிட்டோம். அவர்... அவர்தான் என்னை வனத்திற்கு அனுப்பிவைத்த பண்டிதர்" என இடதுபுறம் திரும்பி அவளிடம் அவசரமாகக் கூறினான். ஆனால் அதைக் கேட்க அவள் அங்கில்லை. அதுவரை அவள் அங்கு இருந்ததற்கான சமிக்ஞைகள் கூட அங்கில்லை. சாம்பன் பதறி எழுந்து மரக்கலத்தில் ஒண்டியிருந்த ஒவ்வொருவரின் இடையேயும் அவளைத் தேடினான். அவள் தன்னோடு மரக்கலத்தில் ஏறினாளா என்பதைக் கூட அவனால் உறுதியாக நினைவுகூர்ந்து பார்க்க இயலவில்லை. கலத்தின் முனை வரை வந்து அவர்கள் அகன்று வந்த தீவைப் பார்வையில் துலங்க முயன்றான். சுடுமணல் வெளியென ஒளிர்ந்த நீர்விரிவைத் தவிர சுற்றிலும் ஒன்றுமேயில்லை. கடலும் கூடக் கடலாக இல்லை. சூரியன் இறங்கி நீராடுவதுபோல் வானமும், நீர் பரப்பும் ஒன்றாய் இணைந்து குரூர வெளிச்சமாய்க் கண்களில் பாய்ந்தன. அவன் அந்தப் பயங்கர வெளிச்சத்திற்குள் அவளது கருத்த உடலைத் தேடினான்.

அவள் தொலைந்திருந்தாள். மரக்கலத்தில் இருந்த முன் பின் அறியாத முகங்களும், விழிகளில் அறைந்த உப்புக்காற்றும் சாம்பனுக்குள் கடுமையான விலகல் உணர்வையும், தனிமையையும் உண்டாக்கின. அவனுக்கு அழுகை பீறிட்டது. திடீரெனத் தனது உடல் கருங்கல் போல் இறுகி, அசையமறுப்பதை உணர்ந்தான். அவனால் தன் கரத்தை

இலகுவாக அசைக்க முடியவில்லை. அப்போது மரக்கலத்தால் தளும்பிய அலை நுரையில் ஓர் ஆணுருவம் மிதப்பதுகண்டு திடுக்கிட்டான்.

கலைந்த நினைவுகளைத் திரட்டி அவ்வுருவத்தை நோக்கிக் கத்தினான். “பரிதி...பரிதி...” மரக்கலம் அவனைக் கடந்து வந்துவிட்டதை உணர்ந்து பரபரப்புடன் இயங்க முன்றான். சாம்பனால் இப்போது விரல்களைக் கூட அசைக்க முடியவில்லை. பனியில் உறைந்த மரக்குச்சிகளைப் போல் அவை கடினப்பட்டிருந்தன. கைகளை நீட்டுகையில் செவிகளில் கல் நெரிபடும் ஓசை. சிரமத்துடன் இரண்டு அடிகள் எடுத்து வைத்துக் கீழே கிடந்த மிதவைப் பலகையைத் தூக்கினான். அதில் பரிதி ஏறிக்கொள்ளும்பொருட்டு அவன் மிதந்துகொண்டிருந்த பின்தலைப் பகுதி நோக்கி அதை வீசினான். மிதவைப் பலகை பரிதியின் அருகில் போய் விழவும், கற்சிற்பம் ஒன்று திருகப்பட்டு, தனித்தனியாகச் சிதறி விழுவதைப்போன்ற அதிர்வு சாம்பனின் உடலில் உண்டானது. நெற்றியில் பாய்ந்த வெய்யோன் அவனது தன்னுணர்வை உறிஞ்சி வெளியேற்றியது. சாம்பன் கரங்களை முன்னே நீட்டி, மரப்பலகையை வீசிய நிலையிலேயே சிலையாகியிருந்தான். காய்ந்து இறுகிய எரிமலைக் குழம்பில் வடித்தது மாதிரியான எடையற்ற சாம்பல் சிலை. அவனது விழிகளில் வானம் மண்ணில் கவிழ்ந்து, கடலை வெளியெங்கும் சிதறச் செய்ததைக் கண்ணுற்றது போல் ஓர் அலறல் உறைந்திருந்தது. விழி மணிகளின் மையத்தில் தெய்வங்களையும், மூர்க்க குணம் கொண்ட காலத்தையும் தலைகவிழ்த்துப் போகச்செய்யும் மானுடத் துயரம் ஒன்று கருமையான ஒளியாய்ப் படிந்திருந்தது.

நள்ளிரவில் மரக்கலம் ஞாழல் மரங்கள் நிறைந்த கரையொன்றில் ஒதிங்கிற்று. கரையில் பரவிக்கிடந்த, புலிகளின் நகங்களை ஒத்த ஞாழல் மலர்கள் அவர்களது பாதங்களில் நசுங்கி மணம் வீசின. அங்கு நிலவிய மனிதச் சாயையற்ற ஆழ்ந்த அமைதியும், அவ்விடத்தின் முடிவுறாத அகலமும் அது ஓர் பெருநிலத்தின் முகப்பு என்பதைக் கடம்பர்களுக்கு உணர்த்தின. மூப்பன் முன்னே நடந்தார். சாம்பனின் சிலை காவல் மரக் கொம்புகளோடு சேர்த்துப் பிணைக்கப்பட்டு உடன் எடுத்துச் செல்லப்பட்டது. அவர்களது குலம் மீண்டும் சூல்பதிக்க நிலவு

தடம் காட்டியது. கடம்ப மரங்கள் நிறைந்த வனச்செறிவைத் தேடி அவர்களது உப்புப் பாதங்கள் முன்னேறின.

கடம்பம்

கடம்ப வனம் இன்பங்களைச் சூடி நின்றது. வசந்தம் தீர்கிற வரை தினை, சாமை விதைப்பு. வெப்பல் எரிக்கும் காலத்தில் மலை, பாலைக் கள்வர்களோடு இணைந்து வேளிரை வழிமறிக்கும் வேட்டுவக் களவு என நீடித்த சுகவாழ்வு. கள்வர்கள் அருகர் பள்ளிகள், சாக்கிய மடங்களுக்கு எதிராய்க் கிளர்ந்தெழுந்து நாடெங்கிலும் வெட்டிய குருதி வாய்க்கால்களின் ஓரத்தில் கடம்பர்களின் பாதத் தடமும் பதிந்திருந்தன.

அந்த நண்பகலில் வையை நதியின் குளிர்மேனியையும், கரையோர ஆவாரை, இலுப்பை மலர்களையும் உரசி வந்த காற்று பகலுறக்கத்தைத் துண்டியது. காட்டை மூடிய நிழல்விரிப்பிற்குள் மெல்லிய விழி சிமிட்டல் போல் பகலொளியின் மினுங்கல். நதிக்கரையில் குலக்குறி பொறித்த கடம்ப மரக் கொம்பும், மூத்தோரின் நினைவுக் கற்களும் நின்றிருந்தன. அவற்றின் அருகே இறுதியாய் இட்ட படையல் மீதங்கள். அங்கு நெடுங்காலமாய் நின்று, குல தெய்வங்களில் ஒன்றாகவே மாறிவிட்ட சாம்பன் சிலையைக் கடம்ப மலர்கள் வருடி விழுந்தன. அவனது நீட்டிய கரங்களின் மீது புதிதாய் இரண்டும், காய்ந்து சுருங்கியதுமாய் சில மலர்களும் கிடந்தன. காலம் தன் நுண்ணுளிகளால் இழைத்து அவனது சாம்பல் வண்ணத்தின் மீது கருமையை ஏற்றியிருந்தது. அவனது உடல் தழும்புகள் எண்ணெய்ப் பூசி மொழுகியது போல் செதில் செதிலாய் மிளிர்ந்தன. அதனாலேயே அவனுக்கு வடுவேந்திய திருமேனி என்றொரு பெயரும் உண்டானது. பலி பூஜைகளில், குலம் காக்க உடன் ஏறிவந்த பெருமானே என மூப்பன் மனம் உருகிப் பாடுவார். அவ்வாறாகச் சாம்பனின் செவி உரசிய நீர் சலசலப்பிற்கிடையே மைனாக்களின் கூவலும், கட்ம்பர்களின் களிப்பு நிறைந்த வாழ்வுக் குரலும் நீடித்து ஒலித்தன.

சாம்பனின் நினைவுத் துணுக்குகள் கரைந்தோடிவிட்டன. அவனது உறைந்த மீசை மயிர்களுக்குக் கீழ் இன்னும் ஆயிரமாயிரம் ஆண்டுகளுக்கு நிலைக்கக் கூடிய மௌனம். அவனது புடைத்த கால்களில் மனம் கலங்கச்செய்யும் தனிமை.

அவள் பற்றி உதறிய கரங்களில் மட்டும் அவன் மட்டுமே உணரும்படியான ஓர் உயிர்ப்புநிலை மீதமிருந்தது. அவை அவளது நெருக்கத்தை உணர்த்தும் அரூப எண்ணங்களைத் தலைமுறைகளாய் அவனுள் கடத்தி வந்தன. அவனது நீட்டிய கரங்கள் உயிர்த்தெழும் கணம் இதோ அருகில் என்கிற ஆவல் அவனது விரிந்த மார்புக்குள் தேரை போல் நூற்றாண்டுகளாய்த் துடித்தது. வெயிலும், மழையும் விழுந்து விழுந்து கழுவியும் அவனது விழிகளில் உறைந்திருந்த தன்னிரக்கத்தையும், அவனது கரங்களின் வெதுவெதுப்பையும் அவற்றால் அகற்ற இயலவில்லை.

சிறுவர்கள் எல்லோரும் அவனது முறைத்த மீசையாலும், கனத்த உருவாலும் மிரண்டு வணங்குகையில் ஒரு சிறுமி மட்டும் அவனது விழிகளில் படிந்திருந்த துன்பத்தைக் கண்டு இரக்கமுற்றாள். சாம்பன் சிலை தன்னை மட்டும் மிரட்டாமல் அன்புடன் பார்ப்பதுபோல் அவளுக்குத் தோன்றும். "நான் சாம்பன் சாமியிடம் பேசப்போகிறேன். அது பாவம்! நதிக்கரையில் தனியே நிற்கிறது" என அவள் கூறும்போதெல்லாம் அவளது யாயும், யானும் "என்னடி பெரிய மனுசி போல் பேசுகிறாய்" எனச் சிரிப்பர். அவளுக்குத் துணையாக வாய்த்த முருகுவைச் சாம்பன் சிலைக்கருகிலேயே விளையாட அழைத்துப்போவாள். "போக்கு மட்டும் என்னோடு, பார்வையெல்லாம் சாம்பன் மீது. சாமி என்ற பயம் இருக்கிறதா பார். என்னடி உனக்குச் சாம்பனைப் பிடிக்குமா இல்லை என்னைப் பிடிக்குமா?" என அவன் அவளைச் சீண்டுவான். அவள் கோபித்துக்கொண்டு அழுவாள். பொழுது சாய்கிற வரை விளையாடிவிட்டு மாடங்களுக்குத் திரும்பும்முன் ஒருமுறை சாம்பன் சிலைக்கு முன்பாக வந்து நிற்பாள். சாமி, தொடக்கூடாது என முருகு எத்தனை சொல்லியும் கேட்கமாட்டாள். சாம்பன் காலுக்கு அருகில் கிடக்கும் கல்லில் ஏறி காற்றில் நீண்டிருக்கும் அவனது கரத்தை வருடி உள்ளங்கையில் தனது பிஞ்சுக்கரத்தைக் குறுகுறுப்புடன் பதிப்பாள். அப்போது அவனது கரத்தில் உயிரின் உஷ்ணம் திரள்வது போலிருக்கும். வியர்த்துவிட்ட தன் கரத்தை மனமின்றி விலக்குவாள். பிறகு சாம்பனின் கண்களைப் பார்த்தபடி மௌனமாகிவிடுவாள். நீங்கிச் செல்லும்போது அவளுக்கு அழுகை வரும். முருகு எதையும் வினவாமல் அவளோடு நடப்பான். உடல் நோவு ஏற்படும் இரவுகளில் சாம்பனின் உருவை நினைத்தே புலம்புவதோடு அவனது

காலடி மண்ணை எப்போதும் தன் இடைக் கச்சையில் முடிந்து வைத்திருப்பாள். அருகில் இருந்தால்தான் அது கருணை கோரும் உருவம். நீங்கித் தொலைவு சென்றால் அதுவே அவளது தெய்வம்.

அத்தனை நேசமிருந்தும் பூப்பெய்திய பின் குல விதியின் படி அவளால் சாம்பனை நெருங்க முடியாமலேயே போய்விட்டது. தொலைவில் மறைந்து நின்று, இலை தழைகளின் அசைவுகள் வழியாகச் சாம்பனைப் பார்க்கும் கணத்திலேயே அவளுக்குத் தொண்டைக் குழி வெந்துவிடும். உடலிலிருந்து பரவும் வெப்பம் உரசி நிற்கும் செடிகளைப் பொசுக்கிவிடும்படி கொதிக்கும். மார்க் காம்புகள் அடங்காமல் விறைத்து நிற்பதன் காரணமும் அவளுக்கு விளங்காது. குலத்தின் காவல் வீரனாக முருகு வளர்ந்துவிட்டமையால் அவனை அவள் காண்பது அரிதாக இருந்தது. அவன் களவிற்குச் செல்லும் இரவுகளில் மாடத்தில் இருந்தபடி அவனுக்குத் துணையாகச் செல்லுமாறு சாம்பனை வேண்டிக்கிடப்பாள். முருகு காடடையும் நாள்களில் இளமை விளையாட்டின் அத்தனை படிகளையும் ஏறிப்பார்க்க அவர்களது உடல்கள் தவித்தன. குலத்திற்குத் தெரியவந்து மண முடிப்பு நிகழட்டும் என வெட்டவெளி நதிக்கரையில் சந்தித்துக்கொண்டனர்.

ஒருநாள் நெற்றிவரை ஏறிய ஆசைப் பிணியைத் தீர்த்துக்கொள்ள சாம்பனும், பிற காவல் கருப்புகளும் நடைவரும் என அஞ்சப்படும் உச்சிப் பொழுதை அவர்கள் பயன்படுத்திக் கொண்டனர். எவரும் எதிர்படத் துணியாத சாம்பன் சிலைக்கு அருகிலுள்ள நிழல் பரப்பில் அவர்களது கூடல் நிகழ்ந்தது. அவர்களை வெறித்த மரங்களிடமும் சிந்தனையில் தடுமாறுவது போன்ற முன்பின் அசைவு. இள முலைகள் அதிர்ந்து ஆடியதில் வண்ணத்துப்பூச்சிகள் நிலைகுலைந்து பறந்தன. உச்சம் எய்துகையில் அவள் அதைக் கண்டாள். தசைகளை இறுக்கி முருகு அவளது அல்குலை நிறைக்க முயன்றான். அப்போது தூசுகளை அள்ளிக்கடக்கும் காற்றின் நகர்வைப் போல் பளீர் என முருகுவின் முகத்தில் சாம்பன் வந்து மறைந்ததில் அவள் அதிர்ந்தாள். அவனது மீசையிலும், விழிகளிலும் சாம்பனின் உக்கிரமே வெளிப்பட்டது.

“முருகு... முருகு...” அவள் இருமுறை அழைத்தும் அவனது முகத்தில் மாறுதல்கள் இல்லை. ஐயம் கூடி மெல்லிய

முனகலாய்ச் "சாம்பா" என்றாள். தன் முகத்தில் தடித்துநின்ற வியர்வை நீரையெல்லாம் அவள் முகத்தில் தூறியபடி "ம்ம்ம்ம்" என முருகு அளித்த மறுகுரல் காட்டின் இருண்ட இடுக்குகளில் எதிரொலித்து வந்து அவளது செவிகளில் கேட்டது. அவளது ரோமங்கள் சிலிர்த்து நின்றன. பற்கள் நெரிகட்டி, கண்கள் வெளிவந்துவிடும்படி இமைகளை விரித்தாள். கால்கள் நெடுமரம் ஒன்று சரிந்தாலும் நெட்டித்தள்ளிவிடும்படி இறுகின. பின் தலையில் உணர்வுகளுக்கு வசப்படாத வெறி. ஆவேசமாய்க் குரல் எழுப்பிக்கொண்டே அவனது உயிர்நீரை வாங்கிக்கொண்டாள். அவனது முதுகிலிருந்து அவளது விரல்கள் ஒவ்வொன்றாய் அகல அவ்விடங்களிலிருந்து குருதியோட்டம் அலங்கோலமாய்த் தொடங்கிற்று. உதறி எழுந்தபின் அவனது காயங்களில் மண்ணைத் தேய்த்துவிட்டாள். அதன் பிறகு நிகழ்ந்த கூடல்கள் அனைத்திலும் சாம்பனின் உட்புகல் இருப்பதுபோல் தோன்றியும் அவள் அதுபற்றி முருகுவிடம் எதையும் வினவவில்லை. அதன்பின் களவுக்குச் செல்லும் முருகுவோடு உடனிரு எனச் சாம்பனிடம் வேண்டும்போதெல்லாம் அவளுக்கு உடல் அதிரும். ஆனாலும் அவள் வேண்டுவதை நிறுத்தவில்லை. முருகுவை மணம் முடித்து ஒரு பெண் பிள்ளையை ஈன்ற பின்னும் கூட அவளுக்கு அந்த ஐயம் தீரவில்லை. எனினும் அந்த எண்ணம் அவளுக்கு அதிர்ச்சியை வழங்கவில்லை. மாறாக அது அவளை ஓர் இரகசிய ஆவலுக்கும், விடைகாண முடியாத கேள்விகளுக்கும் இட்டுச்சென்றது.

காலம் நகர்ந்தது. திடிரென ஒரு விடியலில் பெருமரங்கள் பொசுங்கும் கனத்த வாடை வனத்தை நாளாபுறத்திலிருந்தும் சூழத் தொடங்கியது. இரவும், பகலும் நெஞ்செரிக்கும் கடும் புகை. நிச்சலனமான வைகறைப் பொழுதுகளில் ஒரு யானைத் திரள் பிளிறும் ஒசை காற்றுக்கு ஊடாக ஒலித்தது. மரங்கள் பெயர்ந்து விழும் அதிர்வு இரவின் மௌனத்திற்குள்ளாக உணரப்பட்டது. நண்பகல் வேளைகளில் பறவைகள் சித்தம் கலங்கியதைப் போல் தங்கள் உடல்களை மரங்களில் மோதிக்கொண்டு அங்கும் இங்குமாய்ப் பறந்தன. என்ன நிகழ்கிறது எனப் பார்த்துவரச் சென்ற வீரர்கள் அதிர்ச்சி நீங்காத விழிகளுடன் திரும்பி வந்தனர். அவர்களால் வேளம் கூற முடியவில்லை. அவர்களின் முகங்களில் உரைக்க முடியாத தெளிவின்மையும், நிரந்தரமான அச்சமும் படிந்திருந்தன. சிலர் மூச்சிரைந்து கூற வந்ததைக் கூற முடியாமல் உளறினர். முருகுவை மட்டும்

அருகில் அழைத்து வேளத்தைக் கேட்டறிந்த மூப்பன் சிறிது நேரம் விழிகளை மூடியபடி நின்றார். பிறகு கலங்கிய குரலில் சொன்னார் “குல அழிவு.”

அவர் நடுக்கமுற்றுக் கீழே அமரவும் பெண்கள் ஒப்பாரி எழுப்பினர். அவர்கள் அழுவதன் காரணம் விளங்காமல் சிறு பிள்ளைகள் மண்ணைத் தூற்றியபடி விசும்பின. தாழ்ந்து விரிந்திருந்த நிழல் மூட்டங்களில் எல்லாம் நிம்மதியின்மையின் அசைவு. வெறித்த வெயில் திட்டுகளில் மரங்களின் சூனியக் கோலம். நதிக்கரையில் நின்ற தாய்தெய்வங்களும், காவல் தெய்வங்களும் ஆரூடம் கண்டவைபோல் தனிமைப் பொருந்தி நின்றன. பாண்டியன் திரட்டிவந்த நெடும்படை பாறைக் கற்களைச் சங்கிலிகளில் கட்டி இழுத்துவருவதைப் போன்ற தோற்றத்தில் பெருத்த ஆரவாரத்துடன் வனத்திற்குள் முன்னேறியது. எதிர்ப்பட்ட உயிர்கள் யாவும் குருதிவடித்து, வீழ்ந்த நிலையில் அவர்கள் கடந்து செல்வதைப் பார்த்தன. சுற்றி வளைக்கப்பட்டிருப்பதை உணர்ந்துகொண்ட கடம்பர்கள் வனத்தின் மையத்தில் ஒடுங்கி நின்றனர். பாண்டிய சேனை கனத்த ஈட்டிகளை ஏந்திக் கடம்ப மாடங்களை நெருங்கிற்று. ஈட்டிகளின் முனையில் சுற்றப்பட்டிருந்த நஞ்சுக் களிம்பு கண்கூசும் பச்சையில் மிளிர்ந்தது. முருகுவும், பத்திருபது ஆண்களும் பாண்டிய சேனையை எதிர்த்து முன்னோடினர். அவர்களில் முருகு முதல் ஆளாய்ப் பறந்தான். பெண்டிரும், பிள்ளைகளும் அழுது அலறி மடிவதைக் காண்பதற்கு முன்பாகவே தன் உயிர் காற்றில் சிதறிவிட வேண்டும் என்ற தீர்க்கம். பச்சையற்றுக் காய்ந்த மலையை எதிர்த்து ஒற்றைப் புலி தன் கரத்தை ஓங்கிச்செல்வதாய் அவன் பாண்டியனின் திரளை நோக்கிப் பாய்ந்தான். அவனது கனல் பொங்கிய விழிகளிலும், தசை நரம்புகளிலும், ஓராயிரம் களங்களில் வடியும் எண்ணாயிரம் எதிரிகளின் குருதியைப் பருக வேண்டிய வெறி தகித்தது. அவனது கொற்றக் குரல் கேட்டு இந்திரனின் அருள்வாங்கி வந்த படை வீரர்களும், மாமத யானைகளும், மனிதக் குவியலால் வியர்த்து அசைந்த மரக்கிளைகளும், வெறித்த வான் சூரியனும் ஒரு கணம் நடுங்கி உறைந்தன. அந்தக் கணநேர மௌனத்தில், எதிரிகளின் தடுமாற்றத்தில் கடம்பம் தன் தழல் வீரத்தைக் காலத்திற்கும் அழியாத படிமமாய் ஊன்றியது. கடம்பனை அழித்தோம் என இனி மலரப்போகும் துதிப் பாடல்களில் எல்லாம் நிலைக்கப்போவது

கடம்பர்களின் அழியாமைதான். நடுங்கா உயிர்களின் மறச் சீற்றத்தையே காற்று நினைவில்கொள்ளும். காலத்தில் வாழ்வதை விட காற்றில் வாழ்வதே உயர்பண்பு என மூப்பன் கூறிய சொற்கள் மார்பிளந்த உதிரத்தால் மண்ணிற்கு ஈரமேற்றிக் கிடந்த முருகுவின் நினைவுகளில் நிறைந்தன.

துணைவன் மடிந்தது கண்டு அவள் வயிறு அதிரக் கத்தினாள். அவளது குரல் மரங்களுக்குள் நுழைந்து நதிக்கரையில் நின்ற சாம்பனை எட்டியது. சாம்பனின் கரங்கள் திடீரென அசைவதைக் கண்ட ஒரு சிறுங்குருவி விருட்டென்று பறந்தது. அவளது அழுகுரல் மீண்டும் எழுகையில் சாம்பனின் இறுகிய மீசை காற்றில் அசைந்து, உறைந்த விழிகள் மேலுயர்ந்து சினந்தன. அவளைக் குத்திச் சாய்க்க எய்த அம்பு அந்தர வெளியில் உயருகையில் சாம்பனின் வடுவேந்திய பாதங்கள் நதிக்கரையின் நனைந்த மண்ணில் தடமிட்டு வனத்திற்குள் புகுந்திருந்தன.

அழிவுப் பாடல்

அலையும் சருகுகளை எல்லாம் குவித்து அவற்றாலேயே கனத்த உருவெடுத்து வந்தான் சாம்பன். அவளை நோக்கி வந்த அம்புகள் உலர் இலைகளின் அடர்வில் சிக்குற்றன. சுற்றிலும் உயிர்விடும் அலறல் ஒலிக்க அவள் மட்டும் கருநிறக் குருதி வடிக்கும் அந்த இலைப் பரவலுக்குள் தன் மகளை அடைந்து கிடந்தாள். மெல்ல அருகி அணையும் ஓசைகள் குலத்தின் முடிவை உணர்த்தின. நிலம் அதிர்ந்து இரைவதில் ஒவ்வொருகணமும் திடுக்கிட்டாள். அவளைச் சூழ்ந்திருந்த சருகுப்படலத்தின் மீது ஈட்டிகள் பாய்வதும் பாறைபோல் மறித்த இலைப் பின்னல்களால் அவை பின் செல்வதுமாய் இருந்தன. அவளது உடல் மீது கரிய இரத்தம் சாரலெனப் பொழிந்துகொண்டிருந்தது. காலத்தால் இறுகிய சாம்பனின் குருதி அவளது கண்ணீரில் கலந்து நீர்மம் ஆனது. அவள் விம்மியபடி தன் மகளை அணைத்துக்கொண்டாள்.

அவர்களை மிதித்துக் கொல்ல ஒரு யானை கொண்டுவரப்பட்ட போது சாம்பன் சருகுகளைத் தூசுகளாய்க் கிழித்து யானையின் விழிகளில் பாய்ந்தான். உறுத்தலில் பிறழ்வுற்ற யானை பாகனை ஏறுமாடக் கொம்பின் கூர்முனையில் வீசியது. வீரர்கள் சிதறி

ஓடினர். யானை விரண்டு ஓடிய திசையிலிருந்து நெடுநேரம் அதன் அச்சப் பிளிறல் நீடித்தது. சருகுகளுக்கு தீயிட நாடன் தீக் குண்டத்தை ஏந்திவந்தான். மந்திரங்களை ஒலித்தபடி அவன் தீ விராள்களைச் சருகுகள் மீது வீசுகையில் மடமடத்த ஓசையுடன் காற்றே எரிவது போல் புகையும், ஒளியுமாய்க் காட்சிகள் கண்ணுறுத்தின. சுற்றி எரிந்த வளி தன்னைத் தீய்த்துவிடுமோ என அஞ்சிய அவள் தன் மகளை மார்பில் அணைத்தபடி எரிக்காற்றின் நகர்விற்கு ஏற்ப தானும் நகர்ந்தாள். பின்னால் திரும்பி தன் அழிவைக் காண அவளுக்குத் துணிவில்லை. கனல் சுழல் அவளைச் சூழ்ந்த படி முன் சென்றது. விரட்டிப் பிடிக்க நெருங்கிய வீரர்களைத் தீச் சருகுகள் அறைந்து விரட்டின. எரிந்து அடங்கி, சாம்பல் ஏடுகளாய் விழுந்த சருகுகள் நிலத்தின் மீது கரிய தழும்புகளாய்ப் படிந்துகொண்டே வந்தன. உஷ்ணத்தில் வியர்த்தொழுகி, கரிப்புகையால் மொழுகப்பட்ட அவள் ஆண்டுகளாய் விடாது பொழியும் கரிய மழைமேகத்துண்டு போல் நிலத்தில் நகர்ந்தாள். தன் முதுகுக்குப் பின்னால் விரிந்துசென்ற மௌனத்தை அவளால் தாங்க இயலவில்லை. காடு, மலைகளைக் கடந்து இறுதியாக அவளும், அவளது மகளும் ஓய்ந்து நின்ற இடத்தில் மரணம் அளிப்பதை விடவும் கொடிய தனிமை நிலவிற்று. அங்கு ஒரு முறிந்த மரம் இருப்பதைக் கண்டாள். இனி துளிர்க்கவே வழியற்ற, அடி வரை முறிந்த மரம். அவளுக்கு அழுகை பீறிட்டது. அதைக் கட்டி அணைத்துத் தன் குலக் காதையையும், அதன் அழிவுப் பாடலையும் அவள் பாடினாள்.

உஷ்ணமான கரம் ஒன்று மார்பில் அறைந்தது. சாம்பன் கல்மரத்திலிருந்து கரங்கள் விலகி நின்றான். செவிகளில் ஓர் ஒப்பாரிக் குரல் அருகி மறையும் தடம். பாதங்கள் வெயிலில் தீய்ந்துகொண்டிருந்தன. எத்தனை நாள்களாக அங்கு நின்றிருந்தோம் எனப் புரியாமல் விழித்தான். காலமும், இடமும் பிடிபடவில்லை. எதிரில் நின்ற அவளிடமிருந்து வெம்பலான அழுகை வெளிவந்து மறைந்திருப்பதைக் கண்டான். தன்னிரக்கம் புரளும் விழிகளோடு அவனைப் பார்த்தபடி அவள் அசையாது நின்றிருந்தாள். காற்றில் உலாவிய அவளது கேசம் தாளாத துயர் சாயையைக் கொண்டிருந்தது.

“கலங்காதே. ஒன்றுமில்லை.”

தன் குழப்பங்களுக்கே விடைகள் இல்லாதபோது அவளைத் தேற்ற முயல்வது அவனுக்கு விந்தையாகப் பட்டது. அவளிடம் சொற்கள் எழவில்லை. கண்ணீர் வடிந்து, தடம் பதிந்திருந்த தன் கன்னங்களை உதடுகள் பிரிய அழுத்தித் தேய்த்தபடி பாறை பீடத்திலிருந்து இறங்கினாள். எதையோ கேட்க எண்ணியவனாய்க் கரத்தை நீட்டிய சாம்பன் பிறகு தயங்கியவாறே அவளைப் பின் தொடர்ந்து நடந்தான்.

***

மாறவர்மன் உறக்கத்திலிருந்து திடுக்கிட்டு எழுந்தான். வீட்டில் கவிந்திருந்த அந்தியிருள் அவனது துயரைப் பெருக்கியது. தேவகி அவனது கச்சைகளை மடித்துக்கொண்டிருந்தாள். வீதியை நோக்கியபடி வாசலில் படுத்திருந்த நாயின் கண்களில் அவன் கண்ட கனவின் வடுக்கள். இதுவும் என்னைப் போலவே தன் கனவுகளில் கண்ணம்மாவுடன் விளையாடுகிறதா? விழித்தபின் எனக்குத் தெரிந்துவிடும், இனி நீ ஒருபோதும் அவள் திரும்ப மாட்டாள் என்று. ஆனால் இதை எவர் விளங்க வைப்பது? இதன் காத்திருப்பு எத்தனை நீளம்? இந்த வீட்டையே ஒரு துன்பப் பள்ளத்தில் இறக்கிவிட்டுச் சென்றிருக்கும் என் மகளின் தற்போதைய இருப்பு எதில் தங்கியிருக்கிறது? அவள் ஏன் இந்த வீட்டில் பிறந்தாள். எந்த நோக்கமும் இல்லாமல் வெறுமனே கும்மாளமிட்டுவிட்டு மறைந்து போகவா? வீடெங்கிலும் நிறைந்த அவரது சிரிப்புக்குரல், குளித்த உடலோடு, ஈரம் சொட்ட அவள் போடுகிற ஆட்டமும், நடத்திய நாடகங்களும், வாரியணைத்துக் கிள்ளத் தூண்டும் கிழவிப் பேச்சும்... எல்லாம் இந்த உலகிலிருந்தே விடுபட்டுவிட்டன. மாறவர்மன் மனம் நொந்து வெறித்தான். அப்போது கண்ணம்மாவின் இருப்பை உணர்த்தும்படியான ஏதோவொன்று தொலைவில் கீறி மறையும் ஒரு வெங்கல உரசலாய், கூர்ந்து நோக்குவதற்குள் பிடிபடாமல் மறைந்தது. அவன் அவளது இல்லாமையில் மீண்டும் திடுக்கிட்டான். இந்த அதிர்ச்சி ஒவ்வொரு முறையும் ஒரே அளவில் மோதுகிறது. மேகங்களற்ற வானின் புலப்படாத இடியாய், தலைமாட்டில் இழையும் நாகமாய், மார்பை பதைபதைக்க வைக்கும் அவளது இல்லாமை எப்போது அமைதி நிலையை எய்தும்?

இறுக்கமான முகத்துடன் அரண்மனைக்குச் செல்ல ஆயத்தமானான். தேவகி முன்னே வந்ததும் அவனிடம் சொற்கள் பொங்கிவிட்டன.

“என்னால் உறங்கவே முடியவில்லை. கண்ணம்மா...கனவில் வந்தாள். என்னால் அதைக் கனவென்றே நம்ப முடியவில்லை. சிரிப்பும் கொஞ்சலுமாக விளையாடியவள் அப்படியே விட்டுவிட்டு எங்கோ ஓடி மறைந்துவிட்டாள்.”

அவனுடைய கண்கள் கலங்குவதைப் பார்த்ததும் தேவகிக்குத் துக்கம் தாங்க முடியவில்லை. அவனை ஆற்ற வேண்டும் என்ற தவிப்பில், சகுனம் பார்த்து ஒரு நல்ல நாளில் கூறலாம் எனத் தேக்கி வைத்திருந்த அந்தச் செய்தியைக் கூற முன்வந்தாள்.

“உங்கள் மகள் வந்துவிடுவாள்.”

மாறவர்மன் அவள் பூடகமாகச் சொன்னது விளங்காமல் நின்றான்.

“தீட்டு தள்ளிவிட்டது. அத்தை இன்றுதான் நாடி பார்த்து உறுதிப்படுத்தினார். அதனால்தான் உங்கள் மகளிடமே போய் விளக்கு ஏற்றிவைத்து வேண்டிக்கொண்டு வந்தேன். உன் அப்பா சோறு, உறக்கம் இல்லாமல் கிடக்கிறார். ஒழுங்காக வந்துவிடு என்று...” தேவகி ஓர் அவலமான புன்னகையோடு அதைச் சொன்னாள்.

“என்ன..?’

தன் வியர்த்த முதுகில் மாறவர்மன் குளுமையை உணர்ந்தான். பூரண அமைதிக்கு இட்டுச்செல்லும் அலாதியான திருநீற்று வாசம் எங்கிருந்தோ கமழ்ந்தது. அவன் கண்களில் துயரத்தைத் தற்காலிகமாக விலக்கிய ஒரு நிம்மதியுணர்வும், துளிர்க்கும் நம்பிக்கை மீதான படபடப்பும் ஒளிர்ந்தன. அக்கணத்தில் அவனுக்குத் தேவகி ஒரு பெண் என்பதைத் தாண்டித் தன் குலத்தின் இலைகளைத் தளிர்க்கச் செய்யும் பசுங்கொடி போல் தெரிந்தாள். எதிர் வரப்போகிற ஒன்பது திங்களுக்கும் மனமில்லையென்றாலும் நேரத்திற்கு உண்டு, உறங்கியாக வேண்டும். இந்தச் சகிக்கமுடியாத வெறுமைக்குள் நின்று அவள் தன்னையும், தனது நம்பிக்கைகளையும் காக்க வேண்டும். இந்தக் குலப் பிரவாகத்தில் என்னுடைய பங்கு எத்தனை சிறியது? மாறவர்மன் கூற வார்த்தைகளின்றி அவளது கரத்தைப் பற்றிக்கொண்டான். குருதி சிந்துதலும், ஏன் எனது மரணமும் கூட எனக்கொரு பொருட்டல்ல. ஆனால் நான் இந்த வாழ்வை நினைத்து நடுங்குகிறேன். அதைப் பற்றியபடி முன்னே

செல்வதற்கான திடம் என்னிடம் இல்லை. காலம் பொருத்திய சங்கிலியை இழுத்து இழுத்து என் கால்கள் கண்ணிவிட்டன. ஆனால் என் தெய்வமே. நீ எத்தனை வலுவானவள்? என் பிடிக்குள் வாழைக் குருத்துபோல் அடங்கிப் போகும் இந்த மென்மையான கரத்தில்தான் துயரில் நீர்த்துவிடாத அந்த அடர் உதிரம் ஓடுகிறதா? என்னால் நம்ப முடியவில்லை. இதோ என் முன்னே நீ அந்த வலுவோடுதான் நிற்கிறாய். உன் உன்னதங்களன்றி வேறெது என்னை மீட்கும்? மாறவர்மன் அவளது அணைப்பிற்காக ஏங்கி நின்றான்.

“என்ன பார்க்கிறீர். நேரம் ஆகிவிட்டதா? சற்று நேரம் பொறுத்துச் செல்ல முடியாதா?”

மாறவர்மன் அவளது கேள்வியால் இயல்புக்கு வந்தான். வாயிலை நோக்கியவாறு,

“இல்லையடி. உடனே செல்ல வேண்டும். கோட்டையில் நிலவரம் சரியில்லை. நான் இனி நேரம் வாய்க்கும்போதெல்லாம் உன்னுடன் இருப்பேன்” என்றான்.

“ம்ம்ம். கவனம். உங்களுக்கு அரசர் உயிர் முக்கியம். எனினும் அவருக்குப் பிறகு இன்னொருவர் வருவார். எனக்கு நீங்களே முதலும், இறுதியும்...”

மாறவர்மன் இடைமறித்து எதையோ கூற வந்தான்.

“இருங்கள். சத்திரிய தர்மம். நிறைய முறை சொல்லியுள்ளீர். தாங்கள் நடுகல் ஆனபின் என் நாதர் அம்புகளைத் தென்றலென மார்பில் வாங்கினார் எனப் புன்முறுவலுடன் கூறுவேன். ஆனால் அப்போது என் கண்ணீர் துளிர்க்காமல் இருக்கும் என்பது உறுதியில்லை” என்றாள்.

மாறவர்மனுக்கு அவளிடம் வாதிட மனம் வரவில்லை. நேரம் கடந்துவிட்டது என்பதை உணர்ந்து “பயப்படாதே. எனக்கு எதுவும் ஆகாது. நீ கவனமாக இரு. நன்றாக உண்ண வேண்டும்” என்றபடி வாயிலுக்கு வந்தான்.

நாய் எழுந்து நின்று முழு உடலையும் இரண்டு முறை அசைத்துவிட்டு மீண்டும் கீழே அமர்ந்துகொண்டது. கொட்டிலில் கட்டப்பட்டிருந்த குதிரையின் அருகில் வந்து மீசையை நீவியபடி ஒரு கணம் நிதானித்தான். இன்னும்

சற்றுநேரம் தேவகியின் அருகில் இருந்துவிட்டுச் சென்றால்தான் என்னவென்று தோன்றியது. முதல்முறையாக அவளுடனான விலகல் மார்பில் கனத்தது. அவள் நிறைந்து நிற்கிறாள். உதிர்ந்த காம்பிலிருந்தே இன்னொரு மலர் அரும்பிவருகிறது. ஆனால் இந்த மகிழ்வு ஏன் பாரமாய்க் கனக்கின்றது? கண்ணம்மா இறந்ததிலிருந்து விலக்கி வைத்திருந்த தெய்வங்களிடம் மீண்டும் பணிய வேண்டும். விதியின் புதிர் கணக்குகள் முன் படபடத்து, கரங்கள் பிசைந்து நிற்க வேண்டும். அவளே மீண்டும் பிறப்பாளா? அது ஆண் பிள்ளையாக இருந்தால் என்ன செய்வது? அப்படியே இருந்தாலும் அது ஒரேயொரு முறை கண்ணம்மாவின் சாயையை வெளிக்காட்டிவிட்டால் என் ஆவி குளிர்ந்துவிடும். ஓர் உதறலில் குதிரைச் சேனத்திலிருந்து அகலும் தூசிகளைப் போல் கண்ணம்மாவின் இந்த ஆறு ஆண்டுகளும், அதன் இறுதியான கொடும் துன்பமும் அகன்றுவிடுமா? அப்பிள்ளை வளர வளர கண்ணம்மாவின் நினைப்பு குன்றுமா? அது எத்தனைக் கொடுமை. என்னால் என் கண்ணம்மாவை மறக்க முடியாது. அது கூடாது... அப்படியென்றால் இப்பிள்ளை கண்ணம்மாவின் மீள் பிறப்பு இல்லையா? நான் எதை நம்புவது. நான் இதில் ஏமாற்றப்படலாம். இன்னொரு பிள்ளை வந்ததும் அது நான்தான் என்ற சமாதானத்துடன் அப்பா என்னை மறந்துவிட்டார் எனக் கண்ணம்மா மனம் புழுங்குவாள் எனில்? அதை என்னால் எப்படித் தாங்க இயலும்? ஐயோ! என் அன்பு மகளே. அவளே மீண்டும் பிறந்திருக்கிறாள் என்பதைத் தெய்வங்களே வந்து உறுதிப்படுத்தினாலும் சரி. அதை நான் ஏற்கமாட்டேன். அவளையும், அவள் அளித்த துயரையும் நான் என் மரணத்திற்கு அப்பாலும் சுமப்பேன்.

***

"எங்கும் வீசும் காற்றே.
நாங்கள் இருளில் இறங்கத் துணியும்வரை
எங்கள் தீபங்களை அணைக்காதிரு.
அவை அணைந்தபின்
ஒளியின் நினைவுகளைச் சுமக்காதிரு.
எங்கும் பரவியுள்ள ஒளியே,
நாங்கள் இருளில் இறங்கத் துணியும்வரை
எங்களை நீங்காதிரு.

எங்களை நீங்கியபின்

எங்கள் இல்லாமையைத் துலங்காதிரு.”

ஸ்ரீவத்சர் விழிகளைத் திறந்தார். யோக தண்டம் அவரது கரத்தின் வியர்வையினால் ஊறியிருந்தது. அவர்கள் யோக நிலையில் அமர்ந்திருந்த மாதவிப் பெரும்பள்ளித் தரை ஸ்ரீவத்சருக்கு முன்னால் எரிந்த அகல் சுடரைப் பிரதிபலித்தது. பெரும்பள்ளிக் குன்றுக்கு அப்பால் தெரிந்த ஏனைய மலைக் குன்றுகள் இருளுக்குள் ஒட்டாது பிரிந்து நிற்கும் சாம்பல் மேடுகள் போல் நின்றன. குன்றின் உச்சியில் விளக்குத் தூணுக்கு அருகில் காத்திருந்த கிருஷ்ணப்பரின் முதுகில் தீக் கரங்களின் கரிய நிழல் எழும்பி எழும்பி தாழ்ந்தது. அவரைக் குன்றின் உச்சிவரை சுமந்து வந்திருந்த பல்லக்கு, கன்று ஈன்ற பசுவாய் வெட்டவெளியில் சோர்ந்து கிடந்தது. நகரின் மற்ற நான்கு மலைக்குன்றுகளிலும் ஏற்றப்பட்டிருந்த காண்டா தீபங்களுக்கு நடுவே கனவுகள் ஏதுமின்றி அயர்ந்து கிடக்கும் நகரையும், அதனுள் பன்றிகளாய் மூச்சொரியும் மக்களையும் அவர் பார்த்தபடி நின்றிருந்தார். விளிம்புகளில் நின்றிருந்த காவலர்களுக்கு அந்த மலைக் குன்று முழுவதும் காற்றின் உராய்வில் கரைவது போல் ஒரு பிரமை. காலடியில் துலங்கமுடியாத இருள் பரவிற்று. பாத இடுக்குகளில் நீர்ப் பாம்புகள் இழைவது மாதிரியான நெளியச்செய்யும் குளிர். யோக அமர்விடத்திலிருந்து ஏதேனும் அழைப்பு வருகிறதா என கவனித்துக்கொண்டிருந்த மாறவர்மன் அவ்வப்போது அரசருக்குப் பார்வையால் குறிப்புணர்த்தினான். சதிச் செயலுக்குப் பின்னால் ரெங்கநாதர் அவசரமாய் உருவாக்கியிருந்த இணை மெய்க்காவல் படை மலையடிவாரத்தில் நின்றிருந்தது.

“எங்கும் வீசும் காற்றே...” ஸ்ரீவத்சர் கபத்தைச் செருமியபடி மீண்டும் தொடங்கினார். ஞானகுரு அவரது வழமைக்கு மாறாய் இருக்கிறார், அவரது மொழிதலில் புதிய கருத்துகள் வந்து விழுகின்றன எனச் சீடர்களின் மனதில் குழப்பம் கவிந்தது. முன் வரிசையில் அமர்ந்திருந்த கோபிலனிடம் மட்டும் காரணங்களை விளங்கிய புன்னகை தவழ்ந்தது. எனினும் அவன் மனதில் விடையற்ற கேள்விகள். இதிலிருந்து தப்பியவர் எவருமில்லை. எந்த ஞான மரபும் எண்ணற்ற திரிகளின் பங்களிப்பினாலேயே ஒளிர்கிறது. அதேவேளையில் ஒவ்வொரு சுடரும் தனக்கான விதியைத் தனியே எதிர்கொண்டாக

வேண்டும். ஒவ்வொரு திரியும் தன் இறுதியை எட்டும்போது ஒளிரும் ஜுவாலையிலிருந்தே தனித்து விடப்படுகிறது. வாலிபத்தில் ஒளி வீசிய மனம் புலனுணர்வு மங்கித் தன் முடிவை எட்டுகையில் அறியாமையை நோக்கியே நகரும். மலையின் சுகந்தம் கலந்தோடும் நதியிலிருந்து கரங்கள் குவித்து அள்ளப்படும் நீர் மணமற்றுப் போவதைப் போல் அதன் ஞானம் தொலைகிறது. ஞானத்தின் பாவனையை மட்டும் அணிந்து அறியாமையில் மருகுவதைப் புலனர்வில் நீர்த்துவிட்ட மனம் புரிந்துகொள்வதில்லை. தன்னுடைய முடிவின்போது குழம்பித் தேங்காத ஞானிகளே இம்மண்ணில் இல்லை. அந்தத் துலங்கமுடியா இருள் கணத்தை அடையும் வகையில் ஞானிகளை விடவும் கீழ்வாழ்வில் துவழ்வோர் பாக்கியவான்களோ? வீடுபேற்றை எதிர்நோக்கும் விழிகளின் முன் எழும் அந்த அறியமுடியாத இறுதித் திரை எத்தனை துக்ககரமானது? பௌத்தர்கள் அந்த மெல்லிய திரையை முன்வைத்துத்தான் பருப்பொருள் என்ற ஒன்றே இல்லையென ஞான சபைகளில் வென்றனரா? அந்தத் திரையில் விரண்டு தான் சாருவாகர்கள் இந்தப் பூத வாழ்க்கைக்கு வெளியே உள்ள தேடல்களையெல்லாம் நிராகரிக்கின்றனரா? ஸ்ரீவத்சர் ஒளி... ஒளி என்றாலும் அதில் இருள் மீதான அச்சம்தானே படிந்திருக்கிறது. அதனால் எழுந்துள்ள உளைச்சல் ஸ்ரீவத்சரின் ஒவ்வொரு அசைவிலும் வெளிப்படுவதைக் காண்கிறேன். அவரது சொல்லில் தடுமாற்றம் எழத் தொடங்கிவிட்டது. அவரால் இனி வருங்கால ஞானங்களை நெருங்க இயலாது. கோபிலன் ஸ்ரீவத்சரை அருவருப்புடன் பார்த்தான். ஏனோ அவனால் அதற்கு மேல் ஸ்ரீவத்சரின் சொற்களுக்குச் செவிகொடுக்க முடியவில்லை. உள்ளே ஒருவிதத் திகட்டலை உணர்ந்தான்.

சீடன் ஒருவன் நீர்க் குண்டலத்தை ஏந்தியபடி ஸ்ரீவத்சரிடம் சென்றான். நீர் பருகி தன்னை ஆசுவாசப்படுத்திக்கொண்டவர் சிறு இடைவெளிக்குப் பின் குரலெடுத்தார்.

"அன்பர்களே. உங்களுக்கு நான் இன்று உரை எதுவும் தரப்போவதில்லை. ஆனால் இன்று அரங்கேறிய வழமைக்கு ஒவ்வாத ஒரு நிகழ்வு பற்றி உங்களிடம் கூற கடமைப் பட்டுள்ளேன். மகா சங்கு கட்டுமானத்தில் காற்றை உள்ளிழுக்கும் அமைப்பில் நீடித்துவந்த அந்தத் தீர்க்கமுடியாத சிக்கல் இன்று களையப்பட்டுவிட்டது. ஆனால் அது எவ்வாறு என்பது

தான் அதிலுள்ள விந்தை. நான் இன்று கட்டுமானத்தைப் பார்வையிடச் சென்றிருந்தபோது, அங்கே நீசன் ஒருவனைக் கட்டி வைத்திருந்தனர். கல் சுமக்கும் அடிமை. பெருந்தச்சரை அழைத்து அது என்ன சங்கதி என வினவினேன். அந்த நீசன் நேற்றிரவு வர்ண இடைவெளியை மதியாமல் பெருந்தச்சர் முன் வந்து அதிகப்பிரசங்கித்தனமாய்க் காற்றுவாய் அமைப்பு குறித்து யோசனை கூற முயன்றிருக்கிறான். என்னவென்றே வினவாமல் பெருந்தச்சர் காவலர்களைக் கொண்டு அவனை அடித்து உதைத்துக் கட்டியிருக்கிறார். அப்போதுதான் நான் அங்கு சென்றது. அவனை இழுத்துவரும்படி உத்தரவிட்டேன். அவனுக்குத் தண்ணீர் தரச் சொன்னேன். அவனுக்கு யார் முன்னால் நிற்கிறோம் என்பதே தெரியவில்லை. பெருந்தச்சரைப் போகச் சொல்லிவிட்டு என்ன யோசனை கூறினாய் என்று அவனிடம் கேட்டேன். அவனை மீண்டும் அச்சம் பீடித்துக்கொண்டது. பதிலின்றித் தயங்கி நின்றான். நான் வற்புறுத்திக் கேட்டேன். பெரியோர் முன் வசைச் சொல்லைத் தவறுதலாய் உச்சரித்துவிட்ட சிறுவன் போல் நெளிந்து, அசிங்கமான முகத்தோடு "சாமி... பனை மட்டைகளை வெட்டி அந்த முனைக்கு முன்னால் கூடாரம் போல் வைத்தால் காற்று சிதறாமல் உள்ளே வரும்" என்றான். எனக்கு நகைப்பும் எரிச்சலும் வந்தது. பிறகு பெருந்தச்சரை அழைத்து நானாக அதைச் சொல்வது போல் அவன் கூறியதை ஆலோசித்தேன். பெருந்தச்சர் அதை அசட்டுத்தனமாக எண்ணிவிடுவாரோ என்ற தயக்கமும் எனக்கு இருந்தது. ஆனால், அவர் அதில் ஆர்வம் கொண்டார். சிறிது யோசித்தவர் உள மகிழ்வோடு துள்ளினார். நீர் ஊற்றை தேக்கி நின்ற சிறு கல்லைக் கண்டுபிடித்துத் திறப்பை ஏற்படுத்தியது போன்ற உற்சாகம் அவருக்கு. என் பாதங்களில் விழுந்து வணங்கினார். பெரும் சப்தம் எழுப்பித் தச்சர்களை அருகில் அழைத்தார். வர்ண இடைவெளியை மீறியமைக்காக அந்த நீசனுக்குக் கசையடி வழங்கும்படி கூறிவிட்டு நான் பெருந்தச்சரோடு சங்கின் காற்று வாய்க்கு வந்தேன். தச்சர்கள் பனை மட்டைகளை வெட்டி வந்து வாய்த் துளைக்கு முன்னால் கூம்புபோல் வைக்கவும் மகாசங்கின் ஓசையில் மாறுதல் தோன்றுவதைக் கேட்டோம். மட்டைகளை நீக்கச் சொன்ன பெருந்தச்சர் என்னுடைய ஒப்புதல் முத்திரையை வாங்கிக்கொண்டு மகாசங்கில் கொண்டு வர வேண்டிய வடிவ மாறுதல் குறித்து ஆலோசிக்கவும், காற்று

வாயில் அமைக்கவேண்டிய கூடார அமைப்பிற்கு அளவீடுகள் குறிக்கவும் கணியரைக் காணச் சென்றார். நான் மன நிறைவோடு வண்டியில் ஏறுகையில் கசையடி வாங்கி அலறிக்கொண்டிருந்த நீசனின் அழுகுரல் என்னை ஒரு கணம் தடுமாற வைத்தது. எனது தடுமாற்றம் நாம் வழங்குகின்ற நீதி பற்றியல்ல. அது அப்படித்தான் இயங்கமுடியும். அதில் கரிசனத்துக்கு இடமில்லை. என் தடுமாற்றம் எப்படி ஒரு சிந்தனை அதற்குறிய மரபிலிருந்து ஒதுங்கி வெளியில் தோன்றுகிறது என்பதில் தான். அது என்னை அச்சுறுத்துகிறது. எந்தக் கலையும் அதற்குரிய மரபிலிருந்துதான் பிறக்க முடியும். அதனால்தான் காவிய அரங்கேற்றங்களில் கூடக் கவி பாட வருபவரிடம் நீர் எவருடைய கவி மரபைச் சார்ந்தவர், உன்னுடைய குரு யார் என்றெல்லாம் வினவப்படுகிறது. தத்துவம், கற்றளி, சிற்பக் கலை அனைத்திற்கும் இது பொருந்தும். எவர் கலைக்குரியவர், அவரது பிறப்பிலேயே அதற்கான சான்றுகள் உள்ளனவா என்பதையெல்லாம் ஒரு குரு அறிந்துகொண்டுவிடுவார். இன்னும் சுருக்கமாகச் சொல்ல வேண்டுமென்றால் தனது வழித்தோன்றல்களைக் கண்டுணர்வது மட்டுமே ஒரு குருவிற்கு விதிக்கபட்ட பணி. வழித்தோன்றல்களை உருவாக்குவதல்ல.

அந்த நீசன் விடயத்தில் நிகழ்ந்திருப்பதை நோக்குங்கள். பதர்களில், அவலட்சனமான பன்றிக் கொட்டில்களின் ஓரத்தில், பறவைகளின் எச்சம் நாறும் சதுப்பு நிலத்தில் தானாய் முளைத்தெழும் ஒற்றை நெற்கதிர் கழனியில் கவனித்து வளர்க்கப்படும் கதிர்களை விடவும் செழுமையாய் வளரும். அவனிடம் உதித்த சிந்தனை அப்படியானது. மகாசங்கின் சொரூப லட்சணத்தையே நிர்மானிக்கும் சிந்தனை. இது எப்படிச் சாத்தியமானது? நாம் ஒரு புது யுகத்தின் நுழைவாயிலில் நிற்கிறோமா? அல்லது இதுதான் என்றைக்குமான உலகியல் இயல்பா? சாருவாகர்கள் இதைத்தானே ஆயிரம், ஆயிரம் ஆண்டுகளாய்க் கூறி வருகின்றனர். நாம்தான் அவர்களை ஒரு தரப்பாகவே கருதுவதில்லை. ஞான சபைக்குள் அனுமதிப்பதில்லை. அவர்களிடமிருந்து நாம் பெற்றுக்கொள்ள நிறையவே உண்டென்று தோன்றுகின்றது."

ஸ்ரீவத்சர் அவ்வாறு கூறியதைக் கேட்டதும் கோபிலன் அதிர்ந்து நோக்கினான். கரிய நீர் போல் தன் மனதில்

சுரந்திருக்கும் எண்ணத்தை ஞானகுரு அவரது நடுங்கும் விரலால் தீண்டிவிட்டார் என்ற ஆச்சரியத்தில் விழிகளை அகட்டினான்.

ஸ்ரீவத்சர் தொடர்ந்தார். "அந்த நீசன் மகா சங்கில் இருந்த ஒரு சிடுக்கையை மட்டும் தளர்த்தவில்லை. ஞான ஒளிக்குப் புதிய எண்ணெய் ஊற்றவேண்டும் என்பதையும் எனக்கு உணர்த்திவிட்டுச் சென்றிருக்கிறான். நெடுநாள்களாக என்னை வருத்திவந்த, கலை மற்றும் அக வீழ்ச்சி சார்ந்த சில வினாக்களுக்குச் சாருவாகர்களிடம் பதில் இருக்குமென்று தோன்றுகிறது. அதன்பொருட்டு உங்கள் அனைவருக்கும் ஒரு பணியைக் கையளிக்கிறேன். அடையாளங்களின்றி சிதறிவிட்ட சாருவாகர்களின் அத்தனை ஏடுகளையும் திரட்டி வர நீங்கள் தலைப்பட வேண்டும். வள்ளுவப் பறையர்கள், வைத்தியர்கள் தொடங்கி கவிராயர்கள் வரை அனைவரிடமும் செல்லுங்கள். ஏடுகளுக்கு ஈடாய்ப் பொன்னும், பொருளும் வழங்க அரசரிடம் சொல்லி ஒப்புதல் பெற்றுத் தருகிறேன். கோபிலன் மட்டும் என்னுடன் இருக்கட்டும். மற்ற அனைவரும் இன்றே அப்பணியைத் தொடங்க வேண்டும்."

ஸ்ரீவத்சர் உத்தரவு பிறப்பித்ததும் சீடர்கள் காவிக் கச்சைகள் அசையும் ஒலியைக் கூடக் காற்றில் விடாமல் மண் புழு ஊர்வது போல் மலையிலிருந்து இறங்கிச் சென்றனர். கிருஷ்ணப்பருக்கு அழைப்பு விதிக்கும்படி ஸ்ரீவத்சர் கோபிலனிடம் செய்கை புரிந்தார். அரசரும், காவல் படையும் மாதவிப் பெரும்பள்ளியை அடைகையில் சூழலுக்குப் பொருந்தாத மனித அரவம் அங்கு கவிந்தது. அமர்ந்த நிலையிலிருந்தே ஸ்ரீவத்சர் தன் முன்னே எரிந்த தீப விளக்கைக் கையிலேந்தி அரசரிடம் வழங்கினார். விளக்கைப் பணிவுடன் பெற்ற அரசர் திகம்பரர் புடைப்புச் சிற்பத்திற்கு அருகிலுள்ள விளக்கு மாடத்தில் அதை வைத்தார். நகர் திரும்ப ஆயத்தமான மன்னர் ஸ்ரீவத்சரை வணங்கிவிட்டு பல்லக்கில் அமர்ந்துகொண்டார். மெய்க்காவல் படை சூழ, பல்லக்கு நீரில் இறங்கும் ஓடம் போல் சிறு தலுக்குடன் சரிவில் இறங்கிற்று. பல்லக்கு தேர் நிறுத்தத்தை அடைகையில் இணை மெய்க்காவல் படை பணிவுடன் முன்வந்தது. அவர்களைக் கண்டதும் மாறவர்மனுக்கு முதன்முறையாக உறுத்தலாய் ஏதோ நெருடிற்று. படையில் நின்ற வீரர்களில் ஒருவனது முகம் சிரச்சேதம் செய்யப்பட்ட சதிகாரர்களின் முகத்தை அவனுக்கு நினைவூட்டியது. "களங்கமற்ற அமைதி. ஆபத்து. இல்லை, இது

தேவையற்ற ஐயம். வெறும் கற்பனை. ஆனால்...”மாறவர்மன் தனது குழப்பத்தை வெளிக்காட்டாமல் படை ஒழுங்கிற்கு உத்தரவிட்டு நிமிர்ந்து நின்றான்.

அன்றிலிருந்து மூன்று நாள்கள் கழித்து ஸ்ரீவத்சரும், கோபிலனும் மீண்டும் மாதவிப் பெரும்பள்ளிக்கு இரகசியமாய் வருகை தந்தனர். அங்குள்ள செட்டிப் புடவு குகைக்குள் நுழைந்த ஸ்ரீவத்சரும், கோபிலனும் குகைக்குள் ஏற்கெனவே மூவர் அமர்ந்திருப்பதைக் கண்டனர். அவர்களில் ஒருவர் யவனர் என்பதை இருளில் ஒளிர்ந்த அவரது நீலவண்ணப் பூனை விழிகள் காட்டிக்கொடுத்தன. ஸ்ரீவத்சருக்கு அது ஆச்சரியத்தை வழங்கவில்லை. பெருமூச்சுடன் அவர்களை நோக்கினார். அவர்கள் மீதான பிறவி வெறுப்பை அவர் சிரமப்பட்டு மறைக்கவேண்டியிருந்தது. மூவரும் எழுந்து நின்று அவரை வரவேற்றனர்.

“மாதர் இளமுலைகள் வாழ்க! மனை வாழ்க்கை

நீதி உலகில் நிலைநிற்க, நின்றியங்கும்

சாதி சராசரங்கள் எல்லாம் தனிமகர கேதனன்தன் ஓராணை கீழ் நடக்க...”

அவர்களில் ஒருவன் அவர்களது சன்மார்க்க வணக்கத்தைப் பாடி ஸ்ரீவத்சரை வணங்கினான்.

கோபிலன் “புதிய யுகம்... புதிய யுகம்...” என தனக்குள்ளயே உற்சாகமாய் கூறிக்கொண்டான்.

***

தூணில் பல்லியொன்று ஆணி அடித்து இறுக்கியதுபோல் நெடுநேரமாய் அசைவற்றிருந்தது. சாளரத் திரைச்சீலைகளின் குஞ்ச முனைகள் சாமர விசிறலில் பாம்புகளைப் போல் எழுந்து எழுந்து மடிந்தன. நாகம்மை சந்தன மர இருக்கையில் கால் மேல் காலிட்டு அமர்ந்திருந்தாள். வெற்றிலை மென்ற அவளது வாய் சேவலைப் பிய்த்து உறிஞ்சியது போல் இரத்தச் சிவப்பாகப் புன்னகைத்தது. ராணியின் எதிரில் நின்றபடி காந்தர்வன் ஒரு கதையைக் கூறிக்கொண்டிருந்தான். கதை பாதி தூரம் வந்திருந்ததால் இப்போது சற்று இறுக்கம் தளர்ந்து தனது அங்கத மொழியை மீட்டுக்கொண்டான்.

"ராணியம்மையே. கூடல் நகரோடு கண்ணகிக்கிருந்த பிணக்கு வேறு. அது இரண்டு வணிகச் சாத்துகளுக்கு இடையில் இருந்த பகையில் வந்த ஊறு. கணம், சங்கம் என்று சொல்வார்களே. அப்படி.... அவர்களுக்கு இடையில் இருக்கும் வாணிபப் போட்டி சில முறை உக்கிரமடைந்து பகையாக மாறும். அரசனை பகடையாய்க் கொண்டு தங்களது கணக்கைத் தீர்த்துக்கொள்வர். இது பாண்டியனுக்கு அப்போது தெரிந்திருக்கவில்லை. சக்காளத்தி மகன்கள் சண்டை போட்டுக்கொண்டு வீட்டைக் கொளுத்துவது போல் சிவனேனென்று இருந்த நகரைத் தீய்த்துவிட்டனர். பாருங்கள் கூத்தை... கண்ணகி நகரை எரிப்பதற்கு முன் தன் இடதுபக்க முலையைத் திருகி எறிந்தாளாம். முலை விழுந்த இடத்தில் உண்டான பள்ளம் இன்னும் மூடாமலேயே இருக்கும் போலிருக்கிறது. வரும் வழியில் இடரி விழுந்துவிட்டேன்... இதோ பாருங்கள் காயம்."

"ஹா ஹா ஹா... அடேய். உன் வாய்க்கு உன்னைச் சிறையில் தள்ள வேண்டும்." நாகம்மை கேலியாகச் சொல்லிச் சிரித்தாள்.

"தள்ளுங்கள் ராணி அம்மையே. அங்காவது வாய் மூடிக் கிடக்கலாம். அதுசரி மூடிக்கிடக்கவிடுவார்களா? செத்துப் போனதால் கோணானிடமிருந்து தப்பிய மாடு பறப்பயல்களிடம் சிக்கிப் பறையடி வாங்கி நோவுவது போல் சிறையில் என் வாய் வேறொரு வேலையால் நோகும்படி ஆகிவிடப்போகிறது. சிறைப் புதல்வர்கள் பெண்டுகள் வாடையே இல்லாமல் அடைபட்டிருக்கிறார்கள் அல்லவா."

"ஹா ஹா ஹா..." ராணி மார்பில் தலை சாய்த்துச் சிரித்தாள்.

காந்தர்வன் சற்றுத் தயங்கியவாறு "நான் சொல்ல வந்த கதை வேறு. ஏதேனும் தவறாகப் பட்டால் ராணியம்மை மன்னிப்பார்களா?" என்றான்.

"கதைதானே. எதையும் சொல். என்னிடம் நீ இந்நாட்டின் அரசன், கிருஷ்ணப்பன் பற்றியே கதைகட்டினாலும் ஒன்றும் நிகழாது. உன்னை எனக்குப் பிடித்திருக்கிறது. இல்லையென்றால் ஒரு கூத்தன் இங்கு நுழைய முடியுமா? கூத்து நிகழ்த்துகிறேன் என நகரில் நீ எங்காவது வம்பு வழக்கு இழுத்து மாட்டிக்கொண்டால் கூட நான் ராணியின் ஆசியைப் பெற்றவன் எனக் கூறித் தப்ப உனக்கு உரிமை இருக்கிறது. அஞ்சாமல் சொல்."

காந்தர்வன் நாகம்மையை வணங்கிவிட்டுத் தொடர்ந்தான்.

"மதுராந்தகி என்றால் மதுரையை அழிப்பவள் எனப் பொருள் வரும் என்கிறார்கள் அறிஞர் மக்கள். கண்ணகி மட்டுமா மதுராந்தகி. இல்லை. ராணியம்மை கேட்க வேண்டும். காணியர் கூத்தில் ஒரு பாடலுண்டு. அதை இப்படிப் பாடலாம்,

சூரியன் வந்திறங்கும் நகரமாம்...

மாடங்கள்.

கோட்டைகள்.

குதிரைச் சந்தைகள்.

சதுக்கங்களில் எல்லாம் மலர் வாசம்...

அடடா...

ஆனாலும் ஏன் இந்தத் துயரம்?

தாபம் பெருகிய பெண்டிரைப் போல் இந்நகர் உறங்காமல் தவிக்கிறது.

நாகம்மை விழிகளை அகட்டினாள். பாடலின் மறைபொருள் விளங்காது தன் துக்கத்தைக் காந்தர்வன் நெருங்கி வருகிறானோ என அதைக் கூர்ந்து கேட்டாள்.

"ராணியம்மையே. இந்நகரைச் சுற்றியுள்ள குன்றுகள் எல்லாம் முன்பொருகாலத்தில் மாமலைகளாய் இருந்தனவாம். யானை மலையைப் பார்த்தாலே அது தெரியும். அத்தனைப் பெரிய குன்று இங்கு எப்படித் தனியாய்த் தெக்கி நிக்கிறது என்று. இங்கு நகர் எழுவதற்கு முன் இவ்விடமெங்கும் மலைத் தொடர்களும், அடர்ந்த வனமும் இருந்தனவாம். களப்பிரன் மலைகளைச் சிதைத்தான். பாண்டியன் மீதமிருந்த காடுகளை நீக்கினான். களப்பிரர்கள் ரிஷிகளின் வழிகாட்டுதலோடு சூரியனைக் குறுக்கிச் செலுத்தி மலைப் பாறைகளை அறுத்தார்களாம். அத்தனை உஷ்ணத்தை ஒரு புள்ளியில் குவிப்பது என்றால் யோசித்துப் பாருங்கள். பாறைகள் தீயாகக் கொதித்துத் தனித்தனியே பிளந்தன. சூரியனை அவ்வாறு குறுக்க ஒவ்வொரு மலைக் குன்றிலும் ஓர் இளம் காணத்தியைப் பூப்புக்குருதி வடிய அமர வைத்து, சடங்குகள் செய்து சூரியனுக்குக் காணிக்கையாக அளித்தனராம். அவ்வாறே கீழக்குயில்குடி மலையில் காணிக்கையாகப் பேச்சி என்ற ஒரு காணத்தியை அமர வைத்தனர். நான் கூறியதுபோல் அவளது பூப்புக் குருதியைக் காணிக்கையாக ஏற்க இறங்கி வரும் சூரியனைக் கொண்டு

பாறைகளை அறுத்து வடித்துக்கொள்வதென்று ஏற்பாடு. சிகரத்தின் உச்சியிலிருந்து சரிவு நோக்கி அவளது பூப்புக்குருதி ஒரு கோடு போல் தடவப்பட்டு, சரிவுத் திண்டில் அவள் கால்கள் அகட்டப்பட்ட நிலையில் அமர வைக்கப்பட்டிருந்தாள். உச்சியிலிருந்து அதை நோக்கிய சூரியன் கீழிறங்கி வந்து தன் உஷ்ணத்தையெல்லாம் குருதிக்கோட்டில் செலுத்தி, மலையை வெண்ணெய் போல் அறுத்தபடி கீழிறங்கி வந்தது. தகிக்கும் ஆண் குறியாய் அது அவளது அல்குலை அடைந்தது. சூரிய நாக்கு அவளது துவாரத்தின் வழியே உள்நுழைந்து அவளை உண்ணத்தொடங்கவும் அவள் அழுது அரற்றினாள். அவளது விழிகள் கங்கு போல் மிளிர்ந்தன. சூரியப் புணர்வின் உச்சத்தில் அவள் கரும்புகையாய் உருமாறிக் காற்றில் கரைந்துவிட்டாளாம். இறுதியாய் அவள் எழுப்பிய அலறல் நெடுநாள்களுக்குப் பிறகும் மலைப்பகுதியில் எதிரொலித்துக்கொண்டே இருந்ததாம். இரவும் பகலும் ஆ...ஈ... என ஓயாத பேய்க்குரல். சமண மடங்களிலும், நெற்களஞ்சியங்களிலும் அவ்வப்போது தீ பற்றியது. அவளது சினம் நாளுக்கு நாள் உக்கிரம அடைவதை அறிந்த அரசன் பாரதத்திலுள்ள தலைசிறந்த சாக்கிய முனிகளையும், ரிஷிகளையும் அழைத்து வந்து நகரில் ஒரு யாகம் நடத்தினான். யாகம் பல நாள்களுக்கு நீடித்தது. இடைவிடாத உச்சாடனங்களாலும் பேச்சியைக் கட்ட இயலவில்லை. பேச்சி குன்றுகளைச் சிறு சிறு கற்களாக உடைத்து நகர் மீது வீசினாள். ரிஷிகள் குருதி வழிய அமர்ந்து யாகத்தைத் தொடர்ந்தனர். அப்போது அவர்களுக்கு ஒரு யோசனை பிறந்தது. அதன்படி பேச்சியின் துணைவனாக இருந்த நெடுங்கருப்பன் என்பவனை இழுத்துவந்து யாக பீடத்தில் அமர வைத்தனர். அவனைப் பலியிட்டுச் சர்ப்ப லோகத்தில் அடைக்கப்போவதாக அவர்கள் உரத்த குரலில் மிரட்டவும் பேச்சி இறங்கினாள். அத்தனை நாள்களாய்க் காட்டேரியாய் அலறி நகரை அழித்தவள் இப்போது சிறு பிள்ளை போல் தேம்பி அழுதபடி யாக பீடத்தை நெருங்கினாள். நெடுங்கருப்பனைப் பார்த்துக் கண்ணீர் ததும்ப அரற்றிய பேச்சி ரிஷிகளின் கட்டளைக்கு இணங்கச் செப்புக் குடுவைக்குள் அமர்ந்துவிட்டாள். அவளைக் கட்டிய செப்புக்குடுவை மேற்கு மலைக்காட்டில் ஒரு மலையடிவாரத்தில் கொண்டுபோய்ப் புதைக்கப்பட்டது. இதில் என்ன கொடுமை என்றால், அவள் எவனுக்காக அடங்கினாளோ அவனே அதன் பின்னால் அவளைப் பற்றி நினைக்கவில்லை. காட்டு வாழ்வைத்

துறந்து, அரசன் வழங்கிய காணி நிலத்தில் அவன் குடியானவன் ஆகிவிட்டான். இந்த நிலையாமையும், மனத் தடுமாற்றங்களும் மனிதனிடம் எப்போதும் இருந்துவருபவையா? பேச்சியின் நேசத்தை விடவுமா ஒரு காணி நிலம் அவனது பிறப்பிற்கு அர்த்தம் அளித்துவிடப்போகிறது? என்ன விந்தை இது?

கண்ணகி மாசாத்துச் செட்டியின் மகள். அவளுக்கு இழைக்கப்பட்ட அநீதியைக் காப்பியம் பாடுகிறது. ஆனால், பேச்சிக்காக யார் பாடுவது? பேச்சி மேற்கு மலையடிவாரத்தில் அடங்கியிருந்தாலும் அவளது ஆத்மா அனுபவித்த வெம்மை இன்னும் தீரவில்லை. நூறாண்டுகளுக்கு ஒருமுறை அவள் தீப்பிழம்பாய் எழுவாள். அப்போது தென்னாட்டின் மேகங்களை எல்லாம் உறிஞ்சித் தன்னை ஆற்றிக்கொள்வாள். நகர் வறண்டுபோகும். நகரில் அமங்களமான நிகழ்வுகள் அரங்கேறும். என்றாவது ஒருநாள் இந்த நகரையே மிச்சமின்றி அழித்துத் தனக்கான நீதியை நிலைநாட்டவேண்டுமென அவள் விழித்திருக்கிறாள்."

காந்தர்வன் கூறி அடங்கினான். எப்படித் தொடங்கினாலும் பேச்சியின் கதையைக் கூறி முடிக்கும்போது மனச் சீற்றத்துடன் தன் குரல் உயர்வது அவனுக்குப் பிடிபடாத ஒன்றாகவே இருந்தது. சுடும் பாறை மீது நின்றது போல் அவனது பாதங்கள் வியர்த்திருந்தன. நாகம்மை அக்கதையை எப்படி எடுத்துக்கொள்வாள் என்ற படபடப்பு அவனைத் தொற்றிக்கொண்டது. மௌனத்தில் ஆழ்ந்திருந்த ராணியின் முகத்தை அச்சத்துடன் நோக்கினான். அந்த நிச்சலனத்தில் ஒரு மர்ம உயிர் போல் திரைச்சீலை மட்டும் அசைந்தது.

"குதிரைக் கொட்டிலில் நீர் இருக்கிறது. பருகிவிட்டு வந்து அடுத்த கதையைக் கூறு." ராணியின் இறுகிய உதடுகள் பிரிந்தன. காந்தர்வன் கூறிய அக்கதையை முதல் முறையாகக் கேட்டும், அதை ஏற்கெனவே அறிந்திருப்பது போன்ற நிதானம் அவளிடம் வெளிப்பட்டது.

***

நட்சத்திரங்கள் குவிந்த மேற்கூரை. காற்று செவிகளில் ஊதி ஊதி எங்கோ சென்றது. வளைத்தடிகளும், வேல் கம்புகளும் குளிர்ந்த மணலில் தலை சாய்த்திருந்தன. சற்றுத் தொலைவில் வீழ்ந்து கிடந்த செந்நிற மறவர் உடல்களில் ஈக்களின் அலையோட்டம். நாசியில் காரமான மாமிச மணம். கள் அருந்திய எக்காளிப்பில்

இளமையான அதிர் சிரிப்புகள். சுருளி குழப்பத்துடன் புன்னகைத்தார். இளமை நாள்களை நினைவுறுத்தும் கனவுத் தொடர் அது. சட்டென்று கனவெங்கிலும் ஒரு பிடிகொள்ளாத ரணம். காலத்தின் உவர்த்த வெளியில் சிதறி மறையவேண்டிய முதிர் உயிரைத் தேக்கி நிறுத்தப் போராடும் உடலென விடிகாலை அழுத்தத்தில் அவரது மூத்திரப்பை திணறியது. சுருளி பொறுக்கமுடியாமல் எழுந்தார். எழுந்த கணம் சங்கனின் கழிவு நாற்றம் பேயைப் போல் முகத்தில் அறைந்தது. தடுமாறி அமர்ந்தார். சிதிலமடைந்துகொண்டே வரும் வாழ்விடமிருந்து எங்கணம் தப்புவது? இவனை இப்படி நைந்த வாழைத்தார் போல் அழுகவிட்டுக் கிடத்தி வைப்பதுதான் அவனுக்கான மிகப்பெரும் தண்டனையென அறிந்தும் ஏன் என்னால் அவனுக்கு மரணத்தை அளிக்க இயலவில்லை. தடுப்பது எது? பாசமா? இல்லை. பெற்றவன் என்பதற்கு அப்பால் அசிங்கமான காரணமொன்று இருக்கிறது. இந்த முடவனைக் கொண்டு என் வெறுமையை நான் ஈடுசெய்துகொள்கிறேனா? வெறுமையையும், வயிற்றுக் காய்ச்சலையும் தனியே எதிர்கொள்ள அஞ்சித்தான் சங்கனுக்கு உயிர்த் துறக்கம் அளிக்காமல் இருக்கிறேனா?

சுருளி வாழ்வின் உச்சமான துயரில் ஏறி அதற்கு மேல் எங்கே செல்வது என அறியாமல் அதன் விளிம்பில் தடுமாறி நின்றார். எங்காவது போய் விழுந்துகிடக்க வேண்டும். எழவே கூடாது. மீண்டும் இந்த வாழ்வுக்குத் திரும்பக் கூடாது. சங்கனின் அரற்றலும், முதுமையின் தளர்வும் என்னை வருத்தாத தூரத்திற்கு... நான் செல்கிறேன். இனி இதில் நீடிக்க முடியாது. காலம் சங்கன் மீது கருணை காட்டி அவனை விரைந்து அணைக்கட்டும். முந்தைய தினம் போலவே சுருளி தீர்க்கமாய் எழுந்தார்.

“அப்பா...” சங்கன் அங்கு சூழ்ந்திருந்த நாற்றத்தின் ஒட்டுமொத்த திரட்சியாய்க் குரல் எழுப்பினான். அவன் குரலிலேயே மல, மூத்திரத்தின் துர்வாடை மிதந்து வருவது போல் இருந்தது.

சுருளி அவனுக்குப் பதில் அளிக்காமல் பாவனையாக இருமினார்.

“அப்பா... ஏன் இந்த வாழ்வு இப்படி இருக்கிறது. வளர வளர கள்ளிச்செடி தன் நிறத்தை இழந்து தடிப்பதுபோல் வாழ்க்கை அதன் வண்ணத்தை இழந்துவிடுகிறது. நம்மால் இருக்க முடியாதா? ஒரு வண்ணத்துப் பூச்சியைப் போல்,

பறவையைப் போல்... இறுதி வரை வண்ணம் கெடாமல்? எனக்கு விதிக்கப்பட்டதை விடு. அதற்கு நானே முழுப் பொறுப்பை ஏற்க வேண்டியவன். என் உடல் இச்சைதான் அனைத்திற்கும் காரணம். நான் சொல்கிறேன், சாம்பன் மீது துளியும் குற்றம் இல்லை. அவன் அப்போதும் நீ புகட்டிய தந்திரங்கள் வழியில் தான் சென்றான். ஆனால்... நீ... நீ ஏன் இப்படி ஆனாய்? உன் பழைய நாள்கள் எங்கே போயின? முதுமை என்று காரணம் சொல்லாதே... என்னால் நம்ப முடியாது. இந்த இருள் எனக்கு அனைத்தையும் காண்பிக்கிறது. நீ நிழல் விடாது எவ்வளவு இருளில் நின்றாலும். உன் மனம் ஓர் எடைமிகுந்த நிழல் போல் என் மீது விழுகிறது. அதை என்னால் தாங்க முடியவில்லை. உன்னால் எப்படி என் நாற்றத்தைப் பொறுக்க இயலவில்லையோ அதுபோல்தான் நானும் உன் அழுகிப்போன மனதின் பாரத்தால் மூச்சடைகிறேன். நீ இப்போது வாழும் நாய் வாழ்க்கையினால்தான் நான் அருவருப்பு கொள்கிறேன். என் உடலை விட உன் உடல் அசிங்கமாக இருக்கிறது. உன் கண்களில் ஒரு காணச் சகிக்காத கீழ்மை... எப்படியும் வாழலாம் என உனது கூன் விழுந்த முதுகு நியாயப்படுத்திக் கொண்டேயிருக்கிறது. ஏன் இப்படி ஆனோம்? இவற்றையெல்லாம் விடச் சாவது உண்மையில் எத்தனை எளிது. அதை நீதானே எங்களுக்குச் சொன்னாய்? இப்போது எங்கிருந்து வந்தது, ஒரு வேளாளனுக்கு இருப்பது போன்ற சாவை ஒத்திப்போடும் எண்ணம்?”

சுருளி சங்கனின் சொற்களில் கலங்கி நின்றார். அவனது விழிகள் எங்கும் நிறைந்திருப்பதாக அவருக்குத் தோன்றியது. ஒலித்தது அவன் குரலா அல்லது இருளின் குரலா எனவும் ஒரு பிரமை. மூச்சைத் திரட்டிச் சொல்லெடுத்தார்.

“சங்கா... என் கடந்த காலத்தை மறந்துவிடு. நான் இப்போது இந்த நிலம் வியந்த கள்வன் இல்லை. பசியின் முன்பும், இறுதித் தனிமை முன்பும் பணிந்து நிற்கும் கிழம். வயிற்றுப் பசிதான் நமக்கு களவிற்கான நியாயங்களை வழங்கியது. ஆனால், அதுவே இப்போது அந்த நியாயங்களைப் பறித்ததோடு மாற்றாக வேறொன்றை வழங்கிவிட்டது. வலுவில்லாதவன் பசியின் முன் மண்டியிடுகிறான். பாலைக்குடிகளைச் சாத்தன் வெல்வது இப்படித்தான். எடுத்துக்கொள்வதற்கும், மடியேந்திப் பெற்றுக்கொள்வதற்கும் இடையிலுள்ள சிறு இடைவெளியில் எத்தனை அகண்ட சரித்திரம் ஓடிக்கொண்டிருக்கிறது பார்.

என்னை வீழ்த்தியது பசி மட்டுமல்ல. என் முதுமையும்தான். முதிய ஆண் எப்போதுமே பெண்ணுக்கு நிகரானவன். இறுதியில் அவன் தன் விறைப்புகள் அனைத்தையும் இழந்து பெண்ணின் தன்மையை அடைந்துதான் இறக்கிறான். அத்தனை ஆண் உடலும் முடிவில் பெண் உடலாகி மண்ணில் புதைகிறது. இதிலிருந்து நான் மட்டும் தப்ப முடியுமா? முதுமை என் ஆண்மத்தைத் தீர்த்துவிட்டது. இந்த மண்ணின் உஷ்ணம் இப்போது என் உயிரைத் தூண்டுவதில்லை. இருளில் நிற்கும்போதும் மண்ணில் புதைந்துபோவதற்கான ஏக்கம் மட்டும்தான் எழுகிறது. என் கால்களில் மீதமிருக்கும் கூர்மை மண்ணைக் கிளறி இறங்க மட்டுமே.”

சுருளியின் குரல் கம்மியது. தனது கட்டுபாட்டை மீறி ஏதேதோ பேசுவதை உணர்ந்தார். அதற்கு மேல் அவரால் அங்கு நிற்க இயலவில்லை. பெருமூச்சுடன் வாசலுக்கு வந்தார்.

கீழ் வானில் இன்னொரு உக்கிரப் பொழுதின் முளைவிடல். பார்வைக்கு எட்டிய தூரம் வரை நூற்றாண்டுகளின் தணலை ஏந்தி அயர்ந்திருக்கும் நெடும்பொட்டல். தொலைவில் பூசாரிக் கிழவி ஒருத்தி தளர்ந்த நடையில் செல்வது தெரிந்தது. நான்கைந்து பிள்ளைகளைப் பெற்ற குலப்பெண்கள் கிழவியைப் பின் தொடர்ந்து நடந்தனர். கிழவி அப்பெண்களை உச்சிமேட்டில் ஏற்றி இரவு முழுவதும் நிர்வாணமாய் நடனம் ஆடச் செய்து மழைச் சடங்கு புரிந்துவிட்டுத் திரும்பிக்கொண்டிருந்தாள். வானம் வளமிக்க பெண்களுக்காகக் கனியும் என்ற நம்பிக்கை. சுருளி மனம் சோர்ந்தார். இந்நிலத்திலுள்ள அனைத்துப் பெண்டிரையும் துகிலுரித்து நிறுத்தினாலும் முகில்கள் இறங்கப் போவதில்லை. இவ்விடம் நகரின் தீஞ்செயல்களுக்குப் பரிகாரம் புரிந்திட உண்டான பாவக் கழிப்பா? ஆனால் இங்குதானே எமது தெய்வங்கள் வாழ்கின்றன. காலங்களாய் ஆறாத பசியோடும், நீங்காத துயரோடும் அவை இங்கு துணையாய் நிற்கின்றன. என் தெய்வங்களுக்குத் தர என்னிடம் என்ன இருக்கிறது? சுருளி கரங்கள் கூப்பி, முகம் முழுவதும் மண் ஒட்டும்படி நிலத்தில் வீழ்ந்து “தாயே...” என அரற்றினார்.

***

மூன்றாம் சாமத்தில் வீதி மணல் நன்றாக வெளிறிவிட்டிருந்தது. சாமக் காற்றின் இடைவிடாத மோதலில் மணல் துகள்கள்

கூர்மையடைந்து துருத்தி நின்றன. குடிசைகளில் சலனமில்லை. காட்டுப் பூனையின் முதுகுப்புறமெனக் குடிசைகளிலும், வேம்பு மரத்தடிகளிலும் மட்டும் இருளின் வன்மை தேங்கி நின்றது. அது துயர்களற்ற நகரம் எனப் பொய்த்தோற்றத்தை உண்டாக்கிய அந்த ஆழ்ந்த பொழுதிற்குள் காற்று மட்டும் சற்று அனர்த்தமாய் வீசிற்று. அதனோடு வெம்பி உதிர்ந்து, தரையில் சிதறியிருந்த மஞ்சனத்திப் பழங்களின் கடினமான வாடை. மூங்கில் காட்டில் கணக்கு வழக்குகளைத் தீர்த்துக்கொண்டிருப்பது போல் ஆராவரித்த நரிகள் இன்னொரு புலரி நெருங்கிவிட்டதை உத்திராபதி பண்டிதருக்கு நினைவூட்டின. எழுந்தமர்ந்து உள்ளங்கையை பார்த்தார். அப்போது குடிசையின் மூலையில் சட்டியில் தொங்கிய உலர்ந்த குரவை மீன்களின் கவிச்சி உயிர்ப்புடன் வீசுவதை உணர்ந்தார். நாவில் சுரந்த உமிழ் நீரை விழுங்கியபோது அது பித்தத்துடன் சேர்ந்து குமட்டலையும் உண்டாக்கியது. வாயைக் கொப்பளித்துவிட்டுக் கோதையை எழுப்பினார். இருவரும் சேர்ந்து பரிதியை வாசலுக்குக் கொண்டுவந்து கிடத்தினர்.

"நீ உள்ளே செல்" என அவர் கூறி முடிப்பதற்குள் கோதை சோம்பல் முறித்தபடி மீண்டும் உறங்கச் சென்றிருந்தாள். ஆழ்ந்த உறக்கம் மீதான அவளது இச்சை சற்று அசிங்கமாக வெளிப்பட்டது. உத்திராபதி பண்டிதர் சோர்வுடன் பரிதியின் அருகில் வந்தார். எல்லாவற்றிற்கும் தாமே காரணம், மூத்தோர் வழங்கிய பாடலென நம்பி ஒரு சதிப் படலத்திற்குள் அனைவரையும் தள்ளியிருப்பதாக மனம் நொந்தார்.

ஆனைக் காதன்.

சிரம் விரித்துச் சர்பமென மிளிரும்.

வனம் கடக்கும் பெருந்தீயின் வேகம்.

தீக்கடம்பையாம் அதன் பெயர்.

பற்றுபவன் நிலைப்பான்.

காலம் உளவரை

தென்கூடற்பதியாய்

குல ஏட்டில் இந்தப் பாடலை எவர் சொருகியது? இது வெறும் அர்த்தமற்ற நம்பிக்கையாய் முடிந்திருந்தால் என் தலை மட்டும்

சிதைக்கப்பட்டு மற்ற அனைத்தும் தப்பியிருக்கும். ஆனால், நிகழ்ந்துகொண்டிருப்பது என்ன?

வலியாய வினைகள் நிகழ்ந்திருக்க.

காண் உறித்த இடமெங்கும் கருப்பை நீர்.

தழைகளுக்குக் கீழ் வேலேந்தி முரண்டோரின் சிரம்.

திண்ணிய ஆடவர் கல் சுமக்க.

மாதக்கரசிகளில் பலர் மன்னவன் சேவைக்கு.

தொடர்வினை கழியலுக்காய்,

நூற்றியெட்டு சூல்பெண்டிர் புனல் நீருக்கு.

ஆயினும் ஒரு தளிர். நிலமோடி மலை ஏறிற்று. தீக்கடம்பையாம் அவள் பெயர்.

பாணன் பாடிய அந்தப் பாடலையும் நினைவுகூர்ந்து பார்த்தார். பெரியசாமி, பரிதி... இது இவர்களோடு மட்டும் நிறைவுறும் சதியா? அல்லது?! ஒரு பெரும் இருட்சுழல் நகரை ஆட்கொண்டு, வீதிகள் எங்கும் ஓடுவது போன்ற கற்பனை சட்டென்று மனதில் எழவும் பண்டிதர் நடுங்கிவிட்டார். என்ன நிகழப்போகிறது?

அச்சத்தை விழுங்கியபடி பரிதியை வடக்கு வானை நோக்கும்படி அமரவைத்தார். பரிதி மெல்லக் கரங்களை அகட்டிக் காற்றை விலக்கினான். மந்திரித்துப் பார்த்த பின் அவர் பரிதியின் கைக் கட்டுகளை அவிழ்த்துவிட்டிருந்தார். அதன்பிறகு அன்றாடமும் வைகறையிலேயே எழுந்து அவனது சிரத்தை உயர்த்திக் கடலிலிருந்து கரைக்கு இட்டுச்செல்லும் வட துருவ வெள்ளியை நோக்க வைத்தார். நகராமல் முடிவிலியாய் எப்போதும் ஓரிடத்திலேயே நிலைத்திருக்கும் அவ்வெள்ளியை அவன் அவதானித்தால் மீள்வதற்கு வாய்ப்புகள் மிகுதி என்பது அவர் எண்ணம்.

மந்திரித்த இரவிற்குப் பின் உயிரோடத்தில் சரிபாதி குன்றிவிட்டது போன்ற தளர்வு பண்டிதரிடம் மேலிட்டது. யானையால் நசுக்கப்படவுள்ள தன் மண்டையோட்டில் இப்போதே சிந்தனைகள் மாய்ந்து மறதியும் குழப்பமும் குடிகொண்டுவிட்டதாக நினைத்தார். அதை விடவும் பெரியசாமியின் அறியாநிலை அவரை வெகுவாக வருத்தியது. அவரது நிலையை உணர வெற்றிலையில் மை தடவும்போதெல்லாம் காட்டின் பசுமையையும், சுகந்தத்தையும்,

அருவியோசையையும் கடந்து எதையும் பண்டிதரால் அறிய இயலவில்லை. நம் மனம் சூம்பிவிட்டதா அல்லது பெரியசாமி வனத்தில் கலந்து தொலைந்துவிட்டாரா எனக் கேள்விகளால் சோர்ந்துபோனார். ஒருவேளை பெரியசாமிக்கு நேர்ந்தது சாவென்றாலும் அது ஒரு நற்சாவு என்றே அவருக்குத் தோன்றிற்று. அவ்வாறு தடயமின்றி மறைந்து போவது எத்தனைப் பெரும் நல்லூழ். நகரில் உறவுகள் பார்க்க மடிந்தால் நினைவுகளாய்ச் சுற்றித் திரிந்து மீண்டும் இந்தத் துக்கம் நிறைந்த வாழ்வில் நிலைக்க வேண்டிவரும். பெரியசாமி எந்தத் தவத்தையும் புரியாமல் மோட்ச நிலையை அடைந்துவிட்டாரா? அவருக்கு யோக சூத்திரம் தெரியாது. சம்மணமிட்டு அமர்வது கூட அவருக்குப் பழக்கப்படாத ஒன்று. ஆனால் அவருக்கு ஒரு தூய்மையான பேறடைதலா? உத்திராபதி பண்டிதருக்குப் பெரியசாமி மீதிருந்த இரக்கமும், பரிதவிப்பும் தணிந்து இப்போது ஒரு கனிவான எள்ளலும், மிக இரகசியமானதொரு பொறாமையும் எழுந்தன.

“அப்படித்தான். துருவ வெள்ளியைக் குறித்துக்கொண்டு அதை நோக்கி நீந்தி வா.” பண்டிதர் பரிதியின் தலையில் தன் கரத்தை வைத்துச் சொல்லெடுத்தார். அதைச் சப்தமாகக் கூறிவிட்டதை உணர்ந்ததும் சுற்றிலும் ஒருகணம் நோக்கிவிட்டுக் குரலைத் தாழ்த்திக்கொண்டார்.

“விடியற்பொழுதில்தான் காட்சிகள் தெளிவாகத் தெரியும். உன்னால் அப்போது வெகு தூரம் நோக்க முடியும். சூரியன் எழுந்துவிட்டால் வானமும், நீ அல்லாடும் நீர்வெளியும் ஒன்றாக இணைந்து திசைகளை விழுங்கிவிடும். பகலில் கண் திறக்காதே. கண்களை இறுக்கி, அந்தச் செந்நிறத் திரைக்குள் பொறுத்திரு. பகலின் ஒளியே உன் திசையைக் குழப்புகிறது. துருவ வெள்ளியைத் தவிர வேறு எதையும் நம்பாதே. உன் முன்னே பாறைகள் குழுமிய சிறு தீவு எதிர்படுகிறதா பார். அந்தத் தீவை அடைந்துவிடு. அங்கு கருமையே புலப்படாதவாறு பறவைகள் செறிந்து, வெண்நுரை போல் காட்சி தரும் அந்தப் பாறையில் ஏறி இறங்கினால் உன் சித்தம் உன் உடலுக்குத் திரும்பிவிடும். முயற்சி செய்...” மெலிதாக அரற்றியவர் மீண்டும் குரலோங்கினார்.

“துருவ வெள்ளியை நோக்கி நீந்தி வா.” நம்பிக்கைக்கும், அவநம்பிக்கைக்கும் நடுவில் நின்று திண்டாடியதில் அவரது குரல்

மாறியிருந்தது. பரிதியின் கண்களில் முன்பு குடிகொண்டிருந்த துக்கம் இப்போது இல்லை. இப்போதெல்லாம் அவனது முகத்தில் நன்றியுணர்வு மிளிர்கிறது. மூச்சிரைப்பு நன்றாகத் தணிந்து உடலில் ஆசுவாசம் கூடி காணப்படுகிறான். எவர் எறிந்தது அவனிடம் மீட்சிக்கான அந்த மிதவையை?! பண்டிதருக்கு அது விந்தையாகவே இருந்தது.

***

மேற்கு மலையெங்கும் சாம்பல் படிந்திருந்தது. நீர்மம் அற்ற புல்வெளிகளில் உப்பின் வெளுப்பு. மலையிறங்கிவந்த உஷ்ணக் காற்றில் துர்க்கந்தம் வீசியது. பேச்சி மலைக்கு மேற்கே துளிர்த்த எரிதழல் பருத்த நாகம் போல் வனத்திற்குள் இழைந்தோடியது. எத்திசையில் பாயும் என்றே கணிக்கமுடியாத அளல் வீச்சு. பெருவெள்ளமாய்ச் சீறிய சுவாலை மூங்கில் குற்றுகளைக் கரைத்துச் சென்றது. வனம் தன் நரம்புகளைப் பின்னி நெட்டி முரிப்பது போன்ற மடமடவோசை நீங்காமல் ஒலித்தது. பறவைகளும், விலங்குகளும் எங்கோ மறைந்துவிட்டிருந்தன. பேச்சி மலைச் சிகரம் புகை மேகங்களுக்குள் தொலைந்திருந்தது. இரவில் அப்புகை சூரியனின் சிதறிய துண்டு போல் வானளாவி ஒளிர்ந்தது. பேச்சி மலையின் கனத்த சுவாசம் போல் ஹம் ஹம்.... என ஓர் ஓசை நீங்காது ஒலித்தது.

சாம்பன் அவளுடன் பன்றிமலைச் சிகரத்தில் அமர்ந்து தொலைவில் செம்புள்ளி போல் அசைந்த பேச்சி மலையைப் பார்த்துக்கொண்டிருந்தான். வனத்தீயை முன்கூட்டியே அனுமானித்த அவள் அவனைப் புதுமேகங்களால் குளிர்ந்திருந்த பன்றி மலைக்கு அழைத்து வந்திருந்தாள். சாம்பன் காட்சி உறுதிநிலையிலிருந்து வழுவி நிஜமெது, கற்பனையெது எனக் குழம்பும் மனதிலேயே இருந்தான். அவள் கல்மரத்தில் காட்டிய, மாபெரும் நினைவுப் பிரவாகம் போல் தொனித்த அந்த மர்ம உலகே இதற்கு காரணம் என்பதை நன்குணர்ந்தும் அவள் மீது அவனுக்குக் கோபம் எழவில்லை. மாறாக அவளது உடல் நெருக்கத்திற்காக ஏங்கினான். அவளது கால் மூட்டு அவனது தொடையில் உரசி விலகவும் அவனது முதுகுத் தண்டு குளிர்ந்தது. அதை மறைத்தவாறு கேட்டான்.

“இங்கிருந்து காணும்போது மலையைப் பற்றிய தீ என் சுண்டு விரல் முனையினும் சிறியதாகத்தான் தெரிகிறது. ஆனால்

அதற்குள் தற்போது எத்தனை உயிர்கள் இறந்துகொண்டிருக்கும்? வாழ்வின் மதிப்பு அத்தனை சிறியதா?"

அவள் இருளில் தொலைந்திருந்த அவனது கரத்தைத் தேடிப் பற்றியபடி "இந்தக் கோணத்தில் பார்க்காதீர்கள். எல்லாமும் அற்பமாய்த் தெரியும். நாம் அந்தத் தீயிலிருந்து தூர வந்துவிட்டோம். அதற்குள் துலங்கிச்செல்லுவது முறையன்று. வேண்டுமானால் எரிகின்ற அந்த மொத்த மலையையும் ஓர் உயிரென நினைத்துக்கொள்ளுங்கள்" என்றாள்.

"சரி, நாம் அதனருகில் இருக்கிறோம் என்றே வைத்துக் கொள்வோம். அதில் இப்போது இறக்கின்ற உயிர்கள் எங்கு போகும். அவற்றின் இருப்புநிலைக்கு என்னவாகும்?"

"ஏன் நீங்கள் உயிர்களின் இருப்பு நீடிக்க வேண்டும் என விருப்பம் கொள்கிறீர்களா? நீடித்த இருப்பு எத்தனை துயரமானது என்பதை நீங்கள் அறிவீர்களா?"

அவள் குரலில் உண்டான மாற்றம் அவனை என்னவோ செய்தது. சிறு அமைதிக்குப் பின் "காட்டுத் தீ வரப்போவதை நீ முன்பே கணித்துக் கூறினாய். அதை எப்படி கணித்தாய்? அப்போது புகையே எழவில்லையே?" என்றான்.

"பறவைகளும், யானைகளும் எப்படி அறிந்துகொண்டன? அப்படித்தான் நானும் அறிந்துகொண்டேன். இப்போது இன்னொன்று சொல்கிறேன். வானத்தைப் பாருங்கள். மேகங்களே இல்லை. ஆனால் சற்று நேரத்தில் இங்கு மேகங்கள் குவிந்துவிடும். பிறகு இங்கிருந்து அவை பேச்சி மலையை அடைந்து மழை பொழியும். பேச்சியின் பற்றியெரியும் தாபம் அப்போது தணியும். நான் கூறியபடி நடந்துவிட்டால் நான் சொல்வதைக் கேட்பீர்களா?"

"கேட்கிறேன். ஆனால் உன்னால் எப்படி அதை அறிந்துகொள்ள முடிகிறது. அது உனக்கு எப்படிச் சாத்தியம்?"

"ஏனென்றால் நீங்கள் வெறுமனே காட்சிகள் வழியே அனைத்தையும் அர்த்தப்படுத்திக் கொள்கிறீர்கள். பச்சை என்கிற சொல்லைக் கேட்டால் உங்களுக்கு முதலில் வனமோ அல்லது வயல்வெளியோ மனதில் தோன்றும். அதாவது உங்களது காட்சிப்படிமமே முதலில் விழிக்கிறது. எனக்கு அச்சொல்லைக் கேட்டால் ஓர் உணர்வு முதலில் விழித்து மனம்

குளிரும். காட்சி வழியே அறிவது மேலோட்டமான இயற்கை அறிவையே வழங்கும். காட்சிகள் மூலம் நாம் அடைவது காலம் எனும் எல்லைக்கு உட்பட்டது. ஆனால், உணர்தல் வழியே அடையும் ஒன்றுக்குக் காலம் ஒரு தடையே இல்லை. ஒளி நம்மை இயற்கை உணர்வுகளோடு இணைய விடுவதில்லை. ஆனால் இருள் அப்படியல்ல. சுற்றிப் பாருங்கள். இந்த இருள் எதற்குள் கட்டுப்பட்டிருக்கிறது? இருள் அனைத்தையும் நமக்கு உணர்த்தும். நீங்கள் ஒரு கள்வர் என்பதிலேயே எனக்கு இப்போது ஐயம் ஏற்படுகிறது. ராசா வீட்டுக் கொட்டிலில் வளர்ந்தீரா? இருளில் திரிந்திருந்தால் நான் கூறுவதைத் தங்களால் உணர முடியும்."

"ம்ம் எனக்குமே இப்போது நான் கள்வன்தானா என்கிற ஐயம் வருகிறது. என்னை உனது ஏவலனாக மாற்றி உன்னருகிலேயே முடிந்து வைத்திருக்கிறாயே." சாம்பன் சிரித்தவாறு சொன்னான்.

அவள் விளையாட்டாய் அவனது கரத்தில் அடித்தாள்.

சாம்பன் இப்போது அவர்களைத் திசையற்றுச் சூழ்ந்திருந்த இருளை நோக்கி அதன் அடர்த்தியில் வியந்தான். நிலவற்ற வானம், நட்சத்திரங்கள், அவற்றின் சிமிட்டலைச் சுவீகரித்து விரிந்து செல்லும் மாமலைகள். யாவும் இருளென்ற எல்லையற்ற உருவத்திற்குள் நகரும் மாய பிம்பங்களாய்த் தொனிந்தன. பார்வைக்குப் புலப்படுபவை அனைத்தும் இருளின் நினைவுகள் வெளிப்படும் தருணங்கள் மட்டும்தானா?

"என்ன அமைதியாகிவிட்டீர்?"

"நீ கூறியதை யோசித்துப் பார்த்தேன். உண்மைதான். களவுக்காக இருள் படிந்த கோட்டைகளை அடையும்போது நாங்கள் எதையுமே கண்டதில்லை. என் உபாத்தியார் எந்தச் சூழலிலும் தீவட்டியை ஏற்றாதே என்பார். அந்த உக்கிர கணங்களில் ஒரு மர்மமான உணர்வாலேயே நாங்கள் இயக்கப்பட்டிருக்கிறோம். இருளில் இறங்கியபின் எதனையும் மோதித் தகர்க்கும்படியான மிருகத் துணிவு எங்களுக்கு வந்துவிடும். ஆனால், ஒளியின் உதவியோடு எத்தனைக் காவலர்கள் இருக்கிறார்கள் என முன்னறிந்து உள்ளே நுழைகையில் நாங்கள் தடுமாறவே செய்திருக்கிறோம்."

"காலமும், வெளியும் இல்லாவிடினும் இருள் இருக்கும்." அவள் அதைக் கூறியபடி காலடியிலிருந்து ஒரு புல்லைப் பிடுங்கி மலை முகட்டைக் கவ்வியிருந்த இருட்டில் வீசினாள். சாம்பனுக்கு உடல் சிலிர்த்தது. அவனருகில் வந்தமர்ந்து அவனைத் தன் மார்பில் சாய்த்துக்கொண்டாள். அவளது முலைகள் தீப்பந்தங்கள் போல் அனல் வீசியதில் சாம்பன் துணுக்குற்றான். அந்தப் பனிக்காற்றிலும் அவளது உடலில் வியர்வை திரண்டொழுகியது அவனுக்கு விந்தையாகப் பட்டது. அவள் அவனைத் தன் மார்பு நோக்கி அழுத்தினாள். வெப்பம் தாளாமல் அவளிடமிருந்து அவன் விலக முற்பட்டான்.

"என்ன?" கிசுகிசுப்புடன் அவனை மீண்டும் தன் மார்பில் அழுத்திக் கொண்டாள். சாம்பன் அவளிடம் அந்த உஷ்ணத்திற்கான காரணத்தைக் கேட்கவில்லை. அவளை அணைத்தபடி, தொலைவில் எரிந்துகொண்டிருந்த பேச்சிமலையை வெறித்தான்.

***

விடியலுக்கு மனம் ஒப்பாமல் வானம் மூடியே கிடந்தது. நேற்றைய காட்சிகளிலிருந்து மீளாதது போல் நகரெங்கிலும் ஓர் இறுக்கம். மேகங்கள் கவிந்திருந்தும் மழையை ஈர்க்கத் தென்றல் இல்லை. மரண வீட்டில் கூடி நிற்போர் போல் மரங்கள் மௌனமாக நின்றன. கீழ வீதியில் நடந்துசென்ற கோதையின் கெண்டைக்கால் ரோமங்களில் வையையின் ஈரம் உலராமலேயே இருந்தது. ஆனாலும் அவளுக்கு நீராடியது போலவே இல்லை. எண்ணங்களும், நோக்கங்களுமின்றி மனம் வெறுமையில் உழன்றது. அவள் அரண்மனையின் மதில் சுவரை அடைகையில் உள்ளே நாகம்மை சப்தமாகச் சிரிப்பது கேட்டது. மந்தமான அந்நாளில் அவள் மட்டுமே உற்சாகமாக இருப்பது போன்ற தோற்றம். கோதை புறவாயில் வழியாக உள்ளே வரும் வரையிலும் நாகம்மையின் பேய்ச் சிரிப்பு சாளரங்கள் வழியே தோன்றுவதும், அமிழ்வதுமாகவே இருந்தது. கூடத்தை அடைந்தபோது கச்சையை மீறிக் குதியாட்டம் போட்ட ராணியின் தளர்ந்த முலைகளைத்தான் அவள் முதலில் கண்டாள். காந்தர்வன் நாகம்மையின் முன்னால் நின்று கதைப்பாடல் ஒன்றை நிகழ்த்திக்கொண்டிருந்தான். அது என்ன கதை என்பது கோதைக்குத் தெரியவில்லை. எனினும் அவனது குரலாலேயே அவளுக்குப் புன்னகை அரும்பியது. உதடுகளை மடித்துக்கொண்டு ராணியை

வணங்கினாள். கதை கேட்கும் ஆர்வத்தில் இருந்த ராணி அவளை அலட்சியமாக ஏறிட்டாள். கோதையை இன்னொரு பணிப்பெண் கண்களாலேயே அவசரப்படுத்தினாள். வாசனை மலர்களிட்டு வெந்நீர் கொதிக்கவைக்கும் பக்குவம் கோதைக்கு மட்டுமே கைகூடி வரும் என்பதால் அவள் கோதையைத் தன்னுடன் புழக்கடைக்கு விரையும்படி அழைத்தாள். கோதை வெந்நீரை அடுப்பில் ஏற்றித் துளசி இலைகளோடு அகில், எலுமிச்சை மலர்களை மெலிதாக நசுக்கி நீரில் தூவினாள். நீரின் கொதிப்பில் அவை சிதறி ஓடுவதைப் பார்த்தபடியே நின்றவளின் செவிகள் காந்தர்வனின் குரலைக் கூர்ந்தன. ராணியின் இடையூறுகளை விலக்கி அவனது வெகுளித்தனமான பேச்சு காதில் விழவேண்டி தவித்தாள். அவளது வியர்த்த கழுத்தில் வாசனைமிகுந்த நீராவி மோதிடவும் உள்ளத்தில் இனம்காண முடியாத பூரிப்பு எழுந்தது. மீண்டும் கொஞ்சம் மலர்களை அள்ளி நீரில் தூவினாள். அப்போது உள்ளிருந்து ராணியின் அழைப்பு வந்தது. கோதை படபடப்புடன் உள்ளே சென்றாள். வெட்கத்தில் கால்கள் பின்னுவது போலிருந்தது. முகத்தில் அரும்பிய புன்னகையை வியர்வையற அழுத்தித் துடைத்துக்கொண்டாள்.

“வாடி... வக்கற்றவளே. உன் அப்பன் சங்கதி என்னவாகிற்று? லோகத்தில் இல்லாத அந்த மலர் கிடைத்ததா இல்லையா? கிருஷ்ணப்பன் ஒன்றைப் பிடித்துவிட்டால் விடமாட்டான். அவ்வளவுதான். மொத்த அம்பட்ட குடியையும் கழுவில் ஏற்றப்போகிறான் பார்.”

கோதை பதிலின்றி நின்றாள்.

“அந்த மலர் கிடைத்தால் அது என்னிடம் வந்தாகவேண்டும். கிருஷ்ணப்பனிடம் போவதற்கு முன் அதில் அப்படி என்ன இருக்கிறதென்று நான் பார்க்க வேண்டும். என் தலையில் சூடிப் பார்த்துவிட்டுத் தந்துவிடுவேன். என்ன? மலர் கிடைத்ததும் என்னிடம் செய்தி கொண்டு வருவாயா?” ராணியின் குரலில் சிறுபிள்ளைத்தனமான ஆவல் வெளிப்பட்டது.

கோதை தடுமாற்றத்துடன் “அது பற்றி ஒன்றும் தெரியவில்லை ராணியம்மையே. என் மாமா இன்னும் திரும்பவில்லை. என் கணவர் இன்னும் சுவாதீனத்திற்கு வரவில்லை” என்றாள்.

"அது தெரிகிறது நாயே. உன் கால்கள் ஒடுங்கி நிற்பதிலேயே... பெரிய கண்ணகி பரம்பரை. பார்த்துடி மண் மூடி, குழவிகள் கூடு கட்டிவிடப்போகிறது." சிரித்தபடி அதைக் கூறிய ராணி எதிரில் பணிந்து நின்ற காந்தர்வனும் அதற்குச் சிரிக்க வேண்டும் என்பது போல் அவனைப் பார்த்தாள். காந்தர்வன் மெலிதாகச் சிரித்து வைத்தான். ராணி, அவனைப் பார்த்தபடியே தலையை ஒருபுறமாய்ச் சாய்த்துத் தன் காதணியைக் கழட்டி அவனிடம் வீசினாள்.

"எத்தனை காலம் ஆனாலும் சரி, என் உத்தரவு இல்லாமல் நகரை விட்டுச் செல்லக்கூடாது. உன்னிடம் இன்னும் நிறைய கதைகள் கேட்க வேண்டியிருக்கிறது."

காந்தர்வன் பணிவுடன் "ராணியம்மை என்னை மன்னிக்க வேண்டும். எங்களால் ஒரே இடத்தில் தங்கிவிட முடியாது. நகர்ந்துகொண்டே இருந்தால்தான் எங்கள் வயிறு நிறையும். குழந்தைகள், பெண்கள் எனப் பட்டியில் பலர் உண்டு" என்றான்.

ராணி, தனதருகில் இருந்த மரப்பெட்டியிலிருந்து ஒரு தகடை எடுத்து அவனிடம் எறிந்தாள்.

"களஞ்சியத்தில் இதைக் காண்பித்து உங்கள் கூட்டத்தின் உண்டிக்குத் தேவையானதை வாங்கிக்கொள். எத்தனை பேர் இருந்துவிடப்போகிறீர்? பெரிய மறவன் பற்றா... தின்றே தீர்த்துவிட? கொட்டில் எலிகள் போல் ஒரு கூட்டம். நாளை வா. இப்போது நீ போகலாம்." நாகம்மை அதுவரை கொண்டிருந்த நெகிழ்வை நீக்கிச் சற்றுக் கடுமையான குரலில் கூறினாள்.

காந்தர்வன் அந்தத் தகடை எடுத்துக் கண்களில் ஒற்றிக் கொண்டான். அவனது உடல் நெளிவைக் கண்ட கோதைக்கு மனம் பிரட்டிக்கொண்டு வந்தது. அவளால் அதைத் தாங்க முடியவில்லை. காந்தர்வனின் அத்தனை அசைவுகளிலும் ஒன்று கூட இதுபோல் அசிங்கமானதாய் இருந்ததில்லை எனத் தோன்றியது. அவனை நோக்க மனமின்றித் தரையின் வழுவழுப்பில் எதிரொளித்த தன் முகத்தைப் பார்த்து நின்றாள். அவள் மேனி முழுவதிலும் அருவருப்பு எழுந்தது.

***

இதம் விரவிய அந்த அத்துவான வெளியில் ஸ்ரீவத்சர் தன்னந்தனியே நின்றார். திருநாம வெள்ளம் பாய்ந்தோடிய நதிப்படுகை போல் நிலமெங்கும் அடர்ந்த வெண்ணிறம். வழியில் தென்பட்ட சிறு திண்டில் சுதைக் கரைசலைப் போல் வெண்மையான சுடுநீர் கிடந்தது. ஸ்ரீவத்சர் அதில் கால் நனைத்து நின்றார். அந்த உஷ்ணம் அவரது தனிமைக்கு உணக்கையளித்தது. இரவா, பகலா என வகுக்க முடியாத ஓர் இறைப்பொழுது அவ்விடத்தில் நிலவியது. மேலே அண்ணாந்து நோக்கியவர் வானம் வெள்ளித் தகடாய் மிளிர்ந்ததில் கண்கூசித் தலை கவிழ்த்தார். தூப வாசத்தைக் காற்றில் இறைக்கும் மஞ்சள் வண்ண நுண்மலர்கள் அவரது காலடியில் மிதிபட்டன. அதன் அடர்வுகளுக்குள் கரு நாகங்கள் புரள்வதுபோல் கனத்த சலசலப்பு கேட்டது. ஸ்ரீவத்சர் விழிகளைக் கூர்ந்தார். மலர்ச் செடிகளுக்கு நடுவே பருத்து அசையும் பொன்மிளிர் மார்பும், பாலும், தேனும் குழைத்துப் பூசி அலங்கரித்த பிருஷ்டமுமாய்க் கணிகைகள் பலர் தாந்திரீக ஞானிகளின் தொடைகளில் அமர்ந்திருந்தனர். அவர்கள் ஸ்ரீவத்சரைத் தங்கள் அருகில் அழைத்தனர். ஸ்ரீவத்சர் அந்தத் தாந்திரீக உச்சாடனங்களில் எரிச்சலுற்றுச் செவிகளை மூடினார். தான் காண்பது ஒரு கனவு என்ற ஐயம் எழுந்தும் அவருக்குக் குறி ஒரு முறை விறைத்து அடங்கிற்று. கணிகைகளை ஓரக்கண்ணால் பார்த்தபடியே வெட்டவெளியில் நடந்தார்.

எங்கும் பரவியுள்ள ஒளியே,
நாங்கள் இருளில் இறங்கத் துணியும்வரை
எங்களை நீங்காதிரு
நீங்கியபின்
எங்கள் இல்லாமையைத் துலங்காதிரு...

திடீரென மனம் அதை எதிரொலிப்பதன் காரணம் புரியாமல் தடுமாறினார். பிறகு காற்றில் படபடத்த கச்சையை மார்புடன் சேர்த்து அணைத்தவாறு தொடர்ந்தார். முன் விரிந்த திசை அவரை ஒரு மலைக்குன்றுக்கு இட்டுச்சென்றது. குன்றின் உச்சியிலிருந்து ஒரு தெய்வக் குரல் அவரை மேலே வரும்படி அழைத்தது. ஸ்ரீவத்சர் அக்குரலில் மருகினார். மேலே ஏற ஏற அவரது உடல் ஒளியில் நனைந்து மிதப்பது போலிருந்தது. உள்ளே திரண்ட இனிமை அவரது மூச்சை நெறுக்கியது.

ஸ்ரீவத்சர் புன்னகை மாறாமல் இருமினார். குன்றின் உச்சியை அடைந்ததும் அங்கு அடர்த்தியான பால்வெண்மையில் ஒரு பசு ஓய்வாகப் படுத்திருப்பதைக் கண்டார். அதன் முகத்தில் சுழி சுத்தமான விஷ்ணு சொரூபம் தெரிந்தது. நெற்றியில் ஞானம் ஒளிர்வது போன்ற மென்மயிர் சுடர். அதனருகில் செல்லச் செல்ல அலாதி நறுமணம் ஒன்று கமழ்ந்தது. ஸ்ரீவத்சர் பரவசமுற்றார். கண்ணீர் பெருக்கெடுத்து நிறைந்தது. தரையில் சரிந்திருந்த பசுவின் பால்மடி பரிசுத்தமான வனப்புடன் காட்சியளித்தது. அட்சயக் காம்புகளில் அண்டம் முழுவதையும் செழிக்க வைக்கும் திரட்சி. அக்காம்புகளிலிருந்து வடிந்தோடும் மாயத் தோற்றங்களே இவ்வுலக இருப்பு என ஸ்ரீவத்சர் எண்ணினார்.

"நீயே பிரம்மம். நீயே எல்லாமும். நீ நீங்கள்..." அவரது சொற்கள் பிறழ்வுற்றன. கரங்களைக் கூப்பி வணங்கி, மாவிலைகளைப் போல் விறைத்து நின்ற அதன் காதுகளைப் பார்த்தபடி நின்றார். "என்னை உன் அருகிலேயே கிடத்திக்கொள், இதுவே வீடுபேறு" என உள்ளம் நெகிழ்ந்து கூவ எண்ணியபோது அவர் தொலைவில் இன்னொன்றைக் கண்டார். பார்வை முடிவுறும் எல்லையில் கரித்துகள் போன்ற செறிவான கரும்புள்ளி ஒன்று நகர்ந்து வந்தது. ஸ்ரீவத்சர் தன் வலது கரத்தை நெற்றியில் வைத்துப் பார்வையை நீட்டினார். அந்தப் புள்ளி ஒரு சுழல் முடிச்சுபோல் அதிர்ந்து, அளவில் வளர்ந்துகொண்டிருந்தது. ஸ்ரீவத்சர் குன்றின் முனைக்கு வந்து அக்கரு வளியை ஆழ்ந்து நோக்கினார். முன்பு விழிமணி அளவில் இருந்தது இப்போது ஒரு யானை அளவில் பருத்துவிட்டிருந்தது. சற்றைக்கு அது மழையில் ஊறிய கரிய மலை போல் கனத்திருந்தது. விழிகளைத் தளர்த்தவே விடாத தோற்றம். ஆத்மாவை உறிஞ்சிவிடும் கருமை. அந்த மாபெரும் கருஞ்சுழலில் யானைகளும், புலிகளும் சுழற்றப்பட்டன. அதனோடு பறவைகள், சிறு நதிகள், பாறைப் பிரவாகங்கள், தளிர் கொடிகள், பெரும் மரங்களுமெனப் பலவும் இணைந்து அந்தச் சுழலாக உருவெடுத்திருப்பது போல் தெரிந்தது. எதிர்க்காற்றில் வீசப்பட்ட குவளை நீர் போல் அதில் அருவிகள் சிதறின. மரங்கள் நெரிபட்டுச் சாறாக வடிந்ததில் வயிற்றைப் புரட்டும் கடிய நெடி காற்றில் வந்தது.

இப்போது அவ்வுரு ஸ்ரீவத்சரின் முன் உயர்ந்து நின்றிருந்தது. அதன் நீளத்தில் வானம் அமிழ்ந்திருந்தது. எட்டிப்பிடித்துச்

சூரியனைப் பருகிவிடும் திண்மை அதனிடம். ஸ்ரீவத்சர் நடுக்கத்துடன் குரல் எழுப்பினார். “பிரம்மத்தின் முன் நான் ஒரு பிரதியுடல், ஆனால் இந்தக் கருமையின் முன்னால் நான் ஒரு சிறு துகள் கூட இல்லை.” தன் திசையைத் தீர்மானிக்கக் காத்திருக்கும் அணங்கு போல் அவ்வுரு சிறு நளினத்துடன் குன்றின் முன் நின்றது. அதன் அடர்வு மிக மிகத் தான் நின்றிருக்கும் குன்று ஒரு சிறு வழிக்கல் போல் குறுகி வருவதை ஸ்ரீவத்சர் கண்டார். பெரும் ஆரவாரத்துடன் முன்வந்த அந்தக் கரு நிழல் குன்றை விழுங்கிவிடுமோ என்ற அச்சம் அவரது தொண்டையை இறுக்கியது. அப்போதும் பசு அதன் இருப்பிலிருந்து அகலாமல், மௌனமாகப் படுத்திருந்தது அவரை வியப்பில் ஆழ்த்தியது. திரும்பி அதனிடமே செல்வதா அல்லது இந்தப் பிரளய இருள் முன் ஒடுங்கி நிற்பதா என அறியாமல் குழம்பினார்.

அந்தப் பேரண்டக் கருமை குன்றை உரசிய வண்ணம் அவ்விடத்திலிருந்து அகல முயன்றது. அது சீற்றத்துடன் உரசியதில் குன்றின் விளிம்புகள் பொடிமணலாய்ச் சிதறின. ஸ்ரீவத்சர் கண்கள் உறுத்தி இமைகளை மூடினார். அப்போது அவர் கண்ட இருண்மை எதிரில் நிற்கும் உருவின் சாயலில் தொனியவும்தான் தனது தன்னுணர்வை இழந்துவிடுவோமோ என அஞ்சினார். மீண்டும் விழிகள் திறந்தபோது இருளையன்றி வேறெதையும் அவரால் காண இயலவில்லை. இருட்சுழலின் பெரும்பகுதி குன்றை உரசிக் கடந்திருக்க, அதன் இருண்ட விளிம்பிலிருந்து ஒரு செந்நாய் தூக்கி வீசப்பட்டது. ஆகோரமான ஓசையுடன், சுழன்ற நிலையில் குன்றின் மீது விழுந்த செந்நாய் தட்டுத்தடுமாறி எழுந்துநின்றது. அதன் உடல் சாம்பலில் குளித்தது போல் பழுப்பேறியிருந்தது. திசை தெரியாமல் வெறித்த அதன் கண்களில் ஸ்ரீவத்சர் தனது தன்னுணர்வை உறுதி செய்துகொண்டார். எனினும் அதன் உருவம் அவரது நம்பிக்கையைச் சிதறடித்தது. “இல்லை... எல்லாமும் பிரம்மம் இல்லை.” செந்நாய் தன்னை நோக்கிச் சீறி வருவதைக் கண்டதும் திடுக்கிட்டுக் கீழே சரிந்தார். அவரது மார்க்கச்சையைக் கூரிய நகங்களால் பற்றி அதைத் தன்னோடு இழுத்தபடி செந்நாய் அவரைக் கடந்து சென்றது. இரண்டு கால்களுக்கிடையே சிக்கி பரட் எனக் கிழிந்த அங்கவஸ்திரம் அதன் உடலோடு பொருந்தி, அசைந்து ஓடியது. ஸ்ரீவத்சர் மூச்சிரைய அமர்ந்து செந்நாய் ஓடும் திசையை நோக்கினார். அப்போது புகைப் பிரவாகத்திலிருந்து

பசுவின் அலறல் ஒலிக்கவும் அவர் நடுங்கிப் போனார். அவர் பசுவை நோக்கி எழுந்து ஓடுகையில் மெல்ல இருள் நீங்கியது. அந்த ஓண்டிச் செந்நாய் குன்றின் தெற்கு மூலையில் விலகிக் கொண்டிருந்த இருளில் பாய்ந்து தொலைவதைக் கண்டார்.

குன்றில் மீண்டும் ஒளி விஸ்தாரிக்கையில் அதை வெறுக்கும்படியான கொதிப்பு அங்கு பரவியிருந்தது. குன்றின் மீது எஞ்சிய சாம்பல் படலத்தில் செந்நாய் வந்து போனதற்கான தடம் ஏதும் தென்படவில்லை. ஸ்ரீவத்சர் கண்ணீருடன் பசுவை நெருங்கினார். செந்நாயின் பற்கள் ஆழமாய்ப் பதிந்ததில் பசுவின் ஞான நெற்றியில் குருதி வடிந்துகொண்டிருந்தது. பசுவிற்கு வேறு காயங்கள் ஏதும் இல்லை. அதன் பால்மடியிலிருந்து மீண்டும் பல வண்ணங்களில் உலகக் காட்சிகள் வடிந்தோடின. பசுவின் நெற்றிக்காயம் பிரம்மத்தையும் கடந்த, நிரந்தர இருப்பு போல் தங்கிவிடுமோ என ஸ்ரீவத்சர் கலங்கினார். ஆனால், அது உடன் ஆறி வடுவாய்க் கண்ணி வந்ததில் நிம்மதியடைந்தார். அந்த வடு தடமின்று எப்போது மறையும்? ஸ்ரீவத்சர் காத்திருந்தார். ஆண்டுகள் பல கடந்துவிட்டதைப் போல் தோன்றியது. முடிவில் அந்த நெற்றித் தழும்பு ஒரு ரேகை அளவிற்குக் குன்றியிருந்தது. அதுவும் மறைந்து தடமின்றி அழியட்டும், அதன்பிறகு இக்கனவிலிருந்து விழித்தெழலாம் என ஸ்ரீவத்சர் காத்திருந்தார். ஆனால், யுகங்கள் பல கடந்தும், தான் அங்கு தான் நின்றுகொண்டிருக்கிறோம் என்பதை உணர்ந்ததும் ஞானத்தைச் சிதைத்து, செந்நாய் இட்ட அவ்வடு இனி ஒருபோதும் நீங்கப்போவதில்லையோ என அவருள் துயரம் பிறந்தது.

ஸ்ரீவத்சர் விழிப்பு தட்டி எழுந்தார். கல்படுக்கை வழக்கத்தை விடவும் அதிகம் குளிர்ந்திருந்தது. வெட்டவெளியில் இரவு குளித்த கல்லிற்கும் அதற்கும் வேறுபாடு இல்லாதது போன்ற அடர் குளுமை. தன் உயிரின் வெப்பம் துரிதமாகத் தீர்ந்து வருகிறதோ என நாடியைப் பிடித்துப் பார்த்தார். அப்போது அங்கு வந்த பணிப்பெண் வாயிலில் சீடர் ஒருவர் காத்திருப்பதாகக் கூறினாள். சாருவாக ஏடுகளில் முக்கியமான ஒன்று கிடைத்திருக்கிறது என்கிற நற்செய்தியோடு அந்தச் சீடன் அவரைக் காண வந்திருந்தான். உள்ளே வந்தவன் அவரது பாதத்தில் ஏடுகளை வைத்து வணங்கினான். அவனை

ஆசீர்வதித்து எதையோ கூற வந்தபோது ஸ்ரீவத்சர் தன் விலா எலும்பின் ஓரத்தில் கடும் ரணத்தை உணர்ந்தார்.

***

பெருமழை ஓய்ந்திருந்தது. வானக் கருமையிலிருந்து விடுபட்ட அயர்வோடு மலைச் சிகரங்கள் மூச்சிரைந்து நின்றன. இருந்தும் பருத்தி இழைகளைப் போல் மெலிந்த, நீண்ட, தூறல்கள் மலைகள் மீது விழுந்தன. 'ஸ்ஸ்' என்ற மென் ஓசை உலகெங்கிலும் பரவியிருப்பது போன்ற தோற்றம். ஈர வெளியில் பச்சைப் பாம்புகளின் ஆக்கிரமிப்பு. வாழைகள் கண்பறிக்கும் பசுமையில் அசைந்தன. சாம்பன் சரிவில் இறங்கிக்கொண்டிருந்தான். காண்கிற இடங்களில் எல்லாம் மழை நனைத்த புஷ்பங்கள் சிதறிக் கிடந்தன. அவற்றிற்கு இடையே எங்காவது தீக்கடம்பை துலங்கிவிடாதா என அவன் கூர்ந்து நோக்கவும் தவறவில்லை. அப்படியொரு மலர் இங்கு இல்லையெனக் கூறி அவளே நகைத்த பின்னரும் அதை நோக்கி அவன் மனம் அலைபாயவே செய்தது. பெரியசாமியும், பரிதியும் நினைவில் வரும்போதெல்லாம் நிகழ்பவை அனைத்திற்கும் அந்த மலர்தான் காரணமென சஞ்சலம் கொண்டான்.

இரவும், பகலுமாய் அவர்கள் ஓயாது நடந்தனர். அந்த இரு பொழுதிற்கும் நடுவே சாம்பல் நிறத்தில் மலர்கின்ற ஒரு மேகப் பொழுதையும் அவன் கண்டுகொண்டான். எத்தனைக் காதங்கள் கடந்திருக்கிறோம் என்பதை அவனால் அறிய முடியவில்லை. வருகிற வழிநெடுக அவன் அவளது சிலிர்த்த பின் கழுத்து ரோமங்கள் ஒவ்வொன்றையும் எண்ணிவிட்டான். அவள் உதடுகளின் அத்தனை வகையான நெளிவுகளும் சில தினங்களில் அவனுக்குப் பரிட்சயம் ஆகிவிட்டன. எனினும் அவை அவனுக்குப் புதுமையான இன்பத்தையே ஒவ்வொரு முறையும் வழங்கின.

ஓயாது நடந்ததில் உடல் தளர்ந்து கண்களில் மட்டும் ஜீவன் மீதமிருப்பது போல் சுகமான அசதி அவனைத் தழுவிற்று. இருப்பிற்கும், இன்மைக்கும் மேலான ஒரு நிலையில் இருப்பது போல் உணர்ந்தான். மரணமும், வாழ்வும் கண்களுக்குப் புலப்படாமல் எங்கோ அடி பாதாளத்தில் கிடந்தன. "என் பிறப்பின் அலைச்சல்களுக்கெல்லாம் கிடைத்த இறுதியும், முழுமையுமான நிவர்த்தி இவள். இவளருகில் இருக்கும் வரை

எனக்கு மரணம் இல்லை, வாழ்வின் அல்லாடல்கள் இல்லை. நான் மாய்த்த உயிர்கள் இனி என்னைத் தொடராது. எதையும் துலங்காமல், என்னை நிம்மதியாக உறங்கச் செய்யும் அந்தகாரம் இவளது விழிப்பார்வை. இவளில் தீர்ந்து கரையவே இவ்வாழ்வு.

ஆண் என்பவன் அரை பிறப்பா? தன் ஆத்மாவின் இன்னொரு மீதத்தை அடையமுடியாமல்தான் தேடல்களில் ஈடுபடுகிறானா? எத்தனை வினாக்கள்? எத்தனை துன்பங்கள்?! ஜீவனின் அமைதிக்காக அவன் என்னவெல்லாம் செய்கிறான். தன் சரிபாதி இருப்பின் வடிவம் எதுவெனப் புரியாமல் அந்த உருவற்ற தளையை வானத்திலும், தெய்வத்திலும் தேடிக் காலத்தை விரயம் செய்வதோடு, இறுதிவரை அதைக் கண்டுணராமலேயே மடிகின்றானா? என் உயிர் இளைப்பாறுவதற்கான இடத்தை நான் கண்டுவிட்டேன். என் இருப்பு மரணத்தைக் கடந்தும் நீளுமா என்கிற ஐயப்பாடு இப்போது என்னை நீங்கிவிட்டது. எந்த நிலையிலும் இந்த நிழல்விரிப்பு என்னைக் கைவிடாது. ஆயிரம் சூரியன்கள் எழுந்து வந்தாலும் இவள் வழங்கும் இந்தக் குளுமை யுகங்களுக்கு அப்பால் தொடரப்போகிறது. ஒருவேளை இவையெல்லாம் எந்தப் பெண்ணிலும் உணரக்கூடியதுதானா? இல்லை, அவ்வாறு இருக்குமெனில் ஏன் இணை வாய்த்த பிறகும் ஆண்கள் அயதியுறுகிறார்கள்?! இவள் முற்றிலும் வேறானவள். என் மனதிற்குள் கள்ளமின்மையின் அடர்ந்த துளியொன்று நொதித்து, உறைந்திருப்பதைக் காட்டியவள் இவள். அதைக் கண்டுணர்ந்தது மட்டுமின்றித் தேன் துளி போல் உயிரில் இனிக்கும் அத்துளியை அன்றாடமும் கிளரச்செய்கிறாள். என் தெய்வமே நீ யார்?”

அவனது உள்ளம் அடைமழையில் கழுவப்பட்ட மாங்கனியாய்ப் பரிசுத்தமடைந்திருந்தது. தன் குருதியைக் கீறி நிலத்தில் வடித்தால் அங்கு தளிர்கள் துளிர்க்குமென்று பட்டது. எனினும் இந்த மேன்மைகளுக்கு எதிர்நிலையாய் ஒரு பள்ளத்தாக்கு அவன் முன் எதிர்படாமல் இல்லை. அவளுடனான பிரிவை அவன் கற்பனை செய்து பார்த்தான். முதலில் அப்படிக் கற்பனை செய்வது அவளுடனான நெருக்கத்தைத் தீவிரப்படுத்த உதவிற்று. அதில் உண்டான பரவசம் அளவில்லாமல் இருந்தது. அவளைத் தொலைத்துவிட்டதாகக் கற்பனை செய்வான். பிறகு அவளை மீண்டும் கண்டுணர்ந்ததாகப் புன்னகைப்பான். இப்போது அதுவே பயம்கொள்ளச் செய்யும் ஒரு நினைப்பாக

மாறிக்கொண்டிருப்பதை உணர்ந்தான். நிறைவான இன்பத்திலும் பிரிவு குறித்த அச்சம் எழாமலில்லை. பிரிவின் துன்பத்தை அனுபவிப்பதற்காகவே உறவுகள் படைக்கப்பட்டனவா என வினவிக்கொண்டான். அதனாலேயே அவனால் உறவின் முழுமையில் நிம்மதியாகக் கண்ணயர முடியவில்லை.

அந்தி படர்கையில் இருவரும் பேச்சி மலையை நெருங்கியிருந்தனர். எதிர்ப்படப்போகும் காட்சிகளை எண்ணி வாட்டமும், அதே நேரத்தில் வனத்தீயை மழை அணைத்திருப்பது குறித்த உளநிறைவும் அவளிடம் மேலிட்டது. "தான் கூறியபடி நடந்துவிட்டது, நான் சொல்கிறபடி கேட்பீர்களா?" சுனையில் நீர் அருந்தும்போதும், ஈரக்குழியில் கிழங்கு தேடும்போதும் ஏற்கெனவே அவள் இருமுறை சாம்பனைக் குறும்புடன் சீண்டிவிட்டாள். அவள் தனக்கு உத்தரவிடுவது எத்தனைப் பரவசம். அதை உள்ளுக்குள் அடக்கியபடி வேண்டுமென்றே "பார்க்கலாம்" என்பது போல் சாம்பன் தலையசைத்தான்.

தீயினால் பேச்சி மலையின் காட்சிகள் மாறியிருந்தன. கடக்க விடாத அடசல்கலெல்லாம் மாய்ந்து இப்போது மலைத்தொடர் மீது ஓர் அகண்ட வெட்டவெளி படர்ந்திருந்தது. அவற்றின் அழிக்கோலம் சாம்பனைப் பதைபதைக்கச் செய்தது. நெருங்க நெருங்க பெரும் கரிப்படலத்தின் துர்கந்தம் நாசியைத் துளைத்தது. பெரு மரங்களின் அடிப்பாகங்கள் கருகிக் கிடந்தன. பசும்புல் விரிப்புகள் பாலையின் வெம்மைபோல் காட்சி தந்தன. சாம்பனுக்கு ஒரு கணம் தான் பொட்டலின் நடுவில் நிற்கின்றோமோ என ஐயம் உண்டானது. எரிந்து சிறுத்த காட்டுக் கோழிகளும், மயில்களும் வெற்றுடல்களாய் மரக்கிளைகளில் தொற்றி நின்றன. பாறைகளில் படிந்திருந்த தீச்சாம்பல் காற்றில் பெயர்ந்துவந்து கண்களை உறுத்திற்று. காயங்கள் மேல் சொரிந்த நிணநீர் போல் மழைமீதங்கள் ஆங்காங்கே தேங்கிக் கிடந்தன. தனலில் வாட்டப்பட்ட விலங்குடல்களில் தேன் அடைகளைப் போல் புழுக்கள் கப்பியிருந்தன. எங்கும் அவநம்பிக்கையின் துர்க்கோலம். அவளிடம் கண்ணீர் பெருக்கெடுத்தது. மௌனமாக அனைத்தையும் வெறித்தாள். சாம்பன் கூறுவதற்கு எதுவுமின்றி அவளது கரத்தைப் பற்றியபடி அருகில் நின்றுகொண்டான். தனக்கொரு மகள் இருந்து அவள் தனது விளையாட்டுத் திடல் மொத்தமும் அழிவுற்றதனால் விசும்பி நிற்பதுபோலும், தான் அவளை ஆறுதல் படுத்துவது போலவும் அவன் கற்பனை

செய்துபார்த்தான். இவளது கண்ணீர் போல் துன்பத்தை வரவழைப்பது வேறு ஏதுமில்லை. ஏன் இந்த உலகமே அழிந்து போகட்டும். அதனால் ஒன்றுமில்லை. ஆனால் இவளது இந்த முகம்...

"அழாதே. என்னால் தாங்க முடியவில்லை."

சாம்பன் அவளது தோளில் கை வைத்துக்கொண்டான். தன் கண்ணீரைத் துடைக்க வேண்டும் என்பது போல் அவள் அவனைத் திரும்பிப் பார்த்தாள். சாம்பன் அவளைப் பரிவுடன் அணைத்துக்கொண்டான்.

"எல்லாமும் மீண்டும் துளிர்த்து கோலங்கள் மாறும்தானே? நீ அறியாததா?"

"ஆம். எல்லாமும் தழைத்தெழும். இவ்விடம் மீண்டும் துளிர்க்கப்போவது நமது செயலிலிருந்துதான். இப்போதே நாம் அதைப் புரிந்து வன தெய்வங்களை வேண்டுவோம்."

"என்ன சொல்கிறாய்? எதைப் புரிய வேண்டும்?" சாம்பன் அவள் அணைப்பிலிருந்து விலகாமலேயே கேட்டான்.

அவளது மலர்வாய் மெல்லிய எச்சில் இழையை அறுத்து அவனது செவியில் ஓதியது.

"மழை பேச்சியை அணைத்தது. இவ்விடத்தில்... என்னுள் எரியும் தீயை நீங்கள் அணைப்பீர்."

***

பறவைகள் நகரின் மேல் திட்டுத் திட்டாய் நகர்ந்தன. மதில்களில் இருப்பின் பாரம் வடிந்தது. தெப்பக் குளத்தின் நீர் அலைகள் மின்னி மின்னி அடங்கிக்கொண்டிருந்தன. எங்கும் நிச்சலனமான அந்தி மயக்கம். இந்த மனச்சாய்வு சிறிதுதூரம் மட்டுமே நீடிக்கவல்லது. சற்றைக்கு எல்லாம் நீராடிய காராம் பசுவாய் இரவு உடல் சிலுப்பி நின்றுவிடும். அதன் பிறகு உறக்கமும், நிம்மதியும் அற்ற நெடும்பொழுது நகரை ஆட்கொள்ளும். மரணத்திற்கும், மறுபிறப்பிற்கும் இடைப்பட்ட மனம் குழப்பும் நேரம்தான் நான்மாட நகரின் அந்திப்பொழுதா?! குன்றுகளைத் தழுவி வந்த ஆடிக்காற்று நகர் வீதிகளில் இலக்கின்றித் திரிந்தது. விளக்குத் தூண்கள் பத் பத் எனச் சப்தமிட்டு ஒளியை வீசின.

அரண்மனையிலிருந்து வெளிவந்த மாறவர்மன் குதிரையில் ஏறிக்கொண்டான். இல்லத்திற்குத் திரும்புகிறோம் என்கிற நிம்மதியில் உறக்கமின்மையால் ஏற்பட்டிருந்த தலை பாரம் சற்றுத் தணிவது போல் இருந்தது. உடல் விரைந்தாலும் அவனது விழிகள் ஏக்கத்தால் சுணங்கியிருந்தன. அனுதினமும் சிறுகச் சிறுக வளரும் தேவகியின் வயிறு அவனது அமைதியைக் குலைத்தது. "இதென்ன வகைப்படாத உணர்வு? குடம் நிறைந்த வெந்நீரைத் தழும்பாமல் சுமந்து செல்ல விதிக்கப்பட்டது போல். வீழ்ச்சியிலிருந்து மீண்டு எழும்போது ஏன் இந்தத் தள்ளாட்டம்? மனம் ஏன் மீட்பைக் கண்டும் அஞ்சுகிறது? இன்னும் எத்தனை பகல்கள், இரவுகள் இந்தத் தவிப்பில் உழல்வது. கண்ணம்மாவை இழந்து, கதியற்று நின்ற நாள்களில் கூட இப்படியான உள்ள அதிர்வு எழவில்லை. இது என்னை முற்றாகச் சாய்த்துவிடும் போல் இருக்கிறது." மாறவர்மன் அவனது மனோதிடத்திற்குப் பொருந்தாத, அந்த ஆண்மையற்ற கணங்களுக்குள் ஓர் இன்பம் ஊறுவதைக் கண்டான்.

நாடகத் திடலைக் கடந்து வருகையில் திடீரெனச் சில பெண்கள் ஒப்பாரியுடன் பாதையில் குறுக்கிட்டனர். மாறவர்மன் திடுக்கிட்டுக் குதிரைக் கடிவாளத்தை இழுத்தான். அவனுக்குச் சினம் தலைக்கேறியது.

"கணம் தப்பியிருந்தால் குதிரை மிதித்துப் போட்டிருக்கும். ஏன் இப்படி ஓடுகிறீர்கள்?"

"மன்னிக்க வேண்டும் வீரரே. இந்தக் கிழவியின் பேத்தி செத்துப்போய்விட்டது. பச்சப் பயறு போல் இருந்த சின்ன பிள்ளை. அங்குதான் ஓடிக்கொண்டிருக்கிறோம்" அவர்களில் ஒருத்தி விசும்பலுடன் கூறினாள்.

"எங்கே... எப்படி?" மாறவர்மன் தன்னை மீறிக் குதிரையிலிருந்து எழும்பியவாறு கேட்டான்.

அவர்கள் நாவிதர் தெருவை நோக்கிக் கை நீட்டிவிட்டு நகர்ந்தனர்.

மாறவர்மன் அதே இடத்தில் உறைந்து நின்றான். வழியெங்கும் வெறுமை கவிந்திருந்தது. அவனது உள எண்ணங்கள் குதிரையின் இரைப்பு போல் அதிர்வுடன் வெளிவந்தன. தொலைவிலிருந்து வந்த ஒப்பாரிச் சத்தம் கண்ணம்மாவின்

இறுதி நாளுக்குள்ளிருந்து ஒலிப்பது போல் இருந்தது. எங்கு ஒலித்தாலும் மரண அழுகையின் ஓசை ஒன்றுபோலவே இருக்கின்றது. அது காலத்தாலும், மொழியாலும் கூட மாறுவதில்லை. அவ்வப்போது சிறு துரும்புபோல் காற்றில் ஒலித்து மறையும் தொலைதூர அழுகையோசை இவ்வுலகை ஒரு நிரந்தர மரண வீடாகக் காட்டுகிறது. இக்கணத்தில் மட்டும் உலகில் எத்தனை மரண வீடுகள்?

கண்ணம்மா இறந்துகிடந்த மதியப் பொழுதின் உஷ்ணத்தை மாறவர்மன் மீண்டும் மிக அணுக்கமாய் உணர்ந்தான். அவனுக்கு அந்தத் துயர்மிகு நாளை மீண்டும் காணவேண்டும் போலிருந்தது. திடலைக் கடந்து கழிவு நீரும், நூற்றாண்டுகள் ஒதுக்கிய கசடுகளும் தேங்கிநிற்கும் அந்த வீதிக்குள் நுழைந்தான். அவன் பழகிடாத ஒரு நாற்றம் முகத்தில் அறைந்தது. அருவருப்பை மறைக்க விறைப்பான முகபாவத்தை வரவழைத்துக்கொண்டான். வீதியோரத்தில் நின்றிருந்த முதியவர்கள் மாறவர்மனின் வருகையைக் கண்டு அஞ்சினர். ஒன்றுக்கும் அடங்காத சில நாவித இளைஞர்கள் அரசுக்கு எதிரான சதிச் செயல்களில் தலைகொடுத்துச் சிக்கிக்கொண்டனரோ என்கிற ஐயம் அவர்களுக்கு எழுந்தது. பெண்களும், சிறுவர்களும் அவனது வருகையில் குழம்பி முணுமுணுத்தனர். மாறவர்மன் அவர்கள் எவரையும் பொருட்படுத்தாமல் ஆட்டுப் புழுக்கையும், சாணமும் குழைந்து நாறிய வாசல்களின் ஊடாகச் சாவு வீட்டைத் தேடிப் பார்வையைத் துலங்கினான். “நான் மனிதர்களுக்காக இரங்கவில்லை. இங்குள்ள மனிதர்களில் குணத்தில் கீழானோர் பலர் உண்டு. தாழ்ந்து கிடப்போரும் தலைநிமிர்த்தி மேலேறியபின் தனது குரூர மனதையே காட்டுவர். காலமும், இடமும் முன்னும் பின்னும் இருக்குமே தவிர, மனிதனின் கீழ்மைகள் பொதுவானவை. என் உள்ளம் இங்கே பதறுவது மனித குணம் பற்றி ஏதும் அறியா குழந்தைகளுக்காக. உலகின் குழந்தைகள் யாவும் ஒரே ஆத்மாவைச் சுமக்கின்றன. இந்த முடை நாற்றத்தில் புரள்வதால் அவை களங்கம் கொண்டுவிடுமா? இல்லை.”

இறுதியாக மனிதச் சந்தடியைத் துளைத்து, அந்தக் குடிசையை அவன் வந்தடைந்தான். குடிசையின் வாசலில் ஒரு உளுத்துப்போன மரப் படுக்கையில் அந்தச் சிறுமியைக் கிடத்தி வைத்திருந்தனர். மாறவர்மனைக் கண்டதும் பிள்ளையைச்

சூழ்ந்து நின்ற உறவினர்கள் எல்லோரும் எழுந்து நின்று வணங்கினர். நாடியைப் பார்த்து இறப்பை உறுதிசெய்ய வந்திருந்த உத்திராபதி பண்டிதரும் அவர்களுள் ஒருவராய் நின்றிருந்தார். மாறவர்மன் அவரை அருகில் அழைத்தான். அவர் பணிந்தபடி ஓடிவந்ததும் சடலத்தைச் சுற்றி நின்றிருந்தவர்களைப் பார்த்து நீங்கள் நிற்க வேண்டியதில்லை, அமரலாம் என்பது போல் கையசைத்தான்.

பண்டிதர் "கும்பிடுகிறேன் மறவரே. என் விவகாரமாக வந்தீர்களா? இன்னும் கெடு மீதமிருக்கும் போலிருக்கிறதே?" என்றார்.

"நான் அதற்காக வரவில்லை."

பிறகு, சற்று தயக்கத்துடன் "அந்தப் பிள்ளை எப்படி இறந்தாள்?" என வினவினான்.

"வழக்கம் போல்தான். வாந்தியும் பேதியுமாய்க் கிடந்தது. பிஞ்சு உடல் வைத்தியத்துக்குத் தாங்கவில்லை. இப்போதுதான் கொஞ்சம் முன்னர் போய்விட்டது."

"ம்ம்ம். உனது மருமகன் எப்படி இருக்கிறான்?"

"சற்று முன்னேற்றம் இருக்கிறது மறவரே. பார்க்கலாம்." பண்டிதர் அயற்சியுடன் கூறினார்.

மாறவர்மன் அதற்கு மேல் அவரிடம் எதையும் வினவவில்லை. சிறுமியின் சவத்தைப் பார்த்தபடியே உறைந்திருந்தான். பண்டிதர் அவனது நடவடிக்கை கண்டு குழம்பினார். அப்போது மாறவர்மனின் மகள் ஓராண்டிற்கு முன் இறந்தது அவரது நினைவுக்கு உதித்தது. எதையோ புரிந்துகொண்டவராய் விலகிச் சென்றார்.

மாறவர்மனின் விழிகள் அனிச்சையாய் வானத்தை நோக்கின. அவ்வளவு அலங்கோலமான மேகங்களைத் தான் இதற்கு முன் கண்டதேயில்லை என அவனுக்குத் தோன்றியது. முடைநீரில் திரளும் நுரையைப் போல் இருண்ட வானில் கருநீல மேகங்கள் சிதறியிருந்தன. உதடுகளை மடித்து, பற்களை இறுக்கியவாறு சிறுமியின் உடலை அவன் நெருங்கினான். அவனால் அந்தச் சிறுமியின் இறப்பைக் கண்ணம்மாவின் இழப்பிற்குத் துணையாக

நிறுத்தி ஆறுதல்கொள்ள முடியவில்லை. சிறுமியின் துவண்ட கோலம் அவனை உலுக்கிவிட்டது.

சிறுமியின் தாய் பெரும் கூச்சலிட்டு அவனது காலில் விழுந்து கதறினாள்.

“தேவரே... எம் பிள்ளையைப் பார்க்கவா இந்த வாசல் வரைக்கும் வந்தீர். எம் பிள்ளையைப் பாருங்கள் தேவரே. அவள் இப்படியா போக வேண்டும்...”

மாறவர்மன், சிறுமியின் முகத்தைக் கண்டு அதிர்ந்தான். மீண்டும் கண்ணம்மாவின் சடலத்திற்கு முன்பாக நிற்பது போல் பதைபதைப்பு உண்டானது. இறக்கின்ற பிள்ளைகள் அனைத்திற்கும் ஒரே சாயல். இந்த இரக்கமற்ற உலகை மன்னித்து, கனிவுடன் விடைபெறுகிறார்கள். இந்தத் துன்பப் படலம் எப்போது மனிதனை நீங்கும்? துவண்ட நிலையில் வாசலின் ஓரத்தில் அமர முற்பட்டான்.

“தேவரே.... நீங்கள் இங்கு அமரலாமா...” அவனைச் சுற்றி ஒலித்த குரல்களை அவன் கண்டுகொள்ளவில்லை.

முக்காலியோ, மர ஆசனமோ தேடி சிலர் அண்டை வீடுகளுக்கு ஓடினர். உத்திராபதி பண்டிதர் தன் வீட்டிலுள்ள முக்காலியை எடுத்து வரச் சொல்லி ஒரு சிறுவனை அனுப்பினார். முக்காலி வந்ததும் மாறவர்மனை அதில் அமர்ந்துகொள்ளும்படி வற்புறுத்தினார். சிறுமியின் சடலத்தை விடியலில்தான் எடுக்க இயலும், நீங்கள் செல்லுங்களெனப் பண்டிதர் கூறியும் அவன் கேட்கவில்லை.

நள்ளிரவு கடந்து சிறுமியின் தாய் தவிர மற்ற எல்லோரும் ஆளுக்கு ஒரு மூலையாக உறங்கச் சென்றிருந்தனர். மாறவர்மன் மட்டும் கண்கொட்டாமல் அமர்ந்து சிறுமியின் முகத்தைப் பார்த்துக்கொண்டிருந்தான். “கண்ணம்மாவின் நினைப்பு எதிரிலேயே இன்னொரு உருவமாய் மடிந்து கிடக்கிறது. ஐயோ இந்த மௌனம்... என் மகள் இறுதியாய்ச் சூடியிருந்த அதே மௌனச் சொரூபம். இந்த மௌனத்தின் முன் மொத்த உலகும் மண்டியிட்டுப் பாவ நிவர்த்தி கோர வேண்டும். எப்போது விடியும்? மரண வீட்டின் இரவுக்கு அண்டத்தின் நீளமா?” மாறவர்மன் அசைவுறாமல் அமர்ந்து அந்தக் கொடும் இரவைச் சிறிது சிறிதாய்ப் பருகினான்.

விடியலில் மீண்டும் மனிதர்கள் கூடினர். பண்டிதர், சடலத்தை எடுக்க ஏற்பாடுகளைச் செய்தார். ஆற்றங்கரையில் இடுகுழி தோண்டப்பட்டது. இரு மூங்கில் கம்புகளுக்கிடையே கட்டப்பட்ட கோணித் துணியில் சிறுமியைக் கிடத்தும் முன் இறுதியாய் ஒருமுறை சிறுமியின் முகத்தைப் பார்க்க எல்லோரும் அழைக்கப்பட்டனர். மாறவர்மன் ஒரு சிறுவனைப் போல் கூட்டத்தில் முண்டியடித்தான். பண்டிதர் குரல் எழுப்பிக் கூட்டத்தை விலக்கினார். மாறவர்மன் சிறுமியின் அருகில் சென்றான். விழிகளை இறுக்கியபடி அதன் நெற்றியில் கை வைத்தான். நெற்றியில் விரவியிருந்த குளிர் நைந்து கசங்கிய மலரில் உணரக்கூடிய குளிர்ச்சியை ஒத்திருந்தது. அந்தத் தொடுகை ஒரு பருவடிவமாய்த் துளிர்த்து மாறவர்மனின் ஆன்மாவிற்குள் நெடுங்காலமாய் வீங்கி நின்ற சீழ்க்கட்டியை உடைத்தது. அவன் அதில் உறைந்து நின்றான். நேரம் கடந்து, வெயில் ஒவ்வொருவரின் மீதும் மழைபோல் வியர்வையைப் பொழியத் தொடங்கியும் அவன் சிறுமியின் நெற்றியிலிருந்து கரத்தை விலக்கவில்லை. அவன் நின்ற கோலத்தைக் கண்டு பண்டிதருக்கு உள்ளம் இரங்கியது. இதன் முன் அவனது வன்மைகள் அனைத்தையும் மன்னித்துவிடலாமே என மனம் புழுங்கினார். சிறுமியின் தாய் தலைவிரிக் கோலமாய் ஓடிவந்து சிறுமியைத் தூக்கி அவனது அகண்ட கரங்களில் கொடுத்தாள். முதலில் செய்வதறியாது விழித்தவன் பிறகு சிறுமியின் உடலைத் தன் மார்பில் இறுக்கி அணைத்துக்கொண்டான். அந்த அணைப்பு உண்டாக்கிய பரிதவிப்பை அவனால் தாங்கமுடியவில்லை. அப்படியே மடிந்துவிடலாம் போல் தோன்றியது. என் மகள்... என் மகள்... என்றபடி குரல் உடைந்தான். சூழ்ந்து நின்ற எல்லோரும் தங்களை மீறி அழத் தொடங்கினர்.

***

சுருளி வெயில் வற்றிய வானை அண்ணாந்து பார்த்தார். கள்ளக்குடி அவரை ஐய விழிகளுடன் ஏறிடத் தொடங்கியதிலிருந்து அவரால் ஆளற்ற வெளியில் மட்டுமே தலை நிமிர்த்த முடிகிறது. "சாத்தன் தரும் கூலிக்காய் எத்தனைக் களவைக் கெடுக்கிறோம். எத்தனை விழிகளை ஏமாற்றுகிறோம். நாளை, வேல் உயர்த்தித் தடம் மறிக்கப்போகின்ற பிள்ளைகளில் எத்தனைப் பிள்ளைகள் என்னால் வயிறு காய்ந்து உறங்குகின்றன. கள்வர்கள் ஏன் இன்னும் என்னை விட்டுவைத்திருக்கிறார்கள்?

என்னைக் கொல்வதைக் கூட இழுக்கென்று கருதுகிறார்களா? என் இளமையில் எத்தனை தருணங்கள் வாய்த்தன. குலம் வணங்கும் நடுகல்லாய் மாறியிருக்க, ஏன் அது நிகழவில்லை? காலம் என்னை ஒன்றும் செய்யாமல் விரட்டி வந்தது இவ்விடத்தில் நிறுத்தி வைக்கத்தானா? எனக்கு முன்னரே என் பெருமைகள் அழிந்திருக்கக் கூடாதா? இந்தக் குடி மொத்தமும் சேர்ந்து என்னை வெட்டிச் சரித்தால்தான் என்ன? அதில் இழுக்கொன்றுமில்லை. எனினும் என் குருதி வடிந்த திசையில் இனி வரப்போகின்ற தலைமுறைகள் தலை வைக்க முடியுமா? என் எண்ணச் சாம்பல்கள் அவர்களிலும் படிந்துவிடுமே?"

சுருளி தளர்ந்த நிலையில் கறுப்பசாமியிடம் வந்தார். கறுப்பின் முன்பாக நின்று வணங்கியவர் விழிகளை ஒருமுறை மூடித் திறந்தார். இமைமூடி, இருளில் ஒன்றையும் துலங்கமுடியவில்லை என்கிற ஏமாற்றம் அவரது நெற்றியில் படர்ந்தது. கறுப்பு தன் மீது இறங்கிய காலங்களை நினைத்துப் பார்த்தார். "கறுப்பா. ஒட்டு உறவில்லாமல், ஒன்ற முடியாத ஜடமாய் உன் முன் இப்போது நிற்பது எத்தனை வேதனை... என் கரங்களைப் பார். எத்தனை பலி ஆடுகளை இவை உனக்காகச் சிரசறுத்து வீசியிருக்கும். ஆனால் இனி இவை விறகுக்குக் கூட ஆகாது. இனி ஒருபோதும் நீ என் மீது இறங்கமாட்டாய். காரணம் என் வயது மூப்பும், தளர்வுற்ற உடலும் அல்ல. என்னுள் நிரம்பியிருக்கும் அசிங்கம். வயிற்றின் இச்சைக்காய்க் குடிகெடுக்கும் அசிங்கம். அதுவே உன்னை என்னிடமிருந்து விலக்கிவிட்டது. நீ விலகியே நில். என்னை ஒருபோதும் பின்தொடர்ந்து வராதே. நீ என் அசிங்கங்களில் கால்வைக்க வேண்டாம். நான் போகிறேன். இனி திரும்பமாட்டேன். என் மகன் இங்கு தனியே இருப்பான். நீ விரைந்து அவனது மூச்சை நிறுத்தவேண்டும். உன்னிடம் நான் இறுதியாக வேண்டுவது இதைத்தான்."

சுருளி மௌனமாக நின்றார். ஏதோ மர்மச் சலனம் உண்டானது போல் கறுப்பு பீடத்தின் மீது இலைச் சருகுகள் அசைந்தன.

"கறுப்பா... சாம்பன் எங்கேயென்று அறியேன். அவனை நன்றாக வை." அவர் கண்களில் கோர்த்திருந்த நீரில் ஒரு துளி நழுவி மண்ணில் விழுந்தது. தோள் துண்டினால் கண்களைத் துடைத்துக்கொண்டார்.

அந்தி சாய்ந்து எங்கும் இருள் சிதறியிருந்தது. மயக்கத்தில் நடப்பது போல் கண்கள் இருட்டிக்கொண்டு வந்தபோதும் சுருளி தன் பாதங்களை அழுத்தி ஊன்றி நடந்தார். இன்னும் எவ்வளவு தூரம்? தொலைவில் தெரிந்த ஒற்றைப் பனையுச்சியைக் குறித்துக்கொண்டு நடந்தார். அவருள் ஏனோ தான் நிலத்தின் மீதல்லாமல் காலத்தின் மேற்பரப்பு மீது நடப்பது போல் ஒரு விநோத எண்ணம். "இங்கு நிலவிய புழுக்கம் இப்போது எங்கு போனது? ஒரு பனிக்கால விடியலுக்குள் நடப்பது போல் எப்படி இங்கு குளுமை படர்ந்தது? கொதிப்படங்கா புதுமாமிசத்தை எச்சில் வடிய மென்றதைப்போல் உடலில் திடீரென விறுவிறுப்பு எழுகிறது! கறுப்பா... நீயா? நீ என்னுடன் வருகிறாயா?"

சுருளி தன் மகன், தனது கீழ்மைகள் என அனைத்தையும் பின்னால் உதறிவிட்டு அங்கு வந்து சேர்ந்திருந்தார். அவரின் உடல் கூட வெளிப்படா வண்ணம் இருள் அனைத்தையும் விழுங்கியிருந்தது. நிலவற்ற கருநீல வானில் பாலையின் கிரீடம் போல் பனைகள் மட்டும் துலங்கின. மேலக் காற்றில் மாடுகளின் கழுத்து மணியோசை அருகுவதும், வெளிப்படுவதுமாய் இருந்தன. சுருளி மண்ணில் தலைவைத்துக் குளம்புகளின் அதிர்வை உணர்ந்தார். வண்டிகள் கடும் வேகத்தில் முன்னேறி வருவது தெரிந்தது. அந்த வேகம் சுருளிக்குக் கலக்கத்தையும், நிறைவையும் ஒருசேர வழங்கிற்று. அவர் கணித்திருந்ததைப் போல் பெருஞ்சாத்தன் திருத்தாள் வழுதியே அந்த நடையை முன்னின்று அழைத்து வந்தான். இருளில் பொன்னிற திரைபோல் குவிந்திருந்த செம்மண் புழுதியைத் துளைத்து மறவன் பற்று முதலில் வெளிப்பட்டது. செவ்வேல் மறவன் முதல் வண்டியில் கண்கள் விரிய அமர்ந்திருந்தான். சுருளிக்குக் காட்சிகள் அனைத்தும் தெளிவாகியிருந்தன. ஆயினும் தனது நோக்கம் விளங்காமல் நின்றார். இந்த இடைமறிப்பு தேவையான ஒன்றுதானா? இங்கிருந்து அகன்றுவிடலாமா? வண்டிகளின் கடகடப்பு நெருங்கியதும் சுருளியின் பாதங்கள் தன்னிச்சையாய்த் தடத்தை நோக்கி முன்னேறின. சுருளி இரண்டு கரங்களையும் தலைக்கு மேல் உயர்த்தியபடி பாதையின் மையத்தில் வந்து நின்றார். வண்டிகள் வேகம் குறைப்பது கண்டு கரங்களை இறக்கி மார்பில் கட்டிக்கொண்டார். பிறகு வயிற்றின் மொத்த ஜீவனையும் திரட்டிச் சப்தம் எழுப்பினார்.

"வணங்குகிறேன்."

வண்டியோட்டி செவ்வேல் மறவனிடம் சுருளி பற்றி மெலிதாக முணுமுணுத்தான். செவ்வேல் மறவன் பதிலுக்குச் சப்தமாக எதையோ கூறுவதும் அதோடு இழிவாகச் சிரிப்பதும் கேட்டது. சுருளி இன்னும் பணிந்து முன் வந்தார். செவ்வேல் மறவன் வண்டியிலிருந்து இறங்கிச் சுருளியை நோக்கிச் சென்றான்.

"நான் முதலில் கடுவாயோ, நாயோ நிற்கிறது என நினைத்துவிட்டேன். பிறகு நீர் என்னயா இங்கு? ஆறலைக் கோனே. உம்மைப் பற்றி கேள்விப்பட்டிருக்கிறேன்... என் தந்தை உன் பெருமைகளைக் கூறி மிரண்டிருக்கிறார். இப்போது உன் நிலையைப் பார்க்க அவர் இல்லாமல் போய்விட்டாரே என வருத்தம் வருகிறது."

"நடையில் பெருஞ்சாத்தர் இருக்கிறாரா?" செவ்வேல் மறவன் கூறியதைச் செவிகொள்ளாததுபோல் சுருளி தலையை அசைத்தபடி கேட்டார்.

செவ்வேல் மறவன் எரிச்சலுடனும் "ஏன்... சுங்கம் எதுவும் விதித்துள்ளீரா? கொண்டு வந்த துப்பு என்ன? ஈடாய்ப் படி எவ்வளவு வேண்டும். அதை மட்டும் நீர் கூறினால் போதும். அதுவும் என்னிடம்..." என்றான்.

"அப்படியென்றால் நான் ஒதுங்கிக்கொள்கிறேன். இது ஆகாது. ஏனெனில் நான் கொண்டு வந்த சங்கதி அப்படி."

"அப்படி என்ன ராஜ இரகசியம்? நாயக்கரை வரச் சொல்வோமா?"

"வரச் சொல்லுங்கள். இது அரச காரியம்தான். நாட்டுக் கள்ளர்கள் மூன்று சதித் திட்டங்களைத் தீட்டியுள்ளனர். முதல் திட்டம் திருவேலி நிலங்களில் இரவோடு இரவாக இறங்கி ஒருபுறம் தீயிட்டுவிட்டு மறுபுறம் உள்ள விளைச்சல் முழுவதையும் அறுத்துச் செல்வது. இரண்டாவது திட்டம், காவலர்கள் கழனிகளை அடைந்தபின் இன்னொரு கள்ளர் பற்று நாடேறி காவலின்றி இருக்கும் வேளாளர்களைக் கொன்று செல்வங்களை அள்ளிச் செல்வது. மூன்றாவது திட்டம் இன்னும் பயங்கரமானது. அரச காரியம். அதை பெருஞ்சாத்தரிடம் மட்டும்தான் கூற இயலும்..."

சுருளி அத்தனைத் திடத்துடன் கூறியதைக் கேட்டு செவ்வேல் மறவன் அதிர்ந்து நின்றான். உள்ளே ஊர்ந்த அச்சத்தை விழுங்கியபடி பெருஞ்சாத்தன் திருத்தாள் வழுதியின்

வண்டிக்குச் சென்றான். பெருஞ்சாத்தர் பதைபதைத்து இறங்கிவந்தார். அவரது அங்கவஸ்திரம் மட்டும் காற்றில் இளைந்து வருவது போல் அவரது உருவம் நெருங்கி வந்தது. தெண்டுக் கிழவர் எனினும் தோற்றத்தில் சுருளியை விடப் பத்து வயது இளையவர் போல் இருந்தார். செவ்வேல் மறவன் ஏந்தியிருந்த தீப்பந்தம் மீசை மழிக்கப்பட்ட அவர் முகத்தில் எதிரொளித்தது. அவரது பதற்றமான உடல்மொழி சுருளியின் முழுக் காலத்தையும் அவர் அறிந்திருக்கிறார் என்பதை உணர்த்திற்று. சுருளி தலையைக் கவிழ்த்திருந்தாலும் அவரது விழிகள் மேலுயர்ந்து பெருஞ்சாத்தனின் விழிகளோடு மோதின. "சாத்தர் இறங்கிவந்தது இன்று கீழான வாழ்க்கை நடத்தும் சுருளிக்காக அல்ல. சுருளி தரும் செய்தியை விடவும் வேறொன்று இருக்கிறது. இருவருக்கும் இடைப்பட்டு நிற்கும் எனக்கு வரலாற்றில் என்ன இடம்?" செவ்வேல் மறவன் திடீரெனத் தன்னுள் சிறுமை பிறப்பதை உணர்ந்தான்.

சுருளி இப்போது நேர் நிமிர்ந்து சாத்தன் மீது பார்வையைப் பொதித்தார். அவரது கரங்கள் அனிச்சையாய்த் தோளில் கிடந்த துண்டையெடுத்துத் தலையில் பரிவட்டம் போல் முடிந்தன. பெருஞ்சாத்தர் தன்னையறியாமல் விழிகளை ஒருகணம் தாழ்த்திக்கொண்டார். இருவர் நடுவிலும் வறண்ட காற்று ஊடாடியது.

பெருஞ்சாத்தர் பொறுமை இழந்து "அப்படியென்ன சங்கதி? கூறும். எமக்கு நேரமில்லை" என்றார் .

சுருளி பதிலின்றிப் புன்னகைத்தார். அவர் அதிகக் கூலிவேண்டி மௌனம் சாதிக்கிறாரோ என எரிச்சலுற்ற செவ்வேல் மறவன் கூலம் ஏற்றப்பட்ட வண்டியை நோக்கி அடி வைத்தான். அவன் சிறிது தூரம் நகர்ந்ததும் வெட்டுண்ட சேவல் கத்துவதுபோல் ஓர் அலறல் சத்தம் ஒலித்தது. அவன் திரும்புவதற்கும், வண்டிக்காவலர்கள் விழிகள் விரிந்து ஓடி வருவதற்கும் சரியாக இருந்தது. பெருஞ்சாத்தர் தொண்டையிலிருந்து பீறிட்ட குருதியை இருகரத்தாலும் அடைத்தபடி தள்ளாடினார். சுருளி உதிரம் வடியும் ஓர் இரும்புத்துண்டை கையில் ஏந்தியபடி நின்றிருந்தார். செவ்வேல் மறவன் உடைவாளை உருவிக்கொண்டு அவரை நெருங்கினான். சுருளியிடம் ஓர் எதிர்ப்பும் இல்லை. இரும்புத் துண்டை ஏந்திய அவரது கரம் இனி என்றைக்கும் அதன் நிலையிலிருந்து மாறாது என்பது போல் உறைந்துவிட்டிருந்தது.

வீரர்களில் சிலர் பெருஞ்சாத்தரைத் தாங்கிக்கொண்டு வண்டி நோக்கி விரைந்தனர். சுருளியை அடைந்த செவ்வேல் மறவனை விநோதமான தயக்கமொன்று எதிர்த்துத் தள்ளியது. செவ்வேல் மறவன் தன் நடுங்கும் கரத்தைப் பார்த்து உடல் சிலிர்த்தான்.

சுருளியை நோக்கி "ஏன்யா... இப்படிச் செய்தீர்?" எனத் தழுதழுத்த குரலில் கத்தினான். சுருளி ஒருமுறை நிறைவாகச் சிரித்துவிட்டுத் தலையசைத்தார். மறவன் கண்களை இறுக்கியபடி வாளை வீசினான். கழுத்து சரிபாதியாய் வெட்டப்பட்டு சுருளி கீழே சரிந்தார். அவரது உதிரச் சூட்டில் நிலம் கொதித்தது. நள்ளிரவில் வெயில் இறங்கியதுபோல் அவ்விடமெங்கும் ஒரு விளங்கமுடியாத உக்கிரம்.

***

ஸ்தபதி முத்துக்குமர ஆசாரி தன்முன்னே தோயல்கள் பூர்த்தியடைந்து, ஒய்யாரமாய் எழுந்து நின்ற திருத்தேரினை மெய்க்குளிர்ந்த நிலையில் பார்த்துக்கொண்டிருந்தார். தேரின் பரிபூரண வடிவம் அவரை அதே இடத்தில் பிடித்து நிறுத்தியிருந்தது. ஆழ்வார்கள், துவார பாலகர், கின்னரர், பூத கணங்கள், காவல் கணபதி, நாகர்கள், துர்க்கை இசை; நாட்டிய கணிகைகள் எனத் தேரின் ஒவ்வொரு அடுக்கிலும் விழி திறந்து உயிர்பெற்றிருந்த சிற்பங்கள் அந்தியொளியைக் கிரகித்துப் பொன்னிறத்தில் வசீகரித்தன. சூரியன் இப்போது சிறு ஒளிக்கோடாகச் சுருங்கவும் தேரின் இரு பக்கங்களிலும் இளம் இருள் படிந்தது.

ஸ்தபதி மழையில் கவிழ்ந்த சோளத் தட்டைகளைப் போல் வியர்வையில் மடிந்துகிடந்த தன் மார்பின் வெண் மயிர்களைத் துடைத்துக்கொண்டே தேருக்கான மரத்தை முதல்முதலில் நோட்டம் பார்த்த நாளை எண்ணிப்பார்த்தார். காலம் கரைந்துபோன இடம் தெரியவில்லை. அமைதியாய் நின்று இத்தேர் பெருங்காலத்தை அருந்தியிருக்கிறது. இதன் மேன்மைக்கு முன் தனது வாழ்வும், தான் வடித்த மற்ற அனைத்துத் தேர்களும் பொருள் இழந்துவிட்டதைப் போல் அவர் திகைத்தார். மறுபுறம் இது தன்னால் உருவானதென்று அவரால் நம்ப இயலவில்லை. அவர் விழிகளுக்கு ஒன்றுமற்ற வெளியிலிருந்து வெறும் மரத்துண்டுகளை அணிந்து பெருமாள் ரதம் தன்னைத்தானே வடித்துக்கொண்டது போலிருந்தது. கணுவுகள் விடாத ஒரே

அளவு, வயதுடைய இலுப்பை, சந்தன மரங்களைக் கொண்டு வருவதற்கே காணிகளுக்கு இரண்டாண்டுகள் தேவைப்பட்டது. மரச்சட்டங்களுக்கு இடையே கூடுதல் பிடிமானத்திற்காகச் சொருகப்பட்ட அகப்புகளுக்காகவே நான்கு மூங்கில் குறுத்துகள் வெட்டப்பட்டன. யானை முதல் மரத்துண்டைத் தூக்கி வந்து கிடத்துகையில் ஸ்தபதிக்கு முழு நரை ஏறியிருக்கவில்லை. எல்லாமும் முற்பிறவியில் நிகழ்ந்ததோ என அவருக்குப் பிரமை உண்டானது. கால நீரோட்டத்தில் புலன்கள் அலுங்காமல் நீந்தி, ஒவ்வொரு அலகிலும் சீராக இயங்கி, கிடுகு, கூவிரம், கொடிஞ்சி, தேர்த்தளம் என ஒவ்வொரு அங்கத்தையும் அதிநுண்மையோடு படைத்திருப்பது கண்டு தன்னுடைய திறனில் ஸ்தபதி அதிசயத்தார். திருவரங்கப் பெருமானுக்கு நம்மாழ்வார் வடித்த கோரதத் தேரை விடவும் இது தெய்வசொரூபம் நிறைந்தது எனக் கூவ எண்ணினார். ஆரூர், திருவில்லிப்புத்தூர் தேர்களை விட இது கனத்தில் சிறியது என்றாலும் கலைவடிவில் இதற்கு இணையென்று ஏதுமில்லை. சிறிது காலத்திற்கு முன்பு தேரைக் காண வந்திருந்த ஞானகுருவான ஶ்ரீவத்சரும் அதை உறுதிப் படுத்தியிருந்தார். அப்போது அருகில் நின்ற தனது சீடன் கோபிலனிடம் அவர் தேரின் ஒவ்வொரு அங்கம் குறித்தும் வியப்புடன் விளக்கியதை எண்ணி ஸ்தபதி இப்போது முகம் மலர்ந்தார். சிற்பங்கள் கோர்க்கப்படுவதற்கு முன்பே இது உத்தரமட்டம், முகபத்திரம் ஆகிய கலை மரபுகளின் சிகரமாய் உருப்பெற்றுவிட்டது என இதன் வடிவில் உருகிய ஶ்ரீவத்சர் இப்போது இதன் உச்ச ஸ்ருதியை எவ்வாறு தாங்கப்போகிறார்?! அகில் மணக்க, கண்கள் ஒளிர அன்று அவர் கூறியது இப்போதும் உயிரில் ஒலிக்கிறதே.

“ஆசாரியே. நீ அறிவாய். நகரெங்கும் கலைச் சூனியம் ஆக்கிரமித்துள்ளது. கலைச் செல்வங்கள் யாவிலும் அழிவின் நிழல். என்ன பார்க்கிறாய்?! எனது புலம்பல்களைக் கேட்க நீ தகுதியானவன்தான். உன்னைப் போன்ற விழிகளில் ஒளிநிறைந்த கலைஞர்களே தற்போது நான்மாட நகரில் இல்லை. நீ பிறப்பிலேயே கல் உளி தரித்திருந்தால் தென் கூடலில் எழும் மகாசங்கு எப்போதோ அதன் முழுமையை எய்தியிருக்கும். துரதிஷ்டம். நீ மரத்தில் கலை வடிப்பவனாய் ஆகிவிட்டாய். மகாசங்கில் உறுத்தி நிற்கும் கலைக்குறைபாடு களையப்படும் என்ற நம்பிக்கையை நான் இழந்து வருகிறேன். என் துயரை மரத்துப்போகச் செய்யும் களிம்புபோல் இத்தேர்

எழுந்திருக்கிறது. நான் மனதாரச் சொல்கிறேன். வைதிகர்கள் இதைக் கேட்டுச் சினம் கொண்டாலும் பரவாயில்லை. உனது கரங்கள், கண்கள், எண்ணங்கள் அனைத்திலும் விஷ்ணு அமர்ந்திருக்கிறார். அவற்றில் ஒன்றைத் துண்டித்து, இந்தப் படைப்பை இறுதியாக்குவதா? இல்லை. என் மனம் கனக்கிறது. சாஸ்த்திரச் சடங்குகளிலும், நீதி வழங்குவதிலும் நான் இதுபோல் இதற்கு முன் பதறியதே இல்லை. நான் என்ன செய்ய?"

"சாமி. தாங்கள் உதிர்த்த இந்தச் சொற்களுக்கு மேல் இந்தத் தச்சனுக்கு என்ன வேண்டும்? இதுவல்லவா நான் அடைந்த பேறு. இந்தத் தேரின் புகழுக்காக நான் எனது அங்கங்கள் அனைத்தையும் இழக்கத் தயார். இதற்கு மேல் எனக்கொரு வாழ்வே இல்லை. என் சந்ததிகள் தாங்கள் நெக்குறுகிச் சொன்ன சொற்களில் தழைக்கும்."

ஸ்ரீவத்சரிடம் தான் உதிர்த்த சொற்களை நினைவில் ஏந்தியபடி ஸ்தபதி தேரை நெருங்கி வந்தார். தேர் அதன் ஆயிரம் விழிகளாலும் அவரை நோக்குவது போலிருந்தது. அவரால் இப்போது தேரை எதிர்கொள்ள முடியவில்லை. மார்பில் காரணமில்லாப் படபடப்பு. கவனத்தைத் திருப்பவேண்டி தச்சர்களை நோக்கிக் குரல் எழுப்பினார்.

"பரமசிவம். அனைவரும் விடியலிலேயே வந்துவிட வேண்டும். நாளை மதியத்திற்கு எல்லாம் மண்ணில் ஒரு துருவலைக் கூட நான் காணக்கூடாது. கருவிகள் அனைத்தும் அதனதன் இடத்திற்குச் சென்றாக வேண்டும். ஞானகுரு காற்றைப் போன்றவர். அவருக்குத் திசைகள் கிடையாது, எங்கிருந்திலும் நுழைவார். கவனமாக இருங்கள். அசந்தால் தலை எகிறிவிடும். புரிகிறதா?"

தச்சர்கள் அகன்ற பின் ஸ்தபதி இருளில் ததும்பி நின்ற தேரின் அருகில் வந்தார். சந்தனம், இலுப்பை மணத்தைச் சுமந்து உடல்மோதிய தென்றலில் அவர் மேனி சிலிர்த்தது. நிகழ்த்தவேண்டிய இறுதிக் காரியம் பற்றிய நினைப்பு அவரது இதயத்தைக் குடைந்து வலியேற்றியது. செவிப்பறைகளில் கலைச் சடங்கின் தீராத அரற்றல். குறையற்ற படைப்பு நிகழக்கூடாது. வெற்றிடமும் அதன் பண்பில் குறையற்றது. ஆனால் இருத்தல் அவ்வாறு இயங்கலாகாது. மனித ஆக்கங்கள் இந்த விதியினை மீறினால் இயற்கை சக்திகள் விழித்துக்கொள்ளும். படைக்க

உத்தரவிட்டவன் அறியாத வகையிலும், கலைய்றிதல்கள் இல்லாத மக்கள் இதில் இறைவனும் குறைகாண முடியாது என வியந்து கூறும்படியும் ஒரு பொருள்படும் குறையை நிகழ்த்தும் தந்திரனே காலத்தில் நிலைப்பான். கலை மரபின்படி தன் படைப்பில் குறை உண்டாக்கத் தயங்குபவன் தனது படைப்புடன் சேர்ந்து தானும் அழிந்துபோவான்.

ஸ்தபதியின் உடல் வெடவெடத்தது. வியர்வை ஊற்றில் மண் நனைந்தது. தேவர்கள், ரிஷிகள் முன்னிலையில் தெய்வக் கடாச்சம் மிகுந்த பாலகன் ஒருவன் மீது கத்தியைச் சொருக முனைவது போல் நடுங்கினார். திண்மையான உளியொன்று அவரது வலது கரத்திற்குள் மறைந்திருந்தது. இடது கரத்தில் தீவட்டியை ஏந்தியபடி தேரை நெருங்கியபோது அதிலிருந்து உயிர் நரம்புகள் மட்டுமே கேட்கும்படி ஒலித்த மூச்சொலியில் அவர் திடுக்கிட்டார். மூன்றுமுறை தச்சுக் கழிப்புகள் நிகழ்த்திய பின்னரும் தேரை நெருங்கித் தொடும்போதெல்லாம் அதில் காட்டின் இறுக்கம் கனப்பது அவருக்கு அச்சத்தை உண்டாக்கியது.

கணங்கள் நீண்டன. தீவட்டி நெருப்பு இருளைத் தின்று செம்மைக் கூடி எரிந்தது. அதன் சடசடப்புக்கு இணையாக ஸ்தபதியின் இதயத் துடிப்பும் அதிர்வூட்டியது. காற்று அசைத்ததில் இரண்டொரு தேர் மணிகள் கிலுங் என மெலிதாக அசைந்து அடங்கின. ஸ்தபதி தீவட்டியைச் சாரத்தில் சொருகி அதன் ஒளியைத் தேர் மீது படரவிட்டார். பச்சிளம் மேனியாய் வழுவழுத்த தேர் உடல்... விழிகள் திறந்து அவரை வஞ்சகத்துடன் வெறிக்கும் சிற்பங்கள்... ஸ்தபதி உளியை ஓங்க முடியாமல் தயங்கி நின்றார்.

***

அவர்களின் கூடல் வெவ்வேறு இடங்களில் கணக்கின்றி நிகழ்ந்தன. பொழுதுகளின் வரம்பும் அவர்களுக்கு இல்லை. மலர்கள் சொரிந்த மலைச் சரிவு, கண்ணாம் பூச்சிகள் ஒளிரும் புதர் இடுக்குகள், நதிக்கரை, நிலவு இறங்கும் வெட்டவெளி என அவர்களது புணர்விடங்கள் மாறிக்கொண்டேயிருந்தன. எனினும் ஒவ்வொரு கூடலுக்குப் பின்னும் அவளுடனான உறவில் ஏதோ ஒன்று குறைந்து வருவதைச் சாம்பன் கண்டுகொண்டான். எத்தனை உயர்வாகக் கருதினோம்?! எல்லாமும் ஆண்-பெண்

உறவின் வழமையான விதியிலேயே முடியத்தானா? அவனால் ஏற்றுக்கொள்ள முடியவில்லை. அதீத நெருக்கத்திலிருந்தே விலக்கம் தொடங்குகிறது. கரங்கள் கோர்த்துக் கடல் நீரில் நீந்துவதைப் போலல்ல, மலை ஏறி, உச்சியை அடைந்து, அதன்பின் இருவரும் தனித்தனியே இறங்க வேண்டிய விதி. தனது கரமும் அந்த விடுபடலில் ஆசுவாசம் கொண்டதில் அவன் துணுக்குற்றான். அவள் மீதான நேசத்தை இழந்துவிடுவோமோ என்கிற பதைபதைப்பு அவனை ஆட்கொண்டது. ஏதாவது செய்து அந்த உறவைப் பழைய நிலைக்கு மீட்கமுடியுமா என அவன் அவ்வப்போது யோசித்தாலும் உண்மையில் அதற்கான தேவை இனி இருக்கிறதா என்கிற வினாவும் அவனை ஆக்கிரமித்தது.

சாம்பன் அவளிடம் சலிப்பை உணர்வதற்கு முன்பாகவே அவள் முந்திக்கொண்டாள். அவளாகவே ஒருநாள் "நாம் கூடியது போதும், இனி வேண்டாம்" என்றாள். சாம்பனுக்கு அவள் அவ்வாறு கூறியதன் அர்த்தம் விளங்கவில்லை. அவள் தன்னிடமிருந்து வேறு எதையோ மறைக்கிறாள் எனப் பட்டது. அவள் அவனிடம் மனம் விட்டுப் பேசவும் மறுத்தாள். அவளது காரணமற்ற மௌனம் சாம்பனுக்குள் பலவிதமான கற்பனைகளை வளர்த்தது. அவள் அதுவரை காட்டிய அத்தனை அன்பிற்கும் தொடர்பில்லாதவளாய் மாறிக்கொண்டிருந்தாள். அவள் உடன் இருந்தும் தான் அவளைப் பிரிந்து வெகுகாலம் ஆகிவிட்டதைப் போல் ஒரு குழப்பமான மனவோட்டம் அவனுள் உருவானது.

அவள் தன் விலக்கத்தை உறுதிசெய்ததிலிருந்து சாம்பன் மெல்ல மீண்டும் பழைய நிலைக்குத் திரும்பினான். அவளது குரலில் கூடியிருந்த தெளிவும், அவள் கண்களில் அவ்வப்போது அவளை மீறி வெளிப்பட்ட சிடுசிடுப்பும் அவனது மனதை நோகடித்தன. ஆனால், அவை அவனுள் வெறுப்பை ஏற்படுத்துவதற்கு மாறாக அவள் மீதான ஈர்ப்பை மீண்டும் அவனுள் துளிர்க்கச் செய்தன. மீண்டும் அவளது உடலை நெருங்கித் தழுவ இயலாதா என ஏங்கித் தவித்தான். எனினும் அவளிடம் இறங்கிப்போக அவனுக்கு மனம் வரவில்லை. அந்தப் பெயரளவிலான, எப்போதும் முறிந்துவிடும் நிலையில் இருந்த அவ்வுறவினால் அவனுள் ஒரு விநோதமான நிம்மதியுணர்வு எழுந்தது. ஆனால், அந்தச் சிறு நிம்மதியையும் குலைக்க முயல்பவளாய்

ஓர் நள்ளிரவில் அவள் திடீரென மாயமானாள். புலரி வரை சாம்பன் அவளைத் தேடி ஓய்ந்தான். நண்பகலில் அவளாகவே ஒன்றும் நிகழாது போல் மீண்டும் மாடத்திற்குள் வந்தாள். நிம்மதியின்மையும், ஏதோ ஒன்றை அடையவேண்டிய வேட்டலும் அவளது கண்களில் வெளிப்பட்டன. அதன் பிறகு வந்த இரவுகளிலும் அவள் அவ்வாறே அவனிடம் எதுவும் கூறாமல் மறைந்துபோனாள். சாம்பன் ஓரிரவில் அவள் மாடத்திலிருந்து இறங்கிச் செல்லும்வரை உறங்காமல் காத்திருந்தான். அவள் கீழ் இறங்கிய சில கணங்களில் வனத்திற்குள் ஏதோ ஒன்று அசுர வேகத்தில் சீறி ஓடுவதை அவன் செவியுணர்ந்தான். அமானுஷ்யமான அந்தச் சலசலப்பு அவனை நடுங்க வைத்தது. ஏதோ ஒன்றில் விரண்டு பட்சிகள் ஆவேசமாய்ச் சிறகடித்தன. வனமெங்கும் திடீரெனத் தாங்கமுடியாத குளிர் பரவிற்று.

***

மறுநாள் விடியலில் அவள் மாடத்திற்குத் திரும்பினாள். சாம்பன் பொறுமையிழந்து அவளிடம் குரல் உயர்த்தினான்.

“இங்கு என்ன நடக்கிறது? எனக்கு ஒன்றும் விளங்கவில்லை. நீ வேறொரு பெண் போல் மாறி வருகிறாய். நானும் சிறிது காலமாய்க் கவனிக்கின்றேன்.”

“என்ன சொல்கிறீர்?”

“ஆமாம். உனக்கு என்ன நேர்ந்தது? என் மேல் கோபமா? நான் என்ன தவறு செய்தேன்?”

“அப்படியெல்லாம் இல்லை. நீங்கள் அதிகம் கற்பனை செய்கிறீர்கள்”

“நீ நடந்துகொள்வது அப்படித்தான் இருக்கிறது. நான் உன்னைப் பிரிந்துவிடுவேன் என்று நினைக்கிறாயா?”

அவள் புன்னகையுடன் “இல்லை... இனி எப்போதும் என்னைப் பிரியமாட்டீர். அதுதான் என் வருத்தம்” என்றாள்.

அவள் அளித்த பதிலில் சாம்பன் மனம் துவண்டான். ஏற்கெனவே தன் மனதில் இருந்த, தான் அஞ்சிய ஒன்றை நோக்கித் தன்னை அவள் தள்ள முடிவெடுவித்துவிட்டாளோ எனக் கலங்கினான்.

"என்ன கள்வரே. முகம் மாறிவிட்டது. நான் மட்டும் உங்களைப் பிரியவா விரும்புகிறேன்? என்ன செய்ய, காலத்தின் கணக்கு என்று ஒன்று உள்ளதே. ஆனால் அனைத்தும் நன்மைக்காகத்தான். விரைவில் அறிந்துகொள்வீர்கள். பிறகு நான் இப்போது உங்களிடம் ஒரு கோரிக்கையை வைக்கிறேன்."

"கோரிக்கையா? என்னிடமா?"

"ஆமாம். ஆனால், நம் உறவிற்கும் அதற்கும் ஒரு இணைப்பும் இல்லை. நீங்கள் அதை மறுத்துவிட்டும் என்னோடு இங்கேயே இருக்கலாம்."

"அப்படி என்ன கோரிக்கை? தயங்காமல் கூறு."

"நீங்கள் உடன் நகருக்குத் திரும்பவேண்டும். அங்கு நீங்கள் நிகழ்த்தவேண்டிய காரியங்கள் சில உள்ளன. அவற்றைச் செய்துமுடிக்க உங்களுக்குச் சில காலம் எடுக்கலாம். காரியங்களை முடித்துவிட்டு இங்கு திரும்பிவிடுங்கள்."

சாம்பன் புரியாமல் விழித்தான். இத்தனை நாள்களாய் அவள் அந்த எண்ணத்துடன் இருந்திருக்கிறாள் என்பதையே அவனால் நம்ப முடியவில்லை. அவள் கூறுவது விநோதமாக, முற்றிலும் அவளது வாழ்க்கைக்கே தொடர்பு இல்லாததாய்ப் பட்டது. அவள் தன்னைப் பிரிய விரும்புகிறாள், பிரிவு வேண்டி வீண் காரணங்களைத் தேடுகிறாளோ என ஐயம் கொண்டான்.

"நான் நகருக்குத் திரும்புவதா? என்ன விளையாடுகிறாயா? உனக்குத் தெரியும்தானே? அங்கு எனக்கான மரணக்கெடு காத்திருக்கிறது." சாம்பன் பெருமூச்சுவிட்டான்.

"அறிவேன். அதற்கொரு வழி உண்டு. நீங்கள் நகர் திரும்ப அஞ்சுகிறீர்களா? போக மனமில்லை என்றால் கூறிவிடுங்கள்."

"இல்லை. நான் எதற்கும் அஞ்சவில்லை. ஆனால், நான் நகரில் புரிய என்ன காரியங்கள் உள்ளன? எனக்கு எதுவும் விளங்கவில்லை."

அவள் இன்னும் நெருக்கமாக வந்து, "நீங்கள் குழம்ப வேண்டாம். நீங்கள் நகர் திரும்பும்போது உங்களை எவராலும் தடுக்க இயலாது. நாட்டின் அரசனே உங்களைக் காண வருவான். உங்களது நுழைவு அப்படியானதாய் இருக்கும். நகருக்கு நீங்கள் மட்டும் தனியாகச் செல்லப்போவதில்லை. என்னை நம்புங்கள்.

தாங்கள் அங்கு புரிய வேண்டிய அனைத்தையும் உங்களது உள்ளுணர்வே உங்களுக்குக் கூறும். இனி எப்போதும் உங்களது உள்ளுணர்வை நம்புங்கள். அது நானன்றி வேறில்லை" என்றாள்.

சாம்பனுக்கு அவள் கூறியதில் எவ்வித மனச் சமாதானமும் ஏற்படவில்லை. இவளிடமிருந்து விடைபெற்று என் போக்கில் போய்விட்டால் என்ன? ஏன் இவள் சொல் கேளவேண்டும்? இவளும் என் வழியில் நான் போய்விடுவேன் என்றுதான் என்னை நகருக்குத் திரும்பத் சொல்கிறாளா? இவளது திட்டம் தான் என்ன?

அவள் தொடர்ந்து பேசினாள் "கள்வரே. என்னால் இந்தப் பிரிவைத் தாங்க இயலாது. உங்களுக்கு எப்படியென்று தெரியவில்லை. ஆனால், ஒவ்வொரு நாளும் தொண்டையில் இறங்காது நிற்கப்போகும் அந்தத் துக்கத்தைச் செரும நான் பாறையை விழுங்க வேண்டும்."

சாம்பன் அப்போது அவளது ஈரம் சுரந்த விழிகளைக் கண்டான். இதில் பொய்மையின் சாயல் துளியும் இல்லை. இவளது நேசத்தை நான் எங்ஙனம் ஐயப்பட? ஆனால்... ஏன்... ஏன் இப்படி நடந்துகொள்கிறாள்? ஏன் இவள் இந்தப் பிரிவை வலுக்கட்டாயமாக அரங்கேற்றவேண்டும்? உறவின் உன்னதம் கெடாமல் இருக்க அவசியம் அதில் பிரிவு நிகழ்ந்தாக வேண்டுமா? அல்லது உண்மையிலேயே நான் நகரில் புரியவேண்டிய காரியங்கள் உள்ளனவா? நான் மட்டும் தனியாகச் செல்லப்போவதில்லை என்றாளே?! அதற்கு என்ன பொருள்?

சட்டென்று அவள் அவனைத் தழுவிக்கொண்டாள். அதற்கு முன்பு அப்படியான தழுவலை அவன் அவளிடம் உணர்ந்ததேயில்லை. அவள் உடல் முழுவதிலும் அழுகையும், நேசமும் கரைபுரண்டோடின. அவளைத் தன் உடலோடு இறுக்கிக்கொண்டான். அன்பு மிகுதியில் அவன் உருகினாலும் தான் முழுவதும் அவளது கட்டுக்குள் சென்று வெகுகாலம் ஆகிவிட்டது என்ற உண்மை அவனுள் ஒரு கணம் உறுத்தி மறைந்தது. தான் தன்னை இழந்தது எப்போது என நினைவுகூட்டிப் பார்த்தான். அவனுக்குத் துக்கமாக இருந்தது.

அடங்கல்

காற்றில் அடர்த்தியான நஞ்சை மணம். இருளில் தொலைதூர மரக்குவியல்கள் வானவிரிப்பின் அசிங்கமான கறைகள் போல் துலங்கின. காந்தர்வன் கரையோர ஆற்று மணலில் நடுநிசிக் குளிரை உணர்ந்தான். வானிலிருந்து ஒரு கரம் அவனைத் தட்டியெழுப்புவது போல் இருந்தது. அசதியுடன் கண்களை விரித்துத் தன் இருப்பை அறிந்தான். அவன் இழந்த காலத்தை மீண்டும் மீண்டும் நினைவில் நிறுத்தும்படியான வெட்டவெளிர் தனிமை. சிதறிக் கிடக்கும் சொற்கள் போல் வான்வெள்ளிகள் மினுங்கின. ஏமாற்றம் தலைகோதியது. பின் அதுவே அவனது கபாலத்தை நசுக்கிவிடுவது போல் அழுத்தியது. "எத்தனைச் சொற்களை எழுதினேன்? இந்த நட்சத்திரங்களைப் போலவே எத்தனை ஆயிரம் சொற்கள்?! இத்தனை நட்சத்திரங்களும் ஒரே கணத்தில் வீழ்ந்து, ஒளிமீளவே முடியாத கருமைக்குள் இவ்விசும்பு தொலைவதுபோல் என் சொற்கள் அனைத்தும் மடிந்து என் காவியம் இருளில் புதைந்துவிட்டது. எண்ணாயிரம் ஏடுகளும், அதில் உள்ளோடும் காலமும் முடிவில் இருளுக்குப் படைக்கத்தானா? இனி எந்தச் சபைக்கு இதைக் கொண்டு செல்வது? கம்பன் சபையல்லாது வேறேது என் காவியத்தை அரங்கேற்றத் தகுதியுடையது? இல்லை. இனி இது எங்கும் அரங்கேறாது."

"எழுத்தை மட்டுமே அருந்தி நான் மேற்கொண்ட தவ வாழ்வினால் நான் பெற்றது என்ன? கம்பன் நின்ற இடத்தில் நூறாண்டுகள் கழித்து நானும் சில கணங்கள் நின்றேன் என்பதைத் தவிர வேறெதை நான் அடைந்தேன்? அந்தத் தருணம் இன்னும் சில

இரவாடிய திருமேனி | 349

திங்கள்களில் மறைந்துவிடும். பிறகு கம்பன் மட்டுமே காலத்தில் நின்றிருப்பான்."

காந்தர்வன் மனம் அரற்றி பிறகு மெல்ல அமைதியடைந்தான். ஆத்திரம் இருந்ததேயொழிய சில தினங்களுக்கு முன்னிருந்த துக்கம் இப்போது அவனிடம் இல்லை. மூன்று இரவுகளாய் வானதியிடம் தன் காவியம் முழுவதையும் ஒப்பித்ததில் சீழ்பிடித்த உடலுறுப்பு ஒன்று அகன்றதுபோல் பெரும் விடுபடலை உணர்ந்தான். காவியம் நிறைவுறுகையில் சொற்கள் ஏதுமின்றி அவள் கொண்ட தெய்வ மௌனமும், பின் ஆற்றப் பொறுக்காமல் கோடை மழையின் அதிர்வுடன் அவள் கொட்டிய கண்ணீரும், புன்னகையும் உள்ளூற மீண்டும் கிளர்ந்து அவனைப் பரவசப்படுத்தின. அவள் அப்போது உதிர்த்த சொற்களை நினைவுகூர்ந்தான்.

"என்னை எந்த ஆணும், எந்த உணர்வும் பெரிதாக ஆட்கொண்டது இல்லை. என் அம்மை மாண்ட நாள் கூட எனக்கு மற்றொரு நாள் போலவே இருந்தது. ஆனால் இந்தக் காவியம்... எனக்குள் ஏதோ ஒரு பரவசம், ஏதோ ஒன்றின் அன்புநிறைந்த தழுவல். என் மார்பைப் பாருங்கள். என் முலைகளில் கண்ணீர் சுரந்திருக்கிறது." அவள் இன்னும் எதையோ கூற முற்பட்டாள். ஆனால் அவளுக்கு அவகாசமில்லை. வாசலில் அப்போது வீரபத்திர தேவரின் வண்டி வந்து நின்றது. தேகக் கடமையாற்றும் யச்சினி போல் எழுந்து ஓடிவிட்டாள்.

காந்தர்வன் மீண்டும் கண்களை மூடி, தான் காவியத்தைப் பாடுகையில் வானதி கொண்ட முக மாறுதல்கள், உடல் அசைவுகளை நினைவில் கொண்டுவந்தான். அவள் வியப்புற்ற இடங்கள், கண்ணீர் சுரந்த சருக்கம், சோர்வுடன் வெறுமனே கேட்டுக்கொண்டிருந்த பகுதிகள் என அனைத்தையும் மனதில் குறித்தான். அவளை மனதில் ஏந்துகையில் காவியத்தோல்வி தந்த ஏமாற்றம் சற்று வடிவது போலிருந்தது. கள்ளுண்ட மயக்கத்திலும், அவள் மீது கொண்ட விநோதமான ஈடுபாட்டிலும் தான் அவளிடம் காவியத்தில் இல்லாத கதைகளையெல்லாம் கூறிவிட்டோமோ என எண்ணிப்பார்த்தான். அதிலும் இரண்டாம் பருவத்தில் வருகிற மையல் காட்சிகளில் என்னென்ன கூறினோம் என்றே அவனுக்கு நினைவில் வரவில்லை.

"மையலின் தத்து பித்து தருணங்கள், சிறுபிள்ளை விளையாட்டுகள் எல்லாம் எனக்கு உவப்பானவை அல்ல. இருபால் உறவிற்கு உடல் இச்சையைத் தாண்டி வேறு மதிப்புகள் இல்லை. ஆனாலும், அவளது விழிகளை நோக்கியவண்ணம் பாடல்களைப் படித்தபோது எதுவோ இடறிவிட்டது. எனக்கு இவள் ஒரு மீட்சியைப் போல் தெரிகிறாள். என் அயற்சிகளை ஏந்தும் குளிர்ந்த வழிக்கல். இவளை என்னுடன் அழைத்துச்செல்ல இயலாது எனினும் இவள் எனக்கு ஆற்றியது மிக உன்னதமான ஒன்று. அர்த்தம் ஏதுமின்றி, முடிவுறாத சமவெளியாய்த் தொனிந்த என் வாழ்வில் ஒரு சிகரம் போல் குறுக்கிட்டவள். அதில் ஏறிவிட்டேன். இந்தச் சிகரத்தில் நின்று காணும்போது காவியச் சபைகள் எல்லாம் அற்பமான குடில்களாய்த் தெரிகின்றன. இனி இதன் சரிவில் இறங்கி மீண்டும் எனக்கு விதிக்கப்பட்ட சமவெளியை அடைவதில் எனக்குத் துயரம் ஏதுமில்லை. எனினும் இவளிடம் ஒருமுறை வினவிப் பார்த்தால் என்ன? உன்னை என்னுடன் அழைத்துச் செல்ல நினைக்கிறேன். என்ன சொல்கிறாய்? நான் ஒரு கவிஞன் என்பதை அறிவாய். ஆனால் முதன்மையாக நானொரு கள்வன். எனவே நீ துணிந்து என்னுடன் வரலாம். கவிதைகளை எல்லாம் வீசிவிட்டு, வாழ்வொழுக்கத்துடன் களவுபுரிந்து உன் பிறப்பிற்கு நன்மைகள் செய்வேன். என்ன சொல்கிறாய்?' இப்படி வினவினால் அவள் என்ன பதிலுரைப்பாள்? இப்போதே அவளை எழுப்பிக் கேட்டுவிட்டால் என்ன? இல்லை, விடியலில் கிளம்பும் முன் கேட்கலாம். நிச்சயம் மறுப்பாள். எனினும் அதில் வருத்தம் எழப்போவதில்லை. நின் அல்குல் நீடித்து வாழ்கவென்று வாழ்த்திவிட்டு அகன்றுவிடலாம். சிரிப்பாள்.

காந்தர்வனுக்கு அந்தக் கற்பனைகளில் குறுகுறுப்பு உண்டானது. அப்போது தன் மீது இரு மனித நிழல்கள் விழுவதை உணர்ந்து எழுந்துகொண்டான்.

"நீர்தானே. கம்பன் சபையில் பாடல் இயற்ற வந்த கவிஞர்?" அவர்களில் ஒருவன் பணிவும், அதேநேரத்தில் அழுத்தமும் தொனிய வினவினான்.

"ஆம்... நீங்கள் யார்?"

"நாங்கள் மகா கவிராயர் திருநாத கூத்தரின் சீடர்கள் அல்லது பணியாள். எப்படி வேண்டுமானாலும் கூறலாம்."

காந்தர்வனுக்கு அதைக் கேட்டதும் முகம் சிவந்தது.

"என்ன விவகாரம்? நான் உறங்க வேண்டும். அகன்று செல்லுங்கள்" என்றான்.

"கவிஞர் உங்களது காவிய ஏடுகளைப் பெற்று வரச் சொன்னார். அதற்கு ஈடாக..." பின்னால் நின்றவன் ஒரு கனத்த பொன் முடிப்பை நீட்டினான்.

காந்தர்வன் வெகுண்டெழுந்தான். "அதைப் பன்றித் தொழுவத்தில் எறியுங்கள். மகா கவிராயராம். போங்கடா முதலில்."

அவர்கள் இருவரும் அசையாது நின்றனர். அவர்கள் ஏதோ ஒரு முடிவுடன் வந்திருப்பதை உணர்ந்த காந்தர்வன் சட்டென்று தன் சூரிக் கத்தியை வெளியில் உருவினான். இருவரும் பின்வாங்கி வண்டி நிறுத்தத்திடம் திரும்பினர். அவ்விடத்தில் இன்னும் சிலர் கூடுவதைக் காந்தர்வன் கண்டான். முன்னேறிவரும் நிழல்கள் இப்போது நன்றாக அடர்ந்திருந்தன. காந்தர்வன் ஏடுகளை இடையோடு சேர்த்துக் கட்டிக்கொண்டு நதிப் படுகையை நோக்கி ஓடினான். முதன்முறையாய்த் தனது காவியத்தின் மீதே அவனுக்கு வெறுப்பு தோன்றியது. இனி இதைச் சுமப்பதும், இழப்பதும் ஒன்றுதான். இது காலம் தன்னைச் சொற்களில் கரைத்துக் கொள்ள வேண்டி உருவாக்கிய வெற்று மாயை. இந்த மனிதர்கள் இப்படியேதான் இருப்பர். என் காவியத்தைப் படித்துக் கண்ணீர் வடிப்பவனே மறுவேளை மாமிசத்திற்காக என்னை விற்றுவிடுவான். திருநாத கூத்தர் இப்போது செய்யத் துணிந்திருப்பது பண்டமாற்று. அப்படியென்றால் என் காவியம் எவ்விதச் சிறப்பும் இல்லாத மற்றுமொரு பண்டமா? காந்தர்வன் ஒருகணம் நிலைகுலைந்து நின்றான். என் காவியம் என்னை எவ்விடத்தில் நிறுத்தியிருக்கிறது? எனது நகங்களே எனது இதயத்தைக் கீறுகின்றன.

இப்போது தீர்மானமாய்த் தொலைவில் துலங்கிய கணப்பைக் குறிவைத்து ஓடினான். நெருப்பின் ஒளிப்படர்வால் திடீரென அவனது பார்வை தடைப்பட்டது. எதிர்ப்பட்ட மரத்தின் கூர்மையான கணை அவனது புஜத்தைக் கிழித்தது. காந்தர்வன் ரணத்தில் அலறினான். அந்த ரணம் காவிய ஏடுகளை இன்னமும் வெறுக்க வைத்தது. எரிந்தடங்கும் நிலையில் இருந்த சிதை நோக்கிக் காவிய முடிப்பை எறிந்தான். பசியடங்கா சாமவிலங்கு போல் அயர்ந்திருந்த தீமேனி சலேரெனக் காவிய ஏடுகள் மீது

நாவைச் சுழற்றியது. தன் பத்தாண்டுத் தவம் மஞ்சள் நிறத்தில் கொழுந்திடுவதைக் கண்ட காந்தர்வனுக்கு முதன்முறையாகத் தான் எடுத்த முடிவிற்கு எதிராகவே ஒரு நடுக்கம் உண்டானது. எப்படி நடந்தேறியது? போதையினால் நிதானிக்காமல் இதைப் புரிந்துவிட்டோமா? எதிர்பாராத கணத்தில் அலட்சியமாய் நிகழும் ஒரு மரணம்போல் அது தன்போக்கில் அபத்தமாய்த் திகழ்ந்துவிட்டதாக அவனுக்குப் பட்டது. இருந்தும் அவனை அது வருத்தவில்லை. "அத்தனை வரிகளும் இப்போதும் என் கபாலத்தில் ஓடிக்கொண்டிருக்கிறது. தேவையெனில் என்னால் மீண்டும் எழுதிவிட முடியும். ஆனால் இனியும் அக்காவியம் அரங்கேற வேண்டுமா என்பதுதான் என் வினா. இதோ எரிந்தடங்கும் என் கனவுகள், நம்பிக்கைகளை மீண்டும் சுமப்பது தகுமா? விதி தீண்டி இறந்துபோன பிள்ளைக்காக மீண்டும் கருவுற்று, நாள் கணங்களாய் நம்பிக்கையை அருந்தி முடிவில் மாண்ட நிலையில் இன்னொரு பிள்ளையை ஈன்றெடுப்பது போலல்லவா அது? நச்சுப் பாம்பு விழிகளைப் பிடுங்கிச் சென்ற பிறகு ஒளி குறுக்கிடும் இடத்தில் எல்லாம் மன ஏக்கம்கொள்ளும் குருடனைப் போல் இக்காவியத்தோடு இனி என்னால் திரிய இயலாது. என் காவியம் அதன் பிறவியமைதியைப் பெற்றுவிட்டது. இதோ மோட்சத்தின் காருண்யம்... தீயாய்... மடமடத்து எரியும் ஓலைச் சவங்களாய்."

"அதோ அங்கு நிற்கிறான். பிடியுங்கள்." அவன் பின்னாலிருந்து குரல் ஒலித்தது. அவர்கள் கணப்பை அணைத்து ஏடுகளை மீட்டுவிடக்கூடும் எனக் காந்தர்வன் அஞ்சினான். விரைந்துவந்து கணப்பிற்குள் எரு உருளைப் போல் மந்தமாய் எரிந்துகொண்டிருந்த முடிச்சை இருளில் உயர்த்தினான். அதன் தகிப்பு அவனுக்கு விநோதமான மனக் கிளர்ச்சியை உண்டாக்கியது. "எரியும் வரிகளே! உமக்கு அழிவில்லை!" பித்தனைப் போல் எரிமுடிப்பை ஏந்திக்கொண்டு ஓடினான். எரிந்து முடிந்த ஏடுகள் கூளமாய் மண்ணில் சிதறி ஒரு கரிய தடம் போல் அவனைப் பின்தொடர்ந்தன. சில ஏடுகள் தீக்கணைகளாகக் காற்றில் அசைந்து விழுந்தன. விரட்டிவந்தவர்களுக்கு அவனது ஓட்டம் நள்ளிரவில் வயல்வெளிகளைக் கடக்கும் கொள்ளிவாய்ப் பிசாசை நினைவூட்டியது. காந்தர்வன் கள்ளும் முள்ளுமாய் அடர்ந்திருந்த வெட்டாற்றுக் கரையை அடைந்து அங்கிருந்து ஒரு தடத்தைப் பற்றி ஓடினான். அவனது கரத்தில் இருந்த பொதி முழுவதுமாய் எரிந்து சாம்பலை உதிர்க்கும் செடியென

இப்போது அவனது கரத்தில் மெலிதாக எஞ்சியிருந்தது. "ஏன் இப்படி இலக்கின்றி ஓடுகிறோம்? மீதமிருப்பது ஒரு பிடி சாம்பல் மட்டும்தான்." காந்தர்வன் வெறுமையான உணர்வில் அயர்ந்து நின்றான்.

அப்போது, சற்றுத் தொலைவில் உலக நடப்புகளிலிருந்து முற்றிலுமாய் விடுபட்ட, புராதனத் தோற்றத்தில் ஒரு குறுங்காடு ஓங்கி நிற்பதை அவன் கண்டான். தான் தனது காவியத்திற்குள் நுழைந்துவிட்டோமோ என்கிற ஐயம் அவனுக்கு எழுந்தது. வையைக் கரையில் அமைந்த கடம்ப வனத்தின் உருவகமாக அந்தக் குறுவனத்தைக் கற்பனை செய்தான். அவனுள் விநோதமான எண்ணங்கள் எழுந்தன. "இதை மனதில் வைத்துத்தான் நான் அந்தக் காட்டை உருவாக்கியிருக்க வேண்டும். ஆனால் நான் இவ்விடத்தை எப்போது கண்டேன்? நான் கற்பனை நிலையில் தீட்டிய காடு எப்படி இவ்விடத்தின் பிரதிவார்ப்பு போல் அமைந்தது? அப்படியென்றால் இந்தக் குறுவனத்திற்குள் சாம்பன் சிலையும், அதைத் தன் விளையாட்டுத் துணையாகக் கருதும் அந்தச் சிறுமியும் இருப்பார்களா?" அவனுக்குத் தொண்டைக் குழி நடுங்கியது. பொதியில் எரிந்த கூளமாய் இருந்த ஏடுகளைக் கைவிட்டு அள்ளினான். அவை நொறுநொறுவெனப் பொடிந்து, கர இடுக்கில் அடங்கிப்போனது. பிடிச்சாம்பலை வலது கரத்திற்கு மாற்றிவிட்டு இடது கையில் ஒட்டியிருந்த சாம்பலை மார்பிலும், நெற்றியிலும் பூசிக்கொண்டான். அவனுக்கு இப்போது காரணமின்றி நகைப்பு எழுந்தது. குறுவனத்தைப் பார்த்தான். அங்கிருந்து ஒரு குரல் அவனை அழைப்பது போல் இருந்தது. இப்போது நன்றாக வாய்விட்டு நகைத்தான். கண்களில் நீர் அரும்பி ஓடியது. நகைப்பு சுருங்கிப் புன்னகையானது. அதில் நிறைவின் களிப்பும், ஒரு காவியச் சோகமும் வெளிப்பட்டன. தீப்பந்தங்கள் நெருங்கி வருவதைக் கண்டான்.

"காவியம் ஏட்டில் எரிந்தாலும், என் புலன்களில் அழியாமல் இருப்பதை அறிந்துதான் அவர்கள் என்னை விரட்டுகின்றனரா? அப்படியெனில் என் காவியம் தடம் விடாமல் மறைவதைப் போல் யானும் மறைவேன். இத்தனைக் காலமாக என் தடத்தைப் பதிந்த பாதங்களே! உங்களிடம் வேண்டுகிறேன். இறுதியாக ஒரு முறை, உங்கள் தடத்தைக் கீழ்பதியாது இருளில்

குமைவீர். வெம்புழுதியின் தெய்வங்களே புரண்டு வாரீர்! இது என் அழிவுப் படலம் அல்ல. இது வேறொன்று...”

காந்தர்வன் கையிடுக்கில் சாம்பலை இறுக்கிக்கொண்டு குறுங்காடு நோக்கிப் பாதங்களை எடுத்து வைத்தான். காற்று அவனது பாத இடுக்குகளில் மோதி அவனது தடத்தைச் சேறுபோல் வெளியில் குழப்பிப் பின்வந்தது. குறுங்காட்டின் விரிப்பிற்குள் நுழைகையில் ஒரு கணம் அசையாது நின்றான். வானதியின் பிரிவை முதன்முதலாக அவன் மனம் உணர்ந்தது. சாவிற்கும் அப்பால் ஒரு விருப்பம் இருக்குமென்றால் அது அவளை மீண்டும் காண்பது மட்டும்தான். பெருகிவந்த விழிநீரைத் துடைத்தபிறகும் பனைவெல்லப் பாகு போல் மின்னும் ஓர் ஒற்றை நீர்த்துளி அவனது காட்சியில் குறுக்கிட்டது. இதுவென்ன? வானதியின் மதனத் துளியா? இல்லை அவளது மன இடுக்கில் எனக்காய்ச் சுரந்த பேரன்பின் ஈரமா? அல்லது பேச்சி உள்ளிட்ட தாய்த்தெய்வங்களின் மனங்களுக்குள் இட்டுச் செல்லும் உதிர முடிச்சா? அப்போது குறுவனத்திற்குள் சலங்கையும், உறுமலுமாய் ஒரு குரல் ஒலித்தது. காந்தர்வன் அதைக் கேட்டுத் திடுக்கிட்டான். ஆனால், கணங்களில் அந்த அச்சம் விலகிற்று. இரவிற்கு மகுடமிட்டது போல் உயர்ந்திருந்த அந்தப் புனலுக்குள் அடிவைத்தான். அவனது காலடி ஓசை மெல்ல அருகிப் பிறகு முற்றிலுமாய் மறைந்தது. அவ்வாறாகக் காந்தர்வன் இருளின் முடிவுறா இருப்பிற்குள் கலந்து, காலத்தின் ஒளிவிழிகளிலிருந்து தொலைந்து போனான்.

காலைப்பொழுது கூர்மையான வெயில் கீற்றுகளால் வேயப்பட்டிருந்தது. எங்கும் அமைதியின்மையின் சாயை. நகருக்குள் ஆடிக்காற்று மிகுதியாய் நுழைந்ததில் மகாசங்கு ஓம்... ஓம்... என அலறியது. அதில் ஒரு தெய்வீக உணர்வு மேலெழுந்தாலும், நகரிலுள்ள எவரும் இந்த ஓசைக்குக் கீழ்தான் வாழ்ந்தாகவேண்டும் என்பதை அது நினைவூட்டிக்கொண்டேயிருந்தது. மாறவர்மன் மகாசங்கை இரகசியமாய் வெறுத்தான். அவனால் தெய்வச் சங்கிற்கும், இடுகாட்டில் ஊதப்படும் மரணச் சங்கிற்கும் இடையே வேறுபாடுகளை அறியமுடியவில்லை. இந்தப் பேரோசை நகருக்குத் தேவையா? ஏன் இந்தக் கட்டடப் பெருமை, அகங்காரம் எல்லாம்?

அந்த ஓசையிலிருந்து வெகு தூரம் சென்றுவிடவேண்டும் என எண்ணியபடியே தேர் வீதியை நெருங்கினான். மகாசங்கு இப்போது சற்று அடங்கி மென்மையாக ஒலிக் கசிந்தது. தேர் வீதியில் வானைப் பிளந்து நின்ற திருத்தேரின் தோற்றத்தில் மாறவர்மன் ஓர் அசௌகரியத்தை உணர்ந்தான். பன்னிரண்டு ஆண்டுகளுக்குப் பிறகான தேரோட்டம். இடைவிடாத கால் தடங்களால் நிலம் இறுகிப் போயிருந்தது. தேரை அலங்கரிக்க வேண்டி வண்டிகளில் மலர்ச்சரங்கள் ஓயாது வந்து இறங்கின. மலர்களும், தோரணங்களும் அதன் மீது நயத்துடன் ஏற ஏற ஒரு நிகரில்லாப் பெருமிதத் தோற்றம் தேரிடம் கூடியது. சிலர் அதை வெட்டிக் கோர்க்கப்பட்ட மர உருவென்று கூறலாகாது, அது ஒரு முழுக் காட்டின் ஆன்மாவைக் கொண்டிருக்கிறது என்றனர். ஒரு காடல்ல, பண்ணிரு காடுகளின் புராதன மரங்கள் இதில் உள்ளன. நாம் வாழும் காலத்தை விடவும் இத்தேர் எத்தனை நெடியது என்பதைக் கற்பனை செய்துபாருங்கள் என்றார் வானநல்லூர் சிற்பி. தேர் வடிவைக் காண்பதற்கென்று அவ்வீதியில் ஆட்கள் நுழைவதும், வெளியேறுவதுமாகவே

இருந்தனர். நண்பகலுக்கெல்லாம் ஜனத்திரள் மதில்களில் மோதி பிதுங்கப் போவதை உணர்ந்த ரங்கநாதர் கூடுதலாக இரண்டு படைப்பற்றைக் காவலுக்கு அனுப்பி வைத்திருந்தார். இதன் அழகும், வடிவும் மானுட ஆத்மாவை ஓரடி மேலுயர்த்தும். இதைக் கண்டபின் உயிர் நீத்தால் மோட்சம் கிட்டும். கடவுளே நினைத்தாலும் அம்மோட்சத்தைத் தடுக்க இயலாது எனப் பலரும் பலவாறு வியந்தோங்கினர்.

"நேற்றிலிருந்து நூறு முறைக்கு மேல் கண்டுவிட்டேன் ஓய். கணிகை எவளையோ காணச் செல்கிறேன் என என் மனையாளுக்கு ஐயப் பார்வை வந்துவிட்டது ஹிஹி."

"அடடா. என்ன படைப்பு இது... எத்தனை முறை கண்டாலும் முந்தைய முறையைப் போலவே அணுவளவும் குறைவின்றி நம் மேனி சிலிர்க்கின்றதே? ஐயமே இல்லை. இது விஷ்ணு அவதாரம்தான்."

இரு அந்தணர்கள் வாயில் வெற்றிலை ஒழுக அவ்வழியில் பேசிக்கடந்தனர். குளிர்காலத்தின் புத்துணர்ச்சி போல் எல்லோரிடமும் பரவசமும், பேச்சுகளுக்குள் பொதிந்து வெளிப்படும் சாந்தமும் குடிகொண்டிருந்தன. காற்று தேரின் பெருமைகளைத் திசை நான்கிலும் கொண்டு சென்றது. பிற தேசங்களைச் சேர்ந்த மக்கள் கூடலுக்குள் நுழைந்த வண்ணம் இருந்தனர். மாட்டு வண்டிகளும், குதிரைகளும் சூழ்ந்து நான் மாடங்களும் தொழுவ வாயில் போல் மாறிவிட்டிருந்தன.

தேர் வடித்த ஸ்தபதிக்கு பத்து நாள்களாகவே உறக்கமில்லை. திளைப்பும், பரபரப்பும் அவர் விழிகளில் திரண்டிருந்தன. மாலைப் பொழுதின் தூரத்தை விரல்களைச் சொடுக்கி அளந்தபடியே உலாவினார். தேர்ப்பணி நிறைவுற்ற நாளில் ஸ்ரீவத்சர் போர்த்திய அங்க வஸ்த்திரத்தை அவர் இப்போது பெருமிதமும், நாணமும் கிளர உடுத்தியிருந்தார்.

எனினும் வெய்யோன் சுருங்கி வைதிகர்கள் பலர் வெளிப்படத் துவங்கியதும் ஸ்தபதியின் இருப்பு தொலைந்துகொண்டேவந்தது. எவரும் அவரைக் கண்டுகொள்ளவில்லை. இனி என்ன, நம் கடமை முடிந்ததென நினைத்து அவரும் சற்றுத் தொலைவாகப் போய் நின்றுகொண்டார். தேரின் நிழல் தன் மீது விழுந்தாலே போதுமென்ற நிறைவு அவருக்கு உண்டானது.

தலைமை வைதிகர் தேரில் ஏறி ஆராதனையைத் தொடங்கினார். கற்பூற வில்லைகள் தூபக் கலசங்களில் கொட்டப்பட்டன. சூரியன் பெய்த மழை போல் எங்கும் செஞ்சுடர்களின் அசைவு. கொம்பும், குழலும் ஓங்க அரசரின் ரதம் உள் நுழைந்தது. தனது சோர்வை வெளிக்காட்டாமல் மாறவர்மன் ரதத்தைப் பின்தொடர்ந்தான். அரசர் தேரை அண்ணாந்து பார்க்காமலேயே தேரடியை நெருங்கினார். வணங்கி நின்ற வைதிகர்களைப் பார்த்துத் தலையசைத்துவிட்டுச் சேவகர்களால் அவர் முன் உயர்த்தி காண்பிக்கப்பட்ட வடத்தைத் தொட்டு வணங்கினார். மறவர் குல மண்டகப்படிக்காரர்கள் அரசரிடமிருந்து வடத்தை வாங்கிக்கொண்டனர். மீண்டும் வாத்தியங்கள் முழங்கின. அரசர் வேகமாக ரதம் நோக்கி நடந்து அங்கிருந்து விடைபெற்றார். ஸ்ரீவத்சர் விஜயமளிக்காதது ஸ்தபதிக்குப் பெரும் குறையாகத் தோன்றியது. ஸ்ரீவத்சரின் உடல்நிலை கெட்டிருப்பதை அவர் அறிந்திருந்தார், எனினும் அவர் வருவார் என்கிற எதிர்பார்ப்பு இருந்தது.

"என் புகழ் இங்கே நாடு நோக்க வீற்றிருக்கிறது. எத்தனையோ வாய்கள் என் பெயரை உச்சரிக்கின்றன. அரசர் முன்பு என்னால் நிற்க இயலாது என்றாலும் என் தேர் அவர் முன் கம்பீரம் தாளாமல் நிற்கிறது. ஆனால் ஏன் என் கரங்கள் மடிந்திருக்கின்றன? என் மனம் ஏன் ஸ்ரீவத்சரின் சொல்லே முக்கியம் எனக் கொள்கிறது? அவர் இறந்த பின் அடியேன் குறித்தும், இத்தேரின் பெருமை குறித்தும் உலகுக்குக் கூற எவர் இருப்பார்? அவரது முதன்மைச் சீடரான கோபிலருக்கு இதில் எல்லாம் நாட்டமிருப்பது போல் தெரியவில்லை. ஸ்ரீவத்சர் அளவிற்குக் கலைப் பிடிவாதவம் கொண்டவர் இம்மண்ணில் மீண்டும் பிறக்க இன்னும் எத்தனை நூறு ஆண்டுகள் ஆகும்? போகட்டும். அதுவல்ல தற்போது விடயம். இம்மண்ணின் மாபெரும் கலை நிகழ்வு இதோ இங்கே அரங்கேறப்போகிறது. அதைக் கண்டுகளிக்கவேண்டிய ஸ்ரீவத்சர் எங்கே? அவரது இல்லாமைக்கு என்ன பொருள்? ஸ்தபதி கவலையுண்டார். கலையற்ற இடங்கள், மனிதர்களோடு எனக்கு உறவில்லை என்ற ஸ்ரீவத்சரின் கூற்று ஸ்தபதியின் மனதில் சலக்கட்டி போல் அரித்தது.

தேர் பவனி தொடங்கிற்று. எல்லாமும் கனவுக் காட்சிகள் போல் துலங்கின. நிலம் நிறைந்த பெருந்திரள் "நமோ நாராயணா..."

எனக் குரல் எழுப்பியது. ஸ்தபதி வானத்தை நோக்கினார். முதலில் சீராக வட்டமிட்ட கருடன்கள் இப்போது அங்கும் இங்குமாய்ச் சிதறிக்கொண்டிருப்பதைப் பார்த்தார். அவருக்கு அதன் காரணம் விளங்கவில்லை. அப்போது தேர் மகுடத்திற்கு நேராக வானில் கரிய புகை போன்ற ஏதோ ஒன்று வெளியில் நழுவிக் கொண்டிருப்பதைக் கண்டு திடுக்கிட்டார். அது பார்ப்பதற்கு மேகம் போல் இல்லை. அல்லது அதுவரை மனிதப் பார்வையிலேயே பதிந்திடாத ஒரு சூனிய மேகம். ஸ்தபதிக்கு நெஞ்சம் பதபதைத்தது. முன்வரிசையில் நின்று வடம் பற்றியவர்களிடம் அதுவரை குடிகொண்டிருந்த துள்ளல் மறைந்து இப்போது ஓர் இனம்புரியாத சோகம் படர்வதைக் கண்டார். "தேரல்ல. காடு... காடு நகர்கிறது." ஸ்தபதியின் உதடுகள் அச்சத்தில் அதை உச்சரித்தன. ஒவ்வொருவரிடமிருந்தும் வெளிவந்த உக்கிரப் பெருமூச்சு எதுவோ அங்கு அனர்த்தமாய் நிகழப்போவதை உணர்த்தும்படியாக இருந்தது. தேர் கற்களைப் பொடித்து, இடி முழக்கம் போல் முன்னே நகர்ந்து வந்துகொண்டிருந்தது. தேர்ச் சக்கரத்தில் கட்டை இடுபவர்கள் சித்தம் கலங்கியவர்களைப் போல் கத்திக் கூப்பாடு போட்டனர். அனைவரிடத்திலும் வாழ்நாளில் அதுவரை கொண்டிராத சினம் வெதும்பியது. ஒவ்வொரு முறையும் தேர் அவர்களது உயிர் இருப்பையே சோதித்து அதிர்ந்தது.

ஸ்தபதி தேரின் அச்சுப்பகுதியில் கரிய நிறத்தில் திரவம் போல் எதுவோ வழிவதைக் கண்டு குழம்பினார். அவரது விழிகள் தேர் இடுக்கில் ஒரு காட்டேரியைக் காண்டது போல் விரண்டிருந்தன. கணங்களில் அங்கு எல்லாமும் பிசகின. தேர்த் தட்டில் நின்று மந்திரங்கள் ஓதிய வைதிகர்கள் எதுவோ கழல்வது போல் உணர்ந்து அலறினர். மந்திரங்களை நிறுத்திவிட்டுத் தேர் புடைதாளாது முன்புறமாய் ஒதுங்குகிறது எனக் கத்தினர். ஸ்தபதி ஒன்றும் விளங்காமல் ஓடிக்கொண்டிருந்தார். பின்பு ஓரிடத்தில் தளர்ந்து நின்று, மார்பில் அறைந்துகொண்டு அழுதார். "பெருமாளே. அடியேனை மன்னித்துவிடு. நான் பேராசை கொண்டேன். ஒரு குறையும் இல்லாத வடிவமாக உன் வாகனம் அமைய வேண்டுமென்றுதான் நான் இதன் வடிவில் குறை இளைக்கவில்லை. 'நீ வீழ்ந்துவிடாதே. நீ வீழ்ந்தால் இந்த நாடே வீழ்ந்துவிடும். அடியேன் அதற்குத் துணைபுரிந்த பாவியாகிவிடுவேன்." நிகழப்போவதை உணர்ந்து கட்டையிடுபவர்கள் சிதறி ஓடினர். வடம் பிடித்திருந்தவர்கள்

பதற்றத்தில் என்ன செய்வதென்று விளங்காமல் வடத்தை முன்னே இழுத்தனர். ஸ்தபதி ஐயோ எனக் கத்தினார். அச்சு முறிந்து தேர் பெரும் சப்தத்துடன் முன் பக்கமாய்க் கவிழத்தொடங்கியது. ஒவ்வொரு கண அடி சாய்விலும் ஒரு ஆல மரம் முறிக்கப்படுவது போல் செவிகளை அச்சுறுத்தும் ஓசை அங்கு எழுந்தது. வைதிகர்கள் தோரணத் துணிகளைப் பிடித்துக்கொண்டு தொங்கினர். ஸ்தபதிக்கு அந்த ஒரு கணம் தன் வாழ்வில்கொண்டிருந்த அத்தனை நம்பிக்கைகளும் முகம் திருப்பி எங்கோ ஓடுவதைப் போல் தெரிந்தது. இது யார் விளையாட்டு. தெய்வம்?! அப்படியொன்று உண்டா? அல்லது தெய்வம் முதற்கொண்டு எல்லாமும் ஏதோ ஒரு விதியின் பிடியில் உள்ளனவா?"

"இதோ என் பிரம்மன். என் நாராயணன்..." ஸ்தபதி கவிழ்ந்துகொண்டிருந்த தேரை நெருங்கி அணைக்கும் தோரணையில் தன் கரங்களை விரித்து நின்றார். ஒரு மலை பெயர்ந்து வீழ்வது போல் நிலத்தில் கவிழ்ந்த தேர் அவரை மண்ணோடு மண்ணாக நசுக்கியிருந்தது. இன்னும் பல உடல்கள் தேரின் கீழ் புதைந்திருந்தன. தரையில் வீழ்ந்துகிடந்த தேரின் தோற்றம் மனதைக் கலக்கிற்று. அது சரிந்தபோது உண்டான பேரோசை இன்னமும் நகரெங்கிலும் எதிரொலிப்பது போல் ஒரு பிரமை உண்டானது. அந்தச் சூனிய ஒலிக்குள் ரண முனகல்களும், அழுகைகளும், வெறித்த விழிகளும் அணைந்துபோயின.

***

கோதை தன் குடிசை வாயிலில் நின்று தேர் வீதி அமைந்திருக்கும் மேற்கு திசையைப் பார்த்தாள். அப்போது குடிசைக்குள் சிறு அசைவு வெளிப்பட்டது. உணர்வைத் தொலைத்திருந்த பரிதி வெகுகாலத்திற்குப் பிறகு வாய் திறந்து மெலிதாகக் குரல் எழுப்பினான். ஆனால், அதிலும் கவனம் சிதறாமல் கோதை காரணமறியாது மேற்கு திசையையே வெறித்து நின்றாள். சிறிது நேரம் கடந்து, தேர் கவிழ்ந்த செய்தி நாவிதத் தெருவிற்குள் நுழைந்தபோதுதான் ஏன் அப்போது அந்தத் திசையையே பார்த்து நின்றோம் என எண்ணிப் பார்த்தாள். அவளுக்கு அது விந்தையாகத் தோன்றியது.

***

தேர் வீதியிலிருந்த மக்கள் அதிர்ச்சி கலையாது அங்குமிங்கும் சிதறிக்கொண்டிருந்தனர். கூட்டத்தை ஒதுக்கியபடி மாறவர்மன் தேர் கவிழ்ந்த இடம் நோக்கி விரைந்தான். காவலர்கள் அத்தனை முயன்றும் தேரின் அடியில் சிக்கிக் கிடந்த சவங்களை மீட்க முடியவில்லை. தேரை நகர்த்தினால் மட்டுமே அது இயலும் என யானைகள் வரவழைக்கப்பட்டிருந்தன. மாறவர்மன் பதைபதைப்புடன் செயல்பட்டான் "இதில் குழந்தைகள் எவரேனும் இருந்தால். ஐயோ! நரகம்... நாடெங்கிலும் தெய்வ உருவங்கள். ஆனால் இது நரகம். நரகமின்றி வேறில்லை"

***

அந்தத் துர்நிகழ்வை வானுக்கு அறிவிப்பதுபோல் திடீரென எழுந்த மகா சங்கின் ஓசை முழு நகரையும் உலுக்கிவிட்டது. வெளிதேசங்களிலிருந்து வந்திருந்த அரச விருந்தினர்கள் உடன் நகரிலிருந்து வெளியேறத் துடித்தனர். நகர் வீதிகள் யாவிலும் மரண ஊர்வலம் நிகழ்வது போன்ற பிரமை.

***

நகரின் அமைதி சீர்குலைந்த அதே மாலைப்பொழுதில், சாம்பன் தனது அடர்ந்த கேசத்தை அள்ளி முடிந்தவாறு நகருக்குள் நுழைவதை ஒரு காவலன் சற்றுத் தொலைவிலிருந்து கண்ணுற்றான். இது நிஜமா? இவன் எப்படி இங்கு தோன்றினான்? குழப்பத்துடன் அவன் மற்ற காவலர்களை அழைத்து வருவதற்குள் சாம்பன் பார்வையிலிருந்து மறைந்துவிட்டான். எனினும் வெறிச்சோடிய அனாதை வீதிகளில் சாம்பனின் கால்தடங்கள் அழுத்தமாகப் பதிந்திருப்பது கண்டு அவர்கள் அவனது வருகையை உறுதிசெய்தனர்.

***

காகம் ஒன்று அமர கொல்லைப்புறப் பனை மரத்திலிருந்து நான்கைந்து பட்ட மட்டைகள் ஒன்றாகப் பிய்த்துக்கொண்டு சரிந்தன. அந்த ஓசையில் ஆடு முளைக்குச்சியிலிருந்து உருவப்பார்த்துப் பின் நிதானித்துக்கொண்டது. பரிதி திடுக்கிட்டு எழுந்தான். அதைக் கண்ட உத்திராபதி பண்டிதர் வேகமாக அவனுக்கருகில் வந்தார். அவரையும், குடிசையையும் மாறி மாறிப் பார்த்தவனுக்கு மெல்ல நினைவு மீண்டது.

ஒரு பகல்நேர உறக்கத்திலிருந்து எழுந்து அந்திக்கும், கருக்கலுக்கும் வேறுபாடு அறியமுடியாதவன் போல் குழப்பத்துடன் வெறித்தான். காலம் பெரும் புதிராய் அவனது மண்டையில் கனத்தது. அருவிச் சலசலப்பையும், பறவைகளின் குரலோசையையும் தேடி அவனது மனம் எம்பியது. அவனது விழிகள் மரணத்திலிருந்து உயிர்த்தெழுந்து, பிறகு மீண்டும் மரணத்திற்காக ஏங்கும் ஒருவனது விழிகளாக இருந்தன. நல்லுறக்கத்திலிருந்து விழித்து உலகைச் சோர்வுடன் ஏறிட்டுப் பார்க்கும் நாயைப் போல் நெற்றியைச் சுருக்கினான். அவனது முக வாட்டத்தைக் கண்டதும் உத்திராபதி பண்டிதருக்கு விழிப்புநிலைதான் மனிதனுக்கு விதிக்கப்பட்ட பெரும் தண்டனையோ என எண்ணத்தோன்றியது.

பரிதிக்கு முதல் ஆகாரம் இறங்கிய பின் பெரியசாமியின் நிலை பற்றிப் பண்டிதர் அவனிடம் வினவினார். முதலில் "அப்பா..." என்று பதறியவன் பிறகு தனக்கு எதுவும் தெரியாது என மறுத்தான். சாம்பனின் வேண்டுகோளின்படி காணிகள்தான் அவனை நகரில் கொண்டுவந்து சேர்த்தனர் எனப் பண்டிதர் கூறியதை அவனால் ஏற்க முடியவில்லை. அதுபற்றித் துளியும் நினைவில்லை என்பதை விடச் சாம்பன் அதைச் செய்திருப்பான் என அவனால் எள்ளளவும் நம்ப முடியவில்லை. சாம்பன் இறுதி நாள்களில் மனம் மாறித் தன் தந்தையிடம் அன்புடன் நடந்துகொண்டது துல்லியமற்ற ஒரு கனவாக அவனுக்குத் தோன்றியது. சாம்பனின் முகம் வனாந்திரத்தில் நுழைந்த நாள்களில் இருந்ததுபோலவே இப்போது மீண்டும் அவனுக்கு அச்சத்தைத் தருவதாக இருந்தது. சிறு யோசனைக்குப் பின், சாம்பன் வந்து கூறினால் மட்டுமே தன் தந்தையின் நிலை குறித்து தெரியவரும் என்றான். அவனது தெளிவில்லாத முகம் பெரியசாமிக்கு எதுவும் விபரீதமாக நேர்ந்திருந்தால் அதில் சாம்பனுக்குப் பங்கிருக்கும் என்று எண்ணத் தூண்டியது.

பரிதி தனது விழிப்புநிலையை ஏனோ தகுந்த காரணங்களின்றி வெறுத்தான். நதியில் நீராடிவிட்டு வந்த கோதை ஈரம் துவட்டா உடலோடு அதிர்ச்சியும், உவகையும் திரள நின்றாள். அப்பா... இவர்... என உச்சரித்தவள் பின் வேகமாக அவனருகில் வந்து கண்ணீருடன் சிரித்தாள். பரிதி ஒருமுறை அவளைப் பெயர்சொல்லி அழைத்தான். பிறகு மௌனமாக அமர்ந்துகொண்டான். தனக்கு ராணி அரண்மனைக்குச்

செல்ல நேரம் ஆகிவிட்டதை உணர்ந்ததும் கோதை என்ன செய்வதென்று புரியாமல் விழித்தாள்.

பண்டிதர் "அம்மா. நீ செல். நான் கவனித்துக்கொள்கிறேன். தெய்வம் நம்மைக் கைவிடவில்லை" என்றார்.

"எங்கள் தெய்வம் நீங்கள்தானப்பா. நீங்கள் இல்லாது போயிருந்தால் இவர் நிலை என்னவாகியிருக்கும்."

"இல்லையம்மா. நான் என்னால் ஆனதைச் செய்தேன். இது சர்வ நிச்சயமாக என் முயற்சிகளுக்கும், பரம்பரை அறிவுக்கும் அப்பாற்பட்டு நிகழ்ந்த விந்தை. இந்த நகரில் விநோதமான நிகழ்வுகள் சம்பவிக்கின்றன. நேற்று பார். கொடு விதியை. மறவர், அந்தணர் குலத்தில் எத்தனைப் பிணங்கள். ஏதோ ஒரு கணக்கு நம்மைப் பிண்ணியுள்ளது. நம் உள்ளுணர்வு சில அரிதான கணங்களில் அந்தக் கணக்கின் முடிச்சுகளோடு உராய்ந்துவிடுகிறது. அப்படிதான் நம்மால் சிலவற்றைக் கணிக்கவோ அல்லது நம்பவோ முடிகிறது. அப்படித்தான் நான் இவனது மீட்சியை எதிர்பார்த்தேன். ஆனால் இதற்கு மேல் நிகழப்போவதை என்னால் உணர முடியவில்லையம்மா. என் முன்னே ஓர் அடர்ந்த இருள் படர்ந்திருக்கிறது. என் கெடு நாள் இன்னும் பத்து தினங்களில்... அதனாலேயோ என்னவோ."

பண்டிதரின் கெடுநாள் நெருங்குவது கோதையை வாட்டிக்கொண்டு தான் இருந்தது. ஆனால் பண்டிதர் சற்று நம்பிக்கையோடு இருப்பார் என நினைத்தாள். இப்போது அவரே அதை நினைவூட்டியது அவளது இதயத்தைக் கலக்கியது. எத்தனை மனமுதிர்ச்சியோடு அவர் பேசினாலும் அவரது குரலில் வாழ்வின் மீதான ஏக்கம் அப்பட்டமாக வெளிப்படுவதாகவே எண்ணினாள். அவர் அந்த மலர் பற்றிப் பரிதியிடம் கேட்கத் தொடங்கும்போது அவரது கண்கள் உயிராசையில் ஒளிரும். அதைத் தன்னால் தாங்க இயலாதென அங்கிருந்து அகல முற்பட்டாள்.

"ஓய்வெடுங்கள், மதியம் வந்துவிடுவேன்" எனப் பரிதியிடம் கூறியபோது தன் குரல் சம்பிரதாயமாய் ஒலிப்பது போல் அவளுக்குப் பட்டது. வீதியை அடைந்தபோது அத்தனை நாள்களாக பரிதி மீண்டுவிடவேண்டும் எனத் தான் புரிந்த விரதங்கள், காத்திருப்புகள் எல்லாம் அவளுக்குச் சற்று அபத்தமாகத் தோன்றின. ஏன் அவனது கண்களில் அவளைப்

பிரிந்ததின் பாதிப்பு துளியும் இல்லை? ஏன் அவன் உடல் அவளுக்கான அன்பில் சிறிதும் அசையவில்லை எனக் கேள்விகளால் தன்னைத் துளைத்துக்கொண்டாள். காடு பரிதியை முழுதாய் விழுங்கி அதற்குப் பதிலாக முற்றிலும் வேறொரு ஆளை அனுப்பியிருப்பதாக அவளுக்குத் தோன்றியது. "வனம் நுழையும் இளந்தாரி ஆண்களை அங்குள்ள தேவதைகள் கவர்ந்துவிடும், அவர்களை முழுதாய் உறிஞ்சியபின் வெறும் சக்கைகளாக அவர்களை வெளிவிடும், பரிதிக்கு நேர்ந்திருப்பது அதுதான்..." பரிதி காட்டிலிருந்து செயலற்றுத் திரும்பிய நாளில் தெருவில் எழுந்த அவ்வாறான பேச்சுகளை, கோதை நினைத்துப்பார்த்தாள். எனினும் அவளால் அதை நம்ப முடியவில்லை. புஷ்பக் குளம் போன்ற தனது நெஞ்சில் களங்கம் சிறிதுமின்றி பரிதி எதிரொளித்த நாள்களை எண்ணிப்பார்த்தாள். அப்போது அவன் வேறொரு ஆணாக இருந்தான். அந்தப் பரிதி எங்கே? அந்த விடலைத்தனம் மிகுந்த பரிதியை இப்போது காந்தர்வனிடம் கண்டுவிட்டோமோ? அவளுள் அச்சம் படர்ந்தது. குடிசையைத் திரும்பிப் பார்த்தாள். தலைவிரித்தாடும் வாய்க்கால் ஓரத் தென்னைகளுக்கு அப்பால் பரிதியும், பண்டிதரும் பேசிக் கொண்டிருந்தது செம்புப் பாத்திரங்கள் இடம் மாறும் ஓசையைப் போல் சன்னமாய் ஒலித்து பின் முழுவதுமாய் அருகி மறைந்தது.

***

நகர வீதிகளில் பெரிதாக மனித நடமாட்டம் இல்லை. எதிர்பட்ட சிலரிடமும் தேர் முறிவின் அதிர்வு நிழலாடியது. குளிர்ந்த காற்றும், மந்தாரமான மேகங்களும் அந்தக் கொடுநிகழ்வை நகரின் நினைவிலிருந்து அகற்ற முனைவது போல் இன்பமாகக் குமைந்திருந்தன. கோதை பரிதி மீண்டதில் இப்போது நிம்மதியாக உணர்ந்தாள். எனினும் அவனுடான உறவு மீண்டும் பழைய நிலைக்குச் செல்லுமா என்கிற ஐயம் அவளுள் வளரவே செய்தது. அரண்மனைப் பாதைக்குள் திரும்பும் முன் தேரடிக்கு இட்டுச்செல்லும் வீதியை நோக்கினாள். தேர் நசுக்கி மாண்டவர்களுக்காகத் தான் என்ன செய்ய முடியும்? நேற்றைய வருத்தமும், அதிர்ச்சியும் ஏன் இன்றில்லை என்பது அவளுக்குப் பிடிபடவில்லை. அரண்மனையின் புழக்கடை மதிலை அடைந்தவள், மறைவாக நின்று உள்ளே எட்டிப் பார்த்தாள். எவரும் எதிரில் வரவில்லையென்பதை உறுதிசெய்துகொண்டு

உள்ளே நுழைந்தாள். கூடத்தை அடைந்தபோது, அவளது உள்ளுணர்வு முன்னரே உணர்த்தியது போலவே காந்தர்வன் அங்கு நின்றிருந்தான். ராணியின் கட்டளைக்கு இணங்க சோழநாதபுரத்தில் வாழ்ந்த வேசை ஒருத்தியின் கதையை விரசமும், அங்கதமும் சொட்ட அவன் அப்போது கூறி முடித்திருந்தான். கோதை காந்தர்வனைக் கண்டும் காணாதது போல் பார்வையைத் திருப்பிக்கொண்டாள். ராணி கோதையைக் கடுகடுப்புடன் ஏறிட்டு "இதோ வருகிறாள் பார் ஒரு வேசை. இத்தனை நாளி கழித்து" என்றாள். அதைக் காதில் வாங்காதது போல் கோதை முகமன் கூறி வணங்கினாலும், அவளது முகம் அடைந்த மாற்றத்தை ராணி கவனித்தாள்.

"என்னடி கோணுகிறது? உன்னைப் போன்ற தர்மப் பத்தினிகள் நாட்டில் பலர் இருந்தும் ஏன் நேற்று தேர் கவிழ்ந்து பலரை வைகுண்டம் அனுப்பிற்று? கட்டியவனுக்கு மட்டும் தொண்டாற்றும் உங்களது யோனிகள் இந்த நாட்டைக் காத்திருக்க வேண்டாமா? நாயக்கன் இன்னும் என்னென்ன கூத்துகளையெல்லாம் பார்க்கப் போகிறானோ?"

ராணியின் பேச்சு வரம்பின்றி நீண்டது. அத்துடன் நில்லாமல் அவளது எண்ணங்களில் ஒரு குரூர எண்ணம் வேர்விட்டது. கோதையைக் காந்தர்வனின் அருகில் போய் நிற்கச் சொல்லி உத்தரவிட்டபோது காந்தர்வன் பதறிவிட்டான். தான் சொன்ன கதையில் இடம்பெற்ற காட்சி ஒன்றை ராணி இறுக்கமாகப் பிடித்துக்கொண்டாளோ என அஞ்சினான். உத்தரவை ஏற்றுக் கோதை காந்தர்வன் அருகில் சென்ற பின், இன்னும் நெருக்கமாகச் செல் என ராணி முறைத்தாள். கோதைக்கு உடல் வியர்த்துவிட்டது. காந்தர்வன் புரியாமல் விழித்தான்.

"என்னடா பார்வை? அவளைக் கட்டித் தழுவு. அடுத்து ஒவ்வொன்றாய்... நீ எத்தனை கலைகள் அறிந்திருக்கிறாய் என்பதைப் பார்ப்போம்."

புலன்கள் தொய்ந்த ராணி தன்னையும், காந்தர்வனையும் வைத்து ஒரு விரச விளையாட்டை ஆட முடிவு செய்திருப்பது கோதைக்குத் தாமதமாகவே விளங்கிற்று. ராணியை நோக்கியும், காந்தர்வனை நோக்கியும் அவள் மன்றாடத் தொடங்கினாள். அவளது கேவலை ராணி சட்டை செய்யவே இல்லை. வலப்புறம் இருந்த சாட்டையை எடுத்து விளாசினாள். சாட்டை

காந்தர்வனின் இடையில் பளீரென அறைந்தது. காந்தர்வன் வலியில் கூவினான். கோதையும் சப்தமாகக் குரலெடுத்துக் கெஞ்சினாள்.

“வேசையே... கூச்சல் போட்டால் நாவை அறுத்துவிடுவேன். வாயை மூடடி... டேய் கூத்தாடிப் பயலே. உன் நாவன்மையைக் கண்டேன். உனது மற்ற திறனை நீ இப்போது இங்கு பறைசாற்ற வேண்டும். இல்லையேல் தலையில்லாத உன் முண்டம் மட்டுமே இங்கிருந்து திரும்பிச்செல்லும்.”

ராணி மீண்டும் சாட்டையை உயர்த்தியபோது காந்தர்வனின் கரம் கோதையை அனிச்சையாய்ப் பற்றிக்கொண்டது. கோதை உள்ளிழுத்த மூச்சை வெளிவிடாமல் அவனை அதிர்ச்சியுடன் பார்த்தாள். அவன் துயரத்துடன் அவளை நோக்கினான். கோதைக்கு ஆத்திரம் எழுந்தது. அவனது பிடியைத் தளர்த்த முற்பட்டு பின் அது இயலாமல் அவள் வாய் மூடிக் குமுறினாள். காந்தர்வன் அவளது முகத்தை நோக்காமல், வேறெங்கோ வெறித்தபடி அவளைத் தழுவினான். அவளது உதறல்கள் அவனது நெளிவான மேலுடலுக்குள் சிக்கித் திணறின. ராணி ஒரு காலை உயர்த்தி ஆசனத்ததில் வைத்துக்கொண்டாள். வெற்றிலை செல்லம் வாய் ஒழுக, “ம்ம் ம்ம்” எனத் தலையசைத்தாள். அரண்மனைச் சுவரில் தீட்டப்பட்ட ஓவியம் ஒன்றில் தன் கலங்கிய விழிகளைக் குவித்தபடி கோதை காந்தர்வனின் கீழ் கிடந்தாள். காந்தர்வன் இப்போது கோதை மீது கொண்ட இரக்கத்தை உதறியிருந்தான். மறுபுறம் கோதையிடம் வெளிப்பட்ட அடங்கலிலும், அவளது குரலில் வெளிப்பட்ட ஆழமான தவிப்பிலும் அவன் அதிர்ந்தான். வண்ணத்துப்பூச்சியின் இறகைப் போல் மென்மையாகத் திறந்த அவளது யோனி அவளது அழுகைக்கும், உள அதிர்விற்கும் தொடர்பற்று, ஒரு தனித்த ஜீவனாய், ஆவலுடன் இயங்கிற்று. அவளது செருமல்கள் வேறொரு இரகசிய ஒலியை உடன் சூடிக்கொண்டன. அழுகையும், குற்றவுணர்வும், ஆனந்தப் பெருமுடிச்சின் அவிழ்ப்பும், துரோக நெருடலும், அந்நாளை மறக்கவேண்டிய தவிப்பும், பிடிபடாத இன்ப நுகர்வும், ராணி மீதான தீரா ஆத்திரமும், அவளுக்கான நன்றி கூறலும், வெளிப்படுத்த முடியாத காதலின் நிறைவும், அதன் மரணமும்... இன்னும் வகைப்படுத்த முடியாத ஏதேதோ உணர்வுகள்

அவர்களுக்குள் தளும்பின. எனினும் அவை தேம்பலின் சாயலை மட்டும் உடுத்தி நால்புறமும் நிறைந்தோடின.

***

சிலந்திகளின் பெரு நிழலுக்குக் கீழ் சங்கன் துயரம் அப்பிக் கிடந்தான். சுருளி மாண்ட செய்தி அவனைச் சிறு மேனி அரிப்பு போல் சீண்டிக் கடந்திருந்தது. மதியப்பொழுதில் கூரை மேல் தவறாமல் அமரும் ஒற்றைக் காகம் தொண்டை வற்றக் கரையும்போது மட்டும் அவன் சுருளியை நினைத்துக் கலங்குவான். சுருளிக்கு எவரும் நடுகல் இயற்றவில்லை. ஆனால் என்ன? அவர் தன் மீது படிந்த நரகலைத் தனது குருதியைக் கொண்டு கழுவிக்கொண்டார். எப்போதாவது கஞ்சிக் கலயம் ததும்பியபடி உள்ளே வரும். அதைக் கொண்டுவரும் குடிக் கள்ளனின் கரத்தைத் துலங்க இயலாது. நாற்றம் பொறுக்காத அந்தக் கால்கள் விரைந்தோடிவிடும். சங்கன் கூவுவான் "உள்நுழையும் கருணையே. எனக்கு நீ தர வேண்டியது கஞ்சிக் கலயம் அல்ல. இந்தக் கஞ்சி இங்கு ஈக்களையும், இன்னும் கனமான நாற்றத்தையும் கூட்டும் என்பதை நீ அறியவில்லை. நான் உங்களிடம் வேண்டுவது ஒரு கூர் ஆயுதத்தை அல்லது ஒரு கயிற்று இறுகலை மட்டும்தான். நான் அரற்றுவது பசியால் அல்ல. என் ஓலம் பசிக்கானது போல் தொனித்தாலும் உண்மையில் அது ஓலமல்ல. அது பசி மீதும், இந்த உடலை விட்டு நீங்காத என் உயிரின் மீதும் எழும் ஆத்திரக் குரல். உங்களால் இங்கு நிற்க முடிகிறதா? என் தந்தை மாண்ட செய்தியைக் கூட நீங்கள் வாசலில் நின்றுதான் கூறினீர்கள். அதனால்தான் அந்தத் துக்கம் வாசலோடு போய்விட்டது. நீங்கள் ஏன் இவ்விடத்திலிருந்து ஓடுகிறீர்கள்? என்னையும் இங்கிருந்து விடுவிக்க வேண்டும் என்று உங்களுக்குத் தோன்றவில்லையா? நான் மாண்டால் உங்களில் நால்வர் உள்ளே வந்து என்னை அப்புறப்படுத்த நேரிடும், அந்தத் துர்பாக்கிய நிலை உங்களுக்கு ஏற்படக்கூடாது என்பதால்தான் என்னை உயிருடன் வைக்கிறீர்களா? ஆனால் உண்மையில் நீங்கள் இங்கு புழுக்களைத்தான் வாழ வைக்கிறீர்கள். காலம் முழுமைக்கும் என் உள்ளத்தில் மறைந்திருந்த புழுக்கள்தான் இப்போது என் உடலில் இளைகின்றனவா? இந்தப் புழுக்கள் எல்லோரது மனங்களிலும் உண்டா?" சங்கன் புலம்பியபடியே நகர்ந்து வந்து கஞ்சிக் கலயத்தில் வாய் வைப்பான். அடர்ந்த

முக மயிர்களில் ஒட்டியது போகச் சிறிது ஆகாரம் உள்ளே செல்லும். பிறகு நாவை வழித்துச் சுழட்டியபடியே உறங்க முயல்வான். கண்ணிருட்டும் கணம் சுகமான விடுபடலை உணர்வது போலிருக்கும். சீழ் ஒழுகும் உடலுக்கும் உறக்கம் வாய்க்கிறது. தெய்வம்... உறக்கமே உலகின் ஆகப்பெரும் தெய்வம் என எண்ணியபடியே கண் அயர்வான்.

திடீரெனக் கால்கள் பிசுபிசுத்துக் கண் விழிப்பான். மூட்டுப் பகுதியில் நிணம் வடிந்து ஓடும். சொறிய இயலாமல் கத்தி அலறுவான். சில நேரங்களில் ஒரு மர்ம நிழல் அவனது பிதற்றல்களுக்கெல்லாம் செவிசாய்த்து "ம்ம் ம்ம்" எனத் தலையசைப்பது போல் பிரமை எழும். ஒரு பதில் குரல் தனக்காக வருமெனச் சுவரை வெறித்துக் காத்திருப்பான். ஒரு முறை நாகமொன்று அவனது தலைமாட்டில் சுருண்டு படுத்திருப்பதைக் கண்டான். தன் உடல் முழுவதிலும் அது ஏற்கெனவே தன் விஷப் பற்களைப் பதித்துவிட்டதைப் போல் பொய்யான ரணம் அவனிடம் அப்போது எழுந்தது. துயரின்றி இறப்போம் எனக் காத்திருந்தான். ஆனால் இருளும், இருத்தலின் துயரும் அடர்ந்துகொண்டே சென்றதேயொழிய அவன் வேண்டியது நிறைவேறவில்லை. புலரியின் கருணையில்லா ஒளியை மீண்டும் கண்டபோது கள்ளர்குடியே பதறுமாறு அலறினான். அன்றிலிருந்து சித்தம் வழுவியவன் போல் பிதற்றத் தொடங்கியிருந்தான். சில நேரங்களில் காரணம் ஏதுமில்லாமல் ஓர் ஆசுவாசம் எழும். தனது நினைவுத் தேக்கங்கள் சாம்பனை மட்டும் களங்கம் ஏதுமின்றித் தன் முன் கொண்டு வருவதை அவன் மெல்லப் புரிந்துகொண்டான். அப்போது அவனது தொண்டைக் குழியில் ஈரம் தானாய்ச் சுரக்கும். அது வற்றும் வரை சாம்பா... சாம்பா... என முனகுவான்.

சங்கன் கண்விழித்தபோது அத்தனைக் காலமாய் அவனது குரலுக்குச் செவிசாய்த்த மர்மநிழல் குடிசையின் வாயிலில் நிற்பதுபோல் அவனுக்குத் தோன்றியது. தலையை உயர்த்தி "யார்... யார்..." என்றான்.

பிறகு கண்ணீர் ததும்பக் கூச்சலிட்டான். "செங்கதிர் முயங்கும் இத்துயர நதியிலிருந்து நான் எழுவேன். களங்கமில்லா வெறுமையை அள்ளிப் பூசிக்கொள்வேன். அன்று என் துர்வாடைகள் பண்டைய கால மணலைப் போல் குளுமை எய்தும். அந்த நாளில் உங்கள் பாதங்களில் மலர்கள் சொரியும்.

அந்த வெட்டவெளி அமைதியில்... நான்... நான்... என்னில் எதுவோ ஒன்று அங்கு..."

சங்கன் குரல் ஒடுங்கினான். உள்நுழைந்த நிழல் இப்போது குடிசையின் கசடுகளாகவும், நரகல்களாகவும் விரிந்து தன்னிருப்பை இழந்தது. "சாம்பா... சாம்பா..." திடுமென சங்கன் குரல் உயர்த்தினான். வீதியில் உலாவிய செவிகள் ஒரு கணம் கேள்விகளோடு உறைந்தாலும், பின்னர் அலட்சியத்துடன் கடந்துவிட்டன. ஆனால் சங்கனின் இந்த அழைப்பில் முன் எப்போதும் தோன்றிடாத, வழக்கத்துக்கு மாறாய் எதுவோ ஒன்று பிறந்திருப்பதை அவற்றால் உணர முடிந்தது.

"சாம்பா... என்ன பார்க்கிறாய்? கைகளை நாசியிலிருந்து விலக்கி அனைத்தையும் ஆழ்ந்து நுகர். இந்த நாற்றம்தான் வாழ்வின் களங்கமில்லா நிஜம்."

சங்கன் சட்டென்று குரலைத் தாழ்த்தினான். இருளில் கலந்து நின்ற சாம்பனின் உடலை வெறும் பிரமையோ என ஐயமுற்றான். ஆனால் அந்த மூச்சுக்காற்று! மதில் முடுக்குகளிலும், அடர் இரவுகளிலும், சுடுமண் வெப்பலிலும் தன் தோளருகே உணர்ந்த அதே மூச்சுக்காற்று. தன் உத்தரவுக்கெல்லாம் தலைப்படும் அதே மூச்சுக்காற்று.

"ஐயமே இல்லை. இப்போது என் முன் நீ. எத்தனைக் காலம் ஆகிவிட்டது... சாம்பா."

"ம்ம்..." சாம்பன் கனிவுடன் ஆமோதித்தான்.

"நில் நில்... அகன்றுவிடாதே."

"நிற்கிறேன் சங்கா..."

"நான் இக்கணத்தில் மீண்டும் களவு வேட்டலில் உன்னருகே நின்று உனக்கான உத்தரவுகளைப் பிறப்பிக்கிறேன். நான் இப்போது முடமாக உணரவில்லை. என் மனம் எல்லைகளின்றி விரிந்திருக்கிறது. உன் மனம் என்பதும் இப்போது என்னுடையது தான். அதற்கொரு உத்தரவை இடுகிறேன்."

"சங்கா..." சாம்பன் அதிர்ந்தான். சங்கன் கூறப்போவதை முன்னுணர்ந்தது அவனுக்கு விந்தையாக இருந்தது.

“பார்... உனக்குப் புரிந்துவிட்டது. என் இருள் தெய்வமே. திசைகளற்ற உன் ஆகிருதியை மனம் உருக வணங்குகிறேன்.” சங்கனின் குரல் ததும்பிற்று.

“சாம்பா... இப்போது என் உடலில் துளி ரணமில்லை. தாமதிக்க வேண்டாம். என் உத்தரவை ஏற்கும் களத்தில்தானே நீ இப்போதும் இருக்கிறாய்?”

“ஐயமின்றி.” சாம்பன் பதிலுரைத்தான்.

“செய்து முடி.” சங்கன் தன் தலையைப் பின்சாய்த்துப் பெருமூச்சு விட்டான். சாம்பனின் கரங்கள் இருளில் கரைந்து நீண்டன. அவற்றை அவனால் முழுதாக உணர முடியவில்லை. சங்கன் துயரின்றி மூச்சடங்கினான். சாம்பன் குடிசையிலிருந்து வெளியேறிய பின் ஒருமுறை மட்டும் தன் கரங்களை உற்றுப்பார்த்தான். அவை இறுக்கத்தைத் தளர்த்தியிருந்தன. நகரை நோக்கிய திசையில் அவன் தொடர்ந்து நடந்தான். நெடும்பாலை முடிவுறும் இடத்தில் எதுவோ தன்னை அழைப்பது போல் தோன்றியது. சுற்றி நோக்கியும் அவ்விடத்தில் ஏதுமில்லை. எனினும் அரூபமான அந்தக் குரலில் மகிழ்ச்சியும், அழுகையும் பெருகி வழிவதை அவன் தெளிவுறக் கேட்டிருந்தான்.

***

கொல்லைப் புறத்தில் கண்ணம்மா சமாதியில் சுடர்விடும் விளக்கு இப்போது துயரை மட்டும் கசியாமல், ஒரு தெய்வீக அமைதியையும் பரப்பிற்று. மதியப் பொழுதில் அவ்விடதில் நிழலுக்காக வந்திறங்கும் சிட்டுக் குருவிகள், அங்கு அகலாமல் நீடிக்கும் தீப எண்ணெய் வாசம், சுற்றிலும் விரவிக்கிடக்கும் பூவரச இலைகள் என அனைத்தும் இணைந்து அங்கு ஓர் அருவமான மனக்கிளர்ச்சியை உண்டாக்கின. மீண்டும் பிறக்கப்போவது கண்ணம்மாள் தான் என்கிற நம்பிக்கை எல்லோரிடமும் வலுவாக நிலைகொண்டிருந்தது. மாறவர்மனுக்கு மட்டும் நிம்மதியில்லை. நிகழ்பவை யாவும் தெய்வத்தின் காரியம் போல் இருந்தாலும் விதி இன்னொருமுறை தன் அழுக்கடைந்த கரத்தைத் தன் வீட்டின் மீது பதித்துவிடுமோ என்கிற அச்சம் அவனை விரட்டியது. மாமன் இருங்கோட்டையார் விஜயம் செய்யும்போதெல்லாம் அவன் வீட்டில் தங்காமல் எங்காவது சென்றுவிட எத்தனிப்பான். அவரது சமீப கால நடவடிக்கைகள் எதுவும் அவனுக்குப் பிடிப்பதில்லை. அவரது மறவர் பற்று

பெயரளவில் மட்டுமே இருப்பதையும், மறவர் பற்றுக்கு எனச் சான்றளித்துப் பட்டறையிலிருந்து ஆயுதங்களை வாங்கி அவற்றை அவர் கள்ளர்களுக்கு இரகசியமாக விற்பதைப் பற்றியும் அவன் அறிந்திருந்தான். எனினும் அது பற்றி அவனால் அவரிடம் நேரடியாக வினவ முடியவில்லை. சிறு சிறு களவுகளைத் தாண்டி அதனால் வேறு தீங்கு எதுவும் நிகழாது, குறிப்பாக அரச பீடத்தை நோக்கி அந்த ஆயுதங்கள் திரும்பாதென உணர்ந்திருந்ததால் மாறவர்மனுக்கு அதுவொரு பிரச்சினையாகத் தெரியவில்லை. மேலும் தன் எல்லைக்கு அப்பாலுள்ள சங்கதிகளில் தலையிடுவது வீண் வேலையென்றும் அவன் உணரத் தொடங்கியிருந்தான்.

பேறுகால மருந்து தருவதற்காய் அன்று விடியலுக்கெல்லாம் இருங்கோட்டையார் துணைவியுடனும், மகனுடனும் வந்திருந்தார். அவர்களை உபசரிப்பதற்கான உத்தரவுகளை மாறவர்மன் பணியாளுக்கு வழங்கினான். உள்ளே சென்ற தாய் மகளோடு அமர்ந்துகொள்ளவும், இருங்கோட்டையாரும், அவரது மகனும் மீண்டும் வாயிலுக்கு வந்து மாறவர்மனின் அருகில் தங்களை இருத்திக்கொண்டனர். மாறவர்மனுக்கு அங்கு நிற்பதற்குச் சங்கடமாக இருந்தது. இருங்கோட்டையார் ஆர்வத்துடன் பேசிக்கொண்டிருந்தார்.

"....நெடும்பாலை சம்பவத்திற்குப் பிறகு வணிகர்கள் எல்லாம் அஞ்சுகின்றனர். பெருஞ்சாத்தர் உயிர் தப்பிவிட்டார் என்றாலும் அந்த வடு மறையுமா? பெருஞ்சாத்தனையே ஒருவன் கொல்லத் துணிந்துவிட்டான் எனச் சாத்து நடைகள் தேங்கி நிற்கிறதாம். ஏழு நாட்டுக் கள்ளர்களும், மலைக் கள்ளர்களும் சேர்ந்து பெரும் கொள்ளைக்குத் திட்டமிடுகிறார்கள் என்று தெரிகிறது. நீங்கள் சற்றுக் கவனமாகவே இருங்கள் மாப்பிள்ளை. வழிமறிப்பது என்று வந்துவிட்டால் அரசநடை கூட ஒரு பொருட்டல்ல. இந்த நகரின் பசியும், தழும்புகளும் அப்படி. பார்த்துக் கொள்ளுங்கள். எதுவும் இங்கு சரியில்லை."

மாறவர்மன் அவரது பேச்சை ரசிக்கவில்லை. சம்பிரதாயமாக பதிலுரைத்தான்.

"விளங்குகிறது மாமா. நகரில் தேர் கவிழ்ந்தது கூட அபசகுணம் போல்தான் இருக்கிறது."

"இல்லை மாப்பிள்ளை. அந்தச் சம்பவத்தை வைத்து மட்டும் நான் கூறவில்லை. இது அனர்த்த காலம். ஓர் அழிவுப் படலத்தின் வாயிலில் இந்த நகர் நிற்பது போல் ஒரு எண்ணம் எழுகிறது. இது ஏற்கெனவே பலமுறை நிகழ்ந்த ஒன்றாகவும், ஒரு கால இடைவெளிக்குப் பின் மீண்டும் மீண்டும் அரங்கேறுவதாகவும் இருக்கலாம். ஆனால் இதனால் நமக்குப் பதைபதைப்போ, அச்சமோ எழவில்லை பாருங்கள். நாமே அறியாமல், நாம் எல்லோருமே இந்த அனர்த்தங்களில் அங்கம் வகிப்பது போல் தோன்றுகிறது."

மாறவர்மன் அதைக் கேட்டுத் திகைத்தான். உடனடியாக அவன் மனம் ரெங்கநாதர் அமைத்துள்ள, ஐயத்தை வார்க்கும் இணை மெய்க்காவல் படை நோக்கித் தவ்வியது. அதிலும் நகர்வலப் பாதை விசயத்தில் அவர்களை அனுசரித்து மன்னர் நடந்துகொண்ட விதம் அவனை மீண்டும் உறுத்தியது. மக்கள் கூடும் பாதைகளைத் தவிர்த்து அரச நடைக்குப் புதுப்பாதை இடலாம் என அவர்கள் தந்த யோசனை மாறவர்மனுக்குச் சரியாகத் தோன்றவில்லை. அரவமற்ற நதிப்படுகையை அவர்கள் தங்கள் திட்ட வடிவில் குறிப்பிட்டிருந்தது அவனுக்குக் கரடுமுரடான எண்ணங்களை எழுப்பிற்று.

ஆனால், என்ன செய்ய?! அரசர் ஏற்கெனவே அவ்வழிக்குத் தலைப்பட்டுவிட்டமையால் மாறவர்மனால் வெறுமனே ஆமோதிக்க மட்டுமே முடிந்தது. அரசரிடத்தில் தன் உரிமை பறிபோவது ஒருபுறம், தொடக்கத்திலிருந்தே மாயப்படை மீது தழைக்கும் ஐயம் ஒருபுறம் என மாறவர்மன் அகம் துவண்டான். "நாம் எல்லோருமே இந்த அனர்த்தங்களில் அங்கம் வகிப்பது போல் தோன்றுகிறது" இருங்கோட்டையார் உதிர்த்தது மீண்டும் அவனது முகத்தில் அறைந்தது. அரசரும் தான் அறியாமலேயே, தனக்கான விதியின் வழி செல்கிறாரா? யார்தான் நிர்ணயிக்க இயலும்? ஒட்டுமொத்த வாழ்வும் வேறொன்றைத் திடமாக நம்பி முன்னேறுகிறது. அழிவின் வழியில்தான் செல்கிறோம் என்பதைத் தெளிவாக அறிந்திருந்தும் ஏன் அந்த அறிதலை உடன் மறந்துவிடுகிறோம்? என்ன விந்தை.

மரணம் என ஒன்று நிகழாமல், இப்போது இருப்போர் என்றைக்கும் இருந்துவிட்டால்தான் என்ன? இது ஆசையல்ல, இந்த அர்த்தமற்ற உலகில் இப்படியும் ஓர் அர்த்தமற்ற ஏற்பாடு இருந்தால்தான் என்ன? இங்கு எவர் விரும்புகிறார், ஒவ்வொரு

கணமும் ஒன்று அழிந்து புதிதாய் இன்னொன்று எழ வேண்டும் என?"

"என்ன மாப்பிள்ளை... ஆழ்ந்த யோசனை?" இருங்கோட்டையார் குறிக்கிட்டார்.

"ஒன்றுமில்லை மாமா." மாறவர்மன் உதிர்த்த ஒன்றுமில்லை என்ற சொல் அவனையே நெருஞ்சி போல் குத்தியது. ஒன்றுமில்லை. ஆம், எதனாலும் ஒன்றுமில்லை. கண்ணம்மா வழங்கிச்சென்ற அந்த நரக ரணம் கூட இப்போது வடிந்துவிட்டது. அப்படியென்றால் என்றைக்கும் அர்த்தம் நிரம்பியது என இவ்வுலகில் ஒன்று கூட இல்லையா?

***

ஞான மண்டபத்தில் நிசப்தம் கவிந்திருந்தது. குளியல் கல்லில் அமர்ந்திருந்த ஸ்ரீவத்சர் ஈக்களைப் போல் கண்களில் மொய்த்த இருளை ஒருமுறை அழுத்தித் துடைத்துக்கொண்டார். அருகில் நின்று அவரது உடலுக்குச் சுடுநீர் ஒத்தடமிட்டபடி கோபிலன் அவருடன் பேசிக்கொண்டிருந்தான். தேர் கவிழ்ந்த துயரை ஸ்ரீவத்சர் மறக்க விரும்பினார். எனவே கோபிலனும் நகர் நிகழ்வுகள் பற்றி எதையும் கூறாமல் சபை நிகழ்வுகளை மட்டும் அவருக்குத் தெரியப்படுத்தினான்.

"இன்னும் ஒரு நாழிகையில் கூடிவிடுவார்கள் குருவே."

ஸ்ரீவத்சர் இருமியபடி "ஏடுகள் பிரதியெடுக்கும் பணி தடையின்றி செல்கிறதா?" என்றார்.

"ம்ம்... துரிதமாகச் செல்கிறது. நீங்கள் அமைதியுறுங்கள். நான் பார்த்துக்கொள்கிறேன். வேணாட்டவர் இங்கு வருவதற்குள் அனைத்தும் ஆயத்தமாக இருக்கும்."

ஸ்ரீவத்சரின் கால்கள் பட்டை உரிக்கப்பட்ட வேள மரத் தண்டுகளைப் போல் ஒருவித மினுமினுப்புடன் வீங்கியிருந்தன. இப்போது ஒரு அடி எடுத்து வைப்பது கூட அவருக்கு முள்விரிப்பில் நடப்பதாய் இருந்தது. சுவரில் படியும் கரிய பாசிகளைப் போல் அவர் மேனி மீது பிணியை உணர்த்தும் நிறத்திட்டுகள் தென்பட்டன. கணுக்கால் மூட்டோரங்களில் அவ்வப்போது கடும் அரிப்பு உண்டானது. பாத விரல்கள் ஒவ்வொன்றும் அளவில் பெருத்து ஒன்றுடன் ஒன்று

நெரித்துக்கொண்டிருந்தன. கணையமும், ஈரலும் அதன் இறுதி நாள்களில் திணறிக்கொண்டிருப்பதாக வைத்தியர் கூறியிருந்தார். அதனோடு அவர் கோபிலனைத் தனியே அழைத்து மருந்து இனி பலனளிக்காது, இதற்குமேல் நீளும் நாள்கள் அனைத்தும் பெருமாளின் கருணையிலேயே எனப் பூடகமாக உணர்த்திவிட்டிருந்தார். அதன்பிறகு பணிப்பெண்களை அருகில் விடாது கோபிலனே ஸ்ரீவத்சருக்கு அனைத்துப் பணிவிடைகளையும் செய்யத் தொடங்கினான். மல ஜலம் கழிக்க, குளிப்பாட்ட என ஒவ்வொரு முறையும் அவனே அவரைப் படுக்கையிலிருந்து தூக்கியெடுத்தான். ஞான பீடத்திற்கும், படுக்கை விரிப்பிற்கும் அவரை அன்றாடமும் மாற்றிக்கொண்டேயிருந்ததில் கோபிலனின் உடல் சோர்வுற்றது. ஒவ்வொரு நாளும் அங்கணத்தில் அமர்த்தி அவரது உடலை வெந்நீர் கொண்டு துடைக்கும்போது உடலில் எங்கிருந்து எழுகிறது எனக் கூற முடியாத, நாசியை துளைக்கும்படி வீசும் ஓர் அழுகல் நாற்றத்தை அவன் மிகுந்த சிரமத்துடன் கடந்தான். வாசனை மலர்களையும், நொச்சி இலைகளையும் வெந்நீரில் இட்டு அவ்விடத்தில் மணம் பரப்ப முயன்றாலும் ஸ்ரீவத்சரின் மேனியில் ஒத்தடத் துணி உராய்ந்த கணத்தில் அக்கொடிய நாற்றம் கிளம்பிவிடும். சமீப நாள்களில் அவரது வயிறு உடல் இளைப்பிற்குத் தொடர்பின்றி விகாரமாய்க் கனத்து வருவதைக் கோபிலன் கவனித்தான். அவரது விதைப்பை ஆட்டின் பால்மடி போல் வீங்கி உப்பியிருந்தது. தொடைகளுக்கு நடுவே சதைப் பாறையாய் அசைந்து அது அவரை கடும் அவதிக்கு உள்ளாக்கியது.

அன்று சீடர்கள் அனைவரும் ஞான மண்டபத்திற்கு அழைக்கப்பட்டிருந்தனர். தான் சமாதிநிலை அடையும்வரை இனி நாள் தவறாது உபதேசங்கள் நடைபெறும் என ஸ்ரீவத்சர் கூறியிருந்தார். உடலைக் கழுவியபின் கோபிலன் கைத்தாங்கலாக அவரை மீண்டும் ஞான இருக்கைக்கு சுமந்து வந்தான். ஸ்ரீவத்சர் மெலிதான குரலில், தனது பிணிக்கோலத்தை மற்ற இளம் சீடர்கள் எவரும் பார்க்கக் கூடாது என்றார். கோபிலன் ஒருகணம் விளங்காமல் விழித்தான். பிறகு தலையசைத்து ஆமோதித்தான்.

"ஒரு ஞானியால் மரணத்தை வெல்ல முடியாது. ஆனால் அவன் முதுமையின் பிணிகளை வெல்லத் தகுந்தவன். என்னை

இந்த நிலையில் கண்டால் சீடர்கள் ஞானவழி மீது நம்பிக்கை இழந்துவிடுவார்கள். இந்நகரில் வாழ்ந்து மறைந்த ஞானிகள் எவரும் இதுபோல் அவதியுறவில்லை. அமணர்கள் மடிவதைப் போல் மொத்த உடலும் ஒருசேர இளைத்தே அவர்கள் மடிந்தனர். ஓரிடம் வளர்ந்து இன்னோர் இடம் இளைப்பது நல்லுடலுக்கு உரித்தானதல்ல."

"தாந்த்ரீகர்களின் உடல்வழி ஞானம் வகுப்பதும் இதைத் தானே?" ஸ்ரீவத்சருடன்' தனிமையில் இருக்கிறோம் என்பதை அறிந்து கோபிலன் தயக்கமின்றிக் கேட்டான்.

ஸ்ரீவத்சர் நெற்றியைச் சுருக்கி அவனைப் பார்த்தார். பிறகு "ஆமாம். ஒருவகையில் அவ்வாறு இளைத்தொடுங்கி மரிப்பது முதுமையின் பிணிகளை உணராமல் இருக்கத்தான்" என்றார்.

கோபிலன் ஸ்ரீவத்சரைத் தூக்கி உயர்த்தி ஞான இருக்கையில் அமர்த்தினான். அப்போது அவனுக்கு மூச்சிரைவதை ஸ்ரீவத்சர் மெலிதான புன்னகையுடன் கவனித்தார்.

"கோபிலா. இதையெல்லாம் ஒருபோதும் நீ சீடர்களிடம் உரைக்கக் கூடாது. நாம் புரிவது சிறு ஒத்திசைவு மட்டும்தான். அது காலத்தின் தேவை. நம் ஞானவழி தனி என்பதை நீ எப்போதும் நினைவில்கொள்ள வேண்டும். நாம் சிற்றோடைகளை நம்மில் கலக்க வழிவிடும் பெருநதியாக இருக்கவேண்டும். நாமே சிற்றோடையாகச் சுருங்கிவிடக் கூடாது. நாம் சிற்றோடையின் அம்சங்களால் விளிக்கப்படக் கூடாது. அது பேராபத்து. எங்கும் சுடரும் அறிவுப் பேரொளியை நாமே நம் கரத்தால் அழிப்பது போலாகிவிடும். அனைத்து உலக உண்மைகளிலும் பொய்யே ஒளிந்திருக்கிறது. இந்த உடலும், வாழ்க்கையும் உண்மைதான் எனக் கருதுவதற்கு நாம் வாய்ப்பளித்தாலும் அவற்றை வேரற்ற செடிகளாக அல்லது ஒரு பாவனையாக மட்டுமே நாம் கொள்ள வேண்டும். அரச பீடங்களும், அதன் வழியே நம் மார்க்கமும் இனி அப்படிதான் முன்செல்ல இயலும். இப்போது சங்கரரும், மத்துவரும் இருந்தால் கூட இதையேதான் முன்மொழிவர். அனைத்தும் மாய இருப்புதான், ஆனால், அது காலத்தில் முன்னால் நகர்ந்தாக வேண்டும். உனக்கு விளங்குகிறதா? பூதவாதிகளோடு நாம் ஒத்திசைவது இன்றிமையாததுதான் என்றாலும் அது வெளிப்படக் கூடாது."

"அதை நான் நன்கு அறிவேன் குருவே. ஓர் உதாரணத்திற்குச் சொல்லவேண்டுமென்றால், மலை முகட்டில் மரணத்தை நோக்கித் தொற்றி நிற்கும் மேய்ச்சல் நிலத்தின் கடைசி புலிக் குட்டிகளை ஒரு பசு தன் வாயால் கவ்வி மேலுயர்த்துவது போல் நாம் பூதவாதிகளோடு இணைகிறோம். எதிர்காலத்தில் தன் மீதும், தன் கன்றுகள் மீதும் அந்தப் புலிக்குட்டிகள் பாயும் என்பது பசு அறியாததா? இருந்தும் பசு ஏன் அவற்றைக் காக்கிறது? ஏனெனில் புற்கள் முற்றிலுமாக அழிவதைப் பசு விரும்பவில்லை. தன் இனம் தழைக்கவேண்டும் என்றால் அங்கு புலிகளும் இருக்கவேண்டும் என அது அறிந்திருக்கிறது. அதற்காகவே அது அந்த ஆபத்தான காரியத்தைச் செய்யத் துணிகிறது. பின்னாளில் புலியால் மாண்டாலும் அங்கு பசுவே வெல்கிறது. நாம் அப்படித்தான் சில உடன்படிக்கைக்கு வந்திருக்கிறோம். இந்த உலகமும், என் இருப்பும் விஷ்ணு திருவடியின் கீழ் அருவமாய்ப் பணிந்துள்ளன என்பதை நான் மனதார அறிவேன். ஆனால், இந்தத் தெளிநிலை எல்லோருக்கும் சாத்தியமா? இல்லை. இங்கு நாம் இருவரும் ஒருவரை ஒருவர் அறிந்துகொண்டது கூட நமது சிந்தனையாலும், நாம் உதிர்த்த சொற்களாலும்தான். நீங்கள் என் ஆத்மாவில் இறங்கி அனைத்தையும் உணர்த்தினீர். நாம் ஒருவரை ஒருவர் உணர்ந்துகொண்டதே இந்நகருக்கும், எதிர்வரப்போகிற காலத்திற்கும் நிகழ்ந்த மிகப்பெரும் நல்லூழ் என்று கருதுகிறேன். ஆம், அடுத்த சில நூற்றாண்டுகளின் விதி நம் கரங்களிடையே தவழ்கிறது.'

ஸ்ரீவத்சரின் முகத்தில் கனிவு பிறந்தது. கோபிலன் தொடர்ந்தான்...

"இந்த மெய்மையை உணரும் சீடன் அரிதிலும் அரிது. அப்படியொருவன் அமைந்தால் அவனை விலக்காமல் அணைத்துக்கொள்வதே நமக்கான கடமையென நீங்கள் கூறியிருக்கிறீர்கள்."

"ஆம் கோபிலா. இதில் நீ அறிந்துகொள்ளவேண்டியது ஒன்று உண்டு. அப்படியான ஒருவனை நம் ஞானவழியைக் கொண்டு மதிப்பிட முடியாது. இன்னும் விளங்கும்படி கூறுவதென்றால் அவன் ஒரு சராசரி சீடனை விடவும் மெய்ஞான அறிவில் இளைத்தவனாகவே இருப்பான். உன்னை விடப் பிரபந்தத்தில், வைணவப் பனுவல்களில் தேர்ந்தவர்கள் நம் சபையிலேயே பலர் இருக்கிறார்கள் அல்லவா? அதுபோல்தான். அப்படியான

ஒருவன் மற்ற சீடர்களிடமிருந்து மாறுபடுவது அறிதல்களுக்கு அப்பால் இருக்கும் ஒன்றை நெருங்கிப் பார்க்கும் திறனால்தான். அவனிடம் காலப் பிரக்ஞை அபரிமிதமாய் இருக்கும். வாழும் காலத்தில் அவனால் நிலையாக நிற்கவே இயலாது. அவ்வாறு உருவாகி வருபவனே ஞான இருக்கையில் அமரவேண்டியவன். பிரம்மச் சுடரின் மேல்முனைதான் அவனுடைய இருப்பு. ஒளியின் மிக நுண்ணிய இழை போல் அவனது ஞானம் கூர்மையானது. வயதடைந்து அவன் இருண்மையில் தீர்கிற கணத்தில் இன்னொரு கூர்முனை அவன் நின்ற இடத்திலேயே துளிர்த்தாக வேண்டும். எனக்குப் பின் நீ நிற்பதைப் போல்."

"அடியேன் பெற்ற பேறு குருவே" கோபிலன் கரம்கூப்பி வணங்கினான்.

மண்டப வாயிலில் பேச்சரவம் ஒலித்தது. சீடர்கள் சிரம் பணிந்து வரிசையாக உள் நுழைந்தனர். பால்வெண்மையில் ஒளிர்ந்த மண்டபம் சீடர்களின் காவி உடுப்பிற்குச் செறிவேற்றியது. கோபிலன் சற்று நகர்ந்து ஸ்ரீவத்சரின் பார்வைக்கு வழிவிட்டபோது சீடர்களின் கிசுகிசுப்பு காற்றில் அரிக்கப்பட்டது போல் உடன் மறைந்தது. கோபிலன் ஸ்ரீவத்சரின் வீங்கிய பாதங்களைத் துணியினால் சார்த்தி மூடினான். சீடர்கள் அனைவரும் ஸ்ரீவத்சர் முன் நின்று ஒருசேர வணங்கினர். கோபிலன் கரம் அசைத்து அவர்களை அமரச்செய்தான்.

ஸ்ரீவத்சர் சிரமத்துடன் குரலெடுத்தார். "எங்கும் நிறைந்துள்ள ஒளியே. நீ இருளைப் பொறுத்திரு..."

அவரது விழிகள் ஓரிடத்தில் நிலைக்க முடியாமல் பரிதவித்தன. அவரது குரலில் வெளிப்பட்ட அச்சத்தினால் சீடர்கள் கலக்கமுற்றனர். கருவறைக்குள் தன்னந்தனியே அடைபட்டிருந்த ஞானச் சுடர் அப்போது ஏனோ ஒரு கணம் நடுக்கத்துடன் அசைந்தது.

***

குடிசைக்கு மேல் ஒலித்த காகங்களின் எரிச்சலூட்டும் சப்தம் நமனின் வருகையை உணர்த்துவதுவதாய் இருந்தது. காற்றில் தகனக் காட்டின் இறுக்கம். உத்திராபதி பண்டிதருக்கு விதிக்கப்பட்டிருந்த கெடு அன்றுடன் முடிவடைகிறது என்ற துக்கம் குடிசையையும், சுற்றத்தையும் சூழ்ந்திருந்தது. பண்டிதர்

யாவற்றையும் உதறியவராய் மௌனமாக அமர்ந்திருந்தார். விடியலிலிருந்தே அவருக்கு ஒவ்வொரு கணமும் நீர்ப்பாறையில் ஏறும் எறும்பாய் வழுக்கியும், முன்சென்றும் உறைந்து நின்றது. நடையோடு இருக்கும்போதே மரணம் நிகழ்வது ஒருவகையில் நன்மைக்குத்தான். முதுமையில் நொடிந்து வீழ்ந்துவிட்டால் பணிவிடைகளுக்கு ஒவ்வொரு முகமாய் எதிர்நோக்க வேண்டும். மகளாகவே இருந்தாலும் அப்போது அவளுக்கு தான் வெறும் மனித உடல் மட்டும்தான். அப்போது உறவுகள் வேறொரு முகத்தை அணிவார்கள். மனதின் அடியாழ அலட்சியத்தையும், குரூரத்தையும் சிறுதேனும் அந்த முகங்கள் வெளிப்படுத்தியே தீரும். மரணப் படுக்கையில் வீழ்ந்தபடி அந்த முகங்களை எதிர்நோக்குகிற ஒருவன் அதுநாள்வரை அவ்வுறவுகளோடு கொண்டிருந்த பந்தத்தை மார்பிடுக்கில் நிறுத்திப் பட்டை உரிப்பான். பாசம், பந்தம் என உன்னதங்கள் எல்லாம் உரிந்த பின் இறுதியில் எஞ்சுவது எது? மற்றுமொரு பிடிகொள்ளா வெறுமை. பண்டிதர் தனது தந்தை சுப்புரத்தினத்தின் இறுதிக்காலத்தை நினைவுகூர்ந்தார். அவரது உயிர் சீக்கிரம் பிரிய வேண்டும் என ஒவ்வொரு நாளும் தான் மனதார வேண்டியது அவரது நினைவில் தைத்தது. ஆனால், ஒவ்வொரு காலையிலும் அவருக்கு மூச்சு மீதமிருந்தது பண்டிதரை எரிச்சலில் தள்ளுவதாய் இருந்தது. மண் தரையில் கிடந்து நாறி, நிலைகுலைந்து, இறுதியாய் ஒரு அடைமழைப் பொழுதில் அவர் மூச்சை நிறுத்திக்கொண்டார். அக்கணமே அவர் மீதிருந்த வெறுப்பு மறைந்து, அவர் மீதான அன்பு மீண்டும் உயிர்பெற்ற விந்தையைப் பண்டிதர் எண்ணிப் பார்த்தார். "எனக்கு அந்த வெறுப்பிற்குரிய இடைவெளி கூட இல்லை. என் விடைபெறுதலை ஆற்ற முடியாமல் என் மகள் கண்ணீர் சிந்தப்போகிறாள். ஏற்ற இறக்கம் ஏதும் இன்றி என் மீதான பாசத்தை அவள் தக்க வைத்துக்கொள்வாள். அந்த வகையில் நான் நற்பேறு பெற்றவன். நாளை இதே நேரத்தில் நான் என்னாவேன்? அவ்வளவுதான். எல்லாமும்... எல்லாமும். வாழ்க்கை இத்தனை சிறியதா?"

பண்டிதர் தன் வாழ்வின் மொத்த நிகழ்வுகளையும் மனதில் திரட்ட முயன்றார். சாம்பலின் கீழ் புதையுண்ட செப்புப் பண்டங்கள் போல் அவை துலங்கியும், மறைந்தும் அவர் நனவிலியில் அசைந்தன. அவை எதுவும் தனக்கு உரித்தானவை அல்ல என்ற விநோத உணர்வும் அவரிடம் எட்டிப்பார்த்தது. தன் வாழ்நாள் மொத்தமும் எவரோ சொல்லிக் கேட்ட

வாய்வழிக் கதை போலவும், அது தற்போது தன்னிடமிருந்து முழுதாய் விலகி நிற்பது போலவும் அவருக்குப் பட்டது. "நான் மாண்ட பிறகு என் நினைவுத் தொகுப்பு என்னில் படியாமல் வெளியில் சிதறி விழப்போகின்றதோ? எனக்கென்று மிஞ்சப்போவது எது?"

சாவு விதிக்கும் அந்த இரக்கமற்ற வினா தன்னையும் ஆட்கொள்வதைக் கண்டார். வாழ்வில் பாதுகாப்பாய் நின்றபடி ஞானத்தாலும், செவிவழி அறிவாலும் மரணத்தை அணுகுவது எத்தனை மடமை?! மரணம் பற்றி உரைக்கப்பட்ட பாண்டித்துவம் அனைத்தும் நிழல் உரசும் மலர்ப் படுக்கையில் அமர்ந்து உரைக்கப்பட்டதுதானே?! மரணம் இப்போது எனக்காக என் வாசலில் நிற்கிறது. இப்போது எழுகின்ற இந்தப் பயங்கர அச்சமும், அதற்கு இணையாய் உடனேயே சூழுகின்ற நிதானமும் எத்தனை அபூர்வமானவை? இவற்றை ஒருவன் மரணத்திடமிருந்து வெகுதொலைவில் நின்று ஏடுகள் வழியே அனுபவித்திட இயலுமா? மரணமே இங்கு என்னகோர் உபாத்தியாராக வந்துசேர்ந்திருக்கிறது. அதனிடம் பணிவதைத் தவிர வேறு வழி இல்லை. மரணம் ஒரு நிகழ்வல்ல. அருவமாய் இருந்தாலும் அதற்கென்று தனித்த உயிருண்டு. ஆம், சாகும் மனிதனுக்குக் கூற நிச்சயம் அதனிடம் எதுவோ உண்டு. அது தங்கள் செவிகளில் விழுவதில்லையே எனச் சாவிடமிருந்து தூரமாய் நிற்கும் மனிதர்கள் பரபரக்கிறார்கள். அதுவே துக்கமாகவும், பின் அச்சமாகவும் அவர்களில் நிலைகொள்கிறது. இப்போது இங்கு கவிந்துள்ள துக்கம் எதற்கானது? மரணத்தை அறியவேண்டி இவர்கள் மனதிடுக்கில் கொண்டுள்ள இச்சையும், அதன் இயலாமையும்தான் துக்கத்தின் சாயலில் வெளிப்படுகின்றனவா? பண்டிதருக்குச் சட்டென்று அந்த எண்ணம் ஒரு கேள்வியாய் உதித்தது. தலைகவிழ்ந்து அமர்ந்திருந்தவர் பரிதியை ஏறிட்டார்.

பரிதியிடம் சொற்கள் எழவில்லை. குழப்பமும், துக்கமும் அவனை வருத்தின. ஊர் காண கொல்லப்படும் அளவிற்குப் பண்டிதர் என்ன பிழை செய்தார்?! அரசிற்கு எதிராக நயவஞ்சகச் செயல்களில் ஈடுபட்டதோடு, நாயக்கச் சிற்றரசர்களை நஞ்சிட்டுக் கொன்ற நாவிதக் குலத்தின் வேறு சில குடும்பங்களின் நியாயத்தை அவனால் இப்போது மனமார உணர முடிந்தது. தீக்கடம்பை என்பது ஒரு புனைவு. தலைமுறைகளாய் வளர்ந்து

வந்த பொய். முன்னோர்கள் கொண்டிருந்த அந்த வீண் நம்பிக்கை இப்போது நம் குலத்தில் பலி கேட்கிறது. எனினும் தீக்கடம்பையைப் பற்றி எண்ணும்போதெல்லாம் தன்னுள் ஒரு வாசம் கமழ்வதை அவன் உணர்ந்தான். ஆனால் அவனுக்கு அதன் தோற்றுவாய் பிடிபடவில்லை. அதுதான் சித்தம் பிசகி மிதந்த நீர்ப்பெருவெளியின் வாசமோ என ஐயமுற்றான்.

கோதை பண்டிதரை விட்டு அகலாமல் அவர் அருகிலேயே அமர்ந்திருந்தாள். ஆனால் அவரது விதி அவளைப் பெரிதாகத் துன்புறுத்தவில்லை. அரண்மனையில் நிகழ்ந்த அசிங்கம் கணம் கணமாய் அவளது உயிரைப் பிளந்துகொண்டிருந்தது. மனதில் எதிரொளித்த காட்சிகளும், நாசியை நீங்காத காந்தர்வனின் வியர்வை வாடையும் அவளது உடலைக் கூச வைத்தன. அந்த வன்கூடல் நிகழ்கையில் பின்னால் எழுந்த ராணியின் உக்கிரக் குரல் இப்போதும் அவளுள் நடுக்கத்தை உண்டாக்கியது. அடுத்தடுத்த தினங்களில் அந்த அசிங்கத்திற்குத் தானே அரை மனதாய்த் தலைப்பட்டதை எப்படி விளக்க? குடிசைக்குத் திரும்புகிற ஒவ்வொரு நாளும் வையையில் விழுந்து அந்த மர்மப் பகல்வேளைகளைத் தன் உடலிலிருந்து கழுவிக்கொள்ள முயன்றாள். இருந்தும் அவளை விட்டு எதுவும் நீங்கவில்லை. தனது காயங்களை மீறித் தன்னிடம் ஓர் ஒழுங்கீனமான தளுக்கு வெளிப்படுகிறதோ என ஐயமுற்றாள். அரண்மனையில் அரங்கேறியதை வெளியில் எவரும் அறிய முடியாது என்ற வலுவான நம்பிக்கை அவளை ஆற்றில் விழுந்து சாகவிடாமல் ஒவ்வொரு முறையும் காத்தது. ஆனால் பரிதி எதையோ உணர்ந்துகொண்டிருந்தான். அவளது நிலை பற்றி ஏதும் அறியாமலேயே அவன் அவளை உதாசீனப்படுத்தினான்.

அவனது பார்வை தனக்கும், அவளுக்கும் என்ன உறவு என வினவுவதுபோலவே இருந்தது. ஒருவகையில் அவனது உதாசீனம் கோதைக்குத் தேவையான ஒன்றாய் இருந்தது. அதைக்கொண்டு அவள் தன் இரகசிய நாற்றங்களை மறைக்க முயன்றாள். இப்போது பண்டிதரின் கெடு முடிவது அவளுக்கு அதே வகையில் கூடுதலாக உதவிற்று. அவரது துயரில் மூழ்கிச் சற்று ஆசுவாசம் அடைந்தாள். அவர் மரணித்த பின் அவளால் எல்லாவற்றிற்கும் சேர்த்து அழ முடியும்.

***

ராணி நாகம்மை களைப்புடன் அமர்ந்திருந்தாள். இருக்கைக்கு அருகில் இருந்த மேசையில் தேறலும், பழங்களும் அலங்கோலமாய்ச் சிதறிக் கிடந்தன. நன்றாக உண்டிருந்ததில் அவளது ஒட்டியாணம் பெரிய வடம் போல் புடைத்து நின்றது. அவ்வப்போது அவள் தன் வியர்த்த முகத்தைத் துடைத்துக்கொண்டாள். சாமரம் வேகமாக வீசப்பட்டதில் ராணியருகில் இருந்த கூண்டு விளக்கு மடிந்து மடிந்து எழுந்தது. விளக்கொளி தணியும்போதெல்லாம் ராணியின் நரைத்த கேசம் இருளை உறிஞ்சிக் கருகருவெனக் காட்சியளித்தது. கூடத்தின் மையத்தில் நின்ற காந்தர்வனை அவளது விழிகள் கூர்மையாகத் தீண்டின.

அவள் உணவருந்திய இடைவெளியில் காந்தர்வன் கோதையோடு தான் புரிந்த வக்கிரங்களை ரணத்துடன் எண்ணிப் பார்த்தான். அவளுக்கு ஒடிசலான உடல். அதற்குள் ஒரு மலை சுமக்கும் தீ பொதிந்திருக்கிறது. அதைத் தணி என்றும், நெருங்கினால் பொசுக்கிவிடுவேன் என்றும் மாறி மாறி அவள் கொள்ளும் நிலையாமை. என்னைக் காணும் போதெல்லாம் நடுக்கூடத்தில் நரகலைக் கண்டது போல் அவள் வெளிப்படுத்தும் அகச்சுளிப்பு. அணைப்பில் திமிருகையில் அத்தனை வன்மத்தையும் கடந்து அவள் காட்டும் சிறு தளர்வு. மரணத்துடன் போராடும் மனிதன் இறுதியாக ஒரு நுண்ணிய கணத்தில் தன்னை அதனிடம் உவகையோடு ஒப்படைப்பது போல... அவள் தன்னை ஒப்படைக்கும் அந்த மெல்லிய இழையை அவளாலேயே உணர முடிவதில்லை. அப்போது அவளிடம் வெளிப்படும் அந்த விழியசைவு. அதை எப்படி விளக்குவேன்?! வாழ்க்கை இந்த வக்கிரங்களைக் கொண்டுள்ளது தான். அதையும் கடந்து அயரும் மனமே பூரணமான மனம் என அப்பார்வை வழியே அவள் பெருமூச்சு விடுவது போலிருக்கும். இது அவளது இரகசியச் சபலம் அல்ல. அவள் என் மீது கொண்டுள்ள நேசத்தை உணர்ந்த பின்னும் அவளுடனான புணர்விற்கு இப்படி விதிகளைக் கற்பிப்பது மடமை.

காந்தர்வன் அப்போது கொல்லைப் புறத்தில் ஒலித்த அரவத்தால் திடுக்கிட்டான். கோதை வருகிறாளா?! நிதானித்து மூச்சை விடவும் அது பிரமை எனப் பட்டது. இனி ஒருமுறை தன்னால் கோதையை எதிர்நோக்க முடியுமா? இனி அந்தத் தீயை என்னால் விழுங்க முடியுமா? இல்லை. நான் பாவி.

“கூத்தனே... நீ கதையைத் தொடரலாம்.”

ராணியின் குரலால் சிந்தனைக் கலைக்கப்பட்ட காந்தர்வன் சிறு யோசனையுடன் ஆமோதித்தான்.

“ராணியம்மையே. காந்தர்வனின் காவியம் தோல்வியுற்று அவன் சோழச் சபையிலிருந்து விரட்டப்பட்டான். பின் அவன் ஒரு தாசிக்குடிலை அடைந்தான். இதுவரையிலான நிகழ்வுகளை மொழிந்திருந்தேன் அல்லவா? தாசிக் குடியில் அவன் எண்ணெய் ஏறிய கல்பீடம் போல் மினுமினுப்புடன் ஒருத்தியைக் கண்டான். தங்கம் தீயில் கறுக்காது என்பர். ஒருவேளை கறுத்தால் அப்படித்தான் இருக்கும் அவள் மேனி. எத்தனையோ பேர் அவளுடலில் பொழிந்திருந்தும் அதன் ரசம் குன்றவில்லை. பட்டு உருகி வழிந்த உடல். அவளது மனதின் இருண்மைக்குள் இந்த அண்டமும் திசையற்றுத் தொலைந்துபோகும். அத்தனை சோகம் அவளுள். சோகத்திலேயே விடலைத் தனமான சோகம், விரகச் சோகம், புத்திர சோகம், பிரவிச் சோகம், தனிமைச் சோகம், இறையாலும் ஆற்ற இயலா காவியச் சோகம் எனப் பல உண்டு. நம்ப வேண்டும், அவளிடம் அத்தனை சோகமும் உண்டு. அவள் கூடுவதும், சிரிப்பதும் கூடச் சோகத்தில்தான். அவளது அனைத்து உணர்வுகளிலும் புனையலாடும் பாம்பு போல் சோகம் பின்னியிருக்க அவளே அதுவரை கண்டிராத ஓர் உணர்நிலையை அவன் அவளிடம் எழுப்பினான். வாழ்வில் அவள் அறிந்திடாத புதுப்புது கணங்களை அவனது காவியப் பாக்கள் அவளுள் விளைவித்தன. கள்வெறியில் அவன் பிதற்றியவையெல்லாம் அவளது செவிகளில் நுழைந்து பாடல்களாக உருப்பெற்றன. அவள் வேற்றாருடன் புணரும்போதும் மரத்தடியிலிருந்து எழும் அவனது குரலுக்காக ஏங்கிக் கிடந்தாள். தன்னைப் புணர்வது அவனது காவியம் அன்றி வேறில்லையென அவள் உணரத் தொடங்கினாள். அவள் அவனைக் காணும்போதெல்லாம் அதுவரையிலும் எவருக்கும் படையலிடாத, அவளே புதிதாய்க் கண்டுகொண்ட அவளது இதய ஊற்றை மார்பின் அரூபத் துளைகளின் வழி வெளிப்பொழிந்தாள். அவள் ஏங்கியது அவனது காவியத்தையும், அதை நிகழ்த்தும் வாய்மொழியையும் தான். அதை அவள் இறைவனுக்கும் மேலாய் மெய்ச்சினாள். அவற்றை முழுவதுமாகச் செவிகொணர்ந்துவிட்டால் பின் மரணிக்கவும் உடன்படுவாள். ஆனால் விதி ஒரு மரக்கிளையைப் போல் இருவருக்கும் இடையில் முறிந்து விழுந்தது. சிறு

தூரம்தான் என்றாலும் அவன் நின்ற இடத்தில் பெருமழை. அவளோ வெயிலின் தகிப்பில் நின்றாள். மதி கலங்கிய காந்தர்வனுக்கு அவள் நிலை விளங்கவில்லை. அவளது கண்ணீர் பொருள்படவில்லை..."

காந்தர்வன் சட்டென்று கதையை நிறுத்தினான். கூத்து நிகழ்வுகளில் கோதை அவனை நோக்கிச் செலுத்தும் பார்வை அரண்மனைத் தூண்கள் அனைத்திலிருந்தும் அகலொளியாய்ப் பாய்வதாக அவனுக்குத் தோன்றிற்று. அவன் மனதின் விசும்பல்கள் அனைத்தும் வெடித்துச் சிதறின. ராணியையும் பொருட்படுத்தாமல் அரண்மனை எங்கும் எதிரொலிக்கும்படி பெருங்குரலெடுத்து அழத் தொடங்கினான். அந்த அழுகையைக் கதைக் கூத்தில் ஒரு பகுதியோ என நாகம்மை கருதினாள். அவனது இடைவிடாத ஓலம் அவளைப் பதறச் செய்தது. அவன் அழுவதைக் காண அதற்கு மேல் தனக்கு வலுவில்லை என இருக்கையிலிருந்து எழுந்து முன் வந்தாள். என்ன நேர்ந்தது என அவள் கனிந்துருகி வினவியும் அவனிடம் மாற்றம் ஏதுமில்லை. திடீரென வாயிலை நோக்கிப் பாய்ந்தோடினான்.

கடைசி ஒளி தீபமும் அணைந்த பாழ் மண்டபம் போல் அவன் மனம் இருளில் ததும்பியது. எத்தனை ஊர்கள் சுற்றியிருக்கிறோம், எத்தனை மனிதர்களைக் கண்டிருக்கிறோம், வியர்வைத் துளிகளைப் போல் என் உடல் எத்தனைக் கதைகளை உதிர்த்தபடி இருக்கிறது. ஆனால் அவையெதுவும் எனக்கு இப்போது பொருள்படவில்லை. என் மீது விழுந்த ஒற்றை மழைத் துளி என் வாழ்வின் மிகப்பெரும் துயரமென ஆகிறது. என்ன விந்தை? உலகம் அறிந்த பறவை, பாலையையும், குளிர்மழையையும் கடக்கவல்ல பறவை கணப்பின் ஓரமாக இதம் பொதித்திருக்கும் சிறு அனலுக்காக ஏன் தவிக்கிறது?! நான் முழுமையை எட்டக் கோதையைத் தவிர வேறு ஒன்றும் எனக்கு அருளப்படவில்லையா?

காந்தர்வன் மூச்சிரைக்க ஓடி நின்றான். அவன் முன் வையை நதி இருவேறு நூற்றாண்டுகளைப் பிளந்து நிற்கும் வாள் போல் மின்னியது. ஆள் அரவமற்ற அதன் கரையில் இலக்கின்றி நடந்தான். வழியில் குறுங்காடு ஒன்று எதிர்ப்பட்டது. அதன் உள்ளே திரிந்த இரவாடிப் பறவைகள் படபடப்புடன் எதையோ உச்சரிப்பது போல் தோன்றியது. புதர்கள் அடர்ந்த தடத்தில் நுழைந்தபோது ஒரு கணம் கோதையின் வாசனை அவனைத்

தீண்டிச்செல்வதை உணர்ந்தான். கரைச் சரிவில் புரளும் நீர்ச்சுளிப்புகள் இரகசியக் குரலில் அவனது செவிகளில் இடைவிடாது அறைவது போல் பட்டது.

“கோதை... அவள் என்னை ஆட்டிவைக்கிறாள். அவளது கண்ணீருக்கு நான் காரணமாகிவிட்டதோ அல்லது என் குற்றமனமோ கூட எனக்கு இப்போது ஒரு பொருட்டில்லை. இங்கு காமம் ஒரு சங்கதியாகத் தெரியவில்லை. அது வெறும் புகை மண்டபம். நான் யார்? என் குலம் எனக்கு வழங்கியது வெறும் பாட்டும், கூத்தும் மட்டும்தான். அவை எல்லாமும் அலுத்துவிட்டன. இதற்கு மேல் நான் அடைவதற்கென்று வாழ்வில் ஏதேனும் உள்ளதா என வினவிக்கொள்ளும்போதெல்லாம் ஏன் என் மனம் கோதையை நோக்கிச் செல்கிறது. கோதை என்கிற சொல்லில் என் ஜீவன் அமைதியடைகிறது. ஆனால் நான் என்ன செய்தேன்?! என் உடலெங்கிலும் அகற்றமுடியாத கறை. அது என் ஒவ்வொரு உள் உறுப்பிலும் பிசிபிசுக்கிறது. ஆயிரம் ஆண்டு வையை நீரை என் மீது ஒரு நாழிகையில் பாய்த்திடினும் அகற்ற முடியாக் கறை.”

“காந்தர்வன் கதையை ஏன் வடித்தோம்? என்னால் காவியம் இயற்ற முடியாது. இயற்றினாலும் காவியமேடை ஏற முடியாது என்ற தாழ்வுணர்ச்சியில்தான் அந்தக் கதையை உருவாக்கினேனா? இல்லை, கோதை போன்ற ஒருத்தி என் வாழ்வில் எதிர்ப்படுவாள், அவளுக்குப் படைப்பதற்கென்று அதைப் புனைந்தேனா? எத்தனை அற்பமான விளையாட்டு. ஆனால் எனக்கும், காவியம் இயற்றச் சென்ற காந்தர்வனுக்கும் கட்டுப்படாத, எங்கள் இருவராலும் துலங்க முடியாத, பார்வைக்கு அப்பாலுள்ள வானம் போல் ஏதோ ஒன்று அக்காவியத்தில் உருவேறி விரிந்திருக்கிறது. அது உறங்கும் நோய்க் கிருமி போல் செயல்புரியத் திராணியற்றதா? இல்லை. அக்கதையையும், அதனுள் வரும் காவியத்தையும் அறிய முடியாத இருள் ஒன்று தன் திசையில் இழுத்துச் செல்கிறது. அதன் சிதறல்கள் இப்போது... இதோ என் மீதும் வீழ்கின்றனவா? அந்தச் சிதறல்களில் ஓர் ஏடு மட்டும்தான் உண்மையில் நானா? விசித்திரமான எண்ணங்கள். என் சித்தம் கலங்கிவிட்டது. ஏடுகள் புரட்டப்படுகின்றன. அதனால் இங்கு நதி சலசலக்கிறது. அதோ அங்கு பல நூறு காகங்கள். இருண்மையின் தூதுவர்களாய். அதோ அங்கு...

அப்போது நதிக் கரையின் மேலிருந்து திடீரென ஒரு பெரும் சப்தம் அமானுடமாய் எழுந்து நகரெங்கும் பேரதிர்வைப் பரப்பியது. ஆயிரங்காலமாய், மயக்க நிலையில் கிடத்திவைக்கப்பட்ட புராதன மிருகம் ஒன்று விழிப்புற்று அலறுவதைப் போல் எழுந்த அந்தப் பேரொலியில் காந்தர்வன் திடுக்கிட்டு உறைந்தான். "என்ன ஓசை இது? தெய்வம் மரணித்து அதற்காக இப்புடவியே அரற்றுவது போல்... எதனிடமிருந்து எழுந்தது?" மீண்டும் அவ்வோசை எழுமோ என்கிற அச்சத்தில் செவிகளோடு, விழிகளையும் அவன் இறுக்கி மூடிக்கொண்டான். அப்போது தனது பிரக்ஞை உடலை நீங்கி இருளில் சிதறிவிட்டதைப் போலவும், உள்ளடுக்குகள் கொண்ட, ஒரு முற்றுபெறாத காவியத்திற்குள் ஒரு பயங்கர நிகழ்வை செவியுணர்வதற்காக மட்டும் தன் இருப்பு விதிக்கப்பட்டிருப்பதாகவும் அவனுக்குத் தோன்றியது.

***

மதில்களில் எதிரொளித்த வெண்மை அன்றைய பகல் நீண்டதாக இருக்கப்போவதை உணர்த்திற்று. விசாரணை மண்டபத்தில் மனித நிழல்கள் பெருகிக்கொண்டிருந்தன. காவலர்களின் குரல்களில் என்றும் இல்லாத ஆவல் வெளிப்பட்டது. இரவில் ஒலித்த பெரும் சப்தம் பற்றியே அவர்கள் பேசிக்கொண்டிருந்தனர். மகாசங்கு முந்தைய இரவில் ஏன் அவ்வாறு ஓர் அதிர்வோசையை எழுப்பியது என்று எவருக்கும் தெரியவில்லை. இதற்கிடையே நள்ளிரவில் அரசவை வாயிலில் நுழைய முற்பட்டுக் காவலர்களிடம் அகப்பட்டிருந்த சாம்பன் விசாரணை மண்டபத்திற்குக் கொண்டு வரப்பட்டிருந்தான். விடிகிற வரை மௌனம் சாதித்தவன் திடீரெனக் காவலர்களை நோக்கி அதை அறிவித்தான்.

"நான் தீக்கடம்பையைக் கொண்டு வந்திருக்கிறேன். என்னை நீங்கள் காவலில் அடைத்து வைத்திருப்பதை அரசர் அறிந்தால் உங்களுக்குச் சவுக்கடி நிச்சயம்."

அவன் அதையொரு கள்ளப்புன்னகையோடு கூறியது காவலர்களைத் துணுக்குற வைத்தது.

இவன் தெளிவான மனநிலையில் இல்லை. பிதற்றுகிறான். இவன் சொல்லைக் கேளாதீர் எனக் காவலர்கள் சிலர் கூறியும் காவலர் தலைவனால் சாம்பனின் கண்களில் இருந்த தீவிரத்தை

மறுதலிக்க இயலவில்லை. மாறவர்மனுக்கு உடன் செய்தி அனுப்பப்பட்டது.

மகாசங்கு எழுப்பிய அந்தப் பயங்கர ஒலி தன்னைத் தவிர மற்ற எல்லோருக்கும் கேட்டிருக்கின்றது என்பதே அரசருக்கு முதலில் வியப்பாக இருந்தது. தனக்கு மட்டும் அது ஏன் ஒலிக்கவில்லை, தான் அப்போது என்ன நிலையில் இருந்தோம் என எண்ணிப்பார்த்தார். இரவு வாத்தியமும், அதன் ஊடாகக் கணிகையின் விரசப் பாடலும் மனதில் ஒருகணம் எழுந்து அணைந்தது. குறுகுறுப்பும், நகைப்பும் உண்டானதில் வெட்கினார். மாறவர்மன் அப்போது விசாரணை மண்டபத்திலிருந்து தான் பெற்ற செய்தியை அவரிடம் சேர்க்க வந்திருந்தான். அரசர் செய்தியைக் கேட்டு வியந்தார்.

"அவன் பிரவேச பலிக்காக நாவிதர்களுடன் அனுப்பப்பட்ட கள்வன்தானே? அவன் அந்த மலரைக் கொண்டு வந்திருக்கிறானா? எவரும் பார்த்தார்களா? விடியலிலிருந்து அனைத்தும் விநோதமாக இருக்கிறது. எனக்கு ஒன்றும் விளங்கவில்லை. நகரில் என்னதான் நடக்கிறது? இரவில் எல்லோருக்கும் கேட்ட ஒலி எனக்குக் கேட்கவில்லை? நீ அதைக் கேட்டாயா?"

"நான் அப்போது..." மாறவர்மன் ஒருகணம் தடுமாறினான். தாசி மண்டபத்திற்கு வெளியே காவலாக நின்றதை எப்படி உரைப்பது என எண்ணி பிறகு கவனமாகச் சொற்களை உதிர்த்தான். "நான் அப்போது நீங்கள் கூப்பிடும் தொலைவில் தான் நின்றிருந்தேன். அந்த ஒலி எனக்கு நன்றாகவே கேட்டது. காலையில் மனைக்குச் செல்கையில் அந்த ஓசையால் என் இல்லாள் அஞ்சியிருப்பதும் தெரிந்தது."

"அடடா. என்ன விந்தை இதெல்லாம். சரி அவனிடத்தில் அந்த மலர் இருப்பதை எவரும் பார்த்தார்களா?"

"இல்லை அரசே. மலரைக் கொடு நானே அதை அரசரிடம் தருகிறேன் எனத் தலைமைக் காவல் அதிகாரி சொன்னதற்கு அவன் மூடர்களே எனக் கூறி சிரித்தானாம், பிறகு அதிகாரியை நோக்கி அரசரின் மணிமுடியைத் தொட்டால் உனக்கு என்ன நேரும் என்பதை அறிவாய்தானே? நான் கொண்டுவந்திருப்பது மணிமுடியை விடவும் உயர்வானது என்றானாம்.

கிருஷ்ணப்பர் பரபரப்பு அடைந்தார்.

“இப்போதே நான் விசாரணை மண்டபத்திற்கு விரைய வேண்டும். ஏற்பாடுகளைச் செய். கெடு விதிக்கப்பட்ட அந்த அம்பட்டக் கிழவனையும் அங்கு அழைத்துவாருங்கள்.”

சூரியன் முக மண்டபம் மேலாக நின்று அளவிலா வெயிலைப் பொழியத் தொடங்கிற்று. அரசரின் வருகையை ஒலிக்க கொம்புகள் வான் உயர்ந்திருந்தன. சாம்பன் மண்டப வாயிலுக்குக் கொண்டு வரப்பட்டு வெட்டவெளியில் நிறுத்தப்பட்டிருந்தான். அகல வைத்து நடக்க இயலாத அளவிற்கு அவனது கால்கள் இரும்பு உருளைகள் பிணைக்கப்பட்டிருந்தன. ஆனால் அவற்றை அவன் எளிதாக இழுத்தபடி நடந்துவந்தான். அணி அணியாய்க் காவலர்கள் சூழ்ந்து நின்றும் அவன் தன் உடலில் எவ்வித மாற்றத்தையும் வெளிக்காட்டவில்லை. அவனது முகத்தில் அவனுக்கே உரிய, முந்தைய காலத்தின் அலட்சியம் குடியேறியிருந்தது. ஈட்டிகளும், வாள் முனைகளும் மின்னிய அவ்விடத்தை அரவமற்ற பாலையெனக் கருதி நிதானமாக முன்வந்தான். மனம் அவள் உதிர்த்த சொற்களைத் தேடி அலைந்துகொண்டிருந்தது. தான் எப்படி நடந்துகொள்ளவேண்டும் என்பதை அவை தனக்கு ஏதோ ஒரு வழியில் உணர்த்தும் என அவன் திடமாக நம்பினான். வெயில் நெற்றிக்கு மேல் ஏறவும் உச்சந்தலையில் வியர்வை கொப்பளித்தது. தலையைச் சிலுப்பி வியர்வையைச் சிதறடித்தான்.

“டேய் என்ன சிலுப்புகிறாய்? காளையா நீ? தலை துண்டாகிவிடும். ஒடுங்கி நில்.” காவலன் குரல் எழுப்பினான்.

சாம்பன் அதைச் செவிக்கொணராமல் தன் மனக்கேள்விகளுக்குள் ஆட்பட்டான். இதே கடுவெயில் இப்போது மேற்கு மலைக் காட்டிலும் கவிய முற்படுமா? அவள் மீது சிறிதளவேனும் இவ்வெய்யில் தொட்டு விலகுமா? அப்போது அவள் என்னை உணர்வாளா? சாம்பன் விழிகளை ஒருமுறை மூடித் திறந்தான். நிகழப்போவதை முன்னுணர்ந்ததாலேயே தன் உடலில் பதற்றமின்மையும், அமைதியும் நிறைந்துள்ளனவோ என எண்ணினான். அவன் நிறுத்தப்பட்ட இடத்திலிருந்து சற்றுத் தொலைவில் உத்திராபதி பண்டிதர் தலை கவிழ்த்து நின்றிருந்தார். அவருக்கு அருகில் நின்றிருந்த கோதையும்,

பரிதியும் அச்சத்தில் ஒடுங்கியிருந்தனர். பரிதி சாம்பனைப் பார்த்து விழி அசைவால் எதையோ வினவ முயன்றான். ஆனால் அவர்களைக் காண விரும்பாதவனாய்ச் சாம்பன் பார்வையை விலக்கிக்கொண்டான்.

திடீரெனக் கொம்புகள் வான் உயர்ந்து பிளிறின. அரசர் வருகையை உணர்ந்து அனைத்து உடல்களும் விறைத்தன. மாறவர்மன் காவலர் திரளைப் பார்வையால் விலக்கி அரசருக்கு அரணாக வந்துள்ள தன் சேனை மண்டபத்திற்குள் உள்நுழைய வழி ஏற்படுத்தினான். அரசர் மீது வெயில் கவியாதவாறு சேவகர்கள் வெண் குடையை ஏந்தியிருந்தனர். அரசர் தன்னை நோக்கித்தான் வருகிறார் என்பதை உணர்ந்ததும் சாம்பனுக்கு மார் இறைந்தது. அதை மறைக்கவேண்டி பணிவாய்ச் சிரம் தாழ்த்திக்கொண்டான். அரசரின் பிரமாண்ட ஆகிருதி அவனது திடத்தைச் சற்று வீழ்த்திவிட்டது. எனினும் அவரது இதழோரத்தில் வடிந்த புன்னகை அவர் உள்ளத்தில் கருணைக்கும் இடமுண்டு என எண்ண வைத்தது.

கிருஷ்ணப்பர் எதிரில் நின்ற சாம்பனைக் கண்டுகொள்ளாமல் மாறவர்மனிடம் எதையோ உத்தரவிட்டார். தன்னிச்சையாக அவரை வணங்க எழுந்த சாம்பனின் கரங்கள் அவர் காட்டிய அலட்சியத்தால் தாழ்ந்துவிட்டிருந்தன. உடன் அரசருக்கான ஆசனம் கிடத்தப்பட்டது. அதில் அமர்ந்த கிருஷ்ணப்பர் சாம்பனை ஆழ்ந்து நோக்கினார். அவரது பார்வை தன் வயிற்றில் பாய்ந்துகொண்டிருப்பதை உணர்ந்த சாம்பன் நிமிர்ந்து அரசரை நோக்கலாமா என்கிற குழப்பத்தில் சற்றே தலையுயர்த்திப் பிறகு ஒரு பிடிகொள்ளாத அச்சத்தில் உடன் தாழ்த்திக்கொண்டான். அரசர் மீண்டும் மாறவர்மனிடம் பார்வையாலேயே உத்தரவிட்டார்.

மாறவர்மன் சாம்பனை நோக்கிக் குரலெடுத்தான் "மேன்மை பொருந்திய அரசர் உன் பார்வைக்கு அருளிவிட்டார். நீ அந்த மலரை ஒப்படைக்கலாம். அரசர் அதில் நிறைவடைந்தால் முன்பு விதித்தபடி உனக்குச் சிரச் சேதம் புரிவதா அல்லது தண்டனையைக் குறைப்பதா என்பது முடிவு செய்யப்படும்."

சாம்பனிடம் இப்போது துணிவு பிறந்தது. தலை நிமிர்த்தி மாறவர்மனை நேருக்கு நேராகப் பார்த்தான். இருவரது கண்களும் ஒரு கணம் ஆழமாகச் சந்தித்துக்கொண்டன.

இருவருக்கும் இடையில் காலம் மிக நீண்டதாய் விரிந்துசெல்வது போலிருந்தது. இரு காலத்தில் வாழும் ஒரே மனிதன் என்கிற ஒரு மாய எண்ணம் இருவரது மனதையும் சீண்டியது. இரு நடுகற்கள் ஒன்றையொன்று எதிரெதிராய்க் கண்ணுறும் தருணம் போல் அமைதியும், இறுக்கமும் அவர்களிடத்தில் வளர்ந்தன. அந்த உறைநிலையிலிருந்து சட்டென்று தன்னை விடுவித்துக்கொண்ட சாம்பன், மாறவர்மன் கூற வருவதைக் கேட்க ஆர்வமுற்றான். மாறவர்மன் தொடர்ந்து எதையோ கூற முற்பட்டுப் பின் அதை மறந்தவனாய்த் திகைத்தான். அவனது நெஞ்சம் காரணமின்றி படபடத்தது. தங்கள் இருவருக்கும் இடையே மர்மமான பிணைப்பொன்று நெடுங்காலமாய் இருப்பது போலவும், இப்போது அது நிர்வாணமாய் வெளிப்படுவதாகவும் அவனுக்குத் தோன்றியது. சிறு அமைதிக்குப் பின் மீண்டும் அரசரின் உத்தரவை முன்மொழிந்தபோது தன் சொல்லில் ஓர் இனம்புரியாத தளர்ச்சி மேலிடுவதை அவன் உணர்ந்தான்.

***

ஸ்ரீவத்சர் மகாசங்கில் என்ன நேர்ந்தது என்பதை அறியவேண்டி துடித்துக்கொண்டிருந்தார். செவிப்புலன் வீழ்ந்திருந்ததில் அவருக்கு அவ்வோசை சாம்பல் குவியலைக் கரத்தால் அறைவது போல் மெலிதாகத்தான் ஒலித்தது. இருந்தும் அதைத் தன் இதயச் சுவரில் உணர்ந்தார். அந்தச் சப்தம் எழுந்து அடங்கிய பின் மிகுந்த அச்சத்துடன் மீண்டும் உறங்கிப்போனவர் காலைப் பனி விலகி, புற்களின் ஈர வாடை கமழ்கையில் அந்த ஓசையின் நினைவில் திடுக்கிட்டு விழித்தார். கோபிலனை அழைத்துத் தான் மகாசங்கை உடனே காணவேண்டும் என அவர் பிடிவாதமாய்க் கூறியபின் கோபிலனும் வேறு வழியின்றி அதற்கான ஏற்பாடுகளைச் செய்தான்.

அவர்கள் மகாசங்கின் அமைவிடத்தை நெருங்குகையில் மகா சங்கு களைப்புற்று உறங்குவது போல் காட்சியளித்தது. எங்கும் இடுகாட்டு மௌனம். சங்கைப் பார்த்தபடி தொலைவில் நடந்துசென்றோரிடம் எந்நேரத்திலும் அது மீண்டும் அலறி ஒலி எழுப்புமோ என்கிற அச்சம் பீடித்திருந்தது. குதிரை வண்டியிலிருந்து ஸ்ரீவத்சர் மிகுந்த சிரமத்துடன் கைப்பல்லக்கிற்கு மாற்றப்பட்டார். ஸ்ரீவத்சர் வழக்கமாகப் பவனிவரும் பிரம்ம பல்லக்காக இல்லாமல், மேற்கூடற்ற, வேம்பினால் உருவான பல்லக்காக அது இருந்தது. கோபிலன் சம்பிரதாயமாய்ப்

பல்லக்கில் ஒரு கையை வைத்து நடந்தான். சேவகர்கள் அதைச் சுமந்தபடி ஒரு யோசனை தூரம் நடப்பதற்குள் உள்ளே விரிக்கப்பட்டிருந்த பருத்தி விரிப்பு ஈரத்தில் கசகசத்தது. தன்னை மீறி சிறுநீர் சொட்டுவதைக் கூட அறியாமல் ஸ்ரீவத்சர் அதில் முனகியவாறு படுத்திருந்தார்.

ஒவ்வொருவரையும் தனித்தனியே பின்தொடர எத்தனிப்பதாய்ச் சூரியன் மேகங்களற்ற வானிலிருந்து கண்ணுற்றது. தரையெங்கும் வெப்பம் சலசலப்பதைக் கோபிலன் உணர்ந்தான். உஷ்ணம் நிறைந்த எதிர்காற்று மகாசங்கிற்கு ஓர் அரண் போல் செயல்பட்டது. கோபிலன் மகா சங்கின் மீது தனக்கு ஆரம்பம் முதலே ஆர்வம் எழாமல் இருந்ததை எண்ணிப்பார்த்தான். அதை ஞான வெளிப்பாட்டின் முழு உருவமாக ஸ்ரீவத்சர் கண்டார் என்பதை விடத் தான் மறைந்த பின் இந்த மாய உலகில் தன்னுடைய திருப்பெயர் நிலைக்க வேண்டும் என்பதற்காகவே அவர் மகா சங்கை எழுப்பியிருக்க வேண்டும். கனவு தான் என்றாலும் அதில் தன் ஆளுகை முன்னிற்க வேண்டும் என உறங்கும் மனிதன் கொள்ளும் அற்ப ஆசை. பல்லக்கின் மீது முகம் திருப்பி ஸ்ரீவத்சர் மெய் சுருங்கிக் கிடப்பதைப் பார்த்தான். தனக்கும் இதே நிலைதானா? உயிர் இறுகி அவதிப்படும் நிலை தமக்கும் வாய்க்குமோ என்கிற எண்ணம் எதிருள்ள பெரும் காலத்தைச் சட்டெனச் சிறிதாக்கியது. “இவர் போல் நானும் ஓர் அந்திமப் பலகையில்... என்னருகில், ஞான இருக்கையைப் பற்றப்போகும் இன்னொருவன். அவன் ஏற்கெனவே எங்கோ பிறந்திருக்க வேண்டும். அவனது இல்லத்தில் என்னைப் போலவே அவன் விதண்டா வாதங்கள் புரிய வேண்டும். ஞான சபை இரவு நேரத்தில் யோனி பூஜைகள் செய்யும், அங்கு உன் கவனம் செல்லக்கூடாது, வாழ்க்கையை இழந்துவிடுவாய் என அறிவுரை கூறி அடித்து உதைக்க என் தந்தை போலவே அங்கும் ஒருவர் இருக்கக்கூடும்.”

எண்ணங்கள் நீள்கையில் அவனது காலம் ஏற்கெனவே முடிந்துவிட்டதைப் போன்ற தோற்றம் எழுந்தது. ஸ்ரீவத்சரிடமிருந்து வீசும் கெட்டழுகிய நாற்றம் தன்னிடமிருந்தும் சன்னமாக வீசுவதைப் போல் உணர்ந்து திடுக்கிட்டான். “எனது இடத்தில் இன்னொருவனா? ஐயோ. என்ன பயங்கரம். வாழ்க்கையின் மிகக் கொடிய துர்நிலை தன்னிடத்தில் இன்னொருவனைக் காணுவதும், அதில் வெறுப்புற்று

மனம் புழுங்குவதும்தானா? இந்த இடத்திற்காகக் காலம் ஏற்கெனவே இன்னொருவனைச் சீராட்டத் தொடங்கியிருக்கும். என்னிடத்தில் இன்னொருவன். இதன் கொதிநிலையை எப்படி விளக்க? உலக இருப்பு அர்த்தமுடையது அல்லது அபத்தமானது என விவாதித்து மூச்சிரைவதை விட அது ஒரு முடிவுறாக் கனவு என்று தீர்மானிக்கலாம். பொருள் உடைய கனவு அல்லது பொருளற்றது என்கிற இந்த இரண்டு நிலைகளைத் தாண்டி அதற்கு ஒரு விளக்கமும் இல்லை. இது எவருடைய கனவு? பிரம்மத்தின் கனவா? அல்லது பூதங்கள் கலவையாக இணைந்து உருவேற்றுகிற கனவா? முடிவுறா இக்கனவில் பாத்திரங்கள் அப்படியே இருக்கின்றன. அதன் முகங்கள் மட்டும் மாறுகின்றன. கனவுக்கான தொடக்கத்தையும், முடிவையும் தேடி கனவுக்குள்ளேயே திண்டாடுகிறோம். நாளைய ஸ்ரீவத்சர் நானாகுக, நாளைய கோபிலன் மற்றொருவன் ஆகுக என இதயத்தில் இடைவிடாது ஒலிக்கும் அக்குரல் எதனுடையது?

கோபிலன் மிகுந்த துயரத்துடன் ஸ்ரீவத்சரை நோக்கினான். அவர் வாய்க்குள்ளேயே எதையோ சொல்லிப் புலம்பினார். அவர் உடலில் ஓர் எரிச்சலூட்டும் குழைவும், பெண்தன்மையும் கூடியிருப்பது போல் தோன்றியது. "நானும் இவரும் எதில் பொருந்துகிறோம்? ஸ்ரீவத்சர் தனது பிறவி வேட்கையைக் கலைச் செயற்பாடுகளில் குவித்து அதன் வழி தனது உடலை வென்றதாகப் போதனைகளில் கூறுவார். அப்படியென்றால் நிச்சயம் அவர் தன் இச்சைகளை வெல்லப் போராடியிருக்க வேண்டும். நான் எதற்காகப் போராடுகிறேன்? இன்பத்திற்கு இட்டுச்செல்லும் வழியில் இடையூறென நெருஞ்சி முட்கள் கூட இல்லை. இன்பம் எனும் மலர்ப்புதரை என்னால் எளிதில் அணுகிட முடியும். தடுக்க எவர் உண்டு? ஆனால் பெண்ணுடல் வெறும் மாயை, அதில் எஞ்சும் வெறுமை ஆத்மாவைத் தொற்றிக்கொள்ளும், தொட்டுவிட்டால் இறுதிவரை என் ஞானம் மேலெழாது என ஏன் எனக்குப் புகட்டப்பட்டது?! தசை மோகம் என் பிறவி ஏற்றத்தில் ஓர் அழுக்குபோல் படிந்துவிடுமென ஏன் நான் மயக்கநிலையிலும் திடமாக நம்புகிறேன்?! நடுங்கவைக்கும் அந்த முன்னெச்சரிக்கை உணர்வை என் ஆத்மாவிற்குள் செலுத்தியது யார்? ஸ்ரீவத்சரா? இல்லை. அவருக்கும் அதுவே போதிக்கப்பட்டிருக்க வேண்டும். ஸ்ரீவத்சரிடமும் இரகசிய இச்சைகள் குடிகொண்டிருக்கலாம்.

ஞான சபை பணிப்பெண்டிரின் உடல் அசைவுகள் மூலம் நான் அதை உணர்ந்திருக்கிறேன். அவர்கள் ஸ்ரீவத்சரின் இரகசியங்களைச் சுமப்பவர்களாக இருக்கின்றனர். இவரும் அவர்களிடம் கடமைப்பட்டவர் போல்தான் இதுநாள் வரை நடந்துகொள்கிறார். அந்த அபலைப்பெண்களை அவர் வேணாட்டிலிருந்து கொண்டு வந்து வளர்த்தார் என்பது யாவரும் அறிந்தது என்றாலும் அவர்களது வழித்தோன்றல் பற்றி எவருக்கும் உறுதியில்லை. வைணவத் தேவரடியார் மரபு என்று கூறப்பட்டாலும் நீலநிறம் மிளிரும் அவர்களது விழிகளும், பெரிய மாறுதல்கள் இல்லாத ஒரே மாதிரியான முகவெட்டும் யவனர்களுக்கே உரியவை. அவர்கள் கன்னித்தன்மையுடன் இல்லை என்பதை ஒவ்வொரு முறையும் என் மனம் ஓதுகிறது. ஸ்ரீவத்சர் அவர்களோடு சல்லாபித்திருப்பாரா? ச்ச என்ன எண்ணம் இது? அவரை ஐயமுறுவது இப்போது வரை நெறுக்கிப் பிடித்துள்ள என் ஒழுக்கத்தின் மீது நானே ஐயமுறுவதற்கு ஈடானது. இதோ... ஸ்ரீவத்சர் விந்தடக்கிய பிண்டமாய். நான் அவர் அருகில்...”

கோபிலன் தன் நிழலைக் கண்டு அதிர்ந்தான். அவனது சிரம் மீது ஸ்ரீவத்சரின் படுக்கை இன்னொரு நிழலாக அமர்ந்து அவனோடு முன் சென்றது. அதிலிருந்து உடன் விலக முற்பட்டான். ஆனால் ஏனோ ஸ்ரீவத்சரின் நிழல் தன்னிடமிருந்து அகல்வதை அவனால் ஏற்க முடியவில்லை. மீண்டும் தன்னை அதே நிழல் வடிவில் பொருத்திக்கொள்ளப் பார்த்தான். அது அவனுக்கு ஒரு புதிரான விளையாட்டு போல இருந்தது. “ஸ்ரீவத்சர் என்னை ஆக்கிரமித்துள்ளார். எத்தனை தூரம் நான் விலகிச் சென்றபோதும் அவரது அகக்கண் என் மீது பதிந்தே இருந்துள்ளது. நானே உணராத வண்ணம் அவர் என்னைத் தேர்ந்தெடுத்திருந்தால்?! மரணிக்காமல் உடலை மட்டும் மாற்றிக்கொள்ள உதவும் அந்த மர்மச் சடங்கை ஸ்ரீவத்சரும் புரிந்தாரா? சிந்தனைகள் தான் மனித இருப்பை முடிவு செய்கிறது எனும்போது, என் சிந்தனைகளும், எண்ணங்களும் முழுக்க முழுக்க எனக்கே உரித்தானவை என்று என்னால் எப்படி நம்ப முடியும்?! என்னுடைய சுயமென்று கூற எனக்கு என்ன உள்ளது?” கோபிலன் தனது பால்யத்தை நினைவுகூற முயன்றான். நெற்றிப் பொட்டில் சிறு கல் உருள்வதைப் போல் ஓர் உறுத்தல் எழுந்தது. ஸ்ரீவத்சரின் முன் ஒரு மாணாக்கனாக அமர்ந்திருக்கும் காட்சிக்குப் பின்னால்

அவனால் செல்ல முடியவில்லை. மற்ற நினைவுகள் யாவும் கலங்கலான காட்சிகளாய்த் தொலைவில் சென்றுவிட்டனவோ என அஞ்சினான்.

“என் முன் இளமையோடு அமர்ந்திருந்த ஸ்ரீவத்சரின் முகமும் இப்போது நீரில் அழுந்தியதைப் போல் அலை அலையாய் மறைந்துகொண்டிருக்கிறது. ஸ்ரீவத்சர் என்பவர் இனி வெறும் சிந்தனை மட்டுமே. இங்கு சுருங்கி தளர்ந்து கிடப்பது ஒரு மனித உடல் அல்ல. ஒரு சிந்தனைத் தொகுப்பு உருவி எடுக்கப்பட்ட பின் அதிலிருந்து உதிர்ந்த துணுக்குகள் குவிந்து இந்த உடலாகியிருக்கிறது. இங்கு நான், ஸ்ரீவத்சர் என எல்லோருமே வெறும் சிந்தனைத் தொடர்ச்சிகள் மட்டும்தான். உனக்கான சீடனை நீ கண்டடைவதுதான் உனக்கு தரப்பட்ட மிகப்பெரும் பணி என ஸ்ரீவத்சர் கூறியதன் முக்கியத்துவம் இப்போது விளங்குகிறது. நான் எனக்கான சீடனை மட்டும் தேர்ந்தெடுக்கப் போவதில்லை. என் உயிருக்கும், சிந்தனைகளுக்கும் ஒரு தொடர்ச்சியை நான் கண்டறிய வேண்டும். அவற்றைச் செயலூக்கத்துடன் சுமக்கவேண்டி ஓர் உடல். அவ்வளவுதான். அப்படியென்றால் நான் என்பது உண்மையில் யார்? எத்தனை ஆயிரம் ஸ்ரீவத்சர்கள்? இதற்கு முன்பும், இனியும்?” கோபிலன் தலை கனப்பதை உணர்ந்தான்.

எதிரில் மகா சங்கு பிரம்மாண்டமாய் நின்றது. காற்றில் உடலை அவிக்கும் வெப்பம். வெளிப்புறத்தில் எவ்வளவு உஷ்ணம் இருந்தாலும் சங்கின் உட்புறம் அதற்கு நேர் எதிரான குளிர்ச்சி நிறைந்திருக்கும். தூண்களுக்கு அடியிலுள்ள செம்மண் பரப்பு முதலைச் செதில்களைப் போல் வெடித்துக் கிடந்தது. மேலைக்காற்று வீசுகையில் அதனோடு கடுமையான நாற்றம் ஒன்று கலந்து வருவதைக் கோபிலன் உணர்ந்தான். புதர் அருகில் எலியோ, பாம்போ இறந்து கிடக்க வேண்டும். உடன் நாசிக்குப் பழகிவிடும் பரிட்சயமுள்ள நாற்றம்தான். சங்கின் உட்புறத்தில் வௌவால்கள் படபடத்து ஒடுங்குவது கேட்டது. அந்த ஓசைக்கு ஏற்றார் போல் ஸ்ரீவத்சர் இமைகளைச் சிமிட்டினார். போபிலன் அவரருகில் சென்றதும் தன்னைத் தூக்கி அமர்த்தும்படி கூறினார். அவர் முதுகுக்கு ஒரு பலகை கொடுத்து நிமிர்த்தப்பட்டதும், பல்லக்கிலேயே அமர்ந்து மகாசங்கை வெறிக்கலானார். மகாசங்கு அவரது பார்வைக்கு இணங்காமல் துன்பத்துடன் முனகுவது போல் சன்னமாக ஒலி எழுப்பிக்கொண்டிருந்தது.

நெடுநேரம் ஆகியும் அவர் அந்த நிலையிலிருந்து மாறவே இல்லை. கோபிலன் உட்பட எல்லோரும் பொறுமை இழக்கும் தருவாயில், அவர் இறுக்கத்துடன் சொல்லெடுத்தார்.

"இதில் ஒரு சவக்களை வெளிப்படுகிறது. இதன் நாதம் அழிவின் நாதம் போல் இருக்கிறது."

அதைக் கேட்டு எல்லோரும் தங்களை மீறி ஓரடி பின்னால் சென்றனர். பல்லக்குடன் தானும் பின்னால் இழுக்கப்பட்டதில் நடுங்கிய ஸ்ரீவத்சர் ஆவேசமாகக் குரல் எழுப்பினார்.

"இது நான் என் கனவிலிருந்து உயிர்த்தெடுத்த பிரம்ம உருவம். என் கனவில் ஒரு தீங்கும் இல்லை. ஆனால் இங்கு ஏதோ ஒன்று பிழையாகிவிட்டது. முதலில் பெருமாள் தேர். இப்போது...இது... இது. இந்நகரில் கொடுங்காற்று வீசத்தொடங்கியிருக்கிறது. கோபிலா... மகாசங்கு விரைந்து இடிக்கப்பட வேண்டும்."

"குருவே!" கோபிலன் அதிர்ச்சியுடன் பார்த்தான்.

"ஆம். இது என் உத்தரவு. எனக்குப் பிரக்ஞை இருக்கும்போதே அரசிற்கு இதற்கான ஆணை செல்ல வேண்டும். இனி இது எவரையும் நிம்மதியாகக் கண்ணுறங்க விடாது. இங்கு நிகழவிருக்கும் அனர்த்தங்களையெல்லாம் இது வெளியுணர்த்தி அலறப்போகிறது. அதைத் தாங்கும் வலு மனித ஆத்மாவிற்கு இல்லை."

***

மலரை ஒப்படைக்கும்படி சாம்பனுக்கு உத்தரவு வழங்கப்பட்ட பின் விசாரணை மண்டபத்தைச் சலனமற்ற அமைதி ஆட்கொண்டது. புராதானக் காலத்தின் சிறு பகுதியொன்று மீண்டும் நிகழ்வது போல் அங்கு ஓர் உறைவு நிலை. சூரியனின் கோடி விழிகள் இந்நகர் மீது மட்டும் பதிந்துள்ளனவோ என நினைக்கும்படியான உஷ்ணம். சாம்பன் தன் தனித்த நிழலைக் கண்டு இமைகளை இறுக்கினான். செங்கருமை கண்முன் குழுமி முகத்தைப் பொசுக்கியது. அவள் குறித்த எண்ணங்கள் இப்போது அனல் துகள்களாய் உடலில் விரவின. அவளைப் பிரிந்து வெகு தொலைவிற்கு வந்துவிட்டதை மீண்டும் உணர்ந்து மனம் நொந்தான். அவளைப் பிரிந்த உண்மை அவனது உடலை மண்ணுக்குள் அழுத்தும் பாறையாய் அவன் மீது ஏறியது. நினைக்க நினைக்க நெஞ்சடரும் சோகம். அப்போது அவளது

மயிற்கற்றை தன் தோளில் உராய்ந்த தருணம் நினைவில் குளிர்ந்ததில் திகைப்புடன் விழித்தான். இப்போது சற்று ஆசுவாசம் உண்டானது. சிறு யோசனைக்குப் பின் தனக்கு விதிக்கப்பட்டதிலிருந்து தன்னால் விலக முடியாது என்பதை உணர்ந்தவனாய்ச் சொல்லெடுத்தான்.

"அரசே, தீக்கடம்பை மலரை உங்களிடம் ஒப்படைக்கும் முன் நான் சிலவற்றைக் கூற விரும்புகிறேன். அதற்கு எனக்கு அனுமதி கிடைக்குமா? இது வேறு எவரிடமும் உரைக்க முடியாதது. ஒவ்வொரு சொல்லும் உங்கள் பாதத்தில் விழ வேண்டியவை. அதனால்தான் நான் உங்களைக் காண வேண்டும் எனப் பிடிவாதமாய் இருந்தேன். அந்த மலரைத் தங்களிடம் ஒப்படைத்து, அதற்கு ஈடாக வேறொன்றைப் பெற வேண்டும் என்கிற நோக்கில் நான் இங்கு வரவில்லை. அரசரின் எல்லையில்லாக் கருணையை யாசித்து நான் இங்கு வந்திருக்கிறேன்."

சாம்பன் தன் உடலுக்கும், உள் எண்ணங்களுக்கும் பொருந்தாத சொற்களைப் பேசுகிறானோ என அரசருக்கு ஐயம் எழுந்தது. எவ்வளவு முயன்றும் காட்டேரியின் உருவில் இருந்த அவனது தோற்றத்தை அவரால் பொறுக்க முடியவில்லை. எனினும் சபையினர் முன் தன் குணத்தைத் தாழ்த்திக் காட்டலாகாது எனத் தனக்குள் எழுந்த வெறுப்பை அடக்கிக்கொண்டார்.

"ம்ம் விரைந்து கூறுக." சாம்பனைக் காண மனமில்லாமல் தொலைவில் எங்கோ நோக்கியபடி உத்தரவிட்டார்.

கரம் உயர்த்தி வணங்கிவிட்டுச் சாம்பன் தொடர்ந்தான்.

"அரசே. நான் ஒரு பாவி. தீமைக்கும், நன்மைக்கும் வேறுபாடு இருப்பதையே உணராத மிருகம். விதியை ஏசுவதா? அல்லது வாழ்வின் விளங்காத கணக்குகளை எண்ணி வியப்பதா? இந்நகரின் மேன்மைக்காக, உங்களின் மணிமுடி என்றும் நிலைத்திருப்பதற்காக இன்று இம்மலர் என் வழியாக இங்கு வந்திருக்கிறது. வாசனை நிறைந்த புஷ்ப மரத்தின் விதை ஓர் அவலட்சனமான, நாற்றம் மிகுந்த காட்டு மிருகத்தின் உடலில் ஒட்டி நகர்ந்து, தன்னை ஊன்றி வளர்த்துக்கொள்வது போல் இந்த மிருகத்தின் கரத்தினூடாக அந்தத் தெய்வ மலர் இங்கு வந்திருக்கிறது. ஆனால், இது எளிதாக நடந்துவிடவில்லை. இந்தத் தெய்வமலர் என்னைப் பலி எடுப்பதற்கு மாறாக

மற்ற மூவரை எடுத்துக்கொண்டது. எங்கள் வனவேற்றத்தில் காவலர்கள் இருவருடன் சேர்த்து வைத்தியர் பெரியசாமியும் பலியாகிவிட்டார். அதோ அங்கு நிற்கும் அவரது மகன் சித்தம் கலங்கிப் போனான்." சாம்பன் அதைக் கூறி முடிப்பதற்குள் கோதையின் அழுகுரல் பின்னாலிருந்து பாய்ந்தது. சாம்பன் உரைத்ததும், கோதை எழுப்பிய அமளியும் விளங்காமல் உத்திரபாதி பண்டிதர் கோதையை அணுகினார். அவள் பெரியசாமி பண்டிதர் இறந்ததைக் கூறிக் கூப்பாடு போட்டாள். அரசர் வீற்றிருந்த இடத்தில் அவளது அழுகுரல் எரிச்சலூட்டும் சப்தமாய், பொருளற்று ஒலித்தது. மாறவர்மன் அவர்களை நோக்கிப் பார்வையைத் திருப்பியதும் வீரன் ஒருவன் ஈட்டியை உயர்த்திக் கோதையை வாய் மூடச்செய்தான்.

சாம்பன் தயங்கிய குரலில் மீண்டும் ஆரம்பித்தான் "அரசே. அந்தக் குடியின் நிலை இதுதான். தங்களது கீர்த்திக்காக அவர்கள் ஈகை புரிந்துள்ளனர்."

சாம்பனை அதற்கு மேல் குரலெடுக்கவிடாமல் அரசர் கரம் உயர்த்தி நிறுத்தினார். பொறுமையிழந்தவராய் மாறவர்மனை தாழ்வாக அழைத்து அவனிடம் பண்டிதருக்கு விதிக்கப்பட்ட கெடுவைப் பற்றியும் கோதையைப் பற்றியும் கேட்டறிந்தார். மாறவர்மன் தயங்கியும், பிறகு உறுதியுடனும் அவருக்குப் பதில் அளித்தான். கோதை ராணி நாகம்மையின் சேவையில் இருக்கிறாள் என்பதை அறிந்ததும் அரசர் மெலிதாக நகைத்தார். ராணி நாகம்மை மீதான அவரது ஏளனமும், கசப்பும் அதில் வெளிப்பட்டன. அதன்பிறகான அவர்களது உரையாடலில் பலிக்கொடை, காணி எனச் சில சொற்கள் வந்து விழுந்தன. சாம்பனுக்குச் சற்று நிம்மதி பிறந்தது. மாறவர்மன் தன்னை நோக்கி எதையோ உத்தரவிடப்போவதை அறிந்து விழிகளை உயர்த்தினான்.

"கள்வனே... இதையெல்லாம் நீ அரசரிடம் பேசக் கூடாது. இது அவர்களுக்கு வழங்கப்பட்ட குடிப்பணி. அதில் ஈகை என்று ஏதுமில்லை. எனினும் அரசரின் கருணைப் பார்வை அவர்கள் மீது விழுந்தாகிற்று. அவர்களுக்கு இரு காணி நஞ்சையை அரசர் கொடையளிப்பார். காணி பெற்றமையால் அப்பெண்ணுக்கு ராணியர் சேவகத்திலிருந்து விலக்கும் அளிக்கப்படும். நீ அம்மலரை அரசரிடம் இப்போதே வழங்க வேண்டும். அதில் திருப்தியடைந்தால் மேற்கூறியவற்றை அரசு உடன்

நிறைவேற்றும். அதன் பிறகே உனக்கு என்ன விதிக்கப்படுகிறது என்பதும் தெரியும். நீ மலரை வழங்கத் தவறினால் உன்னுடன் சேர்த்து அக்குடியில் மீதமுள்ள ஆண்கள் இருவரும் மரண பீடம் ஏறுவார்கள்.”

சாம்பன் பெருமூச்சு தரித்தான். ஆமோதித்தவாறு அவன் தன் கரத்தைச் சிறிதாக மேலெழுப்பவும் வெக்கை வியாபித்த உடல்களில் ஆவல் கூடிற்று. சாம்பன் தன் இடையில் கரம் நுழைத்து அரைஞாண் கயிற்றில் முடிந்திருந்த ஓர் எருதுக் கொம்பினை எடுத்தான். சிறு குடுவை போலிருந்த அந்த எருதுக் கொம்பினைக் கண்டு தீக்கடம்பை சின்னஞ்சிறிய மலராக இருக்கவேண்டும் என கிருஷ்ணப்பர் யூகித்தார். தான் உட்பட எவருமே தீக்கடம்பையை அறிந்தார் இல்லை, கள்வன் நிச்சயம் பொய்யுரைக்க வாய்ப்புண்டு என்ற ஐயம் அவருள் உதித்தது. மாறவர்மனைத் தன் அருகில் அழைத்து சாம்பன் மலரை வழங்கியவுடன் அவனிடமிருந்து உண்மையை வரவழைப்பதற்குரிய ஏற்பாடுகளைச் செய்யுமாறு பணித்தார். ஆனால் மறுகணமே அதற்கெல்லாம் இடமில்லை என்றானது. சாம்பன் இரு விரல்களைக் கொம்பினுள் நுழைத்து அம்மலரை வெளியே உருவினான். அத்தனைச் செறிந்த வெயிலையும் பிளந்து, செம்பிழம்பு தகிக்க ஓர் அனல் முடிச்சு போல் தீக்கடம்பை வெளிவந்தது. நண்பகலின் அடர் ஒளியையும் மங்க வைக்கும்படி அது பிரகாசித்ததில் அனைவரது கண்களும் விரிவடைந்தன. தீக்கடம்பை இப்போது படபடவென்ற மெல்லிய சப்தத்துடன் அவன் கரத்திலிருந்து புடைத்தெழுந்தது. நூற்றாண்டுகளாய்ச் செஞ்சேற்றில் உறங்கி எழும் கரு நாகமென அது சீற்றத்துடன் மேலெழுவது கண்டு அரசர் உட்பட அனைவரும் பதைபதைத்தனர். தூரத்தில் இருந்தவர்களுக்கும், அருகில் இருந்தவர்களுக்கும் வேறுபாடின்றி அது எல்லோருக்கும் பொதுவாய் ஒளிர்ந்தது. தொலைவின் பொருட்டு அது நிறம் மாறவில்லை. நிறப்பிரிகை என்ற ஒன்றே இதற்கு இருக்க முடியாது, கருமை போல் இது காலம், வெளிக்குக் கட்டுப்படாதது. இதன் செந்நிறம் கூட உண்மையில் செந்நிறம் அல்ல, அது கருமை உண்டாக்கும் ஒரு மாயத் தோற்றம் தானோ என்று கூடச் சிலர் எண்ணினர். தீக்கடம்பை மீது எவராலும் தொடர்ந்து கண்ணுற இயலவில்லை. சற்று நேரம் அம்மலரைப் பார்த்துவிட்டுப் பின் எங்கு திரும்பினாலும் மலரின் கரிய நிழல் அங்கும் ஆக்கிரமிப்பதை அவர்கள் கண்டனர். தொடர்ந்து

மலரைக் கண்ணுற்றவர்கள் மனக்குழப்பமும், தன்னிலையைப் பற்ற இயலா மறதியும் எழுவது போல் உணர்ந்தனர். இம்மலர் இவ்வுலக வாழ்க்கைக்கு உரியது அல்ல, இது வேறொரு உலகிலிருந்து வான்கிழித்துக் கீழ் விழுந்திருக்க வேண்டும் என்ற எண்ணம் பலரிடத்தில் தோன்றியது. எனினும் அவர்களுக்கு அம்மலரைத் தவிர்த்து வேறொன்றில் மனம் திரும்பவில்லை. உச்சி பிளக்கும் சூரியன், மரணம், அரசர், ராஜ்ஜியம், செங்கோல் என அனைத்தும் அத்தருணத்தின் முன் சுருங்கிவிட்டதாகப் பட்டது. அதனோடு இன்னதென விளக்க முடியாத, குளிர்ந்த மணம் ஒன்று நால்திசையிலும் படர்ந்திருந்தது. அவ்வாசம் ஒவ்வொருவரிடமும் ஒவ்வொரு வகையான நினைவைக் கிளறியது. மனவெளியிலிருந்து அகன்றுவிட்ட கடந்தகால நினைவுகள் மீண்டும் ஒவ்வொன்றாய் உயிர்பெற்றன. இளமைக் காலம், விளையாட அழைக்கும் தமக்கை, ஏதுமறியா பால்ய நாள்கள், பிரிந்துபோன நேச உறவுகள், மரணித்த தாய் தந்தையர் என நினைவுகளின் பெருந்திரள் அங்கு கவிந்தது. நினைவாழத்திற்குச் சென்ற அம்மலரின் வாசம் தொலைந்துபோன இளமையை, பழைய நாள்களை மீண்டும் புத்தம் புதிதாய்க் குழைத்துப் பூசிற்று. பலர் தாளமுடியாமல் கண்ணீர் சிந்தினர். எதை உணர்த்த இம்மலர் இப்படியோர் வாசத்தைப் பரப்புகிறது? வாழ்க்கையின் பேருண்மை கண்ணீர் தானா? உணர்வெழுச்சியான தருணங்கள் அனைத்திலும் கண்ணீர் வந்துவிடுகிறது. உயிர் கண்ணீரின் வடிவிலேயே நமக்குள் உறைந்திருக்கவேண்டும்.

மாறவர்மன் அந்த மயக்கத்தினூடாக எதையோ தரிசித்தான். கண்ணம்மா அவன் தோள் பற்றி ஏறுவதை அவனால் ஐயமின்றி உணர முடிந்தது. சட்டென்று பதறி விறைத்தான். பதின்ம வயதில் தான் கோதைக்காக ஏங்கியதையும், பிறகு வனப் பிரவேசத்தில் அவளின்றி தவித்ததையும் நினைத்துப் பரிதி கலங்கினான். அந்தக் கோதை எங்கும் சென்றுவிடவில்லை. தன் அருகில்தான் நிற்கிறாள் என்கிற நிம்மதி உணர்வில் அவனுக்கு மனம் குளிர்ந்தது. அவளது முகத்தைக் காணத் தயக்கம் இருந்தபோதிலும் அவளது கரத்தை இறுகப் பற்றிக்கொண்டான். அந்தத் தொடுதலில் மீண்டும் ஒருகணம் காந்தர்வனை உணர்ந்த கோதைக்கு அழவேண்டும் போலிருந்தது. எனினும் அதில் கீழ்மை உணர்வு துளியுமில்லை. கிருஷ்ணப்பர் இன்னதென அறிய முடியாத சோகத்தில் தவித்தார். தன் பாதங்களின் கீழ் ஒரு

மனம் உருக்கும் அழுகுரல் எழுவது போல் அவருக்குப் பிரமை உண்டானது. என்ன வாசமிது? ஏன் இதில் இத்தனை துயரம்? இந்தத் துயரம் எவருடையது? என்னுடயதா? மணிமுடியைச் சூடிய என் முன்னோர்கள் அனைவரும் என் தலை மீது அமர்ந்து அழுகின்றனரா? எனில் எதற்காக? என்ன மலர் இது? மேன்மை, கீழ்மை என்பதற்கெல்லாம் அப்பாற்பட்டு விளங்கும் இம்மலர் சரித்திரத்தைப் போன்றே ஒரே சமயத்தில் கனிவையும், இரக்கமின்மையையும் வெளிப்படுத்துகிறது. இதைக் கொண்டு வந்தவன் எப்படி வெறும் கள்வனாக இருக்க முடியும்?

காலம் உறைந்து நின்றது. மெல்ல மயக்கத்திலிருந்து மீண்டு, ஒவ்வொருவரும் தம் இயல்பிற்குத் திரும்பினர். அரசர் தீக்கடம்பையை அரசவைக்கு எடுத்துச்செல்ல உத்தரவிட்டபோது சுரம் மீண்டது போல் களைப்பும், இன்பமும் அவருடலைப் பற்றியிருந்தன. அவரது நனைந்த விழிகளில் காற்றும், வெப்பமும் மாறி மாறி உராய்ந்து இதமூட்டின. இனி சொற்களே தேவையில்லையெனச் சாம்பன் அவரை வணங்கி நின்றான். அரசர் அவனை நோக்கித் தலையசைத்துவிட்டு அகன்றார். அதன் பிறகு அங்கு வந்த மாறவர்மன் அரசர் சாம்பனைத் தண்டனையிலிருந்து விடுவித்திருப்பதையும், மேலும் பழைய வழிமுறைகளின்படி அவனைப் பெருங்கோவில் காவலில் அமர்த்துவதற்கு உத்தரவிட்டிருப்பதையும் தலைமைக் காவலனிடம் அறிவித்தான். சூழ நின்றவர்கள் அனைவருக்கும் காட்சிகள் துரித கதியில் நடந்தேறுவதைப் போல் தோன்றியது. கண் இமைப்பதற்குள் சூரியன் உச்சியில் ஏறித் தகிப்பதாகச் சிலர் விளம்பினர். உறைந்த காலம் தன்னை மீண்டும் சமன் செய்துகொள்ள கட்டின்றிப் பாய்வதாகப் பட்டது. தீக்கடம்பை தேரில் ஏறி அரசவை நோக்கிப் புறப்படத் தொடங்கியதும் அதனோடு ஒவ்வொரு வீதியாக அதன் வாசமும், அது எழுப்பிய விநோத மயக்க உணர்வும் நகர்ந்து சென்றன. அதன் வாசத்திலிருந்து விடுவிக்கப்பட்ட பின்னரும் பலரைக் குழப்பமும், மறதியும் நீங்காமலேயே இருந்தன. தாம் நுகர்ந்தது வாசமா அல்லது துர்கந்தமா என்று கூட அவர்களால் பிரித்தறிய இயலவில்லை.

விலங்கு அவிழ்க்கப்பட்ட சாம்பன் காவலர்களோடு வாயிலை நோக்கி நடந்தான். நகரில் எவரிடமும் இல்லாத உளத் தெளிவு அவனிடம் நிலைகொண்டிருந்தது. வாயிலை அடைந்ததும்

வீதியின் வலதும், இடதும் ஒருமுறை திரும்பிப் பார்த்தான். அவனது வியர்த்த மார்பில் பெரும் ஆயாசம் படர்ந்தது. அப்போது உடலில் மோதிய மேலைக் காற்றில் ஒருகணம் அவன் பரிபூரணமாக அவளை உணர்ந்தான்.

***

அந்தி இருள் சூழ்ந்த மண்டபத்தில் கருத்த மிருகமொன்றின் நெற்றித் திலகம் போல் ஞானச் சுடர் காட்சி தந்தது. உறக்கத்திலிருந்து மெல்ல விழிகளைத் திறந்த ஸ்ரீவத்சர் தாம் இருப்பது புலரியிலா அல்லது அந்தியிலா எனப் புரியாமல் விழித்தார். கரத்தைத் துழாவி கிண்ணத்தைத் தேடினார். வாயில் கடுமையான அமிலச் சுவையுடன் பித்தம் ஊறி நின்றது. தன் மீது எவரோ சதுப்பு நில சேற்றினைக் குழைத்து வீசியதைப் போல் கக்கத்தில் குளிர் அறையக் கண்டார். அருவமான ஏதோ ஒன்றின் மூச்சு போல் அக்குளிர் ஸ்ரீவத்சரின் மனதை நடுங்க வைத்தது. தினங்களில் இன்னொரு உடலென வளர்ந்து அது தன் உடலைக் கட்டிப் பிணையப்போவதாக எண்ணினார். அவரது விழிகள் நெடு உறக்கத்திற்காக ஏங்கின. விழித்தல் என்பதே இனி எண்ணங்களில் சோர்வடைவதற்குத்தான். எத்தனை பெரிய வாழ்வு? எவ்வளவு காட்சிகள்? அனைத்தும் இந்த வாதைக்குள் புதைந்தழிந்திடவா? பெருமானே! உடலை மாயமென்போரும், உண்மையென்போரும் முடிவில் ஒரே முடை நாற்றத்திற்குள் வீழ்வது ஏன்? உம் திருவடி தொழுவோரில் ஏன் எவரும் அவிழ்ந்து, நிலம் உதிர்ந்து வாடி, சருகான பின்னரும் மணம் மட்டுமே வீசும் மலர் போல் முடிவுறுவதில்லை?! அதற்கான சூத்திரத்தை எங்களுக்கு நீ எப்போது அருள்வாய்? மனிதனுக்கு ஒவ்வொரு காலத்திலும் ஒன்றை அருளிய நீ, உம்மைப் பணிந்த எங்களை உலக வாழ்வெனும் நாடகத்தில் தனித்த அரிதாரத்துடன் திகழச்செய்வாய். எங்கள் அறிவும், ஞானமும் தனித்து விளங்குவது போல் எங்கள் உடலிலும் மாற்றங்களை நிகழ்த்தி எம்மை நீ வேறுபடுத்திக் காட்ட வேண்டும். எங்கள் பிறப்பும், நீத்தலும் அவ்வாறே பிறரிடமிருந்து வேறுபட வேண்டும். மாயத்தை நம்பினோர் அதை ஐயமுறுவது அந்திமத் துயரில்தான். இந்த ரணத்தைப் பொய்யெனக் கருத என் மனம் இடம் தரமாட்டேன் என்கிறது. பொய் வாழ்வெனினும் நாங்கள் மலம் ஒழுகி, இருள்தங்கி நாறலாகாது. எங்கும் நிறைந்த ஒளியே! நாங்கள் இமை மூடி இறுக்கினால் இந்த மாயங்கள் கலைய

வேண்டும். எங்கள் உடல் எரியும்போது அதில் அகில் மணம் வீசிடச் செய்வாய்.

ஸ்ரீவத்சர் மனச்சொற்கள் தீர்ந்து ஓய்ந்தார். தனக்கு முன்சென்ற ஞான உபதேசிகர்களில் எவரும் தன்னளவிற்கு நோயுற்று, வாதையேந்தி மரணத்தை நெருங்கவில்லை என்பதில் அவருக்கு அகம் உறுத்தியது. இப்போது வாயிற்புறம் ஒளி தீர்ந்து, புகைப்படலம் போல் காட்சியளித்தது. ஸ்ரீவத்சர் பார்வையைத் தரையில் பதித்துக்கொண்டார். கோபிலன் உள்ளே வருவதை அவரது மேனி உணர்ந்துகொண்டது. தரையில் அசைந்து முன்வந்த நிழல்வடிவைப் பார்த்தார். தூண் விளக்குகளை ஏற்றும் பணிப்பெண்களைக் கண்டும் காணாதது போல் கோபிலன் உள்ளே நுழைந்தான். அவனைக் கண்டதும் ஸ்ரீவத்சருக்கு விரைந்து முடிக்கவேண்டிய ஏட்டுப் பணிகள் குறித்த நினைவு வந்தது. அவரது படுக்கைக்கு அருகில் காலையில் அவர் கூறக்கூற கோபிலன் எழுதிய ஏடுகளும், அச்சாணியும் மௌனமாய் வெறித்துக் கிடந்தன. மகா சங்கை நிர்மூலம் ஆக்கவேண்டும் என்ற ஸ்ரீவத்சரின் உத்தரவுக் குறிப்பை ஏந்திச்சென்று அரசரைக் கண்டு திரும்பிய கோபிலனிடம் மாற்றங்கள் ஏதுமில்லை. அரசர் விவாதங்கள் ஏதுமின்றி ஸ்ரீவத்சரின் உத்தரவை ஏற்றுக்கொண்டார் என்பது அவனது நிதானமான நடையிலேயே வெளிப்பட்டது.

“குருவை வணங்குகிறேன்.” கோபிலன் படுக்கையை அணுகி தாழ்ந்து வணங்கினான்.

ஸ்ரீவத்சர் முனகலுடன் கரம் அசைத்தார்.

“அரசர் ஏற்றுக்கொண்டார். அமைச்சர்கள் பலரும் இரவு எழுந்த சப்தத்தில் அஞ்சியிருப்பதாகத் தெரிகிறது.”

“ம்ம்ம்”

“மேலும் இரண்டு செய்திகள் உண்டு. ஒருவார காலமாய் வைணவ வீதியில் நான்கைந்து குடும்பங்கள் பிணியில் கிடக்கின்றனவாம். கடும் காய்ச்சல். தோல் கரிய நிறத்தில் கண்ணியிருக்கிறதாம். இருவருக்கு ஏற்கெனவே பாடை பிணைத்துவிட்டதாகச் சொல்கிறார்கள். வெளிப் பயன்பாட்டிலிருந்து வீதி அடைக்கப்பட்டுள்ளது. வேம்பையும், மஞ்சளையும் அரைத்துத் தெளிக்கிறார்களாம்.”

"இந்தக் காலம் கேடுகளால்..." ஸ்ரீவத்சர் எதையோ கூற வந்து பின் இருமலால் தடைப்பட்டார்.

"இன்னொன்று. அந்த அபூர்வ மலர் கிடைத்துவிட்டதாம்." அதைக் கூறும்போது கோபிலனின் கண்கள் சற்று விரிந்தன.

ஸ்ரீவத்சர் புரியாமல் விழித்தார்.

"தீக்கடம்பை. ஒரு கள்வன் அதைக் கொண்டு வந்திருக்கிறான். நகரில் எங்கும் அதைப் பற்றித்தான் பேச்சு. அரசர் அனைத்தையும் மறந்துவிட்டார் போல் தெரிகிறது. மகாசங்கு குறித்த உங்களது ஓலைக்குக் கூட அவர் பெரிதாக ஆச்சரியமோ, அதிர்ச்சியோ கொள்ளவில்லை. பெருங்கோவில் வைதிகர்கள் அரசரிடம் அந்த மலரின் வருகையால் ராஜ்ஜியம் இனி ஊறுகள் ஏதுமின்றி நிலைக்கும் என்று ஓதிக்கொண்டிருக்கின்றனர்."

கோபிலன் எள்ளலுடன் கூறுவதைக் கேட்டு ஸ்ரீவத்சர் நகைக்க முற்பட்டார். பிறகு குரலைச் செருமியபடி தொடங்கினார்

"கிருஷ்ணப்பனுக்கு மதி அவ்வளவுதான். வைதிகர் வாக்கு இனிக்கும். இச்சை, வீண் நம்பிக்கைகள், மந்திர தந்திரங்களில் அவனுக்கு இருக்கும் நாட்டம் வேறு எதிலும் இல்லை. ஞானம் அவனுக்கு உதவாப் பண்டம்தான். போகட்டும். நீ அந்த மலரைப் பார்த்தாயா?"

"ம்ம். சிம்மாசனத்திற்கு மேல் அதைப் பொருத்தியிருக்கிறார்கள். தொலைவில் நின்று பார்த்தேன். பார்ப்பதற்கு விநோதமாகத் தான் இருக்கிறது. ஆனால் அதனால் எப்படி இந்த அரசுக்கு நல்லூழ் என்றுதான் விளங்கவில்லை."

"நல்லூழா? கோபிலா. எனக்கு ஏற்பட்டுள்ள நோவைக் கண்டாயா? எனக்கு முன் சென்றவர்களில் எவரும் இப்படி வாதையுறவில்லை. இதிலிருந்தே நீ நகரின் நிலையை உணர்ந்துகொள்ளலாம்."

கோபிலன் பதிலின்றி வெறித்தான்.

"அதை விடு. நம் கவனம் சிதற வேண்டாம். எனக்குக் கண்கள் அவ்வப்போது இருண்டுவிடுகிறது. விரைந்து இப்பணியை முடிக்க வேண்டும். அமர்ந்துகொள்." ஸ்ரீவத்சர் முக்காலிக்கு முன்பாகக் கோபிலனை அமரச் செய்தார்.

கோபிலன் பனை ஏட்டையும், மை நனைத்த எழுத்தாணியையும் எடுத்துக்கொண்டான். ஸ்ரீவத்சர் சிறிது நேரம் கண்களை மூடிக்கொண்டார். பிறகு குறிப்பொன்றை மனதிலிருந்து ஒப்பித்தார். ஆனால், அந்தக் குறிப்பு உண்மை நிகழ்வுக்கு முரணாக இருப்பதில் கோபிலன் குழம்பினான்.

சிறிது தயக்கத்துடன் "குருவே. உள்ளதை உள்ளபடியே குறிப்பேற்றுவதில் என்ன பிரச்சினை? ஏன் அவற்றில் விடுபடல்கள்?" என்றான்.

"சொல்கிறேன். இதுவே நான் உனக்கு வழங்கும் இறுதி உபதேசம் என்று நினைக்கிறேன். நினைவில் வைத்துக்கொள். உனது அந்திமத்திலும் நீ உன் கால நிகழ்வுகளின் வரிசையை இவ்வாறு தொகுத்து, அவற்றிலிருந்து பலவற்றை அகற்றிட வேண்டும். அகற்றவேண்டியவை பற்றி இப்போது சிந்திக்க வேண்டாம். அது காலத்தோடு உனக்கு விளங்கும். இது நம் பணியில் மிகவும் முக்கியமானது. அறிவுச் சுடர் நமக்கு விதித்துள்ள இறுதிப்பணி இதுதான். சரித்திரம் ஏடுகளிலிருந்தே உருவாகிறது. நிகழும் அத்தனை நிகழ்வுகளையும் சுமக்க சரித்திரத்திற்கே திராணியில்லை என்பது நமக்கு முதலில் விளங்கவேண்டும். நாம் அறியும் சரித்திரம் என்பது நிகழ்வுகளின் தேர்வு மட்டும்தான். ஒருபோதும் அவற்றின் முழுமையல்ல. உதாரணமாக, அந்த விநோத மலர் இந்நகருக்கு வந்துள்ள நிகழ்வை எதிர்காலத்தில் எவரும் அறியமாட்டார்கள். அதற்கு நம் சரித்திரத்தில் இடமில்லை. நாவிதர்களின் சரித்திரத்தில் அது முக்கிய இடம் வகித்தாலும், அதிகாரமற்ற வாழ்க்கையினால் அது வலுவிழந்து உதிர்ந்துவிடும். உன்னால் நம்ப முடிகிறதா? இந்தக் குறிப்புகளில் மகா சங்கு ஓரிடத்தில் கூட இடம்பெறவில்லை. நீ உன் வாழ்வின் இறுதியில் அதை உணர்வாய், அப்போது மகா சங்கை இங்கு எவருமே நினைவில் வைத்திருக்க மாட்டார்கள். அதன் சிதிலங்கள் மறைவதற்கு முன்பே அது கொண்டிருந்த கால இருப்பு தொலைந்து போயிருக்கும். அத்தனைப் பெரிய மகாசங்கின் தோற்றத்தையும், அதன் நிர்மூலத்தையும் காலம் சுவடின்றி மறக்கப்போகிறது என்றால் ஏடுகளின், கல்வெட்டுகளின் வலிமையை நீ கற்பனை செய்து பார்."

"விளங்குகிறது குருவே. ஆனால் ஏன் அவ்வாறு நாம் நிகழ்வுகளை நீக்கவேண்டும்?"

"ஏனெனில் உண்மையில் காலம் முன்னகரவே இல்லை. புறத்தோற்றங்கள் மட்டும்தான் மாறுகின்றன. மனித மனம் இன்னமும் அதன் ஆதி குணத்திலிருந்து வழுவாமல், விலங்கினதுடையதாகவே இருக்கிறது. நிகழ்பவற்றை அப்படியே எதிர்காலத்தின் முன்பாக வைத்தால் இவ்வுலக நடப்புகளும், மனிதர்களும் அறிவுச்சுடர் வசம் கட்டுப்படவில்லை என்பதை வருங்கால மனிதர்களுக்கு நாமே உணர்த்திவிடுவது போல் ஆகிவிடும்."

"நீ ஒரு பழங்கதையைக் கேட்டிருப்பாய். அக்கதையில், நாடன் ஒருவனால் அழிக்கப்பட்ட வனத்தில் இறுதியாய் எஞ்சிய பெண் புலி வஞ்சத்துடன் மண்ணைத் தோண்டி இறந்து மட்கிய உடல்களை இழுத்துவந்து நகருக்குள் போட்டுச் செல்லும். அதில் கொடும் பிணி கிளர்ந்து நாட்டிலுள்ள பலரும் மடிவர். அப்புலி இறந்தபின் அப்படியான அழிவு முடிவுக்கு வந்துவிடும் என நகரத்தார்கள் நினைப்பர். ஆனால் வேங்கையின் இடத்தை எலிகள் எடுத்துக்கொள்ளும். மீண்டும் நகரமும், அலைவாய்களும் பிணங்களால் நிறையும். எலிகள் மடிந்தபின் நோய்மை நீர் உருவில் உள்நுழையும். அக்கதையில் அழிவென்பது ஒரு சடங்கு போல் விடாது நிகழும். இதை நாம் ஒரு வரலாற்று நிகழ்வாகக் கருதாமல் ஒரு கதையாக உருவேற்றிவிட்டோம். ஏடுகளில் அதற்கு இடமில்லையென்பது முதற் காரணம். இன்னொன்று, ஒரு புலி அவ்வாறு திட்டமிடலுடன் செயல்படாது என்ற தர்க்கம். ஏனெனில் நாம் ஆயிரம், ஆயிரம் புலிகளை நெருக்கமாக உற்றுநோக்கி அதன் குணங்களை அறிந்துள்ளோம். அந்த நம்பிக்கையில் நாம் நமது தர்க்கத்தை உருவாக்குகிறோம். ஆனால் இன்னமும் நாம் அறியாத புலியின் குணமென்ற ஒன்று இருந்தே தீரும். அறியமுடியாதவைக்குச் சரித்திரத்தில் இடமளிக்கக் கூடாது. சரித்திரத்தை அதன் போக்கிலேயே குறிப்பேற்றுவதில் உள்ள இன்னல்கள் இப்போது விளங்குகிறதா? எதிர்கால அரசுகளை, ஞான உபதேசர்களை நாம் திக்கற்று நிற்கவைத்தல் ஆகாது. மகா சங்கின் ஆகப்பெரும் உருவேற்றம், திருத்தேரின் கலையுச்சம் ஆகியவற்றை ஏட்டில் வடித்தால் அவற்றிற்கு நிகழ்ந்த அமானுடக் கதியையும் அதில் இணைப்பது போலாகிவிடும். நான் மீண்டும் சொல்கிறேன். நாம் அறிய முடியாதவை, நமக்குப் புலப்படாதவை எதுவும் சரித்திர நிகழ்வாக அரங்கேற வேண்டிய அவசியமில்லை. அவற்றை நாம் மென்று முழுங்கி கடந்துசெல்லத்தான்

வேண்டும். ஏன் பெருமாளே நாளை நம் நகரில் தோன்றி, நமக்கு ஊறு விளைவிக்கும் ஆற்றல்களை எல்லாம் அவர் நேரடியாகக் களம் புகுந்து அழித்தாலும் அந்நிகழ்வை நாம் ஏட்டில் எழுதிவிட முடியாது. அது நம்மை மிகவும் பின்னால் இழுத்துச் சென்றுவிடும். பெருமாள் தோன்றுவார் என மனித அறிவுக்குப் புகட்டப்பட்டால் அதன்பிறகு கிருஷ்ணப்பனுக்கும், ஸ்ரீவத்சனுக்கும் இங்கு என்ன வேலை? அரச பீடங்கள் அதன் பிறகு மீண்டெழ பல யுகங்கள் ஆகிவிடும்."

"நாம் வணங்கும் தெய்வத்திற்கும் நம் சரித்திரத்தில் இடமில்லை என்கிறீர்களா?"

"ஆம். ஐயமின்றி. சரித்திரம் வேறு, புராணம் வேறு. அற்புதங்கள், அமானுட நிகழ்வுகள் வெறும் புராணங்களாக, காவியங்களாக பிறப்பதில் நமக்கு ஒரு குறைவும் ஏற்படாது. ஒருவகையில் ஞானப் பரிமாற்றத்தில், மறை அறிவுக் கடத்தலில் அது ஒரு சிறந்த வடிவமும் கூட. ஞானமும், அறிவுத் தேடலும் உடையவன் கலைகளை, கனவுகளை நிராகரிக்கமாட்டான். நம் மரபு எப்போதும் இசை, காவியங்கள், கதைகளுடன் இணங்கியிருப்பது நாமே முன்பு கட்டாயத்தின் பேரில் மறைத்த நிகழ்வுகளை மீண்டும் நினைவுபடுத்திக்கொள்ளத் தான். புகை மூட்டத்திற்கு அப்பால் நாம் பொதித்துவைத்த திறவுகோளினை நாமே மீண்டும் தேடி எடுக்கும் காரியம்தான் இது. சூட்சமங்களை உருவாக்கவும், கண்டடையவும்தான் கலை இயங்குகிறது. அதனால்தான் எது கலை, எது கலையற்றது என்பதைத் தீர்மானிக்கின்ற இடத்திலும் நாம் இருக்கிறோம். நம்மை மீறி எழுகிற சரித்திரம் எப்படிச் சரித்திரம் ஆகாதோ, அதேபோல்தான் நம் கலையரங்கில் ஏறாத கலை எதுவும் கலையாகாது. கீழ் மக்களின் கதையாடல்கள், கூத்துகள் ஆகியவற்றை நீ அறியவேண்டியதில்லை. உட்கருத்தாக எதைக் கொண்டிருந்தாலும் அவை நமக்குத் துச்சமானவை என்ற கருத்தில் நீ உறுதியாக இருக்கவேண்டும். அரசனின் சிரசை வெட்டுவதாகவே அவர்கள் ஒரு பண் இசைத்தாலும் அதைப் பொருட்படுத்தவேண்டியதில்லை. அது வெறும் கசடு நீரின் கொப்பளிப்பு மட்டுமே."

"நன்றாக விளங்குகிறது குருவே."

“நிறையப் பேசிவிட்டேன்.” ஸ்ரீவத்சர் மார்பை விரல்களால் நீவிக்கொண்டார்.

“நோய்மையையும், அந்திமத்தையும் கூட மறந்துவிட்டேன். ஒரு விளக்குத் திரி படபடத்து எரிவது போல் இன்று என் குரலில் ஒரு சீற்றம் எழுந்திருக்கிறது. ஆச்சரியம்தான். வாழ்வின் முதன்மைக் கடமைகளை ஆற்றும்போது மட்டும் உயிர் அதன் உச்ச ஸ்தானத்திற்கு வந்து அமர்ந்துவிடும் போல. அது மீண்டும் இருண்ட பள்ளத்தாக்கில் வீழ்வதற்குள் நாம் நம் பணியை முடித்துவிடுவோம்.”

ஞான மண்டபத்தின் வெளிப்பிரகாரத்தில் அமர்ந்து பேச்சில் திளைத்திருந்த பணிப்பெண்கள் மீது நிலவொளி இறங்கியிருந்தது. பேச்சினூடாக எழுந்த சிரிப்பை அவர்கள் வாய்மூடி அடக்கிக்கொண்டனர். அப்போது சாளரம் வழியே வெளிவந்த ஸ்ரீவத்சரின் குரல் காற்றடிப்பில் கூடிக் குறையும் நீரோடைச் சப்தமாய் ஏறி இறங்கி ஒலிப்பதைக் கவனித்தனர். அவர்களில் மூத்தவள் மற்றவர்களை அமைதிப்படுத்தினாள். ஸ்ரீவத்சரின் மூச்சிரைப்பை இப்போது அவர்களால் கேட்க முடிந்தது. ஸ்ரீவத்சரின் பிராணம் கோளைச்சுவரில் சிக்கித் திணறுவதையும், அவரது காலம் நெருங்கிவிட்டதையும் ஒருத்தி தன் தாழ்ந்த இமைகள் வழியே உணர்த்த முற்பட்டாள். அதற்குமேல் அவர்களால் புன்னகை தரிக்க முடியவில்லை. ஞானமே உருவான அந்த மண்டபத்திற்குள் எவ்வித இடருமின்றி மரணம் நுழையப்போகிறது என்கிற எண்ணம் அவர்களைப் பதறச் செய்தது. பணிப்பெண்டிரில் மூத்தவள் கோபிலனை இனி நாம் நமக்குள் கேலிசெய்து சிரிக்கலாகாது, அவன், இவன் என்று அவரை நாம் இனி சுட்டக் கூடாது என்றாள். மற்றவர்கள் மௌனமாகத் தலையையசைத்தனர். காற்றில் இறுக்கம் தளர்ந்து, மர்மமான குளிர் நிறைவதை அவர்கள் உணர்ந்தனர்.

***

சாம்பன் பெருங்கோவில் காவலில் நிறுத்தப்பட்டுச் சில திங்கள்கள் கடந்திருந்தன. அவனைக் காவலணியில் இணைத்து, தாயத்து அணிவிக்கும் முன்னர் அவன் ஓராண்டுக்கு முன் பெருங்கோவிலுக்குள் களவெடுக்க நுழைந்தது எப்படி, மதிலை எவ்வாறு ஏறிக்கடந்தான் என்பன போன்ற விவரங்கள் அவனிடம் கேட்கப்பட்டது. சாம்பன் அவற்றுக்குப் பதில்

அளித்தாலும் அந்த விவரங்களால் பயன் ஏதும் இல்லை என்று அவர்களிடம் விளக்கினான்.

"கள்வர்கள் ஒரே மாதிரியான நடைமுறையைக் கடைப்பிடிப்பதில்லை, நான் பதித்த வழித்தடத்தைப் பின்பற்றக் கூடாது, அகப்பட்டுவிடுவோம் என்பதை மற்றொரு கள்வன் உணர்ந்திருப்பான், எனவே இந்த வேளங்கள் பயன்தராது" என்றான்.

சாம்பனுக்கான காவல் கூலி உறுதியானது. இனி களவு எடுக்கவோ அல்லது அதற்குத் துணைநிற்கவோ மாட்டேன் எனச் சாம்பனிடம் உப்பின் மீது சத்தியம் பெற்றுக்கொள்கையில் காவலர் தலைவன் "நெஞ்சில் வைத்துக்கொள். இனி இங்கு ஒரு துரும்பு தொலைந்தாலும். நீயே பொறுப்பாவாய்" என்றான்.

சாம்பனுக்குத் தான் முற்றிலும் வேறொரு ஆளாக மாறிவிட்டது போல் தோன்றியது. 'சங்கனுக்காக நான் பிணையாகியிருந்தால் அப்போதும் இதுதானே நிகழ்ந்திருக்கும்?! ஆனால் அதை மறுத்து நான் சுருளியை விட்டு ஓடியது ஏன்? என் தலை மீது கால்பதித்துப் பித்தேற்றியும், சில முடிவுகளை எடுக்கச் சொல்லியும் பணிக்கும் அந்த... அது... என்ன அது? அது என்னை எப்போது விடுவிக்கும்?'

தன் எண்ணங்கள் யாவும் தனக்குரியவையா? நிச்சயம் அப்படி இருக்க முடியாது. அதனோடு அவனுக்கு வேறு சில அக நெருக்கடிகளும் உண்டாகின. காவல் பணி தொடங்கிய நாள்களில் தானும் ஒரு காவலன் என்பதையே மறந்து ஒவ்வொரு காவலனின் பார்வையிலும் பாதங்களை இறுக்கி, அங்கிருந்து விலகியோட ஆயத்தமானான். இரவில் ஒலிக்கும் ஒவ்வொரு குரலிலும் வெகுண்டு, பிறகு தற்போது தான் யார் என்பதை மெல்ல உணர்ந்தான். அவனது பார்வையும், பேச்சும் நிலைகொள்ளமுடியாமல் தடுமாறின. உறக்கத்திலிருந்து தட்டி எழுப்பப்பட்டவன் போலவே எந்நேரமும் இருந்தான். பொழுது விடிந்து சாவடிக்குச் சென்றதும் தன் முகத்தை எவருக்கும் காட்ட மனமில்லாதவனாய்ச் சுவரோரத்தில் முடங்கி உறங்கிப்போவான். நண்பகலில் பசி ஒரு குமட்டலாய் எழுந்து வயிற்றைப் பிரட்டும். உடன் துயிலெழுந்து வீதியில் இறங்கிவிடுவான். ஓடையில் நீராடும்போது சோர்வு வடிந்து பசி இன்னும் பெருகிவிடும். ஏதேனும் உண்டி நிலையத்தில் நீராகாரம்

வாங்கி அருந்திவிட்டுப் பெருங்கோவில் நோக்கி நடப்பான். பாதையோரத்தில் எழுந்து நிற்கும் மதில்கள் செவிகளில் அவனது பழைய குரலை எதிரொலித்தபடி உடன்வரும். அந்த மதில்கள் தன்னை இப்போது ஏளனத்துடன் பார்ப்பதாக எண்ணித் தலை கவிழ்த்துக்கொள்வான். எதிர்ப்படுகிற எல்லோர் மீதும் அவனுக்கு எரிச்சல் பிறந்தது. அவன் இதயத்தில் சிறு கனிவும் இல்லை. தனிமைகளில் ஒருவன் நகர் வீதிகளில் சுமக்கும் தனிமையே அவலமானது. பாலையிலோ, அடர் வனத்திலோ சாம்பன் தன்னை ஓர் நிராதரவற்ற அறவையாக உணர்ந்ததில்லை.

கோவில் மண்டபத்தை அடைந்தபின் அவன் மனம் கொந்தளிப்பு அடங்கிச் சற்று இளைப்பாறும். கற் பிரவாகங்கள், கன்னியர் சிலைகள், செப்புத் திருமேனிகள், அந்திப் பூஜையில் சிதறியிருக்கும் மலர்கள், அந்தரத்தில் அசையும் தூண்டாமணி விளக்குகள், தூப வாசனைகள் மற்றும் வாத்தியங்களின் மென் எதிரொலிப்புகள் அவனது தற்கால அவதிகளிலிருந்து அவனை விடுவிக்கும். கஞ்சி அருந்திவிட்டு, அவனுக்கு விதிக்கப்பட்ட இடத்திற்கு வந்தபின் இருளும், கோவில் மண்டபமும் நினைவுகளை விரிக்கும் கற்பனை வெளியாக மாறிவிடும். தொலைவில் துலங்கும் மரங்களையும், கீழ்வானில் மடியும் மாலைக் கதிரவனையும் கண்டு மேற்குமலை தன்னை நெருங்கி வருகிறதோ என அவன் ஆவல் கொள்ளாத அந்திகளே இல்லை. கூதலிலும், கருக்கலின் குளிர்ந்த பால் ஒளியிலும் அவளை மிக நெருக்கமாக அவன் உணர்ந்தான்.

மறுபுறம் களவெடுக்க வந்து பிடிபட்ட இடத்திலேயே தான் மீண்டும் நிறுத்தப்பட்டது அவனுக்கு விந்தையாகத் தோன்றியது. "இந்த மண்டபத்திற்கு நான் மீண்டும் வந்தது எப்படி? இதை விதியென்பதா? இல்லை... என் வாழ்வு இந்த மண்டபத்திற்குள் மட்டுமே நெடுங்காலமாய் நிகழ்கிறதா? இதற்கு வெளியே நிகழ்ந்த அத்தனையும் நான் கொண்ட கற்பனைகள்தானா? இங்கு சிற்பமாக வடிக்கப்பட்ட வீரன் ஒருவனின் கனவுதான் நானும், என் வாழ்க்கையுமா?"

எவ்வழியில் சென்றாலும் மீண்டும் ஓரே இடம், காலத்திற்கு இட்டுச்செல்லும் ஒரு புதிர்ப் பாதைக்குள் தான் சிக்கிக்கொண்டதாக அவன் கருதினான். அவளைப் பிரிந்ததனால் உண்டான மன ஏக்கம் மட்டுமே வழமையல்லாத,

புதியதோர் உணர்வாக அவனுக்குள் இருந்தது. எனினும் அந்த உணர்வு உயிரைப் போல் எடையற்று உள்ளே தொடரவில்லை. புவியே மேலே அமர்ந்து அழுத்துவது போல், புடவியின் முழு நிறையையும் தான் ஒருவனே சுமப்பது போல் அவன் அவளது நினைவில் துவண்டான். சாவின் சூட்சமத்தை விடவும் பெண் நேசம் மர்மமானது. அதன் உள்ளர்த்தங்களை எளிதில் துலங்க முடியாது. மனதை நொடித்துப்போடும் விஷ மலர். எனினும் அதன் வாசத்தில் மயங்கி வாழ்வைத் தொலைப்பதே ஆணின் விதி. "பிரிவுத் துயரையும், மரணத்தையும் துலாபாரத்தில் நிறுத்தி, எது பாரமானது எனக் கணியர்களும், சித்தர்களும் கணக்கிட்டுள்ளனரா? நாம் ஏன் பிரிந்தோம்?! எரிச்சலூட்டி, மனம் சுளிக்கச்செய்யும் உனது சில முக பாவங்கள் கூட இப்போது அற்புத வடிவை எடுத்துவிட்டன. இவ்வாழ்வின் வழியில் மீண்டும் உன்னைக் கண்டால் உன்னில் விலக்கம் கொள்ள ஒன்று கூட இராது."

***

கதிரோனின் இருப்பைக் குறிக்க இயலவில்லை. கீழ் வானெமெங்கும் ஒளி சிதறியிருந்தது. மேக விளிம்புகளில் ஒளியும், கரிய நிழலும் முயங்கிக்கொண்டிருந்தன. மலை முகடுகளில் உருகிய பனியின் சகதிக் களிம்பு. எங்கிருந்தோ வந்த ஒற்றைக் குயிலோசை மேற்கு மலைக் காட்டிற்குப் புலரிப் பாடலாய் ஒலித்தது. பேச்சிமலை அடிவாரத்தில் இன்னமும் இரவின் மீதங்கள் தென்பட்டன. மலையடிவாரத்தில் தருவைப் புற்களின் நெடும்பரப்பு பச்சை வண்ணக் கடல் அலைகளாய்ப் படிந்தும், உயர்ந்தும் காட்சியளித்தது. மேலேறிய சூரியன் இப்போது நீர்த்துளிகளோடு சேர்த்து ஒலிகளையும் உறிஞ்சுவதாகப் பட்டது. அனைத்தும் நிச்சலனத்தில் கிரங்கிவிட்ட தோற்றம். காற்றும் ஓசையிழந்து வெறுமையைச் சுமந்தது. எங்கும், எதிலும் கரும்பாறையின் மௌனம். மரங்கள் அனைத்தும் கண்திறக்காமல் தியானிப்பது போல் நின்றன. இப்போது உயிர்த்து ஓங்கிய ஞாயிறினால் சுவரொழுகும் சாயப் பிரிகை போல் கிளை நிழல்கள் சற்று நீண்டும், ஒடுங்கியும் அசைந்தன.

வாசனை வெடித்த உதிர் மலர்களாலும், காற்றின் இடைவிடா தழுவலாலும் பகலுறக்கம் வனத்தின் பெருநிகழ்வாய், எதனையும் தொற்றும் ஓர் இனிய பிணியாய் மாறியிருந்தது. எவரோ தொலைவிலிருந்து ஒரு பெயரைக் கூவி அழைப்பது போல்

பிரமை உண்டானது. நிசப்தம் இறுகி வெடித்துச் சிதறும் புள்ளி. திடீரென அருவிக் கரையில் நீரின் சலசலப்பு. என்றோ அங்கு ஒரு குறத்தி பொழிந்த பிரிவுமொழி காட்டின் ஞாபகத்தில் உதித்தது.

“தலைவனே. இதைக் கேளும். நீ வருவதற்கு முன் என் காலம் ஆம்பல் குளமாய்ச் சலனமின்றிக் கிடந்தது. பின்னர் நினது உறவின் பிணைப்பிலும், அதைத் தொடர்ந்து நிகழ்ந்த நினது பிரிவிலும் என் காலம் ஒரு நதியென உருவெடுத்துவிட்டது. இனி அது ஒருபோதும் குளமாய்த் தேங்காது. முன்சென்ற இனிய வார்ப்புகள் யாவும் இப்போது பிய்த்து வீசப்பட்ட கொன்றை மலர்ச்செண்டுகளாய் நீர்ச்சுழலில் உழல்கின்றன. காலம் என்கிற கொடும்பேயை நீள் உறக்கத்திலிருந்து உசுப்பியது எது? உன் உடல், உன் மனம், நீ அளித்த உயிர் வெப்பம். மனம் கொண்ட நேசமே காலத்தை உயிர்ப்பிக்கிறது. ஆம், இந்த வனம் உன் வருகைக்கு முன் இப்படி இருக்கவில்லை. அப்போது வெறும் பொழுதுகள் மட்டுமே இருந்தன. இன்று அனைத்தும் நினைவுப் படிமங்களாக உருமாறிவிட்டன. மழையும், கூதலும், வெப்பமும் இன்று உனது தோற்றத்தில் என் மீது படர்கின்றன. அந்தியென்பது இதற்கு முன் ஒரு நோயாக இருந்ததில்லை. உம் மீது நான் கொண்ட மையல் இப்போது வனம் திரிந்து விறகுகளைப் பொறுக்கச் சென்றிருக்கிறது. அந்தி சாயும்போது எனக்குச் சிதையேற்றம். தலைவனே! நீ திரும்பமாட்டாய் என்பதை வானமும், நிலமும் அறிவித்துவிட்டன. ஆனால், என் விதியைப் பற்றி எத்தனை முறை வினவினாலும் கால நதி மௌனம் கலைப்பதில்லை.”

மாலையில் ஒளி இன்னொரு நதியென எங்கோ பாய்ந்து மறைந்திருந்தது. அது அகன்ற வழியில் பாசியேறிய கற்களாய்ச் சோக வடுக்கள் துலங்கின. இரவாடிகளின் கண்கள் பளிங்குகளைப் போல் ஒளிர்ந்து நடமாடின. மலையடிவாரத்தில் கடுவாயன்களின் சப்தம் விதியின் கெக்கரிப்பாய் எழுந்து அடங்கிற்று. பூச்சிகள் குவியலாய் எழுந்து நிலவொளி மீது மோதின. தொலைவிலிருந்து போர்ப்படையொன்று புறப்பட்டு வருவதைப்போல் உச்சிவானில் விண்மீன்களின் அடர்வு. அவற்றின் இடைவெளிகளில் புலப்பட்ட இருள் இன்னொரு உலகின் நிலப் பரப்பாகத் தொனிந்தது. மலைகள் உற்சவம் முடித்த தேர்களாய் இருளில் கலந்து, சோர்வுடன் நின்றிருந்தன.

எல்லாம் மயங்கிய முதற்சாமத்தில் ஒரு பேய்க்காற்று திடுமென மலையிறங்கி வந்து வனப்பரப்பில் மோதிற்று. அதன் சுழற்றலில் காட்டேரியின் மயிர்க் கற்றைகளைப் போல் கிளைகள் உயர்ந்து எழும்பின. அதுவரை நீடித்த கானகத்தின் நெடுமௌனம் அகோரமாய்க் கலைக்கப்பட்டிருந்தது. அனைத்தும் உயிர்ப்பெற்று பரபரப்புடன் இயங்கின. காற்று புகுந்ததும் ஏறு மாடம் ஒரு திருகலான சப்தத்தை எழுப்பி மரங்களுக்கிடையே அசைந்தது. ஒரு துயர விசும்பல் வனமெங்கும் ஓடி நிறைவது போன்றும், யாருமற்ற தனிமைக்குள் உருவமற்ற எதுவோ ஒன்று மனம் புழுங்கிக் கண்ணீர் கசிவது போன்றும் ஒரு பிரமை. ஆயிரம் விழிகள் ஏறு மாடத்தை வெறித்தன. பிறகு இது என்றும் முடிவுறாத துயரக்கதைதான் எனப் பறவைகள் கண் அயர்ந்தன. பொசுங்கி வீழ்ந்த எரி வெள்ளியாய் ஏதோ ஒன்றின் வாழ்க்கை அங்கு கேட்பாரற்றுக் கிடந்தது.

***

பெருங்கோவில் கோபுரத்திற்கு மேல் வெண்கொற்றக் கொடை போல் மேகங்கள் குவிந்திருந்தன. இருள் அலைகளற்ற பெருவெள்ளமாய் எங்கும் நிறைந்திருந்தது. ஆயிரங்கால் மண்டபத்தில், உள்ளடங்கலாய் அமைந்திருந்த கருவூலத்தருகே காவலர்களின் பேச்சொலி சன்னமாய்க் கேட்டது. காவலர் தலைவன் எவரையோ நோக்கிக் குரல் எழுப்பினான். அதுவொரு வசை போல் ஒலித்தது. யாழித் தூண்களுக்கு நெருக்கமாக உள்ள காவல் முகப்பில் கண்கொட்டாமல் நிலைத்திருந்த சாம்பனின் கூர் விழிகள் அந்த வசையில் சலனமுற்றன. அவனது விழிகளுக்கு அருகில் இன்னொரு விழியென ஈட்டியின் கூர் முனை மினுங்கியது. மகுடியை எதிர்நோக்கும் நாகம் போல் தூணில் ஏற்றப்பட்ட தீவட்டிச்சுடர் இடதும் வலதுமாய் அசைய, அதில் சாம்பனின் கனத்த உடல் துலங்கியும் மறைந்தும் வெளிப்பட்டது. காற்றில் திடீர்க் குளுமை. செவியைத் தீட்டி வெளியே தூறல் விழுகிறதா எனக் கூர்ந்தான். கடந்த சில இரவுகளாய் அவன் மனம் உணர்வெழுச்சியில் திளைத்தது. இரவுடன் உரையாடும் தொனியில் இமைகளை அவ்வப்போது அசைத்தான். சோர்வும், உற்சாகமும் மாறி மாறி அவனை உந்தித் தள்ளின. ஈட்டியைத் தூணில் சாய்த்துவிட்டுத் தன்னை ஆட்டுவிக்கும் அந்த அற்புதத்தை நோக்கித் திரும்பினான். இது அற்புதமா அல்லது நான் உருவாக்கிய கற்பனையா? வலதுபுறத்

தூணைப் பார்த்தபடி மருகி நின்றான். அதில் ஒரு பெண் சிற்பம். அவனது மேனி உவகையில் சிலிர்த்தது.

சாம்பன் இப்போது தூணில் வடிக்கப்பட்டிருந்த பெண் சிற்பத்தை நெருங்கினான். அது அணிகலன்கள் ஏதும் உருவேற்றப்படாத வெற்றுத் திருமேனி. அதன் கல் முலைகள் தன் மீது படிந்த இருளை வளைத்து ஒதுக்கின. ஆம்பல் மொட்டை நினைவுறுத்தும் காம்புகள். வயிற்றுப்பகுதி சதைப் பூச்சுடன் காணப்பட்டது. இறுகிய அல்குல் எனினும் விரல் மீட்டினால் ஈரம் சொரியக்கூடும். அதன் உள் மடிப்புகளில் அத்தனைத் தத்ரூபம். சாம்பன் வனத்தில் அவளுடன் முயங்கிய கணங்களை நினைத்தபடி இருளை வெறித்தான். மீண்டும் ஒருமுறை உடலில் குளிர்க்காற்று மோதி நழுவியது. நான் உன்னை விட்டு விலகவில்லை, நீ தென்கூடலில் ஏதேனும் வழியில் மீண்டும் என்னைக் கண்டடைவாய் என அவள் கூறியது வெறும் ஆறுதல்மொழி அல்ல. அதில் மெய் இருக்கவேண்டும் என நினைத்தான். அவனது வியர்த்த பாதங்கள் தரையின் குளிர்ந்த பரப்பை உராய்ந்தபடி முன்நகர்ந்தன. கணகளை இறுக்கி மூடினான். இருண்ட வெளியில் ஊமத்தை மலர்கள் வெடிப்பது போல் வெண்ணொளி பொசுங்கி அலைந்தது. அதற்கு அப்பால் அவளது வடிவான மேனி உருத்திரண்டு வந்தது. அவள் புன்னகைத்து எதையோ கூற முற்படுகையில் சாம்பன் உடல் சிலிர்த்துக் கண் விழித்தான்.

நெற்றிப்பொட்டு திறந்துகொண்டதைப் போல் உணர்ந்தான். மனக் கேள்விகளுக்கு மேல் குவிந்திருந்த விடைகள் அகன்று, இறுதியாய் ஒன்று மட்டும் நிலைத்தது.

“அவள்! அவளே என் வாழ்வின் மையச்சுழல். அவள் வீற்றிருப்பதால்தான் இந்த மண்டபத்திற்கு நான் வர நேர்ந்தது. அவளைச் சுற்றித்தான் என் வாழ்வு நிகழ்கிறதா? பிறப்பிலிருந்து எவ்வளவு நிகழ்வுகள், எத்தனை வடுக்கள், தந்தை, சுருளி, சங்கன், மதில்கள், களவோட்டங்கள், மனதை அரிக்கும் நினைவுகள்... ஆனால் நினைத்தமாத்திரத்தில் இவள் மட்டும் என்னுள் முழுமையாய்த் திரள்வது எப்படி?”

சிலையைத் தீண்டிவிடும் தொலைவை அடைந்தபோது ஓர் இனம்புரியாத ஈர்ப்பை உணர்ந்தான். “இவள் அவளின்றி

வேறொன்று இல்லை.” சிலையின் விழிகள் சாம்பன் மீது கூர்மையாய்ப் பதிந்திருந்தன.

“இனி கணப்பொழுதும் தாமதிப்பதில் பொருள் இல்லை. இதோ நான் உன்னைக் கண்டுவிட்டேன்.” சாம்பன் தூணுடன் படிந்தான். தன் உஷ்ணத்தைத் திருமேனியெங்கும் தோய்த்தான். அவனது எச்சில் திருமேனியின் முகம் முழுவதிலும் வழிந்தோடியது. கல்பரப்பில் எச்சில் பட்டதும் அதிலிருந்து கிளம்பிய மணம் அவனுக்குக் காட்டின் மணமாகத் தோன்றியது. அவனது முகம் இப்போது திருமேனியின் காது மடல், கழுத்து விளம்புகள் வழியாக ஊர்ந்து, அதன் புடைத்த மார்புகளை எட்டியது. அவற்றின் வழுவழுப்பும், திடமும் சாம்பனைக் கிரங்கச் செய்தன. எத்தனைக் காலமாய் இவை தொய்யாமல் நிற்கின்றன? மாமலைகளைப் போல்... மண் காக்கும் இரு தெய்வங்களைப் போல்... வல முலை அவளது வாஞ்சையையும், இட முலை அவளது குறும்பையும் வெளிப்படுத்துகின்றன.

“நீதானா? என் குரல் உனக்குக் கேட்கிறதா?” இறுகிய மார்பிடுக்கில் முகம் புதைத்துத் தன் பிரிவை உரைத்தான். கொங்கையின் வனப்பை அடைய அடைய அவனது உடலில் எதுவோ பாய்வதுபோல் இருந்தது. அவனது நரம்புகள் பீறிட்டு விடைத்தன. இரு முலைகளிலும் தன் கரத்தைப் பரப்பியபடி அவற்றை நோக்கி வாய் திறந்தான். அவன் வாய் அழுந்திய மறுகணம் அவை கனிவுற்றுத் தளர்ந்தன. நாவினால் ஏந்த ஏந்த பாலென்றும், தேனென்றும் அறுதியிட முடியா உயிர்ச்சுவையொன்று அவனுள் இறங்கியது. ஒவ்வொரு துளியூட்டலிலும் அவன் அவளது முனகலைச் செவியுணர்ந்தான். அவ்வாறாகத் தாய் முலை காணா அறவைகளுக்கு இருள்தெய்வம் புகட்டும் நடுச்சாம அமுதுபடியை, அவனது தனிமைத் துயரறுக்கும் பெரும்துணையை அத்திருமேனியின் முலைகள் அன்றுமுதல் இரவு தவறாது சுரந்தன.

***

பேறுகாலம் நெருங்க நெருங்க தேவகியின் முகத்தில் ஆவலும், அதற்கு இணையான கவலையும் கூடின. அன்று நகர் நிலையை நினைத்து அவள் பெரிதும் வருந்தினாள். நகரில் பரவும் பிணி தன்னையும் வீட்டையும் அடைந்துவிடுமோ என்ற நடுக்கம்.

மாறவர்மன் மெல்லிய பூனை ரோமங்கள் துளிர்த்த அவளது கரங்களை ஆறுதலாய்ப் பற்றிக்கொண்டான்.

"நீ எதை நினைத்தும் அஞ்சாதே. எனக்கு அசைக்க முடியாத நம்பிக்கை பிறந்துவிட்டது. தென்கூடலே அழிந்தாலும் உனக்கு எதுவும் நேராது. நீ தெய்வக்கருவைச் சுமக்கிறாய். கண்ணம்மா தெய்வம் போல் இருந்து அனைத்தையும் நல்லபடியாக நடத்தித் தருவதோடு அவளே மீண்டும் பிறப்பாள்."

தேவகி உதிர இருந்த கண்ணீரைத் துடைத்தபடி தலையசைத்தாள். மாறவர்மன் அவளைத் தன் தோளில் சாய்த்துக்கொண்டான். அப்போது அதுவரை அவளிடம் பெற்றிடாத ஒரு புது இன்பத்தை அவன் உடல் உணர்ந்தது. அதுவரை கண்டிராத வடிவில் அவளது முலைகள் திமிரக் கண்டான். அவை அவனது மார்பில் அடங்கிப் புதைகையில் அவனது மீசை ரோமங்கள் சிலிர்த்தன. அவளது உடல் உஷ்ணம் முழுவதும் தனக்கு வேண்டும் என்ற ஆவேசம் அவனுள் எழுந்தது. எவ்வளவு கனிவான மனநிலையிலும் காமத்தை உதற முடிவதில்லை. அதீத தெய்வ பக்தியிலும் விரக நாட்டம் சூட்சமமாய் எழுந்து நிற்கிறது. கண்ணம்மாள் மறைந்த நாள்களில் அழுது, துவண்டு கிடந்தபோதும் காமம் ஒரு கட்டளையைப் போல் தலைக்கேறியதை எண்ணிப்பார்த்தான். அதில் கீழ்மையில்லை, அது காரணத்துடன்தான் தன்னைப் பீடித்திருக்கிறது எனத் தேவகி கருவுற்ற பின் அவன் தன்னைத் தேற்றிக்கொண்டான். ஆனால் இப்போது உடல்வாகு கெட்டு, வீங்கிய வயிறுடன் இருக்கும் தேவகி மீது எழும் காமம் அவனுக்குப் புதிராகப் பட்டது. தன் பிள்ளையைச் சுமக்கும் அவளது பருத்த வயிற்றை நோக்கித் தன் உறுப்பு நீளும் காட்சி ஒரு கணம் அவனுள் மின்னி மறைந்தது. அது இன்னும் மிருக எழுச்சியைக் கூட்டியது. சிரத்தையுடன் அடக்கிக்கொண்டான். அவளால் அவனது உடல் வேட்கையை உணர முடிந்தது. அவனது தோள்களை வருடியவாறு அவனிடமிருந்து விலகிக்கொண்டாள்.

"இருட்டிவிட்டது. கண்ணம்மாவிற்கு அகல் ஏற்ற வேண்டும்."

மாறவர்மன் முகத்தை இறுக்கியவாறு "அடடா. தாமதம் ஆகிவிட்டது. எத்தனை அலட்சியமாக இருக்கிறேன் பார்" என்றான்.

“இன்று அரசர் ஸ்ரீவத்சரைக் காணப் போகிறார். நான் இப்போதே அரண்மனைக்குச் செல்லவேண்டும்.”

அவளிடமிருந்து பதிலை எதிர்ப்பார்க்காமல் உடன் தலைப்பாகையைப் பொருத்திக்கொண்டான். ஸ்ரீவத்சரின் உடல்நிலை எப்படி இருக்கிறது எனத் தேவகி வினவியதற்கு வாயிலை நோக்கி விரைந்தபடி, ஒருவித எள்ளலுடன் பதிலளித்தான்.

“கிழவருக்கு வாழ்வை நீங்க மனமில்லை போல. இழுத்துக் கொண்டிருக்கிறது. எப்போது அடங்கும் எனக் கூறமுடியாத நிலை.”

மாறவர்மன் நகர் வாயிலை அடைகையில் வானம் கருக்கிட்டிருந்தது. வீதிகளில் மென்னிருளின் ஆளுகை. இருபுறத்திலும் நடமாடிய மனிதர்கள் தங்களது தனி அடையாளங்களை இழந்து ஒரே மாதிரியான உருவை எய்தியிருந்தனர். “கருத்த உடல்களைத் தூக்கித் திரியும் கனவுகள், ஆசைகள், துக்கங்கள். மற்றுமொரு காலத்தில் இந்தக் காட்சிகள் மாறியிருக்குமா? இதே உடல்கள் அப்போதும் உலாவும். அவற்றின் கனவுகளும், துக்கங்களும் கூட மாறப்போவதில்லை. என்னைப் போன்ற ஒரு வீரன் அப்போதும் கூட்டத்தை ஒதுக்கித் தனக்கு விதிக்கப்பட்ட கடமைக்காய் ஓடிக் கொண்டிருப்பான். மனிதச் சந்தடிக்குள் நகர்ந்தபடி இருத்தல் மீதும், காலத்தின் இடைவிடாத புதிராட்டத்தின் மீதும் அவன் கேள்விகளை எழுப்பிய வண்ணம் இருப்பான். அவனை நினைத்து வருந்துகிறேன். அவனுக்கு நானும், எனக்கு அவனும் ஆறுதலாய் இருக்கலாம். வேறென்ன இயலும்? இங்கு எதுவுமே மாற்றம் பெறாதா?”

இரு புறமும் காட்சிகள் விரைவாக நகர்ந்தன. வீதிகளின் திருப்பங்களிலும், ஆள் அடர்வுகளிலும் மட்டும் அவன் மனித முகங்களைச் சற்று நிதானத்துடன் கண்டான். மலர்ச் சந்தையை அடைந்தபோது அவனது உடல் புத்துணர்வு பெற்றது. இருளின் பாய்ச்சல் இருந்தபோதும் மலர்கள் இன்னும் நிறங்களை இழந்திருக்கவில்லை. பலவிதமான மலர்க்குவியல்கள். அவை சம விகிதத்தில் மொத்தமாய்க் கலந்து இன்னொரு புடிபடாத உயர் வாசனையை எழுப்பின.

“இது என்ன மணம்? வாசம் குன்றிய மலர், இன்னும் விரிந்து உயிர்பெறாத மொக்கு, வாடிய, ஈரத்தில் தொய்ந்து அழுகிய மலர் என அனைத்தும் ஒன்று சேர்ந்து இந்த வாசத்தைக் கமழ்கின்றனவா? இவ்வாறே நம்முடைய வாழ்வும் இருக்கக் கூடாதா? துயரும், இழப்புகளும் பொதிந்திருந்தும் மொத்தமாய் நம் வாழ்வுக்கென்று ஒரு வாசம். ஒருவேளை முடிவில் நாம் அந்த இனிய மணத்தை நுகர்வோமா? ஒரு வெறுப்புக்குரிய பயணம் முடிவுற்ற பின் மீண்டும் மனம் ஏதோ ஒரு வகையில் அப்பயணத்தை நினைத்து ஏங்குவதைப் போல் நானும் என் வாழ்வின் இறுதியில் இவ்வாழ்க்கைக்காக ஏங்குவேனா?”

அத்தனை அவசரகதியிலும் சத்திர வாயிலில் இருக்கும் சுமை தாங்கிக் கல் அவனது கவனத்தை ஈர்க்காமல் இல்லை. அவன் அங்கு வழக்கமாய் காணும் ஒரு கிழப் பரதேசியை அன்றும் கண்டான். அனல் வெயில், பெரு மழையிலும் கூட அந்த முதியவரை அக்கல்லின் கீழ் காண இயலும். அது தரும் சிறு நிழலில், அரவணைப்பில் அவர் காலத்தையும், வாழ்வையும் எதிர்த்துக் கிடந்தார். அந்த ஜீவன் பசியறியுமா என்பது கூட வழிசெல்வோருக்குத் தெரியாது. அவர் நெடுங்காலமாய் வாழ்கிறார். உருவத்தில் மாற்றமோ, உடல் நோவோ கொள்வதில்லை. அவருக்கு வயதாவதே நின்றுவிட்டது என்றும் சிலர் கூறினர். அவர் முகத்தில் நிலைத்திருக்கும் சாந்தம் மாறவர்மனை ஆக்கிரமிக்கத் தவறியதில்லை. ஒரு வழிக்கல்லுக்கும், அவருக்கும் பெரிய வேறுபாடுகள் இல்லை என்று நினைப்பான். “இப்படி இருப்பதால் இவர் எதை இழந்துவிட்டார்? இறந்த பின்னும் அவரிடத்தில் இப்போதுள்ள அதே மௌனம்தான் தொடரப்போகின்றது. சப்தம்தான் மடியும். மௌனத்திற்கு அழிவில்லை. மௌனத்தால் ஏழேழு உலகங்களையும் கடக்க முடியும். இவர் எதற்கு இவ்விடத்தை விட்டு எழவேண்டும்? இங்கு அடைய என்ன இருக்கிறது? மறைந்த பின்னரும் புகழ் நீங்காது இருப்பவன் ஒரு துர்பாக்கியசாலி. தன் காலம் முடிந்த பிறகும் கூட ஏற்றுவார், தூற்றுவார் என அவன் மனிதச் சந்ததியில் மிதிபடுவான். ஆனால் களங்கமற்ற இன்மையை ஏற்று, புவியால் மறக்கப்பட்டு, அழியாப் பெரு மௌனத்தைப் பருகி, கண் காணா இருளில் அயர்ந்தால் அது எவ்வளவு நிம்மதியைத் தரும். இன்மை... களங்கமற்ற இன்மை. மாறவர்மன் அச்சொற்களை மனதிற்குள் சொல்லிப்பார்த்தான்.

மதில் விளக்குகள் அவனது பார்வையில் அசைவுற்றன. பெருமூச்சுடன் அரண்மனை வாயிலை நெருங்கினான்.

***

ஒரு நாள் சாவடியில் இருக்கப் பொறுக்காமல் சாம்பன் அந்தி மீதமிருக்கும்போதே கோவில் மண்டபத்திற்கு வந்துவிட்டான். ஆனால் இரவில் பித்தமேற்றும் பெண் சிற்பத்தை ஏனோ அவனால் அப்போது காண இயலவில்லை. தூண்களுக்கிடையே அலைபாய்ந்து தேடினான். பகல் காவலிலிருந்து விடுபட எத்தனித்த காவலர்கள் அவனை விநோதமாகப் பார்த்தனர். சாம்பன் மீது வெறுப்பில் இருந்த ஒருவன் “இது என்ன கூத்து? சித்தம் பிழன்ற நாயோ” என முணுமுணுத்துச் சிரித்தான். எவ்வளவு தேடியும் சாம்பனால் சிற்பத்தைக் கண்டறிய முடியவில்லை. அவள் மறைந்துவிட்டாள் என்பது தீர்மானமாகத் தெரிந்தது. மண்டபத்திற்கு வெளியே வந்து திக்கற்று நின்றிருந்தான். எனினும் அவனது துயர்ப் படலம் விரைவில் முடிவுக்கு வந்தது. பொட்டு ஒளியின்றி இருள் அடர்ந்த பிறகு சாம்பன் மீண்டும் மண்டபத்திற்குள் நுழைந்தான். இப்போது அச்சிலை முதல் பார்வையிலேயே அவனுக்குத் துலங்கிற்று. அதனோடு அதுவரையில்லாதபடி ஒப்பற்ற கவர்ச்சியுடன் அது தன்னை வெளிப்படுத்திக்கொண்டது. சாம்பன் பரபரப்புடன் அதை நெருங்கினான். உவகையும், பிலாக்கணமும் மாறி மாறி அவனை ஆட்கொண்டன. கண்ணீர் முட்ட அவளைத் தழுவி, விடிகிற வரை ஒரு கணமும் நீங்காது மார்பணைந்து கிடந்தான்.

அடுத்தடுத்த தினங்களிலும் அதே கண்கட்டு வித்தையை அச்சிலை நிகழ்த்தியது. குழம்பிப்போன சாம்பன் திருமேனி வடிக்கப்பட்ட தூணில் இரவிலேயே தன் உதிரக் கறையால் அடையாளம் இட்டு மறுநாள் மாலை வந்து பார்த்தான். அப்போதும் சிலையைக் கண்டுபிடிப்பது சோதனையாக இருந்தது. ஒளிப் பொழுதுகளில் அந்தத் தூணின் அருகில் செல்லும்போது ஏனோ தன் கவனம் சிதறிவிடுவதை அப்போது அவன் கண்டுபிடித்தான். இது அவள் ஆடுகிற விளையாட்டு. துடுக்குக் குறையாத சிறுமியைப் போல் தன்னை ஒளித்துவைத்து விளையாடுகிறாள். தன்னை ஏங்க வைக்கும் ஆட்டத்தை அவள் இதுவரையிலும் நிறுத்தவில்லை என்பது அவனுக்குப் புரிந்தது. அதில் அவனுக்கு இன்பம் கிளர்ந்தாலும் அவள்

இதுபோல் ஒருநாள் நிரந்தரமாக மறைந்துவிடுவாளோ எனச் சிறு பதற்றமும் அடைந்தான். உறக்கத்திலேலயே புன்னகைக்கிறதா அல்லது வேறு நினைப்பில் உதடுகளை விரிக்கிறதா என ஐயம் உண்டாக்கும் குழந்தையின் சமிக்ஞையாய் அவளது கள்ளப் புன்னகை அவனுக்குத் தொனிந்தது. ஒவ்வொரு இரவிலும் அவளைக் காணும் முதற் கணத்தில் மனதிற்குள் ஓர் இனிய அதிர்வை உணர்ந்தான். அவனது உடல் தவிப்பின் பருவடிவமாய் அல்லாடியது.

“இனி இரவுகளை வீணடித்தல் ஆகாது. என் உடல் அவளுடன் பிணைந்த நிலையில், ஒரு சிலையாய் உறைந்துவிட்டால் என்ன? இச்சிலைக்கு அப்பால் இனி என் உயிர் நழுவ வேண்டாம்.”

அவ்வாறே அவள் முலையுண்டு, அவளது யோனிக் கசிவில் அவன் உயிர் வெப்பல் தணித்துக்கொண்டான். மதிய வேளைகளில் சாவடியில் அயர்ந்திருக்கும்போது தான் இரவில் புரியும் காரியங்களை எண்ணி உடல் கூசுவான். “இதுவொரு அற்பமான இன்பம்” என அவனது விழிப்புநிலை அவனுக்கு உரைக்கும். ஆனால் அந்தி வீழ்கையில் இந்த அர்ப்பங்களில் பிழையில்லை, என் வாழ்வே அற்பமானதுதான், அந்தந்த தருணங்களில் மனம் கொள்கிற உயர்வு நிலையே ஜீவனுக்குப் போதுமானது எனச் சமாதானம் செய்துகொள்வான். மேலும் இது வெறும் இன்ப நாட்டம் மட்டும் அல்ல என்கிற உறுதியும் அவனுள் எழுந்தது. தர்க்கங்களும், விழிப்புநிலையும் எத்தனை முறை குறுக்கிட்டாலும் அவளுடனான அந்த மாயக் கணங்களை இழக்க அவன் தயாராக இல்லை.

இன்னோர் இரவில் அவ்வாறே அவன் திருமேனியைத் தழுவிக் கிடந்தான். நான்காம் சாமம் பிறந்து, மெல்ல இமை சொக்கும்போது அவளது குரல் தனக்குள் ஒலிப்பதை அவனால் உணர முடிந்தது. இது என்ன விநோதம்? பிரமையோ? என திடுக்கிட்டு விழித்தவனைத் திருமேனியின் கண்கள் சலனமின்றி வெறித்தன. பசலையும், மோகமும் கிளர்ந்தெழுந்த அதன் பார்வை அவனது அடிவயிற்றில் கணலேற்றியது. படபடத்து விலகி நின்றான்.

“கள்வரே... என்ன தயக்கம்? அருகில் வாரும். நான்தான். நான்தான். கள்வரே... எனது கமலம் துடிக்கின்றது. கண்கொண்டு பாரீர்.”

குரலைத் தொடர்ந்து நீர்ச்சொம்பு உருள்வதைப் போன்ற சிரிப்பொலியும் ஒலித்தது. சாம்பன் சிலையின் கன்னங்களில் தேன் ஊறலாய் இனிய மதமதப்பு உருகி மின்னுவதைக் கண்டான். அவனது பாதங்கள் வியர்த்துவிட்டன. அவன் உடலில் அகில் உதிரும் மரத்தடியில் அயர்ந்திருப்பதைப் போல் மிதப்பு உண்டானது. சிலையை நெருங்குகையில் வைகறைத் தென்றல் பாதத்தில் மோதி மேலேறியது. இப்போது அவளது மூச்சுக் காற்றையும், புளித்த பழங்கள் கமழும் எச்சில் வாடையையும் மிக நெருக்கமாக உணர்ந்தான். அவளது ஈரம்சொரிந்த உதடுகள் இது எதற்கான அழைப்பு என்பதை உணர்த்தின.

அருவிக்கறையின் நீர்த் தடதடப்பு அவன் நினைவாழத்தில் இடைவிடாது ஒலித்தது. வனத்தின் வேர்கள் அனைத்தும் உடலுக்குள் திரண்டு புடைத்ததில் சோர்வு நீங்கி வெகுண்டெழுந்தான். ஒரு பெருங்காலத்தின் விரகம் அவனது உடலை ஆடையாக்கிக் கொண்டது. யாவற்றையும் மறந்த நிலையில் திருமேனியில் உராய்ந்தான். உறங்கும் செந்நாய் வாய் திறந்து இளிப்பது போல் அவளிடம் ஓர் அகோரமான உற்சாகம் வெளிப்பட்டது. அதில் தீவிரம் அடைந்த சாம்பன் சிலைமீது இன்னும் அழுத்தமாக உராய்ந்து நுழைப்பிடம் தேடினான். உதிர்ந்த வியர்வையில் புழுதியும், சோலையும், பசியும், நிறைவும், வெப்பலும், பெருமழையும் ஒன்றாய்த் திரண்ட வாசம். சாம்பன் இன்பத்தில் மதி கலங்கினான். தசை கீறி, கல் பிளக்கும் புணர்வாட்டு. அவன் விடாது உராய்ந்தான். சுகந்தமான எண்ணெய்யில் ஊறிய தாமரையொன்று நட்ட இருளில் மலர்ந்தோங்கியது. அவனுக்குக் கண்கள் கூசின. செம்மை. வனச்செம்மை. அதன் மையப் புள்ளியில் அண்டத்தை விழுங்கும் கடு இருள். செம்மையகற்றி, இருள் பருகும் கொடுவெறி அவனைத் தொற்றிக்கொண்டது. முயங்கும்போது தான் ஏன் இந்த நிலைக்கு ஆட்பட்டோம் என அவனுக்கு மனம் குமைந்து, அழுகை வருவது போலிருந்தது. ஆனால் உடல் அவனது எண்ணங்களைப் பொருட்படுத்தவில்லை. கல்கொத்தும் உளியாய் அவனது ஆண்மம் வெகுண்டே நின்றது. வயிற்றை உள்ளிழுத்து, இறுதியை எய்துகையில் அவன் தனது பிரக்ஞையைத் திருமேனியினுள் உணர்ந்தான். வாழ்வை சமைக்கும் பெரு நஞ்சை; மானுடத் துயரை ஓயவிடாது நீட்டிக்கும் சூனிய திரவத்தை; களவை, பசியை,

பெருங்கொலைகளை ஊற்றெடுக்கச் செய்யும் தனது நீர்வழியை அவன் அங்கு வெளியேற்றியிருந்தான். திருமேனியின் அல்குல் அவனது கொதிப்பைப் பருகி, வெண் களிம்பென மண்டபத்தின் கற் பிரவாகம் எங்கும் உள்ளோட வைத்தது.

திருமேனி மீது அயர்ந்த சாம்பனுக்குத் தன் இருப்பின் மீதே ஐயம் எழுந்தது. அதுவொரு கனவுநிலைப் புணர்ச்சியோ என அகம் குழம்பினான். இத்தனைக்குப் பின்பும் காவலர்கள் தன்னைச் சூழவில்லை என்பது அவனுக்கு ஐயத்தைக் கூட்டியது.

“நான் அம்மைநோய் கண்டு வனத்தில் வீழ்ந்தபோதே மாய்ந்துவிட்டேனா? அதன்பிறகு எனக்கு நிகழ்பவை அனைத்தும் வெறும் மரணநிலை மயக்கங்களா?!”

“கள்வரே... கள்வரே. என்ன யோசனை? பிறகு ஏன் இவ்வளவு வேகம்? மண்டபத்தையே பெயர்த்து உங்கள் ஊருக்கு எடுத்துச் சென்றுவிடலாம் என்றா?” அவளது குரல் மீண்டும் ஒலித்ததில் திடுக்கிட்டு விழித்தான். அதனோடு அவனது ஐயங்களும் விரல் முனையில் அள்ளிய வெண்மணலாய்க் காற்றில் தொலைந்தன.

அந்தப் பேச்சில் அவளுக்கே உரிய எள்ளல் இருந்தாலும், அதற்குள் பிரியமானதொரு ஊடல் வெளிப்படுவதையும் சாம்பன் கவனித்தான்.

“மறந்துவிட்டீரா? எதற்காக எனை நீங்கி நகர் நுழைந்தீர்? என்னை நினைத்து நீங்கள் தவிப்பதை அறிவேன். ஆனால் நான் உங்களிடம் வேண்டிய காரியம் என்னவாகிற்று? அதை எண்ணிப் பார்த்தது உண்டா?”

“இல்லை... இல்லை. நீ எனக்கு எதையேனும் உணர்த்தவேண்டும் என்பதற்காக நான் காத்திருந்தேன். உனக்காகவே நான் இங்கு நிற்கிறேன். எனக்கு உரைத்திடு. நான் புரிய வேண்டியதுதான் என்ன? அதை முடித்துவிட்டு விரைந்து வனம் திரும்புவேன்.”

“உமது செவியைத் தாரும்” அதைக் கூறுகையில் திருமேனி மர்மமாய்க் கண்சிமிட்டுவது போலிருந்தது.

சிலையின் உதட்டில் சாம்பன் தன் செவியைப் பொருத்திக் கொண்டான். அவன் புரியவேண்டிய காரியத்தை அவள் மெதுமெதுவாய் ஓதினாள். அவனுக்கு அது விநோதமான

காரியமாய்த் தொனிக்கவில்லை. அது நிறைவேறாமல் தடைப்பட்ட தன்னுடைய பூர்வ ஜென்ம முயற்சியாகவோ, அல்லது தன் குலம் எப்போதோ கொண்டிருந்த தீவிர எண்ணமாகவோ இருக்கலாம் அல்லது பால்யத்தில் தானே அந்தக் காரியத்தை கனவு கண்டிருக்கவேண்டுமென நினைத்தான்.

அவள் கூறி முடித்திருந்தாள். மண்டபத்தின் அடர் மௌனம் மட்டுமே அவனது செவிகளில் எஞ்சியிருந்தது. சிலைநீங்கித் தனது ஈட்டியைக் கையிலெடுத்துக்கொண்டான். நீர்த்துப்போன வைகறை இருளில் பூதங்களைப் போல் மண்டபத் தூண்கள் வெளிப்பட்டன. சாம்பன் தனது அடி வயிறு கனத்திருப்பதை உணர்ந்தான். சிறுநீர் கழிக்கவேண்டிய நிர்பந்தம். அங்கிருந்து நகர்வதற்கு முன் சிலையை ஒருமுறை நோக்கினான். அது அங்கு நிகழ்ந்த எதனோடும் தனக்குத் தொடர்பில்லை என்பதுபோல் அந்நியமாய் வேறெங்கோ வெறித்துக்கொண்டிருந்தது.

***

கோபிலன் அருகில் வந்திருப்பதையும் உணராமல் ஸ்ரீவத்சர் மண்டப விதானத்தை வெறித்துக்கொண்டிருந்தார். அவரது குரல் முழுவதுமாய் ஓய்ந்திருந்தது. அரசர் இறுதியாய் விஜயமிட்ட நாளில் அவரை அருகில் அழைத்து இனி தன் குரலும், கோபிலனின் குரலும் வேறில்லை என்றார். அதன்பிறகு அவர் ஒரு சொல்லையும் உதிர்க்கவில்லை. வாயைத் திறந்தால் ஜீவனற்ற காற்று மட்டுமே வெளிவந்தது.

மார்பு சக்தியை இழந்திருந்ததால் மூச்சிளைப்பும் ஒடுங்கியிருந்தது. கோபிலன் என்ன வினவினாலும் அவர் பதிலளிப்பதில்லை. அவ்வப்போது இமைகளை அசைத்து அவன் கூறுவதை மட்டும் ஆமோதித்தார். இவ்வுலகில் இனி என்ன நேர்ந்திடினும் அதனால் தனக்கு ஒன்றுமில்லை என்பதை வெளிப்படுத்தும் வண்ணம் அவர் முகம் களைப்பில் துவண்டிருந்தது. சீடர்கள் நாடெங்கிலும் அலைந்து சேகரித்துவந்த ஏடுகளும், இறுதி நாள்களில் அவர் கோபிலனை உதவியாக வைத்துக்கொண்டு எழுதிய இன்ன பிற ஏடுகளும் அவரருகில் அடுக்கப்பட்டிருந்தன. அவற்றின் நிழல் கனத்த போர்வையென அவரது நடுங்கும் உடலை மூடியிருந்தது. நிகழ இருப்பவைக்காகக் கோபிலன் ஆயத்தமாக இருந்தான்.

அன்று அந்தி சாய்ந்து, தூண் விளக்குகள் ஏற்றப்பட்ட பின் பணிப்பெண்டிர் அனைவரும் அவன் உத்தரவின் பேரில் மண்டபத்தை நீங்கி அவர்களது குடிலில் போய் அடைந்துகொண்டனர். விடியல் வரை அவர்கள் எவரும் மண்டபத்திற்குள் நுழையக் கூடாது என்பதையும் அவன் கண்டிப்புடன் கூறியிருந்தான். அவர்கள் அகன்ற பின் மிகப்பெரும் தனிமையுணர்வு மண்டபத்தை பீடித்திருந்தது. உள் நுழைந்த காற்றில் குளிர்ச்சியும், குரலற்ற ஏதோ ஒன்றின் மனதை நடுங்கச் செய்யும் துயர முனகலும் கலந்திருந்தன. கடல் பின்னகர்ந்து, வெகுதூரம் சென்றபின் தனிமையில் வெறிக்கும் கரைப் பாறையின் முனகலா?

கோபிலன் ஸ்ரீவத்சரின் முகத்தை நோக்கினான். சாவுக் களை அவரது கண்களைச் சுற்றி அகற்ற முடியாத சேற்றைப் போல் படிந்திருந்தது. துளியும் தெய்வத் தன்மையற்ற, அவலட்சனமான அவரது முகத்தைக் காணவே அவன் அஞ்சினான். யவனர்களின் நடுச்சாம வருகைக்காகத் திறந்துகிடந்த வாயில் மட்டுமே அவனுக்கு இளைப்பாறுதலாய் இருந்தது. கருவறையில் ஞானச் சுடர் மட்டும் தனிமையில் விறைத்திருக்க, கருவறை முகப்பில் அமைக்கப்பட்டிருந்த பூஜை பீடத்தை இருள் மூழ்கடித்திருந்தது. அவ்விடத்தில் குறைவான ஒளியே இருக்கவேண்டும் என யவன குருமார் கூறியிருந்தார். இன்னமும் அவர்களது பூஜைமுறை கோபிலன் அறியாததாகவே இருந்தது. பூஜைக்கென அவர்கள் கேட்டிருந்த பொருள்களும் விநோதமானவை. உதிர்ந்த மலர்கள், சந்தன வில்லைகள், பட்டுத்துணி, மேற்தோலுடன் முறித்து எடுக்கப்பட்ட வரையாட்டின் இரு கொம்புகள், ஒரு சூரிக்கத்தி. அவர்களது பூஜைமுறைகள் மர்மமானவை, அதனுடன் அவை சில இரகசிய குறியீடுகளின் வழியே அடுத்தடுத்த தலைமுறைகளுக்குக் கடத்தப்படுகின்றன என்பதை மட்டும் கோபிலன் கேள்வி ஞானத்தால் அறிந்திருந்தான். அவர்களது தத்துவத்தைக் கற்க வேணாட்டிற்குச் சென்றிருந்தபோதும் அவர்களது பூஜைகளைக் காண அவன் அனுமதிக்கப்படவில்லை. தான் இனி அவர்களுக்கு வேற்றாள் அல்ல. இப்போது தானும் அவர்களது இரகசியங்களுக்குள் மறைந்து நிற்க வேண்டியவன்தான் என்பதை உணர்ந்தபோது அவனது நெஞ்சில் ஓர் இனம்புரியாத நடுக்கம் எழுந்தது.

நடுச்சாமம் நெருங்கியபோது வாயிற்பகுதியில் அரவத்தை உணர்ந்தான். கரியநிற ஆடைகளில், முகம் மட்டும் வெளியே தெரியும்படி முக்காடிட்டு நான்கு மனித உருவங்கள் உள்வந்தன. கருக்கல் சாரலில் நனைந்த பனைகளைப் போல் அவர்களது உடுப்புகளில் அடர்கருமை. வயதைக் கணிக்க முடியாத, ஆரோக்கியமான முகங்கள். அதிலும் குறிப்பாக யவன குரு ஸ்ரீவத்சரை விடவும் வயதில் மூப்பர். ஆனால், அவர் உடலில் சுருக்கங்களே இல்லை. ஐயமின்றி அவரிடம் ஒரு விண்ணோர் களை வெளிப்பட்டது. அவர்களது உடல்மொழியில் பல்வேறு காலத்தையும், அவற்றின் மனிதர்களையும் கண்ட நிதானம் இருந்தது. வாயிலை நோக்கி வந்த கோபிலன் முகமன் தெரிவித்து அவர்களை ஞான சபைக்குள் வரவேற்றான். ஞானகுருவின் வசியப்படுத்தும் நீலவிழிகளை நேரடியாகக் காணக்கூடாது என அவன் தன் பார்வையை அவரிடமிருந்து சற்று விலக்கினான். அப்போது நால்வரில் பின்னால் வந்தவர் தன் அங்கிக்குள் எதையோ மறைத்து வைத்திருப்பது அவனது கண்களில் பட்டது. அவ்விடத்தில் அங்கி உப்பியிருந்தது. அதனோடு அங்கு அசைவுகள் இருப்பதையும் கோபிலன் கவனித்தான். அதைப்பற்றி வினவ நினைத்தபோது அவனது படபடப்பு அதிகமானது. பிறகு அதைக் கேட்பதை விடுத்து "வரும் வழியில் காவலர்கள் எங்கும் தடுக்கவில்லையே?" என்றான்.

"சில இடங்களில் நிறுத்தினர். ஞான சபை முத்திரையைக் காட்டினோம். அதன் பின் கேள்விகள் இல்லை."

"நாட்டின் நிலைமை அப்படி. அனர்த்த நிகழ்வுகள் சில நடந்தேறி விட்டன. நகரில் எப்போதும் ஒரு விடைகாண முடியாத அச்சம் ஊடாடிக்கொண்டிருக்கிறது. விடியலில்தானே கிளம்புகிறீர்கள்? பூஜை முடிந்து நாம் அனைத்தையும் விரிவாகப் பேசுவோம்."

"உங்கள் குரு எப்படி இருக்கிறார்?" யவனகுரு அதைக் கேட்டபோது அவர் குரலில் சிறு எள்ளல் எழுவதைக் கோபிலன் கவனித்தான்.

"நீங்களே பார்க்கிறீர்களே? சாக்காடு. நாடி மட்டும் அவ்வப்போது மடிவதும், சட்டென்று கூடுவதுமாய் இருக்கிறது. வைத்தியர் இதைப் பொய்நாடி என்கிறார். உயிர் பிரிவது அத்தனை எளிதில்லையாம்."

“இவர் உடலை நன்றாகப் பேணவில்லை.”

ஸ்ரீவத்சரின் கிடப்பு யவன குருவை ஒன்றும் செய்யவில்லை. ஓர் உடைந்த சிற்பத்தைக் காணும் யாத்திரிகனைப் போல் அவர் நின்றிருந்தார். அவரது பார்வையில் ஸ்ரீவத்சர் ஏற்கெனவே கடந்தகால மனிதராகிவிட்டதைக் கோபிலன் உணர்ந்தான். அது அவனை நிம்மதி இழக்கச் செய்தது. இந்த யவனர்கள் உலகாயத நோக்கை தெய்வம் போல் திடமாக நம்புகிறார்கள். தன்னிடமும், ஸ்ரீவத்சரிடமும் இருக்கும் தத்துவ ஐயங்கள் இவர்களிடம் இல்லை. உலகியல் அறிவை வழிபடுகின்றனர். இந்த வாழ்வைச் செழுமைப்படுத்த துணை நிற்கும் அனைத்தும் இவர்களுக்கு அறமாகிறது. சுவையான உணவைக் கூடத் தவிர்த்து ஸ்ரீவத்சர் இறுதியில் எதைப் பெற்றார்? என்ன சிந்தனைகள் இவை? இவற்றை என்னுள் யார் விதைப்பது? சட்டென்று யவன குருவின் விழிகளைக் கண்டு திடுக்கிட்டான். அவர் பூஜைக்கு நகரலாமா என வினவியது கூட மறைபொருளாக வேறொன்றைச் சுட்டுவதாகத் தோன்றியது. நகருக்கும், அரசிற்கும் வேண்டுமானால் நான் இன்னொரு ஸ்ரீவத்சராக இருக்கலாம். ஆனால் உண்மையில் நான் அதுமட்டுமல்ல. எனக்குள் இன்னொன்று... சம அளவில் சிறிதும் சாய்வுகளின்றி இரு உயிர்கள் எனக்கு வேண்டும். ஸ்ரீவத்சரைச் சுமக்க மட்டும்தான் என் உடல் இங்கு நிற்கிறது என்பதை என்னால் இனி ஏற்க இயலாது. நான் கோபிலன். நான் இரு எதிர்-எதிர் சாரங்ளையும் தன்னகத்தே கொண்ட இன்னொன்று. தேவைக்கு ஏற்ப ஒன்றை நீட்டவல்ல இரட்டை நாவுடைய பாம்பு.

ஸ்ரீவத்சரின் அருகில் அடுக்கப்பட்டிருந்த ஏடுகளை யவனகுரு நோட்டமிட்டார். பூஜைக்கு முன்னர், ஸ்ரீவத்சரின் கரத்தினாலேயே அவற்றை யவனகுருவிடம் ஒப்படைத்துவிடலாம் எனக் கருதிய கோபிலன் அதை யவன குருவிடம் தெரிவித்தான்.

யவனகுரு “ஆகட்டும். கூறப்போனால் அதுவே முறை” என்றார்.

கோபிலன் ஸ்ரீவத்சர் தன் கரம் கொண்டு எழுதிய தலைச்சுவடியை எடுத்தான். சம்பிரதாயமாய்ச் சுவடியை ஸ்ரீவத்சரின் கரத்தில் வைத்துப் பின் அதை யவனகுருவின் கரத்தோடு இணைக்க எண்ணினான். அதை ஆமோதித்து நெருங்கிய யவனகுரு அன்னமேந்த முனைவதுபோல் இரு கரங்களையும் குவித்தார். அதுவரை மாய்ந்திருந்த ஸ்ரீவத்சரின் வலது கரம் அப்போது

தானாகவே உயர்வதை அவர்கள் கண்டனர். சுணங்கிக் கிடந்த உடலில் அந்தக் கரம் மட்டும் பழைய இளமையைப் பெற்று, கோபிலனின் கரத்தில் இருந்த சுவடியைத் திடமுடன் பற்றிக்கொண்டது. பிறகு அது யவனகுருவின் கரங்களுக்கு மேல் தொடாத உயரம் சென்று சுவடியைக் கீழ் விட்டது. இந்தக் கிழவர் மரண கதியிலும் தன் அகங்காரத்தைத் துறப்பவர் இல்லை. கோபிலனுக்கு ஆச்சரியத்தையும் மீறிப் புன்சிரிப்பு எழுந்தது. அதனோடு யவனகுருவின் முன் தான் சற்று அதிகமாகப் பணிந்துவிட்டதை எண்ணிக் கோபிலன் வெட்கினான். தனக்கு ஸ்ரீவத்சர் ஏதேனும் ஒரு பாடத்தை வைத்துக்கொண்டே இருக்கிறார். இறுதிவரை அவரை விஞ்சும் தருணம் ஒன்று கூடத் தனக்கு வாய்க்கவில்லையே என்கிற வருத்தம் அவனைப் பற்றிக்கொண்டது. இந்தக் குறையுணர்வுடன் எவ்வாறு நான் ஞானபீடத்தில் அமர்வது? தன் மனக்குறையை வெளிக்காட்டாமல் பூஜைபீடத்தை நெருங்கினான்.

யவனர்கள் பீடத்தைச் சுற்றி அமர்ந்துகொண்டனர். சுளுந்தும், தர்ப்பையும் படபடத்து உயிர் பெற்றன. தூபப் புகை பனிப்படலமாய் உயர்ந்து முகங்களை மறைத்தது. தன்னைச் சுற்றிலும் இப்போது கருத்த அங்கிகள் மட்டும் பிசாசுகளைப் போல் அமர்ந்திருப்பதைக் கோபிலன் கண்டான். தீயில் அவிந்த மலர்கள் ஈரம் உறிஞ்சப்பட்டு, திடமான நெடியைக் காற்றில் தெளித்தன. யவனர்களில் ஒருவன் தன் துணி முடிப்பைப் பிரித்து அதிலிருந்த பொடியைத் தீயில் தூவினான். என்ன அது? கோபிலன் தன் நாசியில் கத்திபோல் குளுமை இறங்குவதை உணர்ந்தான். இந்தத் தீ முன்ஜென்மத்தில் எரிந்தது, இந்தக் காட்சியைத் தான் பல முறை கண்டிருப்பதாக அவனுக்குப் பிரமையான எண்ணங்கள் எழுந்தன. வரையாட்டின் கொம்புகள் புகையை உறிஞ்சி அளவில் நீள்வது போலிருந்தது. முழு உடலும் தன் சிரத்திலிருந்து விடுபடுவதை உணர்ந்த கோபிலனுக்கு அச்சம் தாளவில்லை. முடிவில் தன் பிரக்ஞை மட்டும் அந்தரத்தில் நிற்கக் கண்டான். யவனர்கள் மந்திர உச்சாடனத்தைத் தொடங்குகையில் ஒரு குழந்தை விசும்பி அழும் சப்தம் ஊடாகப் பாய்ந்தது. அது மந்திரங்களின் பின்குரலாகத் தொடர்ந்து வந்தது. கோபிலன் கண்களை விலக்கி நோக்கியபோது அதிர்ந்துவிட்டான். அந்த யவனன் தனது அங்கியிலிருந்து ஒரு பச்சிளம் குழந்தையை வெளியே தூக்கிப் பீடத்தருகில் கிடத்தியிருந்தான். கோபிலனுக்கு உதறல்

எடுத்தது. யவனகுரு அவனை நோக்கிப் புன்னகைத்தார். ஆனால், அவரது கண்களில் உதிரம் போல் கனன்ற செந்நிறம் அவனை அச்சுறுத்தியது.

அவர் அவனை நோக்கிக் குரலெடுத்தார். "நாம் நம் உலகிற்காக... அதில் நீளும் நம் வாழ்விற்காக இதைச் செய்வோம். பிரபஞ்சம் மறைத்துவைத்துள்ள இரகசியங்களை நாம் அறிவதற்காக... நீ என்றும் ஆரோக்கியம் கொள்வதற்காக... நம் எண்ணங்கள் நிறைவேறுவதற்காக..."

"இருங்கள்... இருங்கள்... இது ஞான சபை. இங்கு இதுபோல்..." கோபிலன் நடுக்கத்துடன் குரலெடுத்தான்.

"கோபிலரே. உமது குரு இந்தச் சபையின் புனிதத்தால் எதைப் பெற்றார்? இது நீர் எங்களுக்கு அளிக்கும் சுவடிகளுக்காக... ஒரு கைமாறு. இது உமது நலனுக்காக மட்டுமே..."

கோபிலன் பதிலின்றி அமர்ந்திருந்தான். மனம் தீவிரம் கொண்டிருந்தது. இன்னமும் உடலை விட்டு அந்த விநோத மயக்கம் நீங்கியிருக்கவில்லை. நாவில் கடும் தாகம். தன் விஷத்தைத் தானே தின்று செமிக்கும் நச்சுயிராகக் கோபிலன் தன்னை அறிந்தான். அந்த நினைப்பில் உக்கிரமான தினவு எழுந்தது. அவனது கண்களைப் பார்த்து எதையோ உறுதி செய்துகொண்ட யவனகுரு சூரிக் கத்தியைக் கையிலெடுத்தார்.

நடுச்சாம அமைதியைப் பிளந்து ஒலித்த அந்த அலறலில் குடிலில் அயர்ந்திருந்த பணிப் பெண்களில் ஒருத்தி திடுக்கிட்டு எழுந்தாள்.

"ஏதோ குழந்தையின் ஓலம்."

"மண்டபத் திசையிலிருந்துதான் வருகிறது" இன்னொருத்தி வெருண்டெழுந்தாள்.

நிலைமையை உணர்ந்தவளாய் அவர்களில் மூத்தவள் "இது... ஞான சபை இதுவரை காணாத ஏதோ ஒன்று. ஏதோ ஒரு பயங்கரம். கண்களைத் திறவாதீர். செவிகளை மூடுங்கள்" என்றாள்.

பூஜை பீடத்திலிருந்து யவனகுரு முதலில் எழுந்தார். பின் ஒவ்வொருவராக எழுந்துகொண்டனர். தாகம் தீர நீர் அருந்தியதின் நிறைவு அவர்களது முகங்களில் வெளிப்பட்டது.

ஏடுகள் ஒரு துணியில் கட்டப்பட்டன. ஸ்ரீவத்சரின் அருகில் வந்த கோபிலன் அவரது முகத்தைக் காணாமல் தவிர்த்தான். வாயைச் சுற்றி அப்பியிருந்த எதையோ தனது கரத்தால் அழுத்தித் துடைத்தான். அவனது உடலில் கூசத்தக்க, ஈனமான நெளிவு வெளிப்பட்டது. தன்னையே விடாது நோக்கும் ஸ்ரீவத்சரின் கண்களை அவன் எதிர்நோக்க அஞ்சினான். அவரிடம் எதையோ கூற முற்பட்டு பிறகு வேண்டாம் எனத் தவிர்த்தான். அப்போது ஸ்ரீவத்சரின் கண்கள் கோபிலனின் பற்களில் இரத்தக் கறை தங்கியிருப்பதைக் கண்டு அகலமாய் விரிந்தன.

கோபிலன் இப்போது தலையுயர்த்தி அவரைக் கடந்துசென்றான். அவரது கிடப்பை ஓரக்கண்ணால் நோக்கியபோது அவனுக்கு ஒரு நிறைவு உண்டானது. ஸ்ரீவத்சர் மண்டப மேற்கூரையில் நிறைந்திருந்த இருளை வெறித்தார். நாவை அசைத்து அவர் எதையோ கூற முயன்றார். ஆனால் ஒரு சொல்லும் வெளிவரவில்லை. அவர் அறியாமலேயே கண்களில் நீர் முகிழ்ந்திருந்தது. சற்றுமுன் கண்ட அந்த நிகழ்வை மறக்கவேண்டியாவது தான் விரைந்து மாயவேண்டும் என அவர் தன் உணர்வு முனைகளிடம் மன்றாடினார். அவர் இப்போது மரண அவஸ்தையிலிருந்தும், அது எழுப்பும் புதிரான வினாக்களிடமிருந்தும் முழுதாய் விடுபட்டிருந்தார். ஆனால் அதற்கு மாறாக மண்ணில் நீளும் வாழ்க்கையும், மானுடப் பிறப்பும் அவருக்கு மரணத்தை விடவும் அதீத அச்சம் பயப்பவையாய்த் தோன்றின. அவர் போற்றி வணங்கிய ஞானச்சுடர் ஏனோ இப்போது அவரது நெஞ்சுக்கூட்டில் தாளமுடியாத நடுக்கத்தை உண்டுசெய்தது.

***

கோதையின் விழிகள் வையையின் நீரடிப்பில் அவிழ்ந்து அவிழ்ந்து மூடின. பாதி அழிந்த திலகம்போல் சூரியன் மீதமிருந்தது. அந்தியைப் பருகி கருமைபூணும் வேங்கை மரங்கள் தோற்றப் பொலிவை இழந்துகொண்டிருந்தன. நதியினுள் நின்று நீர்ப் பரப்பில் கண் பொருத்திக் காட்சிகளைக் காண்பது கோதைக்குச் சிறுவயது தொட்டே விருப்பமானது. நீர் அலைகள் உலகக் காட்சிகளைக் கழுவிவிடுவது போல் தோன்றும். பசுமை வழிந்து உருகி, மீண்டும் அதே இடத்தில் நிலைபெறும் காட்சி அவளுக்குப் பிடிக்கும். செவிகளில் மொத்

மொத் என அறைந்து மோதிய நீரினால் அவளது உடல் குறுகுறுத்தது. தலையும், வாலும் ஒருதிசையில் ஒருங்கவே இயலாத, நெடும்பாம்பின் பருத்த, நீண்ட நீர்த்தோலென வையையை அவள் கற்பனை செய்தாள். நீர்த்தோல் மீது மெலிதாகத் தனது நாவைப் பதித்துப் பார்த்தாள். பெரும் நிலப்பரப்பையும், மலைகளையும், காடுகளையும் சுண்ணமென இடித்து அதில் ஒரு சிறு துகளை நுகர்வதன் புரியாமையும், களிப்பும் அவளது நாசியில் எழுந்தன.

இத்தனைக் காலம்தொட்டு எவ்வளவு நீர் பாய்ந்திருந்தும், புயல், வெள்ளங்கள் கசடுகளைக் கலந்திருந்தும், பெரு மரங்கள் சரிந்து வீழ்ந்து, பிணங்கள் மிதந்திருந்தும் வையை தன் நறுமணத்தையும், சுவையையும் இழக்கவில்லை என்பதில் அவளுக்கு ஓர் இனம்புரியாத ஆறுதல் உண்டானது. நதிக்கரையை நெருங்கும்போதெல்லாம் அவளுள் உறங்கும் சிறுமி கண்கொட்டி விழித்துவிடுவாள். ஆடை உடுத்தாமல் நீருக்குள் பரிதியோடு விளையாடியது, நீரில் இறங்கிய நாகம் ஒன்றின் மீது கல்லெறிந்தது, பிறகு அது தனக்காக நீருக்கடியில் காத்திருக்கும் என நெடுநாள் ஆற்றில் இறங்காமல் கரையில் இருந்தபடியே செரட்டையில் நீர் அள்ளிக் குளித்தது, வளர் இளம் பருவத்தில் பரிதியல்லாத இன்னொருவன் தன் மார்பு விம்மலைத் தொட்டுப்பார்த்தபோது அருவெருப்பும், கூச்சமும் எழுந்து உடல்நடுங்கியது, பின்னர் ஒருநாள் குளித்துக் கரையேறுகையில் ருதி எய்தி உதிரம் வடித்து, அது என்னவென்றே விளங்காமல் அச்சத்தில் அரற்றியது வரை அவளது எண்ணற்ற நினைவுகள் நீர்ப்பரப்பின் மீது இப்போதும் தழுதழுத்தன. கால் நனைத்து உள்ளிறங்கும்போது கவலைகளும், வாழ்வின் பொறுப்புகளும் அவளிடமிருந்து வழுவி விழப் பார்க்கும். நீராடி, கரையேறும்போது தனக்கு ஏன் இந்த நதிக்கு அப்பால் ஒரு வாழ்க்கை விதிக்கப்பட்டிருக்கிறது என்கிற விசனம் அவளுள் எழாமல் இருந்ததில்லை. வையை தன் இதயத்தினுள் சுழிப்பை ஏற்படுத்திவிட்டு ஒன்றும் அறியாத தெய்வம் போல் ஓடிவிடுகிறது என நினைப்பாள்.

கோதை தன் இடைக் கச்சையை மார்பு வரை சுருட்டி வயிற்றில் குளிர்ந்த நீர் நேரடியாக உராயும்படி செய்தாள். நாள்கள் தள்ளிவிட்டன. தந்தையிடம் கூறினால் உறுதி செய்துவிடுவார். பரிதி மகிழ்வானா என்கிற ஐயமும் அவளுக்கு

இருந்தது. அரசு காணி வழங்கியதிலிருந்து பண்டிதர், பரிதி இருவருக்கும் வைத்தியத்தின் மீதே நாட்டம் குறைந்திருப்பதைக் காண்கிறாள். கருக்கல் முளைக்கையில் கழனிக்குச் சென்று திரும்புவோர், மதியத்தில் அயர்ந்து உறங்கிவிடுகின்றனர். அவர்கள் தினம் நெடுந்தூரம் நடக்க வேண்டியிருந்தது. உழுது பழக்கமில்லாத உடல்களைக் கழனிச்சேறு சப்பி உறிஞ்சுவது கண்கூடாகத் தெரிந்தது. மூலிகை சேர்ப்பது, மருந்தரைப்பது, பிணிகொண்டோரைக் கவனிப்பது எல்லாம் இப்போது அந்தியில் மட்டும்தான். கழனிக்குச் செல்லும் வழிகளில் நிலம்கொண்ட மறவர், வேளாளர்களின் உதாசினப் பார்வைக்கும், குறுக்கிடலுக்கும் அவர்கள் தலைபணிய வேண்டியிருந்தது. பரிதி சூதனமாக அவர்களில் சிலரது தீராத பிணிக்கு மருந்து கொடுத்து வரப்புகளில் தயக்கமின்றி நடக்க வழிவகை செய்தான். பரிதியிடம் ஒருவிதமான மிடுக்கும், நிதானமும் கூடியிருந்தன. எனினும் அந்த நிதானம் வேசைகளிடமும், பிறைமனைப் பெண்டிரிடமும் நாட்டம் கொள்பவனுக்குரிய காரியத்தனமான நிதானம். நாவிதக் குடியாட்களுடன் பேசும்போது அவனுக்குப் பொருந்தாத, செருக்குடன் கூடிய அசிங்கமான உடல் அசைவுகள் அவனிடம் வெளிப்பட்டன. அவனது மாற்றங்களைக் கோதையால் ரசிக்க இயலவில்லை. அந்நிலம் அவனது தந்தையின் மரணத்துக்கு ஈடாகக் கிடைத்தது என்கிற மனத் தாங்கலே அவனிடம் இல்லை. காலம் அழிக்கும் முதல் மரணத்துயர் தந்தையின் மரணத்துயர் என குடி மூப்பர் கூறுவதை இவனது நடவடிக்கையோடு கோதை பொருத்திப் பார்ப்பாள். பெரியசாமி பண்டிதர் எங்கிருந்தோ அழியாது நின்று யாவற்றையும் பார்க்கின்றார் எனவும் அவளுக்குத் தோன்றுவதுண்டு.

மறுபுறம் வாய்க்கால் கரையோரப் பனை வடலியிலிருந்து பிய்ந்து, நீரில் உரசிக்கிடக்கும் பட்டுப்போன மட்டையாய், எந்நேரத்திலும் நீரில் அடித்துச்செல்லப்படும் நிலையில் உத்திராபதி பண்டிதர் வாழ்வில் தொங்கிக்கிடந்தார். அவரது கண்கள் நீண்ட உறக்கத்தை வேண்டுவதாக இருந்தன. நினைவுகள் அகன்ற நிலை. சொற்களிலும் தீராத அயர்ச்சி. பொருள்படாத குழப்பங்கள்தான் மிச்சம் என அரச கலயத்தில் வீற்றுப் பொன்னொளி வீசிக்கொண்டிருக்கும் தீக்கடம்பையை அவர் கருத்தில் கொள்வதே இல்லை. தன் குலம் காத்த சாம்பனைப் பற்றி அவர் ஒருமுறையாவது நன்றியோடு

வியந்துரைப்பார் எனக் கோதை எதிர்ப்பார்த்தாள். ஆனால், பண்டிதர் அதுநாள்வரை சாம்பன் என்ற பெயரைக் கூட உச்சரிக்கவில்லை. தன் குடும்பமே சாம்பனை வணங்கி நன்றி உரைத்திருக்கவேண்டும். ஆனால் அது நிகழவில்லை என்பதில் அவளுக்கு வருத்தம் இருந்தது. அதனாலேயே சாம்பன் மீது அவள் ஓர் இனம்புரியாத பரிவையும் உணர்ந்தாள்.

நிலப் பட்டயம் பெற்றதில் அடைந்த அனுகூலமென்றால் அது சேவகப் பணியிலிருந்து தனக்குக் கிடைத்த விலக்கு ஒன்றுதான் எனக் கோதை எண்ணினாள். நாகம்மையிடம் இனி பணிக்கு வர மாட்டேன் எனக் கூறச்சென்றபோது அச்சத்தில் அவளது கருப்பை நடுங்கிக்கொண்டிருந்தது. ஆனால், நாகம்மையோ அவளது எதிர்ப்பார்ப்புக்கு மாறாய் அவளுக்குப் பரிவுடன் நல்மொழி கூறி விடைகொடுத்தாள். கோதைக்குத் தான் இழைத்த கொடுமைகள் தன் நினைவிலேயே இல்லை என்பது போல் அவள் நடந்துகொண்டாள். “அம்பட்டச் சிரிக்கிக்கு இனி நல்ல வாழ்க்கைதான். அவ்வப்போது வந்து பார். என்னை மறந்துவிடாதே” எனக்கூறி தன் சுவர்ண அட்டிகை ஒன்றையும் அவள் எடுத்துத் தந்தாள். நாகம்மையின் குரலில் முன் எப்போதும் இல்லாத கனிவை, பற்றுதலை கோதையால் அப்போது உணரமுடிந்தது. இதென்ன விளங்காமை? இவள் ஏன் இப்படி இருக்கிறாள்? இவளது உள்ளத்தைப் புரிந்துகொள்ள இந்நகரில் எவரும் இருக்க முடியாது எனக் கோதை தன் மனதிற்குள் சொல்லிக்கொண்டாள். கோதை நாகம்மையை சிறுவயதிலிருந்தே கண்டிருந்தும் அவள் ஒரு தாயின் உருவில் தெரிவது அதுவே முதன்முறை. விடைபெற்று வருகையில் கோதைக்குத் தன்னை மீறிக் கண்ணீர் திரண்டுவிட்டது. நாகம்மை நிகழ்த்திய தீங்குகள் தனக்குப் பெரிதில்லை, இறுதிவரை அவளுக்கு அணுக்கமாய் இருந்து சேவகம் புரிந்தால்தான் என்ன? அதனால் எதை இழந்துவிடப்போகிறோம் என்று கூட அவளுக்குத் தோன்றியது. நன்கு பழகிவிட்ட நரகத்தின் இனிமை. அதை எங்ஙனம் துறக்க? நகரிலிருந்து தடயமின்றித் தொலைந்துபோன காந்தர்வன் தன் நினைப்பிலேயே தங்காமல் போனதில் கோதைக்கு இன்னும் வியப்பு. “புன்னகை வார்க்கும் பாடல்களாய்த் தன்னுள் நுழைந்தவன் முடிவில் ஓர் அச்சுறுத்தும் கடைச் சருக்கமாய் விடைபெற்று அகன்றுவிட்டான். அவன் மறைவதற்கு முன்பாகவே அவன் அளித்த இனிமைகள் மறைந்துவிட்டன. ஆனால், அவனது கொடுஞ்செயலை முன்னின்றி புரிந்த

ராணியின் பிரிவில் ஏன் என் அகம் தடுமாறுகிறது? அவள் மீது அர்த்தமற்ற பரிவு ஏற்படுகிறது. விடைபெறும் முன் அவள் இத்தனைக் காலமாய் என் நிழல் உன் மீதும், உன் நிழல் என் மீதும் மாறி மாறிப் படிந்திருக்கின்றன, நாம் முற்றாய் விலக முடியாது என்றாளே. அதன் பொருள் என்ன? நாகம்மையின் சொற்களுக்கு உள்ளீடாய் ஏதேனும் அர்த்தம் இருக்க வேண்டும். என்னிடம் நான் காணாத ஏதோ ஒன்றை அவள் கண்டிருக்க வேண்டும். இவையெல்லாம் என்ன? என் மனதின் அல்லாட்டம் என்னையே திகைக்கச் செய்கிறது. வையை அறியுமா எனது மன வார்ப்புகளை? எத்தனைப் பெண்களை, எத்தனை மனங்களை இந்த நதி அறிந்திருக்கும். இவ்வளவுதான் பெண்ணே, உள்ளங்கையில் நீரள்ளிப் பருகுவது போல் இலகுவானது உமது வாழ்க்கை, இதில் சஞ்சலம்கொள்ள ஏதுமில்லை என அது என் காதில் ஓதினால் என் ஆவி நிம்மதிகொள்ளுமே."

கோதை சிகையை அள்ளி முடிந்தவாறு கரையேறினாள். நதிப்படுகையின் உலர்ந்த மண் அவளது பாதங்களுக்கு இதமளித்தது. அந்த இதத்தைச் சிறிது நேரம் உணர்ந்தாள். அவளுக்கு அனைத்தையும் மறந்து அப்படியே நின்றுவிடலாம் போல் இருந்தது. கச்சையை மீண்டும் ஒருமுறை நன்றாக இறுக்கிக்கொண்டு ஒற்றையடிப் பாதையில் நடந்தாள். சிறிது தூரம் நடந்ததும் பிருட்ட இடுக்கில் நுழைந்துகொண்ட ஈரக் கச்சையை அவசரமாய் விலக்கிவிட்டாள். ஆனால் அது மீண்டும் மீண்டும் அவ்விடுக்கில் நுழைவதும், அவள் விலக்கிவிடுவதுமாய்த் தொடர்ந்தது. இடைப்பட்ட கணங்களில் காற்றும் அங்கு உரசிற்று. வெட்கமும், அசௌகரியமும் அவளை ஆட்டுவித்தன. குளிக்க வருவதற்கு முன் தன்னை வாட்டிய அந்த மர்மமான ஐயத்திற்குள் மீண்டும் அவள் தலைப்பட்டாள். "பரிதியோடு கூடத்தொடங்கிய பிறகுதான் நாள்கள் தள்ளின. வயிற்றின் நெருடலில் நான் அவனையே உணர்கிறேன். நிச்சயம் இதற்கு அவனே... ஒருவேளை காந்தர்வன்..." உதடுகளை இறுக்கிக்கொண்டாள். அவனது பெயரை எண்ணவே உள்ளம் பதறிற்று.

"அந்த ஐயத்தை நோக்கி எண்ணங்கள் குவிந்துவிடக் கூடாது என்பதற்காகத் தான் பன்றிகள் உலையும் சேற்றுப் புனலை

நாணல் கத்தைகள் மறைப்பது போல் என் அகம் மற்ற எண்ணங்களைக் குவித்து மூடிக்கொள்கிறதா?!"

பின்னாலிருந்து எவரோ அவளது பெயரைக் கூறி அழைப்பது போல் இருந்தது. அந்த அழைப்பில் நெடுநாள் தனிமையை அனுபவித்ததன் நடுக்கமும், அவளுக்குப் பழக்கமான ஒரு தொனியும் முளைத்து மறைந்தன. திரும்பி நதிக் கரையை நோக்கினாள். எவரும் இல்லை. குரல் வந்த திசையில் புதர்கள் அசையாதிருந்தன. அப்போதுதான் இருளை எப்போதும் மீதம் வைத்திருக்கும் குறுங்காட்டில் தான் நின்றுகொண்டிருப்பது அவளது உணர்வில் எட்டியது. அச்சமுறாமல் தான் ஒருபோதும் அவ்விடத்தைக் கடந்ததில்லை. இங்கு பன்னெடுங்காலமாய்ச் சில உயிர்கள் கணநேரமும் உறங்காது விழித்திருக்கின்றன. ஏதோ ஒரு காலத்தில் தான் அவற்றோடு உறவாடியிருக்க வேண்டும் அல்லது தானே அவ்வுயிராய் இருந்திருக்க வேண்டும் என அவளது மனதில் ஒரு விசித்திர எண்ணம் தோன்றியது. அப்போது சட்டென்று சாம்பனின் அச்சுறுத்தும் பார்வையும், மீசை துடிப்பும் அவளது மனக்கண்ணில் முளைத்தன. அதிர்ந்து நின்றாள். பிறகு துரிதமாக அவ்விடத்தைக் கடக்க முற்பட்டாள். "அவனை முதன்முதலாகக் கண்டபோது உண்டான நடுக்கம்தான் இதற்கெல்லாம் காரணமா? உடல் அச்சத்தில் விறைக்கும்போதெல்லாம் எனக்கு ஏன் சாம்பனின் முகம் நினைவுக்கு வருகிறது? ஆனால் உடன் அந்த அச்சம் விலகி, உள்ளே ஒரு குளிர்ச்சி பரவுகிறது. இப்போதெல்லாம் பரிதி சாம்பன் பற்றி ஒரு சொல் உதிர்த்தாலும் ஏன் எனக்குள் ஒரு படபடப்பு? அவன் ஒரு கள்வன். கொலைபாதகன். ஆனால்....அவன்..."

குறுக்கே ஒரு வாய்க்கால் எதிர்ப்பட்டது. அதைத் தாண்டும் முன் நீரில் தன் முகம் பார்த்தாள். முகம் அதன் பழைய பொலிவுடன் தோன்றியதில் அவளுக்கு ஆச்சரியம்.

நானா இது? இன்னும் அழகுபடுத்திக்கொண்டால் என்ன? இனி நீராட வரும்போது பரிதி மருந்து அரைக்க வைத்திருக்கும் அகிலிலிருந்து அவனுக்குத் தெரியாமல் சிறிது எடுத்து வரவேண்டும் என நினைத்தவாறு தொடர்ந்து நடந்தாள்.

***

பகலுறக்கம் கலைந்து சாம்பன் விழித்தான். வெயில் அவனுடலோடு நெடுநேரமாய்ப் புனையலாடியதில் அவன் படுத்திருந்த இடம் முழுதும் வியர்வை ஊறிக்கிடந்தது. விழிக்கும் முன் தோன்றிய சொப்பனத்தில் சுருளியும், பெரியசாமியும் தன்னைப் புன்முறுவலுடன் நோக்கியதை அவன் நினைவு கூர்ந்தான். அவர்கள் பரிவுடன் எதையோ கூற வந்தது போல் அவனுக்குப் பட்டது. அதனோடு ஒரு மயிர்நுனி மேனியில் குத்தி நீங்குவதைப் போல் வேறொன்றும் உறுத்தியது. தேவமங்கல செண்பக ரதியும் கனவில் தோன்றி மறைந்திருப்பாளோ என ஐயம் கொண்டான். இறந்தவர்கள் எவராலும் இப்போது அவனுக்குக் கழிவிரக்கம் ஏதும் இல்லை. அவர்களது இல்லாமையும், இனி ஒருபோதும் களையமுடியாத அவர்களது மௌனமும் அவனுக்கு ஆழ்ந்த நிம்மதியுணர்வையே அளித்தன.

பசியும், தாகமும் குடலை இறுக்கின. நீர்க் கலயத்தை உயர்த்தி மார் நனையை சாய்த்துக்கொண்டான். பிறகு கனவு பிம்பங்களை மறந்தவனாய்ச் சாவடிக்குப் பின்னாலுள்ள வாகை மரத்தடி நோக்கி நடந்தான். அவனது பகல்கள் அவனை ஓய்வாக அமரவிடாது விரட்டின. ஒரு வாலிப்பான மரத்துண்டைக் கண்டுபிடிப்பது, சாவடியில் பிற காவலர்கள் இல்லாத நேரம் பார்த்து ஈட்டி முனையால் அதை மெல்ல மெல்ல செத்தி எடுப்பது என அவன் அந்நாள்களைத் தீவிரமான மன ஓர்மையுடன் கடத்தினான். நாளின் இறுதியில் வளரிக்கம்பை மண்ணில் புதைத்துவிட்டு, கழித்தொதுக்கிய துருவல்களைத் தடயமின்றி அகற்றினான். இரவில் ஆயிரங்கால் மண்டபத் தூணில் ஒட்டி உராய்கையில் கூட அவனுக்கு வளரிப் பித்தே மிகுந்திருந்தது. புணர்ச்சியின் முடிவில் அவள் “கள்வரே, உம் வளைத்தடி சிறக்கட்டும்” எனக் குறும்புடன் கூறியதில் அவன் வெட்கினான். ஒவ்வொரு இரவிலும் அவளுக்கு வியர்வைப் படையலிட்டு, அதற்கு ஈடாய் முன் எப்போதும் இல்லாத அளவிற்குக் கூர்ந்த விழிப் பார்வையையும், புஜ வலுவையும் அவன் பெற்றுக்கொண்டான். அவனது ஒவ்வொரு தசை முடிச்சும் கண் எய்தியது போல் எங்கும் நோக்கியது. அவன் உடலே கயமையின் பரு வடிவமாய் மாறிக்கொண்டிருந்ததில் அவனால் திகைக்க மட்டுமே முடிந்தது.

முடிவாக அன்று நிறையில் அடர்ந்த, பிறை வடிவிலான ஒரு வளைத்தடியை அவன் உருவாக்கி முடித்திருந்தான். அதைக் கணப்பில் மென்மையாக வாட்டி எடுத்தபோது அதன் பிழையற்ற நேர்த்தி அவனை வியப்பில் ஆழ்த்தியது. ஆர அமர்ந்து செய்திடினும் தன்னால் இப்படியொரு தடியை மீண்டும் இழைப்பது சாத்தியமில்லை எனக் கருதினான். சுருளியே தன்னுள் இறங்கி அதை இழைத்துத் தந்திருப்பதாகப் பட்டது. வளரி இழைப்பதில் சுருளி பெரும் வித்தைக்காரர் என அவனது தந்தை கூடக் கூறியிருக்கிறார். அவனுக்கும், சங்கனுக்கும் என்றுமே மர வளரிகளில் ஈடுபாடு இருந்தது இல்லை. பொட்டல் காற்றில் வல்லூறுகள் போல் சீறிப்பாயும் இரும்பின் ஒலியோட்டத்தைச் சிறுவயதிலிருந்து கேட்டதாலேயே அவர்களுக்கு இரும்பின் மீது தனிக்கிரக்கம். இரும்பு நம் தத்துப் பிள்ளை மட்டும்தான், எத்தனை ஊட்டி வளர்த்தாலும் அதை நம்புவதற்கில்லை. அதற்கு யார் எவரென அறியாமலே அனைத்தையும் ஒப்பித்துவிடும் புத்தி உண்டு, அதுவே காவலர்களுக்கு முதல் துப்புச் செய்தியைப் பரப்பும் என்பது சுருளியின் தீர்மானமான எண்ணம். சாம்பனின் மனம் பழைய நாள்களுக்குள் சென்று திரும்பியது. சுருளி விடாப்பிடியாகத் தன்னையும், சங்கனையும் மர வளரி இழைக்கும்படி எரிச்சல்படுத்திய நாள்கள் இப்போது இனிய நினைவாய் அவன் மனதில் புன்னகைத்தன.

சாம்பன் வளைத்தடியை முன்னோட்டமிடும்பொருட்டு அரவமற்ற, நாணல்கள் மண்டிய வையைக் கரையை அடைந்தான். எதிர்க்கரை நோக்கி அவன் வளரியை வீசியபோது அது நதியின் பாதித் தொலைவு வரைசென்றது. பிறகு ஓசையின்றி, உருமும் காற்றையும், நீரோட்டத்தின் இடர்பாட்டையும் மீறி வடதேசக் கள்வர்கள் வேட்டைக்குப் பழக்கும் ராஜாளியாய் அவ்வளரி மீண்டும் அவனது கரத்தை நோக்கி வந்தது. அப்போது அந்த வளரிக்குள் ஓர் அரூப மூச்சிரைப்பை அவன் உணர்ந்தான். அது முன்சென்ற பாலை மாந்தர்களின் பெருமூச்சையும், ஆசியையும் கொண்டிருப்பதாகக் கருதினான்.

அவன் மீண்டும் நகருக்குள் வந்தபோது மேற்கில் வெள்ளி அரும்பியிருந்தது. நன்கு நெய்திரண்ட சக்கரைப் பொங்கல் தொன்னையைப் பொசுக்கும் மணம் எங்கிருந்தோ வீசுவதைச் சாம்பன் உணர்ந்தான். பசி அவனை அதற்கு மேல்

நகரவிடவில்லை. தெருவோரப் பிள்ளையார் கோவிலின் முன்பு மனிதத் தலைகளும், மாவிலைத் தோரணமும், தூபப் புகையும், சோற்றுப் பத்துகள் உலர்ந்த ஒரு வெண்கலப் பாத்திரமும் அவன் பார்வையில் பட்டன. சாம்பன் கோவிலை அடைந்தான். கருஞ்சுவர் போன்ற அவனது தோற்றமும், கையில் இருந்த ஈட்டியும் ஜனத்திரளை ஒதுக்கி அவன் சோற்றுப் பாத்திரத்தை நெருங்க வழியினை ஏற்படுத்தின. தொன்னையில் வழங்கப்பட்டதை இரண்டே வாயில் அள்ளி விழுங்கிவிட்டான். இன்னும் வேண்டுமா என வாடிப்பவன் கேட்டபோது மறுத்துவிட்டான். பசித்த வயிறுக்கு இதற்கு மேல் இனிப்பு ஆகாது. வயிற்றைப் புறட்டும். தொன்னையை வீதியோரத்தில் நின்ற அநாதைப் பசுவிடம் வீசிவிட்டு அங்கிருந்து நகர்ந்தான்.

இதற்குமேல் கையீட்டியைத் தன்னுடன் கொண்டு செல்வது சரியில்லை எனப் பட்டது. திரும்பி வரும்வரை அதை மறைத்துவைக்க ஓர் இடம் தேடினான். முடிவில் கைவிடப்பட்ட ஒரு மதில் சுவரின் வெடிப்பு அதைத் தனக்குள் பொருத்திக்கொண்டது. ஈட்டியை நீங்குவது மிகப்பெரும் விடுபடல் என்றாலும் அதில் ஓர் ஆதரவின்மையையும் அவனால் உணர முடிந்தது. இப்போது அடையாளம் துறந்த அவனுடலைக் குருதி வழிவந்த கள்ள நடையும், சுற்றியோடும் விழிப்பார்வையும் முன்னகர்த்தின. அவன் அப்பாதையில் மூன்று நாள்களாய் ஒத்திகை நடைவந்து தன் இலக்கையும், அதன் சுற்றத்தையும் மனதில் குறித்திருந்தான்.

வீதியோரத்தில் தீவட்டிச் சுடர்கள் அசையத் தொடங்கின. சாம்பன் ஏற்கெனவே புதர் மறைவில் மறைத்துவைத்திருந்த ஒரு விறகுக் கட்டை வலதுபுறத் தோளில் ஏற்றிக் களைப்புற்ற குடியானவன் ஒருவனின் தோற்றத்தைப் பொருத்திக்கொண்டான். “தேவையென்றால் நாம் கூத்து கூட இசைக்கவேண்டும். கள்வன் என்பவன் முதலில் பெரும் நடிப்புக்காரன்” எப்போதோ சுருளி கூறியது அவனது நினைவில் உதித்தது. சாம்பன் தன் இலக்கை நெருங்கியிருந்தான். சூரியச்சுழலைக் கார்கால மேகங்கள் கவ்வுவதைப் போல் அந்த வெண்சுதை மண்டபத்தை இருள் விழுங்கிக் கொண்டிருந்தது. மண்டபத்தின் உள்ளே தூண் விளக்குகள் உயிர்பெறுவதைச் சாளரங்கள் வெளிப்படுத்தின. மண்டபத்தின் முகப்பு வாயிலில் மட்டும் பெயரளவில் காவல் உண்டு. புழக்கடை பகுதியில் புதர் மண்டிக்கிடப்பதையும், அங்கு

பாம்புகள் சாவகாசமாய்த் திரிவதையும் அவன் ஏற்கெனவே நோட்டமிட்டிருந்தான். அதனோடு அச்சபைக்குப் புதிதாய்ப் பொறுப்பேற்றிருப்பவன் அந்நேரத்தில் தனது மாணாக்கருடன் சமணக் குன்றுக்குச் செல்வதையும் சாம்பன் அறிந்திருந்தான்.

விளக்குகளை ஏற்றியபின் பணிப்பெண்கள் தங்களது குடிலுக்குச் சென்று இரவு ஆகாரத்தைச் சமைக்கின்றனரோ அல்லது இரகசியமாய் வரச்சொல்லி எவனுடனோ கூடிக் குலாவுகின்றனரோ, அதுவல்ல சங்கதி. அவர்கள் மீண்டும் மண்டபத்தின் வலது தாழ்வாரத்தில் வந்தமர்வதற்குள் களவாடித் திரும்பியாக வேண்டும். அந்த அரை நாழிகை நேரமே தனக்கானது. சாம்பன் விறகு முடிப்பைச் சடேரென்று வீசிவிட்டு ஒரே தாவலில் மதிலேறி உள்ளே குதித்தான். கீழே குதித்த கணம் மண்டபத்திற்குள்ளிருந்து எதுவோ தன்னைப் பார்த்துக் கண்சிமிட்டுவது போல் உணர்ந்து திடுக்கிட்டான். அது சுடரசைவு என உறுதிசெய்தபின் மண்டபத்தின் வலதுபுற வாயிலை எட்டினான். பணிப்பெண்கள் உள்ளே வருவதற்காக உருவாக்கப்பட்ட அந்தச் சிறு நுழைவாயிலில் செல்ல சாம்பனின் ஆகிருதி சற்றுச் சிரமப்பட்டது. சபைக்குள் சீரான இடைவெளிகளில் பிரம்மாண்டத் தூண்களும், மையத்தில் ஒரு பளிங்குப் பீடமும் அமைந்திருப்பதைக் கண்டான். சபைக்குள் இலுப்பைச் சுடர் மணத்துடன் ஒரு மோசமான மனித வாடையும் கலந்து வீசுவதை அவனது நாசி உணர்ந்து கொண்டது. இறுதியில் கருவறைக்குள் ஒளிவிட்ட ஞானச்சுடர் அலைபாய்ந்த அவனது கண்களையும், கருத்தையும் நகரவிடாமல் நிறுத்திற்று. சாம்பன் பெருமூச்சுவிட்டான். அவள் அவனிடம் ஒப்புவித்த சொற்களையும், இடைக் கச்சையில் மறைத்து வைத்திருந்த வளைத்தடியையும் குறித்து மட்டுமே அவனது அகம் இப்போது சிந்தித்தது.

சாம்பன் கருவறையை நெருங்கினான். முக்கோண வடிவிலான அதன் துவாரம் ஒரு பூனை உட்செல்லும் அளவிலேயே இருந்தது. வளரியால் ஒரு குறிப்பிட்ட கோணத்தில் மட்டுமே அதன் உள்ளே நுழைய முடியும் என்பதைச் சாம்பன் விளங்கிக்கொண்டான். அப்போது தனது முதுகுப் புறத்தை எதுவோ ஆழ்ந்து வெறிப்பது போல் தோன்றியது. சட்டென்று திரும்பினான். சற்றுத் தொலைவில் ஓர் உருவம் படுக்கையில் வீற்று, மெல்ல தலை உயர்த்திய நிலையில்

நடுங்கிக்கொண்டிருந்தது. அது ஒரு வாதையுற்ற கிழம் என்பதை அறிந்துகொண்டபின் சாம்பன் என்ன செய்வது எனப் புரியாமல் விழித்தான். “கவனத்தை இழக்காதே” என்றொரு குரல் அவனுள் ஒலித்தது. மீண்டும் முக்கோண துவாரத்தின் வழி ஞானச்சுடரை நோக்கினான். அவனது விழிகளில் பாதாள இருளின் ஒட்டுமொத்தத் திரளும் குழுமிற்று. அதன் மையத்தில் ஒரு சிறு புள்ளியாய் முளைத்த ஞானச்சுடர் மெல்ல மெல்ல அளவில் பெருகி வந்தது. அவன் உடல் முழுக்க வியர்வையின் சலசலப்பு. பின்புறம் எழுந்த முனகல் அவனது கவனத்தைக் குலைக்க முற்பட்டது. தன் பார்வை முழுவதையும் சுடரின் பொன்னிற ஒளி கவிந்து மூடும்வரை சாம்பன் தன் இமைகளை அசைக்காது இருந்தான்.

இப்போது அவனது கரம் வளைத்தடியை ஓங்கிய நிலையில் உயர்ந்திருந்தது. சாம்பன் தன் தோளில் இருண்ட பேய் போல் ஏதோவென்று ஏறுவதை உணர்ந்தான். அவனது கரிய மேனி சிலிர்த்து நின்றது. கண்களை மொழுகிய ஒளிப் படர்விலிருந்து இப்போது அவனுக்குப் பலவித உருவங்கள் வெளிப்பட்டன. தந்தையும், சுருளியும் உக்கிரமான மீசையுடன் வந்து வந்து போயினர். அவள் ஒரு பெரும் அலறலோடு தோன்றி, அவனிடம் இறைஞ்சினாள். ஒரே கணத்தில் பல்லாயிரம் பெண்கள் அழுதுமடியும் துயரம் அவளது கண்களில் வெளிப்பட்டது. அதைக் கண்டதும் சாம்பனுக்குத் துயரம் முட்டியது. மார்பில் பெரும் வீழ்ச்சியை உணர்ந்தான்.

கண்களை ஒருகணம் சிமிட்டி மீண்டும் ஒளிச்சுடரை வளர்த்தெடுத்தான். இப்போது சொற்களற்ற பெருஞ்சினம் அவனில் கிளர்ந்தது. வயிற்றில் நெடும் பாலையின் நூற்றாண்டுப் பசி கவ்விப் பிடுங்குவதை உணர்ந்தான். குருதி செறிந்த விழி ரேகைகளே அவனது கரத்தின் நரம்புகள் ஆகின. வெகுண்டு வீசினான். வளைத்தடி மண்டபத்தில் நிறைந்திருந்த காற்று முழுவதையும் திரட்டி அதனால் உந்தப்பட்டது போல் சீறிச்சென்றது. அவனது கரத்திலிருந்து புறப்பட்ட விண் என்ற ஓசையைத் தொடர்ந்து அவனுக்குப் பின்னால் கிடந்த உருவம் “நாராயணா” என அலறி வீழ்ந்தது. முக்கோண துவாரத்தில் கட்சிதமாய் நுழைந்த வளைத்தடி உள்ளே எதையோ படார் என அடித்து வீழ்த்தும் ஓசையைச் சாம்பன் தெளிவுறக்

கேட்டான். குவளை ஒன்று உருண்டு அதிரும் ஒலி எழுந்து பிறகு அது மெல்ல அடங்கிற்று.

இப்போது அவனது விழிகளின் முன் அநாதி காலத்தின் இருள் சலனமின்றி நிலைத்திருந்தது. முக்கோண துவாரம் கதவின் இருண்மையோடு கலந்திருப்பதைக் கண்டு ஞானச்சுடர் அணைந்துவிட்டதைச் சாம்பன் உறுதிசெய்துகொண்டான். ஏனோ அவனுக்கு அசிங்கமாய் ஒலியொழுப்பி, கெக்கரித்து சிரிக்கவேண்டும் போல் தோன்றியது. ஞானச் சுடரின் நெடுங்கால இருப்பும், அதன் மேன்மைகளும் காரண, காரியம் விளங்காத மனம் குழம்பிய ஒருவனால் வீழ்த்தப்பட்டிருந்தன. தான் செய்த காரியத்தால் நகரின் விதி தலைகீழாய்ப் புரளப் போகிறது என்பதைச் சாம்பன் அறிந்திருக்கவில்லை. தடயங்கள் ஏதும் விடாமல் வெளிமதிலை அடைந்திருந்தான்.

கருவறையில் மனதை உறைய வைக்கும் இருள். மயானக் காட்டின் நள்ளிரவுக் குளிர்ச்சி ஞான மண்டபமெங்கும் நிறைந்திருந்தது. படபடத்த தீவட்டிகளில் ஒரு நிராதரவான அசைவு. கருவறையை நோக்கி விறைத்திருந்த ஸ்ரீவத்சரின் உடலில் ஜீவன் இல்லை. எனினும் அவர் என்றுமே உணர்ந்திடாத ஒரு நிறைவுணர்வை அவரது மரணித்த விழிகள் வெளிப்படுத்தின.

***

ஞான சபை வளாகமெங்கும் வெக்கை சுட்டெரித்தது. சபை வாயிலில் அரச அலுவலர்களும், பிரோகிதர்களும் குவிந்திருந்தனர். அமைச்சர், வைகுண்ட ஆச்சாரியார் தவிர மற்ற அனைவரையும் வாயிலிலேயே நிறுத்தும்படி கோபிலன் காவலர் தலைவனுக்கு உத்தரவிட்டிருந்தான். மக்களில் பலர் ஸ்ரீவத்சர் இறந்த செய்தியறிந்து ஞான சபை முன் கூடிய வண்ணம் இருந்தனர். நகரில் வேகமாக விஸ்தரிக்கும் தொற்றுப்பிணியையும் அவர்கள் கருத்தில் கொள்ளவில்லை.

“நகர் பெரியவர் போகிறபோது அந்த விளக்கையும் விழுங்கிவிட்டாரோ? அணைந்துவிட்டதாமே? பெரிய பண்டிதர் தான் என்றாலும் சனிப் பிணம் அல்லவா...”

“அது எங்கங்காணும் எரிந்தது? பல நூறு ஆண்டுகளாம், அணையாத விளக்காம். எல்லாம் பொய், புரட்டு. இங்கு அணையாத விளக்கென்று ஏதும் இருக்குமென்றால், அது

இங்குள்ள பெண்டிரின் கவட்டை விளக்காகத்தான் இருக்கும். திரியேற்றி, எண்ணெய் விட ஞானிகள் இருக்கிறார்கள். ஹிஹிஹி.”

பொறுமையிழந்த காவலர்கள் கூடிநின்றவர்களை நோக்கி ஈட்டிகளை ஓங்கினர்.

“இவர்கள் எதற்குத்தான் கட்டுப்படுகிறார்கள்? இன்றிரவு தென்கூடலே அழியப்போகிறது என்றாலும் இவர்களது வாய் வம்பிற்கும், எள்ளலுக்கும் குறைவிருக்காது.”

“நீசர்களே... அகலுங்கள். அகலுங்கள். உள்ளே என்ன அவிழ்த்துப் போட்டா ஆடுகிறார்கள்?”

வீதியின் முனையில் குளம்படிகள் அதிர்ந்தன. புழுதி அலைக்கு மேலாக அசைந்த ரதத்தின் வெண்கொடியானது அரசர் ஞான சபையை நெருங்கிவிட்டதை உணர்த்திற்று. வாயிலில் சூழ்ந்திருந்தோர் யானை விரண்டு வருவதைக் கண்டதைப் போல் மதில் ஓரங்களில் ஒடுங்கி வழியை ஏற்படுத்தினர். அவர்களது அந்த நடுக்கமும், ஒடுங்கலும் மெய்யானதா அல்லது வெறும் பாவனையா என்பதைக் கண்டுபிடிப்பது எளிதன்று. மக்கள் அறியாமை, தன்னிரக்கம், அச்சம் ஆகியவற்றை மெய்யாகவே சுமக்கிறார்களா என்பதற்குக் காலத்தில் விடையே இல்லை.

அரசரின் ரதம் வாயிலை அடைந்து சங்குகள் முழங்கவும், சபைக்குள் பதற்றம் பிடிகொண்டது. வைகுண்ட ஆச்சாரியார் ஞான சபை தனது பொறுப்பில் இருப்பது போலவும், நிகழும் அனர்த்தங்களுக்குத் தான் பதில் கூற வேண்டியவன் போலவும் வீணாய் அங்கும் இங்கும் நடந்துகொண்டிருந்தார். மலர் சரங்களுக்குள் பொதிந்திருந்த ஸ்ரீவத்சரின் பூத உடலைச் சுற்றி ஈக்கள் அண்டா வண்ணம் பணிப்பெண்டிர் சாமரம் வீசிக் கொண்டிருந்தனர். நாசியைக் குமட்டிய அவரது சவ நாற்றத்தை மறைக்க அகிலும், நற்சுண்ணமும் புகைக்கப்பட்டிருந்தது. கோபிலன் தனது உள அதிர்வுகளை மறைத்து நிதானத்தைக் கடைப்பிடிக்க முயன்றான். சவமாகி உறங்கிக்கொண்டிருந்த ஸ்ரீவத்சர் மட்டுமே அங்கு நிம்மதிகொண்டவராய் இருந்தார். தசை வடிந்து, எலும்புடன் தோல் இறுக்கப்பட்டு, கருமையேறிய அவரது முகம் பூரணமான மௌனத்தில் ஆழ்ந்திருந்தது. இறப்பிற்குப் பின் வாய்க்கும் அந்தத் துளைக்க முடியாத

அமைதிக்காக ஒரு மனிதன் எத்தகைய மரண வாதையையும் பொறுத்துக்கொள்ளலாம் என ஸ்ரீவத்சர் என்றோ போதனையில் கூறியது கோபிலனின் நினைவில் எட்டியது. இப்போது அவர் அடைந்துள்ள களங்கமற்ற உறைநிலையைக் கண்டு கோபிலன் உள்ளூற பொறாமையுற்றான். தன்னை முள் இருக்கையில் ஏற்றிவிட்டு அகன்றிருக்கிறார். ஞானவிளக்கு அணைந்ததில் அவரது சூது இருக்குமோ எனவும் அவன் ஐயமுற்றான்.

காற்றில் அலைந்து, வழியில் குறிக்கிட்ட நுழைவாயிலின் பட்டுவிரிப்பை அரசரின் கரம் சினத்துடன் ஓங்கி அறைந்தது. ஞான சபை விதிகளை நன்கு அறிந்திருந்தும், அரசர் தன் காலணிகளை அகற்றாமலேயே உள்ளே வந்தார். அவரது தோரணையில் பணிவோ, பக்தியோ ஏதுமில்லை. குதிரைக் கொட்டிலில் நுழைவதுபோல் அலட்சியமாய் நுழைந்தார். இவற்றிலிருந்து ஞான சபையின் தலைவிதி இனி என்னவென்பது கோபிலனுக்குப் பூடகமாக விளங்கிற்று. நகரின் அவசர நிலையில் அரசர் சபை விதிகளை மறந்துவிட்டாரோ என அவனால் சமாதானம் செய்துகொள்ள முடியவில்லை. எப்படியேனும் அவர் முன் தனது ஆளுமையை நிலைநிறுத்தியாக வேண்டும்.

அரசர் ஸ்ரீவத்சரின் உடலையும், கருவறையையும் மாறி மாறிப் பார்த்தார். காற்றில் அவிந்து, வெறுமையாய்க் காட்சிதந்த கதவின் முக்கோண துவாரத்தின் வழியே ஞானச் சுடரை நினைவுகூற முயன்றார். முடிவில் அவரிடம் ஆழ்ந்த பெருமூச்சு எழுந்தது. அவர் தொட்டு வணங்கிய பின் ஸ்ரீவத்சரின் உடல் ஞான சபைக்கு அப்பால் புதர் மண்டிக்கிடந்த, சபைக்குரிய நிலத்திற்குக் கொண்டு செல்லப்பட்டது. சமாதிச் சடங்குகள் உடன் தொடங்கின.

“அரசரிடம் பேசிவிட்டு வருகிறேன், அனைத்தும் ஆயத்தமான பின்னர் அழையுங்கள்” எனக் கோபிலன் சமாதிப் பொறுப்பைச் சீடர்களிடம் ஒப்படைத்தான். அவன் மீண்டும் சபை திரும்பியபோது சபைக்குள் அரசர் அதே இறுக்கத்துடன் காத்திருந்தார். அவர் முன் இனி பணிவுகொள்ளல் ஆகாது எனக் கோபிலன் குண்டத்தில் இருந்த நீரை அள்ளி உடலைக் கழுவியபின் ஞான இருக்கையில் அமர்ந்துகொண்டான். அருகிலேயே கிடத்தப்பட்டிருந்த பட்டுப் பீடத்தில் அமராமல் அரசர் சபைக்குள் நடமாடியபடி இருந்தார். அப்போது அரசர் காதுபட, ஸ்ரீவத்சரோடு இந்நகரின் ஞானமும் அழிந்ததோ என

வைகுண்ட ஆச்சாரியார் உரைத்ததைக் கோபிலன் சிறிதும் விரும்பவில்லை.

கடுகடுக்கும் முகத்துடன் "ஆச்சாரியாரே. ஞான சபையின் நடைமுறைகள் விளங்காது பிதற்றாதீர். ஞான விளக்கு அணைந்தது ஒரு துர்நிகழ்வு. அது எதனால் நிகழ்ந்தது என்பதைக் கண்டறியவே நாம் கூடியிருக்கிறோம். அனுமானங்களைக் கூறும்போது கவனமாக இருங்கள். ஞான விளக்கு அணைந்ததை ஸ்ரீவத்சரின் மறைவோடு இணைப்பது சுத்த அஞ்ஞானம்" என்றான்.

ஆச்சாரியார் கோபிலனின் குரலில் நடுங்கிவிட்டார். வேறு வழியின்றி அவலட்சணமாய்த் தலையசைத்து அவ:ன் கூறியதை ஏற்றுக்கொண்டார்.

சபைக்கு வெளியே மனித அரவங்கள் ஓய்ந்து, அமைதி பரவிற்று. அந்த நிச்சலனம் கோபிலனை இன்னும் பயமுறுத்தியது. "பற்றி நிற்க ஏதுமில்லா வெட்டவெளித் தனிமை." தன்னிச்சையாய் அந்த வரி அவனுள் முளைத்ததில் அதிர்ந்து விழித்தான். சாமரங்கள் அசைந்தும் அவனது இளந்தோள்களில் முத்தணிகளைப் போல் வியர்வை திரண்டிருந்தது. சட்டென்று சாமரம் அசைத்த பணிப்பெண்டிரைத் துளைப்பது போல் பார்த்தான். தாங்கள் எதையும் அறியோம் என அவர்களது கண்கள் மன்றாடி விழிப்பதைக் கண்டு பார்வையைத் திருப்பிக்கொண்டான். அவர்களிடம் எத்தனை முறை வினவினாலும், "அந்தியில் சுடர் எரிந்துகொண்டிருந்தது. உங்களுக்கு இரவு உண்டி செய்வதற்காகக் குடிலுக்குச் சென்றோம். பசு கத்துகிறது எனக் கோதை தொழுவத்திற்குப் போனாள். பணிகள் முடிந்து நாங்கள் மீண்டும் சபைக்குள் வந்தபோது சுடர் அணைந்திருந்தது. முதலில் எங்கள் பார்வையில் ஏதேனும் பிசகு ஏற்பட்டுள்ளதோ எனக் குழம்பினோம். பின்னர் நால்வருமே சுடர் அணைந்திருப்பதை உறுதிசெய்து நடுங்கிவிட்டோம்" என ஒரே பதிலைத்தான் திரும்பத் திரும்பச் சொல்கின்றனர். அவர்களை அரசரின் முன்பாக ஒருமுறை விசாரிக்கலாம் என நினைத்தான். சொல்லெடுக்கும் முன்னரே அது கீழான எண்ணமாகத் தோன்றியது. வேண்டாம் எனக் கைவிட்டான்.

எப்படி அணைந்தது? எத்தனை நூற்றாண்டுகளாய்ப் பேணிக் காத்த சுடர்?! இதைக் காணவா எனக்கு இப்பிறப்பும், இந்த ஞான

இருக்கையும்? அவன் மனம் தருக்கங்களையும், காரணங்களையும் தேடி உழன்றது. இங்கு யவனர்கள் நடத்திய அந்தப் பூஜை... அவனுக்கு ஒருகணம் தொண்டைக்குழி அடைத்தது. அது தான் ஞான விளக்கின் உயிரைப் பருகிவிட்டதோ? அல்லது இம்மண்ணின் ஞானம் மொத்தமும் யவனர்கள் வசம் அடைபுகுந்துவிட்டதா?

யவனகுருவிற்கு உடனடியாக நிகழ்ந்ததைத் தெரிவிப்பது அவசியம் எனப் பட்டது. அதற்குரிய இரகசியமான மறைசொற்களைத் தேடியபோது தாளமுடியாத சோர்வையும், பாரத்தையும் அவன் உணர்ந்தான். இப்படியான ஒரு நாளிலா நான் ஞான இருக்கையில் ஏற வேண்டும்? பிருட்டத்தில் கொடிய எரிச்சலும், அழுத்தமும் பரவுவதை உணர்ந்தான்.

அரசர் சபையின் ஒவ்வொரு சாளரத்தையும் ஆராய்வது போல் பார்த்துக்கொண்டிருந்தார்.

கோபிலன் "அரசே, இங்கு சற்று..." என்றான்.

கிருஷ்ணப்பர் பிரம்ம பீடத்திற்கு அருகில் வந்து அவனைக் கேள்வியுடன் நோக்கினார்.

"சபை முன்னவர்கள் எழுதிய ஞான சாஸ்திரங்கள் அனைத்தையும் நான் வாசித்துவிட்டேன். ஞானச் சுடர் அணையாது எனக் குறிப்பிட்டிருக்கிறார்கள்தான், ஆனால் ஒருவேளை அணைந்தால் அதனால் என்ன பாதகம் நேரும் என எங்கும் எழுதப்படவில்லை. ஞானச்சுடர் என்பது ஞான சபையின் செயல்கள், மற்றும் அதனால் முடியேறும் அரசாளுகையின் உருவகம் என்றே என் ஞானகுருவான ஸ்ரீவத்சர் கூறுவார். ஞான சபையும் இயங்குகிறது. பெருந்தகையீர் உங்களது ஆணையில் அரசும் செவ்வனே செல்கிறது. எனவே அஞ்சும்படியாக ஏதும் நிகழாது என்பதே எனது எண்ணம்."

அரசர் பெருமூச்சுடன் "ஏற்கிறேன். ஆனால், சுடர் எப்படி அணைந்தது என்பதை நாம் அறிந்தாக வேண்டும்" என்றார்.

கோபிலன் "ஆம், அதை நிச்சயம் நாம் கண்டறிந்துதான் ஆகவேண்டும்" என்றான்.

"கருவறையைத் திறப்பதற்கான ஏற்பாடுகள் ஆகட்டும்."

கோபிலனின் முகம் இருண்டது. "அரசே! அது அத்தனை எளிதல்ல. இந்த மண்டபத்தின் வடிவமைப்பு அதற்கு இடமளிக்காது. நன்றாக நோக்குங்கள், மண்டபத்தின் மொத்தப் பாரமும் ஒன்றாகக் குவிக்கப்பட்டுக் கருவறையின் கதவு நிலையில் அமர்த்தப்பட்டிருக்கிறது. அந்தக் கதவு நெடுங்காலமாய் நிற்கிறது. ஞான விளக்கைப் போலவே அதுவும் பல பேரரசுகளைக் கண்டது. அதற்கு ஈடான இன்னொரு கதவை இனி உருவாக்க முடியாது. அதன் அகலத்தைப் பாருங்கள். அது ஒரே மரத்திலிருந்து பெறப்பட்ட ஒற்றைப் பலகை என்பதை உங்களால் நம்ப முடிகிறதா? அத்தகைய அகண்ட மரம் மீண்டும் உருப்பெற இன்னும் பல நூற்றாண்டுகள் ஆகலாம். கூர்ந்து கவனியுங்கள். நிலையின் சரிபாதிச் சுமையைக் கதவு வாங்கிக் கொள்கிறது. நாம் கதவைத் திறந்தால், மொத்த மண்டபமும் கணப்பொழுதில் கீழே சரிந்துவிடும் அபாயம் உள்ளது."

கிருஷ்ணப்பர் சற்று எரிச்சலுடன் "அப்படியென்றால் அதைத் திறக்கவே முடியாதா?" என்றார்.

"இதற்கு முன் ஒருமுறை திறக்கப்பட்டதாகக் குறிப்பு இருக்கின்றது. ஆனால் ஏன் திறக்கப்பட்டது என்பதற்கான காரணம் அதில் இல்லை. போலவே அதற்கான வழிமுறைகளும் அதில் இல்லை. நான் கட்டட சாஸ்திரங்களைப் பார்க்கிறேன். ஏதேனும் வழி கிடைக்கக்கூடும்."

கோபிலன் கூறி முடிக்கவும் அரசரின் முகத்தில் தெளிவு பிறந்திருந்தது. கோபிலன் பணிவில் கூனியிருந்த தன் உடலை எப்போது நிமிர்த்தினான் என்பது அரசருக்குத் தெரியவில்லை. பேச்சினூடாகவே அவன் அதைச் செய்திருக்கக் கூடும்.

***

தான் இப்போது வனம் திரும்பிவிடலாமா எனச் சாம்பன் கேட்டபோது அவள் மறுத்துவிட்டாள்.

"இன்னும் இந்நகரில் நீவிர் சிலவற்றைக் காணவேண்டும், சிறிது காலம் காத்திருங்கள் கள்வரே" எனக் கற்சிலை அவன் செவியோதியது.

அது பரிவு மிகுந்த குரல்தான் என்றாலும் சாம்பன் அதில் ஒரு விஷமத்தை உணர்ந்தான். தன்னை அவள் நிரந்தரமாய்ப் பிரியப்போவதை ஒற்றை மடலில் அறிவிக்காமல், அதை ஒரு

நாடக நிகழ்வு போல் பல அடுக்குகளில் அரங்கேற்றி அதன் இறுதிக் காட்சியை நோக்கி அழைத்துச்செல்கிறாளோ என்கிற எண்ணம் அவனைப் பயமுறுத்தியது. ஆனால் அதேவேளையில் அந்த அச்சம் ஓர் அசட்டுத் தித்திப்பையும் அவனுக்குத் தந்தது. "சாம்பா. பெண்ணுக்குப் பிரிவும், இணைவும் ஒரே அளவிலான இன்பத்தைத் தரும்" எனச் சங்கன் எப்போதோ கள்மயக்கத்தில் பிதற்றியதை அவன் நினைவுகூர்ந்தான். அவனது ஐயங்களையெல்லாம் அவள் சிரித்துக் கடந்தாள். பிரிவின் கொடுமையை அறிந்திடாத சிறுமையைப் போலவே அவள் அவனிடம் நடந்துகொண்டாள். அதனையும் மீறி அவளிடம் அவ்வப்போது ஒரு தந்திரக் களை வெளிப்படுவதைச் சாம்பன் கண்டுகொண்டான். அவளது தீவிரம் ஒவ்வொரு இரவிலும் அதிகரித்தவண்ணம் இருந்தது. பால் சுரந்ததும் குட்டியை அழைக்கும் தாய் ஆட்டைப் போல் அவள் தனது தனங்கள் நிறைந்த கணமே அவனை அருகில் அழைத்துக்கொண்டாள். தூண் அதிரும் இன்ப நுகர்வுகள் வாடிக்கையாகின.

திருமேனியோடு இணைந்து தான் சிருஷ்டிப்பது எதை? இன்னும் கூடுதலாய் ஒரு கைப்பிடி இருள். அனைத்தும் வெறும் வியர்த்தங்கள் என அவனுள் எழும் எண்ணங்கள் தீவிரம் பெறாமலேயே அமிழ்ந்தன.

அந்த மறைநிலவு இரவில் அவள் அவனோடு மிக உக்கிரமாய்க் கூடினாள். அது நிலவு மரணித்த, அகற்ற முடியாத மௌனமும், துலக்கமின்மையும் நிறைந்த சித்திரை இரவு. அந்த இரவில் தான் தென்கூடல் பெருங்கோவிலின் தலைவிதியும் மாறியிருக்க வேண்டுமென பின்னாளில் கோபிலன் தன் அந்திமக் கிடப்பில் மிகச் சரியாக நினைவுகூர்ந்தான். அதைத் தொடர்ந்து வெகு காலத்திற்குப் பின் நகருக்குக் கூத்திசைக்க வந்த பாணன் ஒருவனும் அந்த இரவின் நிகழ்வுகளை ஓர் அழிவுக் காதையின் கீழ் இடம்பெறச் செய்திருந்தான். நள் யாமத்தில் எவ்வித எச்சரிக்கை உணர்வுமின்றி வழமைபோல் சாம்பன் அவளுடன் கூடினான். ஆனால் அதுவரையிலும் அவன் கண்டிராத மிருக வேட்கையும், ஆக்ரோஷமும் நிறைந்த புணர்ச்சியாக, யுகங்கள் மீதம் வைத்த கொற்றமாக அது இருந்தது. திருமேனியின் கண்கள் அடர் செம்பிழம்பாகத் தகித்தன. இருவரது உடலிலிருந்தும் குதிரையின் வியர்வை நாற்றத்தை ஒத்த, அடர்ந்த வாடை எழுந்தது. அவளது கொடும்பசியில் களைத்து அதேவேளையில் தன் ஆண்மத்தையும்

விடாது முயங்கிக்கொண்டிருந்த சாம்பனுக்கு வனநாள்களில் அவளுடன் சேர்ந்து கண்ட ஒரு காட்சி நினைவுக்கு வந்தது. அங்கு இரு புலிகள் ஆக்ரோஷமாய் ஒன்றை ஒன்றைத் தாக்கி, காட்டைப் பிளக்கும் உருமலுடன் புணர்ந்தன. திட்டுத் திட்டாய் அக்காட்சி அகன்றுகொண்டிருக்கையில் சாம்பன் தன்னுருவை திருமேனியில் கண்டான். தொடர்ந்து அவனது தன்னுணர்வும் சிலைக்குள் புகுவதை அவன் உணர்ந்தான். இப்போது எதிரில் அடையாளங்கள் இழந்த ஓர் உடல். அதன் அசைவில், நயத்தில், உக்கிரத்தில் அவன் அவளது உடல் பாவங்களைக் கண்டான். குறியில் அமர்ந்த திருயோனி. வேர் பற்றி மரம் விழுங்கும் புதைகுழி.

ஆயிரங்கால் மண்டபம் இப்போது வனத்தின் முடிவின்மையை எய்தியது. கற்களில் நெடுங்கால அமைதியை இழந்த அரவமும், பெருமூச்சும் முளைத்தன. தூண்களில் காட்டு மரங்கள் திருகிக் கொள்ளும் அதிர்வு. மண்டபத்தின் ஒவ்வொரு தூண் கால்களும் அந்த அதிர்வை உணர்ந்தன. அச்சமும், விளங்காமையும் எங்கும் பரவிற்று. மண்டபத்தை விட்டு வெளியே ஓடும் காவலர்களின் கூக்குரலும், தீவட்டிகளின் கடிய மணமும் காற்றில் இறைந்தன. திருமேனியின் கனத்த முனகலில் சாம்பன் விரண்டான். அது மலையின் அலறல் போல் தாங்க முடியாததாய் இருந்தது. தூண்டாமணி விளக்குகளும், கதவு மணிகளும் பிடிமானம் இளகி அசைந்ததில் டின் டின் என்ற ஓசை உருவானது. கோவில் யானையால் மட்டுமே அடிக்கமுடிந்த, தலைபீடம் போல் கனத்த உருவுடைய காண்டாமணி கணீர் எனச் சப்தம் எழுப்பியதில் காவல் வீரர்கள் மிரட்சியில் உறைந்துவிட்டனர். காண்டாமணி மறு ஓசை எழுப்பியபோது கோபுரத் தேயல்கள் தடதடவென்று அசைந்தன. ஒரு சிதிலமுற்ற கின்னர உருவம் கழன்றுவந்து மண்ணில் நொறுங்கிற்று. ஆயிரங்கால் மண்டபத்திலிருந்து தோன்றிய அதிர்வேட்டம் தரை வழியே ஊர்ந்து அத்தனை கோபுரங்களையும் எட்டியது. குளத்தில் நீர் பொங்கி கரைகளை அறையும் ஓசை. எங்கும் விபரீதத்தின் ஓலம். கோபுரங்கள் அடியோடு வீழ்ந்துவிடுமோ எனவும் அச்சம் எழுந்தது. நான்மாடங்களிலும் வீற்றிருந்த காவல் பூதங்கள் ஓடிச்சிதறியிருப்பதை எவரும் அறிந்திருக்கவில்லை. நிகழ்பவை எதையும் உணராது சாம்பன் பெரும் வியர்வை தீரமாய் நின்றான். கலவியின் உச்ச தருணத்தை இருவருமே எட்டியிருந்தனர். மாந்த இனத்தின் இறுதிக் கலவி அது

தான் என்பது போல் மிகத் தீவிரமான ஏக்கம் அதில் பொங்கியது. அவனது இறுதி அசைவில் கோபுரக் கலசங்கள் பிடிங்கிக்கொண்டு விழுந்தன. கலசங்கள் வீழ்ந்த மறுகணம் கருமையான வளியொன்று எட்டு மூலைகளிலிருந்தும் கோவில் வளாகத்தில் நுழைந்ததாக விடியற்பொழுதில் இரத்தம் கக்கிய நிலையில் கிடந்த வீரன் ஒருவன் கூறினான். அந்தக் கரிய தூசிக் குவியல் உள்ளே நுழைந்த பின்னர் என்ன நிகழ்கிறது என்பது துலங்க முடியாததாய் இருந்தது. அதன் வழியில் எதிர்ப்பட்ட காவலர்கள் ஒவ்வொருவரும் அகோரமாய்க் குரல் எழுப்பி, தலை திருகி கீழே சரிந்தனர். வெளிவாயில் எங்கும் சாண நீர் தெளிக்கப்பட்டது போல் மனிதக் குருதியின் சிதறல். முறுக்கிய நிலையில் மரச் சப்பரத்தில் வீசப்பட்டிருந்த காவலர் தலைவனின் விழிப்பார்வை பிரளயத்தை அணுக்கமாய் கண்டது போல் விரண்டு, அசைவற்று வெறித்தது.

சுரங்க வாயிலை அடைந்து உயிரைக் காத்துக்கொண்ட வீரர்களில் ஒருவன் விசும்பலுடன் "இது கருப்புகளின் தாண்டவம் போல் தெரிகிறது. காவல் பூதங்களின் சலங்கைகள் முதலில் அச்சத்துடன் ஒலித்தன. பின் அந்த ஓசை குறுகி, வெகுதூரம் செல்வதை உணர்ந்தேன். என் தாய்வழி பாட்டன் ஒருமுறை சொன்னார். பெருங்கோவிலைச் சுற்றி ஆயிரங்காலத் தாகத்துடன் கருப்புகள் விழித்திருக்கின்றன. அவை ஆற்றல்பெற்று வெளிக்கிளம்பும் போது கூடல்நகர் மனிதக் குருதியாலும், தசைகளாலும் மொழுகப் படும். மதில்கள் யாவிலும் செந்நிறச் சாந்து வழியும். நிகழ்பவை எனக்கு அதைத்தான் காட்டுகின்றன" என்றான்.

சிதறலாய்ப் பரவியிருந்த கருவளி பெருங்கோவில் முழுவதையும் விழுங்கிவிடுவதை போல் மொத்தமாய்க் குவிந்து தானியக் களஞ்சியத்தை எட்டிற்று. பத்திருபது வீரர்கள் இணைந்தால் மட்டுமே கனத்த இரும்பினால் ஆன அதன் கதவை அசைக்க இயலும். அப்படியான அரண் இப்போது எவராலோ பிய்த்து வீசப்பட்டது போல் வெளியே பறந்தது. அந்தப் பிரமாண்ட களஞ்சியத்திற்குள் முழு சாம்ராஜ்யத்திற்குப் பல ஆண்டுகள் உணவூட்டவும் பல்லாயிரம் அடிமைகளை, காவலர்களை பணியமர்த்தவும் போதுமான, ஒரு கொட்டாரம் அளவு சுவர்ணத்திற்கு ஈடான நெல் மணிகள் துயில்கொண்டிருந்தன. களஞ்சியத்திற்குள் ஆவேசமாய் நுழைந்த கருவாய் ஒவ்வொரு

நெல் மணிக்குள்ளும் தன் நாவை நீட்டிச் சுழற்றியது. மேலெழுந்த காற்றில் கருக்காய்களும், உமிகளும் ஈசல்களைப் போல் இறைந்துகொண்டிருந்தன.

இன்னொருபுறம் ஆயிரக்கணக்கான எலிகள் தானியக் கோட்டத்தை நோக்கிப் படையெடுத்திருந்தன. சித்தம் கலங்கியது போல் ஒன்றின் மீது ஒன்று ஏறி, கீச் கீச் எனச் செவிகிழிக்கும் ஓசையுடன் அவை மொய்த்ததில் களஞ்சியம் எலிகளின் உடல்களால் மூடாக்கு இடப்பட்டது போல் காட்சியளித்தது. விடியலின் நீல ஒளி பரவியபோது கூடலின் ஒரு தசாப்த விளைச்சலையும் தன்னுள் சேமித்திருந்த தானியக்கோட்டம் வெற்றுக்கூடாய் நின்றிருந்தது. எதிலோ ஒடுங்கி, அதுவரை பிழைத்துக்கிடந்த காவலன் ஒருவன் “பிரளயம், பெரு நாசம்” என்று கத்திக்கொண்டே திசையறியாது ஓடினான்.

***

அன்று அதிகாலை மகாசங்கின் மீது முதல் சம்மட்டி விழுந்தது. ஏடுகளாய் பிளந்து கொட்டிய சுதைப் பூச்சுகளைப் பெருந்தச்சர் துக்கத்துடன் பார்த்துக்கொண்டிருந்தார். சம்மட்டி உருவாக்கிய விண் என்ற ஓசை ஆகாயம் நோக்கி வெகுநேரம் நீண்டிருந்தது. மகா சங்கை நிர்மூலமாக்கப் பணிக்கப்பட்டிருந்த ஆயிரமாயிரம் கூலியாட்கள் பாரைகளோடும், சம்மட்டிகளோடும் ஒழுங்கின்றி அங்குமிங்கும் உற்சாகமாய்த் திரிந்துகொண்டிருந்தனர். கடுமையான வியர்வை நாற்றம் காற்றில் நிலைத்திருந்தது. மகாசங்கின் உன்னதத்தை அவர்கள் சிறிதும் அசட்டை செய்யவில்லை. ஒருவன் அதன் தூணில் சிறுநீர் கழித்தான். குதப்பிய நிலையில் வெற்றிலைக் கசடுகளும், எச்சிலும் ஆங்காங்கே மிதிபட்டன. அந்த மாபெரும் கலையாக்கத்தின் அழிவு அவர்களுக்கு ஒருவிதமான மன மகிழ்வைத் தருவதில் பெருந்தச்சர் பீதியடைந்தார்.

“இங்குள்ள அனைத்துமே சிதைவில் களிக்கும் சூனிய மனங்கள் தான். உயர்குடி மக்களும் இதில் விதிவிலக்கு அல்ல. நாம் எத்தனை முயன்றாலும் இம்மண்ணில் இனி கலையும், தத்துவமும் தழைக்கப்போவதில்லை. உதிரிகளாய் எஞ்சுவதை வேண்டுமானால் வருங்காலம் மெச்சிக்கொள்ளலாம். நமது முழுமையை இவ்வுலகம் இனி அறியப்போவதில்லை. எனக்கு

நெஞ்சம் கனக்கிறது." கடந்தகால உரையாடல் ஒன்றிலிருந்து அவர் ஸ்ரீவத்சரின் சொற்களை நினைவுகூர்ந்தார்.

பணியாட்களின் அடங்காத நடத்தையில் சினமுற்ற வீரன் ஒருவன் கடும் வசையை உதிர்த்தான். அப்போது தன் அழிவைத் தானே ஆமோதித்து வரவேற்பது போல் மகா சங்கு விநோதமான ஓசை ஒன்றை எழுப்பிற்று. அதைக் கேட்டு பணியாட்களிடம் பெரும் சிரிப்பலை.

"தேவடியா மகன்களே. என்ன சிரிப்பு? ஒரு திங்களுக்குள் இந்த இடம் வெட்டவெளியாய் மாறியிருக்க வேண்டும். இல்லையேல் அத்தனை பேரையும் கழுவில் ஏற்றுவேன். ம்ம் வேகமாக. வேகமாக." வீரன் கசையை வீசினான்.

மறுபுறம் நகரின் காட்சிகள் அரசுக்குக் கவலையை ஏற்படுத்தின. மயானத் திடலருகே அசையும் நிழல்வாகை மரங்களின் சாயலே நகரின் சாயலாய் இருந்தது. தொற்றுப் பிணி கொள்ளிவாய்ப் பிசாசு போல் ஒவ்வொரு வீடாய் நுழைந்து திடுக்கிடச் செய்தது. எத்தனை முயன்றும் அதற்குத் தாழிட முடியவில்லை. மரண ஓலங்களிலும், என்ன நிகழ்கிறது என்ற புரியாமையிலும் நகர் ஒவ்வொரு நாளும் கண்விழித்தது. ஒவ்வொரு காத தூரத்திலும் ஒரு மிரண்ட விழிப்பார்வை. நகர் வைத்தியர்களுக்கு ஒன்றும் பிடிபடவில்லை. பெருங்கோவில் சம்பவத்தில் கழுத்து திருகி இறந்துகிடந்த காவலர்களின் விழிகளைப் பரிசோதித்த உத்திராபதி பண்டிதர் திட்டவட்டமாய் ஒரு முடிவுக்கு வந்திருந்தார். அவர் கூறிய ஆரூடம் ஏனைய வைத்திய சிகாமணிகளுக்கு அதிர்ச்சியாய் இருந்தாலும், அவர்களால் அதை மறுக்க இயலவில்லை. சில தினங்களிலேயே பெருங்கோவில் தலைமை வைத்தியர் கடும் சுரத்திலும், குருதிக் கழிசலிலும் துடிதுடித்து இறந்தபோது உத்திராபதி பண்டிதர் தன் தலையைக் கவிழ்த்தபடி "காலன் பசிதீர்ந்து அகலும் வரை நாம் இங்கு புரிவதற்கு ஒன்றுமில்லை. யாரெல்லாம் அவன் இரை என்பது மட்டுமே நாம் யோசிக்கவேண்டியது" என்றார்.

எனினும் மரண பயம் இரவில் மட்டுமே தலைதூக்கியது. நாட்டின் பகல்வேளைகள் அலட்சியத்துடன் வெறித்துக் கிடந்தன. எதுவும் புதிதாய் நிகழவில்லை, எப்போதும் போல்தான் இந்தக் கணமும் இருக்கிறது என்கிற ஆசுவாசம் அனைத்திலும் வெளிப்பட்டது. அழிவும், மரணங்களும்,

கட்புலனுக்குப் பிடிபடாத நிகழ்வுகளும் மக்களுக்கு அச்சத்தை விளைவித்தாலும், இன்னொருபுறம் அவர்களுக்கு அதில் ஓர் இரகசிய ஆவல் எழாமல் இல்லை. அன்றாட வயிற்றுப் பாடுகளை மறந்து, நகரில் நடந்தேறும் விநோதங்களில் மனம் குவிப்பது அவர்களுக்குத் தவிர்க்கமுடியாததாய் இருந்தது.

ஆனால், கோபிலன் தன் சீடர்களிடம் வேறு விதத்தில் உபதேசம் செய்தான். அவன் மர்மம் என்றோ, அமானுஷ்யம் என்றோ எதையும் மொழியவில்லை. தர்க்கமற்ற அனைத்தையும் செவித்திரையில் அடித்து நிராகரித்தான். பெருங்கோவில் சம்பவம் மிகையாகக் கூறப்படுகிறது என்பதே அவனது வாதம்.

“நில அதிர்வு என்பது எப்போதும் நிகழும் ஒரு இயற்கை நிகழ்வு தான். அதில் மிரண்டு வெளிவந்த பாதாள வௌவால்கள் திக்குமுக்காடிப் பறந்திருக்கின்றன. அந்த வௌவால்கள் விஷமுடையவை என்பதற்கு அரிச்சுவடிச் சான்றுகள் உள்ளன. அவை திசையறியாது பறந்தபோது குறுக்கிட்ட காவலர்கள் மீதெல்லாம் தன் விஷ நகங்களைப் பதித்திருக்கின்றன. எலிகள் வெளிவந்ததும் நில அதிர்வினாலேயே. ஆனால் எண்ணிக்கையில் லட்சோப லட்ச எலிகள் என்பது உண்மையாக இருக்க முடியாது. அவைதான் முழு களஞ்சியத்தையும் ஒரே இரவில் தின்றன என்பதைப் புத்தியுள்ள எவராலும் ஏற்க முடியாது. களஞ்சிய நிர்வாகத்தில் ஏற்பட்டுள்ள முறைகேடுகளை மறைப்பதற்காக எலிகளின் எண்ணிக்கை கூட்டிச் சொல்லப்படுகிறது” என்றான். எதுவாகினும் இவை அரசின் கவலை. இவற்றையெல்லாம் நாம் கருத்தில்கொள்ள வேண்டாம். தற்செயல் நிகழ்வுகளை ஏதேனும் ஒரு சதியோடும், அல்லது அழிவுப் படலத்தோடும் இணைப்பது மானுடப் பிரக்ஞையிலேயே வழிவழியாய்த் தொடரும் மனப்போக்கு தான் எனச் சீடர்களுக்குப் போதித்தான். நகர்வாசிகளும் அவனது கூற்றுக்கு ஏற்றவாறே நடந்துகொண்டனர். ஆங்காங்கே சில தீர்கதரிசிகள் முளைத்தனர். பிரளயம் நிகழப்போகிறது என்றனர். ஓர் அதிகாலையில் சாவடிக் கிழம் ஒன்று “தென்கடல் மொத்தமும் நம் நகர் நோக்கி வருகிறது, உங்களால் அலைகளின் ஓசையைக் கேட்க முடியவில்லையா?” என வீதிகளைக் கலைத்துவிட்டது. சிலர் பாண்டியர்களின் ராஜ்ஜியம் திரும்புகிறது எனக் கூக்குரலிட்டுக் கசையடி வாங்கிக்கொண்டனர். ஒப்பனைக்கார வீதியின் மதில்சுவரில் எவனோ ஒருவன் மலத்தைக் கொண்டு

பெருங்கோவில் கோபுரத்தை வரைந்து வைத்த சம்பவம் நகரின் பித்துநிலையைக் கட்சிதமாய்ப் பறைசாற்றியது. இந்த விநோதங்களையும், துர்நிகழ்வுகளையும் தன் பட்டுச் சாளரம் வழியாகவும், பணிப்பெண்களின் செய்திகள் வாயிலாகவும் அறிந்துகொண்ட ராணி நாகம்மை தனக்கே உரிய கேலிச் சிரிப்புடன் "நான் எப்போதும் கூறுவதில் மாற்றம் இல்லை. இந்நகரம் சுவர்கள் இல்லாத, சித்தம் கலங்கியோரின் விடுதி" என்றாள்.

ஏனையோரை விடவும் வணிகச் சாத்துகள் பெரும் இன்னலுக்கு ஆளாகியிருந்தனர். தென்கூடலின் ஏனைய கோவில் களஞ்சியங்களைக் காக்கவேண்டி அவர்கள் முறையிட்டதன் பேரில் நகர்க் காவலர்கள், படைப் பற்றுகளைக் கோவில் களஞ்சியங்களில் குவிக்குமாறு அரசர் உத்தரவிட்டிருந்தார். ஆயினும் அது பலனளிக்கவில்லை. காவலர்களில் ஏற்பட்ட தட்டுப்பாடு காரணமாய் அகப்படும் கள்வர்களுக்குத் தண்டம் விதிக்காமல், அவர்கள் களவாட முயன்ற தானியம், மாடுகளை விடப் பொருள் அளவில் அதிகக் கூலிப்படி வழங்கி அவர்களைக் காவலர்களாக மாற்றும் தலைவலி அரசுக்கு ஏற்பட்டது. அடுத்தடுத்த பெருங்களவுகளுக்கான துப்புச் செய்திகள் அந்தக் காவலர்களாலேயே வழங்கப்படும் என்பதை அரசு சிறிதும் எண்ணிப்பார்க்காதது விந்தை. இந்தப் பிசகு நிலையைப் பயன்படுத்தி முகலாயர்கள் எப்போதும் படையெடுத்து வரக்கூடும் என்கிற அச்சம் நகர் வாயில்களைத் துயிலுற விடவில்லை. அரசரின் நகர்வலங்கள் முற்றிலுமாய் நின்றுபோயின. நிர்வாகங்களிலும் பலவிதமான குளறுபடிகள். நாடு எவர் ஆணையின் கீழ் இயங்குகிறது என்பதே விளங்க முடியாததாய் இருந்தது.

ஒருநாள் மகளைக் காண வந்திருந்த இருங்கோட்டையார் முன்னிரவில் ஏழுநாட்டுக் கள்வர்களும் ஒன்றாக இணைந்து மேலூர் களஞ்சியத்தைச் சூறையாடியது குறித்து மாறவர்மனிடம் விவாதித்துக்கொண்டிருந்தார். அப்போது அவரிடம் அதிர்ச்சி கலந்த, ஒருவித குரூர நிறைவு வெளிப்பட்டதை மாறவர்மன் உணராமல் இல்லை. ஆனால் அவன் அப்போது தனது மனநிலையையே ஐயம்கொண்டான். தன்னால் ஏன் நகரின் நிலைகண்டு வருத்தம் கொள்ள இயலவில்லை? முந்தைய நாள் அரசர் தனது கவலையை வெளிப்படுத்தியபோதும் தன்னை

அது பெரிதாய் ஒன்றும் செய்யவில்லை. காலத்திற்கும், பெரு நகரங்களுக்கும், மனிதர்களுக்கும் பொதுவான மறைவிதி ஒன்று இருக்க வேண்டும். தனி மனிதர்களால் அதை எதிர்க்க இயலாது. அந்த விதியே தற்போது அனைத்து மனித மனங்களையும் சிதைத்துள்ளது என்ற உறுதிப்பாட்டிற்கு அவன் வந்தான். எனினும் அந்தக் காலவிதி தன்னையும், தன் குலத்தையும் பாதிக்காது என்ற அறுதியான நம்பிக்கை அவனிடத்தில் பிறந்திருந்தது. நகரை அழிக்கும் பிணி தன்னையும், தனது இல்லத்தையும் ஏறெடுத்தும் பாராது எனத் திடமாக இருந்தான். காலத்திற்குத் தர கண்ணம்மாவை விட உயரிய பலி பிறிதொன்று இல்லை, எனவே இனி காலம் தன்னை வருத்தாது. தன் குலம் அனைத்து இடர்களையும் கடந்து தழைத்தோங்கும். தென்கூடல் வெறும் சிதிலங்களாய், பிணம் தின்னிக் கழுகுகள் வட்டமிடும் இடுகாடாய் மாறினாலும் தான் இப்போது கொண்டிருக்கும் நம்பிக்கை வழுவப்போவதில்லை என்பது அவனுக்கு மர்மமாக விளங்கிற்று. அப்போது அவன் ஒரு விபரீதமான மன நிறைவில் திடுக்கிட்டான். “ஒருவேளை என் மகள் மரணிக்காமல் உயிருடன் இருந்திருந்தால் எனக்கு இந்தச் சாந்த நிலை வாய்த்திருக்காதோ? இத்தகைய மனத்தெளிவிற்காக நான் கொடுத்த விலைதான் என் மகளா? கடவுளே என்ன எண்ணம் இது? நானா இப்படிச் சிந்திக்கிறேன்?” உடன் அந்த எண்ணத்தை மனதின் இருண்ட துவாரத்தில் புதைத்து, தன் குழந்தை தெய்வ உருவானவள், காலத்தின் புலப்படா சூட்சமங்களிலிருந்து தன்னையும், தன் குலத்தையும் விடுவித்தவள் என மேலோட்டமான சமாதானங்களைக் கொண்டு அதை மூடினான். இருங்கோட்டையார் தொடர்ந்து கள்ளர் வேட்டத்தை அவனிடம் விவரித்தார். இருள் இன்னமும் விலகிடாத திண்ணையில் அமர்ந்து அதைக் கேட்கும்போது தனக்குள் சிறு ஆர்வம் இழையோடுவதை மாறவர்மன் கவனித்தான்.

சில நாள்களிலேயே, அழகன்பெருமாள் கோவில் தேர்த் திருவிழாவில் நிகழ்ந்த பெருங்களவு நகரை உலுக்கிவிட்டது. இருங்கோட்டையார் போன்ற அனுபவத்தில் முதிர்ந்தவர்கள் கூட அந்தக் களவில் திகைத்துப்போயினர். தேர் உலா நடந்த அந்த மாலைப்பொழுது பகலின் அத்தனை வெம்மையையும் தனக்குள் மீதம் வைத்திருந்தது. அனல் பரப்பில் கூடிய பாதங்கள் இடைவிடாது மிதிபட்டன. அப்போது பெரும் நிறையுடைய

வண்டிச் சக்கரங்கள் கூட்டத்திற்குள் ஓடி நுழைவதுபோல் நாட்டுக் கள்வர்கள் தேர் உலாவுக்குள் புகுந்திருந்தனர். கூச்சலும், தள்ளுமுள்ளும் நீடிக்கையில் ஒரு கள்வன் தன் சூரிக் கத்தியைக் கண்மண் தெரியாமல் வீசத்தொடங்கினான். அதில் அஞ்சிய ஜனத்திரள் நான்கு துண்டுகளாகச் சிதறி, காவலர்களையும் தன்னுடன் இறுக்கி ஒடுங்கிற்று. அப்போது தான் கள்வர்களின் மொத்த எண்ணிக்கையும் கண்கூடானது. நகர் மக்கள் அனைவருமே கள்வர்களா என ஐயமுறும் அளவிற்கு ஒரு பெருந்தொகுதி. இளந்தாரிகளுடன் ஒரு பால்முகம் மாறா சிறுவனும், ஓடி இளைத்த கிழவனும் கூட நின்றிருந்தனர்.

வெப்பல் காற்று இனி அங்கு தடுப்பார் எவருமிலர் என்பதை அறிவித்து மௌனமானது. இருள் வேட்டர்கள் புழுதிப் பரப்பினூடாகக் கரிய பேய்கள் போல் முன்வந்தனர். கள்வர்களைக் கண்டதும் தேரிலிருந்து துரித கதியில் இறக்கப்பட்ட பெருமாளின் பல்லக்கு இப்போது ஏந்துவார் யாருமின்றி மண்ணில் விடப்பட்டிருந்தது. மிருகத்தனமான கூச்சலுடன் கள்வர்கள் அவ்விடத்திலிருந்து நீங்கியபோது அழகர் தன் ஆபரணங்கள், காதணிகள், பட்டுக் கச்சை என யாவற்றையும் இழந்து, துகிலுரிக்கப்பட்ட வெண்கல மேனியாய் வெட்டவெளியில் நின்றிருந்தார். அவர் மீது மின்னியொளிர்ந்த அந்திவெயில் தீராத தனிமையையும், நிர்க்கதியையும் வெளிப்படுத்தியது.

அதன் பின்னரும் பெரும் நிறைவின்மையால் ஆட்கொண்டது போல் கள்வர்கள் விழிமூடாது திரிந்தனர். படைகள் மீளெழுந்து, நாடு தன் இயல்பிற்குத் திரும்புவதற்குள் முடிந்தவரை வாரிச் சுருட்டுவதே சமயோஜிதம் என்றானது.

தென்கடல் துறைகளும் இதிலிருந்து தப்பவில்லை. வங்கங்களில் ஏற்றுவதற்காகப் பெருநீர் துறைகளில் சேமித்து வைக்கப்பட்டிருந்த தானியம், முத்து முதலியவை கள்வர்களின் அடுத்த குறியானது. முந்தைய இரவில் வில்லாளர்களின் அம்புகள் நூறு நிழல்களைத் துளைத்தால், மறு சாமத்தில் ஆயிரம் நிழல்கள் அலைவாய்களை நோக்கி வந்தன. அம்புகள் வடித்த கள்வர் குருதி முத்துகளுக்குச் செந்நிறச் சாயமேற்றின. கடாரம் செல்ல ஆயத்தமாய் நின்ற தம்புச்செட்டியின் வங்கம் ஒரு விடிகாலையில் சிதை மூட்டமாய் எரிந்துகொண்டிருந்தது. கடலெழும் இன்னொரு சூரியனோ

எனத் துயிலெழுந்த பரத மக்கள் முதலில் குழம்பிவிட்டனர். கடற்கரையைப் பொசுக்கிய அதன் தீக்கொழுந்து நீலநிற மேனிகொண்ட பாண்டித் திருமகளின் நெற்றித் திலகமாய் நெடுநேரம் சுடர்விட்டது. அப்படியாகத் தென்கடல் ஓரங்களில் புகை மரங்கள் இடைவிடாது முளைத்தன. அவற்றின் அடர் நெடி கடலின் புது மணமாய் மாறியிருந்தது. புங்கை மர நிழலில் சோர்வுடன் அமர்ந்த ஒரு துறைவன் கலங்கிய குரலில் சொன்னார்

"நிலத்தின் சூழல் பிறழ்வுறும்போது எலிகள் தன்னிச்சையாய்க் கிளர்ந்தெழும். அவற்றுக்கு எவரது உத்தரவும், வழிகாட்டுதலும் தேவையில்லை. அழிப்பதே நோக்கம் என்றாலும் அவை தங்களது அழிவையும் வேண்டியே வெளிவருகின்றன. ஏன் இந்த உளைச்சல்? நிலைகெட்ட பொழுதுகளில் நாம் யாரைக் குற்றம் சுமத்த? இங்கு எவரும் நிம்மதியாக இல்லை."

***

"உலகை ஆள்வது எது? தெய்வங்களா? மனிதர்களா? இல்லை. மனிதர்கள் வழியே வெளிப்படும் ஞானத்திரட்டும், ஏடுகளுமே உலகை ஆள்கின்றன. மாயவாதமோ, பொருள்வாதமோ, அல்லது பிக்குகள் கூறுகின்ற வேதாச்சாரமோ, என்றும் இங்கு மாறாமல் நிலைத்திருப்பவை எவை? இவ்வுலகமும், அதன் வாழ்க்கையும் தான். அவை ஒருபோதும் அழியாது. எந்தச் சமயவாதியும் முற்றிலுமாய் உலகியலைக் கைவிடல் ஆகாது. வெறும் மாயத் தோற்றமென்று ஒருவன் உலகியலை உதறினாலும் அது அவனை மதியாது, தனக்குரிய விதியில் தன்னைத் தொடர்ந்து தக்கவைத்துக்கொண்டேதான் இருக்கும்." ஞான இருக்கையில் வீற்றிருந்த கோபிலனின் மனதில் அந்த எண்ணம் தோன்றி நிலைத்தது. பக்கவாட்டில் திரும்பி கருவறைக் கதவை நோக்கினான். அதன் முக்கோண மாடம் ஒளித் தகிப்பின்றி இருண்டு கிடந்ததில் அவனிடம் ஓர் அவலமான குறுநகை எழுந்தது. இனி இந்நகரில் புதிய ஞானங்கள் முளைத்தெழாது, இனி இங்கு எஞ்சுவது பழைய ஞானங்களின் மறுவார்ப்புகளும், அவற்றின் வெளிப்பாடுகளும்தான் என்ற அறிதலில் அவன் திடுக்கிட்டான். "இம்மண்ணின் நிலை அவ்வாறு இருக்கையில் தனக்கேன் ஞானகுரு என்ற அடையாளமும், இந்த ஞான இருக்கையும்? இவை வீண் பகட்டு."

காற்றில் அடர்ந்திருந்த மௌனத்தை மீறித் திடீரென ஒரு குரல் அவனுள் ஒலித்தது. "ஏன் கலக்கம்? இதை முன்பே உணர்ந்து தானே ஞான ஏடுகளையும், சாஸ்திரங்களையும் இனி அவற்றைச் சுமக்கவேண்டிய கரங்களுக்கு இடமாற்றினாய்?! புரிந்துகொள். நீயும், உன் குருவும், உன் சபையும் எரிந்து முடிந்த திரிகளே. ஞானச்சுடருக்குத் திரிகள் பொருட்டேயில்லை. ஞானச்சுடர் இப்போது அதற்குரிய திரியைத் தேர்ந்தெடுத்துவிட்டது. அது நீ இல்லையென வருந்துவது வெறும் சுய அகங்காரம். இதுவரை கிழக்கில் எரிந்த சுடர் இனி மேற்கில் எரியப்போகிறது. திசைகளினால் என்ன வந்தது? ஒளி பொதுவானது. கோபிலா, நீ எதனால் ஞானியானாய் என்பதை அறிவாயா? யோகத்தினாலா? ஞானப் படிக்கட்டுகள் ஒவ்வொன்றையும் கடந்ததாலா? அல்லது உனது குருவிடம் தீட்சை பெற்றா? விளங்கிக்கொள், இவை எதனாலும் அல்ல. அறிவுச்சுடரை அதற்குரிய கரங்களிடம் ஒப்படைத்த காரியத்தாலேயே நீ ஒரு ஞானியாய் உயர்ந்தாய். அவ்வகையில் நீ உன் குருவை ஒருபடி மீறிச்சென்றாய். அமைதி கொள். இந்நகரை அதன் சிதிலங்களிலிருந்து மீட்க நீ இங்கு அமர்ந்தாக வேண்டும். ஞான சபையும் இருந்தாக வேண்டும். காலத்தின் கணக்குகளை நாம் அறியோம். மீண்டும் உயரிய ஞானங்கள் அனைத்தும் இந்தச் சபையிலேயே அரங்கேறும் காலம் திரும்பலாம். எனவே ஞான சபை நீடித்திருக்கவேண்டும்."

கோபிலன் திகைப்புடன் வெறித்தான். "இது எதனுடைய குரல்?" அவனுக்கு அப்போது தங்கப்பச் செட்டியின் நினைவு வந்தது. அவர் மீண்டும் ஞான சபைக்குள் நுழையக்கூடும் என்பதில் அவன் கடும் அசௌகரியத்தை உணர்ந்தான். இரண்டு தினங்களுக்கு முன் ஞான சபையின் நிலை குறித்து அறிவதற்காக அவர் வந்திருந்தபோது அவன் மனக்கசப்புக்கு உள்ளானான். செட்டியின் குரலில் அவரை மீறி எழுந்த கண்டிப்பும், அவரது ஏளனமான பார்வையும் கோபிலனை எரிச்சலடைய வைத்தன. செட்டியின் முன்னால் ஸ்ரீவத்சரின் குரலே தாழ்ந்துதான் ஒலிக்கும் என்பதை அவருக்குப் பதிலுரைத்தபோது ஒவ்வொரு சொல்லிலும் மனதில் நிறுத்திக்கொண்டான். தனது பணிவை அவர் அருவருக்கிறார் என்பதை அறிந்தும் அவனுக்கு வேறு வழி இருந்திருக்கவில்லை. அவரது உடல்மொழியை எண்ணியபோது அவன் மனம் தாழ்வுணர்ச்சியில் குமுறியது.

“சபை அவர்களுடையது. நாம் உண்ணும் உணவு, உடுப்பு, எல்லாமும் அவர்கள் அளித்தது. ஆனால் ஞானம் நமக்குரியது. அது மட்டுமே நமக்கு எஞ்சுவது. கோபிலா, ஒருவகையில் வாணிபப் பெருமக்களின் ஊழினைக் கரைக்கவே நாம் துறவுப் பாதையை ஏற்கிறோம். அந்த வகையில், நாம் அவர்களுக்கு நன்றிக்கடன் பட்டிருப்பதைப் போல் அவர்களும் நமக்கு நன்றிக்கடன் பட்டிருக்கிறார்கள்.” நினைவில் ஒலித்த ஸ்ரீவத்சரின் குரல் அவனுக்கு நிம்மதியை அளித்தது. தனக்கு இப்போது ஸ்ரீவத்சரின் குரல் அப்பழுக்கற்ற, பிடித்தமான குரலாக மாறியிருப்பதை எண்ணிப் பார்த்தான். மறைந்தவர்களின் குரல்கள் அனைத்தும் மென்மையானவை. அன்பு சுமப்பவை.

இடைக் கச்சையைச் சரிசெய்துகொண்டு எழுந்தான். தன் மேனியில் வனப்பும், மினுமினுப்பும் கூடிவருவதை அவன் அப்போது கவனித்தான். முழு உடலும் பாரமற்று, மிகுந்த உற்சாகத்துடன் இயங்குவதை அவனால் உணர முடிந்தது. சுவரில் பொருத்தப்பட்டிருந்த தகழியில் தன் முகத்தைப் பார்த்தபோது முன் எப்போதும் இல்லாத அளவிற்கு அதில் இளமையும், பொலிவும் மிகுந்திருப்பதைக் கண்டான். மனம் திருப்தி கொண்டாலும் அதன் பின்னணி அவனை நடுங்கச்செய்தது. இனி ஒருபோதும் அதுபோன்ற இரவுப் பூஜைகளில் ஈடுபடக் கூடாது எனச் சமாதானம் செய்துகொண்டான். இருந்தும் அந்தத் தீர்மானத்தில் தன்னால் அத்தனை உறுதியோடு இருக்க முடியுமா என்பதில் அவனுக்கு ஐயமிருந்தது. யவன குருமார்கள் தன்னுடன் இத்தனை ஆபத்தான இரகசியங்களை பகிர்ந்துகொள்கிறார்கள் எனில் அவர்களை முற்றிலுமாக உதறி, தன்னிச்சையான முடிவுகளைத் தன்னால் இனி எடுக்க முடியுமா என்ற உறுத்தலும் அவனிடம் முளைவிட்டது.

எப்படியாயினும் அதெல்லாம் இப்போது யோசிக்கும் சங்கதியல்ல. தலைபோகும் காரியங்கள் இருக்கின்றன. இந்த இடர்களிலிருந்து ஞான சபை தப்பினால் அதன் பிறகு பார்த்துக்கொள்ளலாம் என எண்ணியபடி சாளரத்தின் அருகில் வந்தான். மடிப்புகளாய் விரிந்திருந்த பொடிமணல் மீது வெயில் படர்ந்து, ஓரிடத்தில் நிலைத்துப் பார்க்கவிடாதபடி கண்களைக் கூசிற்று. மாமர நிழல் மட்டும் ஓர் அகற்றமுடியாத கரிய சாயம் போல் கிடந்தது. அதைக் கண்டதும் கோபிலன் பார்வையில் குளிர்ச்சியை உணர்ந்தான். நிழலில் நின்ற பசு

மண் தொட்டிக்குள் தலைவிட்டு ஸ்ஸ்ல்ரப்...ஸ்ஸ்ல்ரப் என நீர் அருந்தும் ஓசையைக் கோபிலனால் நன்றாகக் கேட்க முடிந்தது. அவனும் சற்று தாகத்தை உணர்ந்தான். துளசி மணம் வீசிய கமண்டல நீரினைப் பருகியபோது பணிப்பெண்டிரின் சிரிப்பொலியைக் கேட்டான். வெளித்தாழ்வாரத்தில் நின்று அவலுக்காக அவர்கள் நெல் இடித்துக்கொண்டிருந்தனர். கோபிலன் இப்போது புது அவலின் மணத்தை நன்றாக உணர்ந்தான். நாசிக்கு வெதுவெதுப்பூட்டும் அலாதி மணம். இறுக்கம் தளர்ந்தவனாய் வெளித்தாழ்வாரத்திற்கு வந்தான். அவனைக் கண்டதும் அவர்களில் மூத்தவள் மற்றவர்களை உசுப்பி கவனம் பெறச் செய்தாள்.

கோபிலன் விரிப்பில் உலர்ந்த அவலில் சிறிதளவு அள்ளி மென்றபடி "தேறலுக்கு ஏற்ற மலை நெல் இல்லையா? நன்றாக இருக்கிறது. முழுவதும் பக்குவப்பட இன்னும் சற்று உலரவேண்டும்" என்றான்.

"ஆகட்டும் குருவே" மூத்தவள் புன்னகையை அடக்கியவாறு தலையசைத்தாள்.

"இம்முறை ஐந்து மரக்கால் கூடுதலாகவே இடியுங்கள். புதிய சீடர்கள் இருவர் இணைகின்றனர்" என்றவன் அதற்குமேல் அவர்களிடம் கவனம் இல்லாததுபோல் மண்டபத்திற்குள் நுழைந்தான்.

ஞான இருக்கையில் அமர்ந்து மீண்டும் யோசனையில் ஆழ்ந்தான். தான் இளம் சீடனாக மடத்தில் சேர்கையில் பணிப்பெண்டிர் தன்னைக் கேலி கிண்டலுடன் அணுகியது, தன் மீதான அவர்களது காரணமற்ற பரிவு, செல்லச் சீண்டல்கள், பின்னாளில் அவர்களிடம் எரிந்துவிழுந்து தனது அகங்காரத்தை காட்டிய தருணம் என அனைத்தும் அவனது நினைவில் படர்ந்தன.

"அவர்கள் அதேநிலையில் இருக்கிறார்கள். ஆனால் நான்? நான் அவர்களது கேலிப்பேச்சை மட்டும் இழக்கவில்லை. அதிலிருந்து கரிசனம், உரிமை... கடந்துபோன நாள்கள் எத்தனைத் தித்திப்பானவை?! காரணங்கள் ஏதும் இல்லாமலேயே மகிழ்ச்சி பொங்கி வழிந்த காலம் அது. மேன்மைகளை நிலைநாட்டிய பின் எல்லாம் மாறிவிட்டன. நான் அடைந்த மேன்மைகள் ஏன் ஒருபோதும் என்னுள் மகிழ்ச்சியைச் சுரப்பதில்லை?"

அவனுக்குக் கண்ணீர் அரும்பியது. மனதின் கேவலை அவனால் தாங்க முடியவில்லை. மெல்லஉறக்கநிலைக்குச் சென்றான்.

“குருவுக்கு வணக்கம், அரசரின் ரதம் வீதிக்குள் நுழைகிறது.” சீடனின் குரல் நீர்த்திரைக்கு அப்பாலிலிருந்து ஒலிப்பது போலிருந்தது. கோபிலன் விழிகளைத் திறந்தான். எவ்வளவுநேரம் யோகநிலையில் அமர்ந்திருந்தோம் என்பது அவனுக்கு முதலில் விளங்கவில்லை. வாயிலில் அந்தி சாய்ந்திருப்பது கண்டு சுதாரித்துக்கொண்டான். அவனுக்குக் காரணமில்லாத எரிச்சல் தலைதூக்கியது. யோகம் கலையும்போதெல்லாம் எழும் எரிச்சல் அது. கண்முன்னே காத்திருக்கும் உலகியல் நடைமுறைகள், அரச காரியங்கள், சீடர்கள்... சலிப்புற்றவனாய் விழிகளைத் தேய்த்துக்கொண்டான்.

வெளியே குதிரைகள் கணைத்து ஒடுங்கின. மறுகணம் அரசர் மண்டபத்திற்குள் வந்திருந்தார். ஞான பீடத்தில் அமர்ந்திருந்ததால் எழுந்து நின்று முகமன் கூறவேண்டியதில்லை. ஆனால், எழுவதுபோல் சிறு உடல் அசைவைக் கோபிலன் வெளிப்படுத்தினான். கிருஷ்ணப்பரும் அதில் திருப்தியடைந்தவராய் அவருக்காக இடப்பட்டிருந்த இருக்கையில் அமர்ந்துகொண்டார். அவரது பார்வை கோபிலனைக் கடந்து கருவறையை நோக்கிச் சென்றது. கோபிலன் அவரது மன எண்ணங்களைப் புரிந்துகொண்டான். தாம் அரசுக்கு ஆலோசனை கூறும் இடத்தில் இருக்கிறோம் என்பது அவனுக்கு உறுதியாகத் தெரிந்தது.

“அரசே. நகரில் நடந்தேறும் நிகழ்வுகளுக்குக் காரண காரியம் கற்பிக்க இயலாது. அடர்த்தியற்ற, பட்டுப் பின்னல்களால் ஆன ஒரு கம்பளத்தின் கீழ் பொன்னிரமான நச்சுப் பாம்புகள் ஊர்வது போல் கற்பனை செய்து பாருங்கள். அந்த விரிப்பின் மீது நின்றபடியே தடியை வீசுவது எளிதல்ல. நகரின் நிகழ்வுகள் அப்படித்தான் இருக்கின்றன. சூட்சமமாய் நிகழும் சம்பவங்களுக்குத் தீர்வும் சூட்சமமான வடிவிலேயே இருக்க வேண்டும் என்று எனது குரு கூறுவார். அதற்கு நமக்கிருக்கும் வழி மந்திர உச்சாடனங்களும், பூஜைகளும்தான். தர்க்கங்களுக்கு இப்போது இடமில்லை. உடனடியாக வைதிகர்களின் யோசனைப்படியே ஆயிரத்தோரு அந்தணர்களை அழைத்து மகா யாகம் ஒன்றிற்கு ஏற்பாடு செய்யுங்கள். யாகம் பெருங்கோவில் வளாகத்தில் நடைபெறட்டும். தென்னாட்டில் பெயர்போன

ராமபாத அடிகளார் தலைமையில் யாகம் நிகழ்வதே சிறந்தது." பேச்சினூடாக அரசர் தன் ஒரு சொல்லையும் உதிராமல் கேட்டுக்கொள்வதைக் கவனித்த கோபிலன் சற்றே குரலை உயர்த்தினான்.

"நீங்கள் ஞான சபை பற்றிக் கவலையுற வேண்டாம். கருவறை வாயிலைத் திறப்பதற்கான வழியை நான் கண்டுவிட்டேன். யாகம் நடைபெறும் நாளிலேயே கருவறை வாயில் திறக்கப்படும். அதற்குரிய ஏற்பாடுகளுக்காக விரைவில் அரசிடம் கோரிக்கை வைக்கின்றேன்."

அரசர் சற்றே மலர்ந்தவராய் "ஆகட்டும்...ஆகட்டும். நிம்மதி" என்றார்.

***

பிணி பறித்த உயிர்கள் திடீரென ஓங்கியொலிக்கும் ஒப்பாரிக் கூச்சலுடனும், பிறகு வெயில் மறிக்கும் மதியப்பொழுதுகளில் இடப்படும் திதிச் சோறுடனும் தங்களது முக்கியத்துவத்தை இழந்தன. காலன் அருகில் வந்து நின்றாலும் எவரிடமும் அதிர்ச்சி எழவில்லை. ஆனால் வேம்பன் என்ற இளைஞனின் விதியை அரசு முரசறைந்து அறிவித்தபோது மறவர் குடியில் மீண்டும் மரணம் தன் பழைய இடத்தை எடுத்துக்கொண்டது. பதினைந்து தினங்களுக்கு முன் வேம்பன் திடலில் தேகப் பயிற்சிகளை முடித்துவிட்டு வீடு திரும்பியபோது அவனது தாய் உலகத்தின் முடிவைக் காண்பவள் போல் விரக்தியுடன் அமரந்திருந்தாள். தந்தை அவனை இயலாமையுடன் பார்த்தபடி, தாயைச் சமாதானப்படுத்துவது அவனுக்கு விளங்காததாய் இருந்தது. என்ன நடந்தது என வினவினான். அரிகண்ட பலிக்காக அரசு வேம்பனைத் தேர்வுசெய்திருப்பதாகச் சோகம் திரண்ட குரலில் அவர் கூறினார். எனினும் அவரது குரலில் ஓர் இலகுவான தொனி வெளிப்பட்டது. வந்துவிட்டாயா? இன்று பயிற்சி எப்படி அமைந்தது என்பதைத்தான் வழமைப்போல் கேட்கிறாரோ என்று கூட வேம்பன் குழம்பினான். பிறகு ரெங்கநாதர் அரச பரிவாரங்களுடன் வீட்டிற்கு வந்துபோனதும், தன் தந்தை ரெங்கநாதரின் கோரிக்கையைச் சிறு மறுப்பிற்குப் பின் ஏற்றுக்கொண்டதும் அவனுக்குத் தெரியவந்தது.

அரசனுக்காக மரணிப்பது பிறவிப் பயன் என்றே அவனும் அதுநாள் வரை நம்பினான். போரில் களப்பலி ஆவது

மறவனுக்குப் பெரும்பேறு, அதனினும் உயர்ந்த மரணம் ஒன்று இருக்குமென்றால் அது அரசின் நலனுக்காய் அரிகண்டம் புரிவது எனப் பால்குடி மறந்த வயதுதொட்டே அவனுக்குப் புகட்டப்பட்டிருக்கிறது. அதற்கும் மேலாக அவனது பூட்டனார் சுந்தர பாண்டியனுக்காகத் தன்னைப் பலியிட்டுக்கொண்டவர். அவருக்காக எழுப்பப்பட்ட நடுகல்லின் முன் வருடா வருடம் நடத்தப்படும் பூசையில் வேம்பனோ, அவனது தந்தையோ துளியும் சோகத்தை உணர்ந்ததில்லை. அது ஒரு விஷேச நாள் போல் உற்சாகமாய்த் தொடங்கிப் பின் அலுப்பில் முடிந்துபோகும். ஆனால் அதே நிகழ்வின் மீளாக்கம் இப்போது மிகப்பெரும் அதிர்ச்சியை வழங்கியிருந்தது. தானும் வருங்காலச் சந்ததியினரால் அலட்சியமாகவோ, அல்லது இன்னோர் உயிரைப் பலிகேட்க உதவும் பெருமைமிகு தோற்றமாகவோ நோக்கப்படுவோம் என்பதை அவனால் ஏற்றுக்கொள்ள முடியவில்லை. ஆனாலும் வேறு வழியின்றி ஒரு மறவனுக்குரிய தினவுடன் அடுத்த பதினைந்து நாள்களுக்கு அவனுக்கு நடக்கயிருந்த படையல் சடங்குகளை அவன் கேட்டறிந்துகொண்டான். அப்போது அவன் முதுகின் பின்னால் எதுவோ ஒன்று நடுங்குவதை உணர்ந்தான். "என்ன அது? நான் திடமாக நிற்கிறேன். ஆனால் இந்த நடுக்கம்! என் உயிரின் மன்றாடலா?" மரணம் இந்த நகரின் ஏதோ ஓர் இருண்ட மூலையிலிருந்து எழும்பி, தன்னை நோக்கி வருகிறது. அதை வழிமறிக்க எந்தத் தெய்வமும் இல்லை என்பதை அவன் தெளிவாக விளங்கிக்கொண்டான்.

ரெங்கநாதர் அளித்த வாக்குறுதியின்படி அடுத்து வந்த நாள்களில் வேம்பன் அரசனுக்கு நிகராய் மதிக்கப்பட்டான். அரசின் உத்தரவுக்குப் பணிந்து என்று இல்லாமல் குடிமக்கள் தாங்களாகவே அவன் மீது கரிசனத்தையும், மரியாதையையும் பொழிந்தனர். அரசவை ஜோதிடரின் சிந்தையில் கண நேரத்தில் உதித்துப் பின் அரசனுக்குக் கைமாற்றப்பட்ட உத்தரவுக்காய் அவன் பலியாகப் போகிறான் என்பதை அவர்களில் எவரும் அறிந்திருக்கவில்லை. எல்லோரது பார்வையிலும் நகரின் இன்னல்களுக்காக அவன் தன்னைப் பலியிட்டுக் கொள்கிறான் என்பது மட்டுமே நிலைத்தது. அவன் தாய் விசும்பி அழத்தொடங்கும் முன்பே பலி நேர்த்தியாக அவனது குடும்பத்திற்கு நூறு காணி நிலம் வந்து சேர்ந்திருந்தது. வேம்பன் காவல் தெய்வமாய் உருமாறப்போகிறான்

எனச் சிறு பிள்ளைகளுக்கு அவன் கையால் திருநீறு இடும் சம்பிராதயங்களும் அரங்கேறின. இவையெல்லாம் பகல் வெளிச்சத்தில். இரவில் உயர் வகையான தேறல், விருந்துண்ணல், களியாட்டம், உயர்குலக் கணிகைகள் என அனைத்தும் அவனை நாடி வந்தன. அவனும் கூடுமானவரை அவற்றையெல்லாம் நுகர்ந்தான் எனினும் விரலிடுக்கில் வந்த சலக்கட்டியாய்த் தன் கொடுவிதியை ஒவ்வொரு கணமும் உணர்ந்தான். உண்டி, உறக்கம், புணர்ச்சி என அனைத்திலும் அது விழிப்புடனேயே இருந்து அவனை நடுங்க வைத்தது. வெட்டவெளியில் நடக்கும்போது ஆற்றமுடியாத தனிமையை உணர்ந்தான். எவ்வளவு யோசித்தாலும் எதிர்வரப்போகும் தன் இல்லாமையை அவனால் புரிந்துகொள்ள முடியவில்லை. தான் என்ற இடத்தை நிரப்பப்போகும் அந்த வெறுமையுணர்வை எண்ணி அவனுக்கு அழுகை முட்டும்.

வேம்பன் தன் உடல் தழும்புகளைப் பார்த்துத் தன்னைத் தேற்றிக்கொள்ள முயல்வான். இத்தனை தழும்புகள் கண்டது ஏன்? மெல்ல மெல்ல நம்முடைய துர்மரணத்திற்குப் பழகத்தானே? பிறகு அவனுக்கொன்று விளங்கியது, தன்னைக் கலங்கச் செய்வது மரணம் என்கிற நிகழ்வு அல்ல. மாறாக அதன் அறிவிப்பு. மரணம் ஒரு தற்செயல் நிகழ்வு என்பதைக் கடந்த அதன் உறுதிப்பாடு. அதனினும் தன் கரத்தாலேயே அதை நிகழ்த்தவேண்டும் என்கிற கட்டாயம். மார்நிமிர்த்தி வாள் வீச்சில் ஈடுபடும் போதெல்லாம் மரணம் குறித்தோ, அல்லது அதன்பிறகு நேரப்போகும் இன்மைநிலை குறித்தோ அவன் கணப்பொழுதும் எண்ணியது இல்லை. வாள்வீச்சில் சாவு அவனை அங்குலங்களில் நழுவிச் செல்லும்போதும் அவன் ஒடுங்கி நின்றது இல்லை. அவனும் அத்தகைய வீர மரணத்தை மனதார வேண்டியிருக்கிறான். காயம்பட்டு ரத்தம் பீறிடும்போது ரணத்தையும் கடந்து அது ஓர் அற்புதத் தருணமென உத்வேகமே கொள்வான். ஆனால் இப்போது மரணத்தையும், தொலையப்போகும் தன் இருப்பையும் அனைத்து வழிகளிலும் எண்ணித் துவண்டான்.

கடந்தகாலத்தின் சாதாரண நிகழ்வுகள் கூட அவனுக்கு இனி திரும்பக் கிடைக்காத வரமாய்த் தோன்றின. நினைவுகளை அணைக்கவேண்டி அவன் தன் கரங்களை நீட்டி அழுதான்.

மரண எண்ணத்தை விட நினைவேக்கங்களே அவனை அதிகம் துயர்ப்படுத்தின.

வேம்பன் ஒவ்வொரு இரவிலும் திடுக்கிட்டு எழுந்தான். "என் உயிர் எங்கே போகும்? நான் என்னை எங்கே உணர்வேன்? இந்த வானத்திற்குக் கீழ் என்னை நான் உணர ஓரிடம் கூடவா இல்லாமல் போய்விடும்? இருளா? அல்லது துளைக்கமுடியாத வெண்ணொளியா? எது என் முன்னே படரப்போகிறது? அம்மா, நான் போன பின்னும் நீ இவ்வுலகில் இருப்பாய் தானே? அது எப்படி முடியும்?"

***

ஞான மண்டப வாயிலில் பன்னிரண்டு யானைகள் எரு குவியல்களைப் போல் நின்றிருந்தன. வாயிற்காவலனின் மிரட்சியுற்ற விழி ஒளிர்வில் சாம்பல் வண்ணம் படிந்திருந்தது. யானைகள் நன்றாகத் தீனி எடுத்திருக்க வேண்டும். விழிகளில் பசியோ, சுணக்கமோ இன்றிப் புத்துணர்வு மிளிர்ந்தன. மண்டபத்திலிருந்து வெளிப்பட்ட கோபிலன் யானைகளைக் கூர்ந்து நோக்கினான். அவற்றில் ஒரு யானை விளையாட அழைப்பது போல் துதிக்கையை அவனிடம் நீட்டியது. அவன் யானையின் பாதங்களைப் பார்த்தான். பிண்டமும், மூத்திரமும் நிறைந்து அவ்விடம் சகதியாகக் கிடந்தது. சற்று முகம் சுளித்தவன் பிறகு புன்னகையுடன் யானையை நோக்கித் தலையசைத்தான். கருவறை நிலை மீது இறங்கியிருந்த குறுக்கு மரங்களில் வடங்கள் பிணைக்கப்பட்டுப் பக்கவாட்டு வாயில்கள் வழியே வெளியே எடுத்து வரப்பட்டிருந்தன. வலது புறம் ஆறு யானைகளும், இடதுபுறம் ஆறு யானைகளும் நின்று வடத்தினை இறுக்கப் பற்றவேண்டும் என ஏற்பாடு. பாகன்கள் யானைகளை வடத்தின் அருகே நடத்திச்சென்று சீரான இடைவெளியில் நிறுத்தினர். முதலில் நின்ற யானையின் பாகன் 'ரேய்...ரேய்' எனக் குரல் கொடுத்தான். யானை வடத்தினைப் பிடித்து உயர்த்திற்று. அடுத்து நின்ற யானையும் அதன் பாகன் வழங்கிய உத்தரவில் அதையே செய்தது. கோபிலன் ஞான மண்டபத்திலிருந்து சற்றுத் தொலைவில் போய் நின்று மண்டபத்தின் இருபுறமும் கிடந்த வடம் யானைகளால் பற்றப்பட்டிருப்பதை உறுதிசெய்து கொண்டான்.

“இழுங்கள்!” என அவன் இட்ட உத்தரவு இருபுறத்திலும் இருந்த பாகன்களைக் கணத்தொய்வின்றி எட்டியது. வடத்தை கனத்த வேர்ப்பட்டைகள் வரிசையாக பற்றியிருப்பதைப் போல் யானையின் துதிக்கைகள் காட்சி தந்தன. கருவறை நிலைமீது விழும் மண்டபத்தின் பாரம் இப்போது வடத்தினூடாக யானைகளின் துதிக்கைக்கு இடம் மாற்றப்பட்டிருந்தது. பாரம் சரியான விகிதத்தில் பகிரப்பட்டிருந்ததால் யானைகள் காதுகளை விசிறியபடி இலகுவாக நின்றன. எனினும் கோபிலனுக்குச் சற்று ஐயம் முளைத்தது. வடத்தின் அருகில் சென்று அதன் மீது கரத்தினை அழுத்தித் தன் வலுவைப் பிரயோகித்துப் பார்த்தான். அதன் மீது ஏறி அமர்ந்தாலும் சிறிதளவும் கீழிறங்காது என்பது உறுதியாய்த் தெரிந்தது. தச்சர்கள் நால்வரை அழைத்துக்கொண்டு வலப்புற வாயில் வழியாகக் கருவறையை எட்டினான். கதவு இப்போது சற்று இளகியிருப்பதைப் பார்வையிலேயே தச்சர் உறுதிப்படுத்தினார். அக்கதவிற்கு நாதாங்கி, தாழ்ப்பாள் என ஏதுமில்லை. தச்சர் நிலையின் இடுக்கில் உளியைக் கொடுத்து சிறு சம்மட்டியால் பலம் கொண்டு ஒருமுறை அடித்தார். கதவு விம் என்ற முனகலுடன் அதிர்ந்து நின்றது. அதனோடு ஒரு கூடையில் அள்ளும் அளவிற்குத் தூசியும், மரத் துகளும் கதவின் இடுக்குகளிலிருந்து கொட்டின. அடுத்த அடியில் ஓசை சிறுதும் இன்றிக் கதவு வெளிப்புறமாய் நழுவி வந்தது. இப்போது தச்சர் நெம்புகோலைக் கொடுத்து அழுத்தினார். விரலளவு நகர்த்துவதற்குள் அவருக்குக் கடுமையாக வியர்த்துவிட்டது. விழிகள் பிதுங்கி நின்றன. கதவின் கனத்தை அவரது புடைத்த தசைநார்களிலிருந்து அறிய முடிந்தது. மற்ற தச்சர்கள் இணைந்து மல்லுக்கட்டியும் பயன் இல்லை. கதவை முழங்கை நுழையும் அளவிற்கு மட்டுமே திறக்க முடிந்தது. அதற்குமேல் அவர்களால் தொடர்ந்து இழுக்க இயலவில்லை. சிறிது ஓய்வும், பருகுவதற்கு நீராகாரமும் வேண்டும் என்றனர்.

பணிப்பெண்களுக்கு உத்தரவிட்ட கோபிலன் யானைகள் நின்ற இடத்திற்கு வந்தான். தச்சர்கள் பலா மர நிழலைத் தேடி அமர்ந்து நீராகாரத்தைப் பருகினர். உடல் வியர்வையைத் துடைத்தபடி வெகு இயல்பாய் அவர்கள் பேசிக்கொண்டிருந்தது கோபிலனுக்கு எரிச்சலைத் தந்தது. அவர்களது ஆர்வமின்மையை அவன் இயற்கை சக்தியுடன் ஒப்பிட்டான். எத்தனை சரித்திர அதிர்வுமிக்க காரியம் நிகழ்ந்தாலும் அங்கு ஓர் அலட்சியம் குடிகொண்டிருக்கும் என்பது மாறாத விதி. மாபெரும்

போர்களில் உதிரமும், சதையும் நொடிக்கு நொடி மண்ணை நனைக்கும்போது, தேர்ச் சக்கரங்களும், வாள்களும் இடைவிடாது மோதி, பெரும் ஓசையாய்ச் செவிப்பறைகளில் பாயும்போது, ஒரு வீரன் தன் பல்லில் சிக்கியுள்ள ஊன் துணுக்கைத் தீவிரமாய் எடுக்க முயல்வது போல. ஏன் இப்போது மதிலுக்கு வெளியே எதையும் கண்டுகொள்ளாது நடைபோடும் பாமரக் கூட்டங்கள் கூட அந்த மாபெரும் இயற்கை சக்தியின் முகங்கள்தானே? திக்கற்று உறைந்து கிடக்கும் வானத்தைப் பார்த்தான். சூரியன் வெண்ணிறத் திருவோடு போல் கண்கூசியது. யானைகள் நின்ற இடத்தில் இப்போது வெயில் நன்றாக இறங்கியிருந்தது. யானைகள் பளுவை உணர்ந்து பாதங்களை மாற்றி மாற்றி வைக்கத்தொடங்கியிருந்தன. துதிக்கையின் வடம் பற்றிய இடம் செந்நிறத்தில் கண்ணியிருந்தது. மூன்றாவதாக நின்ற யானையிடமிருந்து அயர்ச்சியான முனகல் கூட வந்தது.

ஒரு பாகன் கோபிலனிடம் “சாமி... இப்படியே வெகுநேரம் தாங்காது” என்றான்.

பொறுமையிழந்த கோபிலன் தச்சர்களை நோக்கிக் குரல் கொடுத்தான். அவர்கள் அவனது அழைப்பிற்காகவே காத்திருந்ததைப் போல் வேகமாக மண்டபத்தை நோக்கி வந்தனர். இப்போது முன்பை விடவும் அவர்கள் ஈடுபாட்டுடன் இருப்பது தெரிந்தது.

மண்டபத்திற்குள் நுழையும் முன் கோபிலன் மீண்டும் யானைகளைத் திரும்பிப் பார்த்தான். அவை அசைந்துகொண்டும், நடந்துகொண்டும் இருந்தால் எவ்வளவு நேரமானாலும் பாரம் தாங்கும். ஆனால் இந்த நிலை வேறு. கருவறைக் கதவைத் திறந்து தான் உள்ளே சென்று திரும்பி, மீண்டும் கதவை அடைக்கும் வரை அவை தாங்கிக்கொள்ள வேண்டும். இன்னொரு அசம்பாவிதத்தைச் சபை தாங்காது. மண்டபத்தின் மொத்தக் கனம், நிலைப் பலகை மீது அமர்ந்துள்ள திண்மை ஆகியவற்றின் மீது கவனம் செலுத்திவிட்டு கருவறைக் கதவை கணக்கில் எடுக்கத் தவறிவிட்டோமே என நொந்துகொண்டான். இவ்வளவு கனமான கதவு என்பது முன்பே தெரிந்திருந்தால் வேறு ஏற்பாடுகள் செய்திருக்கலாம். இப்போது கூடுதல் வலுவிற்காக வாயிற்காவலர்களை ஞான மண்டபத்திற்குள் அனுமதிக்கும் நிலை ஏற்பட்டுவிடுமோ எனக் கவலையுற்றான். ஆனால் அதற்கு இடமின்றி தச்சர்கள் நால்வரும் இப்போது

சரியான வழிமுறையில் நின்று கதவைப் பற்றியிருந்தனர். முடிவில் கோபிலன் மட்டும் உள்ளே நுழையும் அளவிற்குக் கதவு திறக்கப்பட்டது.

கோபிலன் கருவறைக்குள் நுழைவதைத் தச்சர்கள் சற்று படபடப்புடன் ஏறிட்டனர். பிரபஞ்ச சக்திகள் உலாவும் மிக இரகசியமான குகைக்குள் அவன் நுழைவது போன்ற தோற்றம் எழுந்தது. கருவறைக்குள் வந்த கோபிலன் முதலில் திசைகள் புரியாது விழித்தான். நூற்றாண்டுக்கால இறுக்கம் அவனது உடல் முழுவதிலும் பரவி வியர்வை நாளங்களைத் திறந்துவிட்டது. நான்கு சுவர்களுக்கு நடுவே கவிந்திருந்த இருள் அதுவரை அவன் எங்குமே உணர்ந்திடாத பேரிருளாக இருந்தது. அதற்குள் ஒரு மர்மக் குரல் வெகுகாலமாய் எதையோ முணுமுணுப்பதாக எண்ணினான். கதவின் இடுக்கு வழியே பணிப்பெண் நீட்டிய தூக்குச் சுடரை வாங்கியவன் அது உண்டாக்கிய வெளிச்சத்தில் ஞான விளக்கின் அமைவிடம் நோக்கி நடந்தான். அணைந்துவிட்ட அறிவுச்சுடர் அவனது வருகைக்காகத் தவிப்புடன் காத்திருப்பதாகப் பட்டது. கீழே கவிழ்ந்துகிடந்த ஞான விளக்கை அதன் அமைவிடத்தில் பொருத்தினான். ஞானவிளக்கில் இருந்த சுடர் கல் இன்னொரு மூலையில் கிடந்தது. அதை நன்றாகத் துடைத்து, விளக்கில் அமர்த்தியபின் தூக்குச் சுடரிலிருந்து தீபத்தைப் பரிமாறினான். உடன் ஞான விளக்கு கண்விழித்துக்கொண்டது.

“எப்படி அணைந்திருக்கும்? இங்கு என்ன நடந்தது?” மனம் நொந்தபடி மீண்டும் உயிர்பெற்ற சுடரை நோக்கினான். அவனுக்கு அதில் சிறிதும் நிறைவு ஏற்படவில்லை. “இனி இது சடலத்தின் தலைமாட்டில் எரியும் விளக்குதான். இங்கு ஞானம் மரணித்துவிட்டது. இப்போது எரிவது கடந்த காலத்தின் சாயை மட்டுமே. மலட்டுக் கருப்பையில் புரளும் சுக்கிலத் துளி. இது ஞானச் சுடர் அல்ல என்ற மெய்யை ஒவ்வொரு கணமும் உணர்ந்து, ஆனாலும் வேறு வழியின்றி இந்தப் பொய்ச்சுடரைத் துதித்து, போதனைகள் வழங்கி... ஐயோ என் வாழ்வு.” அவனுக்குக் கண்ணீர் ஊற்றெடுத்தது. அவனது கட்டுப்பாட்டை மீறி வெளிவந்த உள்ளத் தேம்பல் நான்கு சுவர்களிலும் மோதி நாயின் முனகல் போல் சன்னமாய் எதிரொலித்தது.

கதவை நோக்கித் திரும்புகையில் பாதத்தில் எதுவோ இடர, கண்களை அகல விரித்தான். தூக்குச்சுடரை இடது கரத்திற்கு

மாற்றிவிட்டு அதன் ஒளியில் கீழே குனிந்தான். சாம்பன் விட்டெறிந்த வளைத்தடி இன்னமும் மூச்சுத்துடிப்பு அடங்காத பிராணிபோல் அங்கு கிடந்தது. அதன் மர ரேகைகள் விளக்கொளியில் நன்றாகத் துலங்கின. கோபிலன் அதிர்ச்சியுடன் விழித்தான். அச்சமும், விளங்காமையும் அவனை ஆக்கிரமித்தன. சட்டென்று அவ்விடத்திலிருந்து படபடத்து விலகி ஆதரவாய்ச் சுவரைப் பற்றிக்கொண்டான். ஞான விளக்கு தற்செயலாய் அணையவில்லை, அதன் பின் ஒரு மர்மமான திட்டமும், மனித முயற்சியும் இருந்துள்ளது என்பதை உணர்ந்ததும் அவனிடம் தாள முடியாத நடுக்கம் பிறந்தது. அவனையறியாது நாராயணா நாராயணா... எனப் பிதற்றினான். அவன் மனம் ஆதிகாலமாய் தொடரும் வெஞ்சினம் ஒன்றை நெருங்கிப் பார்த்துவிட்டதைப் போல் பதறிற்று.

மண்டபத்திற்கு வெளியே யானைகள் சினத்துடன் ஒலி எழுப்பத் தொடங்கியிருப்பதும், அதில் அரண்டு தச்சர்கள் அவனை விரைந்து வெளிவரும்படி குரல் தந்ததும் அவனது பிரக்ஞைக்கு எட்டவில்லை. யானைகள் பிடியை விட்டால் ஒட்டுமொத்த மண்டபமும் நம் மீது சரிந்துவிடும் என அவர்கள் கத்தியபோது கோபிலன் சட்டென்று நனவுக்குத் திரும்பித் தான் நிற்கும் சூழலை விளங்கிக்கொண்டான். இதன் பின்னால் அமானுட ஆற்றல்களின் பங்களிப்பு இருந்திருக்குமா? காற்று, இருள், வெளி என அனைத்தும் இந்தச் சதியின் பின்னணியில் இருந்திருக்கவேண்டும். நெடுங்காலமாய் அயராத கருவிழிகள் இரண்டு இதை வழிநடத்தியிருக்கவேண்டும். இவை யாவற்றையும் அணிதிரட்டித் தன் புஜத்தில் நிகழ்த்த ஒரு வீரன். ஒரு கள்வன்! கோபிலனின் அறிவு அசாத்திய வேகத்தில் செயல்புரிந்தது. உடலும் அதன் தளர்ச்சியைப் பின்தள்ளி வளைத்தடியை நோக்கிச் சென்றது. வளைத்தடியைக் கரத்தில் எடுத்து அதை எரிக்கும் கண்களுடன் பார்த்தான். சபைக்கு வரும் வேண்டாத காவிய ஏடுகளைப் போல் இதுவும் சாம்பல் ஆகவேண்டும். தீர்மானித்துடன் அதைத் தன் கச்சைக்குள் மறைத்துக்கொண்டான். தன்னையன்றி இதைக் கண்டோர் எவருமில்லை. இப்படியொரு நிகழ்வு எங்கும் பதியப்போவதில்லை. ஞான விளக்கை ஒரு கள்வன் சாய்த்தான் என ஏட்டில் பதிவது இந்நகரின் ஞானவழியை ஒவ்வொரு காலத்திலும் காவு கொடுக்க வழிசெய்துவிடும். இதற்கு முன்பும் இதுபோல் எத்தனையோ வன் கரங்கள்

ஞான மார்க்கத்தை நோக்கி எதை எதையோ வலுகொண்டு எறிந்திருக்கக் கூடும். ஆனால் அவை காலத்தால் மறக்கப்பட்டு, நெடும் இடைவெளிகளால் துண்டிக்கப்படுகின்றன. புரிதலுக்கு அப்பார்ப்பட்ட, வலுவான ஒன்றை எதிர்ப்பதை விடவும் அதன் இருப்பை மறைப்பதே சாதுர்யம்.

கோபிலனின் உதறல் அடங்கிய நிழல் இப்போது கதவிடுக்கைப் பிளந்து வெளிப்பட்டது. அதன்மேல் இறுகிய பாறை போல் அவனது வியர்த்த உடல். அதனுள், இனி வாழ்நாள் முழுமைக்கும் அவன் மட்டுமே கேட்கப்போகும், கருவறையின் முடிவற்ற இருள் அலறிக்கொண்டிருந்தது.

***

மகா யாகத்திற்கு நான்கு தினங்கள் இருக்கையில், மாறவர்மன் விருந்து உபசரிப்பிற்காக வேம்பனைத் தன் இல்லத்திற்கு அழைத்திருந்தான். மாறவர்மன் மீதிருந்த மதிப்பில் அவன் அதை ஏற்றுச் சென்றிருந்தாலும் அவன் முகத்தின் இருள் துளியும் மாறியிருக்கவில்லை. தேவகியின் வயிற்றைப் பார்த்து அவனுக்கு மனம் கோணியது. எப்படி இவர்களால் ஓர் இளந்தாரியைக் காவுகொடுத்து, இன்னொரு சிறுபிள்ளையின் பிறப்பிற்காகக் காத்திருக்க முடிகிறது? வாழை இலை முன் அமர்ந்து முதல் கவளத்தை அள்ளி உண்ணும்போது இந்த உணவு முழுமையாய் என் உதிரத்தில் சேர்வதற்குள் என் உயிர் பிரிந்துவிடும்தானே எனக் கேட்பது போல் அவன் மாறவர்மனையும், தேவகியையும் பார்த்தான். நீங்கள் எல்லோரும் இது போல் இன்னும் எத்தனையோ முறை ஊன் சுவைப்பீர்கள். ஆனால் நான்? அவனது மனம் பசியடங்காத மிருகமாய்த் தவித்தது. ஆனாலும் உணவின் ருசியைத் தவறவிடக்கூடாது என்பதில் உறுதியாக இருந்தான். ஒவ்வொரு பருக்கைச் சுவையும் தனக்கானது என அவனது உயிர் விழிப்புற்றிருந்தது. உணவருந்திவிட்டு எழுந்தபோது தன்னிலிருந்து எதுவோ கீழே விழுவது போல் அவன் தள்ளாட்டத்தை உணர்ந்தான். ஒவ்வொரு உணவு வேளைக்குப் பின்னும், உறங்கி எழும்போதும் அந்த விநோதமான சுய இழப்பை அவனால் அறிய முடிந்தது.

திண்ணைக்கு வந்து இருவரும் தாம்பூளம் தரித்தனர். மாறவர்மன் அவனது தோள்களை வருடி “வேம்பா, நீ புழுதியில் புரளும் பாலகனாக இருந்த காலம்தொட்டு நான் உன்னைப் பார்த்து

வருகிறேன். நீ என்னைக் கண்டு வளர்ந்தாய், என்னைக் கண்டே படைவீரன் ஆனாய். உனக்கு விதிக்கப்பட்டதை நீ ஏற்றுக்கொண்டாலும் என்னால் ஏற்க முடியவில்லை" என்றான்.

"நீ கலங்குவதை..." அவன் மீண்டும் எதையோ கூற வரும் முன்னரே வேம்பன் சற்று ஆவேசம் கொண்டவனாய்த் தலை நிமிர்ந்தான்.

"இல்லை தமையரே. இது மறவன் மட்டுமே புரிய வேண்டிய குடி நிகழ்வு. கூறப்போனால் இது நம் உரிமை. மரணத்துயர் நம்முடைய உரிமையில் குறுக்கிடக் கூடாது. நீங்கள் பார்ப்பீர்கள். என் கரம் சிறு கலக்கமும் இராமல், ஒரே வீச்சில் என்னுயிரை மாய்க்கும்."

மாறவர்மன் ஆழ்ந்த பெருமூச்சுடன் "மரணத் துயர். எவ்வளவு எளிதாகச் சொல்லிவிட்டாய்? எனக்குத்தான் இவையெல்லாம் கடினமாகத் தெரிகிறதா?" என்றான்.

வேம்பன் அதற்குப் பதிலளிக்காமல் மௌனமாக நின்றான். அவனை வழியனுப்பிவிட்டு மீண்டும் வீட்டிற்குள் நுழைகையில் வேம்பன் அவனது வாதையின் பெரும் பகுதியை, மரணம் குறித்த கொடும் வினாக்கள் அடங்கிய பொதி மூட்டையைத் தன் மீது சுமத்தி அகன்றிருக்கிறான் என்பது மாறவர்மனுக்கு விளங்கியது. அக்கணத்திலிருந்து தானே பலிபீடத்தில் ஏறப்போவதுபோல் அவனுக்கு நிம்மதி இழப்பு உண்டானது. இரவில் உறக்கத்தை உதறி நகர் வீதிகளில் தனியே திரிந்தான். குதிரை சோர்வுறும் வரை அவனது அலைச்சல்கள் நீண்டன. அதன் பின் வையைக் கரையில் அமர்ந்து நிதானமாக நகரும் இரவை வெறித்தான். நீரின் கரையடிப்புடன் இணைந்து வேம்பனின் சொற்கள் அவனது செவிகளில் மோதின. அச்சொற்களில் மறத்தனம் இருந்தாலும், அவன் மனம் இந்தப் போராட்டங்களிலிருந்து நிரந்தர விடுதலையை நாடுகிறது, அவன் துரிதமாக மரணத்தை ஏற்றுக்கொள்ள நினைப்பது கூட மரண அச்சத்திலிருந்து தன்னை விரைந்து வெளியேற்றிக் கொள்ளத்தான் என்பதை மாறவர்மன் அனுமானித்தான். ஒவ்வொரு முறையும் ஏதேனும் ஒரு மரணம் வேதாளம் போல் தன் மீது தொற்றிக்கொள்வது மாறவர்மனுக்கு மிகுந்த மனச்சோர்வை அளித்தது. நிலவு மறுதிசையில் இறங்கி வைகறைப் பறவைகள் குரல் எழுப்பும் வரை அவன் படித்துறையிலேயே இருந்தான். உறக்கம்

போன்றதொரு மயக்கநிலை. சட்டென்று ஒரு குரல் அவனை உலுக்கியது. அந்தக் குரல் செவிகளில் நுழைகையில் உயிரின் ஆழம் வரை ஓர் அமானுடக் குளிர்ச்சியை உணர்ந்தான்.

"மறவனே. நான் மானுட வாழ்வின் அனைத்துக் காட்சிகளையும் கண்டிருக்கிறேன். இவை மீண்டும் மீண்டும் நிகழ்கிறதே என்ற சலிப்பும் எனக்கு ஏற்படுகிறது. என் நினைவிலிருந்து கூறுவதென்றால், இந்தத் தொடர் அச்சை மிக அரிதாகவே எவனோ ஒருவன் துணிந்து முறித்திருக்கிறான். கேள். அதை முறித்தாலும், மீண்டும் நிகழ விதிக்கப்பட்டதே நிகழும். ஆனால் அந்த அரிதான மானுடத் துணிவில் எனக்கு ஒரு பரவசம் ஏற்படும். அப்படியெழுந்த அரிதான பரவசங்களாலேயே நான் குளிர்ந்தோடுகிறேன்."

"நீயா...நீ யா... இப்போது என்னிடம் பேசியது?" மாறவர்மன் நதியை வெறித்தான். அதனிடமிருந்து பதில் வரவில்லை. மீண்டும் யோசனைகளில் ஆழ்ந்தான். அப்போது ஓர் உஷ்ணமான எண்ணம் சுரீரென அவனது முதுகுத் தண்டில் பாய்ந்தது. வெகுண்டெழுந்து "இல்லை... இல்லை. இது துரோகம். ராஜ துரோகம்." என அரற்றினான்.

நதியிடமிருந்து இப்போது தெளிந்த குரலில் பதில் வந்தது

"ஒரு துரோகம் மனம்விட்டு மறைய வெகு நாள்கள் ஆகும் தான். ராஜ துரோகம் என்றால் அது அந்த ராஜாங்கம் இருக்கும் வரை நீடிக்கும். ஆனால் மரணம் விட்டுச்செல்லும் வெறுமை முடிவற்றது. அதன் இன்மையை எதனாலும் நிரப்ப முடியாது. அதன் காலாதீத விரிவுடன் ஒப்பிட்டால் துரோக வடுவின் காலம் மிகச் சிறியது. மறவனே. நான் இன்னொன்றையும் சொல்கிறேன். நகர்நிலையைக் கண்டும் உனக்கு அது விளங்கவில்லையா? இந்த ராஜாங்கம் நீ கற்பனையிலேயே எண்ணயிராத கரங்களுக்கு மாறப்போகிறது. மணிமுடிகள் இடம் மாறுவது தென்கூடலுக்குப் புதிதில்லையே. காரண, காரியத்தை வினவாதே. அது அப்படித்தான் நிகழ்ந்தேறும். நீங்கள் எல்லோரும் அந்த மாற்றத்தை உண்டாக்கும் துகள்கள். உங்கள் ஒவ்வொருவரின் சிறு செயலும் அதை நோக்கியது தான். ஆம், உன் விதி இன்னொன்றின் விதியாகவும் ஆகிறது."

அந்தப் புலரிக்குப் பின் மாறவர்மன் வேம்பனை மூன்று முறை சந்தித்தான். பெரிதாக அவர்கள் எதையும் பேசிக்கொள்ளவில்லை.

தான் உயிரை மாய்த்துக்கொள்ளும்போது மாறவர்மன் தன் அருகில் இருக்கவேண்டும் என வேம்பன் விரும்பினான். அரிகண்டம் அது ஒலிப்பதைப் போல் அத்தனை எளிதன்று, இந்நகரின் பெரும் வீரனான மாறவர்மனே அதை எண்ணிக் கலங்குகிறான் எனில், தனது மன நடுக்கம் இயல்பானதே என அவன் தன்னைத் தேற்றிக்கொண்டான். அதனோடு அதுவரையிலும் மறவர் குலத்தில் அரிகண்டம் புரிந்த அத்தனை மனிதர்களையும் அவன் எண்ணிப் பார்த்தான். தான் அவர்களோடு ஒரு மௌன உரையாடலை நிகழ்த்துவதாக அவனுக்குத் தோன்றியது. அத்தனைப் பேரும் குறைவின்றி இதே மனப் புழுக்கத்தைத்தான் உணர்ந்திருப்பர். உயிரைப் பற்றிக்கொள்ள தன் உடலுக்குள்ளேயே ஒரு கரத்தை வேண்டிக் கதறியிருப்பர். ஆனால் அதை வெளிப்படுத்த ஒரு குரலின்றி அனைவருமே மாய்ந்துவிட்டனர். முகங்களற்ற அம்மனிதர்களின் நெடும் வரிசையில் தானும் நிற்பதாக வேம்பன் உணர்ந்தான். அந்த நெரிசலில் அவனுக்கு மூச்சு முட்டியது. அவன் நாசி முழுவதிலும் இறந்தவர்களின் நெடி.

மறுபுறம் மாறவர்மன் வேறொரு உருவமற்ற நம்பிக்கையை வேம்பனிடம் விதைத்தான். ஆறுதல் மொழிக்கும் மேலான ஒன்றை அவனது விழியசைவு உணர்த்தியது. அது என்னவென்பதை வேம்பனும் மெல்ல விளங்கிக்கொண்டான். மகா யாகத்திற்கான நாள் நெருங்கி வந்திருந்தும் கவனம் சிதறாமல் அந்த உருவற்ற ஒளிக்கீற்றை இதயத்தின் அத்தனை நரம்புகளாலும் உணரத் தொடங்கியிருந்தான். ஆனால், அந்த நம்பிக்கை அவனை இன்னும் வதைத்தது. ஒரு புலப்படாத நம்பிக்கையை அளித்து, தேற்றி அமரவைத்த பின்னரே மரணம் ஒருவனை நெருங்கும். மரணத்தின் இந்த வேசைபுத்தியை அவன் நன்கு அறிந்திருந்தான்.

மகா யாகத்திற்கு முந்தைய மாலைப்பொழுது. மரணம் தன் நிச்சயமின்மையில் சிறிதும் விலகாமல், சாந்தமான புன்னகையோடு வேம்பனின் இல்லத்தை அடைந்திருந்தது. அந்தியின் ஒளித் திவலைகள் அவனது தாயின் ஒப்பாரிக் குரலுக்குள் அழுந்தி முழுவதுமாய் மறைந்திருந்தன. இதுதான் தன்னுடைய இறுதி அந்திப்பொழுது என்பதை வேம்பனால் இப்போதும் நம்ப முடியவில்லை. வாழ்வு தேற்றமுடியாத குழந்தையாய் நெஞ்சில் கிடந்து கதறிற்று. இரவு அடரவும்

அவன் மன மூலையில் எஞ்சியிருந்த அந்த அர்த்தமற்ற விநோத நம்பிக்கையும் மடிந்திருந்தது. பின்னிரவில், அரை விழிப்பினூடாக நெஞ்சில் குளிர் உராயக் கண்டான். வாசலில் குதிரைக் குளம்படி அதிர்ந்தது. வேம்பன் திடுக்கிட்டு விழித்தான். வாசலில் ஒரு மனித உருவின் அசைவு. குதிரையின் தடித்த மூச்சிரைப்பை வேம்பன் தன் மேனியில் உணர்ந்தான். ஒரு பிடிபடாத ஆற்றல் அவனது தோள்களில் கவிந்தது. வாழ்விற்கு ஓர் உணர்விருந்தால் அது இப்படித்தான் இருக்க வேண்டும்.

"வேம்பா. வெளியே வா." அந்தக் குரல் அவனைத் தெளிவாக எட்டியது. வாழ்வுக்கென்று ஒரு குரல் இருந்தால்... மீண்டும் அவன் மனம் வாயிலை நோக்கிப் பாய்ந்தது.

"விரைவாக வா. நேரமில்லை."

வெளியே வந்த வேம்பன் அந்த ஒளியற்ற பேய் இருளில் நான்கு ஒளிச் சிமிழ்களைக் கண்டான். மெல்ல அச்சித்திரம் உருக்கொண்டது. ஒரு புரவி. அதன்மீது ஒரு வீரன். குதிரையிலிருந்து இறங்கிய அவ்வுருவம் வேம்பனை நெருங்கிற்று. அது மாறவர்மனின் உருவாக இருந்தும் அது முற்றிலும் வேறொன்றின் தோற்றமாகவும் இருந்தது. மாறவர்மன் தலைப்பாகை, மேற்கச்சை என ஏதுமின்றி வெறும் பழுப்பேறிய இடைக்கச்சையை மட்டும் உடுத்தி ஒரு கள்வனின் தோற்றத்தில் எதிரே வந்தான். ஒரு சொல்லையும் உதிர்க்காமல், பார்வையால் எதையோ ஆமோதித்தபடி வேம்பனின் கரத்தில் ஒரு நாணய முடிப்பையும், அவன் செல்வதற்கான வழித்தடத்தைக் காட்டும் துணி மடலையும் அளித்தான்.

"தமையரே..."

"உடனே புறப்படு. நம் இருவரது மனமும் மாறக்கூடும். அதற்குள் நீ அகன்றாக வேண்டும்."

வேம்பன் குதிரையில் ஏறி சிகரத்தைப் பற்றியேறும் காற்றைப் போல் நகர்ந்து சென்றான். குளம்போசை துளி மீதமின்று மறைந்துவிட்டிருந்தது. மாறவர்மன் அவனை விடுவித்த இடத்திலேயே நின்றிருந்தான். வேம்பன் மேற்குத் திசையில் மறையும்போது கிழக்கு திசைபார்த்து உருவமற்ற எதுவோ ஓடுவதுபோல் ஒரு பிரமை எழுந்தது.

"எப்படி இங்கு மட்டும் இத்தனை அடர்ந்த இருள்?"

மாறவர்மனால் தன் உடலையே அறியமுடியவில்லை. எனினும் ஆயிரம் கரங்களின் துணையை, தழுவலை அவன் அந்தப் பூரண இருளில் உணர்ந்தான்.

***

அரசர் விழிப்புற்று எழுந்தார். தன்னுள் நோய்மை தீவிரம் பெறுவதைத் தனது நமைச்சல் நிறைந்த உறக்கம் துலக்கமாக உணர்த்தியது. படுக்கையிலிருந்து எழுந்து மாடத்திற்கு வந்தார். காற்றில் துளைக்கமுடியாத இறுக்கம். நகர் உறைந்த முகத்துடன் வானை வெறிச்சிட்டது. பெருங்கோவில் தலைகோபுரத்தில் சூழ்ந்திருந்த அமைதி அவருள் ஐயத்தை ஏற்படுத்தியது. "நாளை மகா யாகம், ஆனால் அதற்கான சுவடுகளே தெரியவில்லை."

வயிற்றில் மீண்டும் விண் என்ற வலி. உடல் கெட்டு வருவதை அவர் தீர்மானமாய் உணர்ந்தார். எந்த வைத்தியனாலும் இதுவரை அதற்கான காரணத்தையோ, மருந்தையோ வழங்க முடியவில்லை. தீக்கடம்பையை எண்ணியும் மனம் கசந்தார். அது இதுவரை எந்த அற்புதத்தையும் நிகழ்த்தவில்லை. கூறப்பட்டதற்கு நேர்மாறான விஷயங்களே சம்பவிக்கின்றன. ஒன்றும் விளங்கவில்லை. தான் என்னதான் செய்ய?

தன் மூப்பு இத்தனை வேகத்தில் நிகழ்ந்தேறும் என அவர் எதிர்பார்க்கவில்லை. தான் அறியாத வேறொன்று தனக்கு நடந்திருக்குமோ என்ற ஐயமும் அவருள் எழுந்தது. சமீபக் காலமாய் அரசவையின் அத்தனை இடங்களையும் உற்று நோக்கிவரும் அவரது மகனும் அவர் சிந்தையில் உதித்தான். எப்போது தன் உடல் சீர்கெடத் தொடங்கிற்று என நினைவுகூர முயன்றார். எதுவோ அவருள் தோன்றி பின் அது நினைவுக்கு வருவதற்குள் நழுவிச்சென்றது.

குளிர்க்காற்று மெல்ல உயிர்பெற்று அவர் உடல் வருடியது. தன் பின்னால் ஒரு உருவம் அசைவதைக் கண்டார். இணை மெய்க்காவல் படைத் தலைவன் மாயன் அங்கு நின்றிருந்தான். அவனைப் பார்த்து மெலிதாகத் தலையசைத்தார். அப்போது வெயிலேறிய சரளைக் கல் வயிற்றுக்குள் நகர்வது போல் மீண்டும் அந்த ரணம். அதனோடு தலைகால் புரியாத அச்சம் ஒன்று அவருள் குடியேறியது.

***

வேம்பன் நகரிலிருந்து தப்பிவிட்ட செய்தியை அவனது தந்தை மகா யாகப் பந்தலுக்கு வந்து தெரிவித்தார். அவர் அத்தனை கையறு நிலையோடு, மூச்சிரைக்க அதைக் கூறி முடித்த பின்பும் யாகப் பந்தலில் நிலவிய ஒழுங்கின்மை கடுகளவும் அசரவில்லை. அங்கு உலாவிக்கொண்டிருந்த வைதிகர்களும், வேத பண்டிதர்களும் அது தங்களுக்குத் தொடர்பற்றற செய்தி என்பது போல் அவரைப் பார்த்தனர். அவர் கூறும் செய்தியின் வலு புரியாது யாக சாலைக் காவலன் அவரை வெளியே செல்லுமாறு பணித்தான். அவருக்கு அந்தச் செய்தியை யாரிடம் கொண்டு சேர்ப்பது என்பதே விளங்காததாய் இருந்தது. மகன் உயிர் தப்பியதற்கு உள்ளூற மகிழவேண்டும், ஆனால் அதை ஒரு துர்செய்தி போல் அரசிடம் தெரிவிக்கத் தான் அல்லாடுவதை என்னவென்று விளிப்பது. இந்த நிலை எவருக்கும் நேரக்கூடாது என நொந்தபடி வெளி மதிலை அடைந்தார். அங்கு தலைமைக் காரியக்காரர் கண்ணில் படவும் அவரிடம் ஓடினார். அவர் வழியே வேம்பன் தப்பிவிட்ட செய்தி ரெங்கநாதருக்கும், பின் அரசவை ஜோதிடருக்கும் சென்றது. ஆனால், அவர்களால் எந்த முடிவுக்கும் வரமுடியவில்லை. வேம்பனின் செயலால் தனக்கும் தன் குடும்பத்தாருக்கும் தண்டனை நிறைவேற்றப்படும் என வேம்பனின் தந்தை அஞ்சியதும் வீண் கற்பனையாக முடிந்திருந்தது. தன்னை நோக்கி எவரிடமிருந்தும் ஒரு கடுஞ்சொல் கூட வரவில்லை என்பதில் அவருக்கு ஆச்சரியம். நகரில் ஏதோ ஒரு கட்டுக்குலைவு. பெருநோயைப் போல் சிதைவும், ஒழுங்கின்மையும் எல்லோரையும் தொற்றியிருப்பதாகக் கருதினார். வேம்பன் நடுகல்லாக வணங்கப்படும் வாய்ப்பைப் பறிகொடுத்துவிட்டான், பரம்பரைகள் போற்றும் பெரும்பேறினை அவனது குடும்பம் இழந்துவிட்டது. அதற்கு மேல் என்ன இருக்கிறது என்பது போலவே அரசு அவன் விவகாரத்தை உதறிவிட்டது.

அரிகண்டத்திற்கு நேர்ந்துவிடப்பட்டவன் தப்பிச் சென்றால் அதற்கு மாற்றாக இன்னொருவனைப் பலியிட ஐதீகம் வழிமொழிந்திருக்கிறதா என விவாதங்கள் எழுந்தன. ரெங்கநாதர் மிகவும் சோர்ந்துவிட்டார். குறிக்கப்பட்ட நேரத்திற்குள் மறவர் குடியில் இன்னொரு இளைஞனைத் தேர்வுசெய்வது சாத்தியமில்லை. மறவர்களிடம் ஓரளவிற்கு மேல் நாயக்கர்களால் அதிகாரத்தைப் பாய்ச்ச முடியாது, அது மணிமுடிக்கே ஆபத்தை ஏற்படுத்திவிடும் என்பதை அரசரை விடவும் அவர்

தெளிவாக அறிந்திருந்தார். முடிவில் அவரை ஆறுதல் படுத்தும் செய்தியை யாகத்தை முன்னின்று நடத்தவிருந்த ராமபாத அடிகளார் கூறினார்.

"அரிகண்டம் நாயக்க அரசரின் வழக்கமாக ஒருபோதும் இருந்ததில்லை. அது தென்னக மன்னர்களில் பாண்டியர்களுக்கே உரித்தான சடங்கு. தங்களைக் காலம் காலமாய்த் தொற்றி வந்த ஒரு ஜோதிட தோஷத்திலிருந்து தப்புவதற்காக அவர்கள் அரிகண்டத்திற்கும், நவ கண்டத்திற்கும் சில குடிகளை வளர்த்தனர். அந்த வழமையிலிருந்தும், தற்போது நகரில் நிலவும் அசாதாரணச் சூழலிலிருந்தும் ஜோதிடர் அதை முன்மொழிந்திருப்பார். எனக்குத் தொடக்கம் முதலே இதில் ஒரு நெருடல் இருந்து வந்தது. மேலும் வடுக பீடம் இங்குள்ள அனைத்துக் குல உதிரத்திற்கும் அந்நியமானது. முற்றிலும் குருதி பிணைப்பற்றது. குல மரபு, வழிபடு தெய்வங்கள் என அனைத்தும் வெவ்வேறானவை. ஆகவே இங்கு அரிகண்டம் நிகழவேண்டிய தேவையே இல்லை. அது தடைப்பட்டதை நல்லது என்றே உரைப்பேன்."

அந்தக் குழப்பநிலைக்கு ஒரு தீர்வு எட்டப்பட்டிருந்தாலும் வேம்பன் அரச உத்தரவை மீறிவிட்டான் என்ற செய்தி மக்களிடையே பரவக்கூடாது என ரெங்கநாதர் கருதினார். முடிவாக ராமபாத அடிகளாரின் உத்தரவாலேயே வேம்பன் விடுவிக்கப்பட்டான் என்றும் அரசின் நன்மைக்காக அவன் மேற்கு மலை அகத்திய தீரத்திலிருந்து புண்ணிய தீர்த்தம் எடுக்கச் சென்றிருக்கிறான் என்றும் முரசினை அறைய அவர் உத்தரவிட்டார்.

***

யாகப் பந்தல் மீது வெயில் தங்குதடையின்றி படர்ந்திருந்தது. ராமபாத அடிகளார் பெருங்கோவிலையும், நகரையும் அதன் சூனியப் பிடியிலிருந்து விடுவிக்க வேண்டுமானால் உச்சிவெயில் இறங்குவதற்குள் அனைத்து மந்திரங்களும் ஓதப்பட வேண்டும் என்றார். ஆயிரத்தியொரு வைதிகர்களும் யாக குண்டம் நோக்கித் துரிதமாக அழைக்கப்பட்டு அவர்களது தலைகள் எண்ணப்பட்டன. வெளியே உலாவியர்கள் மூத்த வைதிகர்களால் அதட்டி வரவழைக்கப்பட்டனர். யாக குண்டத்தின் முன்னின்ற ராமபாத அடிகளார் கண்களைக் கூசும்படியான பட்டு

ஐந்திரகக் கச்சை அணிந்திருந்தார். கரங்களிலும், மார்பிலும் சந்தனப் பூச்சின் வியர்த்த பாளங்கள். உடலை உலுக்கியபடியாக குண்டம் முன்பாக அமர்ந்தார். அவரைச் சுற்றிலும் சீரான வரிசையில் வைதிக வெண்ணுடல்கள் சம்மணமிட்டு அமரத்தொடங்கின. "இங்கே நோக்குங்கள்" என அவர் குரல் எழுப்பியதும் அதுவரை நிலவிய ஒழுங்கற்ற குரல்கள் அனைத்தும் கரைந்து ஆயிரங்கால் மண்டபத்தில் நிலவும் மௌனத்தை ஒத்த நிச்சலனம் பந்தலுக்குள் பரவியது. யாக குண்டத்தின் அருகில் அடுக்கி வைக்கப்பட்டிருந்த வெண்கல அண்டாக்களில் நவதானியங்கள் நிரப்பப்பட்டிருந்தன. எலுமிச்சை ஒரு மேடாகக் குவிக்கப்பட்டிருந்தது. யாக குண்டத்தில் மெல்ல களங்கமற்ற தீ உயிர்ப்பெற்றது. மூங்கில் கூடைகளில் குவிக்கப்பட்ட சுளுந்தும், தர்ப்பையும் யாக குண்டத்தில் விழுந்து தீயுருவில் வளர்ந்தோங்கின. அகல வாய்கொண்ட வெள்ளிக் குடத்தில் பசு நெய் நீர்மமாய்த் தழுதழுத்தது. அடிகளார் நெய்யை அகப்பையில் அள்ளிக் குண்டத்தில் ஊற்றினார். பெருங்கோவில் முழுதும் அதிரும்படி மந்திர உச்சாடனை தொடங்கிற்று. ஆனால் உச்சாடனை தொடங்கிய சிறிது நேரத்திலேயே இடையீடாய் ஒரு பிசுறு முளைத்தது. நெய் வாசத்தைக் கடந்து ஒரு கருகிய நாற்றம். வைதிகர்களின் ஒருமித்த குரலில் தடுமாற்றம் உண்டானது. சிலர் மந்திரம் ஓதுவதைக் கைவிட்டு நால்திசையிலும் நோக்கினர். திடீரென ஒரு குரல் மந்திர உச்சாடனத்தை அறுத்து உள் நுழைந்தது. "தீ.... தீ... ஓடுங்கள்." வைதிக உடல்கள் ஒன்றையொன்று தள்ளிக்கொண்டு நகர்ந்தன. எங்கும் முகம் அறையும் தணல். யாகப் பந்தலின் வடதிசையிலிருந்து சுடர்விடும் தென்னங் கீற்றுகளை அலங்கோலமாய் உதறியபடி தீ பரவிவந்தது.

***

பெருங்கோவில் களஞ்சியம் நிர்மூலம் ஆன இரவிலிருந்தே சாம்பனைக் காணவில்லை. அவன் மீது ஏற்கெனவே காவலர்கள் கொண்டிருந்த ஐயம் இப்போது யாகப் பந்தலுக்கு அவன் தான் தீ வைத்திருப்பான் என்ற யூகத்திற்கு இட்டுச்சென்றது. அவனைத் தேடிப்பிடித்துவரும்படி காவலர்களுக்கு ரெங்கநாதர் உத்தரவிட்டார். வையைக் கரையை ஒட்டிய குறுங்காட்டில் அடைந்திருந்த சாம்பன் எந்த முடிவையும் எடுக்கமுடியாத நிலையில் இருந்தான். இரவில் அவ்வப்போது வெளிவந்து

நகர்நிலையை அறிந்துகொண்டான். மீண்டும் ஆயிரங்கால் மண்டபத்திற்குள் நுழைந்து அவளைக் காண்பது சாத்தியமில்லை. மேற்கு மலைக்காட்டிற்குச் சென்றால் அவள் அங்கிருப்பாளா? அப்படியென்றால் கோவில் மண்டபத்திற்குள் இருப்பவளின் நிலை என்னவாகும்? ஒவ்வொரு இரவிலும் நான் வருவேன் எனக் காத்திருப்பாள். இவளை விட்டுச்செல்வது தகுமா? சாம்பன் விளங்கமுடியாத கொடுந்துயருக்கு உள்ளானான்.

தன் மனக்குழப்பங்களை மீறி முடிவில் மேற்குமலைக்காட்டிற்குச் செல்ல முடிவெடுத்தான். ஆனால் விதி அதற்கு வழிவிடவில்லை. நகரிலிருந்து வெளியேற முயலும்போது அவன் காவலர்களால் பிடிக்கப்பட்டான். ரெங்கநாதர் இம்முறை எவ்வித விஷப் பரிட்சைக்கும் இடம் தரவில்லை. தீக்கடம்பையைக் கொண்டுவந்தவன் என்கிற முறையில் சலுகை அளித்து அவனை அரசரிடத்தில் கொண்டு சென்றாலோ அல்லது முறையாக விசாரணை செய்தாலோ அவன் ஏதேனும் கைகாரியம் செய்து தப்பிவிடுவான் என்று அவருக்குத் தோன்றியது. அவனுக்கான தண்டனையை உடனடியாக நிறைவேற்ற எண்ணினார். ஆனால் மரண தண்டனை விதித்தால் சாம்பனது துர் ஆத்மா நகரைப் பாழ்படுத்திவிடும் என்ற அச்சமும் அவரிடத்தில் எழுந்தது. அவருக்கு அவனை என்ன செய்வதென்றே புரியவில்லை. அப்போது பாண்டிய வாரிசுகளைச் சிறைவைத்த பாதாள அறை அவரது சிந்தையில் உதித்தது. அதன்படி தனது நம்பிக்கைக்குரிய சிப்பாய்கள் நால்வரை அழைத்து ரெங்கநாதர் தனது தீர்ப்பை ஒப்பித்தார். “இவனை ஒளிபுக முடியாத, இருண்ட பாதாள அறைக்குள் சிறைப்படுத்துங்கள். இவனது வாழ்நாள் முடிந்தபிறகே அந்த அறைக்கதவு திறக்கப்படவேண்டும். இவன் வாழ்வில் இனி ஒளியே இருக்காது என்பதால் ஒருவகையில் இது மரண தண்டனையே.”

அந்தத் தீர்ப்பைக் கேட்டு சாம்பன் நிலைகுலையவில்லை. பாதாள அறையின் கதவு அவனுக்காகத் திறக்கப்பட்டதும் இறுதியாய் ஒருமுறை உலகக்காட்சிகளைத் திரும்பிப் பார்த்தான். பிறகு அழுகையா புன்னகையா என உறுதிபடுத்தமுடியாத முகபாவத்துடன் அவன் அந்தப் பாதாள அறைக்குள் நுழைந்தான். ஒரு நாளைக்கு ஒருமுறை மட்டும் உணவு, நீருக்காக அறைக்கதவின் சிறு துவாரம் திறக்கப்பட்டது. அந்த அறைக்குள் ஒளியோ, திட்டவட்டமான காட்சிகளோ இல்லை. அவனுக்காக

அங்கு இருந்தது எல்லாம் சித்தம் பிழற வைக்கும், முடிவிலியான இருள் மட்டும்தான். அத்தகைய பயங்கரமான விதியை அவன் எதிர்ப்பின்றி ஏற்றுக்கொண்டதில் காவலர்களுக்குப் பரிதாபமே எழுந்தது. அறைக்கதவின் துவாரம் திறக்கப்பட்டாலும் உணவு, நீர் வேண்டாதவனாய்ப் பல நாள்கள் அவன் தன் கரத்தையே நீட்டமாட்டான். இறந்துவிட்டானோ எனக் கருதும் நாளில் திடீரெனத் தன் கரம் நீட்டி உண்டி, நீர் பெற்றுக்கொள்வான். ஒரு மர்ம விலங்கைப் போல் அவன் மாறிவந்ததில் இரவுக் காவலர்கள் பெரிதும் அச்சமுற்றனர். தனிமையை மட்டுமே கையளிக்கும் இத்தனை பெரிய உலகை விட, நிலையற்ற தன் வாழ்வை விட எப்போதும் மாறா தன்மைகொண்ட அந்தச் சிறு இருட்டறை மேலானது என்று அவன் கருதியிருக்க வேண்டும். தான் இனி எங்கு செல்வது? அவள் உண்மையில் எங்கிருக்கிறாள்? என்பன போன்ற வினாக்களுக்குத் தன் வாழ்வில் இனி இடமில்லை என்பதில் அவனுக்கு நிம்மதியே எழுந்தது. மெல்ல அந்த அறையின் கடும் இருள் மூச்சுக்காற்று போல் அவனுக்கு இயல்பானது. அதன்பின் அந்த அறையின் சுற்றளவு அவனது எண்ணங்களுக்கு ஏற்ப பெரிதாவதைக் கண்டான். அங்கு பகலோ, இரவோ இல்லை. நாளுக்கு நாள் அறையின் சுவர்கள் பின்னால் நகர்ந்துசென்று அந்தப் பாதாள அறை கூடல் நகரை விடவும் பெரிதாவதில் அவன் வியந்தான். இனி தனது அகமும், நினைவுகளும இந்தப் புடவியின் அளவிற்கு விரிந்துசெல்லும், தனக்கு இந்தச் சுவர்களோ, காலமோ, வெளியோ தடையாக இருக்கமுடியாது என்பதை அவன் அறிந்துகொண்டான்.

அந்த ஒளியற்ற அறை நினைவுகளின் அடர்த்தியை மட்டுமின்றி அவனுக்குப் பலவிதமான வாழ்க்கைச் சாத்தியங்களையும், பிறவிகளையும் வழங்கக்கூடும். தன் கடந்தகாலத்தை ஒரு வெதுவெதுப்பான குளமாய் விரித்து அதற்குள் இறங்கி தான் விரும்புகிற திசையில் அவனால் நீந்த இயலும். அவளுடனான காலம் ஒரு முடிவற்ற வசந்தகாலமாய் அவனுக்குத் திளைப்பூட்டும். அல்லது அவன் நினைத்தால் முற்றிலும் வேறொரு வாழ்வை அவன் அங்கிருந்தபடி வாழலாம். களவை உதறிய முற்றிலுமான வேறொரு வாழ்க்கை. பெரும் சபைகளில் நுழைந்து, காவியம் அரங்கேற்ற முயலும் கவிஞனாகவும் அவன் தன்னை வடித்துக்கொள்ள முடியும்.

அந்த அறையின் இருண்மை மரணத்திற்குப் பிறகு வாய்க்கும் இருண்மையாகவே அவனுக்குத் தொனிந்தது. அதை அவன் அச்சமின்றி ஏற்றுக்கொள்ளவும் பழகினான். அதன் பின்னரே தனது பிரக்ஞை பாலையிலும், கடல் ஆழத்திலும், மலை முகடுகளிலும் ஒரே சமயத்தில் பயணிப்பதை உணர ஆரம்பித்தான். அவனுக்கு அவனது உடலும் இப்போது ஒரு சிறையாக இல்லை. தான் என்பதை மண்ணெங்கிலும் அறிந்தான். சுடுமணற் பரப்பிலும், பனித் திவலைகளிலும், மழைத் தெறிப்புகளிலும், சதுப்பு நிலச் சேற்றில் எப்போதோ கனவுகண்ட வியர்த்த முதலைக் கூட்டங்களுக்கு நடுவேவும் அவன் தன் பாதங்களைப் பதித்தான். சில சமயங்களில் அவனுக்கு அந்தப் பாதாள அறை ஞான மண்டபத்தின் கருவறையாகத் தோன்றியது. அதற்குள் நின்றபடி தான் ஓசையின்றி அலறுவதாக எண்ணுவான். அவ்வப்போது அவனது நனவிலி ஒரு வைக்கோல் பந்தைப் போல் உருண்டு அதில் காடுகளையும், அதன் களிறுகளையும், பெருமலைகளையும் தன்னுடன் சுருட்டிச்சென்றது. அப்போது காற்றின் திசுக்களில் எல்லாம் அவன் தன்னை அறிந்தான். நிரந்தரமான நிழல் பரப்பில் தலைசாய்த்துக் காலாதீதமாய்த் தன்னை மறக்கவும் முடிந்தது, நினைத்த மாத்திரத்தில் புவியெங்கிலும் தன் உணர்வை ஒரு நீள்வாக்கிலான கனவாக நீட்டவும் அவனுக்கு முடிந்தது. இருப்பிலும், இல்லாமையிலும் குழம்பிப் புரளும் இன்ப மனம்.

அத்தனை இருள் சூழ்ந்திருந்தும் அவனிடம் துளியும் வெறுப்பு இல்லை. தன்னால் இனி மனிதர்களையே காண முடியாது என்பதை அறிந்த கணத்திலிருந்து அவனுக்கு எல்லோர் மீதும் பரிவு பிறந்தது. அதன் காரணம் அவனுக்கு விளங்கவில்லை. ஆனால் தனக்கு விதிக்கப்பட்ட நரகத்திலிருந்து தன்னைக் காப்பது அந்தக் காரணமற்ற நேச உணர்வுதான் என்பதை அவன் புரிந்துகொண்டான். தன் இதயச் சுவர்களிலிருந்து வெளிப்பட்ட கனிந்த மணம் அவனுக்குத் திளைப்பூட்டியது. அவன் எல்லாவற்றிற்கும் நன்றி உரைத்தான். தான் வாழ்வில் எதிர்கொண்ட ஒவ்வொருவரையும், முன்பின் அறிந்திடாத, தன்னைப் போன்றே அறவையாய் விடப்பட்ட அனைத்து உயிர்களையும் அவன் தன் நினைவுகளால், எண்ணங்களால் தழுவிக்கொண்டான். அவனது மனம் முழுவதிலும் வற்றிடாத ஈரம். அன்பின் கண்ணீராய் அவன் புவியெங்கும் சிதறினான்.

அவ்வாறாக அந்த அறைக்குள் சாம்பனின் வாழ்வும், மரணமும் பிரிக்கமுடியாமல் ஒன்றின. ஒருவேளை அவன் ஏற்கெனவே மரணித்திருக்கக் கூடும். ஆனால் வெகுகாலத்திற்குப் பின் அவன் சிறைவைக்கப்பட்ட பாதாள அறை திறக்கப்படும்போது ஒரு விநோதம் தலையெடுக்கலாம். அவன் ஆயுட்காலம் முடிந்தபிறகே அந்த அறை திறக்கப்படும் என்றாலும் அதன் உள்ளே அவன் இருந்ததற்கான எந்தத் தடயமும் காவலர்களுக்குக் கிடைக்காமல் போகலாம். அவனது உடலைப் பாதாள எலிகள் தின்றிருக்கும் என்ற யூகத்திற்கு அவர்கள் வந்தாலும் அவனது எலும்புகளோ அல்லது மண்டை ஓடோ அங்கு காணக்கிடைக்காமல், அவனது இருப்பு எவராலும் தீர்க்கமுடியாத மர்மமாய் உருவெடுக்கலாம். எனினும் அதன்பிறகு அது ஒரு முக்கியமற்ற விவகாரமாய் மறக்கப்படும். அவன் குறித்த யாவும் முக்கியத்துவம் இழக்கும். எவரும் அவனை அறியமாட்டார்கள். அவனைப் பற்றி எழுதப்படும் காவிய வரிகளினூடாக, ஏக்கம் நிறைந்த பார்வையோடு அவன் கடந்துசெல்வதையும்..

***

தசாப்தங்கள் கழிந்தன. தென்கூடல் மீண்டும் புகை மூட்டம் மிகுந்த, மந்தமான காலத்திற்குத் திரும்பியிருந்தது. நிகழ்ந்தேறிய அனர்த்தங்களைத் திதிச் சோற்றைச் சுமக்கும் எறும்புகளைப் போல் சிலர் மட்டும் ஆர்வமின்றி, மௌனமாகச் சுமந்தனர். மாடப் புறாக்களின் குரலில் ஒரு பேரழிவிலிருந்து தப்பிய நிம்மதியும், இன்னொன்று எப்படியும் வரும் என்ற பதற்றமும் நீடித்திருந்தன.

ஞாபக மறதி ஒரு மழை போல் எல்லோர் மீதிலும் இடைவிடாது தூறிக்கொண்டிருந்தது. நகர் மறந்த அதன் கதைகள் எல்லாம் காடு கரைகளை நோக்கியும், மனிதர் அண்ட முடியாத இருண்ட பாதாளங்களை நோக்கியும் நகர்வதாகச் சாவடிப் பித்தன் ஒருவன் பிதற்றினான். எதிர்ப்பட்ட விழிகள் யாவும் வாழ்ந்து கழிக்கவேண்டிய நிர்பந்தத்தை மட்டுமே உணர்த்தின. அமானுஷ்ய நிகழ்வுகள் ஏதுமற்ற நாள்கள். எங்கும் எதிலும் பொருளின்மையை உணர முடிந்தது. தொடுவானம் வரை வெக்கையும், சோர்வும் பரவியிருந்தன.

***

மேற்கு மலைக் காடு காலத்திற்கு வெளியே தீண்டப்படாமல் கிடந்தது. மலைத் தொடர்களில் ஓயாத பெருமூச்சு. பல்லாயிரம் தந்திக் கம்பிகளால் ஒழுங்கின்றி பிண்ணப்பட்ட பெரும் இசைக்கருவியாய் வனம் புலரியில் இசை மீட்டியது. நண்பகலில், நாகங்கள் ஊர்கையில் மனித அரவம் உள்ள இடமாய் ஒரு பொய்த்தோற்றம். அருவியின் சலசலப்பில் ஓர் இரகசியத் தலையீடு.

பேச்சி மலையடிவாரத்தில், நாணல்களின் இடைப்பகுதியைச் சரிவான காற்று விரகத்துடன் தழுவிற்று. பசும்புற்கள் விறைத்து எழுந்தன. நடுகற்களின் முடிவுறாத நெடும் பரப்பிலிருந்து குழல் தடித்த பெண்ணொருத்தி மேலெழுந்தாள். அவளது கரங்கள் ஈர மண்ணை உதறிக்கொண்டிருந்தன. அவள் தன் இறந்த தாயைப் புதைத்திருந்தாள். அழுகையும், நடுக்கமும் இன்னமும் அவளை நீங்கியிருக்கவில்லை. விழிகளை ஒருமுறை மூடித் திறந்தாள். அப்போது அவளது நெடுங்காலத் தனிமையை அகற்றத் தலைப்படுவது போல் எதுவோ ஒன்று அவளது முதுகை வருடியது. ஏதோ ஒன்றின் வருகையை உணர்த்திய அந்த அரூபத் தீண்டலில் அவள் ஓர் இனம்புரியாத அரவணைப்பை உணர்ந்தாள்.

“என்ன அது?”

புன்னகையும், கண்ணீரும் வழிய அவள் அது வந்த திசைநோக்கிப் பார்த்துக்கொண்டிருந்தாள்.

⊙